சார்ல்ஸ் ஆலன்

பல தலைமுறைகளாக இந்தியாவில் இருந்த ஆங்கிலோ-இந்தியக் குடும்பத்தில் 1940ஆம் ஆண்டு பிறந்த சார்ல்ஸ் ஆலன் இந்திய சுதந்திரத்திற்குப் பின் இங்கிலாந்தில் குடியேறினார். ஆயினும் இவர் பல ஆண்டுகள் கான்பூரில் ஆசிரியராகவும், வரலாற்று ஆய்வாளராகவும், வரலாற்று எழுத்தாளராகவும் இருந்தார். இவரது ஆய்வுகள், இவர் எழுதிய நூல்கள் அனைத்துமே இந்தியாவோடு, அதிலும் பிரிட்டிஷ் இந்தியாவோடு தொடர்புடையவையே.

தருமி

'தருமி' என்னும் புனைப்பெயரில் எழுதுபவரின் இயற்பெயர் G. சாம் ஜார்ஜ். கல்லூரிப் பேராசிரியராக இருந்து, ஓய்வு பெற்ற பின் இணையப் பதிவுகளில் ஆர்வத்தோடு இயங்கி வருபவர். இவரின் முந்தைய தமிழ் மொழிபெயர்ப்பான ஒரு நைஜீரிய புதினத்திற்கு இரு மாநில விருதுகள் பெற்றுள்ளார். 'பேரரசன் அசோகன்' இவரது இரண்டாவது மொழிபெயர்ப்பு நூலாகும். இவர் தற்போது மதுரையில் வசித்து வருகிறார்.

பிற நூல்கள்:

மதங்களும் சில விவாதங்களும்
கடவுள் என்னும் மாயை

மொழிபெயர்ப்புகள்

திரு & திருமதி ஜின்னா

http://dharumi.blogspot.in

பேரரசன் அசோகன்

மறக்கப்பட்ட ஒரு மாமன்னனின் வரலாறு

சார்ல்ஸ் ஆலன்

தமிழில்

தருமி

எதிர் வெளியீடு

பேரரசன் அசோகன்
மறக்கப்பட்ட ஒரு மாமன்னனின் வரலாறு

சார்ல்ஸ் ஆலன்
தமிழில்: தருமி

முதல் பதிப்பு: மே 2014
இரண்டாம் பதிப்பு: பிப்ரவரி 2021

எதிர் வெளியீடு,
96, நியூ ஸ்கீம் ரோடு, பொள்ளாச்சி – 642 002
தொலைபேசி: 04259 226012, 99425 11302

விலை: ரூ.550

Ashoka
The Search for India's Lost Emperor

Charles Allen
Translated by Dharumi

First Edition: May 2014
second Edition: February 2021

Published by
Ethir Veliyeedu, 96, New Scheme Road, Pollachi– 642 002
email: ethirveliyedu@gmail.com
www.ethirveliyeedu.com

ISBN: 978-93-87333-05-5
Cover Design: Santhosh Narayanan
Printed at Jothy Enterprises, Chennai.

Copyright © Charles Allen 2012
This tamil edition is published in an arrangement with Sheil Land Associates Ltd. U.K.

All rights reserved. No part of this book may be reprinted or reproduced or utilised in any form or by any electronic, mechanical or other means, now known or hereafter invented, including Photocopying and recording, or in any information storage or retrieval system, without permission in writing from the Publisher.

மண்ணுலகம் முழுமையும் பெரும் மன்னர்களின் சமாதியே. அவர்களின் பெருமைகள், அவர்களது நிலங்களில் உள்ள வெறும் தூண்களிலோ, கல்வெட்டுகளிலோ இருப்பதல்ல; நாடு தாண்டி அயல்நாடுகளில் அழிக்கமுடியாத நினைவுகளாக கல்லிலுமல்ல... மாறாக மக்களின் மனதில் அழியாமல் நிலைத்திருக்கும் அவர்களது நினைவுகளே.

– துசிடிடிஸ், பெலோபொன்னேசியப் போரின் வரலாறு, பொ.ஆ.மு. 404.

பொருளடக்கம்

	சோகமில்லாப் பெருமன்னன்	13
1.	நொறுக்கி அழிக்கப்பட்ட கடவுள் சிலைகள்	21
2.	ஃபெரோஸ் ஷாவின் தங்கத் தூண்	27
3.	தேடலுக்கான சில கேள்விகள்	49
4.	அலெக்சாண்டரின் வருகை	69
5.	தீவிர கீழ்த்திசையியல் விற்பன்னர்கள்	97
6.	வில்சனின் அடர் நிழலில் இருந்து விலகி	126
7.	பிரின்செப் இறங்கு துறை	152
8.	கடவுளின் அன்பிற்குரிய அன்பான அரசன் இவ்வாறு பேசுகிறார்	188
9.	துயரங்களின் ஊடே ஹாட்ஜ்சன்	221
10.	மேற்குப் பகுதிகளிலிருந்து கிடைத்த தகவல்கள்	245
11.	பெருமைக்குரிய அலெக்சாண்டர் கன்னிங்ஹாம்	273
12.	சர் அலெக்சாண்டரின் மகிமை	299
13.	புதுப் புது வரலாற்றுச் செய்திகளின் தொகுப்பு	329
14.	கன்னிங்ஹாமிற்குப் பிறகு	355
15.	இருபதாம் நூற்றாண்டில் அசோகர்	387
16.	அசோக தர்மத்தின் வாழ்வும், தாழ்வும்	423
	அசோகரின் கல்வெட்டுகள்	470

அசோகப் பேரரசு

The
EMPIRE OF ASHOKA
With locations of surviving rock and pillar edicts
English Miles
0 100 200 300 400 500
GANDHARA
Taxila
HIMAVANT (HIMALAYA)
Sindhu
Kapilabastu
Yamuna
Ganga
Kashi
(Varanasi)
Pataliputra
Chambal
Prayag
Son
MAGADHA
Ganga
Ujjain
Vidisha
Bodh-Gaya
Narmada
Tamralipti
Mahanadi
KALINGA
Tosali
Godavari
Krishna
Territorial limits
Rock edicts
Minor rock edicts
Pillar edicts
Major towns
N
W
E
S
Anuradhapura
TAMRAPANI
(LANKA)

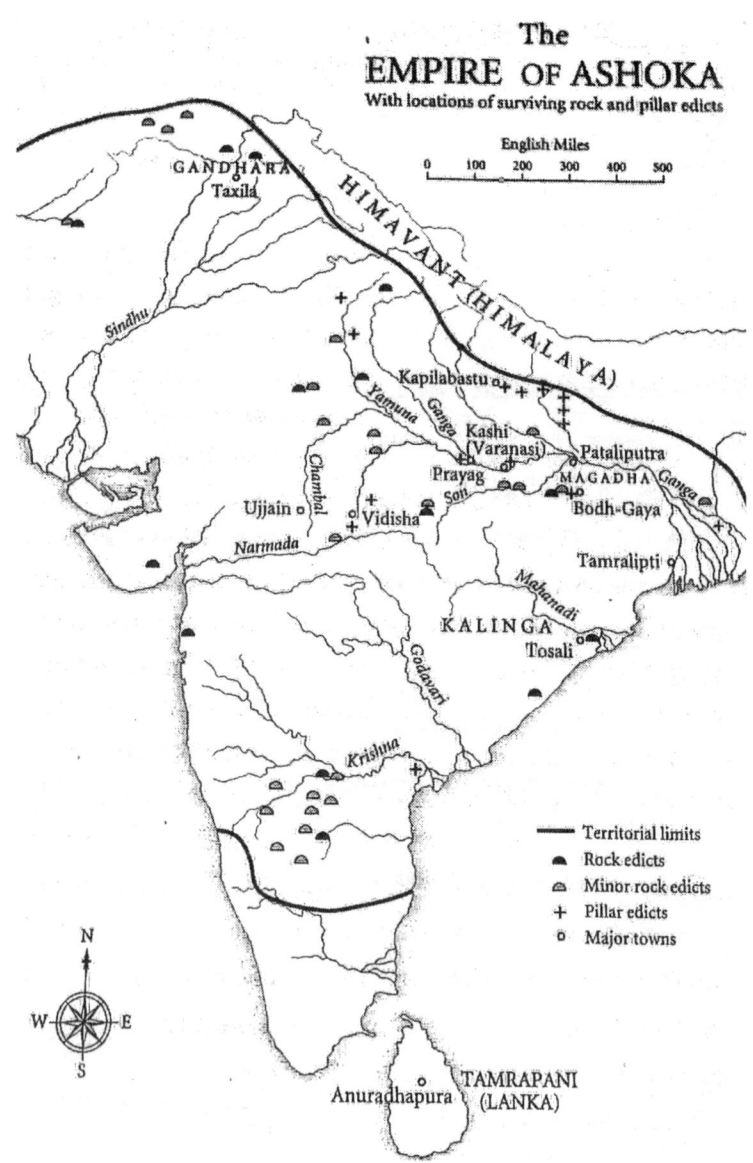

இத்தமிழ்ப் பதிப்புக்காக
சார்ல்ஸ் ஆலனின் முன்னுரை

அசோக மன்னர் ஒரு பெரும் தேசாந்திரியாக இருந்திருக்க வேண்டும். தனது இளம் வயதில், வெறும் இளவரசனாக மட்டுமின்றி, தன் தந்தையின் கீழிருந்த தக்ஸிலா, உஜ்ஜயின் என்ற இரு பகுதிகளின் அரசு மேலாளராக இருந்து வந்துள்ளார். நர்மதா நதியினை நோக்கி நிற்கும் பங்குரேரியா சிறு மலைக் கல்வெட்டின் இறுதியில் கடைச் சேர்க்கையாக தான் தன் இளம் வயதில் தன் தோழியோடு இந்த இடத்திற்கு வந்திருந்ததைக் குறிப்பிடுகிறார். தான் பதவியேற்றதும் மீண்டும் இதே இடத்திற்கு வருகிறார். இந்த வருகை 256 நாள் தொடர்ந்து அவர் மேற்கொண்ட சுற்றுப் பயணத்தின் ஒரு பகுதியாக இருந்துள்ளது. கண்டுபிடிக்கப்பட்ட அவரது பல கல்வெட்டுகளிலிருந்து இச் செய்திகள் தெரிகின்றன. மேலும் அசோகர் தெற்கே கர்நாடக மாநிலத்தில் உள்ள சித்தல்ட்ரக் என்னுமிடம் வரை தன் சுற்றுப் பயணத்தில் வந்திருக்கிறார் என்பதும் தெரிய வருகிறது. இதுவரை அசோகரது பத்து சிறு மலைக் கல்வெட்டுகள் ஒரே தொகுப்பாக பெல்லாரியின் நாற்புறங்களிலும் கிடைத்துள்ளன. இப்படி ஒரே இடத்தில் இத்தனைக் கல்வெட்டுகள் கிடைத்தது நமது நல்லூழே. ஆனால் இத்தனைக் கல்வெட்டுகள் ஒரே காலத்தில் செதுக்கப்பட்டிருக்கின்றன என்பதை வைத்துப் பார்க்கும் போது அசோகர் பெல்லாரியில் சில காலம் தொடர்ந்து தங்கி யிருந்திருக்க வேண்டுமெனத் தோன்றுகிறது. இது மட்டுமின்றி, இன்று கனககிரி என்றழைக்கப்படும் ஹம்பிக்கும் மாஸ்க்கிக்கும் இடையில் உள்ள சுவர்ணகிரி என்ற இடம் அசோகரது சமயத் தலைவர்களாக இருந்த மஹாமத்ராக்களின் ஆளுகைக்குள் இருந்தது என்பதும் தெரிகிறது.

இங்கு கிடைத்த சிறு கல்வெட்டுகளில் அசோகர் தான் சமீபத்தில் சாக்கிய முனிவரின் பக்தனாக மாறியுள்ளதை, அதாவது ஒரு புத்தனாக தான் மாறியுள்ளதை அறிவிக்கிறார். இந்த அறிவிப்பு அசோகர் அப்போதைய கலிங்க நாட்டின் (இன்றைய ஒடிசா) மீது படையெடுத்து, அதனை வென்று புகழ் சேர்த்த பின் அவர் நிறுவிய புகழ் வாய்ந்த அந்த இரு மலைக் கல்வெட்டுகளிலும் இந்த அறிவிப்புகள் உள்ளன. இக்கல்வெட்டுகளில் தான்

அசோகர் முதன் முறையாக அசோக தர்மா என்னும் புரட்சிகரமான ஒழுக்க நெறிகளை வெளியிட்டுள்ளார்.

ஆந்திரப் பிரதேசத்தின் கடற்கரைப் பகுதிகளிலிருந்து சிறிதே உள்நாட்டுப் பக்கம் இருக்கும் பாழடைந்த அசோகரது ஜௌகடா என்ற நகரத்தை நோக்கி நிற்கும் பெரிய கற்பாறைகளில் தான் அசோகரது கல்வெட்டுகளிலேயே இந்தியாவின் தெற்குக் கடைசியில் உள்ள கல்வெட்டுகள் உள்ளன. இப்பாறைகளில் உள்ள கல்வெட்டுகளில் அசோகர் தனது எல்லைப்புறத்தையும் தாண்டியுள்ள சோழர்கள், பாண்டியர்கள், சத்திவபுத்ரர்கள், கேரளாபுத்ரர்கள், இதையும் தாண்டி தாம்ரபாணி (ஸ்ரீலங்கா) என்ற ஏனைய மக்கள் மீதும் தன் கருணையைக் காண்பிக்கிறார். தனது பன்னிரண்டாவது கல்வெட்டில் அசோகர் கலிங்க நாட்டின் மீது எடுத்த தனது கொடுமையான போருக்காக வருந்துகிறார். இனி தர்மமே தனது புதுக் கொள்கை என்ற தனது கங்கணத்தைக் கல்வெட்டில் காண்பிக்கிறார். தர்மத்தின் மூலம் தன் அரசிற்கும் அப்பாற்பட்டு இருக்கும் சோழர்கள், பாண்டியர்கள், தாம்ரபாணி மக்களையும் தன் தர்மத்தின் ஆட்சிக்குள் கொண்டு வருகிறார். “இம்மக்களும் அசோகரது தர்மாட்சியைப் பற்றிக் கேள்விப்பட்டுள்ளார்கள். அவர்களும் அசோகரது பட்டத்துப் பெயரான பியா தாசி என்ற அன்புக்குரிய இம்மன்னனது தர்மக் கட்டளைகளைத் தங்களுக்கு மானதாக ஆக்கிக் கொண்டார்கள்.”

அசோகர் இவ்வாறு தன் கல்வெட்டுகளில் அந்நிய நாட்டு மக்களைப் பற்றிக் கூறியுள்ளதால் மட்டுமே இவை அப்படியே உண்மையென்று கருதப்பட முடியாது தான். ஆனால் இதற்குச் சான்றாக வேறு சில இலக்கியச் சான்றுகளும் கிடைத்துள்ளன. சிங்கள நூலான மஹாவம்சா என்ற பெரும் பட்டியலில் இச்சான்றுகள் உள்ளன. இந்நூலிலும் அசோகர் தன் நாட்டின் எல்கைகளையும் தாண்டி அடுத்த நாட்டு மக்களிடமும் தன் புத்த மதத் தர்மத்தை நிலைநாட்டினார் என்பதற்குரிய விவரங்கள் உள்ளன. இந்தத் தகவல்கள் சாஞ்சியைச் சார்ந்த மதப்பரப்பாளர்களின் நூல்களிலும் காணப்படுகின்றன.

மேலும் மஹாதேவா என்னும் மதப்பரப்பாளர் மஹிஷமன்தாலா இது இன்றைய மைசூராக இருக்கலாம் – என்னுமிடத்திற்கு அனுப்பப்பட்டுள்ளார். இதைவிட மேலாக, அசோகரது மகனும், மேலும் நான்கு புத்த குருக்களும் தாம்ரபாணிக்கு அனுப்பி வைக்கப்பட்டனர். இதோடு நில்லாது அசோகர் தன் மகளான சங்கமித்ரா மூலம் புத்தகயாவிலுள்ள புனித மரத்தின் கிளை ஒன்றை இலங்கைக்கு அனுப்பி வைத்துள்ளார். சங்கமித்ரா வங்காளத்திலிருந்து படகு ஒன்றின் மூலம் சென்றதாகச் சொல்லப்படுகிறது. அசோகரின் மறைவிற்குப் பின்னும் இவ்வரலாறு தொடர்கிறது. ஏனெனில் அவர் மறைவிற்குப் பின்னால் சில ஆண்டுகள் கழித்து தாம்ரபாணியில்

புத்த குருக்கள் பலர் ஒன்று கூடினர். இந்நிகழ்விற்கு சோழ நாட்டிலிருந்தும், பாண்டிய நாட்டிலிருந்தும் பல புத்த பிட்சுகள் சென்றுள்ளனர்.

அசோகருக்கும் தமிழ்நாட்டிற்குமான நீண்ட தொடர்பு பற்றிய பல புதை பொருள் சான்றுகள் கிடைத்துள்ளன. கிருஷ்ணா நதியின் கீழ்ப்பகுதியில் புத்த மதச் சான்றுகள் நிறைய கண்டுபிடிக்கப்பட்டுள்ளன. மிகவும் சிதைந்து போன சான்றுகளாக இருந்தாலும், அக்காலத்தில் புத்த மதம் சீரும் சிறப்புமாக இங்கே இருந்திருக்கிறது என்பதை அமராவதி, ஜபவபெட்டா ஸ்தூபியில் உள்ள புடைப்புச் சிற்பங்களிலும், பட்டிப்ரோலு ஸ்தூபியில் உள்ள கல்வெட்டுகளிலும் காணக்கிடக்கின்றன. இக்கல்வெட்டுகள் மௌரியன் காலத்தின் அசோகரது ப்ராமி எழுத்துகளில் தமிழில் கிடைத்துள்ளன. ஹைதராபாத்திற்கு மேற்கே கனகன்ஹள்ளி என்னுமிடத்தில் 1990ம் ஆண்டு ஒரு பெரும் புடைப்புச் சிற்பம் கண்டெடுக்கப்பட்டது. இதில் உள்ள கல்வெட்டில் அரசனின் பெயராக 'அசோக மன்னர்' என்ற பெயர் காணப்படுகிறது. மௌரியர் காலத்திற்குப் பின் வந்த சத்தவாஹனா அரசர்கள் அசோகரது பெயரையும் நினைவையும் இவ்வாறு குறித்து வைத்துள்ளனர்.

அனைத்து மதங்களும் மரியாதைக்குரியவை என்ற அசோக மன்னரது உயர்ந்த தத்துவம் தமிழ்நாட்டில் பல நூற்றாண்டுகள் நிலைத்து நின்றுள்ளன. இதனாலேயே இங்கே புத்த மதமும், ஜைன மதமும், பிராமணீய மதத்தோடும், பாம்பு வழிபாடு போன்றவையோடு இருந்த இந்த மண்ணின் பழமையான மதங்களோடும் ஒன்றி நிலைத்திருந்திருக்கின்றன. இப்படிப்பட்ட ஒரு மத நல்லிணக்கமே அசோகர் தென்னாட்டிற்குத் தந்து சென்ற பெரும் செல்வம்.

சார்ல்ஸ் ஆலன்,
ஏப்ரல் 2014-05-08

சோகமில்லாப் பெருமன்னன்

பிராமணப் புராணங்களில் அசோக ராஜா – சோகமில்லாப் பெருமன்னன் – என்ற ஒரு பேரரசன் ஒன்றுபட்ட இந்தியாவை 2250 ஆண்டுகளுக்கு முன்பு தன் வெண்கொற்றக் குடைக்குக் கீழே கொண்டு வந்தான் என்று கூறியுள்ளது. ஏறத்தாழ 40 ஆண்டளவில் இந்தியத் துணைக்கண்டத்தையே ஒருங்கிணைத்து அவன் அரசு செலுத்தினான். சிறிதாக இருந்த ஒரு மதத்தை உலக மதமாக மாற்றினான். அவன் காலத்தில் புதிய தர்மங்களை நிலை நாட்டி, அதன் சாயலை இன்று வரையிலும் ஆசியப் பகுதிகளில் நிலவச் செய்தான். இந்திய நாடு முழுமையையும் ஒரே நாடாக்கி, அனைத்தையும் தன் அரசின்கீழ் கொண்டுவந்து ஆட்சி செய்தமையால் 'இந்தியாவின் தந்தை' என்றழைக்கப்படும் தகுதி பெற்றான். இதையும் விட, மகாத்மா காந்தியின் காலத்திற்கு வெகுமுன்பே, அஹிம்சை என்ற தத்துவத்தை அப்பெரும் புனிதக் கொள்கையை உலகிற்கே அளித்த மாபெரும் கொடையாளன். மனிதகுல வரலாற்றிலேயே 'மக்கள் நல ஆட்சி' என்ற ஒரு பெரும் புதுத் தத்துவத்தை முதல் தடவையாக அரங்கேற்றிய அதிசய மனிதன். இந்திய பழைய மன்னர்களின் பட்டியலிலேயே இவன் மட்டும் அனைவரும் விரும்பும் குரலில் புதிய இசையளித்தான்; அந்த 'இசை' அன்று அவன் காலத்தில் மட்டுமின்றி, இன்று வரை ஒரு இனிய குரலாக, மக்கள் எப்படி ஆட்சி செய்யப்பட வேண்டும் என்ற அழகிய குரலாக நிலைத்து ஒலிக்கிறது.

அவனது குரல் அவன் காலத்தில் ஒலித்து, அப்படியே அழிந்து போய் விடவில்லை. கல்வெட்டுகளிலும், மலைகளிலும், கற்றூண்களிலும் அவை பொறிக்கப்பட்டு இன்றும் வாழ்வாங்கு வாழ்கின்றன. 'அசோக பிராமி' என்ற ஆதிகாலத்து எழுத்து வடிவத்தில், அவன் செதுக்கியக் கல்வெட்டுகளின் மூலம் அவை வரலாற்றில் நிரந்தரமாக நின்று விட்டன. வெட்டி வைத்த அவனது கொள்கைகளும், கோட்பாடுகளும் இந்தியத் துணைக்கண்டம் முழுமைக்கும் வடக்கே கந்தகாரிலிருந்து தெற்கே கன்னியாகுமரி வரை பரந்து விரிந்து கிடந்து அவனது புகழ் பரப்பி நிற்கின்றன. இந்தியா முழுவதும் பரவி, அப்படியே ஆசியாவின் பல திக்குகளிலும் அவைகளை அவன் எதிரொலிக்கச் செய்து விட்டான்.

அசோகர் ஆரம்பித்து வைத்த கல்வெட்டுகளில் மிகச் சில மட்டுமே இன்று நம் கண்களில் பட்டுள்ளன. நம் பார்வைக்கும், புரிதலுக்கும் கிடைத்த சில கல்வெட்டுகள்: ஏழு மலைக் கல்வெட்டுகள்; பதினொன்று கற்றூண் வாசகங்கள்; அடுத்து பத்தொன்பது சாதா கல்வெட்டுகள் – இவை *Minor rock edicts* என்றழைக்கப்படுகின்றன. இவைகளையும் தாண்டி, ஒரு பத்துப் பதினைந்து வேறு வகையான உருவத்தில் நமக்கு அசோகரின் கொடையாகக் காணக் கிடக்கின்றன. இந்திய வரலாற்றில் முதன் முதலாக எழுத்து வடிவத்தில் கிடைத்த கடந்த காலக் குறிப்புகள் இவையே. இப்படியெல்லாம் பெருமை பேசப்படக்கூடிய இப்பெரு மன்னன் கடந்த இரண்டாயிரம் ஆண்டுகளாக எவ்வித முகவரியும் இல்லாமல், இருளில் மறைந்திருந்திருக்கும் நிலையில் எல்லோராலும் முற்றிலுமாக மறக்கப்பட்டு விட்டான் என்பது ஒரு பெரும் சோகம்.

எங்கும் காணப்படாத ஒரு விந்தை அவனது ஏழாம் மலைக் கல்வெட்டில்– RE–7 காணக்கிடக்கிறது. ‘எல்லா மதங்களும் எங்கும் இருக்கலாம்’ என்ற ஒரு உன்னதக் கொள்கைகளைத் தன் கல்வெட்டுகளில் பதித்ததோடில்லாமல், தனது சமய அமைச்சர்கள், அதிகாரிகள் மூலம் தன் நாட்டின் எல்லைக்குள் அதனைச் செயலாக்கினான். தன் எல்லைகளையும் தாண்டி, பிற நாடுகளுக்கும் தன் சமயப் பிரச்சாரகர்கள் மூலமாக உயர்வான இக்கொள்கையைப் பரப்பினான். கொள்கை மிகச் சிறந்த கொள்கை தான். ஆனாலும் இக்கொள்கை அவனது ஆட்சிக் காலத்திலேயே பல கேள்விகளையும், எதிர்ப்புகளையும் எதிர்கொள்ள வேண்டியதிருந்தது. சமயத் தொடர்பானவைகளில் முடிவெடுக்கும் அதிகாரம் எங்களிடம் தான் உண்டு என்று நினைத்தவர்கள் அசோகரது கொள்கை தங்களுக்கு எதிரான ஒன்று என்று நினைத்தார்கள். தாங்கள் சொல்வதே வேத வாக்கு; அதனை அடுத்தவர்கள் அனைவரும் கேட்டுக் கீழ்ப்படிய வேண்டும் என்பது அந்தச் சமயத் தலைவர்களின் ஆழமான ஆணவம்.

பத்தொன்பதாம் நூற்றாண்டில் ஆங்கிலேய வரலாற்றாளர்களும், தொல்பொருள் ஆய்வாளர்களும் புத்த மதம் மங்கி, மறைந்து போனது இஸ்லாமியப் படையெடுப்புகளால் நடந்தது என்ற அவசர முடிவிற்கு வந்தனர். ஊடுருவிய இஸ்லாமியப் படையெடுப்பாளர்கள், ஏழு நூற்றாண்டு காலம், மனிதத் தன்மையற்ற, கொடூரமான வெற்றிக் கொந்தளிப்புகளால் இந்த நாட்டின் பண்பாட்டை இஸ்லாம் என்ற மதத்தின் பெயரால் அழித்தார்கள். ஆனாலும் முகமது கஜினி 1008ஆம் ஆண்டு சிந்து நதியைத் தாண்டி தன் முதல் இஸ்லாமியப் படையெடுப்பை ஆரம்பிப்பதற்கு முன்பே, புத்த மதம் தன் மகிமையை இழந்து, மரணப் படுக்கையில் விழுந்தது போல் ஆகியிருந்தது. ஒன்பதாவது நூற்றாண்டிலேயே புத்த மதம் பொது மக்களிடமிருந்து விலகி, வெகுசிலர் மட்டுமே அதனோடு இன்னும் இணைந்திருந்தனர். இந்த நிலையில் ஆதி சங்கராச்சாரியாரும், அவரோடு

துணை நின்றோரும் தொடுத்த புதிய இந்துத்துவ அலைக்கு முன்னால் புத்த மதம் எதிர்த்து நிற்கத் திராணியின்றி இருந்தது. புதிதாகத் தோன்றிய இந்து அலையின் முன்னால் சிறிய புத்த மத எதிர்ப்புகள் ஒன்றுமில்லாது போயின.

இந்தப் புதிய இந்து அலையோடு இன்னொரு காரணமும் சேர்ந்து கொண்டது. அதுவும் புத்த மதத்தின் அழிவிற்கு ஒரு முக்கிய காரணமாக இருந்தது. தேசிய உணர்வாளர்களில் பலருக்கு 'ஒரு நல்ல இந்துவே ஒரு நல்ல இந்தியன்' என்ற 'தத்துவத்தில்' பெரும் நம்பிக்கையிருந்தது. இவர்களுக்கு புத்த மதம் அறவே பிடிக்காத மதமாகிப் போனது. மேலும், பிராமணர்களின் வெறுப்பு, தீவிர இஸ்லாமியர்களுக்கு காஃபிர்கள் – இஸ்லாமிய நம்பிக்கையற்றவர்கள் – மேல் வரும் ஜிகாதியக் கோபத்திற்கு எவ்விதத்திலும் குறைந்ததில்லை.

பிராமணிய எதிர்ப்பே இந்தியாவில் புத்த மதத்தின் அழிவுக்குக் காரணம் என்பதற்கு மிகத் தெளிவான சான்று ஒன்று உண்டு. இந்தியாவிற்கு அருகிலுள்ள திபெத், நேப்பாள், பர்மா, சிலோன் போன்ற நாடுகளே நிதர்சனமான சான்று. பிராமணிய நூல்கள் புத்த மதத்தின் மேலுள்ள சினத்தை வெளிப்படையாகக் காண்பிக்கும். இந்நூல்களில் இந்து அரசர்களின் அதிகாரத்தின் முன் அழிந்து பட்ட புத்த மதத்தினரைப் பற்றிய தகவல்களும் உண்டு. இத்தனைக்கும் தொல்பொருள் ஆராய்ச்சியில் நல்ல சான்றுகளும் நிறைய உண்டு.

ராம பிரான் பிறந்த இடத்தில் இஸ்லாமியப் பள்ளிவாசலா என்று கேட்டு, 1991இல் அறியாக் கூட்டத்தை ஏவிவிட்டு, பாபர் மசூதியை இடித்த அரசியல்வாதிகளுக்கு, இன்றைய புகழ் வாய்ந்த பல இந்துக் கோவில்கள் பழைய புத்த மதக் கோவில்களை இடித்து அதன்மேல் கட்டப்பட்டவைகள் என்ற உண்மை ஒருவேளை ஆச்சரியமளிக்கலாம். புத்த விக்கிரகங்கள் நொறுக்கப்பட்டு, புதிய இந்து உருவங்கள் மாற்றி வைக்கப்பட்டன. அதிக சான்றுகள் இதற்குத் தேவையில்லை. இருப்பினும் இந்தியத் துணைக் கண்டத்தின் திசைக்கு ஒன்றாக நான்கு கோவில்கள்; வடக்குத் திசையில் கர்வல் ஹிமல் என்ற இடத்தில் உள்ள பத்ரிநாத் கோவில்; கிழக்குத் திசையில் பூரியிலுள்ள ஜகநாதர் கோவில்; தெற்கில் கேரளாவில் சபரி மலையில் உள்ள அய்யப்பன் கோவில்; மேற்கு மஹாராஷ்ட்ராவில் பந்தர்பூரிலுள்ள விதல்லா கோவில்.

இந்த பிராமண எதிர்ப்புகளையும் மீறி நிற்கும் இன்னொரு பெரும் எதிர்ப்பு 'மயான அமைதி!' இந்திய புத்த வரலாறு – பல நூற்றாண்டுகளாக எங்கும் பரவியிருந்த புத்த மதத்தின் வரலாறு – அறவே இந்திய வரலாற்றுப் பக்கங்களில் இல்லாமல் மறைந்து போனது. அம்மதம் பற்றிய செய்திகள் ஏதுமில்லை. ஆகவே வரலாற்றில் அவை எளிதாகக் காணாமல் போகும் வாய்ப்பே அதிகம். பெரும் பிராமணப் பண்டிதர்களும், வரலாற்றாளர்களும்

சோகமில்லாப் பெருமன்னன் | 15

'வரலாற்று அமைதி' காத்தனர். அசோகனின் குரல்வளை நெறிக்கப்பட்டது; பின் எங்கிருந்து அவன் குரல் கேட்கும்? அசோகனின் இருப்பே வரலாற்றுப் பக்கங்களிலிருந்து அழிக்கப்பட்டால் எங்கிருந்து அவனது பெருமை நமக்குத் தெரிய வரும்? மத நல்லிணக்கத்திற்கு அவன் எழுப்பிய குரல், எல்லா உயிர்களும் ஒன்றாக, அமைதியாக இயைந்து வாழ வேண்டும் என்று அவன் கொடுத்த சங்கொலி யார் காதுகளுக்குப் போய்ச் சேர முடியும்? புத்த மதக் கொள்கைகளைப் பரப்பும் அசோகர், அதன் மூலம் சாதியப் படிமங்களை வைத்து சமூகத்தை அடக்கி ஆளும் பிராமணீயத்தை எதிர்த்தார். ஆகவே அவரும், அவரது கொள்கைகளும் தாங்கிக் கொள்ள முடியாதவைகளாகிப் போகின.

சமய எதிர்ப்புகளுக்கு ஏது எல்லைக் கோடுகள்! இஸ்லாமிய அரசர் ஷாஜஹான் பனாரஸில் உள்ள இந்துமதக் கோவில்களை இடித்துத் தகர்த்துக் கொண்டிருக்கும் போது, இங்கிலாந்தில் இருந்த 'புனிதர்கள்'

பிராமணியம் (சிங்கம்) புத்த சமயத்தை (யானை) வெற்றி கொண்டதைக் குறிக்கும் கற்சிலைகள் 1890இல் எடுத்த புகைப்படம். இந்து சூரியக் கடவுளின் கோயிலின் இரு வாயில் காப்போர்களில் ஒன்றான சிங்கச் சிலை சிற்பங்கள். இந்திய இந்துக் கட்டுமானத்தின் மாண்புக்குரிய சின்னங்கள். (APAC, British Library)

நாட்டிலிருந்த கிறித்துவக் கோயில்களில் இருந்த சிலைகளையும், கண்ணாடிகளில் செய்திருந்த திருவுருவங்களையும் உடைத்து அழித்துக் கொண்டிருந்தார்கள். இது போன்ற மனதுக்கு இணக்கமில்லாத நிகழ்வுகளை மறைக்கும் வரலாற்று ஆசிரியர்கள் யாருக்கும் நன்மை செய்வதில்லை; கேடுகளையே விளைவிக்கிறார்கள். இந்த நூலை நான் எழுதுவதற்கு இதுவே ஒரு முக்கியமான காரணமானது; வரலாறும், அதனால் மக்களும் மறந்து போன ஒரு பேரரசனையும், அவனது ஆன்மீகக் குரலையும் மீண்டும் மறைவிலிருந்து எழுப்பவே இந்த நூல் எழுதப்படுகிறது.

மேற்சொன்ன துயரம் மட்டுமல்ல; வேறு மகிழ்ச்சிக்குரிய ஒரு விஷயமும் இந்த நூலில் உள்ளது. கடந்த பதினெட்டாம், பத்தொன்பதாம் நூற்றாண்டில் நடந்த ஆய்வுகளால் இஸ்லாமியர்களின் காலத்திற்கு முந்திய இந்திய வரலாறு வெளிச்சத்திற்கு வந்தது. ஐரோப்பிய கீழ்த்திசை வல்லுனர்கள் பலர் மேற்கொண்ட கடினமான வரலாற்று ஆய்வுகளில் வெளிவந்த பலப் பல செய்திகளை ஒன்றிணைத்து, ஆச்சரியமான உண்மைகள் கண்டு பிடிக்கப்பட்டன. இந்த ஆய்வுகளில் ஈடுபட்டோரை கீழ்த்திசை வல்லுனர்கள் என்றோ, பழம் பொருள் ஆய்வாளர் என்றோ, இந்தியயியல் பண்டிதர்கள் என்றோ எப்படி வேண்டுமானாலும் அழைத்துக் கொள்ளலாம். ஆனால் அந்த முன்னோடிகளிடமே நாம் நன்றிக் கடன் பட்டிருக்கிறோம். இந்த ஆய்வுகள் மூலம் அசோகர் மீண்டும் ‘கண்டெடுக்கப்படுகிறார்.’ எவ்வளவு பெரிய தேசிய சிந்தனையாளனாக இருந்தாலும், இந்த முயற்சிகளுக்காக, ஆய்வுகளுக்காக அந்த வெளிநாட்டு வரலாற்றாசிரியர்களுக்கு நாம் மிகவும் கடன்பட்டிருக்கிறோம் என்று நிச்சயமாக ஒப்புக் கொள்வார்கள். இந்திய வரலாற்றில் மிக முக்கியமான ஒரு பகுதியை இவர்களே நமக்கு வெளிச்சமிட்டுக் காட்டியவர்கள். காலனிய ஆதிக்கத்தை ஒரு புறம் தள்ளி வைத்து விட்டு, இந்த வெளிநாட்டுக்காரர்களுக்கு நன்றி சொல்ல வேண்டும்.

இந்த முயற்சிகள் எல்லாமே 1981ஆம் ஆண்டு ஜான் கேய் *(John Keay)* எழுதி, ஆனால் அதிகமாகப் பெயர் பெறாத *India Discovered* என்ற நூலில் சொல்லப்பட்டு விட்டது. நானும் இரு நூல்களிலிருந்து முக்கிய செய்திகளை எடுத்துள்ளேன். அவை – *The Buddha and the Sahibs* அடுத்து,*The Buddha and Dr. Fuhrer.* இந்தச் செய்திகளோடு, அடுத்தடுத்து வந்த அசோகரின் வரலாற்றுக் குறிப்புகளையும், தொல்பொருள் கண்டு பிடிப்புகளையும், மேலும் பல செய்திகளையும் தொகுத்துள்ளேன்.

1193–94இல் புத்த பல்கலைக்கழகமாக இருந்த நாலந்தா சுட்டெரிக்கப்பட்டது. இதனால் பழைய இந்தியாவும், அதனோடு சேர்ந்து அசோகரும் உலக வர லாற்றுப் பக்கங்களிலிருந்து மறக்கப்பட்டு, வெளியுலகிற்கு யாருக்கும் தெரியாமல் போனார்கள். ஆகவே நாலந்தாவின் அழிவு வெளிப்படுத்த வேண்டிய கட்டாயத்தில் உள்ளது. ஆகவே தான் இந்த நூலின் முதல் பகுதியே அதிலிருந்து ஆரம்பமாகிறது. நிறைய இஸ்லாமிய வரலாற்று ஆசிரியர்கள்

இந்த நிகழ்வையும், அதன் பின் நிகழ்ந்தவைகளையும் தொகுப்பதுண்டு. ஆனாலும் மற்றவர்களுக்கு இஸ்லாம் எவ்வாறு பரவியது என்ற ஒரு நோக்கம் மட்டுமே இருந்தது. இரண்டு இஸ்லாமிய வரலாற்றாளர்கள் தவிர. பிராமணர்கள் மௌனித்தது ஒரு புறம்; இஸ்லாமியரின் ஒரு கோட்டுப் பார்வை இன்னொரு புறம். இதனால் இந்தியாவின் பழைய வரலாறு தெரியாது போயிற்று. இஸ்லாமியருக்கு முந்திய காலம் என்னவென்று தெரியாது போயிற்று. பதினெட்டாம் நூற்றாண்டின் இறுதியில் தான் மெல்ல வெளிச்சம் வரலாயிற்று. ஐரோப்பிய ஆர்வலர்களுக்கு ஏற்பட்ட தாகமும், அதனால் இந்தியாவில் எழுந்த கீழ்த்திசை உணர்வெழுச்சியும் உண்மைகள் விடியும் பொழுதை விரைவாக்கின.

இந்த முன்னுரையே இது ஒரு நீள் கோட்டில் செல்லும் நூலல்ல என்பதை வாசகனுக்குப் புரிய வைத்திருக்கும். முதன் முதல் வந்த கீழ்த்திசை வல்லுனர் களுக்கு ஒரே உதவியாக இருந்தது அவர்களது தணியாத ஆவல் மட்டுமே. அவர்கள் எண்ணிக்கையிலும் மிகவும் குறைவு. அவர்கள் எதை நோக்கிப் போக வேண்டும்; அவர்களுக்கு உதவும் கருவிகள் என்று ஏதும் உண்டா; எல்லாமே, உண்மையைத் தேடிச் செல்லும் ஆர்வம் மட்டுமே ஒரே துணை! ஆய்வுகளின் பாதையில் பல துண்டுத் துண்டுச் செய்திகள் கிடைத்தன. இவைகளை ஒன்று திரட்டி, ஒன்றோடு ஒன்றைப் பொருத்தி, பல முறை தோல்வியுற்று. சில சமயங்களில் வெற்றி கண்டு, கடும் பிரயத்தனம் தான்! எல்லா முயற்சிகளும் ஒன்றாகி, இஸ்லாமியர் காலத்திற்கு முந்திய இந்தியா பற்றிய வரலாறு கிடைத்தது. இந்தத் தொகுப்பிற்கு பல காலம் பிடித்தது. இரண்டு நூற்றாண்டுகள் கடந்தன. அதன் பிறகே அசோகர் இருளிலிருந்து ஒளிக்கு வந்தார். அவரைப் பற்றிய எல்லா விவரங்களும் இல்லையென்றாலும், அவர் யார்; எப்படிப் பட்டவர்; எப்படியான மனிதர்; இந்தியாவையும், ஆசியாவையும் எப்படி அவர் மாற்றினார்; இந்தக் கேள்விகளுக்கெல்லாம் பதில்களை ஆராய்ச்சியாளர்கள் தேடிக் கண்டு பிடித்தனர்.

இந்த ஆய்வுப் போராட்டங்களை ஆரம்பித்தவர்கள் ஐரோப்பியர்களாக இருக்கலாம். ஆனால் முற்றும் முழுவதுமே அவர்களே இல்லை. ஏனெனில், சமீபத்தில், நான் மிகவும் வணக்கத்திற்குரிய வஸ்காடூவ் மகிந்தவன்ச மகா நாயக்கோ – *Venerable Waskaduwe Mahindawansa Maha Nayako, abbot of the Buddhist Monastery of Rajaguru Sri Subuthi Maha Vihara, Sri Lanka* என்ற புத்த குருவின் காலடியில் அமர்ந்திருந்தேன். இவர் இலங்கையில், கொலம்போகாலி என்ற இடங்களுக்கு நடுவில் உள்ள கடற்கரையில் உள்ள ஒரு குருமடத்தில் இருக்கிறார். அங்கு இந்த குருவிற்கு முந்திய குருவாக இருந்தவரும், பாலி மொழி விற்பன்னருமான வணக்கத்துக்குரிய சுபுதி என்பவருக்கு, ஆங்கிலேய கிழக்கிந்திய ஆர்வலர்களோடு மூன்று தலைமுறைகளாக இருந்த தொடர்புகளை அறிந்தேன். இந்தியாவில் தொல்பொருள் கழகத்தின் தலைவராக இருந்த

சர் அலெக்சாண்டர் கன்னிங்ஹாம் 1861ஆம் ஆண்டு பார்ஹூட் பகுதியில் நடத்திய ஆய்வுகள் பற்றி எழுதிய கடிதம் அவரது தொடர்புகளில் முதலாவதாக இருந்தது. அதன் பின், சிலோன் அரசு அதிகாரியாகவும், பாலி மொழியில் வல்லுனராகவும் இருந்த ராபர்ட் சைல்டர்ஸ் என்பவரிடமிருந்து 1870–80 ஆண்டுகளில் வந்திருந்த கடிதங்களையும் கண்டேன். மூன்றாவதாக, இந்திய அரசு அதிகாரியாக இருந்த வின்சென்ட் ஸ்மித் என்பவர் 1898ஆம் ஆண்டு பீகாரிலிருந்து எழுதிய கடிதங்களையும் கண்டேன்.

நூலில் தரப்படும் செய்திகள் அந்தந்தக் காலத்தில் இருந்தவர்களுக்குத் தெரியும் அளவே வாசகனுக்கும் தெரிவது போல் நூலை வடிவமைத்துள்ளேன். இதைப் போலவே, நூலில் உள்ள படங்களை எந்த அளவு முடியுமோ அந்த அளவு நிகழ்கால நிலைக்குக் கொண்டு வர முயற்சித்துள்ளேன். ஆயினும், நூலில் உள்ள சில படங்களின் தரம் குறைந்திருப்பதற்கு வெறுமனே வருத்தப்பட்டும் பயனில்லை. சில தகவல்களை முதலிலேயே வாசகனுடன் நான் பகிர்ந்து கொள்ளவில்லை. அதை வாசகனைச் சோதிக்க அல்ல; ஒவ்வொரு சிறு சிறு செய்திகள் மூலம் வாசகன் அசோகரை அடைய வேண்டும்.

இதுபோன்று எழுதி, இறுதியில் அசோகரையும், அவரது பரம்பரை பற்றியும் கிடைத்த தகவல்களின் படியும், சில உறுதியான அனுமானங்கள் மூலமாகவும் நூலின் கடைசிப் பகுதியை எழுதியுள்ளேன். எழுதும் போது சில உரிமைகளை நானே எடுத்துக் கொண்டேன். அவைகள் சில சொற்கள், அவைகளின் உச்சரிப்பு சார்ந்தவை. (இது ஆங்கில மொழியில் அவர் செய்த முறைகளைப் பற்றிக் கூறுகிறார். தமிழ் மொழிபெயர்ப்பில் இதற்கான தேவை இல்லாததால் முன்னுரையில் இதனைப் பற்றியுள்ள சில வரிகளைத் தவிர்த்து விடுகிறேன்.)

பழைய மொழிகளைப் பற்றிப் பேசும் போது அவற்றில் ஒன்றோடு ஒன்று தொடர்புடைய மூன்று மொழிகளைப் பற்றிப் பேசியுள்ளேன். அவை பிரகிருதி, சமஸ்கிருதம், பாலி. இவற்றில் பிராமி லிபி, கரோஸ்தி என்ற இரு மொழிகளின் எழுத்துகளும் அடங்கும்.

இறுதியில், இரு சொற்களை நான் எவ்வாறு பயன்படுத்தியுள்ளேன் என்று ஒரு சிறு விளக்கம். இந்த இரு சொற்கள்: பிராமணன் மற்றும் தர்மம். பிராமின் உயர் சாதியினர். இந்து சமூகத்தில் நான்கு வர்ணங்களில் உயர் நிலை. இன்றைய இந்து நிலையும், அசோகர் காலத்தில் இருந்த நிலையும் வேறு வேறாக இருக்கும். சாதிகளின் ஆளுமையும் வித்தியாசமாக இருக்கும். பழைய பிராமணீயம், இன்றைய இந்து மதம் இரண்டையும் வித்தியாசப்படுத்திக் காண்பித்துள்ளேன். பழைய உயர் சாதி “பிராமின்” இன்று பிராமணர்கள் என்றழைக்கப்படுகிறார்கள்.

தர்மா என்ற சொல் அசோகரோடும், புத்த மதத்தோடும் தொடர்புடையது. ஆனால் காலத்தால் அது *Proto-Indo-European* மொழியிலிருந்து, *dhr*

என்ற வினைச்சொல், *to hold* என்ற பொருளில் இது வரும். இது பிரபஞ்ச விதிகளில், ஒன்றோடு ஒன்று இணைந்திருப்பது என்ற பொருளைத் தரும். இந்துக்கள், புத்தர்கள், ஜைனர்கள், சீக்கியர்கள் எல்லோரும் இச்சொல்லைப் பயன்படுத்துகிறார்கள். இரு நிலைகளில் பயன்படுத்தப் படுவதுண்டு. அடிப்படையில் தனது 'மதத்தின் படி ஒழுகுதல்' என்ற பொருளிலும், உயர்நிலையில் 'இறுதி உண்மை' என்ற பொருளிலும் வரும். இந்து மரபில் இச்சொல், சமயக் கோட்பாடுகளைச் சரியாக முழுவதும் நடைமுறையில் அனுஷ்டிப்பது; சாதியக் கட்டுப்பாடுகளில் உறுதியாக இருப்பது; வாழ்க்கை நடைமுறைகளில் சட்டப்படி நடப்பது.

ஆனால், பொது ஆண்டுக்கு முன்பு *(Before Common Era –BCE)* ஐந்தாவது நூற்றாண்டில் புத்த மதத்தில் இச்சொல்லுக்குப் புதிய, ஒரு குறிப்பிட்ட அர்த்தம் கொடுக்கப்பட்டது. அப்போது பேசப்பட்ட பிரகிருதி மொழியில் இச்சொல் *dhammo* என்றும், பாலி மொழியில் *Dhamma* என்றும், சமஸ்கிருதத்தில் *Dharma* என்றும் சொல்லப்பட்டன. புத்த சமயத்தில் இச்சொல் 'இறுதி உண்மை' என்ற பொருளையும், சாக்கிய முனி புத்தரின் கொள்கைகள் என்றும் கொள்ளப்பட்டது. அசோகர் தன் புத்த சமயத்தினரால் *Ashokadharma* என்று சமஸ்கிருத மொழியிலும், பாலி மொழியில் *Asokodhamma* என்றும் அழைக்கப்பட்டார். இச்சொல்லை அசோகர் தன்கல்வெட்டுகளில் தொடர்ந்து பயன்படுத்தி வந்தார். 1958ஆம் ஆண்டு கந்தகாரில் கண்டுபிடித்த ஒரு கல்வெட்டில் இச்சொல் கிரேக்க மொழியில் *eusebeiya* என்று பயன்படுத்தப்பட்டுள்ளது. இச்சொல்லுக்கு அம் மொழியில் 'பக்தி' என்ற பொருள் வரும். மொழி ஆர்வலர்களுக்கு நடுவில் இச்சொல்லின் பொருள் பற்றிய விவாதங்கள் தொடர்ந்து நடந்தே வந்துள்ளன. ஆயினும், அசோகர் தன் கல்வெட்டுகளில் 'தர்மா' என்ற சொல் பலவற்றை உள்ளடக்கம் செய்யும் சொல்லாக, மௌரிய சாம்ராஜ்யத்தில் உள்ள எல்லா மக்களுக்கும் சமயம் காட்டும் சமூக ஒழுங்குகள், இவைகளோடு 'புத்த தர்மம்' என்று கூறுகிறார்.

கீழ்த்திசை வல்லுனர்களுக்குக் கூட இச்சொல்லின் முழுமையைச் சரியாகப் புரிதலில் பிரச்சினை உண்டு. அவர்கள் இச்சொல்லை 'மதம்' என்று மொழிபெயர்த்தனர். பின், 'சட்டம்' என்ற சொல்லோடு அதை இணைத்துக் கொண்டார்கள். இன்னும் அது முழுப்பொருள் கொடுத்ததாகத் தெரியவில்லை. எளிதாக இருக்கும்படி நான் அதை ஒழுக்க நெறி *(moral law)* என்று கருதுகிறேன்.

சார்ல்ஸ் ஆலன்
சாமர் செட், ஆகஸ்ட் 2011

1
நொறுக்கி அழிக்கப்பட்ட கடவுள் சிலைகள்

தெற்காசியாவிலேயே பல நூற்றாண்டுகளுக்குப் பெரும் பல்கலைக் கழகமாக விளங்கிய மஹாவிஹாரா அல்லது பெரும் குருமடமான நாலந்தாவின் ஒரு பகுதி. முதல் அகழ்வாராய்ச்சியின் போது பால்தித்யா கோவிலின் ஒரு பகுதியை கண்டுபிடித்தபோது எடுத்த புகைப்படம். இது 1872இல் தொல்பொருளாய்வு நிபுணர் ஜோசப் பெக்லார் என்பவரால் எடுக்கப்பட்டது. (APAC, British Library)

1181-ஆம் ஆண்டு.

பழம் இந்தியாவின் நீண்ட வரலாற்று ஏடுகளின் நடுவில் ஒரு பக்கம்...

சுல்தான் முகமது கோர்!

தனது படைவீரர்களால் 'உலகத்தையே சுட்டெரிப்பவன்' என்ற பொருளில் 'ஜஹான்சாஸ்' என்று மிகப் பெருமையாக அழைக்கப்பட்டவர். இந்தியாவிற்குள் தன் படைகளுடன் நுழைகிறார். லாகூரை வெற்றி கொள்கிறார். இந்த முதல் வெற்றியே அவரது இந்தியப் படையெடுப்பிற்கான முதல் வரவேற்புத் தோரணமாக அமைந்து விடுகிறது. பெயருக்கேற்ப, வெற்றி பெற்ற இடங்களையெல்லாம் எரித்து, அழித்துக் கொண்டு அடிமைகள் கொண்ட அவரது படை விரைந்து முன்னேறுகிறது.

அவரது அடிமைப் படைகளில் குதுப்-தீன் அய்பக் மிகத் திறமையான வீரர்; முரடர்; ஆனால் மிகப் புத்திக் கூர்மையுள்ளவர்; தைரியமானவர்; எளிதில் முடிவெடுக்கும் அதி திறமைசாலி. இவருக்குக் கீழ் உள்ள மற்ற அடிமைகளும், பெரும் போர்களை வென்று தங்கள் சுல்தான் பெரும் செல்வம் திரட்ட வழி கோலினார்கள். அய்பக்கின் கீழிருந்த அடிமைகளில் பெரும் வீரன் முகமது பக்தியார். மிகவும் துடிப்புள்ள, வீர சாகசக்காரனாக இருந்த இவரின் கீழ் பல அடிமைகள் படையாக அணி வகுத்தனர். இவர்கள் எல்லோரும் "கில்ஜி வீரர்கள்" என அழைக்கப்பட்டனர்.

1193 -94ஆம் ஆண்டின் குளிர்காலம்...

பக்தியாரின் தலைமையின் கீழ் இருநூறுபேர் அடங்கிய குதிரைப் படை ஒன்று கங்கை நதியைக் கடந்து வாரணாசி நகரில் நுழைந்து தன் சூறையாடலை நடத்தியது. போர் நடத்தித் திரட்டும் அனைத்து செல்வத்தையும் இவரும், இவரது அடிமைகளும் தங்கள் தலைவன் முகமது பக்தியாரோடு பங்கிட்டுக் கொள்வதே வழக்கம்.

சுல்தான் முகமது கோர் லாகூரைக் கைப்பற்றுகிறார். அங்கிருந்து மேலும் மேலும் போரிட்டு இந்தியாவிற்குள் நுழைவது அவருக்கு எளிதாகப் போயிற்று. சுல்தானும், அவரது படைத்தளபதி அய்பக்கும் நடத்திய போர்களையும், பெற்ற வெற்றிகளையும், வெற்றிக்குப்பின் சுல்தான் செய்தவைகளையும்

அவரது வரலாற்றுத் தொகுப்பாளர், பாரசீகத்தைச் சேர்ந்த சத்ருதீன் முகமது ஹசன் நிஸாமி கீழ்க்கண்டவாறு பதிவு செய்துள்ளார்:

“சுல்தான் தன் வாளினால் இந்து தேசத்தின் மூட நம்பிக்கைகளைச் சுட்டெரித்தார். சிலைகளை வழிபடும் தவறுகளை வேரறுத்தார். எல்லா இந்துக் கோவில்களையும் அழித்தொழித்தார். அவர் தன் படைகளோடு லாகூரிலிருந்து மீரட் வரும்போது வழியில் இருந்த இந்துக் கோவில்கள் எல்லாம் முற்றுமாக அழிக்கப்பட்டு. அந்த இடங்களிலெல்லாம் புதிய மசூதிகள் கட்டியெழுப்பப்பட்டன. மீரட்டிலிருந்து அவரது படை தில்லி நோக்கி சீறியது. அந்நகரமும் அதன் சுற்றுப் பகுதிகளிலும் சிலைகள் நிறைந்து கிடக்கும் இந்துக் கோவில்கள் அடையாளம் எதுவுமில்லாமல் அழிக்கப்பட்டன. அதற்குப் பதிலாக அங்கே ஏக இறைவனின் மசூதிகள் முளைத்தெழுந்தன. தில்லியிலிருந்து சுல்தானின் படை இந்தியாவின் மிக முக்கிய நகரமான பெனாரஸ் நோக்கி முன்னேறியது. இந்நகரில் இருந்த ஆயிரக்கணக்கான கோவில்கள் எல்லாம் அழிக்கப்பட்டு மசூதிகளாக மாறின, இந்துக் கோவில்கள் அனைத்தும் புனிதம் காக்கும் தொழுகைக்குரிய இடங்களாக மாறின. அங்கிருந்து எழுந்த பாங்கு அழைப்பின் ஒலியும், தொழுகையின் ஒலியும் விண்ணை நோக்கி உயர்ந்தன. சுல்தானும், அவரது படைகளும் சென்றவிடமெல்லாம் சிலைகளை ஆராதிக்கும் மூட நம்பிக்கைகள் முழுவதுமாக வேரறுக்கப்பட்டன.”

கங்கையின் முகப்புப் பகுதியில் நடந்த இந்த வரலாற்று நிகழ்வுகளுக்குப் பிறகு, முகமது பக்தியாரின் முஜாஹிதீன் படையினர் பெருத்த உற்சாகத்தோடு முன்னேறினர். இதுவரை அவர்கள் பெற்றிருந்த வெற்றிகள் அவர்களுக்குப் பெரும் உற்சாகத்தை அளித்தன. அதுவுமின்றி தாம் நடத்தும் போர் ஒரு ஜிகாத் - புனிதப் போர் - என்ற ஒரு நம்பிக்கை அவர்களுக்குண்டு. இந்த எண்ணம் மட்டுமே அவர்களின் மூச்சாக, ஊக்க மருந்தாக இருந்தது. வேறு எந்த வசதிகளும் அவர்களுக்குத் தேவையில்லை. வாட்களும் ஈட்டிகளும் கேடயங்களும் மட்டுமே அவர்களுக்குப் போதுமானதாக இருந்தது. வேறு எல்லா வசதிகளையும் இறைவன் தருவார்

என்ற நம்பிக்கையில் நடுவில் இருந்த 160 மைல் தூரத்தையும் மிக எளிதாகக் கடந்தனர்.

அவர்களது அடுத்த குறிக்கோள் பீஹார். பாலா என்ற அரச வம்சத்தின் அரசியல் பீடமாக இச்சமவெளி இருந்தது. பீஹார் என்ற சொல்லே புத்தர்களின் 'விகார்' நிறைந்து இருந்ததால் தான் வந்தது என்பதை அவர்கள் அப்போது அறிந்திருக்க மாட்டார்கள். அந்த நிலப்பகுதி முழுவதும் விகார் என்ற புத்த மடங்கள் விரவிக்கிடந்தன. இந்த பீஹார் கோட்டையிலிருந்து மேற்கே சிறிது தொலைவு சென்றாலே இஸ்லாமியக் கோட்பாடுகள் போலவே, ஏக இறைவன் என்ற நம்பிக்கையோடிருந்த புத்தர்களின் பெரும் மடமான 'மஹாவிகார்' இருப்பதைத் தெரிந்திருப்பார்கள். இந்த மஹாவிகார் நாலந்தா என்னுமிடத்தில் இருந்தது. புத்தர்களுக்கு இந்த விகார் மிகவும் புனிதம் வாய்ந்தது. அவர்களுக்கு இது ஒரு 'தர்மகஞ்சா' - நல்லொழுக்கக் குவியல்.

ஆசியா முழுமைக்கும் பல நூற்றாண்டுகளாக நாலந்தா ஓர் அறிவியலின் புகலிடமாக இருந்து வந்துள்ளது. மூன்றடுக்கு நூலகங்களில் புத்த மதத்தின் அரும்பெரும் அறிவுக் களஞ்சியங்கள் நிறைந்திருந்தன. நுலகத்தின் இந்த மூன்று அடுக்குகளும் 'ரத்தின சாகரர்' (ரத்தினக் கடல்), 'ரத்ன தாதி' (ரத்தின சமுத்திரம்), 'ரத்தின ரஞ்சகா' (பெருமகிழ்ச்சியின் ரத்தினம்) என்று அழைக்கப்பட்டன. வழிவழியாக உலகம் முழுவதிலிருந்தும் புத்த ஞானிகள் இங்கு வந்து கற்கவும் கற்பிக்கவும் செய்தனர். புத்தமதக் கொள்கைகளும் கொள்கை நூல்களும் மிகப் பெருமளவில் இங்கிருந்தன.

இப்பழைய பெருமை சிறிது மங்கிப் போனாலும் 12ஆம் நூற்றாண்டிலும் இந்தப் பெரும் நூலகத்திற்குப் பல நாடுகளிலிருந்தும் மாணவர்கள் வந்து கொண்டிருந்தனர். நாலந்தாவில் இருந்தவர்களுக்கு வட திசையிலிருந்து தீவிர வலிமை கொண்ட பெரும்படை ஒன்று தன் வழியில் பார்ப்பவைகளையெல்லாம் நொறுக்கித் தள்ளிக்கொண்டு முன்னேறி, நாலந்தா நோக்கி வருகின்றது என்பது ஏதும் தெரியாது இருந்தனர். கங்கையைத் தாண்டி வந்து கொண்டிருக்கும் இப்படை எதிர்த்த அனைவரையும் மாய்த்து அழித்துக் கொண்டு இந்தியச் சமவெளியில் திரண்டு வருகிறது என்பதும் அவர்களுக்குத் தெரியாது. இப்படியான அதிர்ச்சியான பயங்கரத்தாக்குதல்கள் என்பதே முகமது பக்தியாரின் வெற்றிக்கு ஒரு முழுக் காரணமாய் இருந்தது.

பீஹார் மக்கள் என்ன நடக்கிறது என்பதைப் புரிந்து கொள்ளும் முன்பே பக்தியாரின் படைகளால் அவர்கள் அடக்கி ஆளப்பட்டார்கள். நாட்டை வென்றதும் பக்தியாரின் பார்வை நாலந்தா நூலகங்கள் மீது திரும்பியது. அந்த நூலகத்தில் குரான் இருக்கிறதா என்று கேட்டு, அங்கு குரான் இல்லை என்று தெரிந்ததும் நூலகங்களையும் அங்கிருந்த அனைத்து நூல்களையும், புத்த மடங்களையும் முழுமையாக எரித்து சாம்பலாக்க ஆணையிட்டார்.

இந்த நிகழ்வுகள் அனைத்தையும் முகமது கோரிடம் நீதிபதியாக இருந்து கொண்டு, அவரது படையுடன் வந்த மின்ஹாஜ் உதீன் என்ற வரலாற்றுக் குறிப்பாளரால் கீழ்க் கண்டவாறு தொகுத்து எழுதப்பட்டன:

> "அந்த இடத்திலிருந்த மக்களில் பெரும்பாலானவர்கள் பிராமணர்கள். அவர்கள் அனைவரும் சிரச்சேதம் செய்யப்பட்டனர். நூலகங்களிலிருந்த நூல்கள் அனைத்தும் இஸ்லாமியர் படையின் பார்வைக்குக் கொண்டுவரப்பட்டது. அப்போது இந்துக்கள் சிலர் அந்த நூல்களின் சிறப்பைப்பற்றிக் கூறி, அவைகளைக் காப்பாற்ற முயன்றனர். அப்படி வந்த அனைவருக்கும் உடனே கிடைத்தது விரைவு மரணம். முழுமையான வெற்றிக்குப் பின் திரட்டிய செல்வங்கள் அனைத்தையும் சுல்தான் குதுப்-தீன் இபாக்கிடம் பக்தியார் கொண்டுவந்து சேர்த்தார். அதற்காக சுல்தான் அளித்த கௌரவத்தையும் மெச்சுதலையும் ஆனந்தமாகப் பெற்றனர்."

இவ்வரலாற்றை எழுதிய மின்ஹாஜ் உதீன் ஒரு தவறான கணிப்பைச் செய்துள்ளார். அவர் எழுதியபடி நாலந்தாவில் அப்போது குடியிருந்தோர் இந்துக்களல்ல. அவர்கள் புத்தமதப் பிக்குகள். அவர்களில் அனேகமானவர்கள் இந்திய பிராமண வகுப்பைச் சேர்ந்தவர்கள். அதுபோலவே நாலந்தாவை எப்படி அவர்கள் எரியூட்டி அழித்தார்கள் என்பதையும் அவர் குறிப்பிட்டு எழுதவில்லை. மிகவும் பரந்து விரிந்து பல ஏக்கர்கள் நிலப்பரப்பளவில் இருந்த நூலகங்களைத் தீக்கிரையாக்கினர். அங்கிருந்து நூல்கள் அனைத்தையும் எரித்து அழிக்க பல மாதங்கள் ஆகின. 'எரிந்து போன நூல்களிலிருந்து கசிந்த புகை கரும் மேகம் போல் அங்கு பரவி நின்றன.'

அந்தக் காலத்தில் பீஹாரில் மூன்று பெரிய புத்த மடங்களும் வங்காளத்தில் இரண்டு பெரிய புத்த மடங்களும் இருந்தன. பீஹாரில் இருந்த மூன்றில் நாலந்தா முதன் முதலில் எரியூட்டப்பட்டது. அதை அடுத்து நாலந்தாவிற்கு அருகில் இருந்த ஒடன்தாபுரி... அதையடுத்து கங்கைக்கு வடக்குப் பக்கத்தில் இருந்த விக்கிரமஷிலா. எல்லாம் பக்தியாரின் படையினரால் முற்றிலுமாக அழிக்கப்பட்டன. இதிலிருந்து பத்து ஆண்டுகள் கழிந்த பின் பக்தியார் வங்காளத்தில் இருந்த சேனா அரசர்களின் தலைநகரான நுதியா என்ற இடத்தைத் திடீரென்று தாக்கினார். கங்கைக் கரையில் இருந்த சோமபுரா என்ற இடத்திலும், ஜகதலாலா என்ற இடத்திலும் இருந்த பெரும் புத்தமடங்கள் முற்றாக அழிக்கப்பட்டன. இதோடு சுற்றிலும் இருந்த பல சிறு புத்த மடங்களும் பக்தியாரின் படையினரால் முற்றாக அழிக்கப்பட்டன.

முகமது பக்தியார் ஓரிரவில் தன் படுக்கை அறையில் கொல்லப்பட்டார். ஆயினும் அவரது மரணத்திற்கு முன்பே பீஹாரிலும் வங்காளத்திலும் இஸ்லாமியம் வேரூன்றியதை அவர் கண்கூடாகப் பார்த்தார். மனித வரலாற்றில் இவர் நாலந்தா இன்னும் மற்ற மடங்களில் இருந்த நூல்களை எரித்து அழித்தது, அலெக்ஸாண்டிரிய நூலகங்கள் அழிக்கப்பட்டது போலவே இருந்தது. ஆயினும் அலெக்ஸாண்டிரிய நூலகங்கள் சிறிது சிறிதாக மெல்ல நீண்ட காலத்தில் நடந்து முடிந்தன. ஆனால் பக்தியாரின் படைகள் இந்த அழிப்பு வேலையை வெகு துரிதமாகவும் முற்றிலுமாகவும் முடித்துவிட்டன. இந்த அழிப்புப் படலத்தால் பல நூற்றாண்டுகளாக இங்கே காலூன்றி இருந்த புத்த மதம் வரலாற்றின் பக்கங்களில் இருந்து துடைத்தெறியப்பட்டது. புத்தமதத்தின் மீது இந்த அழிவு இடியென்று இறங்கியது. இதனால் இந்தியாவில் புத்தமதம் முற்றிலுமாக அழிக்கப்பட்டு, மறக்கவும் பட்டது.

2
ஃபெரோஸ் ஷாவின் தங்கத் தூண்

சுல்தான் ஃபெரோஸ் ஷா கோட்லாவின் சிறந்த பகுதியின் தோற்றம். 1820இல் டில்லி ஓவியர் வரைந்தது. தங்க வண்ணத்தில் இருந்த தூண் ஒன்றினை நடுவில் வைத்து கோட்டையைக் கட்டியுள்ளதைப் பார்த்து ரசிக்கும் குழு கோட்டையின் உச்சியில். வலது பக்கம் உள்ள மசூதியின் பெரும்பகுதி கிரிக்கெட் விளையாட்டரங்கம் கட்ட உடைக்கப்பட்டது. (Metcalfe Album, APAC, British Library)

இன்று இந்தியாவில் மிகப் பிரபலமாக இருப்பது டி-20 கிரிக்கெட் விளையாட்டுப் போட்டிதான்! மொத்தம் எட்டு அணிகள். எட்டு நகரங்களில் போட்டி. பணம் போட்டு வாங்கப்படும் விளையாட்டு வீரர்களின் மத்தியில் கடும்போட்டி. மின்னொளி வெளிச்சத்தில் இருபது ஓவர் ஆட்டம். ஒவ்வொரு அணியும் ஏதாவது ஒரு மாநிலத்தின் சார்பில் விளையாடும். தில்லி அணியின் பெயர் 'டெல்லி டேர் டெவில்ஸ்' (Delhi Dare Devils). இந்த அணியின் விளையாட்டு மைதானம் ஃபெரோஸ் ஷா கோட்லா. கோட்லா என்றால் கோட்டை என்று பொருள். ஆனால் இந்த மைதானத்தில் அந்தப் பழைய கோட்டையின் சுற்றுச் சுவர்கள் எல்லாம் எப்போதோ அழிந்து, மறைந்து விட்டன. 1883லிருந்து இந்த மைத்தானம் காண்பதெல்லாம் கிரிக்கெட் விளையாட்டு மட்டும்தான். ஃபெரோஸ் ஷா கோட்லா என்றால் அது தில்லியின் கிரிக்கெட்டோடு தொடர்பு கொண்டதாகத் தானிருக்கும். வெகு சிலருக்கு மட்டும் இந்தப் பெயரைச் சொன்னால் பழைய இஸ்லாமிய அரசுப் பரம்பரை பற்றிய நினைவு சிறிது வரலாம். வெகு மிகச் சிலரே இந்த மைதானம் இந்தியாவின் மிகப் பெரும் பழைய வரலாற்றுச் சின்னம் ஒன்றைப் பொதிந்திருப்பதை அறிவர்.

தில்லி பலரால் பல அடுத்தடுத்த கால கட்டங்களில் உருவாக்கப்பட்டது. ஃபெரோஸ் ஷா ஆறாவது தில்லியை உருவாக்கினார். முதல் தில்லியைப் பற்றிக் கிடைக்கும் விவரங்கள் கேள்விக்குறியவைகள்தான். ஏனெனில் மஹாபாரதத்தில் வீரப் போரிட்ட பாண்டவர்களின் தலைநகர் இதுவென்றும், அது 'இந்திரப் பிரஸ்தா' என்று அப்போது அழைக்கப்பட்டதாகவும் கூறப்படுவதுண்டு. தில்லி மிருகக் காட்சி சாலைக்கு அருகில் 'புராணகிலா' அல்லது 'புராதன கோட்டை' என்றழைக்கப்படும் இடம்தான் இந்திரப் பிரஸ்தாவின் மிச்சம் என்ற கருதப்படுவதுண்டு. ஆனாலும் இப்பகுதிகளை விட தில்லியின் தெற்கு - மேற்குப் பக்கங்களில் 'லால் கோட்' என்றும் 'செங்கோட்டை' என்றும் அழைக்கப்படும் இடம் பழைய வரலாற்று சாட்சியங்களோடு நிற்கிறது. இக்கோட்டை அடிமையாகவும், வீரனாகவும் விளங்கி பீஹார், வங்காளம் போன்ற இடங்களை வென்றவருமான முகமது பக்தியாரின் தலைவனும், இன்னொரு அடிமைத் தலைவனுமான குதுப்-தீன் அய்பக்கினால் தில்லியில் இஸ்லாமிய அரசிற்கான முதல் ஆட்சிப் பீடமாக அமைந்தது.

1193இல் எதிர்த்து நின்ற இந்துப் படையினரை வெற்றிகண்ட குதுப்-தீன் தனது அடிமை வீரர்களை வைத்து, இருபத்தியேழு இந்து, சமணக் கோயில்களை அழித்து, அவைகளை இடித்துத் தரை மட்டமாக்கித் திரட்டப்பட்ட கற்களைக் கொண்டு மசூதி ஒன்றைக் கட்டினார். அம்மசூதிக்கு 'இஸ்லாமிய வல்லமை' என்ற பொருளில் பெயர் சூட்டினார். மசூதியோடு நில்லாது இன்னொரு வெற்றிச் சின்னத்தையும் கட்ட ஆரம்பித்தார். குதுப்-மினார் என்ற சிகப்புக் கல்லினால் பெரிய கோபுரம் ஒன்றைக் கட்டினார். இதன் அடிப்பாகம் மட்டுமே ஐம்பது அடி விட்டம் கொண்டது. உலக இஸ்லாமிய வரலாற்றிலேயே மிக உயரமான நினைவுச் சின்னம் எழுப்ப ஆரம்பித்தார். 90 அடி உயரத்திற்கு ஐந்தடுக்காகக் கட்ட ஆரம்பித்தார். ஆயினும் ஐந்தில் முதலடுக்குக் கட்டி முடிக்கும் நிலையில் போலோ விளையாட்டில், குதிரையால் மிதிபட்டு இறந்துபோனார்.

மூன்றாவது தில்லி இதற்குப் பிறகு நூறு ஆண்டுகள் கழித்துப் பிறந்தது. செங்கோட்டையின் தென் மேற்குப் பகுதிக்குப் பக்கத்தில் சிரி என்னுமிடத்தில் இது தோன்றியது, சுல்தான் அலாதீன் கில்ஜி 'அலாதீனின் குகை' என்று கருதப்படும் தக்காணச் சமவெளியை வென்று அதில் திரட்டிய பெருஞ் செல்வத்தை வைத்து மூன்றாவது தில்லியை உருவாக்கினார். இவரும் குதுப்-மினார் கோபுரத்தை விட இருமடங்கு பெரிய நினைவுச் சின்னம் ஒன்றைக் கட்ட ஆரம்பித்தார். ஆனாலும் மரணம் அவர் ஆவலை முந்திவிட்டது. தன் படுக்கையிலேயே தனது தளபதி ஒருவரால் விஷம் வைத்துக் கொல்லப்பட்டார். இவரது நினைவுச் சின்னமும் முதல் நிலையிலேயே நின்று போனது.

நான்காவது தில்லி இந்த இடத்திற்கு அருகிலேயே உருவானது. 'துக்ளக் பாத்' எனப்படும் ஒரு கோட்டை. ஜியாசுதின் துக்ளக் என்ற இஸ்லாமிய மன்னனால் கட்டப்பட்டது. இது முந்தைய நின்றுபோன நினைவுச் சின்னத்திற்கு இருபது ஆண்டுகளுக்குப் பிறகு ஆரம்பிக்கப்பட்டது. இவரை தில்லிக்கு வரவேற்க இவரது மகன் முகமது பின் துக்ளக் கட்டிய வரவேற்பு அலங்காரங்கள் சரிந்து அதுவே அவர் மரணத்திற்குக் காரணமாயிற்று. 1325இல் முகமது பின் துக்ளக் அரியணையேறினார். பட்டத்திற்கு வந்ததும் தனக்குத் தானே 'கடவுளின் வீரன்' என்று பட்டம் சூட்டிக்கொண்டார். ஆனால் குடிமக்களோ இவரை 'அல்-குனி', அதாவது 'இரத்தக் கறைபடிந்தவர்' என்றழைத்தனர். இதற்கு முக்கிய காரணம் இவரது முன்யோசனையற்ற

செயல்பாடுகள் தான். தில்லியிலிருந்து 700 மைல்களுக்கு அப்பால் தக்காணத்தில் இருந்த தௌலதா பாத் என்ற நகரத்தைத் தன் தலைநகரமாக மாற்றினார். குடியும், படையும் முழுவதுமாக புதிய தலைநகருக்கு மாறினார்கள். ஆனால் அடுத்த இரண்டாவது வருடத்திலேயே மீண்டும் தலைநகரை தில்லிக்கே மாற்றினார். இங்கும் ஐந்தாவது தில்லியை ஜகன் பானா - 'உலக அடைக்கல நகர்' - என்ற பெயரில் ஆரம்பித்து பின் அதையும் கைவிட்டுவிட்டார். 1351ஆம் ஆண்டு நோய்வாய்ப்பட்டு இறந்துபோனார்.

அவர் மரணிப்பதற்கு நான்கு நாட்களுக்கு முன்பே இவரது ஒன்றுவிட்ட சகோதரர் ஃபெரோஸ் ஷா துக்ளக் என்பவரை வலிந்து மன்னராக்கினார். இந்த புதிய மன்னரோ முரட்டு அரசியலுக்கு ஏற்றவரல்ல. ஒரு இந்துப் பெண்ணின் மகனாகப் பிறந்து, இளவயதிலேயே தந்தையை இழந்து, தாயினால் தனியாக வளர்க்கப்பட்ட மனிதர் இவர். இதனால் இவரை அரசப் பதவிக்கு உயர்த்தியவர்களுக்கு இவர் எளிதாக அடங்கிப்போவார் என்ற எண்ணமிருந்தது. புதியவருமானத்திற்காக இஸ்லாமிய நம்பிக்கையை மேற்கொள்ளாத காபிர்களுக்குத் தனியாக 'மதவரி' ஒன்றை விதித்தார். அதோடு பதவியில் இருக்கும் இஸ்லாமியர்களை மகிழ்விப்பதற்காகவே அடிக்கடி சிலை வணங்கிகளைக் கடுமையாகத் தண்டித்தார்.

இவரது ஆட்சிக்காலம் அப்படி ஒன்றும் பொன்மயமானதல்ல. 1360ஆம் ஆண்டு இப்போதைய ஒடிசா - அப்போதைய கலிங்க நாடு - நாட்டிலிருந்த ஜகநாத் கோவிலின் மீது வெறிகொண்ட தாக்குதல் ஒன்றை நடத்தினார். இதனால் எழுந்த மக்கள் எதிர்ப்பையும் இரக்கம் ஏதுமின்றி அடியோடு ஒடுக்கினார். இந்தப் படையெடுப்பும், மக்களை அடக்கியதும் இவர் ஒரு 'சமய நம்பிக்கைத் தூண்' என்று வரலாற்று ஆசிரியர்களால் வர்ணிக்கப்பட்டு, புகழப்பட்டார். ஒரு லட்சத்து எண்பதாயிரம் அடிமைகளை தனக்குக் கீழ் வைத்திருந்தார். இந்த பெரும் எண்ணிக்கையிலான அடிமைகளை வைத்து பல மதராஸாக்கள், மருத்துவமனைகள், பாலங்கள், கண்மாய்கள், கால்வாய்கள் என்ற பல நல்ல திட்டங்களையும் நிறைவேற்றினார். இவரது காலத்தில் யமுனா நதியின் மேற்குக் கரையில் 150 மைல் நீளத்திற்குக் கட்டப்பட்ட கால்வாய் அப்பகுதியை ஒரு பெரும் தானியக் களஞ்சியமாக மாற்றியது.

பிறப்பினாலேயோ, வளர்ப்பினாலேயோ இவரோடு இருந்து வந்த மத நல்லிணக்கம் என்ற இவரது மறுபக்கம் பல நல் விளைவுகளையும், பல புதுப்பித்தல் வேலைகளையும் அளித்தது. 1326ஆம் ஆண்டு பெரும் இடி ஒன்று தாக்கி குதுப்-தீன் கட்டிய மினாரின் இரண்டு உச்சி தளங்களையும் தகர்த்து விட்டது. இதைச் செப்பனிட்டதோடல்லாமல் ஒரு இந்துக் கோவிலின் முன் பிரகாரத்தில் இருந்த 24 அடி உயரமுள்ள இரும்புத் தூண் ஒன்றை தன் வெற்றியின் அடையாளமாக நட்டுவைத்தார். இதுபோன்ற உயர்ந்த பல கல் தூண்கள் - பித்தளையில் கருட பகவானை உச்சியில் செதுக்கிய இந்தத் தூண்கள் - பல வட இந்திய இந்துக் கோயில்களின் முன் பிரகாரத்தில் இருப்பதுண்டு. ஆனால் பலதூண்கள் காலத்தாலும், எதிரி மன்னர்களாலும் அழிக்கப்பட்டுவிட்டன. தூண்களின் உச்சியில் இருக்கும் கருடனின் சிலைகள் உடைக்கப்பட்டுவிட்டன. துக்ளக் நட்டுவைத்த இரும்புத் தூண் எந்த இந்துக் கோவிலிலிருந்து எடுக்கப்பட்டது என்பது தெரியாது. ஆனால் நிச்சயமாக ஒரு இந்து கோவிலைச் சார்ந்ததே அது.

பிற மதத்தினரின் இந்த இரும்புத் தூணையெடுத்து அதைத் தான் கட்டிய 'இஸ்லாமிய வல்லமை' என்ற மசூதியின் முன்னால், தொழுகும் இடத்திற்குள், மெக்காவைப் பார்த்திருக்குமாறு நட்டுவைத்தார். ஆனால் இது இஸ்லாமியச் சமயக் கோட்பாடுகளுக்கு எதிராக இருந்ததால் துக்ளக்கின் காலத்திலேயே இங்கு வெள்ளிக்கிழமை தொழுகைகள் நடத்துவது நின்று போனது. ஆயினும் சுல்தானுக்கு இந்து சமய கோவில்களிலிருக்கும் இவ்வகைத் தூண்கள் மீது எப்போதும் ஒரு கண்ணிருந்தது. தில்லியிலிருந்து வடமேற்குப் பக்கம் நூறு மைல்களுக்கு அப்பால் இருந்த ஹிசார் என்ற தான் வெற்றி பெற்ற இடத்திலும் ஒரு தூணை நிறுவ நினைத்தார். இவருக்கு அதிர்ஷ்டம் ஒன்று அங்கே காத்திருந்தது. இவர் ஆசைக்கேற்ப அழகிய தூண் ஒன்று இதே இடத்தில் அவருக்குக் கிடைத்தது. 30 அடி உயரத்திற்கு ஒரே கல்லில் உருவாக்கப்பட்ட நீண்ட தூண். இந்தத் தூணை எடுத்து தான் கட்டிய மசூதியின் தொழுகை நடக்கும் இடத்தில் நிறுத்தினார். அதோடு இதே தூணில் பாரசீக மொழியில் தன் பரம்பரை வரலாற்றை - முதலிலிருந்து சுல்தான் ஃபெரோஸ் ஷா வரை - அக்கல்லில் பொறித்து வைத்தார்.

அதிலிருந்து சில நாட்கள் கழித்து யமுனை - கங்கை நதிகளுக்கு நடுவில் கிழக்குப் பக்கம் தோப்ரா என்னுமிடத்தில் இன்னொரு அழகிய தூணை சுல்தான் பார்க்க நேரிட்டது, இத்தூண் முந்தியத்

தூணைவிட மேலும் சிறப்பாக இருந்தது. நீளம் 42 அடி; 25 டன் எடை. இதுவும் ஒரே கல்லிலிருந்து வெட்டியெடுக்கப்பட்ட தூண். மேலும் இந்த தூணின் வெளிப்புறம் மிக மிக அழகாக வழுவழுவென்று செதுக்கப்பட்டிருந்தது. இதனால் அதன் சிகப்பு வண்ணம், வழுவழுப்பினால் தங்கம் போல் பிரகாசித்தது. விரைவில் இதற்கு ஜோடி போல் இன்னொரு தூண் - இதே போன்ற தூண் - தில்லிக்குக் கிழக்குப் பக்கம் மீரட் என்ற இடத்திலும் இருந்தது. இந்த தூண்கள் பாண்டவ மன்னர்கள் காலத்திலிருந்தே அங்கேயே இருந்தன என்ற சொல்லப்பட்டது. ஆனால் சுல்தான் ஃபெரோஸ் ஷாவின் கண்களைத் தவிர, மற்ற முந்திய சுல்தான்களின் கண்களில் படாமல் தப்பித்தன.

உண்மையில் இந்தத் தூண்கள் முந்திய இஸ்லாமிய வெற்றியாளர்கள் கண்களிலும் அகப்பட்டன. ஆனால் இந்த தூண்களை அழிக்காமல் காக்க வேண்டும் என்ற எண்ணம் இந்த சுல்தானுக்கு மட்டும் தான் வந்தது, ஃபெரோஸ் ஷா இந்த தூண்களைப் பற்றிய மேலதிக விவரங்கள் வேண்டுமென்று தேட முயற்சித்தார். வேதங்களை மனனம் செய்யும் பிராமண பண்டிதர்கள் பலரையும் சுல்தான் விசாரித்தார். காலம் காலமாய் இருந்து வரும் நம்பிக்கைகளை மட்டும் அவர்கள் எடுத்து வைத்தனர். பாண்டவர்களுள் ஒருவனான பீமன் மிகவும் பெரிய ராட்சத உருவம் கொண்டவன். அவன் பயன்படுத்திய இரு கைத்தடிகள் தான் இந்த இரு தூண்கள் என்பது புராணங்களில் இருந்து வந்த நம்பிக்கை. பீமன் இறந்த பிறகு அவன் நினைவாக இந்தக் கைத்தடிகள் அங்கு ஊன்றி நிறுத்தி வைக்கப்பட்டுள்ளன. ஃபெரோஸ் ஷாவிற்கு இத்தகவல்கள் ஆச்சரியமளித்தாலும், அவர் இந்தத் தூண்களை தன் வெற்றிச் சின்னங்களாக தில்லியில் பாதுகாத்து வைத்தார்.

இந்தச் சம்பவங்களை சுல்தானோடு தன் பன்னிரெண்டு வயதிலிருந்தே இருந்து வந்து, பின் சுல்தானின் வரலாற்றை எழுதி வைத்த ஷாம்ஸி சிராஜ் அபிப் முழுமையாக எழுதிவைத்துள்ளார். இந்த இரு தூண்களையும் கவனமாகவும் பாதுகாப்பாகவும் அவர்கள் இருந்த இடத்திலிருந்து தில்லிக்கு எடுத்துச் சென்றதை எழுதியுள்ளார். இந்த இரு தூண்களில் முதல் தூணை ஃபெரோஸ் ஷா 'மினாரி ஸரின்', அதாவது 'தங்கத் தூண்' என்றழைத்தார். மேலும்

> *"மூட்டை மூட்டையாக பஞ்சு கொண்டுவரப் பட்டது. தூண்களை இப்பஞ்சினால் சுருட்டி வைத்து, மெல்ல அதன் அடித்தளம் உடைக்கப்பட்டு மெல்ல*

பஞ்சுப் படுக்கை மேல் சாய்க்கப்பட்டது. பின்னர் பஞ்சு மெல்ல எடுக்கப்பட்டு தூண்கள் தரையில் சாய்க்கப்பட்டன. இதன்பின் புற்களை, தோல்களை வைத்துத் தூண்களை முற்றிலும் பாதுகாப்பாகச் சுற்றி, 42 சக்கரங்கள் உடைய வண்டி ஒன்றில் ஏற்றி, இறுகக் கட்டப்பட்டு மிகப் பாதுகாப்பாகக் கொண்டுவரப்பட்டன. ஆயிரக்கணக்கானவர்கள் மிகுந்த கவனிப்போடு இந்தத் தூண்களை இடம் மாற்றி எடுத்துச் சென்றனர்.”

யமுனை நதிக்கரை வரை இந்த தூண்களைப் பத்திரமாகக் கொண்டு வந்தபின், பல படகுகளை ஒன்றாக இணைத்து அவைகளில் ஏற்றி தில்லிக்குக் கொண்டு சென்றனர், என்றும் எழுதியுள்ளார்.

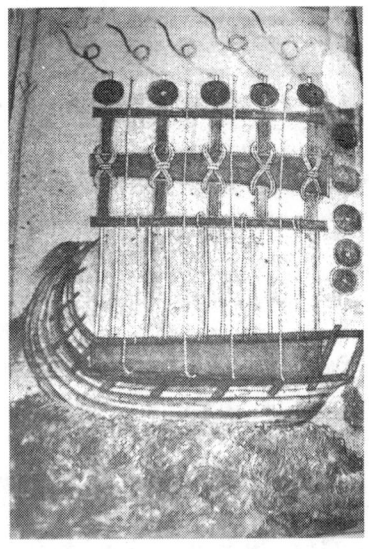

சுல்தான் ஃபொரோஸ் ஷாவின் தங்க வண்ண ஓவியம். சிராட் இ பெரோஸ் ஷாசி ஓவியத்தின் ஒரு பகுதி. கற்றூண் ஒன்று நாவாயில் ஏற்றப்பட்டு யமுனா நதியிலிருந்து இழுத்துச் செல்லப்பட தயார் நிலையில் உள்ளது. (Khuda Bakhsh Oriental Public Library, Patna)

சுல்தான் அப்போது தனது அடிமைகள் மூலம் புதிய தலைநகர் ஒன்றைக் கட்டிக் கொண்டிருந்தார். இதற்கு முந்திக் கட்டப்பட்ட தில்லியிலிருந்து வடக்கு தள்ளி இந்த நகரம் கட்டப்பட்டது. நகருக்கு ‘பெரோஸா பாத்’ என்றும் பெயரிடப்பட்டது. ஆனால் காலத்தின் ஓட்டத்தில் அப்புது நகரின் கோட்டைகள் அழிக்கப்பட்டுவிட்டன. இன்று அதன் சில உதிரியான

மிச்சங்களும், ஆனால் முழுமையான தங்கத்தூணும் அழிவின் மீதியாக நிற்கின்றன. இன்னொரு வரலாற்றுக் குறிப்பில் இந்தத் தங்கத்தூண் பற்றி மேலும் ஒரு குறிப்பும் உள்ளது. 'பல ஆண்டுகளாக இந்தத் தூண் சிலை வணங்கிகளால், பல கடவுள்களை வணங்குபவர்களால் வணங்கப்பட்ட தூணாக இருந்து வந்துள்ளது. கடவுளின் இரக்கத்தால் ஃபெரோஸ் ஷா இதனை மீட்டெடுத்து ஒரிறை நம்பிக்கையாளர்களின் தொழுகையில் பங்கேற்கும்படி, இந்த இந்துத் தூண் ஒரு மினரத் ஆக அமைக்கப்பட்டது.'

பீமனின் இரண்டாவது கைத்தடியாகக் கருதப்பட்ட இன்னொரு நீண்ட தூணும் இதேபோன்ற கவனத்துடன் கையாளப்பட்டது. அதுவும் நதிகள் மூலம் எடுத்து வந்து சுல்தானின் வேட்டையாடும் இடத்தில் நிறுவப்பட்டது. இப்போதைய பழைய தில்லியின் வெளிச்சுவர் பக்கம் 'தில்லி ரிட்ஜ்' என்றழைக்கப்படும் இடத்தில் பெரோஸா பாத்திலிருந்து வடக்கே சில மைல்தூரம் தாண்டி அது நிறுவப்பட்டது. சுல்தானின் அரண்மனையிலிருந்து பார்த்தால் வேறு வேறு இடங்களில் இருக்கும் இந்த இரு தூண்களின் மேல் பகுதி மற்ற கட்டிடங்களுக்கு மேலாக அழகாகத் தோன்றும்.

1610-ஆம் ஆண்டில் ஆங்கில நாட்டில் இருந்து பயணியாக வந்த வில்லியம் ஃபின்ச் சுல்தானின் வேட்டையாடும் இடத்தைப் பார்வையிட்ட பின் வேட்டையிடத்தைப் பற்றிக் கூறிவிட்டு அதில் இருந்த கற்றூண் பற்றி 'மூன்றடுக்கு உயரத்தில், 24 அடி உயரத்தில் இருந்த அந்த தூணின் உச்சியில் உலக உருண்டை போன்ற அமைப்பையும், அதில் எந்திர வடிவத்தில் இருந்த அமைப்பையும் பற்றி விளக்குகிறார். அதோடு அந்த தூணில் பல எழுத்து வடிவங்கள் இருந்ததையும் கூறுகிறார்.'

இதைப் போலவே அன்று சுல்தானுக்கும் அந்த இரு தூண்களிலிருந்த வரிகள் மிகுந்த ஆர்வத்தை அளித்தன. அவரும் அதைப் பற்றிய மேலதிகமான விவரங்களைச் சேகரிக்க முனைந்தார். ஆனால் அதில் எவ்வித பயனுமில்லை. பல பிராமணர்களும், இந்துக்களும் அதை வாசிக்க அழைக்கப்பட்டனர். யாரால் என்ன எழுதப்பட்டிருக்கிறது என்பது கடைசி வரை புரியாத ஒரு புதிராகவே இருந்து விட்டது.

சுல்தானின் அதிகார பூர்வ வாழ்க்கைக் குறிப்பாளரான ஷாம்ஸி சிராஜ் அபிப்பும் இந்த இரு தூண்களும், அதில் இருந்த எழுத்துகளும் சுல்தானுக்கு எழுப்பிய மிகுந்த ஆர்வத்தைப்

பற்றி அதிகமாகக் கூறவில்லை. ஆயினும் பல நூற்றாண்டுகள் கழித்துக் கிடைத்த இன்னொரு கையெழுத்துப் பிரதியான 'சிராத்தி பெரோஸ் ஷாகி' என்ற நூலில் எடுக்கப்பட்ட சில குறிப்புகள் குறிப்பிடத் தக்கவையாகும். இந்த நூல் சுல்தான் நேரடியாக ஆசிரியருக்குக் கூறியது போல் எழுதப்பட்டதாகத் தோன்றுகிறது. பல படங்களோடு நுண்ணிய விளக்கங்கள் பல அதில் கொடுக்கப்பட்டுள்ளன. அந்த இரு தூண்களும் எவ்வாறு அவைகள் இருந்த இடத்திலிருந்து கவனமாகப் பெயர்த்தெடுக்கப்பட்டு, சிரத்தையாகப் பொதியப்பட்டு, யமுனை நதி மூலம் தில்லிக்கு எடுத்து வரப்பட்டன; அங்கு எப்படி அவைகள் தத்தம் புதிய இடங்களில் செம்மையாக நிறுவப்பட்டன என்ற எல்லா விவரங்களும் மிகச் சிறப்பாகக் கொடுக்கப்பட்டுள்ளன.

இந்த விளக்கங்களையும் தாண்டி அதே நூலில் இன்னொரு பாடலும் - அனேகமாக சுல்தானாலேயே எழுதப்பட்ட பாடலாக அது இருக்கலாம் - ஒன்று உள்ளது. பாரசீக மொழியின் வழக்கத்திலுள்ளது போல் மிக உயர்வாக அந்தத் தூண்கள் பற்றிய கற்பனைக் கருத்துகள் அந்தப் பாடலில் உள்ளன. 'எந்தப் பறவையும், அது கழுகாக இருந்தாலும், நாரையாக இருந்தாலும் இதன் உயரத்திற்கு மேல் பறக்க முடியாது' என்று அப்பாடலில் இத்தூண்கள் உயர்வுபடுத்திக் கூறப்பட்டுள்ளன. இதற்கும் மேல், எப்படி அந்தத் தூண்கள் பொறுப்பாக புதிய இடங்களில் நடப்பட்டன என்ற விளக்கங்களும், அந்தத் தூணை முதலில் செய்தவர்கள், புதிதாக இந்தத் தூணைப் பார்ப்பவர்கள் ஒவ்வொருவரும் இதை ஒரு தங்கத்தினால் செய்த தூண் என்று நினைக்கும் அளவிற்கு அந்தத் தூண்களின் கற்களைப் பளபளப்பாக்கி தங்கம் போல் ஒளிரச் செய்திருந்தார்கள் என்றும் குறிப்பிட்டுள்ளது. அதோடு சுல்தானுக்குக் கிடைக்காத விளக்கம் பற்றியும் அந்தப் பாட்டில் ஒரு குறிப்பும் வருகிறது. "இந்த தூண்கள் சுவனத்திலிருந்து 'டூபா' என்ற தெய்வீக மரத்தை மலக்குகள் பிடுங்கிக் கொண்டு வந்து நிலத்தில் நட்டுவிட்டார்களோ? இல்லை 'சிட்யா' என்ற தெய்வீக மரத்தை மலைபோல் பெயர்த்து நிலத்திற்குக் கொண்டுவந்து விட்டார்களோ?"

1388ஆம் ஆண்டு சுல்தான் ஃபெரோஸ் ஷா மரணமடைகிறார். அவரது சந்ததியினருக்குள் பல குழப்பங்களும் கொலைகளும் நடைபெறுகின்றன. சுல்தானின் மூத்த மகன் பத்தே கான் இதில் வெற்றி பெற்றுச் சிறிது காலம் சுல்தானாகிறார். இவர் ஹிசாருக்கு

வடமேற்கில் 'வெற்றி நகரம்' என்ற பொருளில் 'பத்தேஹா பாத்' என்ற பெயரில் ஒரு புதிய நகரை உருவாக்குகிறார். ஹிசாரிலிருந்த தூணின் தலைப்புப் பகுதியில் இருந்த இவர் தந்தையின் நினைவுச் சின்னத்தை எடுத்து விட்டு, துக்ளக் பரம்பரைச் சின்னத்தை மாற்றி பத்தேஹா பாத்தில் நிறுவுகிறார்.

பத்தே கான் இறந்த பிறகு மேலும் பல அரசியல் குழப்பங்கள் தலையெடுக்கின்றன. 'நொண்டி தைமூர்' என்பவரின் தலைமையின் கீழ் தர்கோ-மங்கோல் ஆட்சி எழும்புகிறது. இந்த தைமூர் செங்கிஸ்கானின் பேரன்; தைமூர் பரம்பரையின் ஆரம்ப கர்த்தா. இந்தப் பரம்பரையே 'முகல்' என்று அழைக்கப்படும் இஸ்லாமியரின் பரம்பரையாகும். தைமூர் படையெடுத்து உள் நுழைந்து பஞ்சாப் முழுவதையும் வென்று எல்லோரையும் எதிர்த்து, எல்லாவற்றையும் அழித்து ஹிசாருக்கு வந்தார். ஃபெரோஸ் ஷா போற்றிப் பாதுகாத்த தூண்களை நிர்மூலமாக்கினார். 'தைமூர் தன் குதிரைப் படை வீரர்கள் அனைவரையும் தலைக்கு இரண்டு கட்டு விறகுகள் கொண்டுவரச் சொல்லி, தூண்களைச் சுற்றி அவைகளைப் போட்டு எரிக்கச் செய்தார்' என்று வரலாற்றாளர் ஷாம்ஸி சிராஜ் அபிப் எழுதி வைத்துள்ளார். இன்று வரை ஹிசாரில் உள்ள அந்த தூண் எரிக்கப்பட்ட வடுக்களோடு நிற்கிறது. அதுவும் அதில் இருந்த இஸ்லாமியரல்லாத வசனங்கள் முழுவதுமாக அழிக்கப்பட்டுவிட்டன.

தைமூர் அவரது வெற்றியைத் தாமதப்படுத்திய ஒரு லட்சம் காஃபிர்களை கைதிகளாக்கி பின் அவர்களைக் கொன்று குவித்தார். இவரது வெற்றிப் பயணம் அதன் பின் தில்லியை நோக்கி நகர்ந்தது. மேலும் பல கைதிகள். மேலும் மேலும் அழித்தலும், கொலைகளும் தொடர்ந்தன. தைமூரின் ஒவ்வொரு படை வீரனும் ஆண், பெண், குழந்தைகள் என்று எந்த வித்தியாசமும் பாராது ஐம்பதிலிருந்து நூறு எண்ணிக்கை வரை சிறைக் கைதிகளாகப் பிடித்தார்கள். தைமூரின் சுய வாழ்க்கைக் குறிப்பில் 'இறுதி விதியின் எழுதுகோல் அந்த நகரின் மக்களின் தலைவிதியை எழுதிவிட்டது. இப்படி ஒரு பெரிய இழப்பு இந்நகருக்கும், மக்களுக்கும் ஏற்பட வேண்டுமென்பது கடவுளின் விருப்பம்' என்று அவரே கூறுகிறார்.

இந்த வெறியாட்டங்களில் ஃபெரோஸ் ஷாவின் கோட்டையும். மசூதியும் தப்பிப் பிழைத்தன. இந்த மசூதிக்கு இறைவனுக்கு நன்றி சொல்லும் தொழுகை செய்ய வந்த தைமூர் அந்த இரட்டைத் தூண்களைக் கண்டார். அவரின் வார்த்தையில்,

“பல நாடுகளைப் படையெடுத்து வெற்றியோடு தாண்டி வந்துள்ளேன். ஆனால் எங்கேயும் இத்தூண்களோடு ஒப்பிடும் படியான எவைகளையும் கண்டதில்லை” என்று கூறியுள்ளார். மீரட் போன்ற இன்னும் பல இடங்களை வெற்றி கண்டு அதன் பின் தைமூர் தன் படைவீரர்களிடம் “சாமர்கண்ட் நமது தலைநகர்; அதுவே நமது சுவனம்; அங்கே திரும்பிச் செல்வோம்” என்று கட்டளையிட்டார்.

இந்த நிகழ்வு நடந்து முடிந்த பிறகு இருநூற்று ஐம்பது ஆண்டுகள் கழித்து, பேரரசர் ஜஹாங்கீர் முன்னிலையில் வந்து, அவரை வணங்கி நின்ற பல ஆங்கிலேயர்களில் முதலானவர் வில்லியம் பிஞ்ச் என்ற ஆங்கில வணிகர். தன் முன்னோர்கள் போலவே ஜஹாங்கீரும் ஊர் சுற்றும் விரும்பமுடையவர். அதனால் அவரது அதிகார வர்க்கமும் அப்படியே. இதனாலேயே அரசனின் கண்பார்வை தன்மேல் படவேண்டும் என்பதற்காகவே பலரும் அவரது சுற்றுப் பயணங்களில் உடன் செல்வதுண்டு. வில்லியம் பிஞ்ச் இதேபோல் ஜஹாங்கீருடன் சென்றபொழுது தில்லிக்குச் சென்றார். இந்த புது தில்லி பெரோஸாபாத்திற்கு வடக்கே உள்ளது. இது ஜஹாங்கீரின் மகன் ஷாஜஹானால் கட்டி முடிக்கப்பட்டு ஷாஜஹான் பாத் என்று அழைக்கப்பட்டது. இப்போது அது பழைய தில்லி என்று அழைக்கப்படுகிறது. பிஞ்ச் அங்கிருந்த தங்கத் தூண்களைக் கண்டார். இப்போது அவை ஃபெரோஸ் கானின் கைத்தடி என்றழைக்கப்பட்டு வந்தன. அதிலிருந்த புரியாத எழுத்துகளைப் பார்த்த பிஞ்ச் அவை ஒரு வேளை கிரேக்க மொழியில் எழுதப்பட்டிருக்கலாம் என ஐயுற்றார். ஒரு வேளை அது அலெக்ஸாண்டர் இந்தியாவிற்குப் படையெடுத்து, போரஸ் என்ற மன்னனை வெற்றி கொண்டதை நினைவுபடுத்தும் தூணாக அது இருக்கலாமோவென எண்ணினர்.

பேரரசர் ஜஹாங்கீரைத் தொடர்ந்து பிஞ்ச், பிரயாஹ் என்ற இடத்தை, கங்கையும் யமுனையும் இணையும் இடத்தில் இருந்த, இந்த நகரை வந்தடைந்தார். ஜஹாங்கீர் இந்த நகரை மாற்றி புதிய கோட்டைகள் கட்டி இந்த நகருக்கு அலகாபாத் என்று ஒரு புதுப் பெயர் சூட்டினார். பிஞ்ச் இந்த நகருக்கு பேரரசின் படையணியோடு வந்திருந்தார். அவர் இங்கே ஃபெரோஸ் ஷா கைத்தடி போன்று இன்னொரு தூணைப் பார்த்தார். இந்த தூணும் தரைக்கு மேல் 50 முழ உயரத்திற்கு நின்றிருந்தது. எந்த அளவு ஆழத்தில் புதைக்கப்பட்டிருக்கிறது என்பது தெரியவில்லை. எதற்காக இந்தத் தூண் இங்கே

நடப்பட்டிருக்கிறது என்பது பிஞ்சுக்குப் புரியாத புதிராக இருந்தது. ஆனால் இந்தத் தூண் தான் ஏற்கெனவே பார்த்த தூணை நிறுவியவரால்தான் நிறுவப்பட்டிருக்க வேண்டும் என நினைத்தார். அது அலெக்ஸாண்டராகவும் இருக்கலாம் என்று நினைத்தார்.

1670ஆம் ஆண்டு. இருபத்தியாறு வயதுடைய ஆங்கிலேயர் ஜான் மார்ஷல் கிழக்கிந்திய கம்பெனி(கி.இ.க)யில் வேலை பார்ப்பவராக இந்தியா வந்திருந்தார். நினைவுச் சின்னமாக பல கல் தூண்கள் வட இந்தியாவில் நிற்பது இவர் கண்களில் பட்டன. இவர் 1670இல் கி.இ.க.-யின் சிங்கியா என்னுமிடத்தில் இருந்த தொழிற்சாலை ஒன்றிற்காக அனுப்பப்பட்டிருந்தார். இந்த சிங்கியா, கந்தகி நதியின் கிழக்குக் கரையில் இருந்தது. கந்தகி நதி கங்கையோடு பாட்னாவின் அருகில் இணையும் இடத்தில்தான் சிங்கியா இருந்தது. (கந்தகி நதியில் ஏற்பட்ட திசைமாற்றத்தால் சிங்கியா வெள்ளத்தால் அழிக்கப்பட்டுவிட்டது.) சிங்கியாவில் வேலைபார்க்க வந்த மார்ஷல் இந்து சமயம், இந்தியத் தத்துவம் இவைகளில் நாட்டம் கொண்டிருந்தார். பின் இந்திய வானியல், மருத்துவம், அறிவியல் என்று தன் ஆர்வத்தையும். கற்றலையும் விரிவுபடுத்திக் கொண்டார். இந்த ஆர்வமே அவரை வரலாற்றின் முதல் கீழ்த்திசை வல்லுனராக ஆக்கியது.

சிங்கியா வந்த மார்ஷல் சில மாதங்களுக்குப் பிறகு தனியாக நெடிது நிற்கும் ஒரு தூணைப் பற்றிக் கேள்விப்பட்டு அதனைப் பார்க்கச் சென்றார். அவருடைய நாட்குறிப்புகளில் அவர் சென்ற நாள், இடம் எல்லாம் குறிப்பிடப்படுகின்றன. ஜுலைமாதம் 29ம் தேதி புறப்பட்டு சிங்கியாவிலிருந்து வடக்கு திசையில் 12 மைல்கள் நடந்து பன்னியா என்று ஒரு கிராமத்திற்கு வருகிறார். ஒரு பெரிய மரத்தினடியில் இரவு ஓய்வு. மறுபடி அடுத்த நாள் காலை ஆறு மைல்கள் நடந்து பிரிங்கா லத்தி என்ற ஊருக்கு வந்தடைகின்றார். இந்த ஊரின் பெயர் ‘பிரம்மாவின் கைத்தடி’ என்று பொருள் படுகிறது. இது ‘பிரிம்’ அல்ல; பீம் ... பீமன் என்ற பெயரை ஒட்டியதாக இருக்க வேண்டும். அங்கே இருக்கும் ஒரு தூண் மார்ஷலுக்குக் காட்டப்படுகிறது. ஒரே கல்லில் ஆன தூண்; தூணின் உச்சியில் ஒரு புலியின் உருவம் செதுக்கப்பட்டுள்ளது. “இந்தியாவிலேயே நான் பார்த்தவைகளில் இதுதான் மிக அழகாகச் செதுக்கப்பட்டுள்ள சிலை. அதன் முகம் வடக்கு - வட கிழக்குத் திசையைப் பார்க்கும்படி உள்ளது.” அவருக்குக் கிடைக்கும் தகவல்கள்படி, “இந்த தூண் பீமனின் கைத்தடி. பீமன் முன்பு இங்கு வாழ்ந்தபோது

அவன் பயன்படுத்திய கைத்தடி இது. வெளியே தெரியும் அளவிற்கு பூமிக்குள்ளும் இந்த தடி இருக்கிறது. மனிதர்கள் இந்த இடத்திற்கு வந்ததும் அவர்கள் எல்லோரும் பீமனுக்கு மிகச் சிறிய ஜந்துக்களாகத் தெரிந்தார்கள். ஆனால் அவர்களது தொல்லை தாங்காமல் அவன் தார்த்தேரியன் மலைகள் பக்கம் சென்று இரு மலைகளுக்கு இடையே படுத்து இறந்துவிட்டான். அவன் உடலைப் பனி மூடிவிட்டது.''

வடக்கு பீகாரில் ஜான் மார்ஷல் கண்டுபிடித்த, புலிச் சிலையை உச்சியில் கொண்ட கற்றூண். இது 1783இல் வரையப்பட்டது. ஓவியர் யாரென்பது தெரியவில்லை. ஒரு வேளை தாமஸ் லா என்பவரால் வரையப்பட்டிருக்கலாம். இப்போது இந்தத் தூண் லௌரியா நந்தண்டார் தூண் என்றழைக்கப்படுகிறது. (Royal Asiatic Society)

கற்றூண்களைப் பற்றிய பல கதைகளில் இதுவும் ஒன்று. ஒருவேளை மார்ஷலுக்குக் கிடைத்த கதையில் பீமன் வடக்கே

இமயமலைக்குச் சென்றது என்பது சாக்கிய முனி புத்தர் உடல் நலமிழந்த பின் கபிலவஸ்து என்ற தன் பிறப்பிடம் நோக்கிச் சென்று இரு மரங்களுக்கிடையே படுத்து இறந்து போனதை ஒருவேளை குறிக்கலாம்.

நவம்பர் 1676இல் பதவி உயர்வில் மார்ஷல் வங்காளத்தில் உள்ள பாலசோர் என்ற இடத்திற்கு மாற்றலானார். ஆனால் அடுத்த 8 மாதத்தில் தொற்று நோய் கண்டு பல கி.இ.க. ஆட்களோடு இவரும் மரணமடைந்தார். மரணத்திற்கு முன்பே தான் எழுதி வைத்த கைப்பிரதிகளை கேம்ப்ரிட்ஜ் பல்கலையில், கிறிஸ்து கல்லூரியில் உள்ள இரு நண்பர்களுக்குச் சேரவேண்டும் என்று உயில் எழுதி வைத்துள்ளார். (அவை இப்போதும் இங்கிலாந்து அருங்காட்சியகத்தில் ஹார்லெயன் தொகுப்பின் ஒரு பகுதியாக உள்ளது) இக்கைப் பிரதிகளில் பகவத் கீதையை ஆங்கிலத்தில் மொழியாக்கம் செய்துள்ளதும் இருக்கும். மார்ஷல் அல்லது அவரின் நண்பர்கள் இதை அக்காலத்திலேயே அச்சடித்திருந்தால் மிகவும் நன்றாக இருந்திருக்கும்.

ஜான் மார்ஷல் பீஹாருக்குச் சில நாள் சென்று வந்துள்ளார். இச்சமயத்தில்தான் பேரரசர் ஜஹாங்கீரின் பேரன் ஔரங்கஜேப் சிலை வணக்கத்திற்கு எதிரான தன் தீவிரத் தன்மையை நிரூபித்துக் கொண்டிருந்தார். இந்து சமயத்தின் சைவப் பிரிவுக்கு முதலிடமாக இருந்த வாரணாசி ஔரங்கஜேப் குறிவைக்கும் இடமாகிப் போனது. ஏற்கனவே நான்கு முறை வாரணாசி, இஸ்லாமியப் படையெடுப்பால் சீர்குலைந்தது. இப்போது ஐந்தாவது முறையாக ஔரங்கஜேப்பின் அழித்தலுக்கு வாரணாசி தயாரானது. அப்போது நூற்றுக்கணக்கான கோவில்கள் அழிக்கப் பட்டன. பல கோவில்கள் மசூதிகளாக மாறின. வாரணாசி என்ற பெயரும் மாற்றப்பட்டு முகமது பாத் என்றானது.

வாரணாசியின் வடக்குப் பக்கத்தில் பைரவருக்கான மிகப் பழைய கோவில் ஒன்று இருந்தது. பைரவர் என்பது சிவனின் கோபத்தின் வெளிப்பாடு. சைவர்களுக்கு மிக மிக முக்கியமான கோவில். இங்கு ஒரு மிகப் பெரிய கல்லால் ஆன லிங்கம் பிரதிஷ்டை செய்யப்பட்டிருக்கும். சிவனின் கைத்தடி என்றும் அழைக்கப்பட்டு வந்தது. ஔரங்கஜேப் இன்னொரு மசூதியை இங்கு கட்டுவதற்காக இந்தக் கோவிலை முழுவதுமாக அழித்தார். ஆனாலும் ஏனோ அங்கிருந்த அந்தப் பெரிய கற்றூணை அழிக்காது விட்டுவிட்டார். ஆகவே மசூதி கட்டப்பட்டதும் அது ‘தூண் மசூதி’ - ‘இமாம்பாரா’ - என்றழைக்கப்பட்டது.

ஜான் பாப்டிஸ்ட் தாவர்னியர் என்ற பிரஞ்சுக்காரர் 1670இல் இக்கோவிலுக்கு வந்துள்ளார். இவரும் புதியதாகக் கட்டப்பட்ட மசூதியில் ஒரு கற்றூண் உயர்த்திக் கட்டப்பட்ட ஒரு அமைப்பின் மேல் நிற்பதைப் பார்த்துள்ளார். மசூதிக்கருகில் பல இஸ்லாமியரின் புதைவிடங்கள் இருந்ததால் இவர் அந்தக் கற்றூண் இறந்து போன யாரோ ஒருவருக்கான நினைவுத் தூண் என்று நினைத்துக் கொண்டார்.

"அந்த உயர்ந்த மேடையில் 32-35 அடி உயரமுள்ள ஒரே கல்லில் ஆன தூண் ஒன்று நின்றிருந்தது. அதன் சுற்றுப் புறத்தை மூன்று பேர் கஷ்டப்பட்டு அணைத்து நிற்க முடியும். அது கல்லால் கட்டப்பட்டிருந்தது. அதனால் என் கத்தியை வைத்து உரசினாலும் அதில் எந்தச் சேதமும் இல்லை. தூணின் எல்லா பக்கங்களிலும் பல விலங்கினங்கள் செதுக்கப்பட்டிருந்தன. இந்தத் தூணைக் காவல் காக்கும் சில முதியவர்கள் உயரமாக இருந்த இந்தத் தூண் 50 ஆண்டுகளுக்கு முன்பு 30 அடி ஆழம் கீழே மண்ணுக்குள் போய் விட்டதெனக் கூறினர். பூடானின் அரசன் ஒருவனின் கல்லறை இது. அவன் இவ்விடத்தை முதலில் வெற்றி பெற்று, பின் தாமர்லேன் பரம்பரையால் அவனது படை விரட்டியடிக்கப்பட்டது,"

என்ற தகவல்களை அவர் எழுதி வைத்துள்ளார்.

மேலேயுள்ள குறிப்பில் 'பூடான்' என்று சொன்னது ஒரு தவறான புரிதலாக இருக்கலாம். வடமொழியில் 'புத்' என்பது 'விழித்திருப்பது' என்று பொருள் படும். இது 'புத்தா' என்ற பெயரிலிருந்து வந்திருக்கலாம். 'புத்' என்பது விழித்தல் என்றும், 'புத்தர்' என்றால் 'ஞானமடைந்தவர்' என்றும் பொருள்படும்.

ஔரங்கஜேப் 1707ஆம் ஆண்டு மரணமடைந்தார். அவரது குடிமக்களுக்கு இந்த மரணச் செய்தி எந்த ஒரு பெரிய சோகத்தையும் தந்திருக்காது. இவரது மரணத்திற்குப்பின் இஸ்லாமியப் பேரரசு ஔரங்கஜேப்பின் மகன்கள், பேரன்கள், கொள்ளுப் பேரன்கள் மத்தியில் நடந்த உரிமைப் போராட்டத்தில் தன் செழிப்பை இழக்க ஆரம்பித்தது. ஔரங்கஜேப் இறந்தபின் அடுத்து பத்திருபது ஆண்டிற்குள் ஃபெரோஸ் ஷா வின் வேட்டையாடும் இடத்திலிருந்த தூண் வெடி வைத்துத் தகர்க்கப்பட்டுவிட்டது. (இப்போது மிகவும் கஷ்டப்பட்டு பல துண்டுகளாக இருந்த அந்தத் தூண் ஓரளவு ஒட்டிப் பொருத்தப் பட்டுள்ளது. ஒரு பெரிய துண்டு இல்லாமல்

அந்தத் தூண் லண்டனிலுள்ள ஆங்கிலேய அருங்காட்சியகத்தில் இன்றும் வைக்கப்பட்டுள்ளது.)

அரச குடும்பத்தின் போராட்டங்களால் இஸ்லாமியரின் பலம் குறைந்த போது, புதிதாகப் பலர் தலையெடுக்க ஆரம்பித்தனர். அதிலும் சிறப்பாக பஞ்சாபிலிருந்து சீக்கியர்கள், தக்காணத்திலிருந்து மராத்தியர்கள், இவர்களோடு வங்காளத்திலிருந்த கிழக்கு இந்திய கம்பெனிகாரர்களும் இணைந்து கொண்டார்கள். மராத்தியர்களின் ஆதரவாலும், அதிலும் முக்கியமாக ‘புனித விதவை’ என்று கருதப்பட்ட இந்தூரின் ராணி அகில்யா பாய் ஹோல்கரால் வாரணாசி புத்துயிர் பெற்றது. முகமதாபாத் என்ற பெயரும் மாறி, நகரமும் இஸ்லாமிய அழிவிலிருந்து மீட்கப்பட்டு பழைய அழகைத் திரும்பப் பெற ஆரம்பித்தது. கங்கைக் கரையின் ஓரங்களில் இருந்த அழகான இந்துக் கோயில்களையும், புதிதாக வருபவர்களை மிகவும் ஈர்க்கும் குளிக்கும் துறைகளையும் பதினெட்டாம் நூற்றாண்டின் மராத்தியர்கள் தங்கள் போர்களில் கிடைத்த செல்வத்தோடும், தங்கள் இறைபக்தியோடும் இணைந்து செழுமைப் படுத்தினார்கள்.

இதே காலக்கட்டத்தில் வாரணாசியின் பெருவாரியான இந்து மக்கள் மறைந்து கிடந்த தங்கள் சைவ அடையாளங்களை மீட்டெடுக்க ஆரம்பித்தனர். தாவர்னியரால் விவரிக்கப்பட்ட மசூதியிலிருந்த அந்தக்கற்றூணிற்குப் புதிய சமய அடையாளங்கள் கொடுக்க ஆரம்பித்தனர். அந்தத் தூணிற்குக் குழந்தைப் பேறு கொடுக்கும் புனிதத்தூண் என்ற பெருமையைச் சேர்த்தார்கள். ஆண்டு தோறும் “சிவன் கைத்தடிக்குத் திருமணம்” என்றொரு விழாவும் அந்தத் தூணை வைத்து நடந்தேறியது.

இந்து சமயத்தின் வெளிப்பாடுகள் இப்படித் தீவிரமடைவதால் அந்த நகரத்திற்குள்ளிருந்த இந்து-இஸ்லாமிய மக்களிடையேயான உறவு நலிந்து போக ஆரம்பித்தது. 1805ஆம் ஆண்டு இஸ்லாமியர் கொண்டாடிய மொஹரம் திருவிழாவில் இந்த விரிசல் விபரீதமாக வளர்ந்தது. ஒரு வரலாற்று ஆசிரியர் அன்று நடந்ததை, “மசூதியில் நடந்த விழாவின் உச்சமாக அங்கு கூடியிருந்த மக்களை இஸ்லாமிய குரு ஒருவர் இந்துக் கோவிலில் இருந்த அந்த அழகிய தூணை அவமரியாதை செய்ய தூண்டி விட, மக்களும் அதைக் கீழே சாய்த்து அவமரியாதை செய்தனர். அதோடு நிற்காமல் அந்தத்தூணை உடைத்து நொறுக்கினர்” என எழுதியுள்ளார்.

இதற்கு எதிர்வினையாக இந்துக்கள் ஆற்றின் பக்கத்தில் ஔரங்கஜேப்பினால் கட்டப்பட்ட மசூதியை தீக்கிரையாக்கினார்கள். கலகம் வளர்ந்து நகரமே ஒரு போர்க்களமானது. வாரணாசியில் மாஜிஸ்ரேட்டாக இருந்த வில்லியம் பர்ட் என்ற இளைஞர், காவல்துறையையும் இரண்டு சிப்பாய் குழுக்களையும் வைத்து கலகத்தை அடக்க முயற்சித்தார். முடியவில்லை. இந்துக்கள் இஸ்லாமியர் வாழும் இடங்களில் புகுந்து தாக்கினர். இந்த கலகத்தைப் பற்றி பனாரஸ் அரசு தன் அறிக்கையில் "பனாரஸ் நகரம் முழுவதுமே பெரும் குழப்பத்தில் இருந்தது. கடைவீதிகள் எல்லாம் நெருப்பால் அழிக்கப்பட்டன. நகரின் ஜுலஹா பகுதி முழுவதிலும் சண்டையும் கொள்ளையும் நடந்தேறின. கலகங்களை அடக்கவும் முடியவில்லை. ஏறத்தாழ ஐம்பது மசூதிகள் அழிக்கப்பட்ட பின், நூற்றுக்கணக்கானோர் உயிரிழந்த பின், நகரம் மெல்ல அமைதியடைந்தது," என விளக்கியுள்ளது.

1823ஆம் ஆண்டு வாரணாசிக்கு வந்த கல்கத்தாவின் பிஷப் ரெஜினால்ட் ஹீபர் உடைந்து தரையில் கவிழ்ந்து கிடந்த தூணைப் பார்த்துள்ளார். இப்போது அவை பிராமண சிப்பாய்களின் காவலில் இருந்தது. அதன்பிறகு முப்பது ஆண்டுகள் கழிந்த பின்னும் அந்தத் தூணின் மீதிப் பகுதி ஏழெட்டு அடி உயரத்திற்கு நின்று கொண்டிருந்தது. அதன் அடிப்பாகம் முழுவதும் தாமிரத் தகடுகளால் பாதுகாப்பிற்காக மூடிவைக்கப்பட்டிருந்தது. இந்த இரு சமூகங்களுக்கு இடையேயான வேற்றுமையால் இன்று வரையும் அந்தத் தூண் எந்த ஆய்வுக்கும் உட்படுத்தப்படவில்லை.

ஔரங்கஜேப் இறந்த 1707ஆம் ஆண்டு இமயமலையின் வடக்கே உள்ள பிரிவினைக் கிறித்துவர்களைக் கண்டுபிடித்து அவர்களை ஒரு சேரக் கூட்டுவதற்காக கோவாவிலிருந்து கத்தோலிக்க போர்த்துகீசிய கப்புச்சியின் சபைக் குருமார்கள் அனுப்பி வைக்கப்பட்டனர். அவர்கள் திபேத்திய பீடபூமியில் உள்ள லாசா என்ற இடத்திற்கு வந்தனர். ஏற்கனவே இந்தக் கப்புச்சியினர் எட்டு ஆண்டுகளுக்கு முன்பே திபேத்திலிருந்து விரட்டியடிக்கப்பட்டு, நேப்பாளின் காத்மண்டில் குடியமர்ந்தனர். அங்கே அவர்கள் ஐம்பது ஆண்டுகளுக்கும் மேலாக இருந்து சேவை செய்து வந்தனர். மீண்டும் அவர்கள் அங்கிருந்தும் வெளியேற்றப்பட்டனர். இம்முறை அவர்களை வெளியேற்றியது

நேப்பாளின் புதிய அரசர் கூர்க்கா வம்சத்து ஹிந்து பிரத்வி நாராயண் ஷா. இவருக்கு சமய நல்லிணக்கச் சிந்தனைகள்

ஏதும் கிடையாது. இவர் சாதிப் பிரிவினையை தன் நாட்டில் ஆரம்பித்தார். இதனால் இந்துக்கள் அல்லாதோர் அனைவரும் தாழ்த்தப்பட்ட வகுப்பினராகவோ, அடிமைகளாகவோ ஆக்கப்பட்டனர். விரட்டப்பட்ட கப்புச்சியன் மிஷனரிகளும், அவர்களால் மதமாற்றம் செய்யப்பட்ட சிலரும் பீஹார் சமவெளியில் உள்ள பெட்டியா என்ற ஊருக்கு அகதிகளாக வந்தனர். இந்த ஊர் வாரணாசியிலிருந்து வடகிழக்குப் பகுதியில் 150 மைல்கள் தாண்டியிருந்தது. இந்த ஊருக்கு ரோமானிய கத்தோலிக்க நம்பிக்கையை வளர்க்கும் திபெத் - இந்தியர்கள் குழுவாக இங்கே வந்தனர். இதன் தலைவராக வந்தவர் மாக்கோ டெல்லா தோம்பா. இவர் 1769ஆம் வருடம் அவர்கள் தங்கியிருந்த இடத்திற்கருகில் இரு கற்றூண்கள் இருந்ததாகவும், அவைகளின் உச்சியில் சிங்கச் சிலைகள் செதுக்கப்பட்டிருந்ததாகவும் குறிப்பிடுகிறார். (மார்ஷல் தூண் களில் புலி உருவம் செதுக்கப்பட்டிருந்ததாகக் கூறியுள்ளதை நினைவில் கொள்க.) இக்கல்லில் பல வரிவடிவங்கள் செதுக்கப்பட்டிருப்பதாகவும் தோம்பா கூறியுள்ளார். மேலும் அவர்,

"அந்தத் தூண்கள் 27 முழம் உயரத்தில், உச்சியில் இயற்கை அழகோடு செதுக்கப்பட்டச் சிங்கச் சிலை களோடு இருந்தன. இந்தத் தூண் ஒரே கல்லால் ஆனது. சில முறை நான் அந்தத் தூணைச் சுத்தியலால் அடித்தேன். சில துப்பாக்கிக் குண்டுகளையும் அதன் மேல் சுட்டேன். எந்த பாதிப்பும் இல்லை. இந்த இரு தூண்களிலும் கல்வெட்டுகள் இருந்தன. அவைகளைத் தாளில் அச்செடுத்து அவைகளை வாரணாசியிலுள்ள இந்துக் கழகத்திற்கும், சில திபேத்திய அறிஞர்களுக்கும் அனுப்பினேன். ஆனால் யாருக்கும் அதைப் புரிந்து கொள்ள முடியவில்லை. ஒருவேளை இவைகள் பழைய கிரேக்க எழுத்துகளாக இருக்குமோ?"

எனக் கூறியிருக்கிறார்.

இதே கால கட்டத்தில் ஜோசப் தைபன்தாலர் என்ற ஒரு தைரியமான கிறித்துவக் குரு கங்கைச் சமவெளிக்கு வந்தார். இவர் மதம் பரப்புவதற்கு வந்தவரே. ஆயினும் மிகுந்த அறிவாற்றல் கொண்டவர். 1750-களில் கத்தோலிக்க போப் சேசு சபைக் கிறித்துவ குழுக்களை அடக்கி வைத்திருந்தார். ஆகவே மதம் பரப்ப வந்த ஜோசப், இந்தியாவிலேயே தங்கி இந்திய மொழி, மதங்கள், உயிரியல் என்று புதிது புதிதாகக்

கற்க ஆரம்பித்துவிட்டார். அனேகமாக வடமொழியைக் கற்ற முதல் ஐரோப்பியராக இவர் இருப்பார். இந்துமத வேதங்கள் முழுவதும் இம்மொழியில் தான் எழுதப்பட்டுள்ளன. இம்மொழி கடவுளர்களின் மொழி என்று சொல்லப்பட்டது. அது பிராமணர்களின் மொழி என்றும் கூறப்பட்டது. தங்கள் பிறப்பால், இவர்கள் கடவுளர்களுக்கும் மனிதர்களுக்கும் நடுவில் உள்ள உயர்ந்தவர்கள் என்பதே இந்துக்களின் நம்பிக்கை.

1756ஆம் ஆண்டு தைபன்தாலர் முதன்முதலாக ஃபெரோஸ் ஷாவின் தங்கத் தூண்களைப் பற்றிய ஒரு குறிப்பை எழுதி இந்தியயியலில் வல்லுனரான ஆப்ரஹாம் அன்குயிதில் து பெரோன் என்பவருக்கு அதை அனுப்பினார். ஆனால் இச்சமயத்தில் கி.இ.க. பாண்டிச்சேரியைக் கைப்பற்றியிருந்தது. ஆகவே பெரோன் இந்தியாவை விட்டு வெளியேறிக் கொண்டிருந்த நேரம் அது. இதனால் பெரோன் இறந்த பிறகே 1786-இல் பதிப்பிக்கப்பட்ட அவர் எழுதிய ‘இந்திய வரலாறும் நில அமைப்பும்’ என்ற நூல் காலந்தாழ்த்தி வெளி வந்தது. அதன் பிறகும் அந்த நூலைப் பற்றிய விவரங்கள் இந்தியாவில் யாருக்கும், எதுவும் தெரியாது போயிற்று. தைபென்தாலர், பெரோன் ஆகிய இருவருமே ஐரோப்பியருக்கு மத்தியில் இந்தியாவைப் பற்றிய விவரங்களை விதைத்தவர்கள் ஆவர். ஆனால் பிரஞ்சு நாட்டின் ஆசைகள் இங்கிலாந்து நாட்டின் கடற்படையால் முடக்கப்பட்டுவிட்டது. இதனால் இந்திய இயலைப் பற்றிய மேலதிகத் தகவல்களைத் தொகுக்கும் பணி ஆங்கிலேயரிடமே இருந்தது. இந்தப் பணியை வெல்ஷ் பகுதியிலிருந்து வந்த ஓர் அறிஞர் முன்பு சொன்ன இரு வல்லுனர்கள் விதைத்த விதையை நன்கு ஊன்றி மேலும் செழித்து வளரச் செய்தார். அவர் வில்லியம் ஜோன்ஸ். இவர் இந்தியாவைப்பற்றி நடத்தி அளித்த ஏராளமான ஆராய்ச்சித் தகவல்களுக்காகவே இவரது பெயருக்கு நடுவில் *‘Oriental’* - ‘கீழ்த்திசைக்காரர்’ என்ற பட்டம் வந்து சேர்ந்தது. இவர் ஒரு நீதிபதியாக, ஆராய்ச்சியாளராக, மொழியில் வல்லுனராகப் பெயர் பெற்ற அறிவாளி. பெயர் பெற்ற ஒரு கணக்கறிஞரின் மகனான வில்லியம் ஜோன்ஸ் பிஞ்சிலே பழுத்த பழம். மிகச் சிறிய வயதிலேயே அவரது மொழியாற்றலின் திறன் வெளியானது. அவருக்கு மொழிகள் மேல் மிகுந்த ஆர்வம். அவைகளைக் கற்பதோ அவருக்கு மிக எளிது என்பதை அழுத்தம் திருத்தமாகக் காட்டியுள்ளார். 1768ஆம் ஆண்டு ஆக்ஸ்போர்ட் பல்கலையில் தனது பட்டப் படிப்பை முடிக்கும்போதே அவருக்கு 13 மொழிகளில் பாண்டித்தியமும், இன்னும் 28 மொழிகளில்

பரிச்சியமும் கொண்டிருந்தார். இவரும் தன் தந்தை போலவே தன் பணத் தேவைக்காக இளம் வயதிலேயே செல்வந்தர்களின் பிள்ளைகளுக்குக் கல்வி கற்பித்தார். இவரது மாணவர்களில் ஒருவர் லார்ட் ஸ்பென்சரின் மகன். தான் ஏற்கெனவே கற்ற மொழிகளோடு மேலும் அரேபிய, பாரசீக மொழிகளைக் கற்றார். அம்மொழிகளிலிருந்து பல நூல்களை ஆங்கிலத்தில் மொழியாக்கம் செய்தார். இதனாலேயே இவருக்கு *'Persian'* அல்லது *'Oriental'* என்ற பட்டங்களும் இவரது பெயரோடு இணைந்தன. இம்மொழிகளை கற்றறிந்த பின் அவர் பாரசீக கவிஞர் பிர்டுசி எழுதிய காவியம் ஹோமரின் காவியத்திற்கு எவ்விதத்திலும் குறைந்தது அல்ல என்றார்.

பணத் தேவையிருந்ததால் அவர் மிடில் டெம்பிளில் சேர்ந்தார். அவர் 1774இல் வழக்குறைஞர் ஆனபோது அவருக்கு இன்னொரு புதிய பட்டம் பெயரோடு சேர்ந்தது. "இனியவர்" ஜோன்ஸ் என்ற பட்டம் அது. ராயல் சபையில் முன்னணி மனிதராக இருந்தார். சோகோவில் இருந்த சாமுவேல் ஜான்சனின் குழுவிலும் இடம் பெற்றார். இதன் மூலம் அவர் அரசியலிலும் சிறப்பிடம் பெற முடிந்தது. ஆனாலும் இத்தனை தகுதிகள் இருந்தும் அவர் ஆக்ஸ்போர்டில் அராபிய மொழி வல்லுனராகச் சேர முடியாமல் போனது. அவருக்கு கிடைக்கவேண்டிய வேலை அது. கிடைக்காமல் போனதால் வேறு வழியின்றி புதிதாக இந்தியாவில், வங்காளத்தின் உச்சநீதி மன்றத்தில் கிடைத்த வேலையை ஏற்றுக் கொண்டார். ஐரோப்பியர்கள் அந்தக் காலத்தில் இந்தியாவை ஒரு 'மரண நாடு' என்றே நினைத்து வந்தனர். அங்கு சென்றவர்கள் திரும்பி வருவதே அபூர்வம் என்ற நிலை அப்போது இருந்தது. அதுவும் ஜோன்ஸ்விக் கட்சி உறுப்பினர் வேறு. இந்தக் கட்சிக்கு கி.இ.க. மேல் கடும் கோபம். இந்தக் கிழக்கிந்தியக் கம்பெனி ஊழல் நிறைந்ததாகவும், மிக மட்டமாக நடத்தப்படுவதாகவும், இக்கம்பெனியின் நிர்வாகம் விரைவில் ஒழிக்கப்படவேண்டும் என்றும் இந்தக் கட்சி கூறிக் கொண்டிருந்தது.

இத்தனை தடைகள் இருந்தும் மற்றொரு விஷயம் ஜோன்சை இந்தியாவின் பக்கம் ஈர்த்தது. வங்காள உயர்நீதிமன்றத்தின் நீதிபதிக்கு அப்போதைய சம்பளம் வருடத்திற்கு ரூ.6000. (இன்றைக்கு இரண்டு லட்சம் பவுண்டுக்கு மேல்) ஜோன்சின் கணக்குப்படி அவர் இந்தியாவில் மிகச் செழிப்பாக வாழ்ந்தாலும் பத்து ஆண்டுகளில் ஒரு இளைஞனாகவே முப்பதாயிரம் பவுண்டுகள் சம்பாதித்து இங்கிலாந்து திரும்பலாம். இது

மட்டுமா? அவர் பட்டப் படிப்பு படிக்கும் காலத்திலிருந்து காதலித்த, மதக்குருவின் மகளைத் திருமணமும் செய்து அதோடு 'Knight' என்னும் பெரும் பட்டமும் பெறமுடியும். அதுவும் இங்கிலாந்தில் கனவுகாண முடியாத வாழ்க்கையை இந்தியாவில் அனுபவிக்க முடியும் என்பதும் இன்னொரு நல்ல காரணம்.

இதற்குமேலும் இன்னொரு கவர்ச்சியும் இந்தியாவில் இருந்தது. கேப்டன் குக் மும்முறை பசிபிக்கில் பயணித்து பெரும் சாதனை செய்துள்ளார். கேப்டன் குக் உடன் அவரது முதல் பயணத்தில் உடன் வந்த ஜோசப் பேங்ஸ் என்பவர் அறிவியல் தேடலில் எவ்வளவெல்லாம் சாதிக்கமுடியும் என்பதை முன்மாதிரியாகக் காட்டியுள்ளார். இதற்குத் தேவை சில செல்வந்தர்களின் ஆதரவும், உடனிருந்து வேலை செய்ய ஆர்வமுடையவர்களும் தான்.

சர் வில்லியம் ஜோன்ஸ் 1794இல் அகால மரணமடைந்ததற்கு முன் வரையப்பட்ட ஓவியம். ஓவியர்: கல்கத்தா அந்தர் தெவிஸ்.

இத்தனை யோசனைக்குப் பிறகு இந்தியாவிற்கு வரவேண்டும் என்று முடிவெடுத்த ஜோன்ஸ் 1783ஆம் ஆண்டு கல்கத்தா வந்தார். ஐரோப்பியரின் விழிப்புணர்வோடு இந்தியாவிற்கு ஒருவர் வந்திருக்கிறார். அப்போது அவருக்கு வயது முப்பத்தி ஆறு. புதிதாகத் திருமணம் புரிந்தவர். 'Knight' என்ற பட்டத்தைச் சமீபத்தில் பெற்றவர். அவரோடு அவர் தயாரித்துக் கொண்டுவந்திருந்த இரு பட்டியல்களும் அவருடைய

ஃபெரோஸ் ஷாவின் தங்கத் தூண் | 47

மேலங்கியில் பத்திரமாக இருந்தன. அவ்விரு பட்டியலில் முதல் பட்டியலில் அவர் இந்தியாவில் இருக்கும்போது தேடவேண்டியவைகள் என்று பதினாறு விஷயங்கள் குறிக்கப்பட்டிருந்தன. இரண்டாவது பட்டியலில் எப்படி இவைகளைத் தேடிக் கண்டுபிடிப்பது என்பது இருந்தது.

இதையும் தாண்டி இங்கிலாந்தில் உள்ள ராயல் சொசைட்டி போன்று இங்கும் கற்றோர் பலரைத் திரட்டி குழுமம் அமைப்பதுவும், ஆசியாவின் மனித இனம், இயற்கை, கலாச்சாரம், பழக்க வழக்கங்கள் என்பவைகளை அறியவும், வெவ்வேறு வகையான ஆட்சி முறைகளையும், அம்முறைகள் மூலம் மக்கள் குழுவையும், மதங்களையும் எவ்வாறு ஆள்வது என்பது குறித்தும் கற்கவேண்டும் என்று அவர் திட்டமிட்டார்.

இந்தியாவின் வரலாற்றில் ஒரு மிகப் புதிய அத்தியாயம் ஆரம்பமாயிற்று. ஜோன்ஸ் தேட ஆரம்பிக்கும் அந்தப் பதினாறு குறிப்புகள் மேல் இனி நிறைய வெளிச்சம் விழும். இது இந்தியத் தாயின் அறிவியல் கண்டுபிடிப்புகள், கலைகள், பெரும் நிகழ்வுகள், மனித மூளையிலிருந்து கிளம்பிய நல்லவைகள் இவை அனைத்துமே அதில் இடம் பெறும். இதனோடு இந்தியாவின் பழம் வரலாற்றுப் பக்கங்களில் இஸ்லாமியர் வருவதற்கு முன்பிருந்தவைகளும், அவற்றில் முழுவதுமாக மறைக்கப்பட்ட பல வரலாற்றுப் பேருண்மைகளும் தோண்டப்பட்டு அவை வெளிக்கிளம்பும்.

3
தேடலுக்கான சில கேள்விகள்

வாரணாசி கோவிலொன்றில் புராணங்களைப் போதிக்கும் பிராமணப் பண்டிதர். ஜேம்ஸ் பிரின்செப்பால் நகலெடுக்கப்பட்டு 1820இல் தயாரிக்கப்பட்ட ஒரு வரைபடத்தில் இடம்பெற்றது. மற்றும் அவரது பெனாரஸ் ஓவியக் கட்டுரையில் வெளியிடப்பட்டது.

பின்னாளில் மிகுந்த முக்கியத்துவம் பெற்ற எழுத்தாளர் ரூடியார்ட் கிப்ளிங் 1888இல் முதல் முறையாக கல்கத்தா வந்தார். அலகாபாத்திலிருந்து வெளியாகும் தி பயோனீர் என்ற செய்தித்தாளுக்கு, வங்காளத்தைப் பற்றிய கட்டுரை ஒன்று எழுதவே இந்த வருகை. பரவும் வியாதிகள், மடியும் மக்கள் இவைகளில் அவருக்கிருந்த ஆர்வத்தால் அவர் கல்கத்தாவின் பார்க் தெருவில் இருந்த கிறித்துவ கல்லறைத் தோட்டத்திற்குச் சென்றார். தான் சென்றுவந்த அனுபவம் பற்றி, "ஒவ்வொரு கல்லறையும் ஒரு சின்ன வீடு போலிருந்தது. அந்தக் கல்லறைகளின் நடுவே நடக்கும் போது ஏதோ ஒரு நகரின் குறுகிய தெருவில் நடந்து செல்வது போல் தோன்றியது. பெரிய வீடுகள், குறுகிய தெருக்கள்... ஒரு நகரம் நெருப்பால் கருக்கப்பட்டு, பனியாலும் படைகளாலும் குறுக்கப்பட்டு இருப்பது போலிருந்தது. ஒருவேளை இறந்துபோன தங்கள் நண்பர்கள் மீண்டும் உயிர்த்து எழுந்து வந்து விடுவார்களோ என்ற பயத்தில் பெரிய கட்டிடங்கள் கட்டி அவர்களை அங்கே ஆழமாகப் புதைத்து விட்டார்களோ!" என்று எழுதியுள்ளார்.

அப்படிப்பட்ட பெரிய கல்லறை ஒன்று கிப்ளிங் கண்ணில் பட்டது. அக்கல்லறையில் 60 அடி உயரத்திற்கு சதுரக்கல் ஒன்று உயரமாக எழுந்து நின்றது. வருங்கால கலை பண்பாட்டிற்கான தேசிய ட்ரஸ்ட் (Indian National Trust for Art and Cultural Heritage - INTACH), தெற்காசியாவின் கல்லறைகளுக்கான பிரித்தானிய குழுமம் (British Association for Cemeteries in South Asia - BACSA)இவர்களின் ஒருமித்த முயற்சியில் இப்போதும் அந்த நினைவுத் தூண் அங்கு மிகச் சீராகப் பராமரிக்கப்பட்டு வருகிறது. வில்லியம் ஜோன்ஸ் அவர்களது கல்லறை தான் அது. அவரே எழுதிவைத்த வாக்கியங்கள் அந்தக் கல்லறையில் பொறிக்கப்பட்டிருந்தன: "இவர் கடவுளுக்கு அஞ்சினார்; மரணத்துக்கல்ல... தனக்கும் கீழே நலிந்தவர்கள் இல்லையென்று எண்ணினார். அறிவிலும் பண்பிலும் தனக்கும் மேலே யாருமில்லையென்றும் எண்ணினார்." அவரே அவருக்காக எழுதியவை தான் இது. ஆனாலும் அவர் இந்திய நாட்டின் வரலாற்றையும், பண்பாட்டையும் மீட்டெடுத்து பெருமளவில் குறிப்புகள் தந்த மிகவும் பெருமைக்குரிய விஷயம் அதில் எதுவும் பொறிக்கப்படவில்லை. இந்திய வரலாற்றிற்கு அவர் அளித்த பெரும் தொண்டு எவ்வித இரக்கமுமின்றி, அவரது அகாலமான மரணத்தால் நின்று போனது. தனது 47 வது வயதில் 1794-ஆம் ஆண்டு ஏப்ரல் 27ஆம் தேதி அவர் மறைந்து போனார்.

கல்கத்தாவின் உயர்நீதி மன்றத்தின் மூத்த நீதிபதியாக இருந்தமையால் அவரது மதிப்பு மிக்க பதவியை வைத்து பல நல்ல விஷயங்களை அவரால் செயல்படுத்த முடிந்தது. இப்பதவியினால் அவர் கி.இ.க.-யின் கவர்னர் ஜெனரலான வாரன் ஹேஸ்டிங்ஸை மிக எளிதாக தொடர்பு கொள்ள முடிந்தது. ஹேஸ்டிங்ஸ் தன்னிச்சை போல் செயல்படுபவர்தான். ஆனால் பிரித்தானியர்கள் எவ்வாறு இந்தியாவைச் சீராக அரசாள வேண்டும் என்பது போன்ற உயர்வான கருத்துகளைக் கொண்டிருந்தார். இந்த எண்ணங்களை ஜோன்ஸ் மிகவும் மதித்தார். இருவருக்கும் ஏற்பட்ட தொடர்பில் ஒருவரை ஒருவர் நன்கு புரிந்து, மதிக்க ஆரம்பித்தார்கள். இதன் பயனாக இருவரும் சந்தித்த சில நாளில் 'வங்காளத்தின் ஆசியக் கழகம்' என்ற ஒன்றினை ஆரம்பித்தனர். இதனால் இந்தியாவைப் பற்றிய எந்த விவரமும் முறையாகச் சேர்க்கப்பட்டு, ஆராயப்பட்டு, கருத்துகள் பரிமாறப்பட்டு, அவை முறையாக சீர்தூக்கிப் பார்க்கப்பட்டு, இறுதியில் கழகத்தின் இதழான ஆசிய ஆராய்ச்சிகள் மூலம் பதிப்பிக்கப்பட்டன.

பல ஆங்கிலேய பிரபுக்களின் இளம் வயது மகன்கள் கல்கத்தா விற்கு வந்து, இந்தியர்களின் கடைசிச் சொட்டு ரத்தம் வரை உறியும் பெருமை அப்போது வங்காளத்திற்குரியதாக இருந்தது. அரசமரத்தையே உலுக்கி, தங்கக் காசுகளை அறுவடை செய்யும் மாண்புகளில் அவர்கள் உயர்ந்தோங்கி நின்றனர். இங்குள்ள பெண்களைக் கட்டியணைக்க அவர்களுக்கு நேரம் இருந்தது. ஆனால் இங்குள்ள மக்களின் நலனில் அக்கறை செலுத்த நேரம் ஏதுமில்லை. இந்தியர்களை அடக்கி வைக்க மட்டும் தான் அவர்கள் பழகியிருந்தார்கள். வெகு சில ஆங்கிலேயர்கள் தங்களால் அடக்கி, ஆளப்பட்ட மக்களின் நல்லெண்ணத்தையும், நன்றியையும் பெறவேண்டும் என்று நினைத்தாலும், அவர்களுக்கும் கூட இந்திய மக்களின் மூடநம்பிக்கைகளும், பலகாலமாக அடிமைத்தனத்தில் ஊறியதால் விடுபட முடியாத அவர்களின் அடிமைத் தனமும் ஏமாற்றத்தை அளித்தன. அந்த மக்கள் "ஏதும் கற்றறியாது, எதையும் அனுபவித்து உணராது, அறிவியலுக்கும் இலக்கியத்திற்கும் அப்பாற்பட்டு நின்று கொண்டிருப்பதையும், அவர்கள் அன்பு மிகுந்த இரக்கமுள்ள மதத்தின் தொடர்பில்லாமலும் இருப்பதாக நினைத்தார்கள்."

ஜோன்ஸின் புதிய ஆர்வமும், ஹேஸ்டிங்ஸின் ஆதரவும் சில இந்திய அறிஞர்களை அவர்கள் பால் ஈர்த்தது. அவர்கள் இதுவரை தன்னந் தனியே தனியேர் உழுது கொண்டிருந்தார்கள்!

மற்றவர்களின் ஆதரவு ஏதும் இல்லாமல் பலரின் கேலிப் பேச்சுக்கு ஆளாகி வந்திருப்பவர்கள் இவர்கள். வில்லியம் ஜோன்ஸ் அவர் ஆரம்பித்த ஆராய்ச்சிக் கழகத்தின் முதல் தலைவரானார். ஒரு சிறு அறிஞர்களின் வட்டம் அங்கே உருவாயிற்று. அவர்களது தனிப்பட்டக் கருத்துகள், எண்ணங்கள், ஆராய்ச்சிகள் எல்லாம் ஆராய்ச்சி அறிவிப்புகளாக கல்கத்தாவின் உச்ச நீதி மன்றத்தின் பெரிய ஜூரிகளின் அறையில் பகிர்ந்து கொள்ளப்பட்டன. இதுவரை இந்தியாவின் பழமைபற்றி எவ்வித ஆர்வமும் இன்றி இருந்த நிலைமாறி, மெல்ல மெல்ல இந்த நாட்டைப் பற்றிய விழிப்புணர்வு வர ஆரம்பித்தது.

கல்கத்தாவின் உச்ச நீதிமன்றம் ஆண்டிற்கு 8 மாதங்கள் மட்டுமே இயங்கி வந்தது. மீதி நான்கு மாதங்களும் ஜோன்ஸ் தன் ஈடுபாட்டில் செலவழிக்க இது ஏதுவாயிற்று. இதுபோன்ற விடுமுறை நாட்களை ஜோன்ஸ் தன் மனைவியுடன் பெனாரஸ் நகரில் கழித்தார். ஆனால் விரைவில் கல்கத்தாவிற்கு வடக்கே கிருஷ் நகர் என்ற இடத்தில் தங்களுக்கென்று வீடு ஒன்றைக் கட்டினர். இங்கு அவர் காலம் கழித்த விதத்தைப்பற்றி அவரது நண்பர் ஒருவர், “இங்கே ஜோன்ஸுக்கு வாதி, பிரதிவாதி அவர்களின் வாதங்கள் போன்ற இடையூறுகள் ஏதுமில்லை. இங்கிருக்கும் நேரமெல்லாம் அவரது இனிமையான தேடல் தொடர்ந்தது. அவருக்கு மிகவும் பிடித்தவைகளை அவர் செய்து வந்தார். வடமொழியின் பழக்க வழக்கங்களைப் பற்றிய தனது தேடல், தாவரயியல் பற்றிய ஆய்வு, இலக்கிய அறிவியல் தொடர்புகள் - எல்லாவற்றிற்கும் அவருக்கு இந்த நேரம் உதவியது. ஒரு மணி நேரம் கூட ஓய்வின்றி உழைத்தார்” என்றார்.

கிருஷ் நகரில் ஜோன்ஸ், அவரது மனைவி அன்னா மரியா ஜோன்ஸ் இருவருமே இந்தியத் தன்மையினை முழுமையாக அங்கீகரித்தனர். திறந்த மனத்தோடு அவர்கள் இந்தியத் தன்மையை அணுகினர். உயர் நீதி மன்றங்களில் அவரோடு வேலை பார்த்த பலருக்கு இது ஏமாற்றமளித்தது. ஆனால் நீதிமன்ற அலுவலகங்களுக்கு வெளியே அவர் தொடர்பு கொண்ட இந்தியர்கள், இந்திய அறிஞர்கள் பலரும் மிகவும் இதில் மகிழ்வடைந்தார்கள்.

இந்தியாவில் ஜோன்ஸின் நண்பராக இருந்த சர் ஜான் ஷோர் தன் நண்பரைப் பற்றி “ஜோன்ஸ் இந்தியர்களோடு ஒட்டி உறவாடினார். தனக்காக உழைத்தவர்கள், தனக்கு உதவியவர்கள் அனைவருக்கும் நிறைந்த உதவிகள் செய்தார். அவருக்குக் கீழ்

இருந்தவர்களையும் தனக்குச் சரி சமமாக, நண்பர்களாகவே தொடர்ந்து வைத்திருந்தார்" என்ற கூறியுள்ளார்.

ஜோன்ஸ் தம்பதியின் இந்தியாவின் மீது கொண்ட நேசம் முதலில் இந்திய இசையின் மூலம் பிறந்தது. இந்திய இசையின் மேம்பாடு எந்த ஆங்கிலேயருக்கும் இதுவரை எவ்வித உணர் வலைகளையும் தோற்றுவிக்கவில்லை. ஆனால் இவர்களுக்கு இசையில் தோன்றிய ஆர்வம் விரைவில் இந்து இஸ்லாமிய-சூபி வழிபாட்டு இலக்கியங்கள் மீதான காதலாகப் பரிணமித்தது. இவைகள் பற்றிய தகவல்கள் எல்லாம் பாரசீக மொழியாக்கத்தில் முதலில் கிடைத்தது.

ஓய்வு பெற்று இங்கிலாந்து சென்றுவிட்ட வாரன் ஹேஸ்டிங்ஸிற்கு ஜோன்ஸ் தன் புதிய ஆர்வங்கள் பற்றி நிறைய எழுதியுள்ளார். ஒரு அஞ்சலில், "நான் இப்போது குறும்புக்கார கிருஷ்ணனையும், கோபியர்களையும் நேசிக்க ஆரம்பித்துவிட்டேன். கிருஷ்ணன் மிகவும் பிடித்துப் போனார். ராமனை வியந்து பாராட்டுகிறேன். பிரம்மா, விஷ்ணு, சிவன் என்ற மும்மூர்த்திகளைப் பக்தியோடு பார்க்கிறேன். அர்ஜுனன், கர்ணன் இன்னும் மஹாபாரதத்தின் போர் புரியும் வீரர்கள் எல்லோரும், இலியட் வாசிக்கும்போது நாம் காதலித்த அகம்னன், அஜாக்ஸ், அக்கிலஸ் இவர்களை விட உயர்ந்தவர்களாக எனக்குத் தெரிகிறார்கள்" என்று எழுதியுள்ளார்.

இந்தப் பிடிப்பினால் ஜோன்ஸ் இந்தியக் காப்பியங்களை நேரடியாக வாசிக்க ஆவல் கொண்டார். பண்டிட் ராம்லோச்சன் என்பவர் இதற்கு உதவினார். வழக்கமாக வடமொழி பிராமணர்களால் மட்டுமே கற்கப்படும். ஆனால் வைசியராக இருந்து விவசாயக் குடும்பத்தில் இருந்த ராம் லோச்சன் தன் ஆர்வத்தினாலும், மருத்துவம் படிப்பதற்காகவும் வடமொழியும் படித்துப் பண்டிதரானார். சில மாதங்களிலேயே இதுவரை யாரும் செய்திராதவாறு, முதல் முறையாக இந்துத் தத்துவங்களின் ஊடே ஜோன்ஸ் கால் பதித்தார்.

ஜோன்ஸ் மிகச் சரியான நேரத்தில்தான் இந்திய இயலுக்குள் நுழைந்திருக்கிறார். ஏனெனில் ஆக்ஸ்போர்ட் பல்கலைக் கழகத்தில் பயின்ற ஜோன்ஸின் நண்பர்கள் இருவர் - நத்தானியல் ஹால்ஹெட், சார்ப்ஸ் வில்கின்ஸ் - இணைந்து வங்காள மொழிக்கு அச்செழுத்துகள் தயார் செய்திருந்தனர். இதன் மூலம் 'வங்காள இலக்கணம்' என்ற நூல் பதிப்பிக்கப்பட்டது.

இதுவரை இந்து பிராமணர்கள் இந்துச் சமய நூல்களுக்கும், அதைக் கற்க விரும்புவோருக்கும் நடுவில் பெரிய தடைக் கல்லாக இருந்தார்கள். பிராமணர்களைத் தவிர வேறு யாரும் இவ்வடமொழியைக் கற்கக் கூடாது என்பதல்ல அவர்கள் எண்ணம். பல நூற்றாண்டுகளாக இஸ்லாமிய அரசின் கீழ் இவர்கள் அனுபவித்தவைகளால் இவர்கள் தங்களுக்குள் முடங்கிக் கொண்டுவிட்டார்கள். வடமொழியின் மீது அவர்களுக்கிருந்த ஆளுமையை அவர்கள் இழக்க விரும்பவில்லை. அதுவே அவர்களுக்கு சமூகத்தில் இருந்த பெரும் மரியாதையின் மிச்சங்களாக இருந்தன. இதையும் விட்டு விடும் மனம் அவர்களுக்கு இல்லை. அதுவும் டில்லியிலிருந்து தங்களை அடக்கி ஆளும் இஸ்லாமியருக்கோ, அவர்களின் பிரதிநிதிகளுக்கோ அதைக் கற்றுக் கொடுக்க அவர்கள் விரும்பவில்லை. இப்போதும் வங்காளத்தில் கிழக்கு இந்தியக் கம்பெனி ஷா ஆலம் என்ற சுல்தானின் பிரதிநிதிகளாகத் தான் இருந்தார்கள்.

பிராமணர்களின் இந்த எதிர்ப்பு 'வங்காள இலக்கணம்' என்ற நூல் பதிப்பிக்கப்பட்டதும், வில்கின்ஸ் மூலம் வங்காள மொழியின் அச்சகம் உருவானதும் இல்லாமல் மறைந்து போயிற்று. தொலைநோக்கு கொண்ட பிராமணர்கள் பலரும், வடமொழியைப் பயிலும் இந்தியர்கள் மிக மிகக் குறைந்து கொண்டே போகிறார்கள்; இது நீடித்தால் வடமொழி வழக்கொழிந்து போய்விடலாம் என்றும், வெறுமனே சமயச் சடங்குகளில் மட்டுமே வடமொழி பயன்படும் என உணரத் தொடங்கினர். இதனால் வில்கின்சை முன்பு விரட்டியடித்த பிராமணர்கள் இப்போது அவருக்கு வடமொழியைக் கற்றுத் தர முன்வந்தனர். இதனால் அடுத்த ஒரு ஆண்டிலேயே முதல் ஆங்கில-வடமொழி இலக்கண நூல் அச்சிடப்பட்டு வெளிவந்தது. அவர்களின் உதவியுடன் வில்கின்ஸ் பகவத் கீதையின் மொழியாக்க முயற்சியில் ஈடுபட்டார். ஆனால் உடல் நலமில்லாமல் இங்கிலாந்திற்குச் சென்றமையால் இவ்வேலை பாதியில் நின்று போனது.

வில்கின்ஸ் விட்ட இடத்திலிருந்து தொடர்ந்து ஜோன்ஸ் இப் பணியை ஏற்றுக் கொண்டார். மொழிகள் கற்பதில் ஜோன்ஸின் திறமையும் தீவிரமும் தெரிந்தது தானே...! அவருடைய வழக்கமான அதே வேகத்தில் வடமொழியையும் முழுமையாகக் கற்றார். அதோடன்றி ஆண்டுக் கணக்காய் வடமொழி பேசும் பண்டிதர்களின் சரியான உச்சரிப்பைக் கூட

அச்சரம் தவறாமல் ஜோன்ஸ் அழகாக, முழுமையாகக் கற்றுக் கொண்டார். உச்சரிப்பு மட்டுமின்றி மொழியின் தொடர்பு பற்றியும் ஜோன்ஸ் புதிய கருத்து ஒன்றினைக் கண்டார். சமஸ்கிருதம் லத்தீன், கிரேக்க மொழிகளோடு தொடர்புடையது. இம்மொழிகளுக்கு நடுவிலேயுள்ள ஒற்றுமைகள் தற்செயலாக நடக்க முடியாத ஒன்று. அழுத்தமான இந்த ஒற்றுமைகள், இந்த மும்மொழிகளைப் பற்றி ஆய்வு செய்யும் எவராலும் ஒதுக்க முடியாதவை. இவைகள் மூன்றும் ஒரே ஒரு பொதுப் பிறப்பிடத்திலிருந்து முளைத்திருக்க வேண்டும்.

பண்டிட் ராம்லோச்சன் ஏற்கனவே ஜோன்ஸிற்கு வடமொழி கற்பித்துவந்தார். இவரோடு வாரன் ஹேஸ்டிங்கிற்கு வடமொழி கற்பித்த பண்டிட் ராத காந்த் என்பவரும் துணைக்கு வர, இந்த இருவரின் உதவியோடு மேற்குலத்திற்குத் தெரியாத, இந்து சமயத்தின் புனித மொழியான சமஸ்கிருதத்தை வெளியுலகிற்கு முதல் முறையாக ஜோன்ஸ் கொண்டுவந்தார்.

இதனோடு ஜோன்ஸ் இஸ்லாமிய படையெடுப்பிற்கு முன் இருந்த இந்திய வரலாற்றின் இருண்ட பக்கங்களைப் பற்றிய தகவல்களையும் வெளிக் கொணர்ந்தார். இதில் முதல் தடையாக இருந்தது - ஐரோப்பிய இஸ்லாமிய வரலாற்று ஆசிரியர்களின் கூற்றுகளைத் தவிர வேறு எந்த வரலாற்றுக் குறிப்புகளும் இல்லை. இஸ்லாமிய இந்தியாவைப் பற்றிய வரலாற்றாசிரியர் அல்-பிருனியின் எழுத்துகளையும், பாரசீக வரலாற்றாசிரியர் பிரிஷ்டாவின் குறிப்புகளையும் ஏற்கனவே ஜோன்ஸ் நன்கு தெரிந்து வைத்திருந்தார். இஸ்லாமியரின் கூற்றாக இந்தக் குறிப்புகள் இருக்க, வேறு சமயத்தினரின் குறிப்புகள் ஏதுமில்லாமல் இருந்தது. இந்து சமயத்தின் பக்கத்திலிருந்து பதினெட்டு புராணக் கதைகள் மட்டுமே இருந்தன. இவை வெறும் புராணக் கதைகள் - மிகப் பழைய காலத்தில் நடந்தவை. பெரும்பாலும் அறிவுக்கு அப்பாற்பட்ட கதைகள். இது மட்டுமே வரலாற்றிற்கு எப்படிப் போதும்? அதுவும் இவைகள் கூறுவதில் பல சமயக் கற்பனைக் கட்டுக்கதைகள், இந்துக்களின் பிரபஞ்சம், தெய்வங்களின் திருவிளையாடல்கள், இந்து சமயம் சொல்லும் முப்பது கோடித் தெய்வங்களின் கற்பனை வீரர்கள் - இக் குறிப்புகள் தான் தேடினால் அவைகளில் கிடைக்கும். இந்தக் குறிப்புகளில் சில கால வரையறைகளும் உண்டு. கடவுள்கள், குட்டிக் கடவுள்கள், மனிதர்கள் - காலத்தின் துவக்கத்திலிருந்து இவர்களின் வரிசைக் கிரமங்கள் சில சொல்லப்பட்டுள்ளன. இந்தியத் துணைக்கண்டம்

சில பழைய நூல்களில் ஜம்புத்தீவு என்று கூறப்படுகிறது. இதனை ஜோன்ஸ் "*Blackberry Island*" என்று அழைக்கிறார். இதிகாசங்கள் புராணங்கள், வேறு குறிப்புகள் - இவைகளை வைத்து இந்தத் தீபகற்பகத்தின் வரலாறு ஒன்றினை ஜோன்ஸ் தயாரித்தார். இந்தியாவின் சுருக்கமான முதல் வரலாற்றுக் குறிப்பாக அது உள்ளது.

இக்குறிப்பின் மூலமாக முதல் அரசன் மனு. இவன் பிரம்மாவின் மகன். இவனது பரம்பரை இரு கூறாகப் பிளவு படுகிறது. ஒரு பரம்பரை சூர்ய வம்சம். இன்னொன்று நிலா வம்சம். "இவ்விரு பரம்பரைகளின் வம்சங்கள் இரு நகரங்களிலிருந்து ஆட்சி புரிந்து வந்துள்ளனர். சூர்யவம்சம், அயோத்தியா அல்லது அயுத் என்ற நகரிலிருந்தும் இரண்டாம் பரம்பரை பட்டிஹதரா அல்லது விட்டோரா என்ற நகரிலிருந்தும் ஆயிரம் ஆண்டுகள் முன்பு வரை ஆட்சி செய்து வந்துள்ளனர். ஆண்ட அரசர்களின் பெயர்கள் எல்லாம் புராணங்களிலிருந்து ராம்காந் தால் சிரமப்பட்டு ஒழுங்காக பட்டியலிடப்பட்டன" என்கிறார் ஜோன்ஸ்.

பல நூற்றாண்டுகளுக்கு அரசாண்ட ராஜாக்கள் அனைவரும் தங்கள் ராஜ்ஜியத்தை 'ஜன பாதாஸ்' என்று அழைக்கின்றனர். மொத்தம் பதினைந்து ஜன பாதங்கள் இருந்ததாக ஜோன்ஸ் கூறுகிறார். இந்தப் பதினைந்தில் ஒரே ஒரு ஆட்சி மிகவும் சக்தியுடையதாகவும், நீண்ட காலத்திற்கும் அரசாண்டது. அது மகதப் பேரரசு. ஜோன்ஸ் இப்பேரரசு வங்காளத்தின் மேற்குப் பக்கத்தில் உள்ள பீஹாரும், கங்கையின் மத்திய பகுதியும் உள்ளடக்கிய நிலம் தான் என்கிறார். கங்கையின் இந்த மத்திய பகுதியில்தான் இப்போதைய பீஹாரின் தலைநகரான பாட்னா உள்ளது.

புராணங்களின்படி பிரிஹதரதா என்ற மன்னனால் மகத அரசு தோற்றுவிக்கப்பட்டு ஆயிரம் ஆண்டுகள் வரை மகத மன்னர்களால் ஆளப்பட்டது. அதன் பின் அரசு அவர்களிடமிருந்து பிரதோத்யாஸ் என்ற வம்சத்தாருக்கு மாறி, அந்த வம்சம் 137 ஆண்டுகள் அரசாண்டது. இவர்களிடமிருந்து அரசு ஹரியான்காஸ் என்ற வம்சத்தாராலும், அதன் பின் ஷிஷுங்காஸ் என்ற வம்சத்தின் பத்து மன்னர்களாலும் ஆளப் பட்டது. பின் நந்தா என்ற தாழ்த்தப்பட்ட குலத்தில் பிறந்தவர் மன்னராகிறார். முதல் நந்தா ஒரு சூத்திரர். இந்து நம்பிக்கைகளில் மனிதகுலம் நான்கு வர்ணங்களாகப் பிரிய அதில் கடை நிலையில் இருப்பதுவே சூத்திரகுலம்.

ஷிஷுங்காஸ் ஒரு ஷத்திரிய அரசர். அவரைத் தோற்கடித்து நந்தா ஒரு புரட்சிகரமான மாற்றத்தைக் கொண்டுவருகிறார். ஷத்திரியர்கள் மட்டுமே ஆட்சி செய்வார்கள். சில நேரங்களில் பிராமணர்களும் ஆள்வதுண்டு. ஆனால் இங்கே தாழ்த்தப்பட்ட சூத்திரர் மன்னனாகிறார். நந்தா அரசரானாலும், வேத நூல்களில் சொன்ன எதிர்கால உண்மைப்படி இந்த சூத்திரர் சாணக்கியர் என்ற பிராமணரால் தோற்கடிக்கப்படுகிறார். இந்த சாணக்கியர் சந்திர குப்தர் என்பவரைத் தோந்தெடுத்து மகத நாட்டில் முறையான அரசை - ஒரு ஷத்திரியரைக் கொண்டு - உருவாக்குகிறார். நந்தா என்ற பெயர் ஜோன்ஸுக்குப் புதிதல்ல. ஏற்கனவே அவர் வாசித்துள்ள நூல்களில் நந்தா என்பவரைப் பற்றித் தெரிந்து வைத்துள்ளார். ஜோன்ஸ் "சமஸ்கிருத நூல்களில் பலமுறை நந்தா என்ற அரச குமாரனைப் பற்றிப் பேசப்படுகிறது. இவர் நூறாண்டுகள் அரசாண்ட பின் கற்றவரும், மிகுந்த மதியூகியும், தீவிரமான பழிவாங்கும் குணம் கொண்ட சாணக்கியர் என்ற பிராமணரால் தோற்கடிக்கப்படுகின்றார். தானே தேர்ந்தெடுத்த ஒருவனை அரசனாக்கி, ஒரு புதிய மௌரிய அரசை சாணக்கியர் ஆரம்பித்து வைப்பார். அந்த அரசனின் பெயர் சந்திரகுப்தர்" என்று எழுதியுள்ளார்.

சாணக்கியரால் பதவி ஏறிய சந்திரகுப்தரும், அவரது சந்ததியினரும் மௌரியர் என்ற பெயரில் பத்து அரசர்கள் மூலமாக மகதநாட்டை 137 ஆண்டுகளுக்கு ஆட்சி செய்தனர். சந்திரகுப்தர் இருபத்திநான்கு ஆண்டுகளுக்கும், அவரது மகன் பிந்துசாரர் (இவருக்கு இன்னும் வரிசாரா, விந்துசாரா என்ற பல பெயர்கள் உண்டு.) இருபத்தி ஐந்து ஆண்டுகளுக்கும் ஆண்டனர். மூன்றாவது அரசனாக வந்தவர் சந்திரகுப்தரின் பேரன். இவர் அசோகர். சில சமயம் இவர் அசோகவர்தனர் என்றும் அழைக்கப்படுவதுண்டு. பேரரசன் அசோகர் முப்பத்தியாறு அல்லது முப்பத்தியேழு ஆண்டுகள் அரசாள்கிறார். பிராமண வரலாற்றின்படி இந்த அசோகர் எவ்வித சிறப்பும் இல்லாதவராகக் காட்டப்படுகிறார். புராணங்களைத் தொகுத்தவர்கள் ஏன் அசோகர் 'மகா சக்ரவர்த்தி' என்றழைக்கப்பட வேண்டும் என்பதற்கான காரணங்கள் ஏதும் கூறவில்லை. அதோடு, அசோகர் காலத்திற்குப் பின் வந்த மகத அரசர்களைப் பற்றிய குறிப்பெதுவும் கொடுக்கவில்லை. கீழே கொடுக்கப்பட்டுள்ள பட்டியலில் அசோகருக்கப் பின் வரும் அரசர்களின் பெயர்களில் குழப்பமே உள்ளது. மகத நாட்டு மன்னர்களின் கடைசி இருவர் பெயர்கள் மட்டுமே நிச்சயமாகச் சொல்லப்படுகின்றன.

மௌரிய வம்சா வழி

விஷ்ணு புராணங்கள்	மத்சய புராணங்கள்	வாயு பிரம்மானந்த புராணங்கள்
சந்திர குப்தா	சந்திர குப்தா	சந்திர குப்தா
பிந்துசாரர்	பிந்துசாரர்	பிந்துசாரர்
அசோகர்	அசோகர்	அசோகர்
சுயாஷாஸ்		குணாலா
தஸ்ரதா	தஸ்ரதா	பந்துபாலிட்டா
சம்கத்தாசம்	பிராத்தி	இந்திரபாலிட்டா
சலிஷீகா		தேவவர்மா
சோமவர்மன்		
ஷதாதன்வன்	ஷதாதன்வன்	ஷதாதனஸ்
பிருஹட்ரதா	பிருஹட்ரதா	பிருஹட்ரதா

"மகத அரசு தன் பத்தாவது மன்னன் பிருஹட்ரதா என்பவரோடு முடிவடைந்தது என்பதில் ஒற்றுமையான கருத்து எல்லா வாரிசுப் பட்டியல்களிலும் உள்ளது. இவர் தனது பிராமணத் தளபதி புஷ்யமித்ரா ஷுங்கா என்பவரால் முற்றுகையிடப்பட்டு கொல்லப்பட்டார். புஷ்யமித்ரா, ஷுங்கா என்ற அரசியல் பரம்பரையை உருவாக்கினார். 112 ஆண்டுகளுக்கு பத்துத் தலைமுறைகள் ஆட்சி செய்தன. இதில் பத்தாவது மன்னர் தன் அமைச்சரால் கொல்லப்பட்டார். இந்த அமைச்சர் வாசுதேவ கண்ணா. இவரால் கண்ணா அரசியல் பரம்பரை ஆரம்பித்து வைக்கப்பட்டது. இப்பரம்பரை 345 ஆண்டுகள் ஆட்சி புரிந்தது. பின் ஆட்சி ஆந்திராக்காரர்களுக்கு மாறியது. அது 452 ஆண்டுகள் ஆட்சி புரிந்து கடைசி மன்னன் சந்திரபிஜாவுடன் ஆட்சி முடிந்தது. இதன் பின் மகத நாடு ஒரே அரசன் கீழ் வந்த தாக வரலாற்றுக் குறிப்பில் ஏதுமில்லை" என்கிறார் ஜோன்ஸ். இந்த வரலாற்றுக் குறிப்புகளின் படி மகதநாடு மௌரியர்களால் கிறிஸ்துவிற்கு முன் 1492-லிருந்து 1365-வது ஆண்டுவரை ஆளப்பட்டது.

ஜோன்ஸ் சமஸ்கிருதத்திற்கும், ஐரோப்பிய மொழிகளுக்கும் ஒரே ஆதாரம் இருக்கவேண்டும் என்ற தனது கண்டுபிடிப்பினால்

தான் பட்டியலிட்ட அரச பரம்பரை வரலாறுகளுக்கான அதிக சான்றுகளைத் தேட ஆரம்பித்தார். மொழிப் புலமை பெருமளவு கொண்டிருந்தாலும், ஜோன்ஸ் பிறப்பிலிருந்து கிறித்துவ வழியில் வளர்க்கப்பட்டதால் பழைய ஏற்பாடு, ஆதாம், நோவா, ஆழிசூழ் வெள்ளம் - என்று விவிலியத்தில் சொன்ன எல்லாவற்றையும் முழுமையாக நம்பினார். ஆகவே தானிட்ட பரம்பரைப் பட்டியலை பழைய ஏற்பாட்டின் கதைகளோடு ஒப்பிட ஆரம்பித்தார்.

இந்தியாவின் பழங்காலம் எகிப்து, பழைய ஏற்பாடு இவைகளோடு தொடர்புள்ளவை என்று நம்பினார். அதன் மூலம் இரு வரலாறுகளையும் ஒப்பிட்டார். அவரது நம்பிக்கையின்படி ஆதாமும், மனுவும் ஒரே காலத்தவர்கள் என்ற முடிவுக்கு வருகிறார். இந்தத் தவறான முடிவால் ஜோன்ஸும் மற்றவர்களும் சாக்கியமுனி புத்தரை ஆப்பிரிக்கக் கண்டத்தில் இருந்து இந்தியா வந்து அதை வெற்றிகண்டவர் என்ற முடிவுக்கு வந்தனர். இத்தவறால் இந்திய வரலாற்று அறிவியல் இன்னும் பல ஆண்டுகளுக்குப் பின்தங்கிப் போயிற்று.

மார்க்கோ போலோ காலத்திற்குப் பிறகு ஐரோப்பாவில் இந்திய நாட்டில் ஒரு வெற்றிவீரர், தத்துவஞானி, இறைத்தூதன் இருந்தார் என்ற செய்தி பரவியது. இம்மனிதரைப் பலப் பல பெயர்களில் அழைத்தார்கள். புத்தர், புத்தா, பௌத்தர், பௌத், சாக்கியமுனி, கௌதமர், கோதமா, ஃபோ- இப்படிப் பல பெயர்கள். ஜோன்ஸ் 'புத்தா' என்ற பெயரை இறுதியாகக் கொள்கிறார். ஆனால் மிகவும் ஆச்சரியப்படும் விதமாக இந்தியாவில் இப்படிப்பட்ட மனிதர் ஒருவரைப் பற்றிய வரலாற்றுச் செய்திகள், சான்றுகள் ஏதுமேயில்லை. இந்து சமயத்தில் எப்போதாவது புத்தர் என்ற பெயர் சொல்லப்படும். அவ்வளவே! ஆனால் இந்தியாவில் இந்த புத்த மதத்தினரோ புத்த இலக்கியங்களோ இல்லை. புத்தரின் நினைவுச் சின்னங்கள்கூட ஏதுமில்லை.

இச்சூழலில் ஜோன்ஸ் ஆரம்பித்த ஆசியக் கழகத்தின் வளர்ச்சியின் மூலம் சில மாற்றங்கள் நடந்தன. ஏனெனில் இப்போது உறுப்பினர்கள் பெருகியிருந்தனர். பல இடங்களிலிருந்தும் இணைந்திருந்தனர். தாமஸ் லா, ஜான் ஹாரிங்டன் போன்ற பழம்பொருள் வல்லுனர்கள் 1770-களில் கி.இ.க.-யில் எழுத்தாளர்களாகச் சேர்ந்திருந்தனர். அவர்கள் இருவரும் இப்போது பதவி உயர்வு மூலம் அதிகாரிகளாக மாறியிருந்தனர். பயிற்சிக்காக இவர்கள் இருவரும் பீஹாருக்கு

அனுப்பப்பட்டனர். 1783-இல் தாமஸ் லா பீஹாரின் கயா மாவட்ட கலெக்டராக ஆனார். இவர் இந்துக்களின் மேல் விதிக்கப்பட்ட புனிதப் பயண வரியை ரத்து செய்து, அதன் மூலம் மக்களின் நன் மதிப்பைப் பெற்றார். நில உரிமையாளர்கள் முதலிலேயே கணிக்கப்பட்ட வரியைக் கட்டும் திட்டம் கொண்டுவந்தார். 1789-இல் 'கார்ன்வாலிஸ் நிரந்தர கணிப்பு' என்ற பெயரில் இத்திட்டம் வழக்கிற்கு வந்தது.

ஆசியக் கழகத்தின் கூட்டம் ஒன்றில் தாமஸ் லா 'பாட்னாவின் வடக்குப் பகுதியில் உள்ள இரு தூண்களைப் பற்றிய ஒரு விளக்கம்' என்ற கட்டுரையை வாசித்தார். தான் வரைந்த படங்களையும் இதனோடு இணைத்திருந்ததார். இந்த இரு தூண்களுமே கப்புச்சியன் மதகுரு டெல்லா தோம்பா முன்பு கூறிய அதே தூண்கள் தான். லா ஒரு தூண் பெட்டையா என்ற நகரிலிருந்து வடக்குப் பக்கம் 17 மைல் தொலைவிலுள்ள நந்தன்கார் என்ற இடத்திலும் இன்னொரு தூண் பெட்டையாவிலிருந்து இதே தூரத்தில் தெற்குப் பக்கத்தில் அராராஜ் என்ற இடத்திலும் இருப்பதாகச் சொன்னார். முதல் தூணின் உச்சியில் சிங்கச் சிலை இன்னுமிருந்தது. இரண்டாவது தூணின் உச்சியில் சிலை ஏதுமில்லை. இரண்டு தூண்களிலுமே தான் அறியாத மொழியில் எழுத்துகள் இருப்பதாக லா கூறினார். இக்கட்டுரையை வாசித்த பின், ஜோன்ஸ் அந்த இரு தூண்களில் உள்ள எழுத்துகளின் சரியான நகலை எடுத்து வரச் செய்தார்.

ஜான் ஹாரிங்டனின் பங்களிப்பு அந்தத் தூண்களைப் பற்றியதல்ல. ஆனால் வேறு சில குகைகள் பற்றியது. தெற்கு பீஹாரில் பாட்னா, கயா என்ற இரு இடங்களுக்கும் நடுவிலிருந்த இரு மலைத் திரட்டுகளில் கல்லைக் குடைந்து கட்டிய குகைகள் பற்றியது.

இரு மலைத் தொடரில் ஒன்றான பராபர் மலைத் தொடரில் 'ஏழு வீடுகள்' என்ற அழைக்கப்படும் கற்குகைகளை அவர் கண்டார். இக்குழுக்கள் வளைந்த மேற்பகுதியும் அழகிய வளுவளுப்பான, ஆனால் நீண்ட காலமாக மண்ணாலும், தூசியாலும் மூடப்பட்ட சுவர்களோடிருந்தன. ஒரு குகையின் வாசல் மிகவும் நேர்த்தியாக கடைந்தெடுக்கப்பட்டிருந்தது. அந்த வாயிலின் வளைவில் யானைகளும், அழகிய வளைவுகளும் அழகுற பொறிக்கப்பட்டிருந்தன. விரைவில் அந்தக் குகைகளின் படங்களை ஆசியக் கழகத்தின் சந்திப்பில் தருவதாக ஹாரிங்டன் கூறினார்.

கயா – பாட்னா சாலையில் செல்லும் ஐரோப்பியக்குழு. பின்புலத்தில் பராபர் நாகார்ஜுன் மலைகள். சர் சார்ல்ஸ் டி ஓய்லி 1825இல் பேனாவில் வரைந்த சித்திரம் (APAC, British Library)

லோமாஸ் ரிஜி குகை அல்லது நீண்ட முடி புனிதரின் குகையில் கல்லில் செதுக்கப்பட்ட குகைவாயில். ஜோசப் பெக்லார் என்ற தொல்பொருள் ஆய்வாளர் 1872 – 73இல் எடுத்த புகைப்படம் (APAC, British Library)

தனது ஆய்வில் ஹாரிங்டன் கண்டு கொள்ளாமல் விட்ட ஒரு சிறப்பு அம்சம் அந்தக் குகைகளில் இருந்த பிற கல்வெட்டுகள். ஆனால் ஹாரிங்டன் இரண்டாவது மலைத் தொடரான நாகார்ஜுனி மலைகளில் இரண்டு கல்வெட்டுக் குறிப்புகள் இருப்பதைக் கண்டார். அவரது மொழிபெயர்ப்பாளர் மூன்று நாட்களில் அவைகளைப் பற்றிய குறிப்பைக் கொடுக்க முடிந்தது.

இரண்டு குறிப்புகளில், முதலாவது தேவநகரி என்ற மத்திய காலத்துக் கல்வெட்டு என்றறிந்தார். ஆனால் இரண்டாவது கல்வெட்டின் எழுத்துகளைப் பற்றி அவர் ஏதும் புரிந்து கொள்ள முடியவில்லை. ஹாரிங்டன் இந்தக் குகைகளைப்பற்றித் தந்த தகவல்கள் யாருக்கும் அதிக ஆர்வத்தைக் கிளப்பவில்லை. ஆனால் ஜோன்ஸ், மற்றும் ஏனைய பழம்பொருள் ஆய்வாளர்களுக்கு அந்த உயர்ந்த தூண்களும், அவைகளில் பொறிக்கப்பட்டிருந்தவைகளும் தான் மிகுந்த ஆர்வத்தைக் கொடுத்தன.

இதே சமயத்தில் தில்லியிலிருந்த சுல்தான் இரண்டாம் ஷா ஆலம் அவர்களிடம் ஒரு ஸ்விஸ் நாட்டு வீரர், கர்னல் அன்டோய்ன் போலியர் என்பவர் ஒரு கூலிப் படையாளியாக வேலைபார்த்து வந்தார். அதிர்ஷ்டமில்லாத இந்த சுல்தான் மராத்தியர்கள், சீக்கியர்கள் மற்றும் ஆப்ஹானிய ரோஹில்லாஸ் போன்றவர்களால் மாறி மாறி வதைக்கப்பட்டு வந்தார். விரோதிகளின் கைகளில் விளையாட்டுப் பொம்மையாக மாறி விட்டிருந்தார். "அடிப்பவனுக்கு ஆனந்தம்; அடிபடுபவனுக்கோ வேதனை" என்ற நிலைதான் இருந்தது.

இந்தக் கர்னல் கற்றூண்களில் உள்ள எழுத்துகளை நகலெடுத்து, அதுபற்றி ஆய்வு நடந்து வருவதைப் பற்றிக் கேள்விப் பட்டிருந்தார். ஆயினும் சுல்தானின் நிலையைப் பார்த்த கர்னல் தன் சொந்த நாட்டுக்குத் திரும்ப மூட்டை கட்ட ஆரம்பித்தார். அதற்காகத் தான் தேடிச் சேர்த்த செல்வத்தையெல்லாம் விற்றுக் கொண்டும் தான் சேர்த்துவைத்த பல மனைவியர்களுக்கு பிரியா விடையும் கொடுத்துக் கொண்டிருந்தார். ஆனால் இவர் தன் பேகம்களிடமிருந்து விடை பெறும் காலத்திலேயே சுல்தானின் நிலைமை மேலும் மோசமானது. அவரது ஆப்ஹானிய எதிரியான குலாம் காதிர் என்பவரால் சுல்தான் குருடாக்கப்பட்டார். சுல்தானின் செங்கோட்டையும் அவரால் கைப்பற்றப்பட்டது. ஆனால் இக்கடினமான சூழலிலும் கர்னல் பெரோஸ் ஷாவின் கைத்தடி என்ற அழைக்கப்பட்ட தூண்களில்

உள்ள எழுத்துகளைப் பிரதியெடுத்து அதனைக் கல்கத்தாவில் உள்ள வில்லியம் ஜோன்ஸுக்கு அனுப்பி வைத்தார்.

நகல்கள் கிடைத்ததும் ஜோன்ஸுக்கு மிக்க மகிழ்ச்சி. ஆனால் இது விரைவே வடிந்து போய் ஏமாற்றமே மிஞ்சியது. ஏனெனில் ஃபெரோஸ் ஷா தூணில் உள்ள மூன்றாவது பழைய எழுத்துகளை ஜோன்ஸினால் வாசிக்க முடியவில்லை. ஜோன்ஸ் மிகுந்த ஏமாற்றத்துடன் தன் நண்பர் ஒருவருக்குக் கடிதம் ஒன்று எழுதினார். அதில் "நகரி எழுத்துகள் தற்காலத்தியவை. எளிதாக அவைகளை வாசிக்க முடிகிறது. ஆனால் அதிலிருக்கும் பழைய எழுத்துகள் என்னை ஏமாற்றத்திற்குள் தள்ளிவிட்டன," என்று எழுதுகிறார்.

வாசிக்க முடியாத அந்த நகல்களின் வரிசையில் முப்பது எழுத்துகள் இருப்பதினாலும், பார்ப்பதற்கு அவை கிரேக்க எழுத்துகள் போல் தோன்றியிருந்ததாலும் அவை கிரேக்க எழுத்துகள் இல்லை என்பது தெளிவாகப் புரிந்தது. ஜோன்ஸின் பிராமண மொழிபெயர்ப்பாளர்கள் அந்த எழுத்துகள் எல்லாம் பிரம்ம லிபி - பிரம்மாவின் எழுத்து - என்றனர். வெறும் நம்பிக்கை சார்ந்த இக்கருத்து ஐரோப்பியர் எவரையும் கவர்ந்த தாகத் தெரியவில்லை.

இத்தனை இடுக்கல்களிலும் ஜோன்ஸ் ஒரு உண்மையைக் கண்டுபிடித்தார். ஃபெரோஸ் ஷாவின் கைத்தடியிலிருந்து எடுக்கப்பட்ட எழுத்துகளும், ஹாரிங்டன் நாகார்ஜுனி குகைகளில் கண்டுபிடித்த எழுத்துகளும், மேற்கிந்தியாவிலிருந்து அரசு அதிகாரி ஒருவரால் ஆசியக் கழகத்திற்கு அனுப்பி வைத்த நகல்களின் எழுத்துகளும் ஒரே வகை என்பதைக் கண்டு கொண்டார். மூன்றாவதாக அனுப்பப்பட்ட அந்த நகல் மும்பைக்கு அருகில் உள்ள தீவிலிருக்கும் எல்லோரா கோவில்களில் இருந்து எடுக்கப்பட்ட நகல்களாகும்.

எவ்வித சான்றுகளுமின்றி ஜோன்ஸ் இந்த மூன்று நகல்களுமே எத்தியோப்பியாவிலிருந்து வந்து வென்ற ஒரு அரசனோடு அல்லது அங்கிருந்து வந்த ஒரு கோட்பாடுகளை மக்களுக்கு விதிக்கும் பெருந்தகையாளர் ஒருவரோடு தொடர்புள்ளது என்று நினைத்தார். "இந்த எழுத்துகள் கிறிஸ்துவின் பிறப்பிற்கும் ஆயிரம் ஆண்டுகள் முந்திய புத்தர், குருமார்கள், படை வீரர்கள் மூலமாக வந்திருக்க வேண்டும். இந்த அயல்நாட்டு வெற்றியாளரை இந்துக்கள் 'சாக்கிய சிங்கம்' என்று அழைத்தனர். சிசாக் என்ற பெயரும் அவருக்கு உண்டு.

தேடலுக்கான சில கேள்விகள் | 63

இதே சிசாக் அல்லது சக்கியா கிறிஸ்துவின் காலத்திற்கு ஆயிரம் ஆண்டுகளுக்கு முன்பே எத்தியோப்பியாவில் இருந்து இந்தியாவிற்கு வந்திருக்க வேண்டும். இவருக்கு 'ஞானமடைந்தவர்' என்ற பொருள் கொண்ட 'புத்தர்' என்ற பெயரும் உண்டு. இதிலிருந்து அவர் மக்களை உய்விக்க வந்தவர், அழிக்க வந்தவரல்ல என்பதும் தெளிவாகிறது," என்றார் ஜோன்ஸ்.

தன் பிராமணப் பண்டிதர்களிடமிருந்து ஜோன்ஸ் இந்த சக்கியா அல்லது புத்தர் வேறு சமய நம்பிக்கைகளைச் சார்ந்தவர், அதோடு அவர் விஷ்ணுவின் ஒன்பதாவது அவதாரம் என்ற அவர்களின் நம்பிக்கைகளைப் பற்றியும் அறிந்தார். இந்தக் கருத்து அப்படியே அரேபிய வரலாற்றாளர் அபு அல்-பசல் தனது அய்னி அக்பரி என்ற நூலில், "பிராமணர்கள் புத்தரை கடவுளின் ஒன்பதாவது அவதாரம் என்கிறார்கள்; ஆனால் அவர் கற்பித்த மதம் தவறானது" என்றும் எழுதியுள்ளார்.

இந்தக் கருத்துகள் ஜோன்ஸிற்குக் குழப்பத்தை வரவழைத்தன. 'வேதங்களில் கூறப்பட்டவைகளைக் கைக்கொள்ளும் நம்பிக்கையாளர் புத்தர்; ஆனால் தன் மேம்பட்ட பண்பாடுகள் மூலம் பழைய வேதங்களை அவர் மறுதலித்தார் என்கிறார்கள். இவ்வளவும் சொல்லி, இதனோடு வாரணாசியில் இருக்கும் காசிப் பிரம்மாவின் ஒன்பதாவது அவதாரம் என்கிறார்களே' என்று ஜோன்ஸ் யோசித்தார். இதனால் ஜோன்ஸ் ஒரு புதிய கருத்தினை வைத்து இக்குழப்பத்திற்கு ஒரு தீர்வு கண்டார். 'இரண்டு புத்தர்கள் இருந்திருக்க வேண்டும்; முதலில் வந்த புத்தர் பிராமணர்களின் மதத்தைக் கடிந்து புது மாற்றங்களைக் கொண்டு வந்த போராட்டக்காரர். இவரால் பிராமணர்கள் அலைக்கழிக்கப்பட்டனர். இதே பெயரில் மீண்டும் இன்னொரு புத்தர் அடுத்து வந்திருக்க வேண்டும்' என்பது ஜோன்ஸின் புதிய கருத்து.

ஜோன்ஸின் இந்தக் கருத்துகள் "ஆசிய ஆய்வுகள்" என்ற முதலிரு இதழ்களில் வெளிவந்தன. இருப்பினும் காலம் தாழ்த்திய பதிப்பினால் 1789-ஆம் ஆண்டே இது வெளிவந்தது. வெளிவந்த உடனேயே அது பெரும் ஆர்வத்தை ஏற்படுத்தியது. கட்டுரை பற்றிப் பல கருத்துகள் தொடர்ந்து வர ஆரம்பித்தன. சுமத்திராவிலிருந்து ஜான் மார்ஸ்டன்; இலங்கையிலிருந்து காப்டன் மஹோனி; சென்னையிலிருந்து வில்லியம் சேம்பர்ஸ்; வாரணாசியிலிருந்து லெப்டினண்ட் பிரான்சிஸ் வில்போர்ட்; மிர்சாபூரிலிருந்து ஹென்றி கோல்புருக்;

கல்கத்தாவிலிருந்து ஜான் ஹேரிங்டன்; வங்காளத்திலிருந்து புச்சானன்; இவர்களிடமிருந்தும், இந்தியாவின் மற்றைய பகுதிகளிலிருந்தும், வடக்கு, கிழக்கு தெற்குப் பகுதிகளிலிருந்தும் வேறு பல புத்த சமய நூல்களைப் பற்றிய தகவல்கள் வந்து குவிந்தன. இந்த தகவல்களின் படி அவைகள் சமஸ்கிருத மொழியிலேயோ அல்லது அதிலிருந்து கிளைத்த பாலி மொழியிலோ இருந்தன. இந்த இரு மொழிகளுமே பேச்சு மொழியாக மட்டும் இருந்த, அரைகுறையான இலக்கணத்தோடும், பல கிளை மொழிகளோடுமிருந்த 'பிரகிருத்' என்ற மொழியிலிருந்து கிளைத்தவைகளாக இருந்தன.

இப்படிக் கிடைத்த நூல்கள் யாவும் இந்தியாவில், அதிலும் "மகத நாட்டில்" கிடைத்தமையால் அம்மதம் இங்குதான் தோன்றியது என்பதும், ஏறத்தாழ ஈராயிரம் ஆண்டுகளாக மகத நாடு கற்றலுக்கும், பண்பாட்டிற்கும், வியாபாரத்திற்கும் உரித்தான இடமாக இருந்து வந்துள்ளது என்பதும் வெளிப்பட்டது. மேலும் பேராளுமை கொண்டு, உலகின் பல பாகங்களிற்கும் பரந்து விரிந்த புத்த மதம் பிறந்த பூமி இதுவென்பதும் நிரூபணமாயிற்று. இக்கருத்துகளோடு, புத்த சமயத்தை தோற்றுவித்த சக்கியமுனி அல்லது கௌதம புத்தர் என்ற வரலாற்று மனிதர் பிறந்து, வளர்ந்து, மரணமெய்திய புண்ணிய நிலம் இதுவே என்பதும் வெளிவந்தது.

வெளிவந்த இந்த உண்மைகள் சரியென்றால் புத்தர் மகத நாட்டில் பிறந்து, வாழ்ந்து, இறந்தது ஜோன்ஸ் நினைத்ததுபோல் கி.மு.11-ஆம் நூற்றாண்டாக இருக்க முடியாது. கிடைத்த இந்த உண்மைகளை வைத்துப் பார்க்கும் போது பிராமணர்களால் நாத்திகர்களாகக் கருதப்பட்டும், அதனாலேயே வேரறுக்கப் பட்டதாகச் சொல்லப்படும் இச்சமயம் பல இந்து சமய அரசர் களால் அழிக்கப்பட்டாலும் பல நூற்றாண்டுகள் இந்தியாவில் செழுமையாக இருந்திருக்கிறது. இங்கிருந்து இக்கண்டத்தின் பல பாகங்களுக்கும் பரவி 12ஆம் நூற்றாண்டுவரை மக்களின் மத்தியில் நிலவி இருந்திருக்கிறது.

இந்த வரலாற்று உண்மைகள் வெளிக் கிளம்பிவந்த இந்த நேரத்தில் புத்த சமயத்தின் வேர்கள் இந்திய மண்ணில், கங்கைச் சமவெளிகளில் ஊன்றி வளர்ந்தவை என்பது மேலும் மேலும் புலனாயிற்று. தெற்குப் பீஹாரில் உள்ள கயா என்ற நகரின் தெற்குப் பக்கத்தில் 'புத்த கயா' என்றழைக்கப்படும் இடத்திலுள்ள ஒரு மிகப் பழமையான சிதிலமடைந்த கோவில் ஒன்றில் உள்ள கல்வெட்டுகள் இதனை உறுதியாக்கின. இந்தக்

கல்வெட்டு 10-வது நூற்றாண்டிற்கானது. புத்தர் என்னும் தெய்வீக மனிதர் தன் தெய்வப் படை சூழ வந்திருந்த 'புத்தரின் வீடான' அந்தக் கோவிலுக்கு அளிக்கப்பட்ட கொடைகள் குறித்து அக்கல்வெட்டில் பதிவிடப்பட்டிருந்தன. இன்று இந்து சமயத்தின் சிறப்பிடமாகக் கருதப்படும் வாரணாசி ஒரு காலத்தில் புத்த சமயத்தின் சிறப்பிடமாக இருந்து வந்துள்ளது என்ற பேருண்மையும் வெளிவந்தது.

1780-களில் வாரணாசி என்றழைக்கப்பட்ட நகரம் பிரித்தானியரின் கிழக்கிந்தியக் கம்பெனியின் வரவால் பெயர் மாறி பெனாரஸ் என்றாகிக் கொண்டிருந்தது. இக்காலக் கட்டத்தில் "வாரன் ஹேஸ்டிங்கின் இளமைக் குழு" என்ற அழைக்கப்பட்ட குழுவிலிருந்து முப்பத்திரண்டு வயதான ஜோனாதன் டங்கன் என்ற இளைஞர் 1788-இல் பெனாரஸின் மேற்பார்வையாளராக பணியமர்த்தப்பட்டார். பெனாரஸிலேயே தங்கியிருந்தார். இளைஞர் குழுவினரின் சிறப்பு யாதெனில், இவர்கள் மிகச்சிறிய குழு தான். ஆனால் இவர்கள் அனைவரும் இந்தியப் பண்பாட்டின் மீது மரியாதை கொண்டவர்கள். இதோடு இவர்களது சிறந்த ஆய்வு மனப்பான்மையும் இணைந்து, அவர்கள் எல்லோரும் கீழ்திசையியலில் வல்லுனர்களாக மாறி விட்டிருந்தார்கள். ஹேஸ்டிங்ஸ் கொண்டிருந்த கருத்துகளே டங்கனிடமும் இருந்தன. இவர்களுக்கு தாங்கள் ஆளும் நாட்டின் பண்டைய கலாச்சாரத்திற்கோ, பழக்க வழக்கங்களிற்கோ, சமயக் கருத்துகளிற்கோ இடையூறாக இருப்பது தேவையற்ற ஒரு கொடுங்கோன்மை என்பதில் தெளிவாக இருந்தனர். ஆனாலும், அதே சமயத்தில் மானிட அடிப்படை உரிமைகளுக்கு எதிராக மக்கள் செயல்படுவதை தடுப்பதும் தங்கள் கடமையென எண்ணினர். பெரும் நிலச் சுவான்தாரர்களாக இருந்த ராஜபுத்திரர்கள் மத்தியில் இருந்த பெண் சிசுக்கொலை மனித குலத்திற்கு எதிரான, ஆனால் அவர்களிடம் பரவலாக இருந்த பழக்கம். இந்து சமய நூல்களுக்கு எதிரான இந்தப் பழக்கத்தை உயர்நிலை நிலப் பிரபுகளிடம் எதிர்த்துப் பேசி டங்கன் இதனை நிறுத்தினார். பிராமணர்களையும் தன்பக்கம் இழுக்க டங்கன் ஒரு சமஸ்கிருதக் கல்லூரி ஒன்றினை பெனாரஸில் ஆரம்பித்தார். சமூகத்தின் சட்டங்கள், இலக்கியம், சமயம் இவைகளின் மீது பிராமணர்களுக்கு இருந்த நம்பிக்கை - இவை எல்லாவற்றையும் பாதுகாத்து, வளர்த்தெடுக்க இக்கல்லூரி முனைந்தது.

இதுபோன்ற பல சமுதாயப் பணிகள் மூலம் டங்கன் சமூகத்தின் அனைத்துப் பிரிவினரையும் தன் பக்கம் சார்ந்து நிற்க வைக்க

முடிந்தது. இந்தத் தலைமையின் காரணமாகத்தான் 1794-இல் வடக்கு பெனாரஸில் புதைந்து கிடந்த ஒரு பச்சைப் பளிங்குக் கல்லினால் ஆன ஒரு தாழி தோண்டியெடுக்கப்பட்டபோது, அதை மக்கள் நேரடியாக டங்கனிடமே கொண்டு வந்து சேர்த்தனர். சாரநாத் என்னுமிடத்தில் இருந்த அழிவுகளிலிருந்து தோண்டியெடுக்கப் பட்டவைகளில் இந்தத் தாழியும் ஒன்று.

இந்தத் தாழியில் எரிக்கப்பட்ட உடலின் சில எலும்புகள் இருந்தன. இறந்த உடலை எரிப்பது இந்து சமயத்திற்கு எதிரானது. ஆகவே டங்கன் இத் தாழியில் எரிக்கப்பட்டது புத்தர்களின் உடலாக இருக்கவேண்டுமென ஊகித்தார். 'புத்த மத வழக்கத்தின்படி இறந்தவர்கள் எரிக்கப்பட்டனர். அதோடு மட்டுமின்றி இந்துக்கள் போல கங்கையின் மீது எவ்வித மதிப்பும் அவர்களுக்குக் கிடையாது. இந்து சமய நம்பிக்கையாளர்கள் போல் இறந்த உடலை கங்கையில் கலப்பதும் புத்தர்கள் வழக்கமல்ல.'

டங்கனின் இக்கணிப்புகள் மிகச் சரியானவை என்று முடிவு கட்ட தேவையான அடுத்த சான்றாக சாரநாத்தின் சிதிலங்களில் புத்தரின் உருவச் சிலை ஒன்றும் கண்டெடுக்கப்பட்டது. இச்சிலையில் இருந்த கல்வெட்டின் வாசகங்களை சமஸ்கிருதக் கல்லூரியின் உதவியின் மூலம் மொழிபெயர்த்தார். பதினொன்றாம் நூற்றாண்டின் கல்வெட்டு அது. காவுர் நாட்டு மன்னரான பசந்த பாலா தன் சகோதரனோடு வழிபட வந்தபோது அளித்த கொடை பற்றிய விவரமும், அதோடு புத்த சமயத்தை இதுவரை நம்பாதவர்கள் இனி நம்ப வேண்டும் என்று கட்டளை இட்டதையும் அக்கல்வெட்டு குறிப்பிட்டது. இதிலிருந்து பதினொன்றாம் நூற்றாண்டு வரையும் கூட வடக்கு வங்காளத்தில் புத்த மதம் அரசர்களின் ஆதரவுடன் செழித்திருந்திருக்கிறது என்பதும் புலனாயிற்று.

ஆயினும், சர் ஜோன்ஸிற்கும் மற்றைய வரலாற்று ஆய்வாளர் களுக்கும் இஸ்லாமிய காலத்திற்கு முந்திய இந்தியாவின் வரலாற்றுக் குறிப்புகள் ஏதும் கிடைக்காதது பெரும் ஏமாற்றமே. இன்றைய ஆய்வுகளில் கையாளப்படும் கால ஒட்டமைப்பு முறை என்பதின் படி வரலாற்றின் ஏதாவது ஒரு நடப்பின் காலத்தோடு ஒட்டக்கூடிய இந்திய வரலாற்று நிகழ்வுகள், செய்திகள் ஏதுமில்லை.

ஜோன்ஸ் பைபிள் குறிப்புகளை வைத்து இந்திய வரலாற்றைப் பொருத்திப் பார்த்தார்.

ஆனால் அதில் ஏதும் பயனில்லாது போனதால் தான் சிறு வயதிலிருந்து படித்து வந்த கிரேக்க, லத்தீன் இலக்கியங்களை வைத்து தம் முயற்சியைத் தொடர நினைத்தார். அவருக்கு ஹீரோடோட்டஸ், ஸ்ட்ராயோ, மெகஸ்தனீஸ் நன்கு பரிச்சயமானவர்கள். மேலும் ஆரியனின் 'அனபாப்ளிஸ்'; தாலமியின் 'ஜியோகிராபியா', குயின்டஸ் க்யூர்ட்டியஸ் ரூபுவின் 'அலெக்சாண்ரி மாக்னியின் வரலாறு' என்ற நூல்களும் அவர் முற்றிலும் படித்துத் தெரிந்து, தெளிந்த நூல்கள். அவர் படித்த இந்த இலக்கியங்களை ஜோன்ஸ் தன் வரலாற்று ஆய்வுக்குத் துணையாக எடுத்துக்கொண்டார். இந்த நூல்கள் இந்திய வரலாற்றின் ஏதாவது ஒன்றின் மீது ஒளியைப் பாய்ச் சாதா என்று ஆய்வு செய்தார். மகா அலெக்சாண்டரோ அவரது இந்தியப் படையெடுப்போ, அல்லது அவருக்குப் பின் இந்தியாவின் கிழக்குப் பகுதிக்குள் படையெடுத்து நுழைந்த மெசிடோனியர்களோ இந்திய வரலாற்றில் எங்கு, எப்போது இருந்தார்கள் என ஆய்வு செய்தார். இத்தகைய ஆய்வே மறைந்து கிடக்கும் இந்தியாவில் கால வரையறையைக் கண்டு பிடிக்க ஏதுவாயிருக்கும். கிரேக்க இந்திய வரலாற்றில் ஏதோ ஒரு பெயரோ ஒரு நிகழ்வோ கட்டாயமாக மறைந்து கிடக்கும். அதுவே இந்திய வரலாற்றின் பழைய பக்கங்களைத் திறக்கும் ஒரு திறவுகோலாக இருக்கும் என்று நிச்சயமாக நம்பினார்.

4
அலெக்சாண்டரின் வருகை

மகா அலெக்சாண்டர் இந்திய வெற்றிகளுக்குப் பின் பாபிலோனிற்குத் திரும்பி வந்தபோது, தன் வெற்றிவிழாவில் வெளியிட்ட வெள்ளி நாணயம். பொ.அ.மு 324இல் வெளியிடப்பட்டது. நாணயத்தின் முகப்புப் பக்கத்தில் வெற்றித் தெய்வம் நைக் பெர்ஷியன் தலைக்கவசத்தோடும், உடல் கவசத்தோடும் வெற்றி மாலையை அலெக்சாண்டருக்காக வைத்திருந்தார். இந்த ஒரு உருவம் மட்டுமே அலெக்சாண்டரின் வாழ்நாளில் வெளியிடப்பட்டது. நாணயத்தின் பின் பக்கத்தில் குதிரைவீரன் ஒருவன் யானை மேலிருக்கும் இருவரோடு போர்புரிகிறான். இந்த நிகழ்வு இந்திய மன்னன் போரஸ் ஹைடாஸ்பெஸ் போர்க்களத்தில் ஒரு குதிரை வீரனால் காயப்பட்டதின் நினைவாக உருவாக்கப்பட்டிருக்கலாம். (British Museum)

பொ.ஆ.மு. 327-32-இன் குளிர் காலத்தில் அலெக்சாண்டர் இந்திய எல்லைக்குள் தன் படையோடு நுழைந்தார். இந்தியாவில் நுழைவதற்கு இருபது மாதங்களுக்கு முன்பே அவர் பல வெற்றிகளைத் தொடர்ந்து குவிக்க ஆரம்பித்திருந்தார். ஏக்கிமெனிட் பேரரசன் டேரியஸ் என்பவரை வென்று, ‘அரசர்களுக்கெல்லாம் அரசன்’ என்று தன்னைத் தானே பெருமையாக அழைத்துக் கொண்டார். அதுமட்டுமின்றி டேரியஸின் அழிவிற்குக் காரணமான பேக்ட்ரியன் கவர்னராக இருந்த பெசோஸ் என்ற புரட்சிக்காரரையும் தேடிக் கண்டுபிடித்து அழித்தார்.

தான் கால் பதித்து வெற்றி பெற்ற இடங்களிலெல்லாம் ஏதாவது ஒரு முக்கிய நகரின் பெயரை மாற்றி அதற்குத் தன் பெயரான ‘அலெக்சாண்ட்ரியா’ என்ற புதுப்பெயரைச் சூட்டுவது அலெக்சாண்டரின் வழக்கம். அப்போதைய அரக்கியோசா - இப்போதைய கந்தகார்; கௌகாஸோஸ் என்ற பழைய நகரம் இன்று இந்துகுஷ் பகுதியின் தெற்குப் பகுதியில் உள்ள பெக்ராம்; இன்றைய தஜிகிஸ்தானில் பெயர் மாறிய அலெக்சாண்ட்ரிய எஸ்சேட் (எஸ்சேட் - தொலைதூரம் என்ற பொருள்) இவைகள் எல்லாமே அலெக்சாண்டர் புதிதாக பெயர் சூட்டிய இடங்களாகும்.

ஆனால் அலெக்சாண்டருக்கு தான் இதுவரை பெற்ற வெற்றிகளெல்லாம் முழுத் திருப்தியைத் தரவில்லை. அவரின் பார்வையையும், நினைவையும் இந்தியா முழுமையாக ஆட்கொண்டது. ஏனெனில் வரலாற்றாசிரியர் ஹீரோடோட்டஸ் இந்தியாவை, மக்கள் கூட்டம் பெருகிய மிகச் செல்வந்த நாடாகத் தன் நூல்களில் எழுதியிருந்தார்.

வெற்றி பெற்ற வேறு எந்தப் படைகளிலும் இல்லாத அளவு அலெக்சாண்டாரின் படைகளும், அணி வகுப்பும் மிகச் சிறப்பானதாகவும், ஒழுங்கானதாகவும் இருக்கும். படையின் பறையலிக்கு ஏற்றாற்போல் படையின் ஒவ்வொரு அணியும் சிறப்பாக முன்னேறும். குதிரைப்படை வீரர்கள் ‘மெய்க்காப்பாளர்கள்” என்று அழைக்கப்படுவர். இவர்கள் அரசனுக்குக் காவலாக அரசனைச் சுற்றி அணைத்துக் காவலாகச் செல்வர். அடுத்து எட்டடுக்கு குதிரை வீரர்களும், கேடயம் தாங்கிகள் என்றழைக்கப்படும் காலாட் படையணியும் அரசனின் வலது பக்கம் அணிவகுத்து முன்னெடுத்துச் செல்லும்.

படையில் இருந்த பலர் அலெக்சாண்டரின் பள்ளி நண்பர்கள். இவர்கள் எல்லோரும் ஸ்டகிராவிலிருந்த அரிஸ்டாட்டிலைக் குருவாகக் கொண்டவர்கள். மையீசா என்ற இடத்திலிருந்த அரிஸ்டாட்டலின் பள்ளியில் அலெக்சாண்டர் தன் பதிமூன்றாவது வயது வரை தத்துவம், ஒழுக்கம், தத்துவ விசாரணை, அறிவியல், கணிதம், மருத்துவம், கலை என்று பலவற்றையும் பயின்றார். இப்பள்ளியில்தான் அலெக்சாண்டர் கிரேக்கர்களும், மெசிடோனியர்களும் தங்கள் இயல்பான கேள்வி ஞானங்களால், மற்றவர்களிடமிருந்து தனித்து நிற்பவர்கள் என்பதைப் புரிந்து கொண்டார். அலெக்சாண்டரின் தந்தை பிலிப் அரசர், பைசாண்டியத்திற்கு எதிராகப் போர் தொடுக்கச் சென்றதால் அலெக்சாண்டர் கல்வியை அரைகுறையாக நிறுத்தும்படி ஆயிற்று. அந்த இளம் வயதிலிருந்தே அலெக்சாண்டர் பிலிப் அரசின் சாம்ராஜ்ஜியத்தைக் காப்பதிலும், விரிவாக்குவதிலும் முழுமையாக ஈடுபட ஆரம்பித்தார். இதனால் பேரறிஞர் அரிஸ்டாட்டலின் முழுமையான ஒழுக்க முறைகளைக் கற்க முடியாது போயிற்று. இதனாலேயே ஆசியாவிற்கு தன் படையோடு புகுந்த அலெக்சாண்டரின் படையெடுப்புகள் எந்த ஒழுக்க மேம்பாட்டிற்குள்ளும் வரவில்லை. ஆயினும் அரிஸ்டாட்டில் கூறும் தத்துவமான ‘எல்லா மனிதர்களும் புதிது புதிதாக அறிய ஆசைப்படுகிறார்கள்’ என்பது மட்டும் நிச்சயமாக உறுதியாக்கப்பட்டது.

அலெக்சாண்டரின் படையிலிருந்த ஏறத்தாழ பதினாறு பேர் தங்களது கீழைநாட்டு படையெடுப்புகளைப் பற்றிய குறிப்புகளை எழுதி வைத்துள்ளனர். ஆனால் ஒரு சோகம்! இதில் எந்தக் குறிப்பின் முதல் நகலும் கிடைக்காது போயிற்று. ஆயினும் அதில் குறிப்பிட்ட பல செய்திகள் கிரேக்க, ரோம வரலாற்று ஆசிரியர்களின் குறிப்பில் காணக் கிடைக்கின்றன. அந்தப் பதினாறு பதிவுகளில் ஐந்து பதிவுகள் முழுமையாக சர் வில்லியம் ஜோன்ஸ் என்பவருக்குக் கிடைத்தன. இவைகள் அலெக்சாண்டரின் இந்தியப் படையெடுப்பைப் பற்றி முழுமையாகக் கூறினாலும், அதில் சில குழப்பங்களும் உள்ளன.

மேலும் தன் வெற்றியை விரிவுபடுத்த, இந்தியச் சிற்றரசர்கள் அனைவருக்கும் அலெக்சாண்டர் தன் தூதுவர்களை அனுப்பினார். இந்தியச் சமவெளியில் அரசாண்டு கொண்டிருந்த மன்னர்கள் பலரின் செவிக்கு இதுவரை அலெக்சாண்டர் பெற்ற பெரும் வெற்றிகள் எட்டியிருந்தன. ஆகவே அவர்களில் பலரும்

அவரை, அச்சத்தால் எழுந்த உற்சாகத்தோடு வரவேற்றார்கள். சிலர் மிகத் தாராளமான அன்பளிப்புகளோடு அவரை வரவேற்றார்கள். அப்போது தக்சீலத்தின் மன்னரான ஓம்பிஸ், சிந்து நதியின் கிழக்கிலிருந்து இன்றைய ஜீலம் நதிவரை - அப்போது அந்த நதி ஹைடஸ்பஸ் என்று அழைக்கப்பட்டது - உள்ள நாட்டை ஆண்டு கொண்டிருந்தார். அவர் சிந்து நதியைக் கடந்து வந்து அலெக்சாண்டரை மகிழ்வோடு வரவேற்றார். இருபத்தி ஐந்து போர் யானைகளையும் அன்பளிப்பாகக் கொடுத்தார். இது மிகவும் உயரிய பரிசு. ஒவ்வொரு யானையும் இன்றைய போர்க்களத்தில் மிகுதியாகப் பயன்படும் பெருங் கவச வண்டிகள் போல் அன்று இருந்திருக்க வேண்டுமல்லவா?

ஆனால் அலெக்சாண்டரை எதிர்க்கவும் சிலர் இருந்தனர். வடமொழியில் அஸ்வம் என்றால் குதிரை என்றும், அஸ்வ சேனை என்றால் குதிரை வீரர்கள் என்றும் பொருள்படும். இதே வார்த்தைகளின் பொருளில் அஸ்பசாய் என்ற மலை இனத்தவரும், அஸ்கினாய் என்ற மத இனத்தவரும் அலெக்சாண்டருக்கு அடிபணிய மறுத்தனர். கோபமுற்ற அலெக்சாண்டர் தன் படையின் ஒரு பிரிவை இன்றைய கைபர் பாஸ் என்று கருதப்படும் கணவாய் மூலமாக கந்தாராவின் குளிர்காலத் தலைநகரான பியுக்கெலோடிஸ் என்ற இடத்திற்கு, அந்தக் கடினமான வழியின் மூலம் அனுப்பி வைத்தார். (இந்த நகரம் புஷ்பகலாவதி என்றும், இன்று சரஸதாதா என்றும் அழைக்கப்படுகிறது. இது ஸ்வாட் நதியும் காபுல் நதியும் இணையுமிடத்தில் உள்ளது.) தனது மீதிப்படைகளை மலைகளுக்கு வடக்கு பக்கம் சுற்றிச் செல்லும் எளிதான வழி மூலம் நடத்திச் சென்றார்.

அலெக்சாண்டரின் வழக்கம்போலவே இப்படையெடுப்பும் மிகவும் கடுமையானதாகவும் விரைவானதாகவும் இருந்தது. அஸ்பசாயின் முதல் நகரம் அலெக்சாண்டரை எதிர்த்து நின்றது. அலெக்சாண்டாரின் படை அங்குள்ள எல்லோரையும் கொன்று குவித்தது.

இரண்டாவது நகரம் சிறிது எதிர்த்து, பின் அவரது படை களுக்குத் தன் கதவுகளை திறந்துவிட்டது. இந்த நகருக்கு நைசா என்ற புதுப் பெயரிடப்பட்டது. இந்த நகரம் பச்சை மரங்கள் நிரம்பிய மலையினை ஒட்டி நின்றது. இக்காட்சி கிரேக்கர்களுக்கு தங்கள் கடவுளான டையோநைசஸ் இதைப்போன்ற ஒரு மலையில் இருப்பது போலிருந்ததால் இப்பெயரைச் சூட்டினர். இந்நிகழ்வை வரலாற்று ஆசிரியர்கள்

அரியன், ஜஸ்டின், கர்ட்டியஸ் அனைவரும் ஒரே மாதிரியாகவே எழுதிவைத்துள்ளனர். இந்த நைசா நகரம் மீரோஸ் என்ற மலையின் அடிவாரத்தில் உள்ளது. இதனை வெற்றி கண்டதும் அலெக்சாண்டரின் படைகள் கூத்தும் கும்மாளமுமாக பத்து நாட்களுக்கு விடாது கொண்டாடின. தன் வீரர்கள் ஆடி முடித்து ஓய்வெடுத்த பின், அலெக்சாண்டர் தன் படையை மலைகளின் ஊடே முன்னேறச் செய்தார். ஹெராக்ளிஸ் என்பவரையே தோற்கடித்ததாகக் கருதப் பட்டதாகக் கருதப்பட்ட அயோர்நாஸ் என்ற பெரும் மலைமுகட்டை அவரது படை சென்றடைந்தது. இங்குதான் அஸ்பசாய் மற்றும் அஸ்கினாய் என்ற இரு இனத்தாரும் தங்களின் கடைசி முயற்சியாக அலெக்சாண்டரை எதிர்த்து நின்றனர்.

அயோர்நாஸ் என்ற இந்த உயர்ந்த மலைக் குன்றுகளுக்கு கிரேக்க மொழியில் பறவைகளற்ற (அயோர்னாஸ்) என்ற பொருளில் அப்பெயர் வந்திருக்கலாம். அல்லது வடமொழியில் ஆவாரா - தடுப்புச் சுவர்கள் - என்ற பொருளில் வந்திருக்கலாம். வரலாற்று ஆசிரியர் அரியன் இந்த மலைக் குன்றுகளை விவரித்து எழுதியுள்ளார். "பெரும் அகன்ற மலைப்பகுதி. அதன் சுற்றளவு மட்டும் 200 ஸ்டேடியா அளவு (ஒரு ஸ்டேடியம் 607 அடி) இருக்கலாம். இப்பகுதியிலேயே சின்ன குன்றின் சுற்றளவு 11 ஸ்டேடியோ அளவு இருக்கும். இந்த மலையடுக்குகள் கந்தாரா சமவெளியைப் பார்த்த வண்ணம் நின்றன. சிந்து நதியின் வடக்கே உள்ள தடுப்பு முனைக்கும் அருகில் இருந்தன. இந்த அயோர்னஸ் மலையைக் கடந்தால் மட்டுமே அலெக்சாண்டரால் மேலும் கிழக்கு நோக்கிச் செல்ல முடியும்."

அந்த மலைமுகட்டின் கோட்டைகளைப் பிடிக்க அலெக்சாண்டர் அதன் ஒரு பக்கத்தில் உள்ள சரிந்த பள்ளத்தைக் கடக்க மண்சுவர் ஒன்றைக் கட்ட ஆரம்பித்து, மூன்று நாளில் விரைவாக அதை முடித்தார். கோட்டையின் மறுபக்கத்தை அவரது கேடயம் தாங்கிய வீரர் குழுவின் தலைவனான தாலமி மலையின் உச்சி நோக்கி தன் குழுவினரைச் செலுத்தினார். மண்சுவர் மூலம் அலெக்சாண்டர் தன் படைகளை முன் செலுத்தி வெற்றி கண்டார். இருமுனைத் தாக்குதல்களால் எதிரிகள் முற்றாக அழித்தொழிக்கப்பட்டனர். மேலும் அரியன் தன் குறிப்பில், "அலெக்சாண்டர் கடும் பாறைகளையும் தாண்டி பெரும் வெற்றி கண்டார். வெற்றி பெற்ற இடத்தில் பலிகள் நடந்தேறின. புதிய கோட்டை ஒன்றை அங்கே கட்டி சிசிகோட்டோஸ் என்பவரை அந்த முகாமின் தலைவராக ஆக்கினார். இந்த சிசிகோட்டோஸ்

அலெக்சாண்டர் பாக்டிரியாவில் முன்பு தொடுத்த போரில் இந்தியர்களிடமிருந்து பெசோஸ் குழுவிற்குக் கட்சி மாறியவர். ஆனால் அலெக்சாண்டர் பாக்ட்ரியனில் வெற்றி பெற்ற பின்பு, பெசோஸ் அழிக்கப்பட்டதும் இவர் இப்பக்கம் தாவிவிட்டார். அதன் பிறகு அலெக்சாண்டரின் முழு நம்பிக்கைக்கும் ஆளானார்" என்று எழுதி உள்ளார். இந்த சிசிகோட்டோஸ் அயோர்நாஸின் கண்காணிப்பாளராக ஆக்கப்பட்டார். கிரேக்க மொழியில் அரியன் சொல்லும் இந்த சிசிகோட்டாஸ் என்ற பெயரை குர்டியஸ் ரோமானிய முறையில் சிசோகோஸ்டஸ் என்ற அழைக்கிறார். இரு வரலாற்றாசிரியர்களும் சிறிது வேறு பட்ட பெயரால் குறிப்பிடும் இருவரும் ஒரே மனிதரைப் பற்றிய குறிப்புகள்தான்.

இந்தப் போர்க்கள நிகழ்வை குர்டியஸ் தன் வரலாற்றுக் குறிப்புகளிலும் எழுதியுள்ளார். "வெற்றி பெற்ற மலையுச்சியில் அலெக்சாண்டர் பலிபீடங்களை எழுப்பி மினர்வாவிற்கும், வெற்றித் தேவைக்கும் பலிகள் நடத்தினார். இப்போரில் தனக்கு உதவியாக, வழிகாட்டிகளாக இருந்தவர்களுக்கு சன்மானம் அளித்தார். அந்தப் புதிய முகாமையும் சுற்றியுள்ள இடங்களையும் சிசோகோஸ்டஸ் என்பவரின் மேற்பார்வைக்குக் கீழ் கொண்டு வந்தார்."

கிடைக்கும் தகவல்களின்படி அஸ்பசியோஸ், அஸ்தினாய் போன்றவர்கள் தங்களைக் காத்துக் கொள்ள பணத்திற்காக போரிடும் கூலிப்படைகளை வைத்திருப்பதும் வழக்கம் என்பதும், இப்படையில் உள்ளவர்கள் காலத்திற்கு ஏற்றாற்போல் ஒரு தலைவனிடமிருந்து அடுத்த தலைவனுக்கு எளிதாக கட்சி மாறுவது வழக்கம்தான் என்றும் புலப்படுகிறது. அலெக்சாண்டர் இதை முழுமையாகப் புரிந்து கொண்டதால், தன் தேவைகளுக்கு அக் கூலிப்படைகளை நன்கு பயன்படுத்திக் கொள்வார். பயன்படுத்தி முடிந்தபிறகு அவர்களால் தொல்லை வரலாம் என நினைத்தால் அவர்களை நிர்த்தாட்சண்யமாகக் கொன்று, முற்றுமாக அழித்துவிடுவார். இந்தக் கொடூரத்தை ப்ளுடார்க் விளக்கமாகக் குறிப்பிடுகிறார்: "இந்தக் கூலிப்படைக்காரர்கள் போரிடுவதில் மிகவும் வல்லவர்கள். அலெக்சாண்டர் புதிய இடங்கள் மீது நடத்தும் படையெடுப்பில் இவர்களை எதிர்த்துப் போரிட்டுப் பெரும் இழப்புகளைக் கண்டார். இழப்பின் காரணம் புரிந்து, அதன் பின் அக்கூலிப்படைகளோடு ஒரு ஒப்பந்தம் போட்டு சமாதானம் செய்து கொண்டார். அவர்கள் போர்க்களத்திலிருந்து விலகி தங்கள் இருப்பிடம் நோக்கிச்

செல்லும் வழியில் அவர்களை தந்திரமாகச் சுற்றி வளைத்து ஒருவர் விடாமல் அவர்களைக் கொன்று தீர்த்துவிடுவார்."

சிசிகோட்டாஸ் - சிசோகோஸ்டஸ் என்ற இரு பெயர்களில் வரலாற்று ஆசிரியர்களால் அழைக்கப்படுபவர் மேற்சொன்னது போன்ற ஒரு கூலிப்படைக்காரர்தான். முதலில் பெர்ஷியன் கவர்னராக இருந்த பெசோஸ் படையில் பாக்ட்ரியாவில் அலெக்சாண்டரை எதிர்த்துப் போரிட்டார். அதன்பின் கட்சி மாறி அலெக்சாண்டரது படையில் சேர்ந்து கொண்டார். அதன் பின் அவர் நடந்து கொண்ட முறைகளும் தலைமைத் தன்மையோடு இருந்ததும் கண்டு அலெக்சாண்டர் இவரைத் தன் ஆழ்ந்த நம்பிக்கைக்கு உரியவனாக ஆக்கிக்கொண்டார். இந்த பெயரின் சிறப்புத் தன்மையை, வரலாற்றை ஆய்ந்த சர் வில்லியம் ஜோன்ஸ் மட்டுமல்லாது அவருக்கு பின் வந்த பல இந்திய கிரேக்க வரலாற்று ஆய்வாளர்களும் தவறவிட்டுவிட்டனர்.

அயோர்நாஸ் மலையைக் கைப்பற்றிய பின் அலெக்சாண்டருக்கு முன்னேறுவது எளிதாகிவிட்டது. படைக்கு வேண்டிய பொருட்களைப் பெறும் வழித்தடங்கள் அவர்களுக்கு உரிமை யாயின. பிரிந்திருந்த அவரது படைப்பகுதிகளும் எளிதாக ஒன்றிணைந்தன. ஒன்றிணைந்த படையோடு சிந்து நதியைக் கடந்தார். அங்கிருந்து தக்சிலாவிற்குள் நுழைவதற்கு முன் வழக்கமான பலியிடுதலை நடத்தினார். தக்சிலா நகரம் சிந்து நதிக்கும், ஹைடாஸ்பெஸ்ஸிற்கும் நடுவில் இருந்த வளம் கொழிக்கும் பெருநகரமாக வீற்றிருந்தது. தக்சிலாவை ஆண்ட மன்னன் ஓம்பிஸ் அலெக்சாண்டரை தன் வரவேற்பினாலும், பெரும் பரிசு மழையாலும் குளிர்வித்தார். 56 போர் யானைகள், மிகப் பெரும் ஆட்டு மந்தை, மூவாயிரம் எருதுகள், தானியங்கள், தங்க மகுடங்கள், எண்பது மரக்கால் வெள்ளி நாணயங்கள் என்ற பெரும் அன்பளிப்பில் திணறிப் போன அலெக்சாண்டர் அந்த அன்பளிப்புகள் எல்லாவற்றையும் தக்சில மன்னருக்கே திருப்பிக் கொடுத்ததோடு மட்டுமின்றி, தனது அன்பளிப்பாக தான் படையெடுத்து வெற்றி பெற்ற இடங்களிலிருந்து அள்ளிவந்த செல்வத்திலிருந்து ஆயிரம் மரக்கால் அளவிற்கு தங்கமும், வெள்ளியும், பெரும் பாரசீகத் துணிமணிகளும், தன் படையிலிருந்து முப்பது குதிரைகளையும் அன்பளிப்பாக அளித்தார். 'அலெக்சாண்டரின் நண்பர்கள் பலருக்கு இந்த அன்பளிப்பு மிகுந்த எரிச்சலைத் தந்தன' என்கிறார் க்யுஸ்டல்.

முரட்டுத்தனமும், குடிவெறியில் கூத்தாடுவதும், புகழ் மமதை நிறைந்து இருந்தாலும் அலெக்சாண்டரிடம் அரிஸ்டாட்டிலின் மாணவன் என்ற தகுதியும் நிறைய ததும்பியிருந்தது. அதனால் தான் வரலாற்று ஆசிரியர் அரியன் குறித்து வைத்துள்ளது போல, அலெக்சாண்டர் இந்திய சமூகத்திலிருந்த சமயங்களைப் பற்றிய அறிதலை வளர்த்துக் கொண்டார். அதிலும் பிரக்மானஸ், சர்மானஸ் என்று இரு குழுக்களைப் பற்றியும் அறிந்து கொண்டார். இந்த இரு குழுக்களில் முதல் குழு பிராமண சமுதாயத்தினரோடு ஒட்டியதாக இருந்தது. பின்னாளில் வந்த வில்லியம் ஜோன்ஸிற்கும் இது தெளிவாகப் புரிந்தது. இவ்வமைப்பு அதிகமான சமூக மரியாதையைப் பெற்றிருந்தது. இரண்டாவது அமைப்பான சர்மானஸ், வடமொழிச் சொல்லான 'ஷ்ரமானா' என்பதற்கு 'சுதந்திர சந்தியாசி' என்று பொருள் கொள்ளலாம். இக்குழுவினர்கள் புத்த, சமண, இந்து சாதுக்களையோ, 'அஜிவிக்காஸ்' என்றழைக்கப்பட்ட கடவுள் மறுப்பாளர்களையையும் குறிக்கும். முதல் குழுமத்தினர் போலன்றி, இரண்டாம் குழுமத்தினர் திருமண உறவுகள் இல்லாத பிரம்மச்சாரிகளாக இருந்தார்கள். அவர்களில் மிகச் சிலர் வெறும் கந்தைகளைக் கட்டிக்கொண்டு, மனிதவாடையற்ற காடுகளிலும் மலைகளிலும் வெறும் பழங்களை, கனிகளை உண்டு வாழ்ந்தனர். இவர்கள் மக்களின் பெருமதிப்பிற்குரியவர்களாக இருந்து வந்தனர்.

ஓம்பிஸின் நட்பைப் பெற்ற பின் அலெக்சாண்டர் கீழ்த்திசை நோக்கிய தன் படையெடுப்பைத் தொடர்ந்தார். ஹைடாஸ் பெஸ் நதிக்கரையைத் தாண்டினார். இந்நதிக்கு அப்பால் இருந்த சமவெளிப் பகுதி கிரேக்கர்களுக்கு போரஸ் என்ற பெயரில் அறிமுகமான மன்னனின் ஆட்சிக்குள் இருந்தது. அலெக்சாண்டர், போரஸ் ஹைடாஸ்பெஸ் நதிக்கரைக்குத் தன் கப்பத்தோடு வந்து, என்னைச் சந்திக்க வேண்டும் என்றொரு அதிகாரச் செய்தி அனுப்பினார். போரஸ் அலெக்சாண்டரின் படைகளைவிட மிகப் பெரிய படையுடன் அலெக்சாண்டரை ஹைடாஸ்பெஸ் நதிகரையில் சந்திப்பதாகப் பதில் அனுப்பினார். அலெக்சாண்டருக்கு இது எந்த தளர்ச்சியையும் தரவில்லை. அலெக்சாண்டர், போரஸ் தன் படைகளை ஒரே இடத்தில் குவித்து வைத்திருக்கும்படி செய்துவிட்டு, தன் படையின் ஒரு பகுதியை இருண்ட மழைக்காலத்து இரவுகள் மூலம் நதியைத் தந்திரமாகத் தாண்ட வைத்து, போரஸின் படைகளை இருபுறம் இருந்தும் தாக்கினார். அலெக்சாண்டருக்குத் தன் படைகளை வழிநடத்த தேவையான கால அவகாசமும் கிடைத்தது. இந்திய

போராளிகளுக்குத் தன் படைகளின் மீது வந்த இரு புற எதிர்ப்பைச் சமாளிக்கத் தேவையான காலம் ஏதுமில்லாது போயிற்று. போரஸின் படைகளை நோக்கிச் சென்ற அலெக்சாண்டரின் படையமைப்புக்கு போரஸின் போர் யானைகள் அச்சுறுத்தலாக முதலில் இருந்தன. ஆனால் உண்மையில் பெரும் சேதம் விளைவித்தது போரஸ் படைவீரர்களின் முன் அணிவகுப்புதான். நான்காயிரம் குதிரை வீரர்கள், நான்கு குதிரைகள் பூட்டிய நூறு தேர்கள், அதன் ஒவ்வொன்றிலும் கேடயங்களால் மறைத்துச் செல்லும் இரு வீரர்கள் மற்றும் ஈட்டிகளோடு இரு வீரர்கள் அலெக்சாண்டரின் படைகளை எதிர் கொண்டனர். ஆனால் மழை பெய்து நனைந்திருந்த நிலம் போரஸின் தேர்ப்படைக்குச் சிரமம் கொடுத்தது. தேர்களின் சக்கரங்கள் சகதியில் மாட்டிக் கொண்டன.

கிடைத்த நல்ல சந்தர்ப்பத்தை நழுவ விடாமல் அலெக்சாண்டரின் குதிரை வீரர்கள் போரஸின் படையைப் பிளவுபடுத்தி உள் நுழைந்தார்கள். யானைகள் மீது அலெக்சாண்டரின் படைகள் வீசிய அம்புகளாலும், ஈட்டிகளாலும் மருண்ட போர் யானைகள் தங்கள் படைகளுக்குள்ளேயே பின் வாங்கி குழப்பத்தை அதிகப்படுத்தின. இப்போது அலெக்சாண்டருக்குத் தன் காலாட் படை வீரர்களை முன்னேறச் செய்வது எளிதாகப் போயிற்று. அவர்கள் தங்கள் கேடயங்களைச் சுவர்களாக அமைத்து எளிதாக முன்னேறினர். போரஸின் குதிரைப்படைகள் முதலிலும், காலாட்படை வீரர்கள் இரண்டாவதாகவும் பிளவு படுத்தப்பட்டு தோற்கடிக்கப்பட்டன. மெசிடோனியப் படைகள் போரஸின் படைகளை பலமுனைகளிலிருந்தும் தாக்குதல் நடத்தின. போரஸின் படைகள் சின்னா பின்னமாக்கப் படுவதைத் தடை செய்ய முடியவில்லை. தோற்றவர்களின் ஓட்டமே இறுதியில் மிஞ்சியது.

தோளில் காயம்பட்ட போரஸும் போர்க்களத்திலிருந்து தப்பி ஓடினார். போரஸின் பட்டத்து யானை போர்க்களத்தைவிட்டுச் செல்வதைக்கண்ட அலெக்சாண்டர், நண்பனாக மாறிவிட்டிருந்த தக்சிலாவின் ஓம்பிஸ் மன்னரை போரஸிடம் சமாதானத் தூதுவராக அனுப்பினார். அரியன் இந்த இரு மன்னர்களின் சந்திப்பை, “ஓம்பிஸ் தன் குதிரையில் விரைந்து போரஸின் யானைகளை மடக்கி, நிறுத்தி அலெக்சாண்டர் கொடுத்த தூதினைக் கூற முயன்றார். இவர்கள் இருவருமே ஏற்கனவே

பகையாளிகள். ஆகவே போரஸ் சினத்துடன் தன் ஈட்டியை ஓம்பிஸை நோக்கிக் குறிவைத்தார்,” என்று எழுதி வைத்தார்.

போரஸ் இன்னும் போர் புரியும் குணத்தோடு இருந்த போதும், அலெக்சாண்டர் ஒவ்வொரு தூதுவராக போரஸிடம் அனுப்பினார். இறுதியாக மீரோஸ் என்பவரைத் தூதுவராக அனுப்பினார். மீரோஸ் ஏற்கனவே போரஸின் நண்பராக இருந்தவர். இவரது தூது பயனளித்தது. போரஸ் சரணடைய சம்மதித்தார்.

போரஸ் சரணடைந்த நிகழ்வு வரலாற்றுக் குறிப்புகளில் சிறப்பிடம் பெற்றுள்ளன. போரில் தோற்ற பின்னும் தன் பெருமையை விட்டுக் கொடுக்காத போரஸின் பெருங்குணம் அலெக்சாண்டரை அசைத்துவிட்டது. தோற்ற மன்னனின் பெருமிதத்திற்கு எந்தப் பங்கமும் வராத அளவு அலெக்சாண்டர் போரஸின் ஆட்சியை அவருக்குத் திரும்பக் கொடுத்ததுமின்றி, தான் வென்ற இடங்களுக்கு போரஸை கவர்னராக நியமித்து அந்த இடங்களையும் போரஸின் ஆட்சிக்குள் கொண்டுவந்தார்.

தூது சென்ற மீரோஸ் பற்றி இதற்கு மேல் விவரங்கள் ஏதுமில்லை. ஆனால் அவர் பெயரிலிருந்து அவர் அலெக்சாண்டரின் படைவீரர்கள் பத்து நாட்களாய் குடித்துக் கும்மாளமிட்ட மீரோஸ் என்ற மலைப் பகுதியைச் சார்ந்தவராகவும் ஒரு கொலைப் படையாளியாகவும் இருக்கலாம் என்று அறிய முடிகிறது. வரலாற்றுக் குறிப்புகளில் மீரோஸின் பெயர் போரஸின் போர்க்கள நிகழ்வு முடிந்ததும் மறைந்து விடுகிறது. ஆனால் அதற்குப் பதிலாக பழைய பெயர் சிசிகோட்டோஸ் மீண்டும் தலையெடுக்கிறது. அலெக்சாண்டர் புதிதாக வெற்றி கண்டு சிசிகோட்டாஸின் தலைமைக்குக் கீழ் கொண்டு வந்த இடங்களில் புரட்சிகள் பல முளைக்கின்றன. அதைப்பற்றிய விவரங்களை சிசிகோட்டாஸ் அலெக்சாண்டரின் காதுக்குக் கொண்டு வருகிறார். அலெக்சாண்டர் தன் படைத் தளபதி பிலிப்போஸ் தலைமையில் ஒரு படையை அனுப்பி புரட்சிகளை அடக்க நினைக்கிறார்.

அசாக்கெனியன் பகுதியில் எழுந்த இந்தப் புரட்சிகள் அலெக்சாண்டரின் இன்னும் கிழக்கு நோக்கி முழுவதுமாகப் படையெடுத்துச் செல்லும் திட்டத்தை மாற்ற முடியவில்லை. கிழக்கு நோக்கிச் சென்று கடல்வரை செல்ல நினைத்த அலெக்சாண்டர் ஹைபாசிஸ் நதிக்கு அப்பாலுள்ள இடங்கள் எல்லாம் மிகவும் சக்தி வாய்ந்த பெருமன்னன் ஒருவனால்

ஆளப்படுவதாக அறிகிறார். இப்பெருமன்னன் சிசிலிய கிரேக்க வரலாற்று ஆசிரியர் டயோடோரஸ் சிக்கிலஸ் என்பவரால் ‘ஸாண்ட்ரேம்ஸ்’ என்றும் கர்டியஸ் என்ற வரலாற்று ஆசிரியரால் ‘அக்ரேம்ஸ்’ என்றும் அழைக்கப்பட்டார். கங்காரிடே, ப்ராஸி என்ற கங்கையின் இருபக்கமும் வாழ்ந்த இரு மக்கட் பகுதிகளை இவர் ஆண்டு வந்தார். இந்தப் பேரரசன் இரண்டு லட்சம் காலாட்படையினரையும், இருபதாயிராம் குதிரைப்படை வீரர்களையும், இரண்டாயிரம் நான்கு குதிரைகள் பூட்டிய தேர்ப்படையினரையும், மூவாயிரத்திற்கு மேற்பட்ட யானைப் படைகளையும் வைத்திருந்ததாகச் சொல்லப்பட்டது.

அலெக்சாண்டர் தனது புதிய நண்பர் போரஸின் கருத்தைக் கேட்கிறார். போரஸ் அலெக்சாண்டருக்கு எதிரியின் படைகள் பற்றிக் கிடைத்த செய்திகள் யாவும் உண்மை என்கிறார். அதோடு இந்த மிகப் பெரிய மன்னன் ஒன்றுக்கும் உதவாத குணங்கள் நிறைந்தவன். அவன் மேல் போரஸிற்கு எந்தவித நல்ல எண்ணமும் இல்லை. அதுவும் இந்த மன்னன் ஒரு சாதாரண முடிவெட்டுபவனின் மகன். அவன் ராணியின் காதலனாக மாறி, ராணியின் கணவனைக் கொன்று அரியணையைக் கைப்பற்றினான். மன்னனாகியதும் மற்ற இளவரசர்களைக் கொன்று போட்டியின்றி இருந்தான். அவனது மகன்தான் இப்போதைய அரசரான ஸாண்ட்ரேம்ஸ் என்ற கதையையும் அலெக்சாண்டரிடம் சொல்கிறார்.

மெசிடோனிய வீரர்களுக்கு தங்களது நீண்ட படையெடுப்பு அலுப்பைத் தந்துவிட்டது. அவர்கள் ஹைபாசிஸ் நதியைத்தாண்டி போரெடுத்துச் செல்ல விரும்பவில்லை. தன் படையினரின் எதிர்ப்பு அலெக்சாண்டருக்கு வேதனையளித்தது. கிரேக்க இலக்கிய வீரன் அக்சிலஸ் வருந்தியதுபோல் அலெக்சாண்டரும் இரு நாட்கள் தன் போர்க் கூடாரத்திற்குள் கோபத்தோடு அமர்ந்திருந்தார். பின் கோபம் மெல்ல மாறி, கூடாரத்தைவிட்டு வெளியே வந்தார். தன் மௌனத்தைக் கலைத்து பன்னிரண்டு புதிய பலிபீடங்கள் கட்ட உத்தரவிட்டார். சதுரக் கற்களால் ஆன இப்புதிய பீடங்கள் அவரின் வெற்றிச் சின்னமாகக் கட்டப்பட்டன.

அவரது படைத்தளபதி நியார்கோஸ் புதிய கப்பல்களைக் கட்டும் பணியை ஆரம்பித்தார். தங்கள் கப்பல்கள் மூலம் ஹைடாஸ்பெஸ் நதி, சிந்து நதி, இவைகள் மூலம் தங்கள் தாய் நாட்டை நோக்கிய பயணத்தை அலெக்சாண்டரின் படைகள் மேற்கொண்டன. தொடர்ந்து அலெக்சாண்டரின்

படைகள் மேற்கொண்டவைகளை ப்லூடார்க் என்ற வரலாற்றாளர், "கடலுக்குள் செல்வதற்கான ஆயிரக்கணக்கான கப்பல்கள் கட்டப்பட்டன. போரஸ், தக்ஸைல்ஸ் என்ற புதிய நண்பர்களைத் திருமண ஒப்பந்தங்கள் மூலம் ஒன்றாக்கிவிட்டு, அவர்களைத் தான் வென்ற இடங்களுக்கு மன்னர்களாக்கிய பின், இந்திய மண்ணைவிட்டு அலெக்சாண்டரின் படை விலகியது. திரும்பிச் செல்லும் போது அலெக்சாண்டர் தனது நண்பர்களும் பெரும் வீரர்களுமான பிலிப்போஸ் என்பவரை கந்தாரிற்கு கவர்னராகவும், இன்னொருவர் கேடயம் தாங்கிய வீரர்களின் தலைவரான எடிமோஸ் என்பவரைத் தக்சிலாவின் மன்னன் ஓம்பிஸிற்குத் துணையாகவும் விட்டுச் சென்றார். உண்மையில், இந்த இரண்டு பேருமே லும்பிஸின் மேல் ஒரு கண் வைத்துக் கொள்ளத்தான் இங்கே அலெக்சாண்டரின் பிரதிநிதிகளாக அமர்த்தப்பட்டார்கள்" என்று எழுதி வைத்துள்ளார்.

தங்கள் நாடு செல்லும் போதே வழியில் பல இந்தியக் குழுக்களையும், நிறைய நகரங்களையும் நிர்மூலமாக்கி அலெக்சாண்டரின் படை அரேபியக் கடலை அடைந்தது. அதன்பின் அலெக்சாண்டர் ஒரு பெரும் தவறைச் செய்தார். தன் படைகளை- இப்போதைய சிந்து சமவெளியின் - அப்போதைய ஜெட்ரோசியா பகுதியின் - பாலைவனப் பகுதிகள் வழியாகத் வழி நடத்தினார். பல வீரர்கள் இப்பயணத்தில் வீணாக உயிரிழந்தனர். இறுதியாக கிடைத்தது படை வீரர்களின் மனச்சோர்வுதான். தங்கள் படையெடுப்பின் இறுதி நாட்களில் அவர்கள் தங்கள் உற்சாகத்தையெல்லாம் இழந்து, இப்போதைய பாரசீகத்தின் தென்கிழக்கில் உள்ள கார்மோனியாவிற்கு பொ.ஆ.மு. 325 ஆண்டின் இறுதி மாதங்களில் வந்து சேர்ந்தார்கள்.

அலெக்சாண்டரின் படையினர் பல எதிர்ப்புகளுக்கு நடுவே பாரசீகம் திரும்பியிருந்தாலும் அவரது வீரர்கள் உற்சாகம் இழக்காமல் மகிழ்ச்சியாய் இருக்கவும் சில நிகழ்வுகள் நடந்தன.

அலெக்சாண்டர் திரும்பிய பின் அவர் தான் வென்ற இடங்களில் கவர்னராக நியமித்த பலரும் தங்கள் மனம்போன போக்கில் காட்டு தர்பார் நடத்தினார்கள். சிலர் தங்களையே மன்னர்களாக முடிசூட்டிக் கொண்டார்கள். இதோடு, அவரால் நியமிக்கப்பட்ட அலெக்சாண்டரின் நெருங்கிய நண்பரான பிலிப்போஸ் கொல்லப்பட்டு விட்டார். வரலாற்று ஆசிரியர் அரியன் "இந்தியாவில் கவர்னராக இருந்த இவர் கூலிப் படையாளிகளால் வஞ்சகமாகவும் கொடூரமாகவும்

கொல்லப்பட்டார்" என்று எழுதியுள்ளார். அலெக்சாண்டர் உடனே எடிமோஸிற்கும், தக்சில மன்னர் ஓம்பிஸிற்கும் தூதுவரை அனுப்பினார். இவர்கள் இருவரையும் கந்தாரின் அரசியல் பொறுப்பை எடுத்துக் கொள்ள அலெக்சாண்டர் கட்டளையிட்டார். அதுமட்டுமின்றி தன்னால் நியமிக்கப்பட்ட அனைவரும், தங்களின் கீழேயுள்ள கூலிப்படையாளிகள் அனைவரையும் முற்றிலுமாக நீக்கிவிட உத்தரவிட்டார். அலெக்சாண்டரின் நம்பிக்கையைப் பெற்ற கூலிப்படையாளரான சிசிகோட்டோஸ், அலெக்சாண்டரின் நெருங்கிய தளபதியான பிலிப்போஸின் கீழ் அயோர்நாஸ் என்னுமிடத்தை நிர்வகித்து வந்தான். பிலிப்போஸின் கொலையில் சிசிகோட்டோஸிற்குத் தொடர்பு இருந்திருக்கும்.

இந்த சிக்கல்கள் இந்தியாவிற்குள் நடந்து கொண்டிருந்த போது அலெக்சாண்டரின் படை மேற்கு நோக்கி நகர்ந்து கொண்டிருந்தது. இப்பாதையில்தான் அலெக்சாண்டரின் படை முன்பு பல இடங்களை வென்று இந்தியா நோக்கி நகர்ந்தது. அப்போது அவர் அந்தந்த இடங்களில் விட்டுச் சென்றிருந்த அவரது படையணியினர் இப்போது அலெக்சாண்டரின் வெற்றிப் படையோடு இணைந்து கொண்டு அவரின் படையை மிகப் பெரியதாக்கிக் கொண்டிருந்தனர். தான் வெற்றி கண்ட பெர்ஸிபோலிஸ் நகரத்திற்குள் நுழைந்த அலெக்சாண்டர் தான் முன்பு படையெடுத்து, அரண்மனையை அழித்து நாசம் செய்ததற்காக மன்னிப்பு கேட்டார். அங்கிருந்து, மூன்று பாரசீக பெருநகரங்களில் ஒன்றான சூசா என்ற நகரத்திற்கு பொ.ஆ.மு. 324 ஆண்டின் இளவேனில் காலத்தில் வந்து சேர்ந்தனர்.

பாரசீக மக்களோடு தங்கள் உறவை வலுப்படுத்திக் கொள்ள பெரும் கூட்டுத் திருமணங்களை அலெக்சாண்டர் இங்கே நடத்தினார். அவரது மெசிடோனியன் அதிகாரிகளுக்கும், பாரசீக செல்வந்தர்களுக்கும் இடையே இந்தத் திருமணங்கள் பெரும் எண்ணிக்கையில் நடந்தன. அரசன் டேரியஸின் மூத்த மகளான ரோக்ஸேனை அலெக்சாண்டர் மணந்து கொண்டார். அவரது நெருங்கிய நண்பன் ஹெபேஸ்டன் அரசனின் இளைய மகளை மணந்து கொண்டார். இன்னும் பாரசீக, மெடீயன் என்ற இரு அரச குடும்பங்களின் பெண்களை அலெக்சாண்டரின் எண்பதிற்கு மேற்பட்ட உயரதிகாரிகள் மணந்து கொண்டனர். அதேபோல் அங்கே நிறுத்தி வைக்கப்பட்டிருந்த அலெக்சாண்டரின் படை வீரர்கள் அங்குள்ள பெண்களை முன்பே மணந்திருந்தார்கள்.

அப்படி நடந்திருந்த பத்தாயிரம் திருமணங்கள் அரசன் முன்னிலையில் புதுப்பிக்கப்பட்டன.

போரஸ் அரசரை எதிர்த்து அலெக்சாண்டர் போரிட்ட போது அலெக்சாண்டரின் கேடயம் தாங்கிய மெய்காப்பாளனாக இருந்த மெசிடோனிய தளபதியான செலியுகோஸ் மிகவும் தைரியமான போராளி. இன்னும் பல உயிரைப் பணயம் வைக்கும் போர் நிகழ்வுகளிலும் அலெக்சாண்டருக்கு அருகில் இருந்து பணி புரிந்தவர். இவரைப் பற்றி அரியன் நிறையவே குறிப்பிட்டுள்ளார். இவர் அலெக்சாண்டருக்கு மிக நெருங்கிய படை வீரன் என்பது போல், ஆக்ஸஸ், ஜக்ஸார்ட்ஸ் என்ற இரு இடங்களிலும் அலெக்சாண்டரை எதிர்த்து மிகத் தீவிரமாகப் போராடிய பெர்ஷியன் வீரர் ஸ்பிட்டாமெனஸ். தங்களோடு உடன் நின்ற செலியுகோஸ், எதிர்த்து நின்ற ஸ்பிட்டாமெனஸ் இந்த இருவரையும் அலெக்சாண்டர் திருமண உறவுமூலம் ஒன்றிணைத்தார். ஸ்பிட்டாமெனஸின் மகளான அபமாவை செலியுகோஸ் மணந்து கொண்டார்.

அலெக்சாண்டருக்கு இப்போது வயது வெறும் முப்பத்தி ஒன்றுதான். இளம் வயதுதான்; ஆனால் உடல், மனஉறுதி இரண்டையும் வேகமாக அவர் இழந்து கொண்டிருந்தார். போர்க்களங்களில் பெற்ற பெரும் காயங்கள்; காயங்களின் வலியிலிருந்து மீள அதிகமான குடி; எல்லாம் சேர்ந்து அவர் உயிரைக் குடிக்க ஆரம்பித்தன. திருமண வைபவங்கள் முடிந்தபின், அடுத்த பதினான்கு மாதங்களில் பொ.ஆ.மு.323 - ஆம் ஆண்டு கோடை காலத்தில் பாபிலோனில் அலெக்சாண்டர் மரணமடைந்தார். மலேரியா அல்லது டைபாய்டு மரணத்திற்கான காரணங்களாக இருக்கலாம் என்றும் கூறப்பட்டது.

அலெக்சாண்டர் இறந்து இரு மாதங்கள் கழித்து அவர் மனைவி ரோக்ஸேனுக்கு மகன் பிறந்தான். அக்குழந்தைதான் அலெக்சாண்டரின் அரசியல் வாரிசான நான்காம் அலெக்சாண்டர். இந்த அரசியல் வாரிசின் பிரதிநிதிகளாக அலெக்சாண்டரின் குதிரைப் படைத் தலைவரான பெர்டிக்காஸ், அலெக்சாண்டரின் பேரரசை நிர்வகிக்கப் பலரை நியமித்தார். இவர்கள் அனைவரும் ஒருவரை ஒருவர் போட்டியிட்டு தாங்களே உயர்ந்து முன்னிலை பெற முயற்சிக்க ஆரம்பித்தார்கள். போட்டிகள் ஆரம்பித்து, தொடர்ந்து வளர்ந்தன.

இப்போட்டியின் இறுதியில் பொ.ஆ.மு.321-ஆம் ஆண்டு பெர்டிக்காஸ் தன் அதிகாரிகளால் கொல்லப்பட்டார். இக்கொலை மெசிடோனியனின் ஒற்றுமையை முற்றாகக் குலைத்தது. அதோடு, இந்தக் கொலையிலிருந்து அடுத்த நாற்பது ஆண்டுகளுக்குத் தொடர்ந்து 'டயாடோச்சி போர்' என்றழைக்கப்படும் வாரிசுப் போர் தொடர்ந்து நடந்தது.

இதே காலகட்டத்தில் இந்தியாவில் அலெக்சாண்டரின் சாம்ராஜ்யத்தின் கிழக்குப் பகுதியில் எடிமோஸ் கந்தாரையும், மன்னன் போரஸின் துணையோடு பஞ்சாபையும் ஆண்டு வந்தார். போரஸ் மன்னரும் சதிகாரர்களால் கொல்லப்பட்டார். பின், எடிமோஸ் மற்றும் அவரது மெசிடோனியன் அதிகாரியான, சிந்து நதியருகே இருந்த பெய்த்தான் இருவருமே தங்களின் அரசியல் பிடிப்பு தவறுவதாகக் கருதினார்கள். ஆகவே அவர்கள் மெல்ல தங்கள் ஆளுமைகளைக் குறைத்துக் கொண்டு பாரசீகத்தில் அப்போது நடந்து வந்த வாரிசுப் போர்களில் ஈடுபட ஆரம்பித்தனர்.

இந்த வாரிசுப் போரில் முதலில் வென்று நின்றது செலியுகோஸ். இவர் தன்னை 'நிகாடோர்' என்ற பொருளில் 'வெற்றியாளன்' என்று தன்னைத் தானே அழைத்துக்கொண்டார். பொ.ஆ.மு. 305-இல் ஃப்ரைஜியா என்ற இடத்திலிருந்து சிந்து நதிவரை உள்ள இடங்கள் அவரது ஆட்சிக்குக் கீழ் வந்தன. இதனால் பாரசீகத்திற்கும், மெசபட்டோமியாவிற்கும் அரசனாக அவர் தன்னைப் பிரகடனப்படுத்திக் கொண்டார். சிந்து சமவெளியைத் தாண்டியும் அலெக்சாண்டரால் வெற்றி பெற்று இப்போது இந்திய அரசர்களிடம் சென்றுவிட்ட இடங்களையும் இவர் மீண்டும் தன் ராஜ்யத்திற்குள் சேர்த்துக் கொண்டார்.

இதற்குப் பின் நடந்த வரலாற்று நிகழ்வுகளைப் பற்றி மூன்று வரலாற்று ஆசிரியர்கள் குறிப்பெடுத்துள்ளார்கள். முதலாவதாக அப்பியன் என்பவர் "வெற்றியாளன் செலியுகோஸ் சிந்துப் பகுதியைத் தாண்டிச் சென்று இந்நதிக் கரையில் இருந்த அந்ரோகோட்டஸ் என்ற இந்திய மன்னனை எதிர்த்துப் போட்டியிட்டார்" என்று குறிப்பிட்டுள்ளார்.

இரண்டாவது வரலாற்று ஆசிரியர் ஜஸ்டின். இவரது குறிப்பு மற்றைய குறிப்புகளை விடச் சிறிது நெடிது. இவர் "செலியுகோஸ் முதலில் பாபிலோனை வென்று, அதன்பின் தன் படைகளை மேலும் பெருக்கிக் கொண்டு பாக்ட்ரியன் இன மக்களை வென்று அடிமைப்படுத்தினார். அங்கிருந்து

இந்தியாவிற்குள் நுழைந்தார். அலெக்சாண்டரின் காலத்திற்குப் பின் இந்தியர்கள் மீது சுமத்தப்பட்டிருந்த அடிமை விலங்குகள் உடைக்கப்பட்டு, அவரது சார்பாக ஆண்டு கொண்டிருந்த பல அரசியல் தலைவர்கள் கொல்லப்பட்டு இருந்தனர். இந்தப் புரட்சிக்கும் வெற்றிகளுக்கும் காரணமாயிருந்தவர் சந்திரோகோட்டஸ்" என்று எழுதி வைத்துள்ளார்.

மூன்றாவது வரலாற்றுக் குறிப்பாளர் ப்ளூடார்க். இவர் இந்தப் புதிய இந்திய மன்னரைப் பற்றிய பல தகவல்களைத் தருகிறார். அந்ரோகோட்டஸ் என்ற பெயருடைய இந்தப் புதிய மன்னன் செலியுகோஸிற்கு 500 போர் யானைகளைப் பரிசளித்தார். இவர் ஏற்கனவே தன் அறுபதாயிரம் படை வீரர்களைக் கொண்டு இந்தியாவில் பெரும் பகுதியை வென்றிருந்தார். இந்த மன்னன் தம் இளம் வயதிலே அலெக்சாண்டரைப் பார்த்திருக்கிறார். இவர் அலெக்சாண்டர் இன்னும் எளிதாகப் பல்வேறு வெற்றி பெற்றிருக்க முடியும் என்று நினைத்திருந்தார். ஏனெனில் அப்போது மக்கள் தங்களை ஆண்ட மன்னன் மீது வெறுப்பு கொண்டிருந்தார்கள். அவரின் கொடூரத் தன்மையும், அவர் பிறந்து வந்த குடிப்பிறப்பும் மக்களுக்குப் பிடிக்காதவைகளாக இருந்தன.

இக்குறிப்புகளில் சொல்லப்படும் அந்ரோகோட்டஸ், சந்ரோகோட்டஸ் என்ற இரு பெயர்களும் ஒருவரை மட்டுமே குறிக்கின்றன. இது மட்டுமல்ல கடந்த இருபது ஆண்டுகளில் இந்த கூலிப்படையாளி பலவித பெயர்களில் பல வரலாற்று ஆசிரியர்களால் குறிக்கப்பட்டுள்ளார். பல வரலாற்றுக் குறிப்புகளில் இவரும், மீரோஸ் என்ற ஐயத்திற்குரிய கூலிப் படையாளியும் தென்படுகிறார்கள். சந்ரோகோட்டஸ் (ஜஸ்டின்), ஆந்ரோகோட்டஸ் (அப்பியன் மற்றும் ப்ளூடார்க்), சந்தகோட்டாஸ் (பெரிய ப்ளினி), சந்ரோ கோட்டஸ் (ஸ்டராபோ), இவைகள் எல்லாவற்றையும் விட மிகச் சரியாக சந்ரோகாப்டஸ் (மூன்றாம் நூற்றாண்டின் கிரேக்க தத்துவ மேதை அத்திநாய்ஸ் போகும் போக்கில் சொல்லிச் செல்லும் பெயர்)-இப்பெயர்கள் எல்லாமே இனி சந்ரோகோப்டஸ் என்றே அழைக்கப்படும். இப்போது இவர் ஒரு கூலிப் படையாளி அல்ல; ஒரு பெரும் இந்திய மன்னன்!

கந்தர்கள், பாரசீகர்கள் என்பவர்களுக்கு மன்னனாகவும், பாரசீக, மெசபட்டோமியாவை ஆண்ட வெற்றியாளன் செலியுகோஸிற்கு நண்பனாகவுமிருந்த இந்த புதிய மன்னனைப் பற்றிய விவரங்கள் நிறைய இருந்தாலும், வரலாற்றாளர் ஜஸ்டின் எழுதியதே

மிகவும் வெளிப்படையானது. இந்த மன்னனின் உயர்வைப் பற்றியும் அதோடு இணைந்த வசீகரக் கதைகள் பற்றியும் ஜஸ்டின், "சந்ரோ கோப்டஸ் மிகச் சாதாரண குடும்பத்தில் பிறந்து வளர்ந்தவர். ஆனால் இளம் வயதிலேயே நடந்த ஓர் அபூர்வ நிகழ்வால் எப்படியும் அரியணையில் அமர வேண்டும் என்ற ஆவல் அவர் மனமெல்லாம் நிரவியிருந்தது. ஒருமுறை இவரது மரியாதைக் குறைவினால் கோபமுற்ற மன்னன் நந்ரூஸ் இவர்மேல் மிகக் கோபமுற்று, இவர் உயிரை எடுக்கக் கட்டளையிட்டான். தண்டனையிலிருந்து தப்பித்து வெகு தூரம் ஓடிய களைப்பு தீர ஓரிடத்தில் படுத்துத் தூங்கிவிட்டார். அப்போது பெரிய சிங்கம் ஒன்று அருகில் வந்து, ஓடிவந்த களைப்பில் வியர்த்த அவர் உடலையும், வியர்வைத் துளிகளையும் நக்கியெடுத்தது. அதில் அவர் விழித்ததும் சிங்கம் தன் வழியில் சென்றுவிட்டது. இந்த நிகழ்ச்சியே நாம் எப்படியும் அரியணையில் அமரவேண்டும் என்ற தீராத அவாவை அவர் மனதில் மூட்டிவிட்டது. தன்னைப்போன்ற வேறு சில கூலிப்படையாட்களைத் திரட்டினார். அவர்கள் உதவியுடன் மக்களை மன்னனுக்கு எதிராகத் தூண்டி விட்டு வெற்றி பெற்றார். இதன் பின்பு அலெக்சாண்டரின் படைத் தலைவர்களையும் அழிக்க முயன்ற சமயத்தில், காட்டு யானை ஒன்று அவர் முன்னால் மண்டியிட்டு வணங்கி, அவரைத் தன் முதுகில் ஏற்றி, போர்க்களத்தில் முன் நின்று போராடி வெற்றி வாகையை இவருக்குச் சூட்டியது. சந்ரோகோட்டஸ் இப்படியாகப் போராடி இந்திய மன்னராகினார். இதே காலத்தில் செலியுகோஸும் தன் எதிர்கால வளர்ச்சிக்கான அடித்தளங்களை அமைத்துக் கொண்டிருந்தார்," என்று விவரமான குறிப்பெழுதியுள்ளார்.

சந்ரோகோப்டஸ் இழிவுபடுத்திய மன்னனின் மிகச் சரியான பெயர் நந்ரூஸ் என்பதே. அலெக்சாண்டரின் வரலாற்று ஆசிரியர்கள் கூறியது போல் அது சாண்ட்ரேம்ஸ் அல்லது அக்ரேம்ஸ் என்பவை அல்ல. மேலே கூறிய குறிப்பில் அரசியல் தன்மைக்கும், பெரும் சக்திக்கும் உருவகப்படுத்தக்கூடிய சிங்கம், யானை என்ற கற்பனை நிகழ்வுகளைத் தள்ளி வைத்து விட்டுப் பார்த்தால் - சந்ரோகோப்டஸ் தன் மன்னனை அவமரியாதை செய்கிறார்; உயிருக்காகத் தப்பி ஓடுகிறார்; கூலிப்படையாளர்களை ஒன்றிணைத்து, அலெக்சாண்டரின் கவர்னர்களான கந்தாராவின் பிலிப்போஸ், அவரின் கீழிருந்த எடிமோஸ், பெய்த்தான் இவர்களையும் கொன்று, இந்திய அரியணையைக் கைப்பற்றுகிறார். இவையெல்லாம்

வெற்றியாளன் செலியுகோஸ் ‘பேசிலியஸ்’ என்ற உயர் அரசுப் பதிவிக்கு உயர்த்தப்படுவதற்கு முன்பே நடந்து முடிந்துவிட்டது. பொ.ஆ.மு.305-இல் செலியுகோஸ் உயர்பதவி பெற்று, அதன்பின் இந்தியா மீதும் படையெடுக்கிறார்; ஆனால், இந்த நிகழ்வுக்கு முன்பே சந்ரோகோப்டஸ் இந்திய அரியணையைக் கைப்பற்றி விடுகிறார்.

செலியுகோஸ் பொ.ஆ.மு.305-ஆம் ஆண்டில் இந்தியா மீது படையெடுக்கும் போது அவரது படை கங்கைச் சமவெளியைத் தாண்டி சந்ரோகோப்டஸின் தலைநகருக்கு அருகே வரை சென்றது. கிரேக்கர்கள் அந்தத் தலைநகரை பாலிபோத்ரா அல்லது பாலிம்போத்தார் என்ற பெயர்களில் அழைத்தனர். செலியுகோஸ், சந்ரோகோப்டஸின் படைகளிடம் தோற்று சிந்துச் சமவெளி வரைக்கும், அதன்பின் தன் நாட்டு எல்லை வரையும் விரட்டியடிக்கப்பட்டார். இப்போருக்குப் பிறகு இருவர் படைக்கும் நடுவில் சமாதான ஒப்பந்தம் ஒன்று நிறைவேறியது. இதன்படி மெசிடோனிய அரசின் அதிகாரம் ஏதும் இந்திய நாட்டின் உள்ளே செல்லாது என்பது அதில் உள்ள மிக முக்கியமான முடிவு. இதற்கு ஈடாக ஐந்நூறு போர் யானைகளையும், ஒரு திருமண ஒப்பந்தத்தையும் செலியுகோஸ் பெறுவதாக உடன்பாடு.

இந்த ஒப்பந்தத்தைப் பற்றி கிரேக்க வரலாற்று ஆசிரியர்கள் அதிகமாகப் பேசவேயில்லை! ஆனால் ப்ளினி மட்டும் கிரேக்க மன்னனின் இழப்பு பற்றி பேசுகிறார். (இப்போது கிழக்கு ஈரானிலும், ஆப்கானிஸ்தானிற்கும் பலுசிஸ்தானிற்கும் தென்மேற்கேயுள்ள) “ஆரியேன் என்ற நிலத்தின் பெரும்பகுதி இந்திய மன்னனிடம் சென்றது. மெசிடோனிய அரசிற்கு இது பேரிழப்பு. இதற்குப் பதில் தான் வைத்திருந்த ஒன்பதாயிரம் யானைகளில் ஐந்நூறு போர் யானைகளை சந்ரோகோப்டஸ் செலியுகோஸிற்கு அன்பளிப்பாக அளித்தார்.”

சந்ரோகோப்டஸிற்கு ஐந்நூறு யானைகள் என்பது பெரிய நட்டமேதுமில்லை. ஆனால் செலியுகோஸ் இதற்கு ஒப்புக் கொண்டதே, தனது ராஜ்ஜியத்தின் கிழக்கு எல்லைக்கு முழு உறுதி அவருக்கு அவசியமானதாகவும், தேவையானதாகவும் இருந்தது. ஏனெனில், கிழக்கு எல்லை உறுதிப்பட்டால்தான் மெசபடோமியாவின் மேற்குப் பகுதியில் இருந்த அவரது எதிரியான அன்டிகோனோஸை அவரால் சமாளிக்க முடியும். ஒப்பந்தத்தோடு நடந்த திருமண உறவும் இதேபோல் ஒரு சார்பு கொண்டதாகவே இருந்தது. தோற்ற மன்னன் தன் மகளை

வெற்றி பெற்ற மன்னனுக்குக் கொடுக்க வேண்டியதாகிவிட்டது. கிரேக்க, ரோமானியர்கள் இந்த ஒப்பந்தங்கள் பற்றி அதிகமாக ஏதும் குறிப்பிடவில்லை. செலியுகோஸ் தன் மகளை சந்ரோகோப்டஸிற்கோ, இல்லை அவரது மகனுக்கோ, இல்லை அவரின் ஏதோ ஒரு வாரிசுக்கோ கொடுத்திருக்க வேண்டுமென்பதும் தெரிகிறது.

பேஸில்யஸ் என்ற செலியுகோஸ் நிக்கேட்டரின் நாணயம். பின்பக்கத்தில் இந்திய மன்னர் சந்ரோகோப்டஸ் அன்பளிப்பாக அளித்த யானைகள் தங்கள் மகூத்துகள் அல்லது பாகன்களோடு இருக்கும் உருவங்கள். யானைகள் முழுவதுமாக போரணிகளோடு, நைக் தெய்வத்தை அதன் ரதத்தோடு இழுத்துச் செல்கின்றன. (APAC, British Library)

வெற்றியாளனும், ரோம உயரதிகாரியுமான செலியுகோஸுக்கும், மன்னன் சந்ரோகோப்டஸிற்கும் நடுவில் இருந்த உறவு நன்றாகவே நீடித்தது. இருப்பினும் செலியுகோஸின் நேரமெல்லாம் அவரது எதிரியான அன்டிகோனாஸை அழித்து, ஆசியா - மைனர் என்ற இடத்தைத் தனது ராஜ்ஜியத்தோடு சேர்க்க வேண்டுமென்பதிலும் கழிந்தது. இதுவே தனக்கான, தன் மகன் அன்டியோகஸிற்கான தேவைமிகுந்த வெற்றியாக அவர் எண்ணினார். போர்ச் சூழலில் இருந்தாலும் செலியுகோஸ், அதன்பின் அவரது மகன் அன்டியோகஸ் ஆகியோர் ஆண்டுதோறும் சந்ரோகோப்டஸின் தலைநகருக்குத் தங்கள் தூதுவர்களை அனுப்பி வந்தனர். செலியுகோஸ்ஸின் மகள் இப்போது ஒரு ராணியாகவோ, இளவரசியாகவோ அங்கே இருக்கலாம் அல்லவா? அதற்காகவே இந்த சமூக உறவு நீடித்து வந்தது. அப்படி அனுப்பப்பட்ட இருபெரும் தூதுவர்களில் முதல்வர் மெகஸ்தனிஸ். இவர் சந்ரோகோப்டஸின் அரசவையில் இருந்தார். இரண்டாமவர், டெய்மசோஸ். இவர்

சந்ரோகோப்டஸின் மகனின் அரசவையில் இடம் பெற்றவர். சந்ரோகோப்டஸ் மன்னனின் மகனை ஸ்ட்ராபோ என்ற வரலாற்று ஆசிரியர் மன்னன் அல்லிட்ரோகேட்ஸ் என்றும், அதிநாயோஸ் என்ற இன்னொரு வரலாற்று ஆசிரியர் அவரை மன்னன் அமிட்ரோகேட்ஸ் என்றும் குறிப்பிடுகிறார்கள்.

இந்த இரு தூதர்களில் மெகஸ்தனிஸ் எழுதிய 'இந்திய' என்ற நூலின் சில பாகங்கள் மட்டுமே வரலாற்று ஆதாரங்களாகப் பின்னால் கிடைத்தன. ஆயினும் இந்த இருவர் நேரில் கண்டு எழுதியவையே மற்ற வரலாற்று ஆசிரியர்களான அரியன், டயோடோரஸ், பெரிய ப்ளினி, ஸ்ட்ராபோ போன்றவர்களுக்கான அடிப்படைச் செய்திகளாக இருந்தன. இந்த இரு தூதர்களும் இந்திய வாழ்க்கையைத் தங்கள் கண்முன்னே கண்டு, அதை எழுதி வைத்துள்ளனர். அடுத்த ஆயிரத்து ஐந்நூறு ஆண்டுகளுக்கு இந்தியாவைப் பற்றிய நேரடிச் செய்திகள் கிடைப்பது வரை இவர்களுடையது தான் பழைய வரலாற்று ஆவணங்களாக இருந்தன. எல்லா அயல்நாட்டு அதிகாரிகள் போலவே இவர்களும் பல தகவல்களைக் கவனித்து, அரச நடவடிக்கைகளை ஆழ்ந்து அலசி, ஆராய்ந்து, அந்த நடவடிக்கைகளுக்கான எதிர்வினைகள் என்னவென்று கண்டு, அரசனின் படையின் எண்ணிக்கை, வீரம், கட்டுக்கோப்பு, சமூகக்கட்டுமானம், சமூகப் பிரிவுகள், பொருளாதாரம், இயற்கை வளங்கள் அனைத்தையும் பற்றி சேகரித்த விவரங்களைக் குறிப்பெடுத்து எழுதி வைத்துள்ளனர். தலைநகரம் பாலிம்போத்ரா எங்கிருக்கிறது, தங்கள் நாட்டின் எல்லையில் இருந்து எவ்வளவு தொலைவில் உள்ளது, எவ்வாறு அந்நகரம் பாதுகாக்கப்படுகிறது என்பது போன்ற விவரங்கள் கூட அவர்களின் கவனிப்பில் இருந்துள்ளன.

ஸ்ட்ராபோ, மெகாஸ்தனிசின் குறிப்புகள் பற்றிப் பேசுகிறார். கங்கையும், எர்ரனோபோஸ் என்ற நதியும் இணையும் இடத்தில் பாலிம்போத்ரா இருப்பதாகக் குறிப்பிடுகிறார். "கங்கை நதி மிகப் பெரிய நதி என்றும், எர்ரனோபோஸ் மூன்றாம் பெரிய நதி என்றும், இந்த இரு நதிகளின் சந்திப்பில் அந்த நகரம் இருக்கிறது. இந்நகரம் எண்பது ஸ்டேடியா நீளத்திலும், பதினைந்து ஸ்டேடியா அகலத்திலும் இருந்தது" என்றும் எழுதியுள்ளார். அடுத்து எழுதிய அரியன் சந்ரோகோப்டஸின் தலைநகர் பற்றி இன்னும் விளக்கமாக எழுதுகிறார்: "இந்தியாவின் பெருநகரமாக இருந்த பாலிபோத்ரா ப்ராசியர்களின் நிலத்தில், கங்கையும் எர்ரனோபோஸ் நதியும்

இணையும் இடத்தில் இருந்தது. இந்நகர் நீள வாக்கில் பத்து மைல் நீளத்திலும், அகலத்தில் ஒன்றே முக்கால் மைலும் இருந்தது; நகரம் முழுவதும் 600 அடி அகலமான 4.5 அடி ஆழமான அகழிகளால் சூழப்பட்டிருந்தது. கோட்டையின் வெளிப்புறத்தில் 570 கோபுரங்களும் 64 வாசல்களும் இருந்தன" என்று மெகஸ்தனிஸ் எழுதியதையும் மேற்கோளிடுகிறார்.

ஆண்டுகள் பல உருண்டோடி, பொ.ஆ.மு.281-ஆம் ஆண்டு செலியுகோஸ் தனது 77வது வயதில் இருந்தார். அலெக்சாண்டரோடு தோளாடு தோள் நின்று போரிட்ட பெருவீரர்களில் கடைசியாக உயிரோடு இருந்தவர் இவர்தான். கடைசி மெசிடோனியாவின் தளபதியும் இவரே. அதனால் தானே என்னவோ, அந்த வயதிலும் அவர் மெசிடோனியா, த்ரேஸ் என்ற இரு இடங்களையும் தன் மகனது சாம்ராஜ்யத்தில் இணைப்பதற்காகப் படையெடுத்துச் சென்றார். அவர் இந்தப் போரில் இறந்திருக்கலாம். ஆனால் அவர் முடிவு அப்படிப்பட்ட எளிதானதல்ல! அவரது நண்பராக இருந்து, எதிரியாக மாறியிருந்து இறந்தும் போன எகிப்தின் தாலமியின் மகன்களில் ஒருவரால் இவர் வஞ்சகமாகச் கொல்லப்பட்டார். பொ.ஆ.மு 321 ஆரம்பித்த வாரிசு யுத்தம் இதோடு முடிவடைந்தது. இதையடுத்து சிரியன் போர்கள் ஆரம்பித்தன. இப்போர்கள் செலியுசிட் பேரரசிற்கும், தாலமியின் ஆட்சிக்கும் நடுவில் நடந்தன. பொ.ஆ.மு.246 செலியுகோஸ்ஸின் பேரன் இரண்டாம் அன்டியோகஸ் இறந்தபின், செலியுசிட் சாம்ராஜ்யத்தின் வேர்கள் பலமிழந்தன. சாம்ராஜ்யம் சிதறுண்டது. இரண்டாம் அன்டியோகஸின் மகன் இரண்டாம் செலியுகோஸ் மூன்றாம் தாலமியால் தோற்கடிக்கப்பட்டான். அதோடு அவனது இளவலால் அவனது ஆளுமை எதிர்க்கப்பட்டது. இத்தோல்விகளால் இதுவரை இணைந்திருந்த பாக்டிரியா தனி நாடாகப் பிரிந்து, டயோடோட்டஸ் சோட்டரின் ஆளுமையில் தனி ராஜ்யமாக மாறியது. டயாடோட்டஸ் சோட்டர், அவரது சந்ததியினர், அனைவரும் தழைத்தோங்கினர்.

பொ.ஆ.மு. 242-இல் கிரேக்க-பாக்ட்ரியன்கள் சிந்து சமவெளியின் கிழக்குப் பாகத்தில் உள்ள ஒரு பெரும் பகுதியை வென்று தங்கள் நாட்டோடு இணைத்துக் கொண்டார்கள். இதே கால கட்டத்தில் வடக்கே பார்த்தியா என்ற பகுதியும் உடைந்து, அதன் தலைவன் அரசேசஸ் பாக்ட்ரியாவினருடன் ஒப்பந்தம் செய்து கொண்டார். இதனால் இரண்டாம் செலியுகோஸ் தன் பூட்டனாரின் சாம்ராஜ்யத்தின் கிழக்குப் பகுதிகளை முழுமையாக

இழந்தார். பார்த்தியனியர்களின் ஆட்சி பெருமளவில் விழுந்ததால், அலெக்சாண்டர் ஏற்படுத்திய இந்தியாவிற்கும் மெடிட்டரேனியன் பகுதிகளுக்கும் இடையேயான தொடர்புகள் அனைத்தும் முழுமையாகத் துண்டிக்கப்பட்டுவிட்டன.

மேற்கண்ட வரலாற்று நிகழ்வுகள் யாவும் சர் வில்லியம் ஜோன்ஸிற்கு கிரேக்க இலக்கியங்களிலிருந்து தெளிவாகக் கிடைத்தன. இந்தத் தகவல்களோடு தான் ஏற்கனவே சமஸ்கிருத நூல்களிலிருந்து கண்டுபிடித்த வரலாற்று நிகழ்வுகளை ஒப்பீடு செய்ய முயன்றார். கிரேக்க செலியுக்கஸிற்கும் இந்திய சந்ரோகோப்டஸிற்கும் இடையே நடந்த போர் பொ.ஆ.மு. 305-இல் அல்லது அதை ஒட்டிய ஆண்டுகளில் நடந்திருக்க வேண்டும் என்று தெளிந்தார். ஏனெனில் அந்த ஆண்டில்தான் செலியுகோஸ் தன்னை பாரசீக சாம்ராஜ்யத்தின் சக்ரவர்த்தியாக முடிசூட்டிக் கொண்டார். இதே காலவரையறையில், செலியுகோஸ்ஸின் வாழ்நாளில் இருந்த இந்திய மன்னர் ஒருவரை, நம் வரலாற்றின் வரைபடத்தில் மிக முக்கியமான ஒரு புள்ளியாக வைக்க முடியும் என்றார் ஜோன்ஸ்.

வில்லியம் ஜோன்ஸ் தன் நாட்டிலிருந்து இந்தியாவிற்குப் புறப்படும் முன் மேஜர் ஜேம்ஸ் ரென்னல் என்பவரைச் சந்தித்து வந்திருந்தார். இந்த ரென்னல் இன்றும் இந்தியாவின் 'புவியியலின் தந்தை' என்றழைக்கப்படுகிறார். இவர் புவியியல், புவி வரைபட ஆய்வாளர், கடலியல் வல்லுநர் என்ற பல தகுதிகளையுடையவர். இந்தியாவில் பூடான் பகுதிகளில் அவர் ஆய்வு மேற்கொண்ட பொழுது சில இந்து அடிப்படைவாதிகளால் மிகக் கடுமையாகத் தாக்கப்பட்டார். பலத்த காயங்களுடன் அவர் தனது முப்பதாவது வயதுகளின் ஆரம்பத்திலேயே இந்தியாவில் தன் ஆய்வுகளை நிறுத்திவிட்டு, 1776-ஆம் ஆண்டு இங்கிலாந்து திரும்பினார். பதின்மூன்று ஆண்டுகள் அவர் இந்தியாவில் புவியியல் ஆய்வுகள் மேற்கொண்டிருந்தார். அப்போது கிழக்கிந்திய கம்பெனி புதிதாக ஆக்கிரமித்திருந்த வங்காளப் பகுதிகளின் வரைபடங்களை அவர் தயாரித்தார். அப்போது இங்குள்ள நிலவியல் பற்றிய ஆழ்ந்த அறிவையும், இதனை உருவாக்கிய மற்ற காரணிகள் பற்றியும் நன்கு அறிந்து வைத்திருந்தார். ஜோன்ஸ் இங்கிலாந்திலுள்ள போர்ட் லேண்டில் ரென்னலைப் பார்க்கச் சென்றபோது அவர் இந்தியாவின் முதல் வரைபடத்தைத் தயார் செய்து முடித்துக் கொண்டிருந்தார்.

பாட்னா சுங்கக் கட்டிடத்திலிருந்து பாட்னாவின் கடற்கரையை வரைந்த ஓவியம். பங்கிபோர் பகுதியும் தெரிகிறது. சர் சார்லஸ் டி ஒய்லி என்ற கிழக்கிந்தியக் கம்பெனியின் அபின் முகவர், 24 அக்டோபர் 1824இல் வரைந்த பேனாச் சித்திரம். (APAC, British Library)

இந்தியா வந்தபின் மற்ற ஆய்வுகளை மேற்கொண்டிருந்த ஜோன்ஸ் 1787-இல் இந்தியாவிற்கும் பழைய கிரேக்க நாடுகளுக்கும் நடுவில் இருக்கும் விட்டுப்போன வரலாற்றுத் தடயங்களைப் பற்றி ஆராய்ந்து கொண்டிருந்தார். அப்போது ரென்னில் கடிதம் ஒன்றை ஜோன்ஸிற்கு எழுதி அனுப்பினார். அதில் பாலிம்போதிரா என்று அழைக்கப்பட்ட பழைய இடத்தின் இருப்பிடத்தைப் பற்றிய குறிப்புகளைத் தந்திருந்தார்.

மெகாஸ்தனிசும், அவருக்குப்பின் வந்து தூதுவர்களும் இந்த நகரம் பற்றிய பல குறிப்புகளை எழுதி வைத்துள்ளனர். கங்கையும் யமுனையும் இணைந்து ஓடும் நதியிலிருந்து 435 மைல் தொலைவில் கங்கையின் முகத்துவாரத்திலிருந்து 688 மைல் தொலைவில் கங்கையும் எர்ரனாபோஸும் இணையும் இடத்தில் இந்நகரம் இருந்ததற்கான குறிப்புகள் அவை.

ஜோன்ஸும் அவரோடு இணைந்த பண்டிதர்களும் பாலிம் போத்ரா என்ற நகரையும், எர்ரனாபோஸ் நதியையும் வடமொழி இலக்கியங்களுள் தேடிக்கொண்டிருந்தார்கள். அவர்களுக்கு இதைப் பற்றிய குறிப்புகள் ஏதும் அங்கு கிடைக்கவில்லை.

ஆனால் பாடலிபுத்ரா என்ற இடம் பல நூற்றாண்டுகளாக மகத நாட்டின் தலைநகராக இருந்தது பற்றிய குறிப்புகள் கிடைத்தன.

இப்போது ரென்னிலின் கடிதம் மேலும் சில விளக்கங்களைக் கொடுத்தது. இப்போதிருக்கும் பாட்னா நகரின் அளவுகளை ரென்னில் பத்து ஆண்டுகளுக்கும் முன்னால் ஆயும் போது, அந்நகர மக்களிடமிருந்து வாய்வழிச் செய்திகளாக சில புதிய தகவல்கள் கிடைத்தன. அவ்வூர் மக்கள் முன்பொரு காலத்தில் இதே இடத்தில் 'படேல் பூட்-கெர்' என்று ஒரு பழைய நகரம் இருந்ததாகச் சொல்லியுள்ளனர். பின்னால் அது வெள்ளத்தால் அழிக்கப்பட்டது என்றும் கூறினர். ரென்னல் மேலும் தன் ஆய்வில் கி.இ.க.யின் புதிய பங்கிப்போர் என்று அப்போது அழைக்கப்பட்ட கங்கை நதிக்கரையோரம் பாட்னா நகரைச் சுற்றிச் கட்டப்பட்டுக் கொண்டிருந்த தடுப்புகள் ஒரு பழைய நதிப்படுகையின் மேல் கட்டப்பட்டது என்பதைச் சுட்டியிருந்தார். (மிக மோசமாகத் திட்டமிடப்பட்ட தடுப்பு அது. இன்னும் மழைக் காலங்களில் மிகவும் மோசமான விளைவுகளையே இது தருகின்றது.) இந்தப் பழம் நதிப்படுகை பழங்காலத்தில் சோன் நதி என்றும் அழைக்கப்பட்ட நதியாக இருக்க வேண்டும். அந்த நதித் தடம் கங்கையின் மேற்பகுதியில் இருபத்தி இரண்டு மைல் தொலைவில் உள்ளது.

ரென்னலின் ஆய்வில் இந்தப் பழம் நதி சோன், கங்கையில் இணைவதற்கு முன் இரண்டாகப் பிரிந்து நடுவில் நீள வட்ட வடிவில் ஒரு சிறு தீவினை ஏற்படுத்தியிருந்தது. இத்தீவின் நீளமும் அகலமும் மெகஸ்தனிஸ் விளக்கிய படி பாலிம் போத்ரா நகரின் செவ்வக வடிவத்தையும் அதனைச் சுற்றியிருந்த அகழிகளையும் உள்ளடக்கக் கூடியதாக இருந்தன. மேலும் மெகஸ்தனிஸ் சொன்னது போலவே அவர் சொன்ன தூர விகிதங்கள் மிகச் சரியாக இன்றைய பாட்னாவிற்கும் பொருந்துவதாக உள்ளது. ரென்னல் தனது கடிதத்தில் பாட்னா, பாடலிபுத்ரா, பாலிம் போத்ரா என்ற பெயரில் உள்ள மூன்று இடங்களும் ஒரே இடம் தானா என்று அறிய விரும்பினார்.

ஆனால் ரென்னலின் இந்த ஆய்வுகளில் ஒரே ஒரு நெருடல். ஏன் கிரேக்கர்கள் பாலிம்போத்ராவிற்கு அருகில் கங்கையோடு இணையும் நதியை 'எர்ரனாபோஸ்' என்றழைத்தனர்? இதற்குரிய பதில் வில்லியம் ஜோன்ஸிடம் இருந்தது. பழம்பெரும், பழக்கத்தில் கூட இல்லாத பல மொழி இலக்கியங்களைக் கற்றவரான ஜோன்ஸ், சோன் நதி சில பழம் இலக்கியங்களில் 'ஹிரண்யபாகு' அல்லது 'தங்கச் கவசம்' என்று

அழைக்கப்படுவதாகக் கண்டறிந்தார். அவரது மொழியாற்றல் மேலும் அவருக்குக் கை கொடுத்தது. இந்நதியின் பெயரை மெகஸ்தனிஸ் தனது கிரேக்க மொழிக்கேற்ப மாற்றியிருக்க வேண்டும் என்றறிந்தார். எர்ரனாபோஸ் என்றால் அழகான, முணுமுணுக்கும் நதி என்று கிரேக்க மொழியில் பொருள். இது மெகாஸ்தனிஸின் ஒரு இலக்கிய உரிமை! சோன் நதியும், எர்ரனாபோஸ் நதியும் ஒன்றே. கிரேக்கர்களின் பாலிம்போத்ராவும், பழம் இந்தியாவின் பாடலிபுத்ராவும்தான் இன்றைய பாட்னா. முதல் பெரிய வரலாற்றுக் கண்டுபிடிப்பு இது!

இந்த முதல் கண்டுபிடிப்பு இன்னொரு இரண்டாவது கண்டு பிடிப்போடு தொடர்ந்தது. இந்த இரண்டாவது கண்டுபிடிப்பு இதுவரை வாசிக்கப்படாத இரு வடமொழி நூல்களில் உள்ளவை. முதல் நூல் சோமதேவா என்ற புலவர் எழுதிய நீண்ட கருத்துகள் நிறைந்த, நம்பக்கூடிய நிகழ்வுகள் பற்றியது. அந்த நிகழ்ச்சி, பாடலிப் புத்ராவின் மன்னன் நந்தாவும், அவனது எட்டு மகன்களும் கொல்லப்பட்ட போராட்ட காலமும், அதன்பின் சந்திர குப்தர் அரியணை ஏறியதுமாகும்.

இதற்கு அடுத்த வாசிப்பு 'சந்திராவின் பட்டமளிப்பு' என்ற இசைப்பாடல் நாடகம். இதில் வரும் செய்தியும் சந்திர குப்தனின் அரியணை ஏறுதலே. சந்திர குப்தரின் பெயர் சுருக்கப்பட்டு சந்திரா என்றழைக்கப்படுகிறது. ஐந்தாம் நூற்றாண்டில் விசாகதத்தா என்ற கவிஞரால் எழுதப்பட்ட ஒரு நீண்ட இசை நாடகத்தின் ஒரு பகுதியே இது. முழு நாடகத்தின் பெயர் 'முத்ர ராரக்ஷசா' அல்லது 'அமைச்சரின் முத்திரை மோதிரம்.'

இந்த இசை நாடகம் எதிரிகளாக இருந்த இரு அமைச்சர்களின் கதையைப் பற்றியது. ராக்ஷசா, சாணக்கியா - இருவருமே மகத நாட்டை ஆண்ட நந்தா என்ற மன்னரின் இரு அமைச்சர்கள். நந்தா வயதான காலத்தில் பெரும் கொடுங்கோல் மன்னராகிறார். இதனால் சாணக்கியா பதவி ஆசையை பெருமளவில் கொண்டிருந்த சந்திரகுப்தர் என்ற இளவரசனுக்குப் பின்னால் நிற்கின்றார். நந்தாவிற்கு சந்திரகுப்தனின் திட்டம் தெரிந்து விடுகிறது. சந்திரகுப்தனை நாடு கடத்துகிறார். சந்திரகுப்தனின் எட்டு நண்பர்களும் அவரோடு உடன் செல்கிறார்கள். சந்திரகுப்தன் இமயமலைக்குச் சென்று அங்குள்ள பர்வதேஸ்வரா என்ற மன்னனிடம் தஞ்சம் புகுகிறான். பர்வதேஸ்வரருக்கு யவனர்கள், (கிரேக்கர்கள்), சக்காஸ் (சித்தியன்கள்),

கம்போஜனர் (காந்தாரன்), சிரட்டாஸ் (காஷ்மீரிகள்) போன்றவர்களுடன் தொடர்பிருந்தது. பர்வதேஸ்வரர் செல்வமும் படைகளும் நிறைய கொடுத்து, அதற்குப் பதிலாக சந்திரகுப்தரிடமும் அவரது நண்பர்களிடமும் நந்தாவின் பேரரசில் பாதி பாகத்திற்கு ஒப்பந்தம் செய்து கொள்கிறார்.

சந்திரகுப்தரும் நண்பர்களும் பாடலிபுத்திராவைக் கைப்பற்று கிறார்கள். சந்திரகுப்தர் தன் எட்டுப் பங்காளிகளையும் (அவரது அப்பாவிற்கும், வேறு தாய்க்குப் பிறந்த மகன்கள் கொன்று விடுகிறார். சந்திரகுப்தரும் பர்வதேஸ்வரரும் நந்தாவின் பேரரசை தங்கள் ஒப்பந்தத்தின் படி பகிர்ந்து கொள்கிறார்கள்.

பர்வதேஸ்வரர் நந்தாவின் மகளால் விஷம் வைத்துக் கொல்லப்படுகிறார். பர்வதேஸ்வரரின் மகள் மலையகேது பட்டமேறுகிறாள். நந்தாவின் இன்னொரு அமைச்சரான ராக்ஷசாவின் துணையோடு மலையகேது பாடலிபுத்திரத்தில் சந்திரகுப்தரை எதிர்த்துப் போரிடுகிறாள். சந்திரகுப்தர் தன் கோட்டையை கிரேக்க நண்பர்களின் படைகளோடு காத்து வந்திருக்கிறார். சாணக்கியர் பொல்லாத தன் திறமையால் ராக்ஷசாவைச் சந்திரகுப்தனின் கூடாரத்திற்குத் தந்திரமாக வர வைத்துவிடுகிறார். இதனால் மலையகேதுவின் கூட்டணி முறிந்து விடுகிறது. இதன்பிறகு சந்திரகுப்தர் மகத நாட்டை மக்களின் மகிழ்ச்சியோடு நீதி தழுவாது ஆண்டு வருகிறார்.

இக்கற்பனைக் கதை பிராமணர்களைப் பற்றி, பிராமணர் களுக்காக, பிராமணர்களால் எழுதப்பட்ட ஒன்று. ஆனால் ஜோன்ஸ் இந்த நாடகம் ஒரு உண்மைக் கதையின் தழுவலே என்று நம்புகிறார். நந்தாவின் பேரரசு சந்திரகுப்த மௌரியரால் எப்படி வெற்றிகரமாகக் கைப்பற்ற முடிந்தது என்ற வரலாற்று நிகழ்வை இந்த நாடகம் கூறுகிறது என்பது ஜோன்ஸின் அசைக்க முடியாத எண்ணம். இந்தக் கதை ஜோன்ஸிற்கு ஏற்கனவே புராணங்களிலிருந்து தெரியும். புராணங்களில் அவர் இதைப்பற்றிப் பரவலாக தெரிந்து வைத்துள்ளார். ஆனால் நாடகத்தில் முழு விளக்கங்கள் தரப்பட்டுள்ளன. சந்திரகுப்தர் மலையரசர் ஒருவரோடு ஒப்பந்தம் செய்து கொண்டு, வடமேற்குப் பகுதியில் உள்ள சிலருடன் துணை சேர்ந்து நந்தாவை எதிர்த்துப் போரிட்டார். இதுவே சந்ரோகோப்டஸ் செய்தது. ஆக, கிரேக்க வரலாற்று ஆசிரியர் சொன்ன சந்ரோகோப்டஸ், இந்தியப் பேரரசன் சந்திரகுப்தர் இருவரும் ஒருவரே.

இந்த விவாதங்களின் முடிவுரையாக மற்றுமொரு திண்ணமான சான்று கிடைத்தது, கிரேக்க மொழியில் சிசிகோட்டோஸ் என்றும் சந்ரோகோப்டஸ் என்றும் அழைக்கப்படுபவையும் சந்திரகுப்தரே. சந்திரகுப்தர் என்பதின் பொருள் வடமொழி தெரிந்தோர் அனைவருக்கும் புரியும். சந்திரன் என்றால் நிலவு; குப்தர் என்றால் பாதுகாக்கப்பட்ட என்று பொருள்படும். சிசிகோட்டாஸ் என்பது சஷி குப்தா என்று கிரேக்க மொழியில் வருகிறது. இதுவும் ‘நிலவால் காக்கப்பட்டவன்’ என்ற பொருளில் தான் வரும். சஷி என்பதும் நிலவைத்தான் குறிக்கிறது. முடிவாக இந்தியாவிலிருந்து நாடு கடத்தப்பட்ட, கூலிப்படைக்காரனாக இருந்த சஷி குப்தாவே பின்னாளில் இந்தியப் பேரரசன் சந்திர குப்தனாகிறார் என்பது தெளிவாகிறது.

சர் வில்லியம் ஜோன்ஸின் மூலம் இன்று காணும் இந்த முடிவுகள் எல்லாவற்றிற்கும் காரணம் அவரது வெறும் நல்லூழி மட்டுமல்ல; அவரது தொடர்ந்த அயராத உழைப்பும், அறிவும், மொழியாற்றலும் இவ்வெற்றிக்குரிய முழுக் காரணங்களாக இருந்தன. 1793-ஆம் ஆண்டு பிப்ரவரி மாதம் 28ம் நாள் கல்கத்தாவில் நடந்த ஆசிய குழுமத்தின் பத்தாவது ஆண்டு விழாவில் ஜோன்ஸ் தனது புகழ்பெற்ற உரையில், ‘மகிழ்வான விபத்து போல் ஒரு பெரும் கண்டுபிடிப்பு என் வாழ்வில் நடந்தது’ என்கிறார். தன் உரையில் பாலி போத்ரா - பாடலிபுத்ரா - பாட்னா என்ற விடுகதையை ஒரு தீர்மானமாக ஆக்கிவிட்டு, பின் இதன் விளக்கங்களை எடுத்து வைத்துள்ளார். அதோடு மட்டுமின்றி இந்தக் கண்டுபிடிப்புகளுக்குப் பின்னால் இருக்கும் இன்னொரு மிகப்பெரிய கண்டுபிடிப்பைப் பற்றியும் கூறுகிறார். ஒரு படைவீரனாக இருந்த சந்திரகுப்தன் இந்துஸ்தானின் வடபகுதிக்கு ஒரு பெரும் மன்னனாக உருவெடுக்கிறார். இந்த சந்திரகுப்தன் தான் சந்ரோகோட்டடஸ் என்ற பெயரில் வெற்றியாளன் செலிகோஸ்ஸிடம் ஒரு பெரும் ஒப்பந்தத்தை இட்டவன்.

பழம் இந்தியாவின் வரலாற்றில் கிடைத்த இந்தக் கண்டு பிடிப்புகள் வரலாற்றுப் பக்கங்களில் மிக முக்கியமான, மிகச் சரியான மையப் புள்ளியான அடையாளமாயிற்று. இதனைச் சுற்றி ஏனைய வரலாற்று நிகழ்வுகளை, நிகழ்வுகளின் காலத்தை இதனோடு ஒப்பிட்டு மிகச் சரியான வரலாற்றுச் சித்திரம் ஒன்றை வரைய முடியும்.

மாவீரன் அலெக்சாண்டர் பாபிலோனில் பொ.ஆ.மு. 323-இல் மரணமடைகிறார்.

பொ.ஆ.மு. 305-இல் வெற்றியாளன் செலியுகோஸ் இந்தியாவை நோக்கிப் படையெடுக்கிறார்.

சந்திரகுப்த மௌரியர் இப்போது இந்தியாவில் ஒரு பெரிய சாம்ராஜ்யத்தைக் கட்டியமைத்துள்ளார். வட இந்தியாவின் மன்னன் அவர். அலெக்சாண்டர் இறந்த பொ.ஆ.மு. 323-ற்குப் பிறகு சந்திரகுப்தர் நந்தாவைத் தோற்கடித்திருக்க வேண்டும்.

அலெக்சாண்டரின் கவர்னர்கள் எடிமோஸ், பெய்தோஸ் தங்கள் இந்திய ஆளுமையை விட்டுவிட்டு பொ.ஆ.மு. 317-இல் விலகியிருக்க வேண்டும்.

புராணங்களை வைத்து, ஆசிய ஆய்வுக் கழகத்தில் 'மகத நாட்டு மன்னர்கள்' என்ற தலைப்பில் ஆசியக் கழக ஏட்டில் பதிக்கப்பட்ட பட்டியலில் சந்திரகுப்தர் 24 ஆண்டுகள் ஆட்சி புரிந்தார். புராணங்களில் கொடுக்கப்பட்டிருந்த ஆண்டுகள் சரியாக இருந்தால், சந்திரகுப்தர் பொ.ஆ.மு. 317-லிருந்து பொ.ஆ.மு. 293-வரை ஆண்டிருக்க வேண்டும்.

அவரது மகன் பிந்துசாரர் அடுத்த 25 ஆண்டுகள் பொ.ஆ.மு. 292 முதல் 268 வரை ஆண்டிருந்திருப்பார். அவருக்கு அடுத்து அசோகர் 36 அல்லது 37 ஆண்டுகள் ஆட்சி நடத்தியிருக்க வேண்டும். அதாவது பொ.ஆ.மு. 267 முதல் 230 வரை. இந்த மௌரிய அரசு 137 ஆண்டுகள் பொ.ஆ.மு. 317 முதல் 180 வரை ஆண்டிருக்க வேண்டும்.

இந்த நாள் வரையும் ஜோன்ஸ் கணித்த பட்டியல் எவ்வித பெரிய மாற்றமும் இல்லாமல் இருந்து வருகிறது.

5
தீவிர கீழ்த்திசையியல் விற்பன்னர்கள்

அமராவதியில் கண்டெடுக்கப்பட்ட கற்சிற்பம். அழகாக்கப்பட்ட ஒரு ஸ்தூபியும், சுற்றுச் சுவர்களும், நான்கு தோரணவாயில்களும் செதுக்கப் பட்டிருக்கின்றன. 1816இல் கோலின் மக்கன்ஸியின் அகழ்வாராய்ச்சியில் கிடைத்த சிற்பம்.

சர் வில்லியம் ஜோன்ஸ் கல்கத்தாவிற்கு வந்து இறங்கிய பிறகு அவரது பெரும் ஈடுபாட்டாலும், தீவிர முயற்சிகளாலும் இந்திய வரலாற்றியல் மிக அழகாகத் திளைத்து வளர்ந்தது. இந்த வளர்ச்சி 1795-ஆம் ஆண்டு ஏப்ரல் 27ஆம் தேதி அப்படியே நின்று போனது. ஜோன்ஸ் அன்று மரணமடைந்தார்.

ஜோன்ஸ் இந்தியா வரும்போது பத்தாண்டுகள் இங்கு வேலை பார்க்கும் ஒப்பந்தத்துடன் வந்தார். அந்தப் பத்தாண்டு வரையறை நவம்பர் 1794-ஆம் ஆண்டுடன் முடிவடைந்தது. ஜோன்ஸும், அவரது மனைவி அன்னா மரிய ஜோன்ஸும் இந்தக் காலகட்டத்தில் மிகவும் உடல் நலமற்றுப் போனார்கள். ஆனாலும் ஜோன்ஸ் தான் எழுதிக் கொண்டிருந்த இந்து, இஸ்லாமியச் சட்டங்களின் தொகுப்பு நூலை - *Digest of Hindu and Muslim law* - விரைந்து முடித்துவிட முனைந்தார். இந்த முயற்சியைப் பற்றி அவர், "இப்பகுதியில் இருக்கும் இரண்டைரைக் கோடி பிரித்தானிய குடிமக்களான இந்தியர்களுக்கு முழுமையான சட்டங்கள் பற்றிய ஒரு நூலைத் தர முடிகிறது என்பது எனக்கு மிகவும் பெருமை தருகிறது. இங்கிலாந்து மன்னரிடமிருந்து 'நன்றி' என்ற ஒரு வார்த்தையைப் பாராட்டாக பெறுவதை விட இந்த நூலை முழுமையாக மக்களுக்குத் தருவதே பெருமைக்குரியது" என்று கூறியுள்ளார்.

அன்னா மரியா மிகவும் நோய்வாய்ப்பட்டதால் இளவேனிற் காலத்து கப்பலில் பயணமானார். ஜோன்ஸிற்கு அப்போதும் ஈரலில் வீக்கமும் வலியும் இருந்ததால் கல்கத்தாவிலேயே தங்கியிருந்தார். 1795-ஆம் ஆண்டு ஏப்ரல் 20ஆம் தேதியன்று லார்ட் ஹேஸ்டிங்ஸிற்குப் பிறகு வந்த கவர்னர் ஜெனரலையும, தனது பழைய நண்பர் ஜான் ஷோர் என்பவரையும் சந்தித்தார். ஆனால் அவர்களோடு தங்க முடியாத அளவு உடல் நலமின்றி இருந்தார். அன்றிலிருந்து ஒரு வாரம் கழித்து ஷோர் ஜோன்ஸால் அவரது வீட்டிற்கு அழைக்கப்பட்டிருந்தார். ஆனால், ஷோர் ஜோன்ஸின் மாளிகையான கார்டன் ரிசார்டிற்குச் சென்றபோது ஜோன்ஸ் தன் இறுதி மூச்சை விட்டிருந்தார்.

அவருடைய மரணத்தைப் பற்றி அவரது நண்பரும், சீடருமான ஹென்றி கோல்புரூக் சொல்வதை விடவா வேறு யாரும் பெருமையாகக் கூறிவிட முடியும். கோல்புரூக், "ஜோன்ஸின் அகால திடீர் மரணத்தால் அவரது ஆய்வுகள் முறையாக பட்டியலிடப்படாமலும், வேறு சில ஆய்வுகள் அவரது நினைவுகளோடும் மட்டுமே இருந்து விட்டன. இப்போது கீழை

நாடுகளைப்பற்றி ஆய்வு செய்வோர் யாரும் இவரது அளவு ஞானம் கொண்டவர்களில்லை. இன்னும் இந்த ஆய்வுகளைத் தொடர்பவர்களில் யாருக்கும் அதில் இவரைப் போன்ற பரந்த அறிவு இருக்குமா என்பதே ஒரு கேள்வி," என்றார்.

ஷோர் கொண்ட அச்சம் எல்லாமே உண்மையாயிற்று. வில்லியம் ஜோன்ஸின் மரணத்திற்குப் பின் ஆசிய ஆய்வுக் குழு, கடலில் விட்ட வழிகாட்டல் இல்லா ஒரு கப்பல் போல் ஆனது. தலைவர்கள், செயலர்கள், ஆசிரியர்கள் ... என்று பலர் வந்தனர்; சென்றனர். ஆனால் அவர்களைக் கரம் பிடித்து முன்னே அழைத்துச் செல்ல யாருமில்லை. இருப்பினும் பல இடங்களிலிருந்து பலர் தொடர்ந்து கட்டுரைகள் எழுதிவந்தார்கள். ஆசிய ஆய்வுக் குழு அறிக்கைகள் சீராக வராவிட்டாலும், அவ்வப்போது பதிப்பிடப்பட்டு வந்துள்ளன. இப்படிக் கட்டுரை எழுதி அனுப்புபவர்களில் முக்கியமானவர் காப்டன் ஜேம்ஸ் ஹோர். இவர் தில்லியிலுள்ள ஃபெரோஸ் ஷாவின் கைத்தடி, அலகாபாத்திலுள்ள கற்றூண், இவைகளின் படங்களையும், அவைகளிலிருந்த எழுத்தின் நகல்களையும் ஒரு நூலாக வெளியிட்டார்.

நல்ல வேளையாக இந்த நூல் சரியான நேரத்தில் வெளியிடப் பட்டது. ஏனெனில் அலகாபாத்திற்கு ஹோர் சென்று வந்த பின் இந்தியப் பழைய கட்டுமானங்களின் எதிரிபோல் விளங்கிய கர்னல் கைட் தேவையில்லாமல் அலகாபாத்திலிருக்கும் கற்றூணை சாய்த்து நொறுக்கி விட்டார். கி.இ.க. அவுட் என்னுமிடத்தில் நவாபிடம் போலித்தனமான ஒப்பந்தம் ஒன்றையிட்டு, அலகாபாத்தை தங்கள் படையோடு முகாமிட்டார்கள். 1801இல் நவாப் அலகாபாத் முழுமையையும் கி.இ.கம்பெனியிடம் ஒப்படைத்தார். கி.இ.க. படையிலிருந்த பொறியாளர்கள் கர்னல் அவுட் என்பவரின் தலைமையின் கீழ் அலகாபாத்தின் பலத்தை அதிகப்படுத்தினார்கள். இந்தப் புண்ணிய வேலையில்(!) இருந்த அவுட், அவரது பொறியாளர்களோடு இந்தக் கற்றூணை முற்றுமாகப் பெயர்த்து உடைத்து சாலையோரம் அதன் உடைந்த துண்டுகளைச் சிதற விட்டுச் சென்றுவிட்டார்.

காப்டன் ஹோரின் நூல் ஆசிய ஆய்வுக் கழகத்தில் வாசிக்கப் படும் முன்பே கடும் காய்ச்சலால் ஹோர் காலமானார். 1800-ஆம் ஆண்டு ஆய்வுக் குழுவில் ஹென்றி கோல்புரூக் இந்த நூலை மேலும் ஆய்வு செய்தார். இப்போது கல்கத்தாவிலிருக்கும் வடமொழி ஆற்றல் கொண்ட ஒரே ஆங்கிலேயர் அவர் மட்டும்தான். தில்லி, அலகாபாத் தூணின் எழுத்து நகல்களைப்

பார்த்த ஹென்றிக்கு கிரேக்க மொழிபோல் தோற்றம் கொண்ட அந்த எழுத்துகளைப் பற்றிய மேல் விவரங்கள் எதுவும் தெரியவில்லை.

1800-ஆம் ஆண்டில் கி.இ.க. அதன் மேலுள்ள ஊழல் குற்றச்சாட்டுகளிலிருந்து விடுபட்டு வெளிவந்தது. இந்தக் குற்றச் சாட்டுகளால் அதன் வளர்ந்து வரும் சக்தி எம்முறையிலும் பாதிக்கப்படவே இல்லை. படைப்பிரிவினரின் எண்ணிக்கையும் அதிகரித்து வந்தது. 1798-இல் கவர்னர் ஜெனரலாக அமர்த்தப்பட்ட லார்ட் வெல்லெஸ்லி இந்தச் சூழலை முற்றுமாகப் பயன்படுத்தினார். அவர் இந்திய மக்களோடு எவ்வித உரசலும் இல்லாமல் இருக்க வேண்டும் என்று ஆணையிடப்பட்டிருந்தார். ஆனால் ஒவ்வொரு நாளும் இந்தியக் குடியினரின் மீது கடுமையான பல அடக்கு முறைகள் ஏவப்பட்டன. ஒரு ஏக்கர் நிலம் கூட கி.இ.க.யின் ஆளுகைக்குள் சேரக் கூடாது என்று அவருக்குச் சொல்லப்பட்டிருந்தும், அவர் இமயத்திலிருந்து குமரி முனை வரைக்கும் உள்ள அனைத்தையும் ஒன்றாக இணைக்கவே செயல்பட்டார். மைசூரை ஆண்ட திப்பு சுல்தானை பிரஞ்சுப் புரட்சியில் 'ஜேக்கோபின்' குழு செய்தது போலவே அச்சமுறுத்தி, அவரைப் பதவியிறக்கம் செய்தார். அதன்பின் வடக்கு டெக்கான் சமவெளியில் மராத்தியர்களையும் மிகக் கடுமையான போரின் மூலம் தோற்கடித்து, மத்திய இந்தியாவில் கி.இ.க. உறுதியாக காலூன்றியது.

லார்ட் வெல்லெஸ்லி மட்டுமல்ல அவரது சகோதரர் ஆர்தர் வெல்லெஸ்லி (பின்னாளில் இவர் வெல்லிங்டனின் ட்யூக்காக மாறினார்.) தன் சகோதரனைவிடவும் மிகப் பேராசை கொண்டவர். இவர் இரண்டாம் மராத்தா போரில் பெரும் வெற்றி பெற்று மராத்தியர்களை முற்றுமாக தோற்கடித்தார். 1803-ஆம் ஆண்டு செப்டம்பர் மாதம் 23ந் தேதி அஸ்ஸாயி என்னுமிடத்தில் நடந்த அப்போரில் வெற்றி பெற்ற ஆர்தர் "மிகுந்த கொடூரமான, ஆனால் எனக்கு மிகவும் பிடித்த வெற்றி கிடைத்தது," என்று இறுமாப்புடன் பகன்றார். ஆர்தரின் படைகளும் மிகுந்த உயிரிழப்பிற்கு உள்ளானது.

போர் முடிந்து ஐந்து நாட்களுக்குப் பிறகு அடிபட்ட தன் படை வீரர்களை வடக்குப் பக்கம் இருந்த அஜந்தா என்ற கிராமத்திற்குக் கொண்டு வந்தார்கள். இந்தியாவின் மத்தியப் பகுதியில் இருந்த இந்தக் கிராமத்தில் மண் மூடிப்போன பழைய கோட்டை ஒன்று அவர்களுக்கு மருத்துவமனையாகச் செயல்பட்டது. படைகள் இந்தக் கிராமத்தில் ஏறத்தாழ

ஒரு மாதம் இளைப்பாறியது. அந்தச் சமயத்தில் படையின் அதிகாரிகளின் மத்தியில் அந்தக் கிராமத்தின் தெற்குப் பக்கத்தில் ஒரு குகையில் மிக அழகிய ஓவியங்கள் இருப்பதாக ஒரு வதந்தி உலவியது. அவர்கள் சொன்ன இடத்தில் ஒரு சிற்றோடை பாறைகளுக்கு நடுவே வளைந்து ஓடி, ஒரு சிறிய பள்ளத்தாக்கை உண்டு பண்ணியிருந்தது. அங்கிருந்த மக்கள் அதை ‘புலிப் பள்ளத்தாக்கு’ என்று அழைத்து வந்துள்ளனர். புலிகள் இருப்பதான அச்சத்தில் மக்கள் அதிகமாக இப்பக்கம் வராததாலேயே அந்தக் குகையில் உள்ளவை பல நூற்றாண்டுகளாக எவ்வித ஊறும் நேராதவாறு காக்கப்பட்டு வந்துள்ளன. இதற்குள் படையாளியின் ஓய்வுக்காலம் முடிந்து அமைதி ஒப்பந்தமும் கையெழுத்தாகி படைகள் மீண்டும் வடக்கு நோக்கிப் புறப்பட்டன. இதனால் அந்த அஜந்தா குகைகள் முற்றிலும் மறக்கப்பட்டன. உள்ளிருந்த அற்புதங்களும் இவர்களில் யாருடைய கண்ணிலும் படவேயில்லை. லார்ட் வெல்லெஸ்லி, ஒரு மோசமான அடக்குமுறைக்காரராக இருந்தாலும், அவர் ஆங்கிலேய அதிகாரிகள் தங்கள் ஆளுமைக்காக அனுப்பப்படும் இடங்களைப் பற்றி முழுப் புரிதலோடு அங்கு செல்ல வேண்டும் என்ற கருத்தில் உறுதியாக இருந்தார். இதனால் கி.இ.க.யின் லண்டனில் உள்ள உச்ச நிலை அதிகாரிகளுக்குத் தெரியாமலேயே கல்கத்தாவில் வில்லியம் கோட்டையின் ஒரு புறத்தில் கல்லூரி ஒன்றை ஆரம்பித்தார். இந்தியப் பகுதிகளை ஆளுமை செய்யும் இந்திய ஆட்சிக்குழு (*I.C.S.*) இங்குதான் செயல்பட்டு வந்தது. புதிதாகத் தேர்ந்தெடுக்கப்படும் ஆளுனர்கள் இக்கல்லூரியில் இந்திய மொழிகள், பழக்க வழக்கங்கள் பற்றிப் பயில ஏதுவான இடமாக அது இருந்தது. 1818ஆம் ஆண்டு இந்த வில்லியம் கோட்டை கல்லூரியில் நூற்றுக்கும்

மேற்பட்ட மொழியியலாளர்கள் வேலைக்கு அமர்த்தப்பட்டனர். வெல்லெஸ்லி இந்திய மக்களின் பழக்க வழக்கங்கள், மக்களின் தன்மைகள், அவர்களது மொழிகள் என்று எல்லாவற்றையும் முழுமையாகத் தெரிந்து கொள்ள ஏதுவான இடம் என்று இக்கல்லூரி பற்றிக் கூறுகிறார்.

அக்கல்லூரியில் ஒரு பெரிய நூலகமும் உருவாக்கப்பட்டது. கீழ்த்திசை நாடுகளைப் பற்றிய பன்னிரண்டாயிரம் நூல்களும், கையெழுத்துப் பிரதிகளும் இங்கு சேர்க்கப்பட்டன. வெல்லெஸ்லி ஆரம்பித்த இக்கல்லூரி அவரே எதிர்பார்க்காத அளவிற்கு புதிய மாற்றங்களைக் கொண்டுவந்தது.

இக்கல்லூரியினால் புதிதாகத் தோன்றிய வங்காளத்தின் மறுமலர்ச்சி வளர்ந்தோங்கியது. இந்தப் புதிய மாற்றம் ராஜாராம் மோகன்ராய் போன்றவர்களைச் சமூக மறுமலர்ச்சியில் உந்தித் தள்ளியது. இதுவே நாளடைவில் ஆங்கிலேய அரசை இந்தியாவிலிருந்து விரட்டி அனுப்பவும் வழிகோலியது!

வில்லியம் கோட்டை கல்லூரியின் ஆரம்ப காலத்திலிருந்து அதோடு மிகுந்த தொடர்பு கொண்டவர்களில் ஹென்றி கோல்புரூக் மிக முக்கியமானவர். இவர் வடமொழி, இந்துச் சட்டங்கள் என்ற துறையின் பேராசிரியராக அங்கே பணி புரிந்தார். 1801ஆம் ஆண்டு அவர் ஆசிய ஆய்வுக்கழகத்தின் தலைவராகப் பொறுப்பேற்று, அவர் இந்தியாவில் பணிபுரிந்த 1814ஆம் ஆண்டுவரை அதன் தலைமைப் பொறுப்பிலேயே இருந்து வந்தார். இக்கால கட்டத்தில்தான் காலம்சென்ற வில்லியம் ஜோன்ஸின் வழித்தோன்றலாக ஜான் லெய்டன் கல்கத்தாவிற்கு இங்கிலாந்திலிருந்து வந்து சேர்ந்தார். இவர் ஸ்காட்லாந்தில் ஒரு ஆடு மேய்ப்பவரின் மகனாகப் பிறந்து, இறையியல் படித்து, இறையியலைவிட மொழிகளைக் கற்பதில் தீவிரமான ஆர்வம் கொண்டவராய் இந்தியாவிற்கு வந்து சேர்ந்தார். இங்கு வந்ததும் லெய்டனின் நண்பர்கள் அவரை மதராஸில் கி.இ.க.-யின் மருத்துவராக நியமனம் செய்தார்கள். ஆனால் அவரின் ஆர்வம் அந்த வேலையில் பதியவில்லை. அந்தப் பணியில் விருப்பமும் இல்லை. இந்தியாவிற்கு வந்து இரு ஆண்டுகள் கழித்து ஸ்காட்லாந்தில் உள்ள தன் நண்பர் ஒருவருக்கு அவர் எழுதிய கடிதத்தில் தன் அடிமனத்து ஆசைகளை எழுதுகிறார். "எப்படியாயினும் நான் ஒரு தீவிர கீழ்த்திசை ஆய்வாளராக ஆக வேண்டும்," என்று அக்கடிதத்தில் எழுதியுள்ளார்.

அவர் விழைந்தபடியே அவருக்கான பெரும் சந்தர்ப்பம் கிடைத்தது. மைசூரின் நில அளவைத் துறையில் அவர் ஒரு மருத்துவ உதவியாளராகப் பணியமர்த்தப்பட்டார். அவருக்கான பணிகளில் ஒன்றாக, அவர் இந்த நாட்டின் இயற்கை வரலாறு, மக்களின் வழக்கங்கள், அவர் தம் மொழிகள், மைசூரின் பூர்வ குடிமக்கள் போன்றவைகளில் நாட்டம் செலுத்த வேண்டும் என்பதும் இருந்தது. பழம் நழுவிப் பாலில் விழுந்த கதைதான். இந்தப் பணியிலேயே அவர் பதின்மூன்றே மாதங்களில் பதின்மூன்று மொழிகளைக் கற்றார். தன் குருவிற்கு ஏற்ற மிகச் சிறந்த மாணவர் தான்!

லெய்டன் மிகவும் விசித்திரமான மனிதர். தன்னைப் பற்றிய பெருமிதம், தலைக்கனம் அவருக்கு மிக அதிகம்; பெரும்

முரட்டுக்குணம்; கரடுமுரடான குரல். ஸ்காட்டிஷ் மொழியை அவர் பேசும் விதமே அவரது மொழிக்காரர்களுக்கு மட்டுமே அது புரியும்படி இருக்கும். ஆனால் இத்தனையும் தாண்டி அவர் பெரும் புத்திசாலியும் கூட! இதனாலேயே வெல்லெஸ்லிக்குப் பின் அடுத்து வந்த லார்ட் மின்டோவிற்கும் இவரை மிகவும் பிடித்துப் போயிற்று. அவர் இந்துஸ்தானியப் பேராசிரியராக வில்லியம் கோட்டை கல்லூரியில் பணியமர்த்தப்பட்டார். இரண்டாவது பணியாக கல்கத்தாவின் நாணய அச்சடிப்புப் பணியில் உலோக ஆய்வாளராகவும் பணியமர்த்தப்பட்டார். இவை எல்லாமே அவர் இந்தியாவைப் பற்றி மேலும் மேலும் தெரிந்து கொள்ள ஏதுவாயிற்று. அவர் தன்னைப் பற்றி வைத்திருந்த அதீத பெருமிதம் அவர் தனது நண்பர் ஒருவருக்கு எழுதிய கடிதத்தில் முழுமையாகப் பிரதிபலிக்கிறது. "இந்தியாவைப் பற்றித் தெரிந்து கொள்ளும் முயற்சியில் நான் மடிந்தே போகலாம். ஆனால் அப்படி இறந்து போகும் நேரத்தில் நான் சர் வில்லியம் ஜோன்ஸின் கீழ்த்திசை அறிவை விட நூறுமடங்கு அதிகம் சாதித்திருப்பேன். அப்படி சாதிக்காது நான் இறந்தால் யார் கண்ணிலிருந்தும் விழும் ஒரு சொட்டுக் கண்ணீர் கூட எனக்கானதல்ல." மிகத் தைரியமான, சவாலான இந்த வார்த்தைகள் அடிக்கடி சுகமின்மையால் வருந்திய ஒரு மனிதனிடமிருந்து வந்தவை.

'பாபர் நாமா' என்ற இஸ்லாமியப் பேரரசர் பாபரின் வாழ்க்கைக் குறிப்பை ஆங்கிலத்தில் லெய்டன் மொழி பெயர்த்தார். இப்பணி முடிந்ததும் ஹென்றி கோல்ப்ரூக் இவரை ஆசிய ஆய்வுக் குழுவின் செயலராக பணியேற்க அழைத்தார். இப்பணிக்கென தனியாகச் சம்பளம் ஏதும் கிடையாது. ஆனால் ஆய்வுக்குழுவின் மிக முக்கியமான பணி இது. இதில் நுழைந்தால் தனது குருவான சர் வில்லியம் ஜோன்ஸின் வழித்தோன்றலாக எளிதாக ஆக முடியும் என்று அவர் ஆசைப்பட்டார். ஆனால் அவரது விதி வேறு விதமாக அவரை அதிலிருந்து இழுத்து விட்டது. லார்ட் மின்டோ தனக்கு மொழிபெயர்ப்பு உதவியாளராக இவரை ஜாவா தீவிற்குத் தன்னோடு வர அழைத்தார். ஜாவாவில் டச்சு அரசின் கீழிருந்த பட்டாவியா என்ற இடத்திற்கு 1811ஆம் ஆண்டு ஆகஸ்ட் 25ஆம் தேதி வந்து சேர்ந்தார். உடனேயே அங்கிருந்த நூலகத்திற்கு விரைந்தார். அங்கே பல இந்திய கையெழுத்துப் பிரதிகள் இருப்பதாக அவர் அறிந்ததே அந்த அவசரத்திற்கான காரணம். நூலகத்தில் நுழைந்தவர் வெகு விரைவில் கடும் குளிரோடு நடுங்கிக் கொண்டே வெளியே வந்தார். 'அந்த நூலக அறை யாருக்கும் கொடும் மரணக் காய்ச்சலைத்தான் தரும்'

என்று கூறினார். அதுவே நடந்தது. அடுத்த மூன்று நாளில் அவர் மரணத்திடம் தோற்றுப் போனார்!

ஹென்றி கோல்ப்ரூக் நல்ல ஒரு பணியாளரை இழந்து விட்டார். லெய்டன் கல்கத்தா நாணய சாலையில் பார்த்த ஆய்வர் பதவிக்கு அவரது துணைவராக வேலை பார்த்து வந்த ஹொரேஸ் ஹெமான் வில்சன் என்பவரை நியமித்தார். டாக்டர் வில்சன் லெய்டனுக்கு நேர் எதிர்மறையானவர். இனிமையான மனிதர்; உயர் குணங்கள் கொண்டவர்; பலரோடும் நல்ல தொடர்பில் இருப்பவர். இந்தியாவிற்கு வரும்போது மருத்துவம், வேதியியல், உலோக ஆய்வு என்ற மூன்றிலும் நல்ல ஆழமான புரிதலோடு வந்தவர். இவர் ஆசிய ஆய்வுக் கழகத்திற்குப் பொருத்தமான மனிதர் இல்லைதான். ஆயினும் அப்பணியும் அவருக்குக் கொடுக்கப்பட்ட பின், டாக்டர் வில்சன் தன்னை அப்பதவிக்குத் தகுதியானவராக ஆக்கிக் கொள்ள முடிவெடுத்தார்.

செயலர் பதவி கிடைத்ததும் வில்சனின் கைகளில் ஜோன்ஸ் மொழிபெயர்த்த வடமொழி நூல்கள் வந்து சேர்ந்தன. அந்த நூல்களில் இருப்பவைகளைத் தெரிந்து கொள்ள முயன்றார். அதற்காக வடமொழி-ஆங்கிலம் அகராதி ஒன்றைத் தேடினார். அப்படியேதும் இருந்தால்தானே கிடைப்பதற்கு. அப்படி ஒரு அகராதியே இல்லை என்று அறிந்ததும் வில்சன், தனது முதல் பணியே அப்படிப்பட்ட ஒரு அகராதியை உருவாக்குவதுதான் என்றெண்ணி அப்பணியை ஆரம்பித்தார். மிகப் பெரும் பணியல்லவா? அடுத்த பத்து ஆண்டுகளும் இப்பணியில் தீவிரமாக முனைந்து முதல் அகராதியை வெளிக்கொணர்ந்தார். இதற்காக அவர் எடுத்துக்கொண்ட முயற்சிகள் அவரை அக்காலத்தின் மிகச்சிறந்த வடமொழி விற்பன்னராக்கியது. இந்த வெற்றி அவருக்கு மிகப் பெருமையான இடத்தைக் கொடுத்தது. இருபத்தி இரண்டு ஆண்டுகளுக்கு அவர் ஆசிய ஆய்வுக்கழகத்தின் செயலராக தொடர்ந்து இருந்தார்.

கோல் ப்ரூக் 1814இல் ஓய்வு பெற்று தாய்நாடு திரும்பிய பின் யார் யாரோ ஆசியக் கழகத்தின் தலைமைப் பொறுப்பிற்கு வந்தார்கள்; இருந்தார்கள்; சென்றார்கள். யாரும் தீவிர ஆர்வம் ஏதுமில்லாமல் வந்து போனவர்களே. ஆகவே வில்சன் முழு அதிகாரத்துடன் திறமையான செயலராகச் செயல்பட்டார். சௌரங்கி-பார்க் தெருவில் புதிதாக எழும்பிய கட்டிடத்தின் ஒரு பகுதியில் ஆய்வுக்கழகம் வில்சனின் ஆணையின் படி இயங்கி வந்தது. வில்சனுக்கு இந்தியர்களின் அடிப்படை உரிமைகள் மீது எப்போதும் மரியாதை உண்டு. இதன்படி அவர் ஆய்வுக்

கழகத்தின் கதவுகளை இந்தியர்களுக்கும் முழுவதாகத் திறந்து விட்டார். மேலும் தனது இரு ஆர்வங்களான சமஸ்கிருதமும், நாடகங்களும் முன்னேற கடும் உழைப்பைக் கொடுத்தார். நாடக இயல் மீது அவர் கொண்ட காதல் அவரது திருமணத்திலும் கூட பிரதிபலித்தது. சாரா சிட்டன்ஸ் என்ற நடிகையின் பேத்தியைத் தான் அவர் திருமணம் செய்திருந்தார்.

வில்சன் செய்து முடித்த பல்வேறு பணிகளில் இன்னொன்று பனாரஸில் இருப்பது போன்ற சமஸ்கிருத கல்லூரி ஒன்றினை கல்கத்தாவிலும் ஆரம்பித்தார். 1824ஆம் ஆண்டு இக்கல்லூரி ஆரம்பிக்கப்பட்டது. இதையும் தாண்டி அவரின் பெரும் பங்களிப்பு, 'சமஸ்கிருத இலக்கணம்' என்ற நூலும், பழைய இசை நாடகங்களை மொழி பெயர்த்ததுவும், பதினெட்டு புராணங்களை மொழி பெயர்த்ததுவும் அடங்கும்.

இதில் கடைசியாகச் சொன்ன புராணங்கள் வேத வியாசர் என்பவரால் எழுதப்பட்டது. வியாசரே வேதங்களின் ஆசிரியராகவும் இருக்கிறார். ஆனால் வில்சனின் ஆய்வுகளின்படி இவைகள் பிராமணர்களின் மறு விளக்கங்கள். பழைய காலத்து வரலாற்றை புதியது போல், எதிர்கால வரும்பொருள் உரைத்தல்போல் மாற்றி உரைத்தது என்று தெரிந்து கொண்டார். இவையெல்லாம் இரண்டாம் நூற்றாண்டுகளைச் சேர்ந்தது என்பதும் அவரது திண்ணிய ஆய்வு.

பழைய அரச குடும்பங்களின் பட்டியலில் புராண ஆசிரியர்கள் பழம் பெரும் இலக்கியங்களில் கூறப்பட்ட விதிகளின்படியே அரசாட்சி செய்து வந்த மன்னர்களைப் பற்றி மட்டுமே உயர்வாகச் சொல்லிச் சென்றுள்ளார்கள். இந்த விதியின்படி மன்னர்கள் எல்லோருமே சத்திரியர்கள். இவர்கள் பிராமண அமைச்சர்களின் ஆணைப்படியே அரசாள வேண்டும். சத்திரியர்கள் இந்து சமூகத்தின், அரசியல் களத்தின் பலமான கரங்கள். ஆனால் தலையென்னவோ பிராமணர்கள் தான்! இவர்களுக்குள் உள்ள உறவு, இந்தச் சாதிப் பிணைப்பு பிளந்தால், கடவுளின் தண்டனை வெகு நிச்சயம். கீழ் சாதியிலிருந்து மன்னனான நந்தாவின் வரலாறு இதற்கான ஒரு சான்றாகும்.

வில்சனின் மறக்கமுடியாத இன்னொரு நூல் எல்லோராலும் மறக்கப்பட்டுவிட்ட 'ராஜ தரங்கிணி'- ராஜநதி - என்று பொருள்படும் நூல். காஷ்மீர் அரசர்களின் வரலாற்று நூல். 118 பாடல்கள், பன்னிரண்டாம் நூற்றாண்டில் கல்ஹானா என்ற

பிராமண கவிஞர் எழுதியது. இதில் கவிஞர் தன் காலத்தை ஒட்டிய நிகழ்வுகளைப் பற்றி எழுதியுள்ளார். அதோடு இஸ்லாமியப் படையெடுப்பிற்கு முன்பிருந்த காஷ்மீர் பற்றிய வரலாற்றையும் எழுதியுள்ளார். அவர் எழுதியுள்ளவைகள் உண்மைகளாக இருப்பின் காஷ்மீர் புத்தரின் மத நம்பிக்கைகளின் இடமாக இருந்திருக்க வேண்டும் என்பது புலனாகிறது.

ராஜ தரங்கிணி என்ற அந்த நூலில் புத்த மதம் காஷ்மீரில் அசோகர் என்ற மன்னரால் அறிமுகப்படுத்தப்பட்டது என்பது குறிக்கப்பட்டுள்ளது. இந்த மன்னரே காஷ்மீர் பள்ளத்தாக்கில் ஸ்ரீநகர் என்ற நகரத்தை உண்டாக்கினார். இந்தப் பள்ளத்தாக்கில் பல புத்த கோயில்களைக் கட்டி, புத்தமதம் இங்கேயும், இன்னும் பக்கத்தில் உள்ள நாடுகளுக்கும் பரவும்படி செய்தார். இந்த நூலின் கவிஞர் அசோகரைப் பற்றி எழுதுவது எல்லாமே ஒரு எதிர்மனப் பாங்கோடு எழுதியதாகவே தெரிகிறது. அதுவும் அசோகரின் மகன் ஜலயுகாவிற்கு அசோகரைப் பற்றி எழுதியது போலல்லாமல் மிகுந்த புகழாரங்கள் உண்டு. ஜலயுகா மிகுந்த வலிமையுள்ள இளவரசன் என்றும், சிவ மத நம்பிக்கையாளன் என்றும் போற்றப்படுகிறார். இவர் புத்தரின் புதிய வித்தியாசமான கொள்கைகளைத் தாண்டி வந்தவர் என்றும், தன் நாட்டிலிருந்து மிலேச்சர்களை - சாதியில்லாத அயல்நாட்டுக்காரர்களை - வெளியேற்றினார். ஆனால் தன் ஆட்சியின் இறுதிக் காலத்தில் ஜலயுகா புத்த மதத்தினை புதிய கண் கொண்டு பார்க்க ஆரம்பித்தார். இதனால் பிராமணர்களுக்கு அவர் ஒரு சரியான மன்னராகத் தெரியாது போனார். இவரைப்போலவே இவரது மகன் மன்னன் தாமோதரா புத்தரின் மதத்தின் மேல் அதிக ஆர்வம் கொண்டமையால் பிராமணர்களுக்கு எதிரானவர் என்ற பெயர் பெற்றார்.

புராணங்களில் அசோகர் என்ற பெயர் மன்னர்களின் வரிசைப் பட்டியலில் மகத நாட்டின் மௌரிய மன்னர்களில் மூன்றாவது மன்னனாகச் சொல்லப்பட்டுள்ளது. இந்த அசோகரும், காஷ்மீரில் புத்த மதத்தைப் பரப்பிய அசோகரும் ஒன்று என்றால் அவர் பெரும் அதிகாரம் படைத்த, காஷ்மீரில் ஏற்கெனவே இருந்து வந்த மதத்தைத் தன் மாற்று மத நம்பிக்கைகளால் முறியடித்த மன்னனாக இருந்திருக்க வேண்டும். ஆனால் வில்சனுக்கு இதில் ஒரு பெரிய கேள்விக்குறி இருந்தது. அசோகரின் பெயரோ, அவரது மகன் ஜலயுகா, பேரன் தாமோதரா, அசோகருக்கு முந்திய அவரது தந்தை, தாத்தா

இவர்களின் பெயர்கள் எதுவும் பிராமணப் பட்டியலில் இடம் இல்லாது மறுக்கப்பட்டிருக்கிறார்கள்.

ராஜ தரங்கிணி என்ற நூலையும், புராணங்களையும் எழுதியவர்களுக்கு புத்த மதத்தின் மீதும், புத்த மதத்தை நம்பிய மன்னர்கள் மீதும் இருந்த வெறுப்பு, பிராமணர்களுக்கு மாற்று மதத்தின் மீது வந்த வெறுப்பு இவையெல்லாமே எளிதில் இதில் தென்படுகிறது. பிராமணர்களின் எதிர்ப்பு இத்தனை தெளிவாகத் தென்பட்டாலும், வில்சனின் மனதில் இவை பெரிய ஆய்வுக்குரிய விஷயமாகத் தோன்றாமல் போய் விட்டது. வில்சனின் பார்வை பிராமண சமஸ்கிருதத்தின் மீது மட்டுமே படர்ந்திருந்தது. அவருக்கு சர் வில்லியம் ஜோன்ஸின் பார்வை போல் விரிந்த பார்வை இல்லாது போயிற்று. இதனால் அவர் ஜோன்ஸ் ஏறிச்சென்ற ஆய்வின் உச்சிக்குச் செல்லமுடியாது போயிற்று. இதனாலேயே முன்பு ஜோன்ஸ், கோல்ப்ரூக் போன்றவர்களின் தலைமையின் கீழ் ஆசிய ஆய்வுக் கழகத்தின் ஆய்வாளர்களும், உறுப்பினர்களும் பல ஆய்வுக் கடிதங்கள் எழுதி, ஆய்வுக் கழகத்தினைச் செழுமையாக உயிர்த்துடிப்போடு வைத்திருந்தனர். வில்சன் செயலராக இருந்த ஆண்டுகளில், சரியான தலைமையும், முனைப்பும் இல்லாததால் ஆய்வுக் கழகம் நலிந்து விட்டது. வரும் புதிய கண்டுபிடிப்புகளும் எந்தவித அங்கீகாரமின்றி பழைய ஆய்வுகளோடு ஒத்துப் பார்க்க முடியாத நிலைக்குத் தள்ளப்பட்டன. ஆய்வாளர்களும், அவர்களது ஆய்வுகளும் முனையிழந்து போயின. அதிலும் புத்த மதம் பற்றிய ஆய்வுகள் இவ்வாறு வலுவிழந்து ஒதுங்கின.

ஆசிய ஆய்வுக் கழகத்தில் புத்த மதத்திற்கான இடம் இப்படி நலிவுற்ற நேரத்தில்; சீனா, சிலோன், பர்மா போன்ற நாடுகளிலிருந்து புத்த சமய நூல்களும், செய்திகளும் மிகுதியாக வர ஆரம்பித்திருந்தன. புத்த சமய கோட்பாடுகள், சமயத் தொகுப்புகள், புத்தரைப் பற்றிய செய்திகள், 'திவ்ய வதனா' அல்லது தெய்வக் கதைகள் என்ற பெயரில் வெளிவந்த சமயக் கதைகள் இவைகள் எல்லாமே புத்த மதம் இந்தியாவில் ஆரம்பித்து அங்கிருந்து வெளிநாடுகளுக்குப் பரவியது என்ற கீழ்த்திசை நாடுகளின் கருத்துகளை உறுதிப்படுத்தின. வெறும் கட்டுக் கதைகளில் மட்டும் தோன்றி வந்த கௌதம சாக்கியமுனி புத்தர், சாக்கிய சன்னியாசி புத்தர், சிந்துச் சமவெளியின் நடுவில் மகத நாட்டில் தன் உண்மை வரலாற்றோடு எழுந்தருளினார்.

முப்பத்தி ஐந்து வயதில் ஞானம் பெற்று அடுத்த நாற்பத்தி ஐந்து ஆண்டுகள் மக்களுக்கு தர்மத்தைப் போதித்து வந்தார். எல்லா

ஜீவன்களும் உய்விக்கப்பட வேண்டும் என்ற உயர்வான கருத்தை எல்லோருக்கும் பகிர்ந்தளித்தார். தனது எண்பத்தி இரண்டாம் வயதில் புத்த சமயம் சொல்லும் ‘மஹா பரி நிர்வாணா’ அல்லது மஹா பெரும் சமாதியை அடைந்தார். அனேகமாக இந்த இறுதி நிகழ்வு பொ.ஆ.மு. 544இல் நடந்திருக்கலாம்.

புத்தர் சமாதி நடந்தது இந்த ஆண்டுதான் என்பது மருத்துவரும், தாவரவியல் வல்லுனருமான ஸ்காட்ஸ் நாட்டு பிரான்ஸிஸ் புக்கானன் என்பவரின் ஆய்வுகளிலிருந்து கிடைக்கப்பட்ட தகவல். புக்கானன் அளவிற்கு வேறு ஆய்வாளர்கள் யாரும் புத்த மதத்தின் வேர்கள் இந்தியாவில் ஆரம்பித்து வேற்று நாடுகளில் பரவியது என்ற ஆய்வில் எழுந்த உண்மையை சொன்னதில்லை. ஆனாலும் சோகம் என்னவெனில் புக்கானன் போல் யாரும் வரலாற்றில் முழுமையாக மறக்கப்படவுமில்லை! மருத்துவராக பர்மாவிலும், நேப்பாளிலும் பணியாற்றினார். இதனால் இருவேறு நாடுகளில் புத்த மதம் எவ்வாறு விதவிதமாகக் கடைப்பிடிக்கப்படுகிறது என்பதை நேரடியாகக் கண்ணுற்றார். இதன்பின் கி.இ.க. அவரை தாங்கள் புதிதாக இணைத்துக் கொண்ட மதராஸின் பகுதிகளை அளவிடும் பணியில் அமர்த்தியது. மீண்டும் 1809ஆம் ஆண்டு அவர் பீஹார் பகுதியின் நில அளவீடு துறைக்கு மாற்றப்பட்டார். இப்போது பீஹார் கி.இ.க புதிய மாகாணமாக வங்காளப் பகுதியுடன் இணைக்கப் பட்டிருந்தது.

பீஹாரில் மொத்தம் ஏழு ஆண்டுகள் இப்பணியில் புக்கானன் இருந்தார். இப்பணியில் அவர் மிகப் பழமையான பல அழிவுகள் அப்பகுதியில் சிதறிக் கிடப்பதைக் கண்டார். அப்படிக் கண்டவற்றுள் ஒன்று பாட்னாவில் இருந்து எண்பது மைல் தொலைவில் உள்ள கோவில் ஒன்று. இது இன்று புத்த கயாவில் உள்ள மஹாபோதி கோவில் என்று அழைக்கப்படும் கோவிலாகும். புக்கானன் இந்தக் கோவிலைப் பார்த்த போது அது ஒரு பாழடைந்த இந்துக் கோவில் என்றும், பல இந்து பக்தர்கள் அங்கு வந்து வணங்குவதும் கண்டார். அதோடு அக்கோவிலைச் சுற்றி கற்சிலைகள் பல சிதறிக் கிடந்தன.

கோவிலுக்கு வரும் பக்தர்கள் அக்கோவிலில் இரு இடங்களுக்கு மிக்க மரியாதை கொடுப்பதைக் கண்டார். அதில் ஒன்று ஒரு பெரிய கல்பீடம். அதை இந்துக்கள் விஷ்ணுவின் காலடித் தடம் என்றழைத்தனர். மற்றொன்று ஒரு பெரிய அரச மரம். இம்மரம் பிரம்மாவினால் நடப்பட்ட மரம் என்றார்கள்.

புத்தகயாவில் உள்ள மஹாபோதி கோவில். சர் சார்லஸ் டி ஒய்லி டிசம்பர் 1824இல் வரைந்த ஓவியம். ஓவியர்களுக்கு இந்தக் கோவிலின் சிறப்பும் உள்ளே உள்ள அரச மரத்தின் சிறப்பும் பற்றி ஏதும் தெரியாது. டி ஒய்லி "இந்தக் கோவில் அகலமான நிலத்தின் மீது இருக்கிறது. அதன் மேற்கு ஓரத்தில் நாட்டின் மிக அழகான அரசமரம் நிற்கிறது. முக்கியமாக இங்குதான் பயணிகள் தங்கள் ஆராதனையை நடத்துகின்றார்கள்" என்று எழுதியுள்ளார். (APAC, British Library)

தற்செயலாக இங்கே புத்த சமயத்தவர் ஒருவரை புக்கானன் கண்டார். அம்மனிதர் கொடுத்த விளக்கங்கள் வித்தியாசமாக இருந்தன. பர்மாவிலுள்ள ஆவா என்ற இடத்தின் மன்னனிட மிருந்து வந்த இரு பர்மிய திருப்பயணிகள் இவரைப் புத்த மதத்திற்கு சில ஆண்டுகளுக்கு முன் மதம் மாற்றியுள்ளனர். இப்பயணிகள் இந்தியாவில் கௌதமரால் சிறப்பு பெற்ற பல புனித இடங்களைத் தரிசிப்பதற்காக இந்தியா வந்தவர்கள். இப்பயணிகள் மனம் மாறிய இவரிடம் கௌதம புத்தர் ஒரு ஞானி. பல சட்டங்களை, ஒழுங்குகளை மனிதர்களுக்கு அளித்தவர். அவர் இந்த புத்த கயாவில் வெகு காலத்திற்கு முன் தங்கியிருந்திருக்கிறார். அப்போதைய மன்னன் தர்ம அசோகர் இவருக்குப் பணிவிடை செய்திருக்கிறார். இக்கோவில் புத்த மதத்தின் முக்கியப் புனித இடமாக இருந்திருக்கிறது. தாங்கள் வந்த ஆவா என்னுமிடத்தில் இக்கோயிலுக்கு மிகப்பெரும் மரியாதையும் பக்தியும் உள்ளது. இக்கோவிலில் உள்ள கற்பீடமும், அதனருகில் உள்ள அரசமரமும் இந்துக்கள் உரிமை

கொண்டாடுவதற்கு வெகு காலத்திற்கு முன்பே புத்தர்களால் புனிதப் பொருட்களாக ஆராதிக்கப்பட்டன. அதோடன்றி, இக் கல்பீடமும், கோவிலை விட காலத்தால் முந்திய அரசமரமும் அசோக மன்னரால் நிறுவப்பட்டவைகள். ஆவாவிலிருந்து வந்த அந்த இரு பயணிகளும் புத்தர் இந்த புத்தகயாவில் தங்கியிருந்தார். அவரின் உத்தரவின் பேரிலேயே அசோகர் அப்போது இவ்விடத்தில் இருந்த நகரமான 'பாடரிபுக்' நகரை ஆண்டு வந்தார்.

அக்கோவிலைப் பற்றி இருவேறு எதிரெதிர் கருத்துகள். புக்கானன் உண்மையைக் கண்டறிய முயன்றார். ஏற்கெனவே புத்தரின் சிலைகளை அவர் பர்மாவிலும், காத்மண்டிலும் பார்த்துள்ளார். இந்தக் கோவிலில் இருந்த கற்சிற்பங்களைக் கண்ட புக்கானன் அவை புத்தரின் சிலைகள் என்பதை நிச்சயமாகக் கண்டறிந்தார். வெகு நிச்சயமாக தர்ம அசோகர் புத்த கயாவில் கட்டிய இக்கோவில் ஒரு புத்த சமயக் கோவில் என்பது நிரூபணமானது.

புக்கானனின் தேடல்கள் மேலும் தொடர்ந்தது. பீஹாரின் தெற்குப் பகுதிகளில் அவர் கண்டவை எல்லாம் புத்த கயாவில் பார்த்த புத்தமதக்காரர் சொன்ன பல விஷயங்கள் உண்மை என்பதை உணர்த்தியது. இந்த நிலப் பகுதியே புத்த மதத்தின் முக்கியமான இடம் என்பதும் விளங்கியது. புத்தகயாவிலிருந்து வடக்குப் பக்கம் மூன்று நாள் நடந்து கடந்தபின் புராணங்களில் கூறிய 'ராஜ்கிர்' அல்லது அரசர்களின் வீடு என்ற இடத்தை அடைந்தார். இது மகத நாட்டின் முதல் மன்னன் ஜரசந்தா என்பவரின் ஊர் என்று சொல்லப்பட்ட இடம். ஆனால் அந்த புத்த மனிதர் ராஜ்கிரி என்ற இந்த இடம் புத்தர்களுக்கு மிக முக்கியமான இடம் என்றும், பிம்பிசாரர் என்ற பெரும் அரசனின் தலைநகரம் இந்த இடம் என்றும் கூறியிருந்தார். இம்மன்னரின் காலத்தில்தான் புத்தர் தன் மத போதனையை நடத்தியுள்ளார். புக்கானன் ராஜ்கிரிலிருந்து தனது நில ஆய்வியல் குழுவினரை மேற்குப் பக்கம் உள்ள பரகாங் என்ற சின்ன கிராமத்தை - இன்று அந்த ஊர் பரகாம் என்றழைக்கப்படுகிறது - நோக்கி நடத்தினார். இந்த சிற்றூரில் புக்கானன் பெருமளவிலான புதைந்த இடிபாடுகளைக் கண்டார். புதைந்த இடங்களில் செங்கல்லால் கட்டப்பட்ட பல கட்டிடங்கள் இருப்பதைக் கண்டார். சில கட்டிடங்கள் கூம்பு வடிவங்களோடு புதையுண்டிருப்பதையும் கண்டுபிடித்தார். கூம்பு வடிவக் கட்டிடங்கள் இடிந்து போன கோவில்களாக இருக்க வேண்டும் என்று புக்கானன் ஊகித்தார்.

புக்கானனிற்கு உதவிய அந்த மனம் மாறிய புத்த சமயக்காரருக்கு இந்த இடிபாடுகளுக்கான காரணங்கள் ஏதும் தெரியவில்லை. ஆனால் இன்னொரு சமண முனிவர் வேறொரு விளக்கம் தந்தார். இந்த இடமெல்லாம் சிரினிக் என்ற மன்னனின் புதையுண்ட அரண்மனை என்றார். அந்த மன்னனின் காலத்தில் மக்கள் புத்தரை வணங்கினார்கள். இங்கிருக்கும் சிலைகள் எல்லாம் அந்த மதக்காரர்களின் சிலைகள்தான் என்றார்.

புக்கானனும் அவரது குழுவினரும் புதையுண்ட இடங்களில் ஒரு முக்கிய இடத்தைக் கண்டனர். தென் வடலாக இருந்த கட்டிடம் ஒன்றை இந்தப்பகுதியின் மேற்குப் பக்கத்தில் கண்டுபிடித்தனர். இக்கட்டிடம் 2000 அடி நீளமும், 240 அடி அகலமும் கொண்டதாயிருந்தது. ஒழுங்கான சதுர வடிவ தளங்களும் அதனைச் சுற்றிப் பல கட்டிடங்களும் இருந்தன. இந்த இடம் பல காலமாக செங்கல் சூளையாக இருந்து வந்துள்ளது. அதனால் புதையுண்ட இடங்கள் மிகச் சிதிலமாகிக் கிடந்தன. இருப்பினும் இந்த அழிவிலும் வரலாற்றுச் சான்றுகளாகப் பல கட்டிடங்கள் இன்னும் நிலைத்து நிற்கின்றன. அழிவுகளிலிருந்து எட்டிப் பார்த்துக் கொண்டிருந்த கூம்பு வடிவங்களில் பல சிலைகள் இருந்தன. புக்கானனின் குழுவிலிருந்த வரைபடக் கலைஞர்கள் இந்தக் கட்டிடங்களையும், ஓவியங்களையும் ஓவியங்களில் நகலெடுத்தனர். புக்கானன் குழுவினர் கண்டுபிடித்த மண்மூடிப் போன இந்தப் பெரும் கட்டிடங்கள் யாவும் நாலந்தாவின் பெரும் மதாச்சாரியர்களின் மடங்கள். இந்த நாலந்தா 518 ஆண்டுகளுக்கு முன்னால் முகமது பக்தியாரால் அழித்து எரிக்கப்பட்டு, மண்ணோடு மண்ணாக்கப்பட்ட கட்டிடங்களாகும்.

1814இல் புக்கானனின் உடல் நலம் குன்றியது. நில ஆய்வு வேலைகளை அவரால் தொடர முடியவில்லை. அப்போது கல்கத்தாவிலிருந்த கி.இ.க.-யின் தாவரவியல் பூங்காவின் மேற்பார்வையாளர் பதவி அவருக்கு எளிதாகக் கிடைத்திருக்கும். ஆனால் புக்கானன் இதுவரை கொடுத்த அறிக்கைகள் எல்லாம் யாருக்கு உரியது என்பதில் கவர்னர் ஜெனரலோடு அவருக்குப் பிரச்சனை ஏற்பட்டதால் புக்கானன் கோபித்துக் கொண்டு, தன் அறிக்கைகளை இந்தியாவிலேயே போட்டு விட்டு இங்கிலாந்து சென்றுவிட்டார். இதனால் புக்கானனின் அரிய தொகுப்புகள் அடுத்த 22 ஆண்டுகள் வரை யாரின் கவனிப்பும், வாசிப்பும், அக்கறையும் இன்றி கல்கத்தாவில் எழுத்தாளர் கட்டிடத்தில் புதையுண்டு போயிற்று என்பதுதான் மிகப் பெரும் சோகம்.

தீவிர கீழ்த்திசையியல் விற்பன்னர்கள் | 111

புக்கானனின் தொகுப்புகளுக்கு நடந்த அதே மோசமான விதி இன்னொருவருக்கும் நடந்தது. புக்கானனின் நண்பரும் ஸ்காட்லாந்துக்காரருமான காலின் மெக்கன்ஸி என்ற பொறியாளரும், வரைபட வல்லுனருமான இவர் தென்னிந்தியப் பகுதியில் ஜைனர்களைப் பற்றிய நடத்திய ஆய்வுகளுக்கும் இதே நிலையே நடந்தது. மெக்கன்ஸி தனது மிகவும் பிந்திய வயதான இருபத்தியெட்டில் கி.இ.க-யில் பொறியாளராகச் சேர்ந்தார். மைசூரில் திப்பு சுல்தான் 1799இல் தோற்கடிக்கப்பட்ட போது மொழிபெயர்ப்பாளர்கள், வரைகலை வரைவாளர்கள், வரைபட வல்லுனர்கள் என்ற பெருங்குழு ஒன்று மைசூரிலும், தக்காணத்திலும் புதியதாய் வென்ற இடங்களை ஆராய்ந்து கொண்டிருந்தனர். மெக்கன்ஸியும் ஜோன்ஸ் போலவே தனது ஆய்வுகளில் மிகுந்த உதவியாக இருந்த பிராமண பண்டிதர்கள், ஜைன குருக்கள் மீது மிகுந்த மரியாதையும், நன்றியும் கொண்டிருந்தார். தனக்கு உதவி செய்த அந்த பிராமணரைப் பற்றி மெக்கன்ஸி, "இங்கே வாழ்ந்து எனக்கு உதவிய ஒரு பிராமணர் வழியாகத்தான் நான் இந்தியக் கலாச்சாரத்திற்குள் நுழைந்தேன். எனக்கோ அங்கே வழங்கி வந்த மொழி சுத்தமாகத் தெரியாது. இருப்பினும் நான் விரும்பித் தேடிய பலவற்றை பெற்றுத் தந்த அவரது புத்திசாலித்தனத்திற்கு நான் மிகவும் கடமைப் பட்டுள்ளேன்," என்று எழுதியுள்ளார். மெக்கன்ஸியோடு இருபது வயதிலிருந்து ஏழு ஆண்டுகள் தொடர்ந்திருந்து அவருக்கு உதவிய அந்த பிராமணரின் பெயர் காவெல்லி வெங்கட்ட போரியா. அவர் காய்ச்சலால் நோய் வாய்ப்பட்டு இறக்கும் கடைசி நிமிடம் வரை மெக்கன்ஸியோடு இருந்து தேவையான வேலைகளைச் செய்து வந்தார். மெக்கன்ஸி, "போரியாவின் அறிவின், புத்திக் கூர்மையின் வழியே இந்துக் கலாச்சாரத்தின் கதவுகள் எனக்காக அகலமாகத் திறக்கப்பட்டன. மிக இளம் வயதிலேயே நான் அவரை இழந்துவிட்டாலும், அவர் ஆரம்பித்த வழியில் தொடர்ந்து செல்ல, மகிழ்ச்சியோடு துணை செய்ய பலரும் இணைந்தார்கள். "மெல்ல மெல்ல இந்த இணைப்புகள் மூலம் அர்த்தமுள்ள குழுமம் ஒன்று உருவானது. சாதாரணமாக ஆரம்பித்த ஆய்வுகள் மிகத் தீவிரமான ஆய்வுகளாக அந்த மாநிலம் முழுமைக்கும் பரவியது," என்று எழுதியுள்ளார். மகிழ்ச்சியோடு இணைந்த மெக்கன்ஸியின் குழுவில் இந்தியர்களும், ஆங்கிலேயர்களும் நிறைய இருந்தனர். அவர்களுக்கான ஊதியத்தை மெக்கன்ஸி தன் சொந்தப் பணத்திலிருந்து கொடுத்தார். மெக்கன்ஸிக்கு மிகுந்த விருப்பமான பழைய கையெழுத்துப் பிரதிகள், பழம் நாணயங்கள்,

ஓவியங்கள், சிற்பங்கள் என்ற பழம்பொருள் சேகரிப்பில் இந்தக் குழுவினர் ஆர்வத்துடன் ஈடுபட்டனர். இவ்வாறு மெக்கன்ஸி சேர்த்தவைகளில் மிக முக்கியமான நூல் பரிஷ்டபர்வன் என்ற பன்னிரண்டாம் நூற்றாண்டில் ஆச்சார்யா ஹேமசந்திரா என்ற பல்கலை வித்தகரால் எழுதப்பட்ட பிரதி ஒன்று. இத்தலைப்பின் பொருள் 'ஜைனப் பெரியவர்களின் வாழ்க்கை வரலாறு' என்பதாகும். இதில் மகத நாட்டு மௌரிய அரசு யாரால் நிறுவப்பட்டது என்றும், முதல் மன்னன் சந்திரகுப்தர் சாணக்கியர் என்ற ஒரு பிராமணரின் உதவியுடன் எப்படி தன் அரசை நிறுவினார் என்றும் தெளிவாகக் குறிப்பிடப்பட்டிருந்தது. இந்த ஜைனக் குறிப்புகளில் சந்திர குப்தரின் தாய் அரச குடும்பத்தின் மயில்களைக் காத்து வரும் குடும்பத்தில் பிறந்தவர். பாலி மொழியில் மயில்கள் மோரா என்றும் வடமொழியில் மயூரா என்றும் அழைக்கப்படும். அவரது கணவர் கொல்லப்பட்டு, தன் சின்னக் குழந்தை சந்திரகுப்தனுடன் அவள் மறைந்து வாழ்ந்து வந்தாள். ஒரு நாள் சின்னப் பையன் சந்திரகுப்தன் ஒரு ஜைன குருவின் கண்களில் பட்டான். அந்த ஜைன குரு மாறுவேடத்தில் இருந்த சாணக்கியர். சாணக்கியர் நந்தா மன்னனால் இழிவு படுத்தப்பட்டு, அவன் சினத்திற்கு அஞ்சி நாட்டைவிட்டு மாறுவேடத்தில் ஓடி வந்திருந்தார். தானடைந்த இழிவிற்காக நந்தனைப் பழி வாங்கும் எண்ணத்தோடு இருந்தார் சாணக்கியர். அவர் கண்களில் தன் கிராமத்து நண்பர்களை அடக்கி வைத்து விளையாடிக் கொண்டிருந்த சந்திரகுப்தர் தென்பட்டார். இந்தப் பையன் ஒரு பெரும் தலைவனாக ஆவதற்குரிய தலைமைக் குணம் கொண்ட பையன் என்று புரிந்து, அவனைக் கடத்திச் சென்று ஆய கலைகள் அனைத்தையும் போதிக்கிறார். வயதுக்கு வந்த சந்திரகுப்தரும் சாணக்கியரும் பாடலிபுத்ரா மீது போர் தொடுக்கின்றனர். ஆனால் தோற்று விடுகின்றனர். சாணக்கியருக்குத் தான் செய்த தவறு புரிகிறது.

பின்வாங்கிய இருவரும் இமயமலையிலுள்ள மன்னன் பர்வதாகா என்பவனோடு கூட்டணி அமைத்துக் கொள்கிறார்கள். இரு படைகளும் இணைந்து ஒவ்வொரு சிறு பகுதிகளாக வென்று, இறுதியில் பாடலிபுத்திராவையும் வென்று, நந்தனை நாடு கடத்துகிறார்கள். நந்தனின் மகள் ஒருத்தியை சந்திரகுப்தன் தன் மனைவியாக்கிக் கொள்ள, இன்னொரு மகளை பர்வதாகா மணந்து கொள்கிறார். ஆனால் பர்வதாகா ஒரு விபத்தினைப் போல் தன் புதிய மனைவி வைத்த விஷத்தினால் இறந்து விடுகிறார். சந்திரகுப்தரே இதனால் போட்டியின்றி ஒரே பெரும் மன்னனாகிறார். சாணக்கியரைத் தன் அமைச்சராக வைத்து

தன் பேரரசை ஆண்டுவருகிறார் சந்திரகுப்தர். இந்த வரலாற்று நிகழ்வுகள் சாக்கியமுனி புத்தர் காலத்திலேயே வாழ்ந்த ஜைன சமயத்தை ஆரம்பித்து வைத்த மகாவீரர் என்ற ஜைனகுரு இறந்து 155 ஆண்டுகள் கழித்து நடந்தன.

இதே குறிப்புகள்தான் 'அமைச்சரின் முத்திரை மோதிரம்' என்ற இசை நாடக நூலிலும் பார்த்தோம். ஆனாலும் ஜைன நூலில் சந்திரகுப்தனைப் பற்றிய விபரங்கள் அதிகமாக இருந்தன. சந்திரகுப்தன் ஆண்டபோது பன்னிரண்டு ஆண்டுகளாக இருந்த பஞ்சத்தையும், நாட்டின் உட்குழப்பத்தையும் ஜைன புனிதர் பத்ரபாகு என்பவரின் துணையோடு சமாளித்ததையும் இந்த நூல் கூறுகிறது. பஞ்சத்தைச் சமாளிக்க மட்டுமல்லாது, சந்திரகுப்தரை நல்வழியில் மாற்றி ஜைன சமய வழிக்கு மனம் மாற்றினார். இந்த நூலிலும், இன்னும் மற்ற ஜைன நூல்களிலும் சந்திரகுப்தர் தன் இறுதி நாட்களில் ஒரு ஜைன சமய நம்பிக்கையாளனாக இருந்தார் என்று குறிப்பிடப்பட்டுள்ளது. இந்த நம்பிக்கைகளால் அவர் தன் அரச பதவியைத் துறந்து பத்ரபாகுவுடன் இணைந்து தென்னிந்தியாவிற்குச் சென்றார்.

மெக்கன்ஸி பிராமணர்கள், ஜைனர்கள் உதவிகளை நாடி வந்ததால் அவர் தனது வாழ்வில் வெகுநாள் கழித்தே புத்த சயமத்தைப் பற்றிய தகவல்களைத் தெரிந்து கொண்டார். 1797இல் கிருஷ்ணா நதிக்குத் தென்புறம் - இப்போதைய கிழக்கு ஆந்திரப் பிரதேசம் - மெக்கன்ஸியின் குழுவினர் நில ஆய்வு செய்து கொண்டிருந்த போது, அப்பகுதியின் சிற்றரசர் ஒருவர் நிலத்தை கட்டிடம் கட்ட தோண்டும் போது மிகப் பழமையான பொருட்கள் கிடைத்ததாகத் தகவல் அனுப்பினார். மெக்கன்ஸி விரைந்து சென்றார். அந்த இடத்திற்கு 'அமரபூர்' என்றும் பெயரிட்டார். இப்போது அந்த இடத்தின் பெயர் அமராவதி. சிற்றரசரின் தொழிலாளர்கள் புதிய கட்டிடம் ஒன்று கட்டுவதற்காக இப்பகுதியைத் தோண்டும் போது ஒரு பெரிய வட்டமான மேடு ஒன்றைக் கண்டனர். அந்த மேடு முழுவதும் பெரிய செங்கல்களால் கட்டப்பட்டு இருந்தன. இந்த மேடு முழுவதும் வெளிப்புறத்தில் வட்டமாக பெரும் சலவைக் கல்லால் ஆன தூண்கள் நின்றன. அவைகளில் ஒட்டிப் பதிக்கப்பட்டு இருந்த சலவைக் கற்கள் மிகுந்த அழகான சிற்ப வேலைப்பாடுகளுடன் இருந்தன. அச்சிற்ப வேலைகள் மிக அதிகமான கலை நயத்துடனும், அழகுடனும் நேர்த்தியாக இருந்தன. மெக்கன்ஸி அந்த இடத்தில் அப்போது எப்பொருளையும் எடுத்துச் செல்லவில்லை. ஆனால் நுட்பமாக பல சலவைக் கற்களையும், சிற்பங்களையும் பார்வையிட்டுச்

சென்றார். அவற்றுள் ஒரு கல்லில் அரசன் ஒருவன் யானைமீது அமர்ந்து கொண்டு ஒரு கோட்டையைத் தாக்க ஆணையிடுவது போன்ற சிற்பம் இருந்தது. மெக்கன்ஸி இதுவரை இந்தியாவில் தான் பார்த்த சிற்பங்களிலேயே இதுவே மிகச் சிறந்த வேலைப்பாடு உள்ளது என்றார்.

கோலன் மெக்கன்ஸி இருபுறமும் தன் ஜைன பிராமண பண்டிதர்களோடு நிற்கும் ஓவியம். மெக்கன்ஸி அளவியல் துறைத் தலைவர் ஆனதற்குப் பின் தாமஸ் ஹிக்கி என்பவரால் வரையப்பட்ட ஓவியம். (APAC, British Library)

தன் வேலையில் மூழ்கிப் போன மெக்கன்ஸி அடுத்த பதினேழு ஆண்டுகளுக்கு மீண்டும் அமரபூர் பக்கம் வரமுடியாது போயிற்று. 1813ஆம் ஆண்டின் டிசம்பர் மாதம் தன் வேலையிலிருந்து விடுப்பு எடுத்து பெரிய சுற்றுப் பயணத்திற்காகத் திட்டமிட்டார். முதலில் கங்கைக்கு வந்தார். முக்கியமான பழம்பொருள் இருக்குமிடங்களுக்குச் சென்று அங்குள்ளவைகளை தன் குழுவில் உள்ள வரைகலை வடிவாளர்களின் உதவியுடன் பல படங்களையும், நீர்வண்ணப் படங்களையும் வரைய திட்டமிட்டிருந்தார். தில்லியில் ஃபெரோஸ் ஷாவின் கைத்தடித் தூணைப் பார்த்துவிட்டு, அதே போன்ற இன்னொரு தூணை ‘தில்லி ரிட்ஜ்’ என்ற இடத்திலும் பார்த்தார். அங்கிருந்து அலகாபாத்தில் இருந்த மூன்று தூணையும், வடக்கு பீஹாரில் பக்ரா/வைஷாலி என்ற

இடத்தில் இருந்த நான்காவது தூணையும் சென்று பார்த்தார். பெனாரஸில் சாரநாத் என்ற இடத்தையும் பார்த்தார். இத்தூண்கள் புத்த சமய தொடர்புள்ளவை என்று அப்போதும் அவருக்குத் தெரியாது. ஜோனாதன் டங்கன் காலத்தில் நடுகல் தூண்கள் போலிருந்த இரண்டில் ஒன்று முற்றிலுமாக புதிய கட்டிடம் கட்டும் பொருளிற்காக அழிக்கப்பட்டிருந்தது. மீதி நின்ற ஒரு தூணும் மெக்கன்ஸிக்கு சாரநாத்தின் மன்னன் பூத்-செய்ன் என்பவரின் நடுகல் - சமாயுத் - என்று கூறப்பட்டது. இதன் அமைப்பு அப்படியே மெக்கன்ஸி 1797இல் அமராவதியில் பார்த்த அமைப்பு போலவே இருந்தது. ஆனால் இந்த ஒற்றுமை மெக்கன்ஸிக்கு அப்போது பிடிபடவில்லை.

சாரநாத்தில் உள்ள செங்கல்லாலும், கல்லாலும் கட்டப்பட்ட நினைவுச் சின்னம். கோலின் மெக்கன்ஸிக்காக ஜனவரி 1814இல் ஷேக் அப்துல்லாவால் வரையப்பட்ட ஓவியம். ராஜா பூத் செய்ன் என்பவரின் சமாதி என்று அழைக்கப்பட்ட, இப்போது தர்மேக் ஸ்தூபி என்றழைக்கப்படும் கட்டிடம். (APAC, British Library)

மறுபடியும் மெக்கன்ஸி மதாரஸிற்குத் திரும்பி வரும்போது கி.இ.க-யின் நில அளவு உயரதிகாரியாக என்ற பதவி சர்வேயர் ஜெனரல் உயர்வு பெற்று ஒரு கர்னல் என்ற நிலையில் வந்தார். இப்போதைய நிலையில் அவர் விரும்பியதைச் செய்யும் அதிகாரம் அவரிடம் இருந்தது. 1816 ஆம் ஆண்டு தன்னோடு வரைகலை ஓவியர்களும், நில அளவு ஆய்வாளர்களும் கொண்ட பதினோரு பேர் இருக்கும் குழுவோடு அமராவதிக்குச் சென்றார். இம்முறை அங்கே முழுமையான ஆய்வு மேற்கொள்ளத் திட்டமிட்டிருந்தார். அதோடு ஜைன சமய கோவில்கள் என்று அவர் ஏற்கெனவே

நினைத்திருந்தது ஒருவேளை தவறாகவும் இருக்கலாமோ என்றும் நினைத்தார். அமராவதியை அடைந்த போது அவருக்கு பலத்த ஏமாற்றம். அவர் ஏற்கெனவே பார்த்து வைத்திருந்த இடத்தில் ஒரு பெரும் பள்ளம் மட்டுமே அவருக்காகக் காத்திருந்தது. அவர் பார்த்த இடங்களில் நூறு அடி நீளத்திற்கும் நீர் தேங்க ஒரு பெரும் பள்ளம் தோண்டப்பட்டிருந்தது. அவர் ஏற்கெனவே பார்த்திருந்த இடத்தில் நான்கில் மூன்று பாகம் முழுமையாகச் சிதைக்கப்பட்டுக் கிடந்தன. ஒரே ஒரு பக்கம் மட்டும் தப்பிப் பிழைத்திருந்தது.

மிக அழகான சிற்பங்களோடு 1797இல் காணப்பட்ட கற்தகடுகளில் பல இப்போது வெறும் படிக்கற்களாக மாறியிருந்தன. மீதியிருந்த கல் தகடுகளும் பக்கத்தில் கட்டப்பட்ட மூன்று கோவில்களுக்கும் சில மசூதிகளுக்கும் வெறும் கட்டிடவேலைக்காகப் பயன்படுத்தப் பட்டிருந்தன. மெக்கன்ஸி, “மதிப்பு நிறைந்த இந்தப் பழங்கால கலைச் செல்வங்கள் வேறு சில சாதாரண கட்டிடங்கள் கட்டிடப் பயன்படுத்தப்பட்டு விட்டன. அதிலும் மசூதிகள் கட்டப் பயன்பட்ட கற்களில் ஏற்கெனவே அதில் இருந்த சிற்பங்கள் சுரண்டி எடுக்கப்பட்டு சிதைக்கப்பட்டு விட்டன,” என்கிறார்.

மீதியிருந்த பழங் கட்டிடங்களிலிருந்தும், தான் முன்னரே பார்த்து வைத்த அமைப்புகளிலிருந்தும் மெக்கன்ஸி இந்தப் பழைய கட்டிடங்கள் சாரநாத்தில் உள்ள வீரர்கள் சமாதி போல் உள்ளது என்று நினைத்தார். ஆயினும் சாரநாத்தில் இருப்பதைவிட இது மிகப் பிரமாண்டமானதாகவும், அந்தக் கட்டிடத்தைச் சுற்றி கற்களால் வேயப்பட்ட இரு பாதைகள் இருப்பதையும் கண்டார். மீதி இருந்தவைகளிலிருந்து மெக்கன்ஸியின் குழுவினர் ஏறத்தாழ நூறு கல் பலகைகளையும் தூண்களையும் மீட்டெடுத்தார்கள். இவைகளில் பல சமய வரலாற்றுக் கதைகளின் நிகழ்வுகள் செதுக்கப்பட்டிருந்தன. அரசன், அரசி போன்றோரின் உருவங்கள், வணங்கும் பொருள்களான மரங்கள், அரியணைகள், அரியணைக் குடைகள், சக்கரங்கள், திருவடிகள், பாம்பின் படத்தின் கீழ் அமர்ந்திருக்கும் தெய்வங்களின் திருவுருவங்கள், சாரநாத்தில் மெக்கன்ஸி பார்த்தது போன்ற அரைவட்டக் கூரைகள் - இவைகள் எல்லாமே சிற்ப வடிவில் அந்த கல் பலகைகளில் அழகாகச் செதுக்கப்பட்டிருந்தன. மெக்கன்ஸி சாரநாத்தில் முழுமையாகக் கண்ட அந்தக் கூம்பு வடிவம், அமராவதியில் அதன் சிறப்பான நாட்களில் அழகோடு விளங்கிய கூம்பு மாதிரியாக வைத்து, சாரநாத்தில் கட்டப்பட்டிருக்க வேண்டும் என்று வடிவத்தை நினைத்தார்.

1853இல் முருகேச முதலியார் என்பவரால் மதராஸில் வரையப்பட்ட தொன்னூறு ஓவியங்களில் ஒன்று. இதில் மூன்று ஆராதனைப் பொருட்களான ஸ்தூபி (மேல்), தர்மச்சக்கரம் (நடு), போதிமரத்தின் கீழ் வஜிராசனம் அல்லது வைர அரியணை (கீழ்) என்பவை வரையப்பட்டுள்ளன. (APAC, British Library)

பல அழகிய சிற்பங்கள் சிதைக்கப்பட்டிருந்தாலும், எதிர் காலத்திற்குரிய சாட்சிகளாக மெக்கன்ஸியின் வரைவாளர்கள் மிக அழகான சித்திரங்களை வரைந்து வைத்துள்ளார்கள். இதற்கான வரலாற்றின் நன்றி மெக்கன்ஸிக்கு மிகவும் உண்டு. இந்தச் சித்திரங்கள் இப்போதும் பிரிட்டிஷ் நூலகத்தில் பாதுகாப்பாக வைக்கப்பட்டுள்ளன. இதோடு மெக்கன்ஸி எண்பத்தி இரண்டு கற்தகடுகளையும், தூண்களையும் பெயர்த்தெடுத்து மசூலிப்பட்டினத்திற்கு அனுப்பி, அங்கிருந்து அவைகளை கல்கத்தாவிற்கு கப்பலில் எடுத்துச் சென்றார். இதில் ஏழு சிற்பங்கள் ஆசிய ஆய்வுக் கழகத்திற்குக் கொடுக்கப்பட்டன. மீதி சிற்பங்கள் மசூலிப்பட்டினத்தின் உதவி கலெக்டரால் கையகப்படுத்தப்பட்டு, அந்நகரத்தில் ஒரு அழகான அடையாளக் கட்டிடத்தில் பொருத்தப்பட்டன. இந்த கட்டிடம் திரு. ராபர்ட்

சன்னின் மேடு என்ற பெயரில் இருக்கிறது. மெக்கன்ஸிக்குப் பிறகு இந்த வரலாற்று அழகுச் சிற்பங்களைத் தேடி அமராவதிக்குப் போன ஆர்வலர்களுக்கும், ஆய்வாளர்களுக்கும் வெறும் மூடிய திட்டுகளே மிச்சமாக இருந்தன. கலைப் பொருட்கள் அனைத்தும் திருடப்பட்டோ, வெறும் சுண்ணாம்புக்காகவோ, எரிக்கப்பட்டோ பாழாய் போய்விட்டன. அமராவதியின் அழகு அத்தனையும் சுத்தமாக தடயமின்றி அழிக்கப்பட்டுவிட்டன. அமராவதியில் இருந்த அழகுக் கட்டிடங்கள் அனைத்தும் புத்த சமயத்தாரால் இந்தியாவில் எழுப்பப்பட்ட மிகச் சிறந்த படைப்புகளில் ஒன்று என்பதை நிரூபிப்பது எதிர்காலச் சந்ததியின் கடமையானது.

மெக்கன்ஸி குழுவினருக்கு இந்தச் சிற்பங்களில் இருந்த உருவங்களை வைத்து என்ன முடிவெடுப்பது என்பது ஒரு புரியாத பெரும் புதிராக இருந்தது. இதிலும் மெக்கன்ஸி குழுவினர் பார்க்கத் தவறிய ஒன்றும் உண்டு. பல சிற்ப பலகைகள் மறு சுழற்சி செய்யப்பட்டவைகள் என்பதை அவர்கள் தெரிந்து கொள்ளவில்லை. ஏற்கெனவே செதுக்கப்பட்ட சித்திரங்கள் ஒரு புறம் இருக்க, அதன் அடுத்த பக்கத்திலேயே மெக்கன்ஸி கண்ட அழகான சிற்பங்கள் இருந்தன.

பாரிஸ் நகரில் உள்ள ம்யூசீ கைம்மே என்ற காட்சியகத்தில் உடைந்து தன் முழு அழகையும் காண்பிக்க முடியாத சிற்பத்துண்டு ஒன்றுள்ளது. அரைகுறையான, முகமெல்லாம் மூளியாக்கப்பட்ட இந்தச் சிலையில் ஒரு அரசனும், அவனைக் கைகூப்பி வணங்கி அஞ்சலி முத்திரையுடன் நிற்கும் மரியாதையான ஆண்கள் இச்சிற்பத்தில் உண்டு. அரசனுக்கு வழிந்து நிற்கும் ஒரு சின்ன தொப்பை; அதைத் தாங்கி நிற்கும் இடுப்புக்கச்சை; மிகுந்த ஆண்மையோடு அவனது வலது கை உயரமாகத் தூக்கி வைக்கப்பட்டுள்ளது. அவனது இடது கை நெஞ்சருகே குவித்து வைக்கப்பட்டுள்ளது. ஆரங்கள் பல இருக்கும் ஒரு தேர்ச்சக்கரம் மன்னனுக்குப் பின்னால் ஒரு தூணின்மேல் இருக்கிறது. இன்னொரு தூண் இன்னும் அதிக உயரத்துடன் நிற்கிறது. இந்த தூண் ஃபெரோஸ் ஷாவின் கைத்தடித் தூண் போன்றும், அதே போன்ற மற்ற தூண்கள் போலவும் செதுக்கப்பட்டுள்ளது. மன்னனின் காலருகே சேணைகள் பூட்டிய குதிரை ஒன்று நிற்கிறது. சிற்பத்தின் ஒரு ஓரத்தில் திமிர் மார்போடு, பெண்மை நிறைந்த ஒருத்தி மரக்கிளை ஒன்றைப் பற்றிக்கொண்டு நிற்கிறாள். சிற்பத்தில் உள்ள மூன்று ஆண்களின் முகங்களும் வேண்டுமென்றே உருத் தெரியாமல் அழிக்கப்பட்டிருந்தன.

முகம் சிதைக்கப்பட்ட சக்ரவர்த்தி இந்த புடைச்சிற்பத்தில் 'சக்கரம் சுழற்றும் பேரரசனாக,' உலகத்தையே தர்மத்தினால் காக்கும் கோலத்தில் உள்ளார். (Musee Guimet, Paris)

மெக்கன்ஸியின் குழுவில் உள்ள முருகேச முதலியார் வரைந்த ஒரு சித்திரத்தில் மேற்கூறிய கல்பலகையில் இருப்பதைப் போன்ற உருவங்கள் இருந்தன.

அந்தச் சித்திரத்தின் மேற்பகுதியில் ஒரு மன்னன், அவரது இடது பக்கம் இரு ஆண்களோடும், வலது பக்கம் இரு பெண்களோடும், ஒரு யானையும், ஒரு குதிரையும் நிற்பது போல் செதுக்கப்பட்டுள்ளது. முதல் சிற்பத்தில் பார்த்தது போலவே இந்தச் சித்திரத்திலும் மன்னன் ஒரு கையை ஓங்கி நீட்டியவாறு நிற்க, மற்றொரு கையை மடித்து நெஞ்சின் மீது வைத்துள்ளார். இங்கும் அரசனின் முகம் முழுமையும் சிதைக்கப்பட்டுள்ளது. மிகவும் உற்றுப் பார்ப்பவர்களுக்கு இன்னும் சில விளக்கங்களும் கிடைக்கும். சித்திரத்தின் கீழ்ப் பகுதியில் அரசன் ஒருவன் அரியணையிலும், மற்றதொரு சிறு அரியணையில் அவனது மனைவியான அரசியும் அமர்ந்திருக்கின்றனர். அரசனின் தலைக்குமேல் வெண்

கொற்றக் குடை ஒன்றைத் தாங்கிப் பிடித்த வண்ணம் மன்னனின் பின்னால் ஒரு பணிப்பெண் நிற்கிறாள். இப்போது 'தர்மச் சக்கரம்' அல்லது 'ஒழுக்கத்தின் சக்கரம்' என்று அழைக்கப்படும் சக்கரம் ஒன்று மன்னனுக்குப் பின்னால் உள்ளது, மன்னனின் கால் பக்கம் இரு சந்நியாசிகள் கையில் பிச்சைப் பாத்திரத்துடன் உட்கார்ந்திருக்கிறார்கள். அவர்களது பாத்திரம் முழுமையும் மன்னனின் அன்பளிப்பால் நிறைந்திருக்கிறது. முந்திய படத்தில் உள்ளது போலவே இதிலும் ஒரு யானையும், குதிரையும் மன்னனின் பக்கத்தில் நிற்கின்றன. ஒரே சித்திரத்தில் உள்ள இந்த இரு பாகங்களுக்குள்ளும் தொடர்பு உள்ளது.

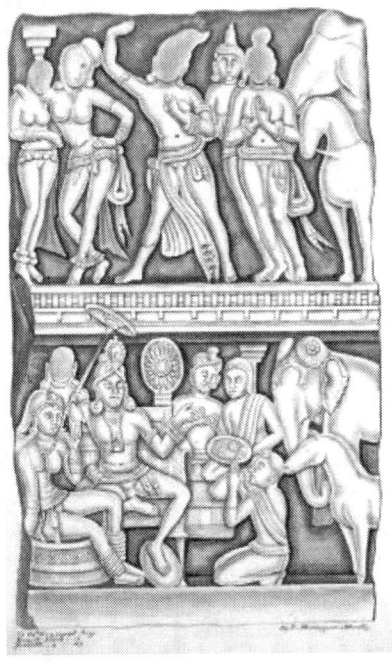

அமராவதியில் உள்ள பெரும் ஸ்தூபியில் உள்ள இரு சிற்பங்கள். 1853இல் முருகேச முதலியாரால் மதராஸில் வரையப்பட்டது. இந்த புடைச் சிற்பம் இப்போது சென்னை அருங்காட்சியகத்தில் உள்ளது. (APAC, British Library)

கற்பலகைகளில் உள்ள இந்தச் சிற்பங்கள் வெறும் வடிவங்களாக மட்டுமல்லாது வரலாற்றுச் சின்னங்களாகவும் உள்ளன என்பது 1880களில் தொழில்முறையில் அகழ்வாராய்ச்சிக்காரரான ஜேம்ஸ் பர்கஸ் என்பவர் அமராவதியில் அகழ்வாராய்ச்சி நடத்தும்

போதுதான் வெளிவந்தது. இவருடைய ஆராய்ச்சியில் இருபுறமும் சிற்பங்கள் உள்ள கல் பலகைகள் கிடைத்தன. மௌரிய அரசு முடிந்து பொ.ஆ.மு.★ இரண்டாம் நூற்றாண்டில் சதவாகனா அரச பரம்பரை தோன்றும் போது இந்தப் பலகைகள் கடுமையாக சேதப்படுத்தப்பட்டுள்ளன என்பதும் தெரிந்தது. அங்கு நடந்த ஆராய்ச்சியின் தொடர்ச்சியில் நான்கு வாசல் கொண்ட மண்டபம் ஒன்று கண்டுபிடிக்கப்பட்டது. பல நூற்றாண்டுகளுக்குப் பிறகு ஆந்திராவை ஆண்ட சதவாகனா அரசர்களின் தலைநகராக அமராவதிக்கு அருகில் உள்ள தன்யகட்டகா மாறியபோது இந்த மண்டபம் மேலும் பெரிதாக்கப்பட்டது.

ஜேம்ஸ் பர்கஸ் அமராவதிக்கு அருகில் அகழ்வாராய்ச்சி செய்து பெரும் ஏமாற்றமடைந்தார். இருப்பினும் தொடர்ந்து அமராவதிக்கு மேல் பக்கத்திலிருந்து கிருஷ்ணா நதியின் இரு புறங்களிலும் தன் அகழ்வாராய்ச்சியைத் தொடர்ந்தார். பல சிதைவுகளைக் கண்டார். அவைகளில் பெரும்பான்மையானவை புத்த சமயத்தின் குரு மடங்களாக இருந்தன. இந்த அழிவுகளிலும் பர்கஸ் அமராவதிக் கண்டெடுப்புகளில் நடந்த அழிவு வேலைகளைக் கண்டார். ஜக்கியபெட்டா என்ற இடத்தில் உள்ள ஒரு கண்டுபிடிப்பு குறைவான சேதங்களோடு நின்றது. அமராவதியில் கண்ட அழிவுச் சின்னங்களைப் போன்ற மாதிரியில் சிறிதாகக் கட்டப்பட்ட ஒன்றாக அது இருந்தது. அப்பகுதி மக்களால் இது செல்வமலை என்று அழைக்கப்பட்டு வந்தது. அங்கிருந்த அந்த மண்டபம் நான்கு வாசல்களோடும் இருந்தது. பதிக்கப்பட்டிருந்த கல் பலகைகள் கீழே விழுந்து கவனிப்பாரற்று விடப்பட்டிருந்தன. பர்கஸ் தனது கண்டுபிடிப்புகளைப் பற்றிய விவரங்களைத் தருகிறார்: "சில கல் பலகைகளில் பல பழமையான புடைச் சிற்பங்கள் இருந்தன. அப்பலகைகளில் எழுத்துகளும் காணப்பட்டன. அந்த எழுத்துகள் மௌரியப் பேரரசின் எழுத்துகளோடு ஒத்துப்போயின. அனேகமாக அவைகளின் காலம் பொ.ஆ.மு. 200-170 வரை இருக்கலாம்."

பர்கஸ் தான் கண்ட கல் பலகைகளின் புடைச் சிற்பங்களைச் சித்திரங்களில் வடித்தெடுத்து அவைகளைத் தன் குறிப்புகளில் இணைத்துள்ளார். இவை ஏற்கனவே அமராவதியில் தோண்டியெடுக்கப்பட்டு பாரிஸின் ம்யூசி கைம்மே கண்காட்சியகத்திலும், சென்னை கண்காட்சியகத்திலும் உள்ள சித்திரங்களை விடவும் மிகவும் மேம்பட்டவைகளாக இருந்தன.

★ பொ.ஆ.மு. – பொது ஆண்டுக்கு முன்.

ஜக்கியபெட்டா புடைச்சிற்பம் ஒரு சக்கரவர்த்தியை அல்லது 'சக்கரம் சுழற்றும் பேரரசரைக்' காண்பிக்கிறது. இந்தச் சக்கரவர்த்தியைச் சுற்றிப் பல அடையாளங்கள் உள்ளன. அவரது காலுக்குப் பக்கத்தில் யானை ஒன்றும், குதிரை ஒன்றும் நிற்கின்றன. இவ்விரண்டும் புத்தரின் குறியீடுகளாக உள்ளன. அவரது தலைக்கு மேல் அரசப் பதவியின் குறியீடாக வெண்கொற்றக் குடை ஒன்று உள்ளது. அவரது இடது புறம் அவரது உதவியாளரும், பொருளாளரும் நிற்கின்றனர். வலதுபுறம் யக்ஷி என்னும் குழந்தை தரும் தேவதை நிற்கிறார். மன்னருக்குப் பின்புறம் தர்மச் சக்கரம் ஒன்று தூணின் மீது உள்ளது. ஓங்கி உயர்ந்திருக்கும் சக்ரவர்த்தியின் கரங்களிலிருந்து பொன் நாணயங்கள் அருளப்படுகின்றன.

பர்கஸ் தேர்ந்தெடுத்த மூன்று புடைச் சிற்பங்களில் தர்மச் சக்கரத்தைச் சுழற்றும் பெருமன்னன் அல்லது ஒரு சக்கரவர்த்தியின் சிற்பம் நடு நாயகமாக இருக்கும். சக்கரம் ஒன்றைச் சுழற்றும் நிகழ்வு பழைய வேதகாலத்து புராணங்களையும் நம்பிக்கைகளையும் அடிப்படையாகக் கொண்டது. வேத இலக்கியங்களில் தலைவன் காலத்தையே படைக்கிறார். அவனிடமிருந்தே அறவழி பிறக்கிறது. மகிழ்ச்சி பிரவாகமெடுக்கிறது.

இந்தப் பிரபஞ்சத்தைக் கட்டுப்படுத்தும் ஆற்றலும் பரிணமிக்கிறது. பிராமண வேதங்களில் இந்தத் தலைவன் தன் கையில் ஒரு சக்கரம் கொண்டுள்ளான். அது அழிவுக் கருவியாக, பகைவர்களைக் கொன்று குவிக்கும் எந்திரமாக செயல்படுகிறது. இதுவே இந்து மதப்பரிமாணத்தில் சக்கரம் ஏந்தி நிற்கும் விஷ்ணு என்னும் கடவுளாக உருவெடுக்கிறது. ஆனால் அமராவதி மற்றும் ஏனைய இடங்களில் கண்ட சிற்பங்களைப் பார்க்கும் போது, சக்கரம் சுழற்றும் கருத்து புத்த மதத்திற்குள் இருந்து இந்து சமயம் தனதாக்கி கொண்டுள்ளது என்பது புரிகிறது. இச்சிற்பங்களில் காணும் சக்கரவர்த்தி புத்தரின் மதச்சார்பற்ற இணையாகக் கருதப்படுகிறார். அப்படிப்பட்ட ஒரு சக்கரவர்த்தி தர்மத்தின் மூலம் நல்லொழுக்கமும் பேணுகிறார்.

அமராவதியில் கண்டெடுத்த நாலாவது சிற்பம் மேலும் ஒரு விளக்கத்தைத் தருகிறது. அமராவதியின் கடைசி காலப் பகுதியில் எடுக்கப்பட்ட இச்சிற்பம் இப்போது பிரிட்டிஷ் அருங்காட்சியகத்தில் மற்ற அமராவதி சிற்பங்களோடு வைக்கப்பட்டுள்ளன. இங்கிருக்கும் சக்கரவர்த்தி முழுமையாக, அழகான நகைகள் பூண்டு, நல்லுடை உடுத்தி, கும்பிட்ட கரங்களோடு நிற்கிறார். அரசனுக்குரிய வெண் கொற்றக் குடை அவர் தலைக்குமேல் விரிக்கப்பட்டு, அவர் பின்னால் நிற்கும் பெண்ணால் பிடிக்கப்பட்டுள்ளது. ஒரே ஒரு ஆண் அவரது வலது பக்கத்தில் நிற்கிறார். அவரே அரசனின் அமைச்சராக, துணைவனாக, மதியூகியாக இருக்க வேண்டும். இடது பக்கம் கையில் சாமரத்துடன் யக்ஷி அல்லது பிள்ளை கொடுக்கும் தேவதை நிற்கிறாள். அரசனின் மனைவிக்கு யக்ஷியின் பின்னால் தான் இடம் கொடுக்கப்பட்டுள்ளது.

ஏனைய சிற்பங்களிலிருந்து இது ஒரு பெரும் வேற்றுமையைக் கொண்டுள்ளது. இங்கே சக்கரவர்த்தி கும்பிடும் தோரணையில் நிற்கிறார். முகமும் உடலும் முன்னோக்கி இருக்கிறது. ஆகவே யாரைக் கும்பிடுகிறார் என்பது தெரியவில்லை. ஒரு வேளை அவரால் கும்பிடப்படுவது இச்சிற்பத்திற்கு மேல் பக்கம் செதுக்கப்பட்டிருந்திருக்கலாம். ஆனால் அச்சிற்பங்கள் அழிந்து போய்விட்டன.

இந்தப் புடைச் சிற்பம் 1867ஆம் ஆண்டு பாரிஸ் அருங்காட்சியகத்திற்குச் சென்றது. ஆனால் இச்சிலையின் முக்கியத்துவம் முழுவதும் வெளிவர அடுத்த அறுபது ஆண்டுகள் காத்திருக்க வேண்டியதாயிற்று.

சக்ரவர்த்தியின் புடைப்புச் சிற்பம். முதல் பொது ஆண்டின் முதல் நூற்றாண்டில் உள்ளதாக இருக்கலாம். இப்போது இச்சிற்பம் ஆங்கிலேய அருங்காட்சியகத்தின் அமராவதி பளிங்கு கூடத்தில் உள்ளது. (British Museum)

அமராவதியின் சிற்பங்கள் ஒரு உண்மையை வரலாற்றிற்கு உணர்த்துகின்றன. சக்கரம் சுழற்றும் பெருமன்னன் என்பது மஹாயன புத்த காலத்திலேயே, அதாவது மிகப் பழங்காலத் திலேயே இந்தியாவில் வேரூன்றி விட்டது. இங்கிருந்தே அதன்பின் சைனாவிற்கும் அதையும் தாண்டியும் பரவிற்று.

6

வில்சனின் அடர் நிழலில் இருந்து விலகி!

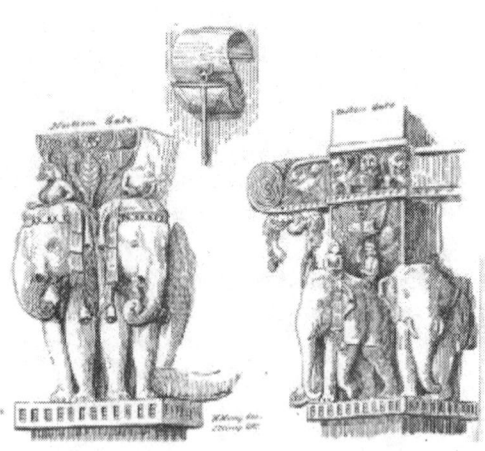

சாஞ்சியின் பெரும் ஸ்தூபி. வில்லியம் முர்ரே எல்லா நுணுக்கங்களும் தெரியும் வண்ணம் வரைந்ததை, ஜேம்ஸ் பிரின்செப் வடித்தெடுத்த நகல். 1837இல் பிரின்செப் இதை பெங்காலின் ஆசிய ஆய்வுக் கழக ஏட்டில் பதிப்பித்தார்.

இலங்கையின் வடக்கு முனையில் உள்ள ஜாப்னாவில் இருக்கும் கோட்டைதான் ஆசியாவிலேயே மிகவும் பாதுகாப்பான கோட்டையாக ஒரு காலத்தில் இருந்தது. ஆனால் இன்று அது முற்றிலும் சிதிலமாகிக் கிடக்கிறது. கடல், நிலம், வானம் என்று பல இடத்திலிருந்தும் விழுந்த குண்டு வீச்சுகள்தான் இதற்கு காரணம். போர்த்துகீசியர்களால் கட்டப்பட்ட கோட்டை இது. இலங்கையையும் சேர்த்து கிழக்கு இந்தியாவின் வாசனைப் பொருட்களைக் கடல் வழியே எடுத்துச் செல்லும் வழியைப் பாதுகாக்கவே இக்கோட்டையைக் கட்டினார்கள். சிங்கத்தின் நாடு அல்லது சின்கலனா என்றிருந்த பழைய பெயரை மாற்றி 'சியலோ' என்று இந்நாட்டைப் பெயரிட்டு அழைத்தார்கள். 1658இல் டச்சு கிழக்கிந்திய கம்பெனியின் அதிகாரத்தின் கீழ் போர்ச்சுகீசியர்கள் தோல்வியடைந்து, விரட்டப்பட்ட போது சில காலம் இந்தக் கோட்டையில் தஞ்சமடைந்தார்கள். அதன் பின் முற்றிலுமாக இந்த நாட்டை விட்டு அவர்கள் விரட்டப்பட்டனர். இக்கோட்டை தங்களின் வசத்திற்கு வந்தபின் டச்சுக்காரர்கள் இக்கோட்டையை மேலும் பலப்படுத்தினர். இதனால் ஆங்கிலேயர்கள் 1796இல் இக்கோட்டையை டச்சுக்காரர்களிடமிருந்து கைப்பற்றிய போது வேறு எந்த மாற்றமும் செய்யத் தேவையில்லாமல் பாதுகாப்பான கோட்டையாக இருந்தது. ஆங்கிலேயர்கள் தங்கள் கொடியைக் கோட்டையில் பறக்க விட மட்டுமே செய்ய வேண்டியதிருந்தது.

ஜாப்னாவிலிருந்த இந்தக் கோட்டை மிகவும் நன்றாகவே பராமரிக்கப்பட்டு பழைய் பெருமையுடன் நின்றது. ஆனால் 1983இல் தமிழ்ப் புலிகள் ஆரம்பித்த உள்நாட்டுப் பிரிவினைப் போரினால் இக்கோட்டை சிதிலமடைந்தது. இங்கு பலத்த கொடுமையான போர்கள் நிகழ்ந்தன. 2009இல் பிரிவினைப் போர் முடிவுக்கு வருவதற்கு முன் இரு முறை இக்கோட்டை இரு படைப்பிரிவினர்களின் கைகளுக்கு மாறி மாறிச் சென்றது.

முன்பு இக்கோட்டையிலும், இப்போது அதன் சிதிலங்களுக்கு இடையே லார்ட் வின்டர்டன் என்ற ஐரிஷ்காரரின் இளைய மகன் ஜார்ஜ் டர்னூர் என்பவரின் கல்லறை காணப்படுகிறது. இவர் டச்சுக்காரர்களுக்கு எதிராக 73ஆம் ரெஜிமென்டின் லெப்டினெண்டாகப் போரிட்டு ஜாப்னாவைக் கைப்பற்றி கோட்டையின் மேலதிகாரியாக ஆனார். அகதியாய் இருந்த ஒரு பிரஞ்சுப் பணக்காரரின் மகளை மணந்து 1799இல் ஜாப்னா கோட்டையில் ஒரு மகனைப் பெற்றார். அவரது மகன் சில

ஆண்டுகள் இந்நாட்டில் இருந்துவிட்டு மேற்படிப்பிற்காக இங்கிலாந்து சென்றான். அவன் பெற்றோர் இங்கேயே தங்கிவிட்டார்கள்.

ஆங்கிலேயர்கள் இத்தீவைக் கைப்பற்றியதும் போர்ச்சுகீசியர்கள் வைத்த பெயரான சியலோ என்ற பெயரை ஆங்கில மொழியாக்கத்தில் 'சிலோன்' என்று பெயர் மாற்றி அழைக்க ஆரம்பித்தனர். இந்தியாவை ஆக்கிரமித்த 'கிழக்கு இந்திய கம்பெனி'யின் (கி.இ.க.) இன்னொரு பகுதியாக சிலோன் நாடும் ஒன்றாக, இந்தியாவுடன் ஒரே நாடாகச் சேர்ந்திருக்க முடியும். ஆனால் இந்தியாவில் உள்ள கவர்னர் ஜெனரல்கள் இங்கிலாந்து அரசின் கைப்பிடிக்குள் முழுவதுமாக அடங்காமல் இருந்ததால், ஆங்கிலேய அரசு இதைத் தனியாக ஆளுமை செலுத்த வேண்டியதாகப் போய்விட்டது. இதனால் 'சிலோன் அரசுப் பணித்துறை' என்ற அமைப்பின் மூலம் இந்நாட்டைத் தனியாக நிர்வகித்தது. இதன் முதல் கவர்னர் ஜெனரல் ப்ரட்ரிக் நார்த். இவரது பதவிக் காலத்தில் இந்தியாவின் கவர்னர் ஜெனரல் மார்க்யுஸ் வெல்லெஸ்லி. நார்த் இங்கிலாந்தில் பெரும் பணக்காரர். ஈடன் க்ரைஸ்ட் சர்ச், ஆக்ஸ்போர்ட் போன்ற இடங்களில் கல்வி பயின்றவர். இவர் வெல்லெஸ்லியைப் போல் பேராசை கொண்டவரல்ல; ஆகவே வெல்லெஸ்லி நடந்து கொண்டது போலவே இவரும் மக்களை வீணதிகாரம் செய்யா மல், அவர்களைப் புரிந்து கொண்டு, இணக்கமாக, நன்முறையில் அரசாள வேண்டும் என்ற நோக்குடையவர். இவரின் இந்தக் கருத்தோடு ஒத்தவர்கள் இன்னும் இருவர். முன்னவர், ஒரு தாவரவியல் வல்லுனர். பிரஞ்சுக்காரர். ஜோசப் தி ஜாயின்வில். இலங்கையில் இருந்த புத்த மதத்தைப் பற்றிய ஆய்வு செய்த முதல் அயல் நாட்டுக்காரரர் இவரே. அடுத்தவர் காப்டன் ஜார்ஜ் டர்னோர்; 1813இல் தனது நாற்பத்தி ஐந்தாவது வயதில் காலமாகும் வரை ஜாப்னாவின் அதிகாரியாகப் பணி புரிந்தார்.

நார்த் தன் பணியில் இன்னொரு வழக்கறிஞரோடும் பணி செய்தார். அவர் அலெக்சாண்டர் ஜான்ஸ்டன். சிலோனில் முதல் அட்வகேட் ஜெனரலாகப் பணி புரிந்து அதன் பின் உயர் நீதிபதியாகவும் பணி புரிந்தார். பெரும் படிப்பாளி. நல்ல பேச்சாளர். இந்தியாவில் இருந்த சர் வில்லியம் ஜோன்ஸிற்கு நிகரானவர் என்று கருதலாம். தனது பதினோராம் வயது வரை இந்தியாவில், மதராஸிலும், மதுரையிலும் வாழ்ந்து அப்போது கோலன் மெக்கன்ஸியால் கற்பிக்கப்பட்டு, அதன்பின் முறையான கல்விக்காக இங்கிலாந்து சென்றார். அவர்

மதராஸிலும் மதுரையிலும் வளர்ந்ததாலும், பின் இலங்கையில் வாழ்ந்ததாலும் அவருக்கு தமிழ்-சைவமும், சிங்களம்-புத்தமும் மிகவும் பிடித்துப் போனவைகளாக ஆகிவிட்டன. அட்வகேட் ஜெனரலாக இருந்ததால் அடிமை வணிகம், ஜூரர்கள் மூலம் தீர்ப்பிடுதல் போன்றவைகளை முடிவுக்குக் கொண்டு வந்தார். எல்லோருக்கும் கல்வி என்பதற்கும் வழி வகுத்தார். ஜோன்ஸ் கல்கத்தாவில் எடுத்த முடிவு போலவே இவரும் மக்களின் சட்ட திட்டங்கள், வழக்கங்கள், நாட்டின் நீதிச்சட்டங்களில் இடம் பெற வேண்டும் என்று நினைத்தார். இதற்காகவே சிலோனிலிருந்த பழக்க வழக்கங்கள், எல்லா சமய சாதிகளில் உள்ள சட்ட திட்டங்கள் அனைத்தையும் ஒருங்கிணைத்து 'சிலோன் நியாயச் சட்டம்' ஒன்றை உருவாக்கினார்.

பல புதிய நல்ல திருத்தங்களைக் கொண்டு வந்த ஜான்ஸ்ட்னுக்கும், அதிக அடிமைகளை தனக்குக் கீழ் முன்பு வைத்திருந்த ராஜபக்சேவுக்கும் நெருங்கிய நட்பு உண்டானது. ராஜபக்சே சிலோன் தீவிலேயே மிகப்பெரும் மனிதராக விளங்கியவர். ஜான்ஸ்டன் தன்னுடைய பணியிலும், ஆர்வத்திலும் நன்கு ஈடுபட ராஜபக்சே மிகுந்த உதவியாக இருந்தார். மூத்த புத்த சந்நியாசிகளை அவர்களது சங்கத்தில் சென்று சந்திக்க ராஜபக்சே மிகுந்த முனைப்போடு ஜான்ஸ்டனுக்கு உதவினார். அதுமட்டுமின்றி புத்த சங்கத்திலிருந்த மூன்று கையேட்டுப் பிரதிகளைப் பெற்றுக் கொடுத்தார். இந்த மூன்றுமே மிக முக்கியமான விவரங்களைக் கொண்டிருந்தன. புத்த சமயம் எங்கு, எப்போது ஆரம்பித்தது? புத்த சமயக் கோட்பாடுகள் என்ன? இம்மதம் சிலோனில் எப்படி ஆரம்பித்து வைக்கப்பட்டது? அதனால் விளைந்த சமூக அரசியல் மாற்றங்கள் எவை? அவை எப்படி அந்நியர் வருகைக்கு முந்தைய அரசில் மாற்றங்களைக் கொண்டுவந்தது?. இது போன்ற பல செய்திகள் அந்தக் கையேடுகளில் இருந்தன. மூன்று கையேடுகளில் இரண்டு கையேடுகள் இன்று சிங்களா என்றும், அன்று சிங்களீஸ் என்றும் அழைக்கப்பட்ட மொழியில் எழுதப்பட்டிருந்தன.

அக்கையேட்டினை ஜான்ஸ்டன் 'மஹாவன்சி என்று கூறியுள்ளார். ஆனால் சரியாகச் சொல்ல வேண்டுமென்றால், அது 'மஹாவம்சா' அல்லது 'பெரும் பரம்பரைக் கையேடு' என்றழைக்கப்பட வேண்டும். இக்கையேடு பாலி மொழியில் எழுதப்பட்டிருந்தது. 1819இல் ஓய்வு பெற்று இங்கிலாந்து திரும்பிய ஜான்ஸ்டனுடன் இந்தக் கையேடுகளும் சென்றுவிட்டன.

வில்சனின் அடர் நிழலில் இருந்து விலகி | 129

இதே காலவரையறையில் இத்தீவிற்கு கிறித்துவ பிரிவினைச் சபையைச் சேர்ந்த மதப் பிரச்சாரர்களும் வந்து சேர்ந்தனர். அவர்களில் ஒரு பாதிரியான அருள்மிகு வில்லியம் பக்லி ஃபாக்ஸ் என்ற ஒரு வெஸ்லியன் விவிலியத்தை மொழிமாற்றம் செய்ய வேண்டும் என்பதில் தீவிரமாக ஈடுபட்டார். இதற்கு ஆரம்பமாக இரு அகராதிகளை - சிலோன் - போர்த்துகீசிய அகராதி, சிங்களீஸ்-ஆங்கில அகராதி - இவைகளைத் தொகுத்து 1819இல் அச்சேற்றினார். 1823இல் இவர் மீண்டும் இங்கிலாந்து திரும்பினார். அப்போது ஜான்ஸ்டன் இவரைப் பாலி, சிங்கள மொழிப் புலமை கொண்ட ஒரே ஒரு ஐரோப்பியன் என்று கூறிப் புகழ்ந்தார். ஆனால் ஃபாக்ஸ் எவ்வாறு பாலி மொழியைப் பயின்றார் என்பது ஒரு பெரிய ஆச்சரியமான காரியம்தான். ஏனெனில் இந்தியாவில் வடமொழி பாதுகாக்கப்பட்டதுபோல், இங்கு பாலி மொழி வெகு சிலரின் தனிச் சொத்தாகவே இருந்து போனது. வில்கின்ஸ்-ஹல்ஹெட் என்ற இருவரும் இந்த ரகசியப் பூட்டை இந்தியாவில் உடைக்க வேண்டியதாயிற்று. அதேபோல் இங்கு பாலி மொழி சிங்கள புத்த குருக்களின் ரகசிய மொழியாகவே இருந்து வந்துள்ளது. ஜான்ஸ்டன் இந்த மூன்று சிங்களக் கையேடுகளையும் ஆங்கிலத்தில் அச்சேற்ற வேண்டுமென்று ஃபாக்ஸிடம் கேட்டுக் கொண்டார்.

ஃபாக்ஸ் மொழிமாற்றம் செய்யப்பட்டதாகக் கருதப்படும் பெரும் பரம்பரைக் கையேட்டின் முதல் பாகம் இங்கிலாந்தில் 1813ல் வெளிவந்தது. "மஹாவன்சி, ராஜா ரத்னாகரியும் ராஜா வாலியும் இணைந்து அளித்த சிலோனின் புனித வரலாற்றுப் புத்தகம்" என்ற பெயரில் வெளிவந்தது. நூல் வெளிவந்த போது அதன் அட்டையில் நூலின் தலைப்பும், எட்வர்ட் உப்ஹாம் என்ற பதிப்பாளாரின் பெயர் மட்டுமே இருந்தன. ஆசிரியரின் பெயரே இல்லை. அதிலும் பதிப்பாளார் நூல் வெளிவரும் ஓராண்டிற்கு முன்பே இறந்திருந்தார். ஆசிரியராகக் கருதப்படும் ஃபாக்ஸ், நூல் வெளிவந்த ஒரு மாதத்தில் இறந்து போனார். என்ன காரணமோ... தெரியவில்லை.

ஃபாக்ஸின் இந்த நூல் இங்கிலாந்தில் ஏனோ எந்த விதத் தாக்கத்தையும் ஏற்படுத்தவில்லை. ஒருவேளை இந்த நூல் வெளிவர மிகவும் ஆர்வம் கொண்ட ஜான்ஸ்டனின் மனத்தில் இந்த நூலின் மொழிமாற்றத்தில் எழுந்த ஐயங்கள் ஒரு காரணமாக இருக்கலாம். எது எப்படியாயினும் வரலாற்றில் இந்த நூல் இலங்கையின் மிக மகத்தான நூல். 'பெரும் பரம்பரைக் கையேடு' - இலங்கையின் பெரும் நூல்

ஒன்றின் ஆங்கில வெளியீடு இது. ஒரு வேளை இது பாலி மொழியிலிருந்து சிங்களத்திற்கு ஓரளவு மாற்றப்பட்டு, அதன் பின் ஆங்கிலத்திற்கு மொழி மாறிய நூலாக இருக்கலாம்.

இந்த நூலிலிருந்து இத்தீவின் மிகப் பழைய காலத்தில் இலங்கையை ஆண்ட இரண்டாம் பெட்டிசா என்ற மன்னனுக்கும், ஜம்பு த்வீபா என்ற அழைக்கப்பட்ட இந்திய உப கண்டத்தில் உள்ள மன்னன் தர்மசோகாவிற்கும் நெருங்கிய தொடர்பிருந்ததாகக் கூறப்படுகிறது. இவர்கள் இருவரும் நல்ல நட்புறவுடன் ஒருவரை ஒருவர் நேசித்து வாழ்ந்திருக்கின்றனர். ஒருவருக்கொருவர் பரிசுகளையும், கடிதங்களையும் பரிமாறிக் கொண்டிருந்திருக்கிறார்கள். இந்திய மன்னன் தர்மசோகா, தான் புத்தரின் கொள்கைகளைத் தன் ஆட்சியில் பின்பற்றுவதாகவும், அதேபோல் பெட்டிசாவும் பின்பற்ற வேண்டும் என்று கேட்டுக் கொண்டிருந்திருக்கிறார். இவர்கள் உறவின் ஆழம் மிகப்பெரும் வரலாற்று மாற்றங்களைக் கொண்டுவந்துள்ளது. இவர்கள் காலத்தில்தான் புத்த சமயம் இலங்கைக்குள் நுழைந்திருக்கிறது. அந்த நாட்டின் வரலாறும் பெரிதும் மாறியிருக்கிறது.

இந்த மன்னர்களின் உறவுகளின் சிறப்புத் தன்மையைக் கருதி இலங்கையின் பரம்பரைக் கையேட்டில் சாக்கியமுனி புத்தர் காலத்தில் இருந்த மகதநாட்டு மன்னர்களிலிருந்து மன்னன் தர்மசோகாவின் காலம் வரையுள்ள இந்திய மன்னர்களின் பரம்பரை பற்றி அதிகமாகப் பல பாகங்கள் எழுதியுள்ளனர். அந்தக் கையேட்டின் ஐந்தாம் பகுதி தர்மசோகாவின் ஆட்சி பற்றிக் கூறுகிறது. அதோடின்றி அம்மன்னர் பரம்பரையின் முதல் மன்னனான சந்திரகுப்தர், சாணக்கியர் என்ற பிராமணரின் உதவியோடு ஆட்சிபுரிந்ததையும், சர் வில்லியம் ஜோன்ஸ் மொழிமாற்றம் செய்த ‘அமைச்சரின் கல்மோதிரம்’ என்ற வடமொழி இசை நாடகத்தில் கூறியது போலவே, இந்நூலிலும் கூறப்பட்டுள்ளது. இந்நூலில் மேலும் பல வரலாற்றுக் குறிப்புகள் உள்ளன. சந்திரகுப்தரின் மகன் பிந்துசாரர் தனது மூத்த மகன் சுமனுவை மன்னராகப் பட்டம் சூட்டியுள்ளர். பிந்துசாரரின் மீதியிருந்த தொன்னூற்று ஒன்பது மகன்களில் ஒருவன் ப்ரியதசே. ஃபாக்ஸ் எழுதிய மொழி பெயர்ப்பில் ப்ரியதசே தன் தந்தை பிந்துசாரரால் வெத்திசா (விதிஷா) என்ற நகருக்கு அனுப்பப் படுகிறார். அங்கேயுள்ள சாக்கா (சக்யா) என்ற அரசகுடும்பத்தின் இளவரசி வெட்டிசாவைத் திருமணம் செய்து கொண்டு, உதெனி (உஜ்ஜயின்) என்ற நகரத்தின் மன்னனாகிறார். அரசி வெட்டிசா மூலம் இவருக்கு ஒரு மகனும்,

ஒரு மகளும் என இரு குழந்தைகள். இவரது அரசில் நாடும் மக்களும் மிகச் செழிப்பாக இருந்தனர். தன்னை இவர் இளவரசர் அசோகா என்று அழைத்துக் கொண்டார்.

இந்த வரலாற்றுத் தொகுப்பில் அப்போது யாரும் கண்டுகொள்ளாதது ஒன்றிருந்தது. பிந்துசாரரின் இரண்டாம் மனைவியின் மூத்த மகன் ப்ரியதசே என்பவரே பின்பு அசோகர் ஆனார் என்பதுவே அது. ஃபாக்ஸின் மொழிபெயர்ப்பில் ப்ரியதசே என்ற இதே இளவரசன் தன் தந்தை பிந்துசாரரின் மரணத்திற்குப் பின் மகத நாட்டின் மீது படையெடுக்கிறார். இளவரசன் சுமனா 'குசுமேபுரா'வின் அசோக' என்ற புதிய மன்னனை எதிர்த்துப் போரிடுகிறார். வெற்றி அசோகர் பக்கம் இருக்கிறது. வென்ற மன்னர் ஜம்பு-த்வீபாவை முழுமையாகத் தன் சாம்ராஜ்யமாக்கிக் கொள்கிறார்.

பெரும் பரம்பரைக் கையேட்டில் மேலும் ஐந்து பாகங்களில் இரண்டாம் பெடிசா மன்னனுக்கும், அசோக என்ற பெயரில் ஆட்சியை ஆரம்பித்து பின் தர்மசோகா என்று தன் பெயரை மாற்றிக்கொண்ட பெருமன்னனுக்கும் இடையில் இருந்த நட்பினையும், ஆழ்ந்த உறவினையும் பற்றிப் பேசுகிறது. அதே நூலின் கடைசிப் பாகத்தில் வரும் ஒரே ஒரு பத்தி மட்டுமே கூட அசோகாவின் நாற்பத்தி நான்கு ஆண்டுகால ஆட்சியை மிக அழகாகச் சித்தரிக்கிறது.

"அவர் முதலில் தன் எதிரிகளை வென்றார். முதல் நான்கு ஆண்டுகள் மகுடம் தரிக்காத மன்னனாகவே இருந்தார். மகுடம் சூட்டிக்கொண்ட பிறகு தனக்கு எதிராக செயல்பட்ட அறுபதாயிரம் ஆட்களுக்கு முதலில் ஆதரவளித்தார். முடிசூட்டிக் கொண்ட நேரத்திலேயே நிக்ரோடா என்ற புத்த குருவின் மூலமாக புத்த மதத்திற்கு மாறினார். தொண்ணூற்று ஆறு கெல்ஸ் அளவிலான தங்கத்தை வாரியிறைத்து எண்பத்து நாலாயிரம் கோவில்களை நிர்மாணித்தார். இக்கோயில்களெல்லாம் மூன்றே ஆண்டுகளில் கட்டி முடிக்கப்பட்டன. முடிசூட்டிய பின் ஆறாவது ஆண்டில் தன் மகன் மிகுந்து, மகள் சங்கமித்ரா இருவரையும் புத்த சந்நியாசம் மேற்கொள்ள வைத்தார். பதினேழாவது ஆண்டு புத்தரின் கட்டளைகளைத் தொகுக்க ஆணையிட்டார். அக்கட்டளைகளைச் சீராக்கி பழைய புனிதத்திற்கே அவைகளைக் கொண்டுவந்தார். பதினெட்டாம் ஆண்டு சிலோனிற்கு புத்தர் ஞானம் பெற்ற போதி மரத்தின் கிளை ஒன்றை அனுப்பினார். பட்டம் சூட்டிக் கொண்டபின் பன்னிரண்டு ஆண்டுகள் கழித்து, தன் மனைவி

ராணி அந்திமித்ரா மரணமடைந்தபோது அவரது உடலைத் தகனம் செய்தார். அதன்பின் நான்கு ஆண்டுகள் கழித்து திசாஹராச் என்றொரு இளம் பெண்ணை மணந்தார். இம்மணம் முடிந்த பின் மூன்றாண்டுகள் கழித்து அவரது ராணி கெட்ட எண்ணத்தோடு புனித மரத்தை விஷமுள் கொண்டு குத்தி, அழிக்க நினைத்தாள். இதன் பிறகு அவரது ஆட்சி அடுத்த நான்கு ஆண்டுகள் வரை நீடித்தது."

இந்த மொழி பெயர்ப்பு இங்கிலாந்தில் 1833ஆம் ஆண்டு அச்சிடப்பட்டு வெளியிடப்பட்டது. ஆனால் யாரும் இதைக் கண்டு கொள்ளவில்லை. ஆனால் இச்செய்தி சிலோனுக்கு விரைவில் வந்தடைந்தது. அங்கு சிலோன் அரசுப் பணித்துறையில் இருந்த இளம் ஜார்ஜ் டர்னோர் என்பவருக்கு அந்நூல் பெரும் அதிர்வை அளித்தது.

ஜார்ஜ் இங்கிலாந்திலிருந்து தான் பிறந்த நாடான சிலோனுக்கு 1820ஆம் ஆண்டு ஒரு சிலோன் அரசுப் பணித்துறையின் அதிகாரியாக வந்தார். முதல் ஆறு வருடங்கள் பல பணிகளில் உதவியாளராகப் பொறுப்பேற்று, தீவின் தலைநகரான கொழும்பு நகரத்தில் இருந்தார். அதன் பின் அரசின் பிரதிநிதியாக சப்ரகான் என்ற மாகாணத்திற்கு வந்தார். இதன் தலைநகரான ரத்தினபுரா சிங்கள புத்த இயக்கத்தின் முக்கிய இடமாக இருந்தது. சிலோனில் இருந்த இத்தனை ஆண்டுகளில் அவர் சிங்கள மொழி பேச எழுத கற்றுக் கொண்டுவிட்டார். ஆனால் புத்த இலக்கியங்கள் எழுதப்பட்டிருந்த பாலி மொழி பற்றி அவருக்கு ஏதும் தெரியவில்லை. புத்த பிக்குகளின் எதிர்ப்பையும் மீறி அவர் பாலி மொழி கற்க ஆரம்பித்தார். ஓராண்டிற்குள் பாலி மொழியில் தன் திறமைகளை நன்கு வளர்த்துக் கொண்டார். மொழி கற்கும் போதே மிகவும் புகழ்பெற்ற, ஆனால் அதிகமாக யாரும் வாசிக்காத பாலி மொழியில் எழுதப்பட்ட மஹாவம்சா என்ற நூலைப் பற்றி அதிகமாகக் கேள்விப்பட்டார். மஹாவம்சா என்ற தலைப்பில் ஐம்பத்தி நான்கு சிலோன் மன்னர்களின் பரம்பரை பற்றியும், சுலவம்சா என்ற தலைப்பில் நூற்றிப் பதினொன்று சிற்றரசர்களின் பரம்பரை பட்டியல் பற்றியும் அந்நூலில் கூறப்பட்டிருந்தன.

பெரும் பரம்பரைக் கையேடு என்ற இந்த நூல் கிடைப்பது மிக எளிதுதான். ஏனெனில் எல்லா குரு மடங்களுமே தங்களிடம் அதிகாரபூர்வ நூல் இருப்பதாகக் கூறிவந்தார்கள். ஆனால் பிரச்சினை நூல் கிடைப்பதில் இல்லை. உள்ளே சொல்லப்பட்ட செய்திகளில் இருந்தது. ஏனெனில்

பாலிமொழியில் எழுதப்பட்டதோடல்லாமல், எல்லாமே மிக உயர்வாக, அபூர்வமாக நம்ப முடியாத அளவிற்கு உயர்வாகவும் வித்தியாசமாகவும், பாலி மொழி கற்றுத் தேர்ந்தவர்கள் கூட விளக்கச் சிரமப்படும் அளவிற்கு எழுதப்பட்டிருந்தன. டர்னோரின் பிரச்சனையைப் பற்றிக் கேள்விப்பட்ட காலே என்ற புத்தபிக்கு அவரின் உதவிக்கு வந்தார். இந்நூலை முற்றிலுமாகப் புரிந்து கொள்ள திக்கா அல்லது உரைநூல் ஒன்று உண்டு எனவும், அதை வைத்துப் படித்தால் அனைத்தும் புரிந்து விடும்; புரியாத கடினப் பகுதிகள் கூட புரிந்துவிடும் என்றார். காலே அந்த உரை நூலைத்தேடி, இறுதியில் சிலோனின் தெற்குப் பக்கம் தங்களே என்னும் இடத்திற்கருகில் முல்கிரிகல்லா என்ற புத்த குரு மடத்தில் ஒரு பிரதியைப் பெற்றார்.

இந்தப் பிரதியையும், அதே மடத்தில் கிடைத்த முதல் நூலான பெரும் பரம்பரைக் கையேட்டுடனும் டர்னோர் முனைந்து வாசிக்க ஆரம்பித்தார். இப்போது தேவையற்ற வார்த்தை ஜாலங்களைத் தவிர்த்துவிட்டு, வேண்டிய சத்தான விஷயங்களை மட்டும் அவரால் வாசிக்க முடிந்தது. இரண்டாயிரம் ஆண்டுகளாக இலங்கையில் புத்த மதம் வளர்ந்த வரலாறு முழுமையும் தெளிவாக எழுதப்பட்டிருந்தன. இந்நூலை உரைநூல் துணையுடன் வாசிக்க ஆரம்பித்த டர்னோருக்கு இன்னொரு புதையல் கிடைத்தது. இந்நூலை எழுதிய ஆசிரியர்கள் இன்னொரு நூலையும் எழுதியுள்ளனர். நூலின் பெயர் தீபவம்சா அல்லது தீவின் பரம்பரைப் பதிவு. டர்னோர் இந்நூலை “சிலோனின் வரலாறு முழுமையாக அதிகாரபூர்வமாக இதில் எழுதப்பட்டிருந்தது. பொ.ஆ.மு. 543லிருந்து பொ.ஆ.301 வரை உள்ள வரலாற்றுக் குறிப்புகள் நிறைந்துள்ளன” என்கிறார்.

டர்னோரின் வேண்டுகோளுக்கிணங்கி காலே இந்த இரண்டாம் நூலையும் தேடிக் கண்டு பிடிக்கிறார். இப்போது டர்னோரிடம் இரு வரலாற்றுக் கால ஏடுகள் இருந்தன. 1827இல் டர்னோர் இந்த இரு நூல்களின் மீதான தன் ஆராய்ச்சியைத் துவங்குகிறார். பெரும் பரம்பரைக் கையேட்டினை மிகச் சரியாக ஆங்கில மொழியாக்கம் செய்கிறார். ஆயினும் அவரது அரசுப் பணி இதற்கு மிகவும் இடையூறாகவே இருந்தது. பணியின் நிமித்தம் அவர் ரத்னகிரியிலிருந்து தமண்குடவா என்ற இடத்திற்கும், அங்கிருந்து கண்டி என்னுமிடத்திற்கும் வருமானவரி அதிகாரியாக 1828லிருந்து 1832 வரை அலைந்து திரிய வேண்டியதிருந்தது.

டர்னோர் ஆசிய ஆய்வுக் கழகத்தில் வாசிக்கப்பட்ட ஆய்வுக்கட்டுரை ஒன்றினைப் படிக்கும் போதுதான் அருள்மிகு ஃபாக்ஸ் மொழியாக்கம் செய்ததாகக் கருதப்படும் பெரும் பரம்பரைக் கையேடு பற்றித் தெரிந்து கொள்கிறார். அந்த ஆய்வுக் கட்டுரையின் தலைப்பு: "சிலோனில் உள்ள அனுராஜபுரா அல்லது அனுராதபுரா, மெகன்தலே என்னும் மலைக் கோவில்களைப் பற்றி காப்டன் ஜே.ஜே.சேப்மேன் தந்த குறிப்புகள்." இந்த ஆய்வுக் கட்டுரை 1834ஆம் ஆண்டு வாசிக்கப்பட்டது.

கண்டிக்கு வடக்கு பக்கத்தில் இருக்கும் நடுச் சமவெளிப் பகுதியில் உள்ள கனத்த காடுகளுக்கு காப்டன் சேப்மேன் தனது வேட்டையாடலுக்காகச் செல்லும்போது அங்கு பல மைல்கள் தூரத்திற்கு மனிதக் கரங்களால் உருவாக்கப்பட்ட நீர் நிலைகளும் மற்றும் பல அழிவுச் சின்னங்களும் பரவிக் கிடப்பதைக் கண்டுள்ளார். அங்கிருக்கும் பல ஏரிகளைக் கண்டு அவர் இந்த ஏரிகள், அந்தப் பழங்காலத்து அழிவுச் சின்னங்களிலிருந்தும் தனித்து நிற்கக் கூடியவை என்பதைக் காண்கிறார். இந்தப் பழங்காலத்துச் சின்னங்கள் ஒரு பெரும் மக்கள் கூட்டமும், அவர்களின் செழுமையும், இன்றைய சமூகத்தைவிட மிக உயர்வான ஒரு சமூகம் அங்கு வாழ்ந்திருந்தது என்பதற்கான நினைவுச் சின்னங்களாகவும் நின்றன. இவைகளையும் அடுத்து, பார்ப்போரைத் திகைக்க வைக்கும் இன்னுமொரு அழிவுச் சின்னங்களையும் பற்றி அவர் கூறுகிறார். அவை கோவில் மணியை நிறுத்தி வைத்தது போன்ற செங்கல் கட்டிடங்கள். பல கட்டிடங்கள் புதைந்து கிடந்தன. சில இன்னும் 250 அடி உயரத்திற்கு மேல் நிமிர்ந்து நிற்கின்றன.

அனுராதபுரா என்றழைக்கப்படும் ஒரு புராதன புதையுண்ட நகரமே இது. பல்லாண்டுகளாக தெரிந்திருந்தும், இன்னமும் முழுமையாக ஆய்வு செய்யப்படாத இடமாகவே அது உள்ளது. சேப்மேன் தான் நேரடியாக பார்த்த இந்த சான்றுகளைக் கண்டு மிகவும் பிரமிப்படைந்திருந்தார். ஆச்சரியம் இன்னும் அதிகமாக அந்தப் புதைபொருளிடத்தில் உள்ள பழங்கோவிலின் பூசாரி ஒருவரிடமிருந்து அந்தக் கோவிலின் புனிதத் தன்மையைக் கேட்டுள்ளார். அக்கோவிலில் சாக்கியமுனி புத்தர் ஞானம் பெற்ற போதிமரத்தின் கிளையிலிருந்து வளர்ந்த அரச மரம் ஒன்றையும் கண்டார். இக்கிளை மிக ஆச்சரியமான விதமாக இந்தியாவிலிருந்து கொண்டு வரப்பட்டு இங்கு முளைக்க வைத்ததாகக் கூறப்பட்டது. இது ஒன்றும் புராணக் கதையில்லை.

நடந்த வரலாற்று உண்மை என்கிறார் சேப்மேன். இதற்குச் சான்றாக பெரும் பரம்பரை கையேட்டிலிருந்து இதைப்பற்றிய செய்திகளை மேற்கோளாகக் காண்பிக்கிறார்.

அவர் ஃபாக்ஸ் எழுதிய மொழியாக்கத்தின் கையெழுத்துப் பிரதிகளைப் பார்த்து, அதிலிருந்து வெளியீட்டாளர்களின் அனுமதியுடன் மேற்கோளிட்டுள்ளார்.

கடந்த ஆறு ஆண்டுகளாக ஜார்ஜ் டர்னோர் பெரும் பரம்பரை கையேட்டினை மொழிபெயர்க்க தொடர்ந்து முயற்சி எடுத்து வந்துள்ளார். அவரது இந்த முயற்சிகள் எல்லாம் அவரை மிகவும் தனிமைப் படுத்திவிட்டன. சுற்றியிருப்போரின் ஆதரவோ, அனுசரணையோ, இரக்கமோ எதுவும் இல்லாமல் தனியாளாக நின்று இந்த முயற்சியில் ஈடுபட்டிருந்தார். அப்படி முயற்சித்தவருக்கு சேப்மேனின் கட்டுரை எப்படிப்பட்ட இனிய தாக்கத்தைக் கொடுத்திருக்கும் என்பது தெளிவு. 1833ஆம் ஆண்டின் ‘சிலோன் தொகுப்பு’ இதழில் பெரும் பரம்பரைக் கையேட்டின் சில முக்கிய பகுதிகளை மட்டும் அவர் வெளியிட்டிருந்தார். அது வெறும் சில பகுதிகள் மட்டுமே. சிலோனுக்கு வெளியே இப்பதிப்பிற்கு அதிக ஆர்வம் ஏதுமில்லை. நடந்த நடப்புகளை வைத்து பெரும் பாரம்பரியக் குறிப்புகளைப் பதிவிட வேண்டாமெனக் கூட டர்னோர் நினைத்தார்.

இக்காலத்திற்கு இருபது ஆண்டுகளுக்கு முன்பே கி.இ.க. தாங்கள் கைப்பற்றிய இடங்களையும் தாண்டி, இந்திய நாட்டின் உள் பகுதிகளுக்குள் புதிய இடங்களைத் தங்களுக்குக் கீழ் கொண்டு வந்தனர். மராத்தியர்கள், மத்திய இந்தியாவின் தெற்குப் பகுதியிலும் கங்கைச் சமவெளியின் மேற்குப் பக்கத்திலும் பெரும் கொள்ளையர்களாக இருந்த பண்டாரிகள், இமய மலையடிவாரங்களில் நேப்பாளில் இருந்த கூர்க்காக்கள் எல்லோரும் அடக்கப்பட்டனர். இந்தப் போராட்டங்களுக்கு நடுவேதான் பல புதிய சான்றுகள் கிடைக்க ஆரம்பித்தன.

1814ஆம் ஆண்டு இமயமலையடிவாரத்தில் இருந்த நேப்பாளிகளை விரட்டுவதற்காக ஆங்கிலேயரின் படை வடக்கு பீஹாருக்குள் நுழைந்தது. படை செல்லும் வழியில் லாரிய-அரராஜ் என்னு மிடத்தில் இருந்த ஒரு கற்றூணைத் தாண்டிச் சென்றது. இந்தத் தூண் 24வது காலாட் படைப் பிரிவைச் சார்ந்த லெப்டினண்ட் ஜே.ஹாரிஸ் என்பவரால் அழகிய நீர் வண்ணச் சித்திரமாக வரைந்து வைக்கப்பட்டது. இப்போர்

நடவடிக்கையின் முடிவில் நேப்பாளியர்களுக்கும் கி.இ.க-க்கும் இடையேயான சமாதான ஒப்பந்தமும் கையெழுத்தாயிற்று. நேப்பாளிகள் வடக்கு பீஹாரை கி.இ.க-க்கு விட்டுக் கொடுப்பது என்றும், ஆங்கிலேயர்கள் காத்மண்டுவில் இருக்கலாமெனவும் கையெழுத்தாயிற்று.

1818ஆம் ஆண்டு கர்னல் ஹென்றி டெய்லர் என்பவருக்கு ஆச்சரியமான ஒரு புதுக் கண்டுபிடிப்பு காத்திருந்தது. மத்திய இந்தியாவில் போபாலின் வடகிழக்குப் பகுதியில் பில்ஸா - இப்போதைய பெயர் விடிஷா - என்ற கிராமத்திற்கு அருகில் உள்ள ஒரு சிறு கிணற்றுக்கருகில் இவரது படை முகாமிட்டது. இந்த மலையின் அப்போதைய பெயர் சைத்யகிரி அல்லது கோவில்களின் குன்று. இப்போதைய பெயர் சாஞ்சி. டெய்லரின் அதிகாரிகள் சிலர் வேட்டையாடச் சென்றனர். மலையுச்சிக்குச் சென்ற அவர்கள் அந்தச் சிறு மலையைச் சுற்றி நன்கு நேர்த்தியாகக் கட்டப்பட்ட பல செங்கல் கட்டிடங்களைக் கண்டனர். அவைகள் பலவற்றில் அரைவட்ட கூம்புகள் இருந்தன. அவைகள் ‘தோப்பஸ்’ என்றழைக்கப்பட்டன. வடமொழியில் ‘ஸ்தூபா’ என்றும் பாலி மொழியில் ‘தூபா’ என்றும் அழைக்கப்பட்ட சொல்லின் திரிபே அது. இருப்பதில் பெரிய தோப்பஸ் உள்ள கட்டிடத்தின் மீது அரைவட்ட வடிவத்தில் ஒரு கூம்பும், அதைச் சுற்றிச் சிகப்புக் கல்லால் ஆன கைப்பிடிச் சுவர் கொண்ட நடைபாதை ஒன்றும் இருந்தது. அந்தச் சுற்றுச் சுவர்கள் நான்கு பக்கங்களிலும் பிரிக்கப்பட்டிருந்தன. அப்படிப்பட்ட ஒவ்வொரு பிரிவும் அழகான வாயில்களோடு அமைக்கப்பட்டிருந்தன. அப்பெரிய கட்டிடத்தில் நான்கு வாயில்களில் மூன்று வாயில்கள் முழுமையாக நின்றன. அவை ஒவ்வொன்றும் அழகான சிற்பங்களால் அழகுபடுத்தப்பட்டிருந்தன.

இதைக் கண்ட அதிகாரிகளில் மூவர் மீண்டும் வந்து அவர்களால் ஜைனக் கோவில் என்று கருதப்பட்ட அந்தக் கட்டிடங்களின் படங்களை வரைந்தார்கள். அம்மூவர்களில் ஒருவரான லெப்டினண்ட் ஜான் பக்நால்ட் என்பவர் வங்காள காற்படையின் 14வது பிரிவில் பதவி வகித்தவர். இவர் அங்கங்கு சிதறிக்கிடந்த பல சிலைகளின் முகங்கள் அனைத்தும் சிதைக்கப்பட்டிருப்பதைப் பார்த்தார். இருப்பினும் அந்தக் கட்டிடங்களின் நடுவில் இருந்த பெரிய மண்டபத்தின் ஒரு தலைவாசல் அவரை மிகவும் ஈர்த்தது. அதைப் படம் வரைந்து அதனோடு சில குறிப்புகளையும் எழுதியுள்ளார்.

“சிறகுகளோடு ஒரு புலி... தன் பின்னால் அமர்ந்திருக்கும் பெண் யானையை இழுக்கும் ஆண் யானை... சிறகுகளோடு ஒரு மான்... யானைகள்... யானைகளால் குளிப்பாட்டப்படும் தேவதைகள்... சூரியக் கடவுள் உயர் பீடத்தில் வைக்கப்பட்டு வணங்கப்படுதல்... படுத்திருக்கும் சிங்கங்கள்... ஒரு பெரிய கட்டிடம்... அருகில் இரு பெரும் மரங்கள்... மரங்களைச் சுற்றி பக்தர்கள்... நீண்ட ஒரு ஊர்வலத்தின் நடுவே நான்கு புரவிகளால் இழுக்கப்படும் தேர் ஒன்று... தேரைச் சுற்றி ஆயுதம் தாங்கிய வீரர்கள்... தாமரை மலர் மீது அமர்ந்திருக்கும் தேவதை... சக்கரம் அல்லது சூரியன்... இதனை வணங்கும் இரு பெண்கள்... படுத்துறங்கும் காளை மாடுகள்... பக்தர்கள் சூழ்ந்த பல கட்டிடங்கள்... மரத்தினடியில் நிற்கும் ஒரு பெண்... பெரும் குண்டாந்தடிகளைத் தோளில் சாத்தி நிற்கும் உருவங்கள்... பெரும் எண்ணிக்கையில் தேவர்களும் அவர்களைச் சுற்றி நிற்கும் பக்தர்களும்... நான்கு யானைகள் தாங்கி நிற்கும் ஒரு தேர்ச்சக்கரம்...

பாக்நால்டின் உயரதிகாரி மேஜர் வில்லியம் ப்ராங்ளின் என்பவருக்கு அக்கட்டிடங்களில் ‘பெரும் தோப்’ அல்லது பெரும் ஸ்தூபி என்றழைக்கப்பட்ட கட்டிடத்தின் வாசல் ஒன்றில் உள்ள அழகான சிற்பங்கள் பெரும் அதிசயமாகப் பட்டது. அந்த வாசல் தகர்ந்திருந்தது. அதிலுள்ள தூண்களும், உத்தரங்களும் உடைந்து போய் தரையில் சிதறிக் கிடந்தன. ஒவ்வொரு துண்டும் அவரின் கண் முன்னே கிடந்தன. ப்ராங்ளின் உடைந்து கிடந்த உத்தரம் ஒன்றிலுள்ள சிற்பங்களை வரைய ஆரம்பித்தார். ஆனால் அவருக்கு தான் வரைவது அசோகரைப் பற்றிய மர்மங்களை அவிழ்க்கும் ஒரு முக்கிய சான்று என்பது முற்றிலும் தெரியாது. அவர் வரைந்த சித்திரத்தில் அரசன் ஒருவன் குதிரை பூட்டிய தேர் ஒன்றில், வத்திகானில் உள்ள புனித பால் தேவாலயத்தில் நடுக் கூம்பு போன்ற அமைப்பு இருக்குமே, அது போன்ற ஒரு கூம்பு வடிவம் உள்ள கட்டிடம் நோக்கிச் செல்கிறார். அந்தக் கூம்பிற்கு இருபுறமும் இரு பறக்கும் தேவதைகள் இருந்தன. அதன் இரு புறமும் ஆண்களும் பெண்களும் தலையில் பெருத்த தலைப்பாகைகளுடன் குழுமி நின்று அந்தக் கூம்பு வடிவத்திற்குத் தங்கள் ஆராதனைகளை செய்து கொண்டிருந்தனர்.

இதே ஆண்டான 1818இல் இன்னொரு வித்தியாசமான கண்டுபிடிப்பும் நிகழ்ந்தது. நடந்த இடம் - ஒடிசாவின் புபனேஷ்வர் என்ற மாவட்டத்தில், இந்தியக் கிழக்குக்

கடற்கரையில், கொல்கத்தா- விசாகப்பட்டினம் என்ற இடங்களுக்கு நடுவில் ஓரிடம். அன்ட்ரூ ஸ்டிர்லிங் என்ற இளம் அதிகாரி புபனேஷ்வருக்கு மேற்குப் பக்கம் ஐந்து மைல்கள் தாண்டியுள்ள கந்தகிரி என்ற மலைக்குத் தன் அலுவல் நிமித்தமாக வந்திருக்கிறார். அம்மலையில் அவர் பல குடவரைகளைக் கண்டிருக்கிறார். அவைகள் அப்போது பல ஜைன, இந்து சந்நியாசிகளின் இருப்பிடமாக இருந்தன. இந்த சந்நியாசிகள் ஸ்டிர்லிங்கிடம் இந்தக் குடவரைகள் புத்தர் காலத்தில் ஆரம்பிக்கப்பட்டவைகள் எனவும், புத்த சமயத்தில் மிகுந்த ஈடுபாடு கொண்டிருந்த, மிகவும் புகழ் வாய்ந்த ராஜா லல்லட் இந்திர கேசரி என்பவரின் ராணி இங்கு கடைசியாகத் தங்கியிருந்தார் என்ற செய்திகளைப் பகிர்ந்துள்ளார்கள்.

பொ.ஆ.மு. 1820இல் மால்வா மாநிலத்தில் உள்ள ஜெயின் கோவிலில் உள்ள சிற்பம். வில்லியம் ப்ராங்க்ளின் வரைந்த நீர் ஓவியம். இது அவர் சாஞ்சிக்கு முன்பு வந்தபோது வரைந்தது. (Royal Asiatic Society)

இந்த மலையின் நடு உயரத்தில் இயற்கையாக துருத்திக் கொண்டிருக்கும் ஒரு பாறைக்குக் கீழே உள்ள ஒரு குகை 'ஹாத்தி கும்பா' அல்லது யானைக் குகை என்றழைக்கப்பட்டு வந்தது. ஸ்டிர்லிங் இதன் உள்ளே பதினைந்து அடி நீளமும், பத்தடி உயரமும் உள்ள வழுவழுப்பான கல் ஒன்றில் பதினேழு வரிகளில் கல்வெட்டு ஒன்று இருந்ததைக் கண்டார். இச் செய்தியை ஸ்டிர்லிங் நில அளவு உயரதிகாரி கர்னல் கோலின் மெக்கன்ஸிக்குத் தெரியப்படுத்துகிறார். ஸ்டிர்லிங் தனது குறிப்பில், "இக்குறிப்பினைப் பற்றி பிராமணர்கள் மிகவும் எரிச்சலுடன் உள்ளார்கள். 'புத்கா அமெல்' அதாவது புத்தரின் கொள்கைகள் பரவியிருந்த காலத்தைப் பற்றி பேசக்கூட அவர்கள் தயங்குகிறார்கள். இப்பகுதியில் உள்ள ஜைன மதத்தினரிடமும் இவை பற்றிய விளக்கங்களைக் கேட்க முயற்சித்த எனக்குத் தோல்வியே கிடைத்தது," என்று எழுதியுள்ளார்.

ஸ்டிர்லிங் கொடுத்த தகவல் கிடைத்ததும் கோலின் மெக்கன்ஸி இப்பகுதிக்கு விரைகிறார். யானைக் குகைக் கல்வெட்டுகள் எல்லாவற்றையும் பார்வையிடுகிறார். கல்வெட்டைக் கண்டதும், தில்லியில் உள்ள அழகுத் தூண்களில் உள்ள எழுத்துகள் போலவே இவ்வெழுத்துக்கள் இருப்பதைக் காண்கிறார். அவரது மேற்பார்வையில் ஸ்டிர்லிங் இந்த எழுத்துகளின் நகலைப் பதிவு செய்கிறார். இதே போன்ற எழுத்துகள் இந்தியாவில் உள்ள பழங்காலத்து நினைவுச் சின்னங்கள் பலவற்றிலும் இருப்பது உறுதியாகிறது. 'கந்தகாரிலுள்ள இந்தக் கல்வெட்டில் உள்ள எழுத்துகளைக் காணும் எவரும் இந்த எழுத்துகள் போலவே தில்லிலுள்ள ஃபெரோஸ் ஷாவின் கைத்தடித் தூண், அலகாபாத்தில் உள்ள தூண்கள், சரூனில் உள்ள பீம் சென்னின் கைத்தடித் தூண், எலிபென்டா குகை, எல்லோராவில் உள்ள சில பகுதிகள் இவைகளிலுள்ள எழுத்துகளோடு ஒத்திருப்பதைக் காண முடியும்.'

ஸ்டிர்லிங் இன்னுமொரு தகவல் தருகிறார். புபனேஷ்வரில் உள்ள பாஸ்கரேஷ்வரா என்ற இந்துக் கோவிலில் மிகப் பெரிய கற்றூண் ஒன்று இருப்பதைக் கூறுகிறார். அது ஏறத்தாழ நாற்பது அடி உயரம் இருக்கும் என்றும், அனேகமாக அந்தக் கோவில் அந்தத் தூணைச் சுற்றிக் கட்டப்பட்டது என்றும் அவர் கருதுகிறார். ஆனால் பல ஆண்டுகள் கழித்து 1880இல் இக்கோவிலைப் பற்றிக் கூறப்படும்போது அங்குள்ள தூண் வெறும் நாலைந்து அடிகள் மட்டும் இருந்ததாகக் கூறப்படுகிறது. இத்தூணின் சிறப்பு பற்றி அதிகமாக ஏதும் பேசப்படாமலேயே போயிருக்கலாம். ஆனால் 1929இல் பாஸ்கரேஷ்வரா கோவிலுக்கு வடக்கே நாற்பது அடி தூரத்தில், ஒரு பள்ளத்தில், தலையும் தோளும் உள்ள ஒரு சிங்கச்சிலை புதையுண்டு கிடப்பது கண்டுபிடிக்கப்பட்டது. இன்னும்கற்றூணின் துண்டுகள் சில கிடைத்தன. இவைகள் யாவுமே பாஸ்கரேஷ்வரா கோயிலில் முன்பு இருந்ததாகச் சொல்லப்பட்ட நாற்பது அடிகற்றூணின் பாகங்கள்தான் என்பதும் உறுதியாயிற்று. அக்கோயிலை நிர்வகிப்போரின் வேண்டுகோளுக்கிணங்க இந்தச் செய்தி மேலும் ஆராயப்படாமல் நின்று போனது.

கோலின் மெக்கன்ஸி தன் சேமிப்புகளும், கண்டுபிடிப்புகளுமான அமராவதி ஸ்தூபி, கையெழுத்துப் பிரதிகள், நாணயங்கள், சிலைகள், சிற்பங்கள், செப்புத் தகடுகள், ஓவியங்கள், கல்வெட்டுகளின் நகல்கள் இவை பற்றியெல்லாம்

முழு விவரங்களைத் தொகுத்து பெரிய வெளியீடாகக் கொண்டு வரவேண்டுமென்று ஆவல் கொண்டிருந்தார். அவராலும், அவரது துணைவர்களாலும் பல ஆண்டுகளாய் கண்டுபிடிக்கப்பட்ட, சேகரிக்கப்பட்டவைகள் மீது அவருக்கு அவ்வளவு ஆவல். ஆனால் ஸ்டிர்லிங் கந்தகிரி மலையில் கண்டுபிடித்த யானைக் குகைக்கு வருகை தரும்போதே அவர் மிகுந்த உடல் நலக் குறையோடு இருந்தார். 1821இல் வருடத்து கடும் வெயில் அவரை மேலும் தொல்லைப்படுத்தியது. மருத்துவர்களால் கடற்காற்று சுகமளிக்கும் என்ற கருத்தின்படி ஹூக்ளி நதியின் மூலம் வங்காள விரிகுடாவிற்குப் பயணம் மேற்கொண்டார். ஆயினும் தனது 61வது வயதில் அப்பயணத்திலேயே அவர் மரணமடைந்தார்.

மெக்கன்ஸியின் நண்பர்களும், அவர் ஆய்வுகளைப் போற்றிய வர்களும் அவரது உழைப்பு வீணாகக் கூடாது என்பதற்காக அவரது ஆய்வுத் தொடுப்புகள், கண்டுபிடிப்புகள் யாவையையும் அவரது மனைவியிடமிருந்து அன்றைய அளவில் பெரும் மதிப்பிற்குரிய பத்தாயிரம் ஸ்டெர்லிங் கொடுத்து அனைத்தையும் பெற்றனர். ஹோரேஸ் ஹேமன் வில்சன் என்ற அதிகாரி மூலம் கி.இ.க-ன் இந்த ஆணை நிறைவேற்றப்பட்டது. ஆனால் வில்சனுக்கு மெக்கன்ஸியின் ஆயிரத்து ஐந்நூறு கைப்பிரதிகளில் இருந்த வடமொழிப் பிரதிகள் மீது மட்டுமே ஆர்வமிருந்தது. அவ்வடமொழிப் பிரதிகள் தவிர மீதி இருந்த 153 தொகுதிகள் கொண்ட கல்வெட்டுப் பிரதிகளும், மொழிமாற்றக் குறிப்புகளும், 2630 ஓவியங்களும், 6218 நாணயங்களும் ஆசிய ஆய்வுக் கழகத்துக் கட்டிடத்தின் கீழறையில் வைத்துப் பூட்டப்பட்டுப் பல காலத்திற்குக் கெட்டுப்போக விடப்பட்டு, இறுதியில் லண்டனில் உள்ள லீடன்ஹால் தெருவில் உள்ள கி.இ.க-யின் அருங்காட்சியகத்திற்கு அனுப்பப்பட்டன. இப்படி அலட்சியம் செய்யப்பட்டு கறையான்களுக்கு உணவாகிப்போன பல பிரதிகளில் தப்பிப் பிழைத்த ஒரு நகல், மெக்கன்ஸியால் மதராஸ் ராஜதானியில் பெல்லாரி- கர்னூல் என்ற இரு நகரங்களுக்கு நடுவில் உள்ள கிராமப்புறங்களில் நீர் ஓடைக்குப் பக்கத்திலுள்ள பாறை ஒன்றின் மீதிருந்த எழுத்துகளின் நகல் அது. இது மெக்கன்ஸியால் 1790இல் மதராஸில் அவர் நில அளவு ஆய்வாளராக இருக்கும் போது எடுத்த நகல். இந்த நகலின் முக்கியத்துவம் 1946 வரை அவருக்கும் தெரியாமல் முடங்கிப் போயிருந்தது. 1946இல் தான் ஓர் ஆய்வாளரின் பார்வைக்கு இது வந்தது. உடனே இந்திய அரசின் தொன்மொழி ஆய்வாளரின் பார்வைக்கு இதை அனுப்பி வைத்தார். அந்த

நகலின் குறிப்புகளில் அது எந்த இடத்திலிருந்து எடுக்கப்பட்டது என்ற விளக்கமும் இருந்தமையால் 1952ஆம் ஆண்டு இதுவரை யார் கண்ணிலும் படாமலிருந்த ‘அசோகரின் சிறிய கல்வெட்டு’ *(Ashokan Minor Rock Edict)* கண்டுபிடிக்கப்பட்டது.

வில்சனின் ஆவல் மிகக் குறுகியது. இதனால் மற்றுமொரு கண்டுபிடிப்பும் பல ஆண்டுகளுக்கு இருளில் மூழ்கிப்போனது என்பது இன்னொரு சோகம். மேஜர் ஜேம்ஸ் றாட் என்பவர் 18 ஆண்டுகள் இன்றைய ராஜஸ்தான் - அன்றைய ராஜபுட்டனாவில் - அரசியல் பிரதிநிதியாக வேலை பார்த்து வந்தார். இவரது கண்டுபிடிப்புகளும், தொல்பொருள் சேமிப்புகளும் கோலின் மெக்கன்ஸிக்கு அடுத்த அளவில், இரண்டாம் தரத்தில் இருப்பது போன்று அவ்வளவு வரலாற்றுச் சான்றுகளைத் திரட்டிக் குவித்து வைத்திருந்தார். முதலில் அவரது ஆர்வம் முழுமையும் மத்திய இந்தியாவிலிருந்த ராஜ்புதன அரச பரம்பரை பற்றியதாகவே இருந்தது. பின்னாளில் அவரது அடுத்த ஆர்வமாக பழங்கால நாணயங்களைச் சேகரிக்க ஆரம்பித்தார். எந்த அளவிற்கு இவரது ஆர்வம் இருந்ததென்றால் மழைக்காலங்களில் மதுரா நகரத்திற்கும், கங்கை நதியினை ஒட்டியிருக்கும் நகரங்களுக்கும் நீரில் அரிபடும் நிலப்பரப்புகளில் வெளிப்படும் நாணயங்களைத் தேடிக் கண்டுபிடிக்க ஆட்களை அனுப்புவார். இடிந்த தொன்மைச் சின்னங்களை மேலும் இடித்து சமப்படுத்தியும் நாணயங்களைத் தேடித் தொகுத்தார். இப்படியாக இருபதாயிரம் நாணயங்களைத் தேடிச் சேர்த்தார்.

உடல் நலம் குன்றியதால் றாட் 1823ஆம் ஆண்டு இங்கிலாந்திற்குத் திரும்பிப் போகும்படியான அறிவுரை வந்தது. குறுக்கு வழியில் செல்லாமல் நீண்ட தூர வழியை அவர் தேர்ந்தெடுத்தார். முதலில் பம்பாய்க்குச் சென்று கப்பலேற முடிவு செய்தார். ஏனெனில் இதன்மூலம் அவர் கத்தியவார் தீபகற்பத்திலுள்ள கிர்னார் மலையிலுள்ள புனித ஜைனக் கோவில்களுக்கும் சென்று வரமுடியும். புகழ்பெற்ற அந்தக் கோவில்களுக்குச் செல்லும் மலையேறும் பாதையில் அவரும் அவரது குழுவினரும் ஒரு பெரிய கவிழ்த்து வைக்கப்பட்டது போன்ற அரைவடிவ, கருப்புக் கல்லால் ஆன அமைப்பைக் கண்டனர். யானை ஒன்று கால் மடக்கி அமர்ந்திருப்பது போன்று இது இருந்தது. அதன்மேல் பாகம் முழுமையும் கல்வெட்டினால் நிரம்பியிருந்தது.

கிர்னார் மலைக் கல்வெட்டு. லெப்டினெண்ட் போஸ்டான்ஸ் வரைந்த சித்திரத்தை மார்க்கம் கிட்டோ எடுத்த நகல் தகடு. இது 1837இல் பெங்கால் ஆசிய ஆய்வுக் கழக ஏடுகளில் பதிப்பிக்கப்பட்டது. (APAC, British Library)

றாட் இந்த தொல்பொருள் பற்றிக் கூறும்போது, "இந்தக் கல்வெட்டின் வரிகள் பல பாகங்களாகப் பிரிக்கப்பட்டு, ஒவ்வொரு பிரிவிலும் தொன்மொழியில் சீராக எழுதப்பட்டிருந்தன. ஒவ்வொரு எழுத்தும் இரண்டு இஞ்ச் அளவில் நன்கு எழுதப்பட்டு, நன்கு பாதுகாக்கப்பட்டும் வந்துள்ளன. இந்தக் கல்வெட்டுகள் செதுக்கப்பட்டுள்ள நேர்த்தியைக் காணும்போது இது ஒரு மிக அழகாக அச்சடிக்கப்பட்ட நூல் போலவே தெரிகிறது. அவ்வளவு அழகாக அவை செதுக்கப்பட்டிருந்தன. எழுத்துகளும் மிகவும் தொன்மையான மொழியின் எழுத்தாகவே தோன்றியது. நான் அவைகளை 'பாண்டு எழுத்துகள்' என்று அழைத்தேன். ஒரு தனிமனிதனின் வேலையாகத்தான் இது இருக்க முடியும். ஆனால் யாரந்த மனிதன்?" என்று எழுதியுள்ளார்.

புபனேஷ்வரில் ஸ்டிர்லிங், மெக்கன்ஸி இருவரும் நினைத்தது போலவே, றாட் இந்த எழுத்துகள் தில்லியில் உள்ள வெற்றித் தூண்களின் எழுத்துகள் போலவே இருப்பதைக் கண்டார். தன் குழுவிலுள்ள ஜைன மொழிபெயர்ப்பாளாரின் உதவியோடு அக்கல்லில் இருந்த எழுத்துக் தொகுதிகளில் இரண்டை நகல் எடுத்தார்.

றாட் தான் கண்டுபிடித்ததை ஆசிய ஆய்வுக் கழகத்திற்குத் தெரிவித்தார். ஆனால் அச்செய்திக்கு எந்தவித ஆதரவும், முனைப்பும் அங்கில்லை என்பது துரதிருஷ்டமானது. ஏனெனில் இச்சமயத்தில்தான் ஆண்ட்ரு ஸ்டிர்லிங் கிழக்குக் கடற்கரையோரம் ஒரிஸ்ஸாவில் உள்ள கந்தகிரியில் உள்ள யானைக் குகைகளில் தான் கண்டவற்றைப் படங்களோடு தனது சொந்தப் பணத்திலிருந்து நூலொன்றை அச்சேற்றி வெளியிட்டிருந்தார். இதனால் கிழக்கு, மேற்கு முனைகளில் கண்டெடுக்கப்பட்ட நெருங்கிய உறவுள்ள இரு கல்வெட்டுகள் அடுத்த பதின்மூன்று ஆண்டுகளுக்கு யாருடைய ஆய்விலும் எடுத்துக் கொள்ளப்படாது இருளில் மூழ்கிவிட்டன.

றாட் தான் சேகரித்த கலைப் பொருட்களோடு இங்கிலாந்து திரும்பினார். விரைவில் தன் அரிய நாணயத் தொகுப்புகளை வைத்து இந்திய-கிரேக்க நாணயங்களைப் பற்றிய மிகவும் அரிதான கட்டுரை ஒன்றையெழுதி வெளியிட்டார். ஆனால் இந்தியாவின் வடமேற்குப் பகுதிகளை ஆண்ட கிரேக்கர்களுக்குப் பிறகு வந்த நாணயங்களில் உள்ள எழுத்துகள் தன்னை மிகவும் குழப்புவதாகக் கூறியுள்ளார். றாட், "இந்த எழுத்துகள் பழைய கிரேக்க மொழியை ஒட்டி இருப்பதாகத் தோன்றுகிறது. ஒருவேளை அவைகள் கங்கை நதிக்கரையில் அரசாண்ட பார்த்தியன், இந்திய-சைதிக் அரசர்களின் தொடர்புள்ளவைகளாக இருக்கலாம் என்பதில் சந்தேகம் ஏதுமில்லை," என்று தன் கட்டுரையில் எழுதியுள்ளார்.

இக்கட்டுரை ஆசிய ஆய்வுக் கழகத்தின் மூலம் வெளிவராமல், இங்கிலாந்தில் இந்தியாவில் இருக்கும் ஆசிய ஆய்வுக் கழகத்திற்கு இணையான கழகம் என்ற பெயரில் 1823ல் ஆரம்பிக்கப்பட்டு, ஆனால் உண்மையில் இந்தியக் கழகத்திற்கு எதிராக இயங்கிய ராயல் ஆசியக் கழகத்தின் பிரிட்டன், வடக்கு அயர்லாந்து மூலம் வெளியிடப்பட்டது (RAS - Royal Asiatic Society of Great Britain). ஹென்றி கோல்ப்ரூக் இந்தியப் பணியிலிருந்து ஓய்வு பெற்று இங்கிலாந்து சென்றதும், தன்னைப்போல் ஓய்வுபெற்று, கீழ்த்திசையின் மீது ஆர்வம் கொண்டிருக்கும் 'இந்தியர்களை' ஒருங்கிணைத்து இப்புதிய குழுவை இங்கிலாந்தில் ஆரம்பித்தார். RAS-ன் முதல் கூட்டம் 1823 ஜூன் மாதம் 7ஆம் தேதி புனித ஜேம்ஸ் தெருவில் உள்ள Thatched House Taverin என்ற கட்டிடத்தில் நடந்தது. ஹென்றி கோல்ப்ரூக் தனது முன்மாதிரியாக இருந்த சர் வில்லியம் ஜோன்ஸ் போலவே தன் கருத்துகளை அந்த முதல் கூட்டத்தில்

பேசினார். "மேலைநாட்டு நாகரிகத்தின் ஆரம்ப வேர்கள் ஆசியாவிலேயே உள்ளது. மேலும் இன்று இங்கிலாந்து உலக வல்லரசாக நிமிர்ந்து நிற்பதற்கு இந்தியா மிக முக்கியம். ஆகவே இங்கிலாந்து இந்தியாவிற்குத் தன் கடனைத் திருப்பித் தர வேண்டியது கட்டாயம். இந்த செய்நன்றிக்காக ஆசியாவைப் பற்றிய ஆய்வுகள் மிக முக்கியம்" என்று கோல்ப்ரூக் கூறினார்.

இம்முதற் கூட்டத்தில் வடமொழி விற்பன்னரான சார்லஸ் வில்கின்ஸ், சிலோனில் நீதியரசராக இருந்த சர் அலெக்சாண்டர் ஜான்ஸ்டன், கர்னல் ஜேம்ஸ் றாட் ஆகிய பெரும் ஆய்வாளர்கள் கலந்து கொண்டனர். றாட் இக்குழுவின் நூலகத்தையும் கண் காணித்து மேற்பார்வை பார்த்து வர ஒப்புக் கொண்டார்.

றாட் தனது முதல் முயற்சியாக ராஜஸ்தானைப் பற்றிய நூல் ஒன்றின் இரு பகுதிகளை - 'Annals and Antiquities of Rajasthan' வெளியிட முனைந்தார். இதற்கு ஐந்து நீண்ட ஆண்டுகள் பிடித்தன. இதன் பின் 'மேற்கிந்தியாவின் ஊடே ஒரு பயணம்' *(Travels in Western India)* என்ற நூலை எழுத முனைந்தார். ஆனால் உடல் நலக் குறைவால் அது முடியாது போயிற்று. அவர் 1835இல் மரணமடைந்து நான்காண்டுகள் கழிந்த பின்பே அந்த நூல் வெளியானது. இதனால் அவரது அரிய கண்டுபிடிப்பான கிர்னார் மலையின் கல்வெட்டுகள் 1839ஆம் ஆண்டுவரை உலகம் அறியாதிருந்தது.

இங்கிலாந்தில் ஆரம்பிக்கப்பட்ட RAS என்ற இந்த புதிய அமைப்பிற்கும், ஏற்கனவே இந்தியாவில் இருந்த ஆசிய ஆய்வுக் கழகத்திற்கும் இடையே எந்த காழ்ப்புணர்வுகளும் இல்லையென்றுதான் அக்கழகங்களின் படித்த மேதாவிகள் வெளியே சொல்லிக் கொண்டிருந்தார்கள். ஆனால், 1822ல் பிரான்சில் ஒரு ஆசிய ஆய்வுக்கழகம் ஆரம்பிக்கப்பட்டது. இதன் எதிர்விளைவாகத்தான் 1823இல் RAS ஆரம்பமானது. ஆயினும் அடிப்படையாக வேறு ஒரு கருத்து வேற்றுமையும் இருந்து வந்திருக்கும் போலும். ஏனெனில் பழைய ஆய்வுக் கழகத்தின் ஒரு கட்டுரையில் இக்கழகத்தின் பெயரை 'வங்காளத்தின் ஆசிய ஆய்வுக் கழகம்' என்று மாற்றலாமா என RAS கேட்டு, அந்த வேண்டுகோள் மறுக்கப்பட்டது என்பது உள்ளது. அதைப் போலவே RAS தன் கொள்கை, கோட்பாடுகளை விளக்கிய கட்டுரையின் நகல்களை கி.இ.க-யின் மதராஸ், பம்பாய் என்ற இரு அரசியல் அதிகாரங்களுக்கு அனுப்பி வைத்தது. ஆனால், வங்காளத்திற்கு அனுப்பவில்லை.

அவர்களுக்குள் பலவேற்றுமைகள் இருந்தாலும் இரு அமைப்பு களிலும் உள்ள கற்றோர் அனைவரும் அப்போது இந்தியாவில் மதப் பிரச்சாரர்களாலும், ஏனைய சமூக மாற்றங்களுக்காகப் பாடுபடுவோர்களாலும் இந்தியச் சமுதாயத்தை ஆங்கில மயமாக்கலில் ஈடுபடுவதை எதிர்த்தார்கள். அதிலும் 'க்ளாபமைட்' என்ற மேல்மட்டக் குழுவினர், "இந்தியாவின் அறியாமையையும், மூடநம்பிக்கைகளையும் கிறித்துவ ஒளியாலும் உண்மையாலும் மட்டுமே முற்றிலும் மாற்ற வேண்டும்" என்று பெரும் முழக்கம் இட்டுக் கொண்டிருந்தனர்.

மிலார்ட்ஸ் ஹேஸ்டிங்ஸ், வெல்லெஸ்லி போன்ற RAS ஆரம்ப அரசியல் மேலதிகாரிகளும், இவர்களுக்கும் பின்னால் வந்த கவர்னர் ஜெனரல்களும் முழுவதுமாக இதற்கான எதிர் நிலை கொண்டிருந்தார்கள். ஆனால் 1813இல் இயற்றப்பட்ட 'இந்தியச் ஒழுங்குமுறைச் சட்டம்' மதப் பிரச்சாரர்களின் கதவுகளை அகலமாகத் திறந்து விட்டுவிட்டது. ஒரு பிரச்சாரகர், "சிலை வணக்க பழக்கங்களின் நடுவே ஒரு சிறு, ஆனால் இரு கூராகப் பிளக்கும் ஆப்பு வைக்கப்பட்டு, அது உண்மைகளின் தீவிரத்தோடு ஆழமாகச் செலுத்தப்பட்டது," என்கிறார்.

கல்கத்தாவிற்குள் மதப்பிரச்சாரகர்களின் கூட்டம் வலுத்தது. கல்கத்தா ராஜதானி ஒரு தனியான கிறித்துவ மதத்தின் மையப் புள்ளியாயிற்று. இக்கூற்று சில நூற்றாண்டுகளுக்கு முன்பே ஒரு இஸ்லாமிய வரலாற்றாளரால் கூறப்பட்ட கருத்து போன்றிருந்தது. அவர், "கடவுளின் புனித நூல்கள் எங்கும், எல்லோருக்கும் அளிக்கப்பட்டது. இந்து மதத்தினரோடும், மற்ற சிலை வழிபாட்டுக்காரர்களோடும் இணங்கி ஒப்புரவு கொள்ள முடியாது" என்று கூறினார்.

பெண் சிசுக் கொலை, அடிமைப் பழக்கம் இவைகள் எல்லாம் சட்டத்தின் மூலம் தடுக்கப்பட்டன. ஆனால் இந்த சமூகத் திருத்தங்களோடு, இந்தியப் பண்பாட்டிற்கு எதிரான கண்டனங்கள் குவிவதும் நடந்தன. லார்ட் ஹேஸ்டிங்ஸ் கவர்னர் ஜெனரலாக இரண்டாம் முறை பதவி வகித்த போது, இங்கிலாந்திலிருந்து கி.இ.க-யின் மேலதிகாரக்குழு 1821ஆம் ஆண்டு அவருக்கு எச்சரிக்கை மடல் ஒன்றை அனுப்பியது. "இந்து, இஸ்லாமிய நம்பிக்கைகளைக் கற்றுக் கொடுத்தால் அது மிகவும் பொருளற்ற கேலிக் கூத்தாகத்தானிருக்கும். அவைகள் வெறும் விளையாட்டுத்தனமானவை அல்லது குறும்புத்தனமானவை. ஒழுங்கான பயன்பாடு இல்லாத கல்வியாகவே அது இருக்கும்," என்றது அந்த மடல். இத்தகைய

எதிர்ப்புகள், எச்சரிக்கைகளுக்குப் பிறகு ஒன்பது ஆண்டுகள் கழித்து கி.இ.க-ன் மேலதிகாரக் குழு ஒரு முன்னெடுப்பை வைத்தார்கள். இந்தியாவின் கீழ்த்திசைக் கல்வியை மாற்றி, ஆங்கிலத்திற்கு மாறும் நிலையைக் கொண்டுவர வேண்டும் என்பது அவர்களின் திட்டம். மேலும் அக்குழு "இந்திய மக்களில் பலரும் ஆங்கிலத்தில் முழுத்திறமையை வளர்த்துக் கொள்ள வேண்டும். அதன் மூலம் மட்டுமே அவர்கள் ஐரோப்பிய இலக்கியங்களையும், அவைகள் அளிக்கும் உயர்நிலைகளையும், உயர் எண்ணங்களையும் முழுமையாகத் தன்மயமாக்க முடியும். இதற்கு ஆங்கிலக் கல்வியே சிறந்த வழியாக இருக்கும்," என்றும் பறைசாற்றியது.

இந்தியாவிலும் இங்கிலாந்திலும் இருந்த கீழ்த்திசை வல்லுனர்கள் இத்திட்டத்திற்கு எதிரான தங்கள் கருத்துகளை உரத்துச் சொன்னார்கள். ஆனாலும் நாளாவட்டத்தில் ஆண்டுகள் உருண்டோட இந்த உரத்த குரல்கள் மெல்ல மெல்ல தேய்ந்து மடிந்தன.

மொழி, சமயப் போராட்டங்கள் நடந்து கொண்டிருந்த இந்த வேளையில் இங்கிலாந்து படையினரின் மத்தியில் இந்தியக் குகைகள் சிலவற்றில் உள்ள அழகிய சித்திரங்கள் பற்றிய பல தகவல்கள் நிறைய வர ஆரம்பித்தன. இந்த அழகான சித்திரங்கள் பம்பாய் ராஜஸ்தானியின் கிழக்குப் பகுதியிலிருந்த பல குகைகளில் உள்ளவை என்பதே படையாளர் மத்தியிலிருந்த தகவல்கள். விரைவில் இந்தப் பேச்சுக்களை உறுதிப்படுத்துவது போல் 1824இல் 16வது ஈட்டிப் படையில் இருந்த லெப்டினண்ட் ஜேம்ஸ் அலெக்சாண்டர் என்பவர் அஜந்தா என்ற இடத்திலுள்ள சித்திரங்களைப் பற்றிய உறுதியான தகவல்களோடு வந்தார். இந்த அஜந்தா அவுரங்காபாத்தின் வடகிழக்குத் திசையில் அறுபது மைல்கள் தாண்டியிருந்தது... ஜேம்ஸ் அலெக்சாண்டர் தனது விடுப்பு நாட்களில் அப்பகுதி மக்களின் எச்சரிக்கைகளையும் மீறி, புலிகள் பல இருக்கும் இவ்விடத்தைக் கண்டு பிடித்துள்ளார். வகேவா என்ற ஆற்றின் வளைவைக் கடந்து சென்ற அவர் மிக அழகான, இயற்கையான, அரைவட்ட மேடை போன்ற குகைகளைக் கண்டுபிடித்துள்ளார். இக்குகைக்கும் மேல் வேறு இருபத்தி ஆறு குகைகளை அந்தக் குன்றில் கண்டுபிடித்திருக்கிறார். எல்லாமே குன்றுகளில் குடைந்தெடுக்கபட்டவை. கறுப்புக் கல்லால் ஆன இந்தக் குன்றில் இக்குகைகள் இருவரிசைகளாக நாடகக் கொட்டையில் இருப்பது போன்று குடையப்பட்டிருந்தன.

அஜந்தாவின் உள்ளே உள்ள பத்தாவது குகை பொ.ஆ.மு. இரண்டாம் நூற்றாண்டுகளைச் சேர்ந்தது. முதன் முதல் வணங்கும் நீள் அறையாகக் கல்லில் குடையப்பட்டது. வக்கேவா பள்ளத்தாக்கில் உள்ள மலை இது. தாமஸ் டிப்டின் வரைந்தது நகலெடுக்கப்பட்டு ஜேம்ஸ் பெர்குசனின் 'இந்தியக் குடைவரைக் கோவில்களின் ஓவியங்கள்' என்ற நூலில் சேர்க்கப்பட்டது. (APAC, British Library)

ராணிகளாலும், காமக்கிழத்திகளாலும் சூழப்பட்ட மன்னர் ஒருவர். ஜேம்ஸ் பர்கஸ் என்பவரின் ஓவியம். இது பத்தாம் குகையில் இருந்த ஓவியத்தின் ஒரு பகுதி. 'அஜந்தாவின் புத்த கற்கோயில்களின் ஓவியங்கள்' என்ற நூலில் பர்கஸால் பதிப்பிடப்பட்டது. (APAC, British Library)

அக்குன்றின் மேல் தன் உதவியாளரோடு மிகுந்த சிரமத்தோடு ஏறிப்பார்த்த ஜேம்ஸ் அலெக்சாண்டர் கீழ்த்தட்டில் வவ்வால்கள் மட்டுமே தங்கியிருந்த சில குகைகளைக் கண்டுபிடித்தார். அங்கிருந்த மரங்களின் மீது ஏறி உயரத்திலிருந்த குகைகளை அடைந்தார். அங்குதான் மிகவும் பெரிய அழகாகச் செதுக்கப் பட்டிருந்த குகைகளைக் கண்டார். நூற்றாண்டுக் கணக்கில் மனிதர்களின் கண்படாமல் அவை இருந்து வந்துள்ளன என்பதைத் தெரிந்து கொண்டார். "குடையப்பட்ட இக்குகைகள் சமயக் குருமார்களின் தனித்த தங்குமிடமாக இருந்திருக்க வேண்டும் என்பதில் எனக்கு எந்த ஐயமுமில்லை," என்று அலெக்சாண்டர் கூறியுள்ளார்.

இதே அலெக்சாண்டர் பம்பாய்க்கு அருகில் உள்ள கான்ஹெரி குகைகளில் இதேபோன்ற அமைப்புகளைக் கண்டுள்ளார். இந்தக் குகைகளின் தனிப்பட்டச் சிறப்புகளை அலெக்சாண்டர் வெறும் தீவட்டி வெளிச்சத்தில் தான் கண்டுபிடித்துள்ளார். "குகையின் சுவர்கள், கூரைகள் மிகச் சிறப்பான சித்திரங்களால் நிரப்பப்பட்டிருந்தன. அச்சித்திரங்கள் மிகுந்த பிரமிப்பைக் கொடுத்தன. இந்தியப் பூர்வீக மக்களின் இரண்டாயிரம், இரண்டாயிரத்து ஐந்நூறு ஆண்டுகளுக்கு முன்பான தோற்றம், உடைகள், வாழ்க்கை முறை, தேடல்கள் போன்ற பலவும் சித்திரமாக்கப் பட்டிருந்தன. அடர்த்தியான வண்ணத்தில் வரையப்பட்ட அச்சித்திரங்கள் நன்கு இயற்கையால் தாக்கப்பட்டு இருந்தன. மெல்லிய சிகப்பு வண்ணம் அச்சித்திரங்களில் பெரும்பான்மை வண்ணமாக இருந்தது. புத்த சமயத்தைச் சார்ந்த குட்டை முடிவைத்திருக்கும் இந்த ஆதி மனிதர்கள், பிற்காலத்தில் பிராமணர்கள் காலத்தின் ஆரம்பத்தில் சிலோன் பக்கம் விரட்டி விடப்பட்ட மக்களாக இருக்க வேண்டும்."

அலெக்சாண்டரின் இக்கண்டுபிடிப்பு பலப் பல புதிய வாசல்களை ஆய்விற்காகக் திறந்து விட்டது. அலெக்சாண்டர், "திறந்த சாளரத்தின் வழியே பார்க்கும் போது பழமையின் பசுமை மிக அழகாக மிளிர்கிறது. மிகவும் ஒளிமயமான வாழ்க்கை அங்கே பிரதிபலிக்கிறது. பெருங் கடவுள்களும், சிறு கடவுள்களும், ரத்தமும் சதையுமாய் நடமாடித் திரிந்த மனிதர்கள் எல்லோரும் சித்திரங்களில் வாழ்ந்து கொண்டிருந்தார்கள். வாழ்வின் ஒவ்வொரு இயல்பும் அங்கே சித்திரங்களாக இருந்தன. பிறப்பும், இறப்பும், அரசனும், ஆண்டியும், அந்தப்புரத்தில் அரசனும், தனிமையில் யோகியும், காதலும்,

வீரமும், வெற்றியும், தோல்வியும், வெற்றி ஊர்வலங்களும், தோல்வியின் ஏழ்மையும், எல்லாமே சித்திரமாக்கபட்டிருந்தன. ஒவ்வொரு சித்திரத்திலும் மக்களின் சிகை அலங்காரங்கள், உடைகள், அணிகள், பாத்திர பண்டங்கள், ஆயுதங்கள், இசைக்கருவிகள் அனைத்தும் தெள்ளெனத் தெரியும்படி வரைந்து வைத்துள்ளனர்."

பல சித்திரங்களில் சமயம் முக்கிய இடம் பிடித்துள்ளன. புத்தர் தன் புனித ஒளி வட்டத்தோடு தியானம் செய்வதும், போதிப்பதும், சாய் நிலையில் இருப்பதுவும் வரையப்பட்டிருக்கும். சித்திரங்களில் இருந்த ஒவ்வொரு புத்தரையும் காற்றில் மிதக்கும் தேவ, மானுடர்கள் போற்றி வணங்குவது போன்ற தோற்றங்கள் நிறைய காணப்பட்டன. மிகவும் தீர்க்கமாக வரையப்பட்ட, மேலாடை இல்லாத ஆண்களும், பெண்களும் அழகோடு விளங்கினர். அவர்களிடம் அமைதியும், அருளும் நிறைந்திருந்தன.

சோகக் கண்களோடும், கையில் லில்லி மலர்களையும், இன்னொரு கரத்தில் தங்கள் துணைவிகளையும் பிடித்துக் கொண்டிருக்கும் அரசர்கள், அரசிகளும், இளவரசர்களும் யானையின் மீதமர்ந்து நடத்தும் ஊர்வலமும், சிரிப்போடும், ரகசியப் பேச்சோடும் உலவும் வேலைக்காரக் கன்னிகைகள் தங்கள் கடமையைச் செய்தலும் சித்திரப் பதிவுகளில் இருந்தன.

அலெக்சாண்டரின் இக்கண்டுபிடிப்பு படையினர் மத்தியில் தான் அதிகம் தெரிந்திருந்தது. அதனால் அடுத்த ஐந்து ஆண்டுகள் வரை யாருக்கும் தெரியாமல் அவை எவ்வித பாதிப்பிற்கும் உள்ளாகவில்லை. ஆனால் அலெக்சாண்டர் தன் படைப் பிரிவினருக்கு சாண்ட்ஹஸ்ட் படைப் பயிற்சிக் கூடத்தில் 1828ஆம் ஆண்டு ஆகஸ்ட் மாதத்தில் கொடுத்த சொற்பொழிவில் தான் கண்டவற்றை விளக்கினார். இச்செய்தி 1830ஆம் ஆண்டு RAS நடத்திய பத்திரிகையில் வெளிவந்தது. உடனேயே அதன் மறுமதிப்பு JRAS-இல் (Journal of Royal Asiatic Society) வெளிவந்தது.

அலெக்சாண்டர் பேசிய பின் ஆறு மாதங்கள் கழித்து காப்டன் க்ரெஸ்லி என்பவரும் ரால்ஃப் என்பவரும் அஜந்தாவைக் காணச் சென்றனர். அவர்கள் அங்கிருந்த கல்வெட்டின் நகல்களைக் கொண்டுவந்தார்கள். இந்த நகல்களை பெனாரஸில் உள்ள பிராமணப் பண்டிதர்களிடம் கொடுத்ததும், அங்கிருந்த கல்லூரியின் செயலரிடம் கொடுத்ததும், எப்பயனும் இன்றிப்

போனது. ரால்ஃப் தான் கண்ட காட்சிகளை, மிகத் தெளிவாக நல்ல நடையில் எழுதி வந்திருந்தார். இக்கண்டுபிடிப்பு ஒரு பெரும் பேச்சுப் பொருளாகிப் போனது. தொடர்புகளும் நிறைய ஏற்பட்டன. ஆயினும் சிறிதும் பாதிக்கவில்லை.

1837இல் ரால்ப் எழுதிய அழகு நிறைந்த கட்டுரை வெளியிடப் பட்டது. இவைகள் வங்காளத்தில் இருந்த ஆசிய ஆய்வுக் கழகத்தின் கட்டுரை ஏட்டில் வெளிவந்தன. இப்போது ஆசிய ஆய்வுக்கழகம், வங்காளத்தின் ஆசிய ஆய்வுக் கழகம் என்றழைக்கப்பட்டு வந்தது. இந்த ஏடு இப்போது புதிய மனிதர்கள், புதிய குழுவினர் நடத்தும் ஏடாக ஹெரோஸ் ஹேமான் வில்சனின் நிழலின் மறைவிலிருந்து வெளிவந்த ஏடாக இருந்தது.

7
பிரின்செப் இறங்கு துறை

பெனாரஸில் கங்கையின் ஒரு தோற்றம். ஜேம்ஸ் பிரின்செப் பெனாரஸில் பத்து ஆண்டுகளாக கிழக்கிந்தியக் கம்பெனியின் நாணயக்கிடங்கில் தேர்வு அதிகாரியாகப் பணிபுரிந்தபோது வரைந்த படமிது. (From Prinsep's Benares Illustrated)

இப்போது கொல்கத்தா... முன்பு கல்கத்தா...

இந்த நகரையும், அருகிலுள்ள ஹௌராவையும் கம்பிகளாலும், இரும்பினாலும் ஹூக்ளி நதியின் மீது 1992இல் உருவாக்கப்பட்ட நீண்ட பாலம் இணைத்து நிற்கிறது. அதிகாரப்பூர்வமாக இது வித்யாசாகர் சேது என்றிருந்தாலும், வழக்கமாக 'இரண்டாவது ஹூக்ளி பாலம்' என்றும் அழைக்கப்படும் இப்பாலம் ஈஷ்வர் சந்திர வித்யாசாகர் என்ற வங்காளச் சீர்திருத்தவாதியின் பெயரால் அமைந்துள்ளது. இப்பாலத்தின் தெற்குப் பக்கம் வில்லியம் கோட்டையின் மேற்குப் பக்கத்தில் உள்ள நீள்முகடைச் சுற்றி வளைத்துச் செல்லும். இக்கோட்டை கி.இ.க-யின் நகரத்தை

நோக்கி நிற்கும் அழகான கட்டிடமாக இருந்தது. ஆனால் இப்போது அது இந்தியப் படையின் கிழக்குத் தலைமையகமாக மாறியிருக்கிறது. இதே இடத்தில்தான் அன்று லார்ட் வெல்லெஸ்லி நிறுவிய வடமொழிக் கல்லூரியான வில்லியம் கோட்டை கல்லூரி இயங்கி வந்தது. 1841ஆம் ஆண்டு இக்கல்லூரியில் வித்யாசாகர் வடமொழிப் பண்டிதராக வேலை பார்த்து வந்தார். தன் இருபத்தியோராவது வயதிலேயே தன் கல்விச் சிறப்பால் உயர்ந்து நின்றார். வித்யாசாகர் தன் திறமைகளை மேலும் மேலும் வளர்த்து உயர்ந்த போது, கல்லூரி மெல்ல தன் பெருமைகளை இழக்கத் துவங்கியது. இப்போது அங்கு இந்திய அரசின் கேந்திரிய வித்யாசாலைப் பள்ளி இயங்கி வருகிறது.

இந்தப் பாலம் இன்னுமொரு பழையக் கட்டிடத்திற்கு மேலாகச் செல்கிறது. இக்கட்டிடம் வித்தியாசமாக, பளபளக்கும் வெள்ளை வண்ணத்தில், பல்லேடியன் பாணியில் நிற்கிறது. பல உயர்ந்த தூண்கள் ஒரு தட்டைக் கூரையைத் தாங்கி நிற்கும் மண்டபம் இது. ஒரு காலத்தில் இளம் ஆங்கிலேயர்கள் தங்கள் நாட்டிலிருந்து இங்கு எதிர்காலத்தில் பொருளும், பெருமையும் பெற இந்தியாவிற்குள் வங்காளத்தின் மூலம் நுழையும் வாயிலாக இது இருந்தது. கடலில் வந்தவர்கள் இந்த நதி மூலம் இந்நகரத்திற்குள் இக்கட்டிடம் வழியே வந்திறங்குவது வழக்கமாக இருந்தது. இந்தியாவின் நுழைவாயில் வந்திறங்கும் வைஸ்ராய்கள், மற்றும் பெரும் அதிகாரிகள், அதுமட்டுமின்றி 1875, 1905, 1910ஆம் ஆண்டுகளில் இங்கிலாந்தின் அரச குடும்பத்தினர் அனைவரையும் வரவேற்றது இந்தக் கட்டிடமே. ஆனால் இக்கட்டிடம் கட்டப்பட்டது இந்த நோக்கிற்காக அல்ல. கட்டிடத்தின் முன்னால் பெரும் எழுத்துகள் பித்தளையில்

பொறிக்கப்பட்டிருந்தன. பெருமைக்குரிய 'ஜேம்ஸ் பிரின்செப் நினைவாக குடிமக்களால் கட்டப்பட்டது' என்ற எழுத்துகள் ஒரு சிறிய எழுத்துப் பிழையுடன் இன்றும் நிற்கிறது.' *Erected in the honour of JAMES PRINSEP by his fellow citizen* - கடைசிச் சொல்லில் இருந்த '*s*' என்ற எழுத்து பல ஆண்டுகளுக்கு முன்பே கீழே விழுந்து, மீண்டும் சேர்க்கப்படாமலேயே விட்டுப்போனது. கட்டிடம் எப்போது கட்டப்பட்டது என்பது அக்கட்டிடத்தில் குறிப்பிடப்படவில்லை ஆனால் 1843ஆம் ஆண்டு கட்டப்பட்டது.

1860இல் உள்ள ஒரு படம். ஹூக்ளி நதியின் இறங்குமுகத்தில் ஜேம்ஸ் பிரின்செப்பின் நினைவுக்காகக் கட்டப்பட்ட நினைவுச் சின்னம்

கட்டப்பட்ட காலத்திலிருந்து காக்கப்படாமல் போன கட்டிடம் இது. கடந்து போன காலம் இக்கட்டிடத்தை மட்டுமல்ல இன்னும் பலவற்றை ஒரு கை பார்த்து விட்டது உதாரணமாக, பிரின்செப் இறங்குதுறை '*Prinseps Ghat*' என்பதின் எழுத்துகள் சில மாறி, பிரின்செப்பின் இறங்குதுறை- '*Prinsep Ghat*'- என்றும், அதன் பின்னால் பிரின்சஸ் இறங்குதுறை - *Princes Ghat* - என்றும் அவ்வப்போது மாறின. இதற்குப் பக்கத்தில் இருக்கும் ரயில்வே சந்திப்பின் பெயர் '*Princep Ghat*' என்றே இன்றும் அழைக்கப்படுகிறது. ஆனால் இப்போதெல்லாம் இந்த இறங்கு துறைக் கட்டிடத்தின் அழகெல்லாம் சில திரைப்படங்களுக்கும், விளம்பரப் படங்களுக்கும் பின்னணியாக இருப்பதற்கு மட்டுமே பயன்படுகிறது.

கவனிப்பாரற்றுக் கிடந்த இந்தக் கட்டிடம் பத்து ஆண்டுகளுக்கு முன்னால் *INTACH* என்ற தேசிய நிறுவனத்தால் கைக்கொள்ளப்

பட்டது. இந்த INTACH - 'இந்தியத் தொல்பொருட்களின் பாதுகாப்பு கண்காணிப்பு குழு' - சில நல்ல முயற்சிகள் எடுத்து வந்துள்ளது. இந்த நிறுவனத்திற்கான பண ஒதுக்குதல் மிகவும் குறைவே. அதோடு இந்தியாவில் ஆங்கில அரசு தொடர்பான பழைய நினைவகங்கள் போற்றிப் பாதுகாக்கப்படத் தேவையில்லை என்ற எதிர்மறையான எண்ணமும் அதிகம். இந்த இரு பிரச்சனைகளையும் தாண்டி INTACH பல முயற்சிகள் மேற்கொள்கின்றன. இந்த நினைவுக் கட்டிடம் இந்தியப் பண்பாட்டையொட்டிய நிகழ்வுகளை நடத்த மிகச் சிறந்த இடம் என்பதால், இங்கே அது போன்ற நிகழ்வுகளை நடத்தினர். ஆங்கிலேய காலனிய ஆதிக்கமும், நம் பண்பாடும் இணைந்து நிற்கும் அழகையும் INTACH பொது வெளிக்கு எடுத்துச் சென்றது. இந்த உயரிய நோக்கம் 2008ஆம் ஆண்டின் ஜனவரி மாதத்தில் நிறைவேறியது. அன்று, முதல் முறையாக நாட்டிய விழா ஒன்று அழகாக நடந்தேறியது, பல்நாட்டு வங்கி ஒன்றும், இந்திய ராணுவ படைப்பிரிவினரின் நல்லெண்ணமும் இவ்விழாவைச் சிறப்பாக நடத்தப் பெருந்துணையாக இருந்தன.

இதே இறங்கு துறையில்தான் ஜேம்ஸ் பிரின்செப் செப்டம்பர் 1819இல் கரையிறங்கி இந்தியாவிற்குள் வந்தார். அடுத்த இருபது ஆண்டுகளுக்குப் பிறகு உடல் நலமெல்லாம் இழந்து, தன் தாய்நாட்டுக்குத் திரும்பிச் செல்ல இவ்வழியேதான் அவர் தூக்கிச் செல்லப்பட்டார். அப்போது "அவர் மிகுந்த உடல் நலமின்றி சென்றார். மனம் மிகவும் உழைத்து சோர்ந்து போயிருந்தது. உடல் மிகுந்த உழைப்பின் விளைவால் கூடாகிப் போயிருந்தது. முற்றிலும் இயலாமை அவரை மேற்கொண்டுவிட்டது." தாய்நாடு திரும்பிய பிறகும் அவரது உடல் நலம் முன்னேறவில்லை. 1840ஆம் ஆண்டின் ஏப்ரல் மாதத்தில் தன் தாய் நாட்டில் அவர் உயிர் நீத்தார்.

ஜேம்ஸின் உடலும், உள்ளமும் மிகவும் நலிந்து மரணத்தால் தாவு கொண்டிருந்தாலும், அவர் இந்தியாவில் இருந்த இருபது ஆண்டுகளும் மிகவும் பொருள் பொதிந்த வாழ்க்கையாக அவருக்குக் கழிந்தது. இவர் இந்தியாவிலிருந்த காலத்திலேயே இவர் வயதையொத்த இன்னும் இரு இளைஞர்கள் இங்கு பணியாற்றினார்கள். இந்த மூவரின் வயதும் ஒரு சில மாதங்கள் வித்தியாசத்தில் ஒன்றாக இருந்தது. மூவரில் ஜேம்ஸ் தான் இளையவர். இந்த மூவருமே இந்தியாவைப் பற்றிய ஆய்வுகளைப் புதிய கோணத்திற்கு மாற்றினார்கள். இதில் ஒரு

வேடிக்கை என்னவெனில், இந்த மூவரும் ஒருவரை ஒருவர் முகத்திற்கு முகம் கடைசிவரை பார்த்துக் கொண்டதேயில்லை.

இந்த மூவரில் மூத்தவர் ஜார்ஜ் டர்னோர். சில மாதங்கள் அளவே மூத்தவர். அடுத்தவர் ப்ரையன் ஹௌட்டன் ஹாட்ஜ்சன். இவர் 1818ஆம் ஆண்டு இந்திய ஆட்சிக் குழு அதிகாரியாகப் பணியாற்ற கல்கத்தாவிற்கு வந்து சேர்ந்தார். இவர் இந்தியா வந்ததுமே இவரது மேலதிகாரிகள் இவரது உடல் நலத்திற்கு இந்திய வெப்பம் தீங்கானது என்றறிந்து, இவரை நேப்பாளின் காத்மண்டில் அரசியல் உதவியாளராகவும், காத்மண்டில் இருக்கும் ஆங்கிலேய அதிகாரியின் செயலராகவும் அனுப்பி வைத்தார்கள். ஹாட்ஜ்சன் காத்மண்டில் அடுத்த இருபத்தி ஆறு ஆண்டுகளுக்கு இருந்தார். முதலில் அரசியல் அதிகாரிகளுக்கு செயலராக இருந்தவர், 1829 முதல் அரசியல் அதிகாரி பதவிக்கு உயர்த்தப்பட்டார்.

இறுதியாக, மூவரில் இளையவரான ஜேம்ஸ் பிரின்செப். கடைசியாக இந்திய மண்ணை மிதித்தார். இவர் பிரிஸ்டலில் பிறந்தவர். இவர் தந்தை வங்காளத்திற்கு வந்து பெரும் செல்வம் ஈட்டி, இங்கிலாந்தில் தான் ஈட்டியதையெல்லாம் இழந்தார். இதனால் மிகவும் வறிய நிலையில், அதுவும் உள்ளாடைகளைக் கூட தன் தம்பியோடு பகிர்ந்து கொள்ள வேண்டிய நிலையில் வளர்ந்தார். நீலக் கண்கள்; வெளுத்த தேகம்; மஞ்சள் சிகை; ஒல்லி உருவம். ஜேம்ஸின் சகோதரியின் வார்த்தைகளில், “மிகவும் வெட்கப்படும், அளந்து அளந்து பேசுபவர்.” இப்படிப் பட்டவரை ஒரு பெரும் அறிவாளியாக அளவிட முடியாதுதான். கண்பார்வையில் இருந்த குறைபாட்டால் தனது கட்டிட அமைப்புப் படிப்பை அரைகுறையாக நிறுத்தி விட்டு, இந்தியாவில் உள்ள ஆட்சிக் குழுவில் வேலை தேடினார். இங்கு வங்காள நாணய அச்சடிப்பு அலுவலகத்தில் வேலை கிடைத்து, இந்தியாவிற்குப் பயணப்பட்டார். அவரது அலுவலகத்தின் உயர் அதிகாரியாக, கல்கத்தா நாணய அலுவலகத்தின் உலோக மதிப்பாளராக இருந்தவர் ஹொரேஸ் ஹெமான் வில்சன். இவர் வடமொழி விற்பன்னராகவும், ஆசிய ஆய்வுக்குழுவின் மிக முக்கிய புள்ளியாகவும் இருந்தவர். இவரது பார்வைக்குக் கீழ் ஜேம்ஸ் உலோக மதிப்பாளர் தெரிந்து கொள்ள வேண்டிய அனைத்தையும் தெளிவாகக் கற்றுத் தெரிந்து கொண்டார்.

இப்பொறுப்பிலிருந்து அடுத்த பதினெட்டு மாதம் கழித்து, வங்காளத்தில் இருக்கும் கி.இ.க-யின் நாணய அச்சகத்தின் மேலதிகாரியாகப் பதவி உயர்வு பெற்று அந்நகரை வந்தடைந்தார்.

நகர மக்களின் தொகைக் கணக்கெடுப்பையும், நகர அமைப்பின் வரைபடத்தையும் தயார் செய்தார். புதிய அறிவியல் வழி முறைகளைப் பின்பற்றியே இவ்வேலையைச் செய்து முடித்தார்.

இருபத்தியோரு வயதில் ஜேம்ஸ் பிரின்செப். கல்கத்தாவில் புதிதாக வந்துள்ள அறிவியல் வளர்ச்சி பற்றி 'அதிக பகட்டுத்தனமான சோதனைகள்' பற்றிய விரிவுரை. (Lithograph from a portrait by George Chinnery, 1820)

இதோடு நிற்காது, தன் கட்டிட வரைவியல் திறமைகளை வைத்து பல கட்டுமானப் பணிகளை பெனாரஸில் செய்தார். மூன்று வளைவுகள் கொண்ட பாலம் ஒன்றைக் கட்டினார். ஔரங்கஜேப் கங்கைக் கரையில் கட்டிய மசூதியின் அஸ்திவாரத்தை உறுதியாகக் கட்டினார். பெனாரஸ் நகரத்தின் மத்தியில் இருக்கும் கழிவுநீரை அகற்ற பாதாள சாக்கடைத் திட்டம் ஒன்றைக் கட்டி முடித்தார். அதுவே அந்த நகரின் பாதாள சாக்கடையின் முக்கிய பகுதியாகப் பின்னால் ஆனது. பிரின்செப் ஒரு நல்ல ஓவியர். அதோடு அக்காலத்தில் சிறப்பாக இருந்த செதுக்கிப் படம் வரைவதிலும் - லித்தோகிராபியிலும் - வல்லமை வளர்த்து, நகரின் பல பாகங்களை எதிர்காலத்திற்காக வரைந்து வைத்தார்.

பிரின்செப் நகரின் வளர்ச்சியில் எடுத்துக் கொண்ட ஆர்வத்தினால் சமூகத்தில் பலரும் அவருக்கு நெருங்கிய நண்பரானார்கள். அவரின் மக்களோடான நெருக்கம்

எவ்வளவெனில் 1830ஆம் ஆண்டு இரு ஜைன சமயக் குழுக்கள் தங்களுக்குள் ஏற்பட்ட சில சிக்கல்களைத் தீர்த்துக் கொள்ள பிரின்செப்பிடமே வந்தனர். பெனாரஸிற்கு வெளியே சாரநாத் என்னுமிடத்தில் அரைவட்ட வடிவில் புதைந்திருந்த கட்டிடம் வரலாற்றில் யாருடையது என்பதுதான் அவர்களிடமிருந்து வந்த வழக்கு. இதற்குத் தீர்ப்பு வழங்க பிரின்செப் தனது கட்டுமானத் திறமையைப் பயன்படுத்தி புதையுண்ட இடங்களை முறையாகத் தோண்டியெடுத்து, அங்கிருக்கும் சான்றுகளை வைத்து, அக்கட்டிடம் திகம்பரி அல்லது ஸ்வெத்தாம்பரி என்ற இருவரில் ஒருவருக்கு என்று தீர்ப்பு சொல்லவேண்டும். ஆனால் இந்த வழக்கிற்கு பிரின்செப் தீர்ப்பு ஏதும் சொல்லமுடியாது போயிற்று. ஏனெனில் அவர் 1830ஆம் ஆண்டு பெனாரஸை விட்டுப் போக வேண்டியதாயிருந்தது. ஆகவே அப்போது அவரால் தீர்ப்பு சொல்ல முடியாது போயிற்று. ஆனால் அந்த வழக்கு மறக்கப்படாமலேயே அவரிடம் இருந்தது.

ப்ரையன் ஹாட்ஜ்சன் காத்மண்டில் தன் ஓய்வு நேர வேலைகளை மிகவும் பயனுள்ளதாகவும், அறிவுத் தேடல்களோடும் கழித்தார். நேபாள தேசத்து அரசர்கள் தங்கள் விரோதிகளான ஆங்கிலேயர்கள், தங்களது புனிதத் தலங்களை அவமரியாதை செய்கின்றனர் என்று நினைத்தனர். இதைத் தெரிந்துகொண்ட ஹாட்ஜ்சன் காத்மண்டுவின் வெளிப்புறத்தில் அமைந்திருந்த தன் இருப்பிடத்திலேயே தன்னை ஒரு கைதிபோல் வைத்துக் கொண்டார். ஆங்கிலேயர் வாழும் அந்த இடம் மட்டுமே அவரது ஒரே தங்குமிடமாகிப் போனது. ஆயினும் தனக்குத் தானே விதித்துக் கொண்ட தண்டனைக்கு மாற்றாக, பல நேப்பாளிகளைத் தன் கீழ் வேலை பார்க்க வைத்துக் கொண்டார். அவர்களே இவரது ஆய்வாளர்களாகவும், ஓவியர்களாகவும் இவரிடம் வேலைபார்த்தனர். இவர்களுக்கான செலவுகள் அனைத்தும் இவரது கைப்பணத்திலிருந்தே செலவானது.

ஹாட்ஜ்சன்னின் முதல் ஆய்வே காத்மண்டு பள்ளத்தாக்கில் எவ்வாறு புத்த சமயம் பின்பற்றப்பட்டது என்பதே. இந்த ஆய்வு அவரை அம்ரிதா நந்தா பந்தியா என்ற இந்தியாவிலேயே புத்த சமயத்தை உள்ளும் புறமும் நன்கறிந்தவரிடம் கொண்டு சேர்த்தது. இவருக்கும், ஹாட்ஜ்சன்னிடம் இருந்த பெனாரஸைச் சார்ந்த பண்டிதர் ஒருவருக்கும் எதிர்ப்புகள் முளைத்தன. ஏனெனில் பந்தியா, பிராமணர்களின் சாதியைப் பற்றிய கருத்துகு எதிரான புத்த சமய நூல் ஒன்றைக் கொண்டு வந்தார். நந்தாவிற்கும் ஹாட்ஜ்சன்னிற்கும் உள்ள நல்ல தொடர்பினால்,

ஹாட்ஜ்சன்னின் வேண்டுதலை மதித்து பந்தியா வடமொழியில் எழுதப்பட்ட புத்த சமய நூல்களைத் தேடிக் கொண்டுவந்தார். புத்த சமயம் நேப்பாளில் எப்படிப் பின்பற்றப்பட்டது என்ற விளக்கங்கள் அத்தனையையும் ஹாட்ஜ்சன் பெற்றார்.

காத்மண்டுப் பள்ளத்தாக்கில் பத்தான் நகரில் அசோகரால் கட்டப்பட்ட பழைய ஐந்து ஸ்தூபிகளில் ஒன்று. வில்லியம் ஹாட்ஜ்சன்னின் கீழே பணியாற்றிய நேப்பாள ஓவியரின் ஓவியத்தில் ஹாட்ஜ்சன்னின் கையெழுத்தில், 'நேப்பாள பள்ளத்தாக்கில் உள்ள பத்தானில் உள்ள இப்பி துடவிஹார் குருமடம், ஸ்தூபி' என்று எழுதப்பட்டுள்ளது. கலிகாலத்தின் நூறாவது ஆண்டில் ஸ்ரீ நம மியோரா (மௌரியா என்ற மரியாதைக்குரிய பெயர்) என்பவரால் கட்டப்பட்டது. (Royal Asiatic Society)

பந்தியா வழியாக ஹாட்ஜ்சன் காத்மண்டு பள்ளத்தாக்கில் முதலில் வாழ்ந்த நேவார்ஸ் புத்த மதத்தை முதலில் தழுவினார்கள் என்பதையறிந்தார். காத்மண்டு, அதனை ஒட்டிய மற்ற இடங்களில் இப்போது இந்து சமயக் கோவில்களாக நிற்பவையெல்லாம் முன்பு புத்த மடங்களாக இருந்தவை. அவைகள் எல்லாமே இப்போது பழம் சின்னங்களாகவே நிற்கின்றன. பாழடைந்த அக்கோவில்கள் எல்லாமே அரைவட்ட வடிவ கட்டிடமான 'சைத்யா' என்ற கட்டிடத்தை சுற்றி புத்த சிலைகளோடும், இந்துக் கடவுள் சிலைகளோடும் கட்டப்பட்டிருந்தன. இந்த சைத்யா முன்பே பார்த்திருந்த ஸ்தூபா போலவே தோற்றமளித்தன. இக்கோவில்களின் ஓவியங்களை ஹாட்ஜ்சன்னின் கலைஞர்கள் வரைந்தார்கள். இச்சித்திரங்களின் மூலம் ஹாட்ஜ்சன் கோவில்களில் உள்ள சைத்யாக்கள் யாவும் மிகவும் புராதனமானவை; அதுவும் பத்தான் என்ற நகரத்தைச்

சுற்றியுள்ளவை யாவும் மிக முதலில் கட்டப்பட்டவை என்றும், அவைகளெல்லாம் ஸ்ரீ நாம மியாரா அல்லது பெரும் மதிப் பிற்குரிய மௌர்யா என்றோ தர்மராஜ்யா அல்லது தர்மம் மிகுந்த மன்னன் என்ற ஒருவரால் கட்டப்பட்டதாக அறிந்தார்.

1820லிருந்து 1823ஆம் ஆண்டு வரை 218 வடமொழிப் பிரதிகளை ஆசிய ஆய்வுக் கழகத்திற்கு தொடர்ந்து ஹட்ஜசன் அனுப்பிக் கொண்டிருந்தார். அங்கிருந்து வில்சனிடமிருந்து பிரதிகள் கிடைத்தமைக்கான பதில் செய்திகளும் வந்து கொண்டிருந்தன. ஆனால் அதோடு அவைகள் நின்றுவிட்டன. ஆனால் ஹட்ஜசன் மனம் தளராது மேலும் பல பிரதிகளைத் தொடர்ந்து அனுப்பி வந்தார். அவைகளில் இரண்டு பிரதிகள் மிக முக்கியமானவை. அவை இரண்டும் புத்த சமயக் கடமைகள், கோட்பாடுகளின் திபெத்திய தொகுப்புகளாகும். இவை காஞ்சூர் என்றழைக்கப்படும். இந்த அரிய நூல்களுக்கும் கூட ஆய்வகத்திலிருந்து எவ்வித வரவேற்புமில்லை. இதன் பிறகு ஹாட்ஜ்சன் தானே தனக்குக் கிடைத்த பிரதிகளைத் தொகுத்து ஆசிய ஆய்வகத்திற்கு 1828ஆம் ஆண்டு ஒரு கட்டுரையாக எழுதி அனுப்பினார். அதன் தலைப்பு, “நேப்பாளம், போட் (திபெத்) புத்தர்களின் மொழி, இலக்கியம், சமயம்.” இதன் பிறகு ஹாட்ஜ்சன் புத்த சமயத்தைப் பற்றிய தனது பதினான்கு கட்டுரைகளைத் தன் சுயதிருப்திக்காக எழுதி, அவைகளையும் ஆய்வகத்திற்கு அனுப்பினார்.

கல்கத்தாவில் அதிக எதிர்வினையற்றுப் போயிருந்தாலும், ஹாட்ஜ்சன்னின் கட்டுரைகளுக்கு மிகப்பெரும் ஆதரவு கீழ்த்திசை ஆய்வாளரும் பிரஞ்சு நாட்டுக்காரருமான யூஜின் பர்னாஃப் என்பவரிடமிருந்து வந்தது. இவர் ஐரோப்பாவிலேயே பாலி மொழியில் மிகுந்த பாண்டித்தியம் பெற்றவராவார். யூஜினிடமிருந்து வந்த வரவேற்பு விரைவில் இவ்விருவருக்கும் இடையேயான நட்பாய் முகிழ்த்தது. இன்னும் பல பிரதிகளை ஹாட்ஜ்சன் யூஜினுக்கு அனுப்பிக் கொண்டிருந்தார். ஹாட்ஜ்சன்னின் இந்த தாராளம் அவருடனிருந்த பலருக்கு எரிச்சலைத்தான் உண்டு பண்ணியது. ஆனால் மறுபக்கத்தில் யூஜின் சமஸ்கிருதத்தின் மீது மேலும் பேரார்வம் கொண்டு தன் ஆய்வுகளைத் தொடர்ந்தார்.

இந்த ஆய்வுகளின் தொகுப்பாக 1844இல் பிரஞ்சு மொழியில் தன் முடிவுகளை எழுதினார். பதிவின் தலைப்பு ‘Introduction à l’histoire du Buddhisme Indien’ - ‘இந்திய புத்த மதத்தின் வரலாறு’

- என்ற இந்த நூல் 19ஆம் நூற்றாண்டின், புத்த மதத்தின் மிகச் சிறந்த நூல் என்றே சொல்லலாம்.

ஹாட்ஜ்சன் புத்த இலக்கியப் பிரதிகளை அனுப்பிய போது அதைக் கண்டு கொள்ளாமலிருந்த ஹொரேஸ் ஹேமான் வில் சனின் குறுகிய மனப்பான்மை மீண்டும் தலைகாட்டியது. அவரது ஆர்வமின்மை ஹாட்ஜ்சன்னை மட்டுமல்ல, சில ஹங்கேரி மொழி ஆய்வாளர்களின் முனைப்பையும் மழுங்கடித்தது. ஹங்கேரி மொழியின் ஆரம்பங்களைத் தேடி, மத்திய ஆசியப் பகுதியில் பல ஆண்டுகள் பயணம் மேற்கொண்ட சோமா டி கோரோஸ் என்ற மிக வித்தியாசமான மொழி ஆய்வாளர் தனது ஆய்வுகளை முன்னெடுத்துக் செல்லவும் தடை விழுந்தது. இதனால் இவர் லடாக்கில் உள்ள புத்த குருமடங்களில் திபெத்திய மொழியைக் கற்க தங்கினார். இவர் மிகவும் தாராள மனத்தோடு திபேத்திய மொழியிலும், இலக்கியத்திலும் தாம் மேற்கொண்ட ஆய்வுகள் அனைத்தையும் ஆசிய ஆய்வகத்திற்குத் தருவதற்குத் தயாராக இருந்திருக்கிறார். 1824ம் ஆண்டிலும் மறுபடியும் 1827ஆம் ஆண்டிலும் தனது ஆய்வுகளைத் தருவதற்கு வில்சனிடம் தெரிவித்திருக்கிறார். இந்த அரிய வாய்ப்பினை வில்சன் இரண்டு முறையும் மறுத்துவிட்டார்!

டி கோரோஸ் இதன் பிறகும்கூட தன் ஆய்வுகளை வழக்கம்போல் தொடர்ந்து நடத்திக் கொண்டிருந்தார். சன்ஸ்கார் என்ற இடத்தில் தனிமையாகத் தன் ஆய்வுகளைத் தொடர்ந்தார். ஆய்வுகளின் பயனாக திபெத்திய மொழியின் அகராதி ஒன்றினையும், இலக்கண நூல் ஒன்றையும் படைத்தார். அப்போது இந்தியாவிற்குள் செல்ல கி.இ.கம்பெனியிடம் அனுமதி கேட்டார். நல்ல வேளையாக அவரின் விண்ணப்பம் நேரடியாக கவர்னர் ஜெனரல் லார்ட் பென்டின்க் அவர்களிடமே சென்றடைந்தது. இவருக்கு டி கோரோஸின் ஆய்வுகள் பற்றி உயர்ந்த எண்ணம் உண்டு. கி.இ.கம்பெனியின் வியாபார நோக்கிற்கு அவரது ஆய்வு பயன்படும் என்றும் அவர் நினைத்தார். இவர் டி கோரோஸின் ஆய்வுகளை ஆசிய ஆய்வுக் கழகம் பெறும்படி பணித்தார். அதோடு டி கோரோஸிற்கு அரசுப் பணி ஒன்றையும் கொடுத்தார். ஆய்வுக் கழகத்தில் வில்சன் இவரை ப்ரையன் ஹாட்ஜ்சன்னின் வடமொழிப் பிரதித் திரட்டுகளை முறைப்படுத்த ஆணையிட்டார். டி கோரோஸ் சன்ஸ்காரில் இருக்கும்போது அவருக்கும் ஹாட்ஜ்சன்னுக்கும் இடையே தொடர்பு ஏற்பட்டது. இவ்வளவும் நடந்த பின்னும் வில்சனின் குறுகிப் போன மனமும், மூளையும் நேர்

கோட்டுக்கு வரவேயில்லை. அவர் டி கோரோஸின் அகராதி, இலக்கண நூல்களைப் பதிவிட, காசு, பணம் என்று பல காரணம் சொல்லி நிறுத்தி வைத்து விட்டார். டி கோரோஸிற்கு எதிரான அவரது மனது இன்னும் வளைந்தே இருந்தது.

வில்சனின் இந்த கிடுக்கிப்பிடி 1832ஆம் ஆண்டு சிறிது தளரத் தொடங்கியது. ஆக்ஸ்போர்டில் வடமொழிக்கான போடன் ஆய்வுப் பீடம் ஒன்று ஆரம்பிக்கப்பட்டது. இதனால் வில்சன் ஆசிய ஆய்வுக் கழகத்தின் மீது கொண்டிருந்த பிடி சிறிது இளகிற்று. 1830ஆம் ஆண்டே ஜேம்ஸ் பிரின்செப் கல்கத்தாவில் வில்சனுடன் இணைந்தார். கல்கத்தா நாணயச் சாலையில் உதவி நாணய ஆய்வாளராக வேலைக்குச் சேர்ந்தார். வில்சன், பிரின்செப் இருவரும் ஆசிய ஆய்வுக் கழகத்தின் பொறுப்பிலிருந்த பழைய நாணயங்களைப் பற்றிய ஒரு தொகுப்புக் கட்டுரை எழுதினர். அதோடு அதிலிருந்த தங்க, வெள்ளி நாணயங்களில் சில தில்லியில் ஃபெரோஸ் ஷா எழுத்துகளோடு ஒன்றியிருப்பதைக் கண்டனர். இவர்களது அக்கட்டுரையில் நான்கு நாணயங்களின் படங்களை அளித்திருந்தனர். இந்த நாணயங்களில் சில இத்தாலியன் கூலிப்படைக்காரரான ஜெனரல் வெஞ்சியூரா என்பவரின் நாணயம். இது மனிக்யாலா மண்டபம் என்னுமிடத்தில் நடந்த புதைபொருள் ஆராய்ச்சியில் கிடைத்தவை. இம்மண்டபம் பெரும் நெடுஞ்சாலை சதாக்-இ-ஆஸாம் என்பதற்கருகில் உள்ளது. இச்சாலை பெஷாவரிலிருந்து கல்கத்தாவிற்குச் செல்லும் நெடுஞ்சாலை என்று பிற்காலத்தில் அழைக்கப்பட்டது.

நாணயங்களின் பட நகல்களை உருவாக்குவது பிரின்செப்பிற்கு மிக்க மகிழ்ச்சியளித்தது. அவரே சேர்த்த இந்திய நாணயங்களின் மீதான அவரது ஆய்வு இம்மகிழ்ச்சிக்கான காரணமாகவும் இருந்தது. இந்தியாவில் கண்டெடுக்கப்பட்ட ரோம், கிரேக்க நாணயங்களைப் பற்றிய இரு கட்டுரைகள் ஆய்வகம் மூலம் வெளிவந்தன. இதற்கு அடுத்து கண்டெடுக்கப்பட்ட ஏனைய நாணயங்களைப் பற்றிய கட்டுரைகளும் பதிக்கப்பட்டன. இதுவரை யாருக்கும் தெரியாதிருந்த நாணய ஆய்வுகளில் பிரின்செப் ஒரு முன்னோடியானார். வில்சன் அல்லது அவருக்கு முன்பிருந்த அதிகாரிகள் பன்மொழிப் புலமையோடு இருந்தது போல் இல்லாமல் பிரின்செப் பல மொழிப் பாண்டித்தியம் கொண்டவர் இல்லை. ஆனாலும் இந்தக் குறைபாட்டை அவர் மற்ற அறிவியல் வழிகள் மூலம் சமன் செய்து தன் ஆய்வுகளைச் செவ்வனே செய்ய முடிந்தது.

பிரின்செப் தன் மேலதிகாரி வில்சனுடன் இணைந்து செயல் பட்டதால் விரைவில் ஆசிய ஆய்வுக் கழகத்திற்குள் ஆழ்ந்து பணியாற்ற முடிந்தது. சில மாதங்களுக்குள் வில்சனுக்கு அடுத்த செயலராகப் பதவியேற்க அவர் தயாரானார். அதுவும் ஒரே சமயத்தில் பிரின்செப்பிற்கு இரு பதவி உயர்வுகள் கிடைத்தன. ஆய்வுக் கழகத்தின் செயலராகும் போதே, கல்கத்தா நாணய அச்சகத்தில் உதவி பொறுப்பாளராக இருந்த அவர் அதன் தலைமை அதிகாரியானார்.

ஆய்வகத்தின் செயலராக ஆனதும் பிரின்செப் தான் பெனாரஸில் செலவழித்த அதே ஆர்வத்தையும் திறமையையும் இப்பதவிக்கும் கொண்டு வந்தார். அவர் பதவியேற்றதும் செய்த மிக நல்ல விஷயங்களில் ஒன்று, டி கோரோஸ் ஒரு முழு நேரப் பணிக்கு மாற்றப்பட்டார். அவரை ஆய்வுக் கழகத்தின் உறுப்பினராக்கி, அவரது சம்பளத்தை இரட்டிப்பாக்கி, வீடும் கொடுத்து அவரை மிகவும் மேம்படுத்தினார். அதோடு நில்லாமல் டி கோரோஸ் எழுதிய இரு நூல்களையும் - திபெத்திய அகராதி-இலக்கணம் - பதிப்பிக்க ஆய்வுக் கழகம் பணம் தர ஏற்பாடு செய்தார். வெளிநாட்டுக்கார கோரோஸ் மட்டுமல்லாது, ஒரு இந்தியரையும் ஆய்வுக் கழகத்திற்குள் கொண்டுவந்தார். பாபு ராம்கோமல் சென் என்ற இந்தியரைத் தனது செயலராக வில்லியம் கோட்டை கல்லூரியிலிருந்து தருவித்தார். ஆசிய ஆய்வுக் கழகத்தின் முதல் இந்தியப் பணியாளர் இவர்தான். அப்போதிருந்த சமூக ஆர்வலர்களான ராம் மோகன் ராய் போன்றோரின் முன்னேற்றக் கருத்துகளோடு சென் ஒத்துப்போக முடியாதவர்தான். ஆயினும் அவரது வடமொழிப் புலமையால் அவர் பின்பு வில்லியம் வடமொழிக் கல்லூரியின் முதல்வரானார்.

பிரின்செப் மேலும் மேலும் ஆசிய ஆய்வகம் தன் முழு ஆக்கத்திற்கு உயரும்படி பல பணிகள் ஆற்றினார். முன்பு இந்தியாவின் ஆசிய ஆராய்ச்சிக் கழகமாக இருந்த அவ்வமைப்பு இப்போது 'வங்காளத்தின் ஆசிய ஆய்வுக் கழக'மாக (JASB)மாறியது.

அதே போல் மிகப் பெரியதாயிருந்த ஆசிய ஆய்வக அறிக்கைகள் இப்போது கைக்கு அடக்கமான, அழகான சிறு வடிவத்தில் 'வங்காளத்தின் ஆசிய ஆய்வக அறிக்கை - JASB' என்ற பெயரில் வெளிவர ஆரம்பித்தது. ஒவ்வொரு மாதமும் இது வெளியிடப்பட்டது. தானே அந்த ஆய்வறிக்கைகளுக்குப் பொறுப்பாசிரியர் ஆனார். அதன் முதல் இதழிலேயே பிரின்செப் ஒரு பெரும் அறைகூவல் விடுத்தார். ஆசியாவில்

உள்ள அனைத்து இயற்கையை நேசிப்போர், வேதியியலார், தொல்பொருள் வல்லுனர்கள், பழங் கட்டிட ஆய்வாளர்கள், ஆர்வலர்கள், அறிவியல் வல்லுனர்கள் தங்கள் முயற்சிகளை ஒன்றிணைத்து தங்கள் எண்ணங்களை எழுத்துகளில் வடித்து, வங்காள ஆசிய ஆய்வகத்திற்கு அனுப்ப வேண்டும். இந்த அழைப்பு சர் வில்லியம் ஜோன்ஸ், ஹென்றி ஹோல்ப்ரூக் ஆகியோரின் உள்ளக்கிடக்கையின் எதிரொலியாக அமைந்தது. இந்த அழைப்பு வெறும் தனிமனிதன் ஒருவனின் குரலாக தேய்ந்து போகாமல், மிகுந்த பயனை அளித்தது. இதுவரை தூங்கிக் கிடந்த உணர்வுகள் தட்டியெழுப்பப்பட்டன. கடந்த சில ஆண்டுகளில் துவண்டு போயிருந்த தோல்வி மனப்பான்மை மறைந்து, வங்காள ஆசிய ஆய்வகத்தின் இரண்டாம் எழுச்சியாக, அதுவும் முதல் எழுச்சியையும் முந்தும் விதமாக, இந்தியாவைப் பற்றிய புதுப்புது கட்டுரைகள் குவிய ஆரம்பித்தன. இரண்டாம் ஜோன்ஸ் போன்றே பிரின்செப் ஆய்வகத்தின் உள்ளும், வெளிப்புறங்களில் ப்ரையன் ஹாட்ஜ்சன், ஜார்ஜ் டர்னோர் போன்ற ஆய்வாளர்களும் இணைந்து உருவான இந்த எழுச்சி மிகுந்த மகிழ்ச்சிகரமானதாயிற்று. மிகவும் வெட்கப்படுபவர் என்று தன் உடன்பிறப்பிடமே பெயர் வாங்கிய பிரின்செப் இப்போது பலரையும் உந்தி முன்னேற்றும் உறுதிமிக்கத் தலைவராகிவிட்டார்.

பிரின்செப் மீது மிகுந்த பற்றும் மரியாதையும் கொண்ட தாவரவியலாளரான முனைவர் ஹீக் பால்கனா, "உற்சாகத்தின் ஊற்றுக்கண் போன்ற பிரின்செப் தன் ஆர்வத்தை ஒவ்வொரு ஆய்வாளருக்குள்ளும் ஊட்டினார். பலரின் ஆய்வை மேலெடுக்கச் செய்து, அதைக் கட்டுரைகளாக வடிக்க உந்தினார். ஆய்வாளர்கள் அனைவரும் பிரின்செப் தங்களைக் கண்காணிக்கிறார் என்று உணர்வது போன்ற ஒரு தலைமையுணர்வை அவர் கொண்டிருந்தார். தாங்கள் எவ்வளவு கடினமாக உழைத்தாலும், அதன் இறுதியில் பிரின்செப்போடு தொடர்பு கொண்டு, தங்கள் ஆய்வுகளை அவரோடு பங்கிட்டுக் கொள்வதிலும் அவர்களுக்கெல்லாம் மிகுந்த ஆர்வம் ஏற்பட வைத்தார்," என்று குறிப்பிடுகிறார்.

ப்ரின்செப் எடுத்த இந்த முயற்சி காலத்தினால் மிகப் பயனுள்ளதாயிற்று. நாணயங்களைப் பற்றிய முதல் கட்டுரை ஆசிய ஆராய்ச்சி நூலாக வெளிவந்த நேரம் அது. பல ஆய்வாளர்களுக்கு இது மிக்க உற்சாகத்தைக் கொடுத்தது. பஞ்சாப், ஆப்கானிஸ்தானம் என்ற இடங்களிலிருந்து நிறைய, புதிய தொடர்புகள் ஆய்வகத்திற்கு

வந்தன. மேலும், இத்தாலிய, பிரஞ்சு கூலிப்படைத் தலைவர்களான ஜெனரல் வெஞ்ச்யூரா, கோர்ட், பெரும் பயணிகளான லெப்டினெண்ட் அலெக்சாண்டர் போக்ஹார பர்ன்ஸ், முனைவர் ஜேம்ஸ் ஜெரார்ட், முனைவர் மார்டின் ஹோனிங்பெர்ரர், சார்லஸ் மேசன் என்று தன்னை அழைத்துக்கொண்டு, தன் உண்மைப் பெயரான ஜேம்ஸ் லெவிஸ் என்று பெயரை மறைத்துக்கொண்ட கென்டக்கியிலிருந்து வந்த சாகசக்காரர் (இவர் கி.இ.கம்பெனியின் படையிலிருந்து தப்பி ஓடி, ஆப்கானிஸ்தானில் உள்ள மிகப் பிரமாண்டமான பாமியன் புத்தர் சிலைகளைக் காண ஆர்வம் கொண்டு அங்கே சென்று ஆய்வு நடத்தியவர்.) - இப்படி ஒரு பெரிய பட்டியலே தங்கள் ஆய்வுகளையும் அனுபவங்களையும் கல்கத்தாவிற்கு அனுப்ப ஆரம்பித்தனர்.

வந்திருந்த ஆய்வுகள் பலவும் உண்மையான தங்க, வெள்ளி, தாமிர நாணயங்கள் என்று சான்றுகளோடு வந்தன. இந்தச் சான்றுகள் ஜேம்ஸ் றாட் என்பவரின் கருத்துகள் முழுவதையும் உறுதிப்படுத்தின. மெசிடோனியனியர்களின் அரசு பாக்ட்ரியாவிலும் காந்தராவிலும் ஒரு புதிய இந்திய-சைத்திய நாகரீகத்தை இந்தியாவின் வடக்குப் பக்கம் ஆரம்பித்து, அங்கே இருந்த புத்தமதத்தோடு இணைந்தது என்ற றாட்டின் கருத்து இந்தச் சான்றுகளால் உறுதிப்படுத்தப்பட்டது.

இந்தியாவின் இந்தப் பகுதியில் இஸ்லாமியர் படையெடுப்பிற்கு முன்பே புத்த சமயம் வேரூன்றி இருந்திருக்கிறது. 1833ஆம் ஆண்டு கைபர் கணவாய் தாண்டியிருந்த ஜலலாபாத் என்னுமிடத்திலிருந்து பிரின்செப் அவர்களுக்கு முனைவர் ஜெரார்ட், பஞ்சாபில் காணப்படும் ஸ்தூபிகள் போன்ற மிகப் பல ஸ்தூபிகள் அங்கிருப்பதாகத் தெரிவிக்கிறார். இந்த ஸ்தூபிகள் காபூலுக்கும் ஜலலாபாத்திற்கும் இடையில் இருந்த மலையடிவாரம் முழுமையும், காபூல் நதிக்கரையின் இருபுறமும் இருந்ததாக குறிப்பெழுதுகிறார். நாணயங்கள், மதிப்புள்ள நகைகள், புனிதப் பொருட்கள் என்று கருதப்படும் சமயச் சார்புள்ள பொருள்கள் இந்த ஸ்தூபிகளில் இருந்ததாகச் சொல்லப்படுகிறது. ஆனால் அவைகளைக் கட்டியவர்கள் யார் என்பது ஒரு பெரிய கேள்விக் குறியாகவே நிற்கிறது. இவைகள் 'ஆன்மீக வீடுகள்' என்றும் அழைக்கப்பட்டு வந்துள்ளன. முனைவர் ஜெரார்ட், "இந்தக் கட்டிடங்கள் கிரேக்கப் பேரரசின் காலத்தை ஒட்டியதா? அல்லது அந்த சாம்ராஜ்யத்தின் சிதறல்களான சிற்றரசர்கள் காலத்தவையா? இவைகளைக் கட்டிய அரசர்கள் யார்?" என்று கேள்வியெழுப்புகிறார்.

ஆப்கானிஸ்தானத்திலிருந்து வந்த செய்திகள் இதுவென்றால் பஞ்சாபிலிருந்து பிரஞ்சு ஆய்வாளர் ஜெனரல் க்ளாட் அகஸ்ட் கோர்ட் அவர்களிடமிருந்து வேறு பல செய்திகள் வந்தன. இவர் பஞ்சாபின் மகாராஜா ரஞ்சித்சிங் அவர்களின் படைகளை பிரஞ்சுப் படைகள் போல் மாற்றியமைத்துக் கொண்டிருந்தார். ஆனால் தன் ஓய்வு நேரங்களில் பல ஸ்தூபிகளில் தன் ஆய்வுகளை மேற்கொண்டார். இந்த ஆய்வில் அவருக்குப் புதிய நாணயங்கள், தொல்பொருட்கள் கிடைத்தன. இவைகளோடு அப்பழைய கட்டிடங்களைப் பற்றிய குறிப்புகளையும் எடுத்துக் கொண்டார். இவைகளுள் ஸ்வாட் மலைக்கருகில் பெஷாவர் என்னுமிடத்திலிருந்த ஷபாஸ்கார்கி என்ற கிராமத்திற்கருகில் ஒரு பெரிய பாறை, கல்வெட்டுகளோடு இருந்ததைக் கண்டார். அந்தப் பாறையில் காலத்தால் சிதையுண்ட கல்வெட்டுகளும் காணப்பட்டன. கோர்ட் தன் பழைய முயற்சிகளின்படி இக்கல்வெட்டை அலெக்சாண்டரோடும் அல்லது அவருக்கடுத்து வந்த மெசிடோனியன் சிற்றரசர்களோடும் பொருத்தி வைக்க எடுத்த முயற்சிகள் வீணாயின. அவைகள் அவர் எதிர்பார்த்தபடி கிரேக்க எழுத்துகளோடு ஒப்பவே இல்லை.

பிரின்செப் *JASB*-க்கு அனுப்பப்பட்ட தகவல்களை ஒப்பிட்டு தான் எழுதிவந்த வரலாற்றுப் பதிவுகளை மாற்றவும், திருத்தவும் செய்து வந்தார். ஏனெனில் இப்போது இந்திய அரசுப் பாரம்பரியங்களின் வரலாறு நாணயங்கள் மூலம் நிறைய இவருக்குக் கிடைத்து வந்தன. இப்படிக் கிடைத்த நாணயங்களில் மிகச் சிறந்த நாணயங்களாக இருந்தவை அலெக்சாண்டரின் காலத்திற்குப்பின் பாக்டிரியா, கந்தாரா இடங்களை ஆட்சி செய்த மெசிடோனிய சிற்றரசர்களின் பங்களிப்பாகும். இந்த நாணயங்களின் ஒரு பக்கத்தில் ஏதாவது ஒரு அரசனின் உருவமும், மறுபக்கத்தில் மனிதர் அல்லது ஏதாவது ஒரு விலங்கின் உருவமும் பொறிக்கப்பட்டிருக்கும். இருபக்கமும் கிரேக்க எழுத்துகள் பொறிக்கப்பட்டிருக்கும். பிரின்செப் தன் ஆய்வில் பாக்ட்ரியாவின் பிற்காலத்திய நாணயங்களின் முகப்புப் பக்கத்தில் கிரேக்க எழுத்துகளும், ஆனால் பின் பக்கம் கிரேக்க எழுத்துகள் போன்ற அமைப்புடன், ஆனால் முழுவதும் வேறு மாதிரியான எழுத்துகளோடும் இருப்பதைக் கண்டார். அவை நிச்சயமாக வேற்றுமொழி எழுத்துகள் என்றும் அவர் புரிந்து கொண்டார். இப்படி புரியாதிருந்த அந்த எழுத்துகள் ஃபெரோஸ் ஷா கைத்தடித் தூண், கிர்நாரில் மேஜர் றாட் கண்டெடுத்த எழுத்துகள், ஆண்ட்ரூ ஸ்டிர்லிங் என்பவர் ஒரிஸ்ஸாவிலுள்ள கந்தகிரியில் கண்டெடுத்த எழுத்துகளோடு பெருமளவில் ஒத்துப்போகின.

இந்த ஆய்வுகளை மேற்கொண்ட பல ஆண்டுகளுக்குப் பிறகே பிரின்செப் தான் கந்தகார் எழுத்துகள் என்று கருதியவைகள் வேறொரு தனி மொழியின் எழுத்துகள் என்று கண்டறிந்தார். இம்மொழி கரோஸ்தி என்றழைக்கப்பட்ட மொழி; தனக்கென எழுத்துகள் கொண்ட மொழி; எழுத்துகள் வலது பக்கமிருந்து இடது பக்கத்திற்கு எழுதப்பட்ட மொழி என்ற விவரங்களும் புரிந்தன. ஏறத்தாழ தன் கடைசி ஆய்வுக் கட்டுரைகள் ஒன்றில் தான் அம்மொழியின் மெய்யெழுத்துகளையும், மூன்று உயிரெழுத்துகளையும் கண்டுபிடித்து விட்டதாகக் குறிப்பிட்டிருந்தார். இன்னும் ஐம்பதாண்டுகள் கழித்த பின்பே மொழிவல்லுனர்கள் இம்மொழி பாரசீகப் பேரரசில் பேசப்பட்ட மொழியாகவும், அரசியல் மொழியாகவும் இருந்த அராமிக் மொழியின் அடிப்படை கொண்டது என்பதைக் கண்டுபிடிப்பார்கள். அடுத்த நூறு ஆண்டுகள் கழித்த பின்பே பிராமி எழுத்துகளாலான மௌரிய மொழி கரோஸ்தி மொழியிலிருந்தே வளர்ந்தது; இம்மொழியே இந்திய மொழிகளின் ஒலிக்கோர்வைகளுக்கு ஏற்ற மொழியாக உள்ளது என்பதையும் காண்பர்.

நாணய ஆய்வில் இன்னொரு கடுமையான வரலாற்றுத் தடையொன்று இருந்தது. கர்னல் கோலின் மெக்கன்ஸி இந்தியா முழுமைக்கும் பயன்பட்ட சிறு நாணயங்கள் பற்றி ஆய்ந்துள்ளார். இந்த நாணயங்களைப் பற்றி பிரின்செப், "அவைகள் முறையற்ற வடிவத்தோடு இருந்தன. சதுரமாக, வட்டமாக, நீள்வட்டமாக என்று பல அமைப்புகளில் இருந்தன. அவைகளில் எழுத்துகள் ஏதுமில்லை. பொதுவாக வடிவங்கள் ஏதும் பொறிக்கப்படாதவைகளாகவே இருந்தன. இந்த வடிவங்களில் பெரும்பான்மை சிங்கம் அல்லது யானையாக இருக்கும். இதைத்தவிர நாணயங்களில் மழுப்பலான, எளிதில் கண்டுபிடிக்க முடியாத வடிவங்கள் இருக்கும்," என்கிறார்.

இதைத் தவிர கதிரோடு உள்ள சூரியன், சிலுவை போன்ற வடிவங்கள் இருந்தன. ஆனால் ஒரு வடிவம் பிரின்செப்பின் கண்களில் தனிப்பட்டுத் தெரிந்தது. அந்த நாணயத்தில் "பிரமிடு வடிவத்தில் ஒரு கட்டிடம்; அதில் அவை சுரா அல்லது ஊசிக்கோபுரம், அல்லது அரைவட்ட அமைப்பு என்பது போன்ற மூன்று அடுக்குகள்; ஒருவேளை இந்த மூன்றடுக்கு ஒரு புனிதமலையைக் குறிக்கலாம்," என்றார் பிரின்செப். கடைசியாகச் சொன்ன அவரின் ஐயம் மிகவும் சரியான கணிப்பு.

மேலும் அவர் தன் ஆய்வில் 'இன்று நாம் காணும் சிறு முத்திரை நாணயங்களே இந்தியாவின் முதல் நாணயங்களாக இருக்கும்' என்றார். அவைகள் அச்சடிப்பதற்கு எளிதானவை. அவரது அடுத்த ஊகம் இந்தச் சிறு நாணயங்கள் பின்பு வந்த கிரேக்க - பாக்ட்ரிய நாணயங்களுக்கு வழிவிட்டு மாறிவிட்டன. அதன்பிறகு சைத்தியன்-குஷன் நாணயங்கள் பழக்கத்திற்கு வந்தன.

பிரின்செப் தன் நாணயங்களை முறையாக ஒழுங்குபடுத்தி, பத்திரப்படுத்த நல்ல துணை ஒன்று அவருக்குக் கிடைத்தது. அலெக்சாண்டர் கன்னிங்ஹாம் தனது பத்தொன்பதாவது வயதில் 1833ஆம் ஆண்டு கல்கத்தாவிற்கு வந்து, படையில் சேர முதல் ஆணைக்காகக் காத்திருந்தார். இரு ஆண்டுகள் கழிந்தபின் இவர் பெனாரஸிற்கு மாற்றப்பட்டாலும் பிரின்செப்புடன் இவர் கடிதத் தொடர்பு வைத்திருந்தார். இவர்களின் நட்பு பிரின்செப்பின் மரணம் வரை தொடர்ந்தது. அவரது மரணத்திற்குப் பின் கன்னிங்ஹாம் தன் நண்பர் பற்றி மிகப் பெருமையாக, "இத்தனை காலத்திற்குப் பிறகும் அன்று அவர் எழுதிய கடிதங்களில் உள்ள ஆளுமை எனக்கு இன்னும் பசுமையாக நினைவில் உள்ளது. அவரது மகிழ்ச்சியான, பெருந்தன்மையான பண்புகள் அன்றளித்த அதே பெரும் உற்சாகத்தை இன்றும் எனக்குத் தருகின்றன," என்கிறார்.

இவர்கள் இருவருக்குமான கடிதப் போக்குவரத்துகளில் முக்கிய இடம் இந்திய நாணயங்கள் பற்றியதாக இருக்கும். ஆனாலும் இதனோடு சாரநாத்தில் உள்ள அந்தப் பெரிய ஸ்தூபியைப் பற்றியும், அதைப் பற்றிய பிரின்செப்பின் தொடர் ஆய்வுகளைப் பற்றியும் இருந்தது. பிரின்செப் கேட்டுகொண்டதிற்கிணங்க கன்னிங்ஹாம் ஒரு பணியாளர் குழுவை வேலைக்கு அமர்த்திக் கொண்டார். அவர்களுக்கான செலவுகளையெல்லாம் பிரின்செப் கொடுத்து விட்டார். எம்மதக் குழுவிற்கும் எவ்வித எதிர்ப்பும் தோன்றாதவாறு இப்பணிக்குழு சாரநாத் கோவிலுக்கருகில் 143 அடி உயரத்திற்கு சாரம் ஒன்றை எழுப்பினர். இக்கோவில் இன்று 'தர்மேக் ஸ்தூபா' என்று அழைக்கப்படுகிறது. 1835ஆம் ஆண்டு ஜனவரி மாதம் இந்த வேலை ஆரம்பிக்கப்பட்டது. ஸ்தூபியின் உள்ளே ஒரு கட்டைையச் செலுத்தினர். நினைத்ததை விட இது மிகக் கடினமான பணியாக இருந்தது. ஏனெனில் அந்த ஸ்தூபி கற்களால் கட்டப்பட்டிருந்தது இந்தக் கற்கள் இரும்புக் கம்பிகளால் பிணைக்கப்பட்டிருந்தன. அந்த ஸ்தூபியில் 110 அடி தோண்டிய பிறகே அவர்களின் வேலை எளிதாயிற்று. ஏனெனில் கட்டுமானத்தில் கல் போய், செங்கல் வந்து விட்டது.

மீண்டும் வேலை தொடர்ந்தது. ஆழமாகத் தோண்டி ஸ்தூபியின் அடிவாரம் வரை, தரையளவிற்கு வந்தாயிற்று. இதுவரை எதுவும் கிடைக்கவில்லை. இதைப் பற்றி கன்னிங்ஹாம் சோகத்தோடு எழுதுகிறார்: "அந்தப் பெரும் கோபுரத்தை முழுவதுமாகத் தோண்டிப் பார்த்தாயிற்று. பதினான்கு மாதங்கள்; ஐந்நூறு ரூபாய்க்கும் மேல் செலவு; இதுவரை இந்தத் தேடலில் கிடைத்த ஒரே பொருள் 330-350 கி.மு.வில் உள்ள குப்தர் காலத்துக்குரிய கல்வெட்டுப் பலகை ஒன்று. இதுவும் தோண்ட ஆரம்பித்த உடனேயே கிடைத்தது. அவ்வளவே!"

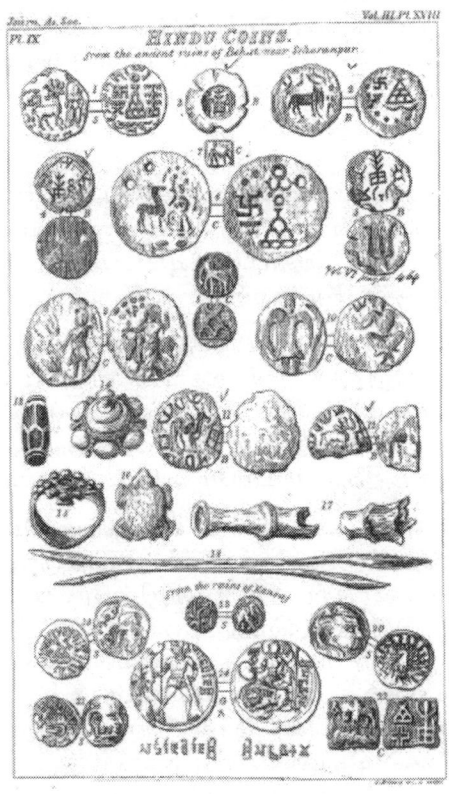

கங்கைச் சமவெளியில் உள்ள பெஹாத், கன்னோஜ் என்ற இரு தொல்பொருள் ஆய்விடங்களில் ஜேம்ஸ் பிரின்செப் கண்டெடுத்த பல நாணயங்கள். இவைகளில் சில இப்போது முத்திரை நாணயங்கள் என்று அழைக்கப்படுகின்றன. (கீழே 22ஆம் எண்ணுள்ள நாணயங்கள்) சில நாணயங்களின் பின்புலத்தில் ஸ்தூபிகள் காணப்படுகின்றன. (1,5,8,22) *(JACB, Vol III, May, 1834)*

ஆனால், இந்தத் தோண்டுதல் நடந்தபோது வயது முதிர்ந்த பணியாளர் ஒருவர் கன்னிங்ஹாமிற்கு நண்பரானார். இவர் 1795இல் ஜோனாதன் டங்கன் என்பவர் இதே இடத்தில் மற்றொரு ஸ்தூபியைத் தோண்டிய போது அதில் பணிபுரிந்தவர். அந்த ஸ்தூபியும் இதே அளவில் இருந்தது. அப்பழைய ஸ்தூபி முற்றிலுமாக அழிக்கப்பட்டது. அப்படி அழிக்கப்பட்ட போது அடித்தளத்தில் பல சிலைகளை உள்ளடக்கிய சிற்றறைகள் இருந்தன என்றும், தீய ஆவிகள் என்ற அச்சத்தில் அவைகள்வேக வேகமாக மூடப்பட்டன என்பதையும் கன்னிங்ஹாம் அறிகிறார். அந்த வயதான பணியாளர் கன்னிங்ஹாமை அந்தப் பழைய இடத்திற்குக் கூட்டிச் செல்கிறார். இங்கே மீண்டும் ஒரு தேடல். அறுபது சிலைகள்; புடைச்சிற்பங்கள் எல்லாமே பத்தடி அறை ஒன்றினுள் ஒன்றோடு ஒன்று நிற்கும் வகையில் ஒட்டி அடுக்கப்பட்டு வைக்கப்பட்டிருந்ததைக் காண்கிறார். எல்லாமே புத்தரின் சிலைகள். வேண்டுமென்றே அவை மறைத்து வைக்கப்பட்டுள்ளன. சிலைகளைச் சுற்றிப் படர்ந்திருந்த பெரும் சாம்பல் தூள் கன்னிங்ஹாமிற்கு ஓர் உண்மையை உணர்த்தியது. மனிதர்களால் இந்த ஸ்தூபி எரியூட்டப்பட்டு முழுவதுமாக அழிக்கப்பட்டிருக்க வேண்டும்.

இந்நிலையில் கன்னிங்ஹாமிற்குப் பதவி மாற்றம் வந்தது. கவர்னர் ஜெனரலுக்குத் தனி உதவியாளராக இருக்கும் பணி வந்தது. தோண்டி எடுத்த சிலைகளில் கல்வெட்டு உள்ள இருபது சிலைகளை நதி வழியாக கல்கத்தாவிலுள்ள ஆசிய ஆய்வகத்திற்கு அனுப்ப மட்டுமே அவருக்கு நேரம் கிடைத்தது.

இதன்பிறகு அவர் நான்காண்டுகள் கழித்து பெனாரஸிற்குத் திரும்பி வந்தார். அவருக்காகக் காத்திருந்தது சோகம் மட்டுமே. டேவிட்சன் என்ற மாஜிஸ்ரேட்டின் உத்தரவின் பேரில் மீதி இருந்த நாற்பது சிலைகளும், இவர் அடுக்கி வைத்திருந்த ஐம்பது வண்டி கொள்ளளவுள்ள வேலைப்பாடுகள் மிகுந்த கற்களும் பார்னா நதிக்குள் தடைக்கற்களாகத் தூக்கியெறியப்பட்டுள்ளன! முதல் இரும்பு பாலத்தைக் கட்டும் பணியில் இந்தத் தொல் பொருட்களுக்கு ஆற்றுப்படுகையே சமாதியானது. இந்த அயோக்கிய, முட்டாள்தனம் கன்னிங்ஹாமின் மீது பெரும் தாக்கத்தை ஏற்படுத்தியது. இதன்பின் தொல்பொருட்களைக் காக்க வேண்டும் என்பது ஒரு பெரும் வெறியாக அவரிடம் உருவானது.

கன்னிங்ஹாமின் குருவான பிரின்செப் தன் சீடனிடமிருந்து கிடைக்கும் எப்பொருளுக்கும் உரிய மரியாதையை தன்

சீடனுக்கே கொடுத்தார். அவருடைய முன்கணிப்புகள் முக்கியமாக இருந்தாலும் அவர் தன் சீடனுக்குரிய மரியாதையை அளித்தார். ஆறாண்டுகள் தொடர்ந்து தன் ஆய்வுக் கட்டுரைகளை இந்திய நாணய வரலாற்றின் மீது எழுதிவந்தார். எல்லாக் கட்டுரைகளிலும் நாணயங்களின் சித்திரங்கள் இடம்பெற்றன. குப்தர்கள் காலம் வரையிலான நாணய வரலாற்றுக் கட்டுரைகள் அவை. பிரின்செப் பின்னால் எழுதிய சமஸ்கிருத மொழிக் கட்டுரைகளால் அவர் நாணய வரலாறு பற்றியெழுதிய மிகவும் மேன்மையான கட்டுரைகளின் மகிமை சற்று மங்கியது எனலாம். ஆனால் அவரது முதல் வகை ஆய்வுகளே அவரது மொழி ஆராய்ச்சி வளர வழிவகுத்தன. நாணயங்களிலிருந்த மொழி ஆய்வுகள் அவரை ஃபெரோஸ் ஷா கைத்தடித் தூண்களிலும், ஏனைய கல்வெட்டுகளிலும் உள்ள மொழியை ஆராய உதவியது. சர் வில்லியம் ஜோன்ஸ், ஹென்றி ஹோல்ப்ரூக் மற்றும் பலரின் ஆய்வுகள் பல கட்டுரைகளாக ஆசிய ஆய்வுக் கழகத்தில் முன்பே வெளிவந்தன. ஆனால் இக்கட்டுரைகள் பற்றி பிரின்செப்பிற்கு அதிகம் தெரியாது.

பிரின்செப் பெனாரஸில் இருக்கும்போது அலகாபாத் கோட்டைக்குச் சென்றிருக்கிறார். அங்கே உடைந்து சாய்ந்து கிடக்கும் நினைவுத் தூண் வெயிலிலும் மழையிலும் பாதிக்கப்பட்டு, அதன் மேல் செதுக்கப்பட்டுள்ள எழுத்துகள் சேதமுறுவதையும் பார்த்துள்ளார். "மிகவும் விந்தையான அந்தத் தூணில் உள்ள கல்வெட்டுகளைச் சரியாக நகல் எடுக்காமல், அவைகள் அலகாபாத் கோட்டையின் வாசலுக்கருகில் கீழே விழுந்து கிடப்பதையும், சீர்கெடுவதையும் பார்க்க சகிக்கவில்லை," என்று பிரின்செப் தனிக் குறிப்பில் எழுதியுள்ளார். மேலும், "இஸ்லாமியப் பேரரசர் ஜஹாங்கீர் தன்னுடைய பெயரையும், தன் பரம்பரை பற்றியும் அந்தத் தூணில் ஏற்கெனவே இருந்த பழம் கல் வெட்டுகளுக்கு நடுவே பொறித்து வைத்துள்ளார். அரசனின் இந்த வீம்புத் தனத்தை மிக மட்டமாக ஆங்கிலேயர்கள் கருதுவார்கள். ஆனால் இந்த இஸ்லாமிய மன்னனின் காட்டுமிராண்டித் தனத்தையும் விட இந்தத் தூண் இப்படிச் சீர்கெட்டு கிடப்பதை எந்த மன வருத்தமுமில்லாமல் அப்படியே போட்டு வைத்திருப்பதும், அதன் அழிவிற்குக் காரணமாயிருப்பதும் அதை விட மிகவும் மட்டமான செயலாகத் தோன்றியது," என்று அவர் எழுதி வைத்துள்ளார்.

பிரின்செப் இந்தத் தூணில் உள்ள எழுத்துகளுக்கு 'எண்.1' என்று பெயர் வைத்துள்ளார். இந்த எழுத்துகளின் மர்மத்தை உடைக்காமல் அப்படியே விட்டு வைத்திருப்பது அவருக்குப் பெரும் குழப்பத்தை அளித்துள்ளது. அவர் அலகாபாத்திலுள்ள வங்காளப் பொறியாளர்கள் என்ற படைப்பிரிவிலுள்ள லெப்டினென்ட் தாமஸ் பர்ட் என்பவரோடு தனக்கிருந்த தனிப்பட்ட தொடர்பால் அவரிடம் ஒரு வேண்டுகோள் வைத்தார். சில நாட்களிலேயே அவருக்கு அந்தத் தூணில் உள்ள கல்வெட்டுகளின் நகல் வந்து சேர்ந்தது. அதனை பிரின்செப் 1834ஆம் ஆண்டு மார்ச் மாதம் JASB-யில் பதிவிட்டார். இக்கட்டுரை பதிக்கப்பட்டவுடன் காத்மாண்டில் இருந்த ப்ரையன் ஹாட்ஜ்சன் தன் கருத்தை பிரின்செப்பிற்கு அனுப்பினார். மே மாதம் நடந்த ஆய்வுக்குழுவின் சந்திப்பில் அக்கடிதம் ஆசிய ஆய்வுக் கழகத்தில் வாசிக்கப்பட்டது.

ஹாட்ஜ்சன் தன் கடிதத்தை ஒரு புகாருடன் ஆரம்பித்திருந்தார். சில ஆண்டுகளுக்கு முன்பே 'மத்தையா லத்தி தூண்' - இன்று அதன் பெயர் லாரியா நந்தன்கார் தூண் - பற்றி வில்சனுக்கு படங்களோடு ஒரு கட்டுரை எழுதியிருந்தார். ஹாட்ஜ்சன் இந்தத் தூணின் கல்வெட்டு நகலோடு நேப்பாளுக்குச் சென்று வந்துள்ளார். இதைப்பற்றி எழுதியும் அது வில்சனால் கண்டுகொள்ளப் படவேயில்லை. இப்போது அவர் தன்னிடமிருந்த வேறு இரண்டு தூண்களில் உள்ள கல்வெட்டின் நகல்களையும் அனுப்பியுள்ளார். இப்போதுள்ள மூன்று தூண்களின் கல்வெட்டு நகல்கள் முன்பே ஜான் மார்ஷல், பாதிரியார் மார்க்கோ டெல்லா தோம்பா மற்றும் பலரால் பார்க்கப்பட்டு, குறிப்பிடப்பட்டவைகளாகும்.

ப்ரையன் ஹாட்ஜ்சன், சோமா தி கோரோஸ் என்ற இருவருமே தங்கள் தனித்தனி ஆய்வுகளில் திபெத்திய எழுத்துகள் வடமொழியின் எழுத்து வடிவத்திலிருந்து பிறந்தவை என்று நிரூபித்திருந்தனர். ஹாட்ஜ்சன் பிரின்செப்பின் 'எண்.1' என்ற தூணில் உள்ள கல்வெட்டு எழுத்துகள் திபெத்திய மொழியின் ஆரம்ப கால எழுத்துகளில் இருப்பதாகத் தன் கருத்தைக் கூறியிருந்தார். "இந்த எழுத்துகள் இந்தியா முழுவதும் பரவியிருப்பதைக் காணும்போது, அவைகள் தேவநகரியிலிருந்தே பிறந்திருக்க வேண்டும் என்பதில் ஐயம் ஏதுமில்லை. முடிவாக இம்மொழி சமஸ்கிருதமாகத்தான் இருக்க வேண்டும்" என்று ஹாட்ஜ்சன் எழுதியுள்ளார்.

இப்போது பிரின்செப்பிடம் இரு நகல்கள் இருந்தன. லெப்டினென்ட் பார்டின் அலகாபாத்திலிருந்த கிடைத்த எண்.1 நகல் ஒன்று. இரண்டாவது நகல் காப்டன் ஹோர் ஃபெரோஸ் ஷா கைத்தடித் தூண்களிலிருந்து 40 ஆண்டுகளுக்கு முன் எடுத்த எண்.2 நகல். இந்த இரு நகல்களையும் வைத்து பிரின்செப் ஹாட்ஜ்சன் சொன்ன ஆய்வின் முடிவு உண்மைதான் என்று நிரூபிக்க முயற்சித்தார். முதல்படியாக, நகல்களில் உள்ள எழுத்துகள் ஒவ்வொன்றையும் உன்னிப்பாக ஆராய்ந்தார். "ஒவ்வொரு எழுத்தும் ஐந்து வித மாற்றங்கள் (*principal inflections*) காண்பிப்பதைக் கண்டேன். சமஸ்கிருதம், எண்.2 நகலில் உள்ள ஐந்து உயிரெழுத்துக்களோடும் இந்த மாற்றங்கள் ஒத்துச் சென்றன. இந்த ஒற்றுமைகளை வைத்தே இந்த மொழிகள் எதுவாயிருப்பினும், அவை சமஸ்கிருதக் குடும்ப மொழியாகவே இருக்க வேண்டும் என்பது உறுதியாகிறது" என்று பிரின்செப் எழுதியுள்ளார்.

ஐந்து மாற்றங்கள் என்று பிரின்செப் மிகச் சரியாக ஊகித் தவை, சமஸ்கிருதத்திலும், மற்றைய இந்தோ-ஐரோப்பிய மொழிக் குடும்பத்தில் உள்ள மொழிகளிலும் உள்ள '*a*', '*e*', '*i*', '*o*', '*u*' என்ற உயிரெழுத்தோடு ஒட்டிச் சென்றன. பிரின்செப் இந்த எழுத்துகளை வைத்து ஒரு பட்டியல் தயார் செய்தார். எல்லா எழுத்துகளையும், தான் ஊகித்த மாற்றங்களையும் அப்பட்டியலில் சேர்த்தார். இதன்மூலம் அம்மொழியில் 29 முக்கிய எழுத்துகள் இருப்பதாகக் கணக் கிட்டார். எழுத்துகளின் இந்த எண்ணிக்கை இப்போதுள்ள சமஸ்கிருதத்தில் இருப்பதைவிடக் குறைவாக இருந்துள்ளன. இது மொழியின் வளர்ச்சியில் இயற்கையானதே. இந்த எழுத்துகளில் பதினைந்து எழுத்துகள் ஒரே மாதிரியாக ஒவ்வொரு பத்தியின் ஆரம்பத்திலும் வருவதையும் கண்டுபிடித்தார். இந்த பதினைந்து எழுத்துகளே எண்.1 என்ற நகலின் முடிச்சுகளை அவிழ்க்க சரியான திறவுகோல் என்று எண்ணினார். இந்த எண்ணம், ஹாட்ஜ்சன், பெட்டையா கைத்தடித் தூணிலிருந்து எடுத்த நகலிலும் இதேபோல் ஒவ்வொரு பத்தியின் ஆரம்பத்திலும் இதே பதினைந்து எழுத்துகள் திரும்பத் திரும்ப வருவதை வைத்து உறுதியாயிற்று.

அடுத்த கட்ட ஆய்வில் பிரின்செப் மூன்று நகல்களை - அலகாபாத், தில்லி, பீஹார் என்ற இடங்களிலிருந்து எடுத்த மூன்று நகல்களை - அருகருகே வைத்து ஆராய்ந்த போது அதிர்ச்சிகரமான ஒரு கண்டுபிடிப்பு நடந்தது.

இந்த மூன்று நகல்களும், அதிலிருந்த எழுத்துகளும் ஒன்றேதான்!

பெட்டையாவில் கிடைத்த நகல் எழுத்துகு எழுத்து முழுவதும் அப்படியே ஃபெரோஸ் ஷா கைத்தடித்தூணில் இருந்தது. இவை நான்கு ஓவியங்களாக, நகல்களாக ஆசிய ஆய்வுக் கழகத்தின் ஏழாவது தொகுதியில், அவை 'காப்டன் ஹெரேயின் நகல்கள்' என்ற பெயரில் வெளியிடப்பட்டிருந்தன. அலகாபாத்திலிருந்த கொணர்ந்த நகல்களும் வெளியிடப்பட்ட அந்தச் சித்திரங்களை அப்படியே ஒத்திருக்கும். மேலே உள்ள சாய்வெழுத்துக்கள் பிரின்செப் கட்டுரையில் அவர் தந்தபடியே கொடுக்கப்பட்டுள்ளன.

இக்கண்டுபிடிப்புகளைத் தொடர்ந்து பிரின்செப் இவைகளின் முழு தாக்கத்தையும் காண முயற்சித்தார். "இந்த எழுத்துகள் அரசன் ஒருவனின் வெற்றிக் களிப்பில் வெளிவந்தவையா? அல்லது அரசன் ஒருவனின் ஆளுகைக்கு உட்பட்ட இடங்களில் அமைக்கப்பட்ட வேலித் தூண்களா? அல்லது இவையெல்லாம் ஏதாவது ஒரு சமயச் சார்புள்ளவைகளா? புத்த சமயம் அல்லது இந்து சமயத்தின் கொள்கைகளைப் பரப்பும் புனித வார்த்தைகளா இவை? இந்தக் கேள்விகளுக்கான பதில் இம்மொழியைப் பற்றி முழுவதாக அறிவதன் மூலம் தான் பெறமுடியும்," என்று முடிவெடுத்தார்.

ஹாட்ஜ்சன் எழுதிய கடிதமும், அதற்குப் பதில் தந்த பிரின்செப்பின் கடிதமும் 1834ஆம் ஆண்டு அக்டோபர் மாதத்தில் *JASB*-யில் வெளிவந்தது. வாசகர்களிடையே இது ஒரு பெரும் பரபரப்பை ஏற்படுத்தியது. இதற்கும் மேலாக, ஹாட்ஜ்சன் இன்னொரு நகலை வடக்கு பீஹாரில், இன்று லாவ்ரியா அரராஜ் தூண்கள் என்றழைக்கப்படும் இடத்திலிருந்து எடுத்த நகலை வெளியிட்டார். இந்த நகலும் ஏற்கனவே சொன்ன மூன்று நகல்களோடு முழுவதுமாக ஒத்துப் போயிற்று என்று பிரின்செப் உறுதி செய்தார். ஆகவே இப்போது ஒரே மாதிரியான நான்கு கல்வெட்டுகளின் நகல்கள் நம்மிடையே உள்ளன. இந்த நான்கில், தில்லி, மத்தையா, புதிய வடக்கு பீஹார் நகல் என்ற மூன்று நகல்களும் முழுமையாகவும், அலகாபாத்தில் கிடைத்தது சிறிது சிதைந்தும் உள்ளன என்று பிரின்செப் எழுதினார்.

இந்தக் கண்டுபிடிப்புகள் கொடுத்த சில வெளிப்பாடுகள் பிரின்செப் அவர்களை மேலும் மேலும் ஆய்விடத் தூண்டியது. 1819இல் கல்கத்தா இதழில் கேப்டன் எட்வர்ட் பெல், சாஞ்சி என்னுமிடத்தில் வரைந்த ஓவியங்களையும், அதோடு எடுத்த எழுத்து நகல்களையும் பதிவிட்டிருந்தார். பிரின்செப் இந்தப் பதிப்புகளை மீள் பதிவாக *JASB*-யில் பதிப்பித்தார்.

ஹாட்ஜ்சன், பிரின்செப் பதிவுகள் ஏற்படுத்திய தாக்கத்தைத் தொடர்ந்து அடுத்த நாடான சிலோனிலிருந்து ஜார்ஜ் டர்னோர் இவ்விவாதங்களில் பங்கேற்றார். ஜார்ஜ் டர்னோர் தான் முன்பு எழுதித் தொகுத்த 'அரசப் பெரும் பாரம்பரியங்களின் தொகுப்பு' என்ற நூலை மேலும் தொடர்ந்து ஆய்வு செய்தார். சில மாதங்களுக்குப் பின் அவர் பிரின்செப்பிற்கு ஒரு சிறு கட்டுரையை அனுப்பினார். "தான் எழுதும் அரசப் பாரம்பரியங்களின் தொகுப்பு மிக முக்கியமான ஆவணம். இதன் மூலமே புத்த சமயத்தின் பிறப்பு, வளர்ப்பு போன்றவைகளை மிகச் சரியாகத் தெரிந்து கொள்ள முடியும்" என்று இதில் கூறியிருந்தார். இந்தக் கட்டுரை பிரின்செப் மீது பெரும் தாக்கம் எதுவும் ஏற்படுத்தவில்லை. இருப்பினும் இக்கட்டுரையை அவர் தனது குருவான ஆக்ஸ்போர்டில் இப்போது பேராசிரியராக இருக்கும் வில்சனுக்கு அனுப்பி வைத்து, அவரது கருத்தைக் கேட்டிருந்தார். டர்னோரின் கட்டுரை *JASB*-யில் 1936ஆம் ஆண்டு செப்டம்பர் மாதம் வெளியிடப்பட்டது. அக்கட்டுரையோடு வில்சனின் மிகக் கடுமையான குறிப்புகளும் இணைந்திருந்தன.

"மஹாவன்சி ராஜா ரத்னாகாரியும் ராஜா வாலியும் இணைந்து அளித்த சிலோனின் புனித வரலாற்றுப் புத்தகம்" என்ற இந்த நூல் பாதிரியார் வில்லியம் பாக்ஸ் என்பவரால் மொழிமாற்றம் செய்யப்பட்டிருந்தது. இந்நூலின் இரு உறுதுணையாளர்களில் ஒருவர் வில்சன். டர்னோர் எழுதிய நூலில் உள்ள பல செய்தி களை வில்சன் ஒத்துக் கொள்ளவேயில்லை. டர்னோர் தன் நூலின் மையப் புள்ளியாக "புத்த சமயம் இந்தியாவிலும், இந்திய எல்லைக்கு அப்பாலும் மௌரிய அரசன் அசோகரால் பரப்பப்பட்டது. மன்னனே முதலில் புத்த சமயத்தைத் தழுவி, அதன் பின் மிகுந்த ஈடுபாட்டோடு மதத்தைப் பரப்பினார்" என்றெல்லாம் எழுதியிருந்தார். இவைகளை முற்றாக வில்சன் மறுத்தார். இவை அறிவற்ற விவாதங்கள் என்பது அவரது கருத்தாக இருந்தது.

அசோக மன்னன் சிவனை வணங்கியவன். அதோடு, அசோகனின் நம்பிக்கைகள் பெரிய தாக்கங்களை, மாற்றங்களை ஏற்படுத்த முடியாது என்று வில்சன் கருதினார். வில்சன் டர்னோரின் நூல் ஒரு நம்பமுடியாத நூல் என்றார். ஏனெனில் டர்னோரின் நூல் பிராமணர்களின் நூலான புராணங்களோடும், கல்கனா என்ற புலவனின் காஷ்மீர் மன்னர்களின் காலத் தொகுப்பான 'மன்னர்களின் நதி' என்ற நூலோடும் வில்சனால் ஒப்பிடப்பட்டது.

தன்னை இந்த அளவிற்கு வில்சன் மறுத்ததால் எதிர் வினையாக, வங்காள ஆசிய ஆய்வகத்திடம் தன் நூலின் முதல் இருபது பகுதிகளைப் பதிவிட டர்னோர் உதவி கேட்டார். வில்சனோடு நெருங்கிய தொடர்பு வைத்திருந்த பிரின்செப் இந்த வேண்டுகோளை பாதிரியர் வில்லியம் மில் என்பவருக்கு அனுப்பி வைத்தார். மில் அப்போது ஆசியக் கழகத்தின் உதவித் தலைவராக இருந்தார். இது மிகவும் அதிர்ஷ்டவசமான செயலாகி போனது. மில் கல்கத்தாவிலுள்ள புதிய கல்லூரியான பிஷப் கல்லூரியின் முதல்வராகவும், ஒரு பெரிய சமஸ்கிருத விற்பன்னராகவும் இருந்தவர்.

மில் டர்னோரின் நூலை வாசித்தார். மகிழ்ச்சியில் மூழ்கினார். ஏனெனில் அந்த நூல் டர்னோர் கருதியது போலவே மிகுந்த மதிப்புள்ள தொல்பொருள் தொகுப்பு. இன்னும் பல ஆராய்ச்சிகளுக்கு அது ஒரு பெரிய ஊற்றுக்கண் என்று மில் நினைத்தார். இந்தியாவில் வழங்கி வந்த புராணங்களை விடவும், பல நூற்றாண்டுகளுக்கு முந்திய நூல் இது. அது மட்டுமின்றி நிகழ்வுகளின் நம்பகமான ஆணித்தரமான தொகுப்பு இந்த நூல். சிலோனின் வரலாற்றைப் பேசினாலும், இந்தியாவில் ஏற்பட்ட இஸ்லாமியப் படையெடுப்பிற்கு முந்திய வரலாற்று நிகழ்வுகளையும் இணைத்து இந்த நூல் பேசுகிறது. இதைவிடவும், கிறிஸ்து காலத்திற்கு முன்பே சிலோனிற்கும், இந்தியாவில் இருந்த மகத நாட்டிற்கும் இடையில் இருந்த உறவு, அரச பரம்பரை பற்றி எழுதியிருந்ததும், மொழியால் ஏற்பட்ட பிணைப்பு பற்றியும் உள்ள தகவல்களைக் கண்டு மில் மிகவும் வியந்தார். இரு நாடுகளையும் இணைத்த அந்த மொழி பாலி.

மகத நாட்டின் 'பிரகரித்' என்ற பழைய பீஹாரில் வழங்கி வந்த மொழிதான் அது. பாலி மொழியும் சமஸ்கிருதமும் மகத நாட்டு பிரகரித் என்பதிலிருந்து உருவாகி வளர்ந்த மொழி என்பது டர்னோரின் தீர்க்கமான முடிவு.

பாதிரியார் மில் எவ்வித ஐயமுமில்லாமல் டர்னோரின் நூலை மிகவும் உயர்த்தியதால், வங்காளத்தின் ஆசிய ஆய்வகம் 1836இல் ஜனவரி 4ஆம் தேதி ஒரு கூட்டத்தைக் கூட்டி இதை விவாதித்தது. வில்சனின் எதிர்வினைகளைப் புறந்தள்ளி, இந்த ஆய்வகம், டர்னோர் வெளியிட விரும்பும் நூலிற்கு இந்திய அரசின் முழு ஒத்துழைப்பைக் கொடுக்க வேண்டுமென முடிவு செய்யப்பட்டது. இந்தப் பொருள் உதவியால் டர்னோர் தன் நூலை சிலோனிலுள்ள கோட்டா கோவிலின்

மிஷன் அச்சகத்திலிருந்து 1836-லேயே வெளியிட முடிந்தது. நூலின் துவக்க உரையிலேயே வில்சன் மற்றும் சில இந்திய வரலாற்று ஆசிரியர்களின் தவறான முடிவுகள் முற்றுமாகத் தகர்க்கப்பட்டன. நூலின் தலைப்பு - Epitome of the History of Ceylon, Compiled from Native Annals: and the First Twenty Chapters of the Mahawanso.

டர்னோர் தனது 'அரச பெரும் பாரம்பரியங்களின் தொகுப்பு' என்ற நூலில், இப்புத்தகம் எழுதுவதற்கு முன்னோடியாக இருந்த 'தீபவம்சா' அல்லது 'தீவின் தொகுப்பு' என்ற நூலில் மிகவும் பழமைச் செய்திகளாய் - கௌதம் சாக்கியமுனி புத்தரின் வாழ்க்கை, புத்த சமூகத்தில் தொடர்ந்து நடந்த வரலாற்று நிகழ்வுகள், இந்தியா, சிலோன், இன்னும் அடுத்த ஏழு நாடுகளில் புத்த சமயம் பரவி வளர்ந்தது - என்று பல விவரங்கள் நிறைய தொகுக்கப்பட்டிருந்தன. இதுவரை இந்தியாவில் பிராமணர்களின் பார்வையில் மட்டும் எழுதப்பட்ட நூல்கள் மட்டுமே வரலாற்றைப் பேசின. இந்த நூல்-தீபவம்சா-இந்திய வரலாற்றை வேறொரு கோணத்திலிருந்து பார்த்து, பிராமண வரலாற்றை எதிர்கொண்டது.

டர்னோரின் நூல் புத்த சமயம் எங்ஙனம் இலங்கைத் தீவில் வளர்ந்து செழித்தது என்பதை மட்டும் பேசாது, அதே சமயத்தில் இந்தியாவில் நடந்த மிக முக்கிய வரலாற்று நிகழ்வுகளையும் தொகுக்கிறது. இந்த நிகழ்வுகள் எல்லாம் இரண்டு வேறுபட்ட கால வரையறைக்குள் சொல்லப்படுகின்றன. ஒன்று புத்தரின் இறப்பிற்குப் பின்னால் உள்ள ஆண்டுகள்; இரண்டு, மன்னர்களின் பதவியேற்ற காலங்கள் அடுத்த கணிப்பாக உதவியது. சான்றாக, சாக்கியமுனி புத்தாவின் மரணத்திற்குப்பின், அதாவது புத்தரின் நாட்காட்டிக் குறிப்பில் 0ஆம் ஆண்டு, மகத மன்னன் அஜாதசத்ருவின் எட்டாம் ஆண்டு அரசாட்சி நடந்து வந்துள்ளது. புத்தர் இறந்த முதல் நூற்றாண்டில் இரண்டாவது புத்த சமய கூட்டம் நடந்தது. இது மன்னன் கலசோகாவின் ஆட்சிக்காலத்தில் பத்தாவது ஆண்டில் நடைபெற்றது. இம்மன்னனிற்குப் பிறகு அவரது பத்து மகன்களும், அடுத்த இருபத்தி இரண்டு ஆண்டுகள் ஆட்சி செய்து, அதனை நந்தாவின் ஒன்பது சகோதரர்களிடம் பலி கொடுத்தனர். இந்த நந்தா மன்னர்களின் வாரிசுகளில் கடைசி வாரிசு தன நந்தா. இவர் பிராமண அமைச்சர் சாணக்கியரால் தூக்கியெறியப்படுகிறார்.

தன நந்தா சாணக்கியரால் கொல்லப்படுகிறார். அதன்பின்- டர்னோரின் மொழி மாற்றத்தில் -

> "சாணக்கியா முழு ஜம்பு தீபோவில், அதாவது இந்தியாவில், மௌரிய அரசர்களின் வாரிசுகளை மன்னனாக ஆக்குகிறார். மௌரிய மன்னர்களுள் மிகவும் குறிப்பிடத் தகுந்த, பண்புள்ள மன்னன் சந்திரகுட்டோ முப்பத்தி நான்கு ஆண்டுகள் ஆட்சி புரிந்தார். அதன்பின் அடுத்த இருபத்தி எட்டு ஆண்டுகளுக்கு அவரது மகன் பிந்துசாரா ஆண்டு வந்தார். பிந்துசாரருக்கு நூற்றியோரு மகன்கள். அவர்களில் ஒருவரான அசோகா (பாலிமொழியில் இது Asoko; In Sanskrit, it is Ashoka) என்று அழைக்கப்படும். குழப்பத்தைக் குறைக்க இம்மன்னன் இனி 'அசோகர்' - என்றழைக்கப்படுவார்). அசோகர் பெரிய பக்திமான். நல்ல புத்திசாலி. பெரும் ஆளுமை கொண்டவர். இவர் தன் உடன் பிறப்புகள் அனைவரையும் கொன்று பதவியேறுகிறார். இந்தியா முழுவதையும் ஆள்கிறார். புத்தரின் இறப்பிற்கும் அசோகர் பதவியேறுவதற்கும் நடுவில் இருநூற்றுப் பதினெட்டு ஆண்டுகள் இருந்தன,"

என்று எழுதுகிறார்.

அதாவது அசோகர் மகத நாட்டு மன்னனாக புத்தர் இறந்து 218 ஆண்டுகள் கழித்துப் பதவியேறுகிறார்.

டர்னோர் தனது மொழியாக்கத்தில் மன்னன் அசோகர் எப்படி ஆட்சியைப் பிடித்தார் என்பதை விளக்கமாகச் சொல்கிறார். அசோகர் தன் தந்தையைக் கொன்று, அரியணை ஏறுவார் என்று ஒரு வதந்தி நாட்டில் உலவுகிறது. இதனால் உஜ்ஜெயின் என்ற தலைநகரைக் கொண்ட அவந்தி என்ற நாட்டின் மன்னனாக, அவர் மகத நாட்டை விட்டு வெளியே அனுப்பப்படுகிறார். அவந்தி போகும் வழியில் அவர் விதிஷா என்ற இடத்தில் ஒரு வியாபாரியின் மகளான தேவி என்கிற அழகான பெண்ணைக் காண்கிறார். அவளை அசோகர் தன் மனைவியாக்கிக் கொள்கிறார். இவர்களுக்கு உஜ்ஜெயினியில் மகிந்தோ (சமஸ்கிருதத்தில் இது மஹிந்தா என்று அழைக்கப்படும்) என்ற மகன் பிறக்கிறார். ஈராண்டுகள் கழித்து சம்ஹமித்தா (இது வடமொழியில் சங்கமித்ரா என்று அழைக்கப்படும்) என்ற மகள் பிறக்கிறார்.

பத்தாண்டுகள் உஜ்ஜெயினியில் தன் தந்தையின் பிரதிநிதியாக நாட்டை ஆண்டு கொண்டிருக்கும்போது தன் தந்தை இறக்கும் தருவாயில் இருப்பதாகச் செய்தி வருகிறது. அசோகர் பாடலிபுத்திரத்திற்கு விரைகிறார். அரசரின் மரண நேரத்தில் அவர் அருகே நிற்கிறார். மன்னர் இறந்ததும் அசோகர் தன் மூத்த சகோதரனைக் கொன்று, நாட்டைத் தன் கைக்குள் கொண்டு வருகிறார். நான்காண்டுகள் கழிந்தபின், மகத நாட்டின் மன்னனாகத் தடையேதும் இல்லாததால் மன்னனாக முடிசூட்டிக் கொள்கிறார். தனது தாயிடமிருந்து பிறந்த தன் இளைய சகோதரன் டிஸ்ஸோ (வடமொழியில் திஸா என்றழைக்கப் படுவார்) என்பவரை தன் கீழ் தனக்குத் துணைவராக வைத்துக் கொள்கிறார்.

அசோகர் பெரும் கோபக்காரர். ஆகவே அவர் கண்டசோகா (Candosoka, the angry Ashoka) அல்லது 'கோபக்கார அசோகர்' என்று அழைக்கப்படுகிறார். அவருக்கு மதங்களைப் பற்றிப் பல கேள்விகள் எழுகின்றன. இவரது தந்தை பிந்துசாரர் பிராமணீய நம்பிக்கைகளோடு இருந்தவர். அவர் அறுபதாயிரம் பிராமணர் களைக் காப்பாற்றி வந்திருக்கிறார். அசோகரும் தன் தந்தை போலவே பிராமணர்களைக் காத்து வந்துள்ளார். ஆனால் பதவியேற்ற மூன்றாண்டுகளுக்குப் பிறகு, பிராமணர்கள் அரசரின் கோட்டையில் கேவலமான செயல்களைச் செய்ததால், அவர் ஒவ்வொரு மதத்தினரும் தனித் தனியாக தன்னை வந்து பார்க்கும்படி ஆணையிடுகிறார். அவர்களிடம் தன் ஐயங்களைக் கேட்டு பதில் பெறலாமென நினைத்தார். இந்த விவாதங்கள் நடைபெற்றுக் கொண்டிருக்கும்போது இவரது அரண்மனைச் சாளரத்தின் கீழ் மிக அமைதியாக ஒரு இளம் புத்த குரு நடந்து செல்வதைக் கண்டிருக்கிறார். அந்த இளம் குரு அசோகரின் மூத்த சகோதரர் (தாய்கள் வேறு வேறு; தந்தை பிந்துசாரர்) சுமன்னாவின் மகன் என்பது தெரிகிறது. அசோகர் தான் பதவியேற கொன்றவர்களில் சுமன்னாவும் ஒருவர். அவரின் அனாதை மகன்தான் இந்தப் புத்தகுரு. அவரின் பெயர் நிக்ரோதா அவரிடம் அசோகர் பல கேள்விகள் கேட்டுத் தெளிவடைகிறார். புத்த சமயமே சரியானது என்ற முடிவுக்கு வருகிறார். "நாட்டின் மன்னனாக அவர் கேட்ட கேள்விகள் மூலம் சாக்கியமுனி புத்தர் என்ற பெரும் வெற்றியாளரின் வழிக்கு அசோகர் திரும்புகிறார்."

புத்த சமயத்திற்குத் திரும்பிய அசோகரின் பெயர் இப்போது உபாசகர் அல்லது புத்த சமய பயிலுனர். அவரது அரசவையிலிருந்து பிராமணர்கள் வெளியேற்றப்

படுகிறார்கள். அறுபதாயிரம் புத்தகுருக்கள் அந்த இடங்களில் அமர்த்தப்படுகிறார்கள். புத்த பிக்குகளில் மிக மூத்தவர் மொகாலிப்புட்டா திஸா (மொகாலி என்பவரின் மகனான திஸா என்பது இதன் பொருள்) இவர் அசோகரின் ஞான குருவாகிறார். அசோகரின் இருபத்தியாராவது ஆட்சிக் காலத்தில் இவர் மரணமடைகிறார். அதுவரை அசோகரின் வாழ்க்கை முழுவதற்கும் அவரோடு உடன் வரும் முக்கியமானவராக இருக்கிறார்.

புத்தர் எண்பத்தி நான்காயிரம் சொற்பொழிவுகள் ஆற்றியதாக அசோகர் அறிகிறார். அவை யாவுமே புத்த சமயத்தின் கொள்கைகளும், கோட்பாடுகளும் பற்றியவையே. மன்னன் அசோகர் தன்னாட்சிக்கு உட்பட்ட இடங்களில் எண்பத்தி நான்காயிரம் ஸ்தூபிகள் அல்லது குருமடங்கள் அமைக்க உத்தரவிடுகிறார். தனது தலைநகர் பாடலிபுத்ராவிற்கு அருகில் ‘அசோகரமா’ என்றொரு புத்த மடத்தைத் தனது பெயரில் நிறுவுகிறார். இந்தக் குருமடங்கள் கட்டி முடிக்க மூன்று ஆண்டுகள் ஆகின்றன. கட்டி முடித்ததைப் பெருவிழாவாகக் கொண்டாடுகிறார். புத்த மடங்களுக்கும் பெரும் வெகுமதிகள் தருகிறார். அசோகரமா அன்று வருகை தருகிறார். அன்றிலிருந்து அவர் தர்ம அசோகா, வடமொழியில் தர்ம அசோகர், என்ற பொருளில் அழைக்கப்படுகிறார். தர்மக் கொள்கைகளின் அசோகர் என்பது இதன் பொருள். அன்று நடந்த நிகழ்வு இவ்வாறு குறிப்பிடப்படுகிறது:

> *“அந்த நாளில் அசோகர் அணிகலன்கள் அனைத்தும் பூண்டவராக தன் வீட்டுப் பெண்மணிகள் அனைவரோடும், தன் அமைச்சர்கள், பெரும் படையினர் அணி சூழ அசோகரமாவிற்குச் சென்றது, பூமியையே பிளந்து கொண்டு அங்கு சென்றதுபோலிருந்தது. மன்னனாக இருப்பினும் சகோதர உணர்வோடு அவர்கள் நடுவில் அவர் நின்று கொண்டிருந்தார். மதிப்பிற்குரிய சகோதரத்துவத்திற்குத் தலைவணங்கி நின்றார். அங்கு எண்பது கோட்டிஸ் (மில்லியன்) புத்த பிக்குகளும், தொன்னூறு ஆயிரம் புத்த பிக்குணிகளும் குழுமியிருந்தனர். இத்தனை புத்த பிக்குகளும், பிக்குணிகளும் உலகத்தையே திசை திருப்பும் விதமாக தர்ம அசோகர் மாற்றியுள்ளார் என்று உணரச் செய்தனர். தன்னுடைய சினத்தாலும், அகங்காரத்தாலும் கண்ட அசோகா என்றழைக்கப்பட்ட முரட்டு மனிதன் இப்போது*

தான் நடத்தும் புண்ணியச் செயல்களால் தர்ம அசோகராக உயர்ந்து நிற்கிறார்.”

அசோகரது ஞான குரு மொகாலிப்புட்டா திஸா அசோகரது தயாள குணத்தைப் பாராட்டுகிறார். புத்த சமயத்திற்கு அளித்த நன்கொடைகள் பெரிதெனினும், இதோடு அவர் தன் பிள்ளைகளை புத்த சமயத்திற்கு அர்ப்பணித்தால் அதுவே பெரும் சேவையாக இருக்கும் என்கிறார். அசோகரது இரு பிள்ளைகளான மகன் மகிந்தாவும், மகள் சங்கமித்தாவும் புத்த சமயப் பணிக்குள் வரவேண்டும் என்றும் விரும்புகிறார். மகிந்தனுக்கு அப்போது வயது இருபது. சங்கமித்தாவிற்கு பதினெட்டு. குருவின் ஆசைப்படியே அவ்விருவரும் சந்நியாசத்திற்குள் நுழைகிறார்கள். அந்த ஆண்டே அசோகர் பதவியேற்ற பின் வரும் ஆறாவது ஆண்டு. அந்த ஆண்டுவிழாவோடு அசோகரது பிள்ளைகள் துறவுக்குள் நுழையும் விழாவும் இணைந்தது. தர்ம அசோகாவின் இளைய சகோதரர் திஸா தானும் புத்த குருவாக வேண்டும் என்ற தன் ஆவலை வெளியிடுகிறார். அவரது ஆசை அரைமனதோடு அசோகரால் அனுமதிக்கப்படுகிறது.

தர்ம அசோகரின் தாராளமனத்தால் புத்த சமயத்தின் வளர்ச்சியும், புகழும் பெரிதோங்கி வளர்கிறது. இந்த வெற்றி பலரின் மன உறுத்தலுக்குக் காரணமாகிறது. சிலர் புதிய தவறான தத்துவங்களைப் புத்த சமயத்திற்குள் ஊடுறுவ விடுகிறார்கள். புத்த சமயத்திற்குள் இது பெருங் குழப்பத்தை உண்டு பண்ணுகிறது. மொகாலிப்புட்டா திஸா இதனை ஒரு தேவையற்றதாக, மதத்தில் ஏற்பட்ட ஒரு சீழ்க்கட்டி போன்றிருக்கிறது என்கிறார். இந்தக் குழப்பங்கள் அடுத்த ஏழு ஆண்டுகளுக்கு நீள்கிறது. அசோகர் பொறுமையிழக்கிறார். அவரது ஞான குருவும் ஏழாண்டு விரதத்திற்காக இமயமலை சென்றுவிட்டார். அசோகர் செயலில் இறங்குகிறார். தன் அமைச்சர் ஒருவரை அசோகரமாவிற்கு அனுப்புகிறார். ஒரு முக்கியக் குழப்பத்தைத் தீர்க்கவே அவரை அசோகர் அனுப்பி வைக்கிறார். ஆனால், இதன் விளைவாக அதிக எண்ணிக்கையில் துறவிகள் கொல்லப்படுகின்றனர்.

இன்னும் பிரச்சனை முழுவதும் தீர்க்கப்படாததால், அசோகர் தன் குரு மொகாலிப்புட்டா திஸாவிற்கு ஆளனுப்புகிறார். மொகாலிப்புட்டா திஸா தன் விரதத்தை முடித்துக் கொண்டு பாடலிபுத்ராவிற்கு விரைகிறார். அவரை வரவேற்க கங்கை நதிக்கு கப்பல் ஒன்றை அசோகர் அனுப்புகிறார். அதே

நேரம் எல்லா புத்த பிக்குகளும், புத்த பிக்குணிகளும் அசோகரமாவில் வந்து சேரும்படி அழைப்பும் விடுவிக்கிறார். இது ஒரு பட்டமளிப்பு விழா போல் நடந்தேறுகிறது. ஒவ்வொரு குழுவும் தாங்களறிந்த தங்கள் சமயக் கொள்கைகளை ஒரு குருவிடம் எடுத்துக் கூறவேண்டும். இந்தப் பரிசீலனை மூலம் அறுபதாயிரம் குரு மரபினர் குழப்பவாதிகள் என வெளியேற்றப்பட்டனர். மீதியுள்ளோர் அனைவரும் மொகாலிப்புட்டா திஸாவினால் உண்மையான புத்த தத்துவத்தின் குழு என்று அறிவிக்கப்படுகின்றனர். இச்சம்மேளனம் பின்னாளில் மூன்றாவது புத்த மதக் கூட்டம் என்று அழைக்கப்பட்டது. இக்கூட்டம் தொடர்ந்து ஒன்பது மாதங்கள் நடந்து வந்துள்ளது. தர்ம அசோகாவின் பதினேழாவது ஆண்டு ஆட்சிக் காலத்தில் இவையெல்லாம் நடந்தேறின.

இதே காலகட்டத்தில், “மகிழ்ச்சி நிறைந்த இலங்கையின் மிகப் புகழ் வாய்ந்த அனுராதபுரத்தின்” அரசன் முட்டாசிவோ அறுபதாண்டுகள் ஆட்சி புரிந்தபின் மரணமடைகிறார். அவரது இரண்டாவது மகன் பட்டத்துக்கு வருகிறார். அவர் பெயர் தேவனன்பியாதிஸேர் அல்லது கடவுளுக்கு மிகவும் பிரியமான திஸோ (சமஸ்கிருதத்தில் இது: தேவநாம பியாதிஸா என்றழைக்கப்படும் இனியும் இப்பெயரில் அழைக்கப்படுவார்) இம்மன்னன் பெரும் அணிகலன்களைப் பரிசாக தர்ம அசோகா விற்கு அனுப்புகிறார். வேறு யாருக்கும் இத்தகைய பரிசைப் பெறத் தகுதியில்லை என்பது அவர் எண்ணம். தனது உறவினர் மஹா அரிட்டோ என்பவரை அப்பரிசின் பாதுகாப்பிற்காக அனுப்பி வைக்கிறார். ஏழு நாட்கள் கடலிலும், ஏழு நாட்கள் நிலத்திலும் பயணம் செய்து பாடலிபுத்ராவிற்குத் தன் பரிசுகளோடு மஹா அரிட்டோ வந்து சேர்கிறார். தர்ம அசோகாவிடம் அவைகளைக் சேர்ப்பிக்கிறார். பதிலுக்கு தர்ம அசோகரும் பெரும் பரிசுகளைத் திருப்பி அனுப்புகிறார். அதில் ‘கங்கையின் மிகப் புனித நீரும்’ இடம் பெறுகிறது. ‘கிளிகளால் கொண்டு வரப்பட்ட நூற்றி அறுபது மூடை மலையரிசியும்’ இடம் பெறுகிறது.

இப்பரிசுப் பொருட்களோடு தர்ம அசோகர் ‘ஞான அறிவுரை’ ஒன்றையும் அனுப்புகிறார். “நான் புத்தரிடமும், புத்தரின் சமயத்திலும், புத்த சந்நியாசத்திலும் அடைக்கலம் அடைந்துவிட்டேன். சாக்கிய முனிவரின் மதத்தில் ஒரு பக்தனாக முழுமையும் சரணடைந்து விட்டேன். மக்களின் மன்னனாக, எல்லாம் வல்ல உயர் பொருளின் உண்மைகளுக்குள்

நம் மனத்தை ஊற வைப்பவனாக, மிகுந்த நம்பிக்கையோடு உய்வினைப் பெற சரணாகதி அடைந்து விட்டேன்."

இரு மன்னர்களுக்கிடையேயான சமயத் தொடர்புகளும் மேலும் பல விரிவான சமயப் பரப்புதல் தொடர்பானவைகளும் நடந்தேறின. இச்செய்திகள் எல்லாமே பெரும் பரம்பரைக் குறிப்பேட்டில் உள்ளன. இதில் மன்னர் அசோகர் பெயரையும் தாண்டி மொகாலிபுட்டா திஸாவின் பெயரே ஓங்கி நிற்கிறது. இந்நூலின் மற்றொரு குறிப்பில் ஐந்து பெரும் சமயத் தலைவர்கள் மன்னன் அசோகரின் மகன் மகிந்தாவின் தலைமையின் கீழ் உள்ளார்கள். இவர்களுக்குக் கொடுக்கப்பட்டிருந்த ஆணை, "இன்பம் பொங்கும் லங்காவில் எதையும் வென்று நிற்கும் புத்தரின் மகிழ்ச்சியான மதத்தை நிறுவுக" என்பதாகும்.

பெரும் பரம்பரைத் தொகுப்பில் லங்காவிற்கு வந்த மகிந்தா பற்றிய செய்திகளும் நிறைய உள்ளன. லங்கைக்கு வருவதற்கு பன்னிரண்டு ஆண்டுகளுக்கு முன்பே மகிந்தா துறவறம் கொண்டிருந்தார். லங்காவிற்குப் புறப்படும் முன் தன் தாயைக் காண விதிஷாவிற்குச் செல்கிறார். அவரோடு அவரது சகோதரி சங்கமித்திராவின் மகன் சுமானோவும் சென்றிருந்தார். செட்டியாகிரி அல்லது 'ஸ்தூப மலை' என்னுமிடத்தில் இருந்த குருமடத்தில் தங்கியிருந்த தன் அன்னை தேவியைக் காணச் செல்கிறார். தாய்க்கு தன் மகனின் சமய ஈடுபாட்டில் மிக்க மகிழ்ச்சி.

ஒரு மாத அளவில் இம்மடத்தில் தங்கியிருந்த பின்பே மகிந்தாவின் குழு லங்கை நோக்கிப் பயணப்படுகிறது. இவர்கள் வான்வழியாகச் சென்றதாகவும் ஒரு கதை உண்டு. மன்னர் தேவநாமபியாதிஸா மஹிந்தலே என்னுமிடத்தில் இவர்களை எதிர்கொண்டழைக்கிறார். அங்கேயே வைத்து அவரும், குடும்பத்தாரும் அமைச்சர்களும் மதம் மாறுகிறார்கள்.

பெரும் பரம்பரைத் தொகுப்பில் இன்னும் சில பகுதிகளுக்குப் பிறகு சுமானோ திரும்பவும் இந்தியாவுக்குத் திரும்பும்படிக் கேட்டுக் கொள்ளப்படுகிறார். இந்தியாவிற்குத் திரும்பி, தர்ம அசோகாவிடம் புத்தரின் தொடர்பான சில பொருட்களை இரந்து கேட்க வந்திருந்தார். சுமானோ மகதாவிற்குத் திரும்பி விடுகிறார். அங்கே தர்ம அசோகர் புத்தகயாவிலுள்ள போதிமரத்தை வணங்கி வருவதைக் காண்கிறார். அவரிடமிருந்து புத்தரின் திருவோடுவைப் பெற்றுக் கொண்டு, இமயமலைக்குப்

பயணப்படுகிறார். அங்கே புத்தரின் தோள் எலும்பினையும், புத்தரின் பல் ஒன்றினையும் பெறுவதற்குச் செல்கிறார். இந்த விலைமதிப்பற்ற புத்தரது திருப்பண்டங்களோடு லங்காவிற்குத் திரும்புகிறார். அங்கே மன்னன் தேவநாமபியாதிஸா அனுராதபுரத்தில் பெரும் மாளிகை ஒன்றைக் கட்டுவித்து, அதில் புத்தரின் நினைவுப் பொருட்களைக் காத்து வைக்கிறார்.

அடுத்து மன்னர் தேவநாமபியாதிஸா இந்தியாவில் உள்ள போதி மரத்தின் கிளை ஒன்றைக் கேட்கின்றார். லங்கையில் புத்த சமய மூத்தத் தலைவர்களில் ஒருவராக விளங்கும் சங்கமித்ராவின் மூலம் இந்த வேண்டுகோள் தர்ம அசோகருக்கு வருகிறது. மன்னருக்கு ஓர் அச்சம் - எப்படி போதிமரத்திற்கு தீங்கு ஏதும் விளைவிக்காமல் ஒரு கிளையைப் பகுந்தளிப்பது என்று. இருப்பினும் மிக முக்கியமான சிரமமான நிகழ்ச்சி ஒன்றின் மூலம் கிளையன்று பெற்று அதைத் தொட்டியில் நட்டு வைத்து பெரும் படகு மூலம் சங்கமித்ராவின் பாதுகாப்போடு அனுப்பி வைக்கிறார். படகு கங்கையைத் தாண்டிக் கடலுக்கு வந்து சேர்கிறது. அதற்குள் அரசனும் அவரது படைகளும் நிலம் வழியே ஏழுநாட்கள் பல தூரம் நடந்து தமலிட்டா (இப்போதுள்ள வங்காளத்தில் இதன் பெயர்: தம்ராளிப்படி) என்ற இடத்தில் போதிமரத்தின் கிளையைப் பத்திரமாகப் பெற்றுக் கொள்கிறார்கள். இன்னுமொரு நிகழ்ச்சி தர்ம அசோகர் தன் கழுத்து முங்கும் அளவு கடலில் இறங்கி நடந்து சென்று இக்கிளையைக் கடலில் நிற்கும் கப்பலில் சேர்க்கிறார். மன்னர் கிளைக்கு மரியாதை செலுத்தி அனுப்பி வைக்கிறார். மன்னர் கடற்கரையில் நின்றுகொண்டு தன் இரு கரங்களையும் தூக்கி, நகர்ந்து செல்லும் கப்பலில் உள்ள மரக்கிளையைக் கவலையோடு உற்று நோக்குகிறார். கண்களில் பெரும் கண்ணீர் வெள்ளம். மரக்கிளையைப் பிரியும் சோகத்தில் உரக்க அழுது கண்ணீரோடு தன் தலைநகருக்குத் திரும்புகிறார்.

இலங்கை மன்னரும் தன் வசந்தப் பூந்தோட்டத்தில் போதி மரக்கன்றை நட்டு வைத்துப் போற்றி வளர்க்கிறார். அசோகமித்ரா போலவே தானும் தன் நாடு முழுவதும் ஸ்தூபிக்களையும், குருமடங்களையும் கட்டியெழுப்புகிறார். பெரும் பரம்பரைத் தொகுப்பு மன்னர் தேவநாமபியாதிஸா தன் குடிமக்களின் ஆன்மீக நலனுக்காக இப்புதிய கட்டிடங்களை எழுப்பினார் என்று குறிப்பிடுகிறது. இது அவரது ஆட்சியின் முதல் ஆண்டிலேயே நடந்தேறியது. தான் செய்த இந்த நல்ல காரியத்தால் மிகவும் மனம் மகிழ்ந்து தன் ஆட்சியைத்

தொடர்கிறார். இது தனக்குப் பெரும் அருட்கொடைகளைப் பெற்றுத் தந்ததாக நினைத்து மகிழ்கிறார். அவரது ஆட்சி நாற்பது ஆண்டு காலம் நீள்கிறது. 'லங்கையின் தீபம்' என்று அழைக்கப்படும் மகிந்தா மரணமடைந்து எட்டு ஆண்டுகள் கழித்த பின்பே தேவநாம பியாதிஸா மரணமடைகிறார்.

இந்த நிகழ்வுகள் வரை பெரும்பரம்பரைத் தொகுப்பு பல செய்திகளைப் பகிர்ந்து வந்தாலும், இதற்குப் பின் வரும் நிகழ்ச்சிகள் அத்தொகுப்புரையில் இடம் பெறவில்லை. இருபதாவது பகுதியில் ஒரே ஒரு பத்தி இடம் பெறுகிறது. அதில் தர்ம அசோகாவின் பட்டத்து ராணி புத்த சமயம் சார்ந்தவர் ஆசந்தி மித்ரா மரணமடைவதையும், அதன்பிறகு நாலாண்டுகள் கழித்து அசோகர் இன்னொரு பெண்ணை மணம் புரிவதையும் எழுதியுள்ளது.

"தர்ம அசோகர் தன் உடலாசை மீதூற இறந்துபோன தன் மனைவியின் பழைய வேலைக்காரியை தனது மனைவியாக்கிக் கொள்கிறார். இத்திருமணத்திற்கு மூன்று ஆண்டுகளுக்குப் பிறகு மனைவியாக வந்த விபரீத அறிவும், கொடுமைக்கார மனமும் கொண்ட அந்தப் பெண், எப்போதும் தன் மேனியழகில் பெருமை கொண்ட அந்தப்பெண், பேரரசன் அழகான தன்னைவிடவும் ஒரு போதி மரத்திற்கும் பெரும் இடமும், மரியாதையையும் கொடுப்பதை அறவே வெறுக்கிறார். அந்த மரத்தை அழிக்க வேண்டும் என்ற அவாவுடன் ஒரு தவளையின் விஷப்பையைப் பயன்படுத்துகிறார். இச்சம்பவம் திருமணம் முடிந்து நான்கு ஆண்டுகள் கழித்து அசோகரின் முப்பத்தியோரு ஆண்டுகள் ஆட்சி முடிந்தபிறகு நடந்தது. மிகுந்த அருளாசி பெற்ற தர்ம அசோகர் மேலும் பல நல்வினைகளைத் தொடர்ந்து செய்து வந்தார்."

இச்சிறு பத்தி தர்ம அசோகரின் இறுதிக்காலத்தில் அவரது அரச குடும்பத்தில் எல்லாமே நல்லவைகளாக நடந்தேறவில்லை என்பதைக் காட்டுகிறது. முப்பது ஆண்டுகளான அவரது மண வாழ்க்கை ராணியின் இறப்பினால் முடிவுக்கு வருகிறது. நான்காண்டுகள் கழித்து அரசியின் வேலைக்காரியை இவர் தன் மனைவியாக்கிக் கொள்கிறார். அவளோ அசோகர் போதிமரத்தின் மீது கொண்டுள்ள தெய்வீக பக்தியைப் பார்த்துப் பொறாமை கொள்கிறார். தர்ம அசோகரின் முப்பத்தியாறு ஆண்டுகள் முடியும் சமயம் அந்த போதி மரத்திற்கே உலைவைக்கிறார்

பிரின்செப் இறங்கு துறை | 185

அப்பெண். இதிலிருந்து சில நாளில் அசோகர் மரணமடைகிறார். பெரும் பரம்பரைத் தொகுப்பு நூலில் தரும அசோகரது மகன் மகிந்தா, மகள் சங்கமித்ராவின் வாழ்க்கை, மரணங்கள் பற்றிப் பெருமையோடு எழுதியது போல அசோகரின் இறுதி வாழ்க்கை பற்றி ஏதும் குறிப்பிடப்படவில்லை. இந்தத் தவிர்ப்பினை நாமும் புரிந்து கொள்ளமுடியும்.

அசோகரை தன் நெருங்கிய தோழராகவும், வழி காட்டியுமாக ஏற்றுக்கொண்ட லங்கை மன்னர் தேவநாமபியாதிஸா தான் நாடு முழுவதும் புத்த சமயம் செழித்தோங்க அனைத்தும் செய்தார். ஆனால் வழிகாட்டியான அசோகர் தன் இறுதி நாட்களில் புத்த சமயத்திற்கு இழுக்குத் தேடிவிட்டார்.

தர்ம அசோகரின் மரணத்திற்குப் பின் பெரும்பரம்பரைத் தொகுப்பு நூலில் இந்தியா என்னும் ஒரு நாட்டினைப் பற்றிய குறிப்புகள் தேவையற்றதாகிப் போகின. இன்னும் ஒரே ஒரு முறை மட்டும் ஜம்புதீபா என்ற தீப கற்பத்தினைப் பற்றிய குறிப்பு வரும். பின்னாளில் வந்த லங்கை மன்னர் ஒருவர் அனுராதபுரத்தில் புத்தரின் புண்ணியபொருட்களுக்காகக் கட்டப்பட்ட ஸ்தூபியின் திறப்பு விழாவிற்காக உலகின் பல்வேறு பகுதிகளில் உள்ள புத்த சமயத் தலைவர்களை வரவேற்றபோது மட்டும் இந்தியாவின் பெயர் இந்நூலில் இடம் பெற்றது. அந்த வரவேற்பிற்கு பல்லாயிரக் கணக்கான புத்த சமயத்துறவிகள் இந்தியாவிலிருந்தும், மற்ற ஏனைய இடங்களிலிருந்தும் வந்தார்கள். வந்தவர்களின் பட்டியலில் சொல்லப்பட்ட இடங்கள் இவை- ராஜ்கிர், இசிபட்டனா, ஸ்ரவஸ்தி என்னுமிடத்தில் உள்ள ஜேத்தாவனா குருமடம், வைஷாலியில் உள்ள மகாவனா குருமடம், கோசாம்பி, பாடலிபுத்ராவில் உள்ள அசோகரமா, காஷ்மீர், பல்லவபோகா, யவனர்களின் நகரமான அலசாந்தா (அலெக்சாண்ட்ரியா - இப்போதைய கந்தகாராக இருக்கலாம்), வினிஜா காடு மலைப் பிரதேசம், போதிமந்தா குருமடங்கள், வனவாச நாடுகள், பெரும் கைலாச விகார். தர்ம அசோகர் இறந்தபின் வந்த அடுத்த நூற்றாண்டிலேயே புத்த சமயம் இந்தியா, இலங்கை என்றும், அவைகளைத் தாண்டியும் உள்ள இடங்களில் பரவியிருந்தது.

பெரும் பரம்பரைத் தொகுப்பு தர்ம அசோகரைப் பற்றிய குறிப்புகள் கொடுத்தது போல் ஜார்ஜ் டர்னோர் அவரது நூலில் எந்தவித ஐயப்பாடுகளும் இன்றி, மிகத் தெளிவாக அசோகர் புத்த மதம் லங்காவில் காலூன்றி வளர முதல் காரணமாகவும், முழுக் காரணமாகவும் இருந்தார் என்பதைத்

தெளிவுபடுத்துகிறது. மேலும் லங்கை மட்டுமின்றி இந்திய வரலாற்றிலும் அசோகருக்குள்ள பெரும் பங்களிப்பையும் அந்நூல் விவரிக்கிறது. இன்னும், அவர் அதிகாரத்திற்கு உள்ளேயிருந்த இந்திய எல்லைகளையும் தாண்டி புத்த சமயம் பரவ அசோகரே காரணமாயிருந்தார் என்பதும் வெளிப்படை உண்மையாக இருக்கிறது. இன்னும் அவர் வரலாற்றை ஆழமாகப் பார்க்கும் ஆய்வாளர்களுக்கு சாஞ்சியில் உள்ள கல்வெட்டுகளும், ஸ்தூபிகளும் அசோகரின் வரலாற்றில் முக்கிய இடம் பெரும் காரணத்திற்கான சான்றாக நிற்பதும் புரியும். அசோகரது முதல் மனைவியான தேவியை விதிஷா என்ற இடத்தில் சந்தித்தார். பின் மகாராணி செட்டியாகிரி அல்லது ஸ்தூபிகளின் குன்று என்னுமிடத்தில் வாழ்ந்து வந்தார். அவ்விடத்தில் இருக்கும் புத்த விகாரை கட்டியெழுப்பி நிர்மாணம் செய்தவரும் அவரே. இதே இடத்திலிருந்துதான் அசோகர்-தேவி இவர்களின் மகன் மகிந்தா புத்த சமயத்தைப் பரப்புவதற்காக லங்கை சென்றார் என்பதும் குறிப்பிடத் தகுந்தது. விதிஷா நகருக்கருகில் பல குன்றுகள் இருப்பினும் மிக அருகில் இருப்பது சாஞ்சி. இந்தக் காரணங்களாலேயே சாஞ்சிக்குப் பெரும் முக்கியத்துவத்தைத் தந்துள்ளது. அசோகரது காலத்திலும் அதன் பின்னும் சாஞ்சிக்கு வரலாற்றில் பெருமிதமான இடம் உண்டு.

ஃபெரோஸ் ஷா கைத்தடித்தூண் என்ற அந்தத் தங்கத்தூண் தன்னுள் வைத்திருந்த மர்மங்கள் எல்லாம் டர்னோர் அவர்களால் வெளிக்காட்டப்படும் நேரம் மிகவும் நெருங்கி விட்டது. இரட்டைக் கண்டுபிடிப்புகளாக இறுதியில் வரும் டர்னோரின் கண்டுபிடிப்புகள் அந்த மர்மத் திரைகளை முழுவதுமாக விலக்கும்.

8
கடவுளின் அன்பிற்குரிய அன்பான அரசன்

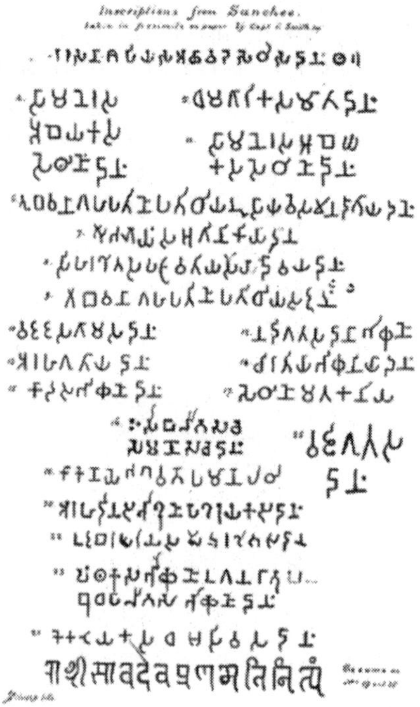

சாஞ்சி ஸ்தூபியில் தானங்கள் பற்றிய குறிப்புகள் அடங்கிய ஜேம்ஸ் பிரின்செப்பின் பக்கங்கள். இதுவே பிரின்செப்பிற்கு பிராமி எழுத்துகளைப் புரிந்து கொள்ளக் கிடைத்த முதல் தடயங்கள் (JRAS, Vol. VIII, July 1837)

இங்கிலாந்தில் 1837ஆம் ஆண்டு 'விக்டோரியா சகாப்தம்' ஆரம்பித்த முதலாண்டாக இருந்தது. ஆனால், அதே ஆண்டு இந்தியாவில் கீழ்த்திசை இயலாளர்களின் முயற்சிகளை முறிக்கும் ஒரு கருப்பு ஆண்டாக மாறியது. ஆக்ஸ்போர்ட் பேராசிரியரான H.H.வில்சன், ஜேம்ஸ் பிரின்செப்பின் மூத்த சகோதரனும், கல்கத்தாவில் இருந்த ஹென்றி தோபி பிரின்செப் போன்றவர்களின் முயற்சிகள், தாமஸ் மெக்காலே போன்ற ஆங்கில ஆர்வலர்களாலும், லார்ட் பென்டிக் போன்ற சமய ஆர்வலர்களாலும் தோற்கடிக்கப்பட்டன. இதுபோன்ற ஆங்கில, சமய ஆர்வலர்களால் ஆங்கிலமே கல்வி மொழியாக முடிவு செய்யப்பட்டது. இந்திய மொழிகளில் அச்சடிக்கப்படுவதற்கான அரசு மானியங்களும் நிறுத்தப்பட்டன!

இந்த இக்கட்டையும் மீறி இந்திய வரலாற்று எழுத்தாண்மைக்கும், மொழியியலுக்கும் இந்த ஆண்டு மிகப் பெரும் பேரான ஆண்டாகவும் மலர்ந்தது. அடுத்தடுத்து இந்த ஆண்டில் பரிணமித்த பல கண்டுபிடிப்புகள் தொடர்ந்து ஆச்சரியங்களை அளித்தன. ஒரு உண்மை கண்டுபிடிக்கப்பட்டு புரிபடுவதற்குள் அதற்கு அடுத்த ஓருண்மை மலர்ந்தது.

அந்த ஆண்டின் ஆரம்பமே ஜேம்ஸ் பிரின்செப்பின் அறிக்கை ஒன்றோடு விடிந்தது. வங்காள ஆசியக் கழகத்திலிருந்து திருடப்பட்ட இரு கல்வெட்டுகள் மீண்டும் கண்டுபிடிக்கப்பட்டன என்ற நல்ல செய்தியே அது. இக்கண்டு பிடிப்பிற்குச் சில மாதங்களுக்கு முன் ஜேம்ஸ் பிரின்செப் ஒரிஸ்ஸாவில் தன்னோடு தொடர்பில் உள்ளவர்களிடம், புவனேஷ்வருக்கு அருகில் உள்ள கந்தகாரியில் கற்பாறைகளில் உள்ள சில கல்வெட்டுகளைப் பார்வையிடப் பணித்தார். இக்கல்வெட்டுகளை இருபது ஆண்டுகளுக்கு முன்பே ஆண்ட்ரூ ஸ்டெர்லிங் என்பவர் கண்டுபிடித்திருந்தார். பிரின்செப்பின் தொடர்பாளர்கள் கந்தகாரியிலிருந்த பிராமணர்களால் இப்பணியைச் செய்ய முடியாமல் தடுக்கப்பட்டார்கள். அந்தப் பிராமணர்கள் சில ஆண்டுகளுக்கு முன்பு ஆங்கிலேய கர்னல் ஒருவர் அவர்கள் கோயிலிலிருந்து பல கல்வெட்டுகளையும், சிலைகளையும் திருடிச் சென்றுவிட்டார் என்பதால் இப்படித் தடை செய்தனர். இச்செய்தி பிரின்செப்பை ஆசியக் கழகத்தின் தொகுப்பு நிலவரங்களைப் பார்வையிடத் தூண்டியது. விரைவில் அந்த ஆங்கிலேய கர்னலைக் கண்டுபிடிக்கவும் செய்தார். அத்தவறைச் செய்தவர் ஜெனரல் சார்லஸ் 'இந்து' ஸ்டூவர்ட். இவர் ஒரு தலைமுறைக்கு முன்பு இந்தியாவில் பணி செய்தவர்.

இவர் இந்து சமய முறைப்பாடுகளின் மீது ஈடுபாடு கொண்டு, பல இந்து வழக்கங்களை மேற்கொண்டவர். அதோடு துரைச்சாணிகள் எல்லோரும் இந்தியாவின் வெப்ப நிலைக்கு ஏதுவாக சேலைக்கு மாறவேண்டும் என்று ஊக்கப்படுத்தினார்.

பிரின்செப் ஸ்டூவர்ட் புவனேஷ்வரிலிருந்து எடுத்து வந்த அந்த இரு கல்வெட்டுகளையும் ஒரிஸ்ஸாவின் தலைநகரமான கட்டாக்கிற்குத் திருப்பி அனுப்பினார். அவரது உத்தரவின்பேரில் அவை உண்மையான உரிமையாளர்களிடம் திருப்பிக் கொடுக்கப் பட்டன. அவ்வாறு திருப்பித்தர பிரின்செப்பினால் ஏற்பாடு செய்யப்பட்டவர் லெப்டினெண்ட் மார்க்கம் கிட்டோ. இவர் 6வது தேசிய காலாட்படையில் இருந்து, நீக்கப்பட்டு சிறுமையடைந்திருந்தார். ஜான் கம்பெனியின் தவறான படைவீரராக இருந்து வந்திருந்தார். தன் பதினேழாவது வயதில், 1825ஆம் ஆண்டு இந்தியாவிற்கு வந்தார். தொல்பொருள் சேகரிப்பதில் மிகுந்த விருப்பமுள்ளவர். தன் அதிகாரி கர்னலின் மகள் எமிலியைக் கைப்பிடித்தார். அவர்களுக்கு மொத்தம் ஒன்பது குழந்தைகள். அவைகளில் இரு குழந்தைகள் பிறந்திருந்த சமயம், தன் மேலதிகாரிகளின் அதிகாரத்திற்கு எதிர்க்குரல் கொடுத்தார். இதற்காக அவர் ராணுவ நீதிமன்றத்தில், கீழ்ப்படியாத, மரியாதையற்று, எதிர்த்து விவாதிக்கும் குற்றங்களுக்காகத் தண்டிக்கப்பட்டு, ராணுவத்திலிருந்து வெளியேற்றப்பட்டார்.

வேலையிலிருந்து வெளியேற்றப்பட்ட இவருக்கு அந்த நேரத்தில் பிரின்செப் அளித்த ஆதரவு பேருதவியானது. வேலையற்றிருந்த அவரை நிலக்கரி குழுமத்தின் தற்காலிக செயலராக வேலைக்கமர்த்தினார். இதனால் ஒடிஷா முழுமைக்கும் அவர் வேலை நிமித்தமாகச் சுற்றி வரவேண்டியிருந்தது. பழமைப் பொருட்களின் மேல் ஏற்கெனவே அவர் கொண்டிருந்த ஈடுபாட்டிற்கு இவ் வேலை மிக உதவியாக இருந்தது.

திருடப்பட்ட இரு கல்வெட்டுகளையும் திருப்பி உரியவர்களிடம் சேர்த்த பிரின்செப்பின் செயல் கிட்டோவிற்குப் பெரும் பயனளித்தது. கந்தகாரியிலுள்ள கல்வெட்டுகளின் நகல் எடுப்பதும் கிட்டோவிற்கு எளிதாயிற்று. இந்நகல் எடுக்கும்போதே இதே போன்ற இன்னொரு கல்வெட்டு பற்றிய செய்தியும் அங்கிருந்து கிடைத்தது. புவனேஸ்வருக்கு அடுத்த பக்கம் இருந்த மலைப் பகுதியில் அங்கு ஓடிய தயா நதியின் கரையினில் அக்கல்வெட்டு இருந்தது. தயா என்ற சொல்லுக்கு 'இரக்கம்' என்பது பொருள். இப்பெயருக்கான காரணம் ஒளிந்திருந்தது. அது பின்புதான் நன்கு தெரியவரும்.

கிட்டோவிற்கு கிடைத்த தகவல்படி புதிய கல்வெட்டுகள் கண்டுபிடிப்பதில் புதிய பிரச்சனை ஒன்று முளைத்தது. இப்போது வந்த பிரச்சனை ஒரிய மக்களிடமிருந்து வந்தது. இந்து சாமியார் ஒருவரின் உதவியின் மூலமாக கிட்டோவால் அதைக் கடக்க முடிந்தது. பெனராஸிலிருந்து வந்த இந்த சாமியார் கிட்டோ தேடிய புதிய கல்வெட்டுகளை கண்டுபிடிக்க உதவினார். இந்நிகழ்வை பற்றி கிட்டோ "தங்கள் வழிப்பாட்டு இடங்களுக்கு ஆங்கிலேயர்கள் வருவதை முழுவதுமாக எதிர்க்கின்றனர். நான் தேடிய கல்வெட்டுகளுக்கு மிக அருகில் நான் சென்றபோதும் பொய்யான தகவல்கள் கொடுத்து என்னைப் பல மைல்கள் அலைய வைத்தனர். இறுதியில் எனக்குக் கிடைத்த உதவியால் கைவிளக்கு வெளிச்சத்தில் அதனை முதன் முதல் கண்ணுற்றேன். மூடியிருந்த செடி கொடிகளை எரித்து, மறைக்கப்பட்டுக் கிடந்த அந்தக் கல்வெட்டுகளைக் கண்டுபிடித்தேன்," என்று எழுதியுள்ளார்.

லெப்டினெண்ட் மார்க்கம் கிட்டோ. அவருக்குப் பின்னால் தௌலியில் செதுக்கப்பட்ட அசோகரின் யானைக் கல்வெட்டும், புவனேஷ்வர் கோயில் கோபுரங்கள் தூரத்திலும் உள்ளன. ஓவியம் கோல்ஸ்வொர்த்தி கிராண்டால் 1850இல் வரையப்பட்டது.

தௌலி மலைக் கல்வெட்டு ஆணைகள். டௌலி 'யானையின் தலை' மலையின் முகட்டில் தெரிகிறது. 1895இல் அலெக்சாண்டர் கேட்டி என்பவரால் எடுக்கப்பட்ட புகைப்படம். (APAC, British Library)

கிட்டோ அனுபவித்த இந்த இன்னல் இன்று வரை கூட இந்தியத் தொல்பொருள் ஆராய்ச்சிகளில் ஈடுபடுவோருக்கு இருந்து வருகிறது. இதற்கு முதல் காரணம் சமய வேறுபாடுகள். ஆனால் இதையும்விட தொல்பொருள் ஆராய்ச்சியில் பழைய சிற்பங்கள் தோண்டப்படும்போதெல்லாம் மக்கள் எல்லோரும் ஆராய்ச்சியாளர்கள் ஏதோ மறைந்து கிடக்கும் ஒரு புதையலைத் தோண்டித் தேடுவதாக எண்ணி வருகிறார்கள்! கல்வெட்டுகளை ஆய்வு செய்யும்போதும் அதில் புதையலுக்கான ரகசியங்கள் கொட்டிக் கிடப்பதாக எண்ணிக் கொள்கிறார்கள்.

செடி, கொடிகளை எரித்து கல்வெட்டுகளைக் கண்ணுற்ற கிட்டோ தன் ஆய்வுகளைத் தொடர, அடுத்த நாள் பகலில் வந்த போது ஒரு தாய் கரடியையும் இரண்டு கரடிக் குட்டிகளையும் எதிர்கொள்ள வேண்டியிருந்தது. அந்த மலைப்பகுதி அவைகளின் வீடாக இருந்திருக்க வேண்டும்! அவைகளிடமிருந்து தப்பிக்க கிட்டோ அம்மலைச் சரிவில் ஏறினார். அங்கே அவரை எதிர்கொண்டது ஒரு சின்ன யானை! 4அடி உயரத்தில் யானையின் முன் பாகம் மட்டும் கல்லில் மிக அழகாகச் செதுக்கப்பட்டு அவரை எதிர்கொண்டது. இதற்குள் கரடிக்குட்டிகள் பயந்து ஓடிவிட்டன. வேறுவழியின்றி தாய்க்

கரடியை கிட்டோ சுட்டு வீழ்த்தினார். அதன்பிறகே கிட்டோ கல்வெட்டுகளை முறையாக ஆய்வு செய்ய முடிந்தது.

இக்கல்வெட்டுகளை கிட்டோ அஸ்வஸ்தமா என்று பெயரிட்டு அழைத்தார். இன்று இவை 'தௌலி கல்வெட்டு' என்ற பெயரில் - தௌலி என்ற கிராமத்திற்கு அருகில் கிடைத்தமையால் - அழைக்கப்படுகிறது. கீழே ஓடும் தயா நதியின் கூரையாக மூன்று சிறு குன்றுகள் நிற்க, அந்த மூன்றில் ஒரு குன்றின் மீது இக்கல்வெட்டுகள் பொறிக்கப்பட்டுள்ளன. குன்றின் இப்பகுதி நன்கு செதுக்கப்பட்டு, பதினைந்து அடி நீளம், பத்தடி அகலத்திற்குச் சீராக பாறையை வழுவழுப்பாக்கி, அவை நான்கு பகுதிகளாக பிரிக்கப்பட்டுள்ளன. அதில் முதல் பகுதி மற்றைய பகுதிகளுக்கு முன்பாகவே செதுக்கப்பட்டிருக்க வேண்டும். சீராகச் செதுக்கப்படாமல் மிகப்பெரிய எழுத்துகளோடு உள்ளது. நான்காவது பகுதி மிகச் சீரான எழுத்துகளோடு உள்ளது. இப்பகுதி ஏனைய பகுதியிலிருந்து தனித்துத் தெரியும்படி வட்டமாக ஒரு ஆழமான கோடு ஒன்றினால் தனியாகப் பிரிக்கப்பட்டுள்ளது. நான்கு பகுதிகளில் இப்பகுதி தனி அக்கறையோடு செதுக்கப்பட்ட பகுதியாக இருக்கிறது.

கிட்டோ தௌலி கல்வெட்டுகளின் நகல்களை கல்கத்தாவிற்கு அனுப்பிய நேரம் மிகச் சரியான நேரமாக இருந்திருக்கிறது! ஏனெனில் இதே நேரத்தில்தான் வேறு இரு கல்வெட்டுகளின் நகல்களும் அங்கே வந்து சேர்ந்தன. இதில் முதல் நகல் 1823ஆம் ஆண்டு கர்னல் ஜேம்ஸ் றாட் என்பவரால் கண்டுபிடிக்கப்பட்ட கிர்னார் என்னுமிடத்தில் உள்ள 'யானைப் பாறை'யில் உள்ள கல்வெட்டாகும். இக்கல்வெட்டுகளின் நகல் முதல் முறையாக மருத்துவராகவும், பாதிரியாராகவும் இருந்த ஸ்காட்லாந்துகாரர் டாக்டர் ஜான் வில்சன் என்பவரால் எடுக்கப்பட்டது. இவர் பம்பாயில் முதல் முறையாக பெண்களுக்கென்று ஒரு பள்ளிக்கூடம் ஆரம்பித்தார். இன்றும் வில்சன் கல்லூரி என்ற பெயரில் அது தொடர்ந்து நடந்து வருகின்றது. இவருக்கும் தொல்பொருள் ஆராய்ச்சியில் மிகுந்த ஈடுபாடு உண்டு. இவர் தான் எடுத்த நகலை பிரின்செப்பின் வேண்டுகோளின்படி, வாதன் என்பவரால் மறு நகல் எடுக்கப்பட்டு, அது கல்கத்தாவிற்கு அனுப்பப்பட்டது. இன்னொரு நகல் சாஞ்சியில் உள்ள பெரிய ஸ்தூபியிலிருந்து காப்டன் எட்வர்டு ஸ்மித் என்பவரால் அனுப்பப்பட்டது. ராயல் பொறியாளர்கள் குழுமத்தில் உள்ள பிரின்செப்பின் வேண்டுகோளுக்கிணங்கியே இந்த நகலையும் அங்குள்ள சிலைகளின் சித்திரங்களையும்

அனுப்பி வைத்தார். ஸ்மித் அனுப்பிய கல்வெட்டு நகல்களோடு சாஞ்சியில் உள்ள சிற்பங்களின் சித்திரங்களும் உடன்வந்தன. பெரிய ஸ்தூபியின் நான்கு வாசல்களை அழகுபடுத்திய சிலைகள் அவை.

சாஞ்சி சிற்பங்களின் சித்திரங்கள் பற்றிய ஜேம்ஸ் பிரின்செப்பின் வேண்டு கோளுக்கு இணங்க, அவரது வாசகர் ஒருவரான காப்டன் வில்லியம் முரே அனுப்பிய சித்திரங்கள். முரே சௌகார் நர்பதா பகுதிகளின் ஆளுநருக்குத் துணைவராக இருந்தார். பெரும் ஸ்தூபியில் கீழே விழுந்து கிடந்த இடத்தை தெற்குத் தோரணவாயிலின் குறுக்குச் சட்டங்களின் இரு படங்களை அவர் அனுப்பிவைத்தார். இச்சித்திரங்களை JASB – யில் பதிவிட பிரின்செப் தேர்ந்தெடுத்தார். இவைகளில் ஒரு நகரத்தில் நடக்கும் போர்க்காட்சி ஒன்றில், பெரும் மன்னன் ஒருவர் யானையில் அமர்ந்து போர்க்களத்தைத் தலைமையேற்று நடத்துகிறார். முரே, பிரின்செப் இருவருக்கும் தெரியாத உண்மை என்னவெனில் இரு சித்திரங்களுமே அசோக வரலாற்றோடு தொடர்புடையவை என்றும், அடுத்த எண்பது ஆண்டுகள் கழித்த பின்பே அது புலனாகும் என்பதாகும். (முன்பு எடுத்த படத்தை 139ஆம் பக்கத்திலும், அதன்பின் எடுத்த படத்தை 287ஆம் பக்கத்திலும் பார்க்கவும் (Royal Asiatic Society).

வந்திருந்த எழுத்து நகல்கள், சிற்பங்களின் சித்திரங்கள் இரண்டிலும் பிரின்செப்பைக் கவர்ந்தது கல்வெட்டு நகல் மட்டுமே. ஏற்கனவே கங்கைச் சமவெளியிலிருந்த தூண்களில் இருந்த எழுத்து வடிவங்களின் நகல் அவரிடம் இருந்தது. இப்போது அவைகளுடன் வேறு மூன்று இடங்களிலிருக்கும்

கல்வெட்டின் நகல்களும் சேர்ந்துள்ளன. இந்த மூன்று நகல்களும் 1837ஆம் ஆண்டு ஜீன் மாதம் 7ஆம் தேதி நடந்த வெவ்வேறு இடங்களிலிருந்து - இந்தியாவின் மேற்பகுதி, மத்தியப்பகுதி, கிழக்குப்பகுதி - அவருக்குக் கிடைத்துள்ளன. இந்த எழுத்துகள் எல்லாமே 'எண்1' என்று முன்பு அவர் குறிப்பிட்டு இருந்த அதே எழுத்து வடிவில்தான் இருந்தன.

பெங்காலின் ஆசிய ஆய்வுக் கழக மாதாந்திரக் கூட்டத்தில் பிரின்செப் பேச ஆரம்பிக்கும் போது 'மிக நல்லதொரு நேரத்தில் இந்த நகல்கள் எனக்கு கிடைத்துள்ளன' என்று தன் பேச்சை ஆரம்பித்தார்.

அன்று நடந்த கூட்ட நடவடிக்கைகளில் இந்த அரிய வாய்ப்பு மிகத் தெளிவாக குறிப்பிடப்பட்டுள்ளது. "செயலர் தனக்கு கிடைத்த கல்வெட்டு நகல்கள் பற்றிய குறிப்பு ஒன்றினை வாசித்தார். அவரின் நீண்ட தேடலுக்குரிய பதில்கள் தெளிவடைய ஆரம்பித்துள்ளன. பழைய எழுத்துகளான 'எண்1' என்று அழைக்கப்பட்டதும், டில்லி, அலகாபாத், பெட்டையா, கிர்னார், தௌலியின் நகல் கிடைத்த கட்டக் என்ற இடங்களில் கிடைத்த எழுத்துகளும் மிக நெருங்கிய தொடர்புகளோடு உள்ளன. அந்த எழுத்துகளின் மூலமும் பொருளும் ஒன்றாகவேயுள்ளன" என்று பிரின்செப் தொடர்ந்துள்ளார்.

பிரின்செப்பின் கட்டுரை JRAS-இங்கிலாந்திலுள்ள ஆசியக் குழுவின் கட்டுரை ஏட்டில் பதிவானது. இப்பதிவு எக்காலத்திற்கும் நிலைத்து நின்று, பிரின்செப் எவ்வாறு படிப்படியாக 'எண்1' என்ற மறை பொருளை வெளிச்சத்திற்கு கொண்டுவந்தார் என்பதைத் தெளிவாக விளக்குகிறது.

சாஞ்சியில் கிடைத்த நகல்கள் இருவேறு கூறுகளாக இருந்தன. (188ஆம் பக்கத்தில் உள்ள படம் காண்க.) முதலிரு பகுதிகள் நான்காம் பொது ஆண்டில் குப்தர் பேரரசு தானமாக அளித்த நிலங்களைப் பற்றிய குறிப்புகளாக உள்ளன. மீதியுள்ள இருபத்தி மூன்று பகுதிகள் மிகச்சிறிய பகுதிகளாக இருந்தன. இவை நடுவிலிருக்கும் ஸ்தூபியைச் சுற்றியுள்ள தூண்களில் செதுக்கப்பட்டிருந்தன. இக்கல்வெட்டுகள் ஸ்தூபியின் நான்கு நுழைவாயில்களில் அழகாகச் செதுக்கப்பட்டிருந்த சீரான கல்வெட்டுகள் போலன்றி, மாற்றாக மிகச் சாதாரணமாக சிரத்தையின்றி வெட்டப்பட்டவைகளாக இருந்தன. இவைகளை பிரின்செப், "மிகச் சாதாரணமாக வெட்டப்பட்ட எழுத்துகள்" என்று கூறுகிறார். அதோடு, "கற்றறிந்த பலரும்,

வில்லியம் ஜோன்ஸ் போன்றோரும் ஆச்சரியப்படும் விதமாக அமைந்த இவை 'எண1' என்ற மொழியின் எழுத்துகளையும், அம்மொழியையும் நமக்குக் கற்பிக்கின்றன," என்றார்.

மேலும் பிரின்செப் தான் இவ்வாறு கட்டுரையேட்டிற்காக இந்த எழுத்துகளைத் தொகுக்கும்போது அவைகளில் சிறப்புத்தன்மை ஒன்றிருப்பதைக் கண்டதாகக் கூறியுள்ளார். ஒவ்வொரு குறிப்பின் முடிவிலும் ஒரேமாதிரியான இரு எழுத்துகள் மீண்டும் மீண்டும் வருவதைக் கண்ணுற்றார். பாம்புபோல் வளைந்து நெளியும் எழுத்து ஒன்று; அதனை அடுத்து தலைகீழாய் நிற்கும் ஆங்கில 'T' எழுத்து; இதனை அடுத்து புள்ளி.

"அவ்வெழுத்துகள் இருக்கும் இடத்தை வைத்தும், அவை மிகச் சுருக்கமாக இருப்பதை வைத்தும், அவைகள் எனக்கு இறந்து போனவர்களைப் பற்றிய குறிப்பாகவோ, நம்பிக்கை கொண்டோரின் வேண்டுதல் விண்ணப்பங்கள் போன்றதாகவோ இருக்க வேண்டும் என்று தோன்றியது" என்கிறார் பிரின்செப்.

இந்த இரு எழுத்துகளுக்கும் முன்னால், பல இடங்களில் வேறொரு எழுத்தும் இருப்பதை பிரின்செப் காண்கிறார். அக் குறியீடு இரு பக்கம் வளைந்திருக்கும் கரண்டி போலும், அல்லது நங்கூரம் போன்ற அமைப்பில் ஒரு வளைவு வித்தியாசமாக வளர்ந்திருப்பது போன்றும் இருந்தது.

λ

பிரின்செப்பின் இந்த மொழி ஆய்வில் சரியான நேரத்தில் இன்னொரு பெரும் உதவி கிடைத்தது. மொழி ஆய்வில் அவருக்கு விடைகள் கிடைத்த காலத்திற்குச் சிறிது முன்புதான் அவர் மேற்கிந்தியப் பகுதியில் உள்ள சௌராஷ்டிர நாணயங்கள் பற்றியும் ஒரு ஆய்வை மேற்கொண்டிருந்தார். அந்த நாணயங்களிலிருந்த எழுத்துகளின் ஒருமையில் 'யாரோ ஒருவருடையது' என்பதைக் குறிப்பிட (ஆங்கிலத்தில் apostrophe 's - in English represents 'of'), பாலி மொழியில் 'ssa' of the Pali or 'sya' of the Sanskrit என்றும் எழுதுவதுபோன்ற குறிப்புகள் கிடைத்தன. இப்படி முடியும் ஒவ்வொரு வரியிலும் இந்த இரு

எழுத்துகளுக்கு முந்தைய பகுதி 'யாரோ ஒருவர்' கொடுத்த நன்கொடை' என்ற பொருளிலோ அல்லது நன்கொடையாளரின் பெயரோ இருக்க வேண்டும் என்பது புலனாயிற்று.

பாலியிலும், வடமொழியிலும் கொடை என்பது 'தானா' என்றும் அதன் பெயர்ச் சொல்லாக 'தானம்' என்றும் வரும். இவை இம்மொழியின் அடிப்படையான இந்திய ஐரோப்பிய மொழிகளில் அடிச்சொல்லாக இருப்பதையும் கண்டார். லத்தீன் மொழியில் *'donare-'to give'* என்பது கொடுப்பது என்ற பொருளிலும், *'donas (gift)'* என்றால் நன்கொடை என்ற பொருளிலும் வரும். இதை அடிப்படையாக வைத்து பிரின்செப் 'தானம்' என்ற சொல்லை அடையாளப்படுத்தி அறிந்துகொள்ள முடிந்தது. இதன் மூலம் *da, na* என்ற இரு எழுத்துகளையும் அறிந்து கொண்டார். பாம்பு போல் வளைந்து நிற்கும் எழுத்து 'தா' என்றும், தலைகீழான ஆங்கில *T* என்பது 'னா' என்றும், புள்ளி எழுத்து மெல்லிய 'ம்' என்றும் கற்றுக்கொண்டார். இவை இணைந்து 'தானம்' என்ற சொல் உருவாகிறது.

பிரின்செப் இச்சொல்லைக் கண்டுபிடித்தபோது கடந்த 4 ஆண்டுகளாக அவர் நடத்திய மொழி ஆய்வின் முயற்சிகள் மிகச் சரியான பாதையில் அவரை இட்டுச் சென்றுள்ளன என்பது உறுதியாயிற்று. இந்திய மொழியியல் ஆராய்ச்சியில் இது மிகப்பெரிய கண்டுபிடிப்பு. "கல்வெட்டில் உள்ள அந்தப் பழைய எழுத்துகள் எனக்கு இப்போது மிகவும் நெருக்கமாகி விட்டன. மீண்டும் அவைகளை பரிசீலனைக்கு உள்ளாக்கினால் அவைகளை என்னால் எளிதாக உள்வாங்கிக் கொள்ள முடியும். சில நிமிடங்களிலிலேயே அம்மொழியின் எழுத்து வரிசையைக் கண்டுபிடிக்க முடிந்தது. டில்லி தூணில் இருந்த பாகங்களை என்னால் பொருத்தி பார்க்க முடிந்தது" என்கிறார் பிரின்செப்.

இந்திய வரலாற்றியலில் ஓர் முக்கிய கட்டத்தைத் தாண்டி பிரின்செப், "ஃபெரோஸ் ஷா கைத்தடித் தூணில் உள்ள வாசகங்களை முழுவதுமாகக் கொடுப்பதற்கு முன்பு தான் கண்டுபிடித்துள்ள 'எண்1' மொழியின் எழுத்து வரிசையை முழுமையாகக் கண்டுபிடித்து கொடுக்க வேண்டும்" என்றார். அதை நோக்கி தான் சென்று கொண்டிருப்பதாகவும் கூறினார். ஆயினும் அந்த ஆசிய ஆய்வுக்கழக கூட்டத்தில் இருப்போரின் ஆவலைக் கொஞ்சமேனும் தீர்த்து வைக்க தாம் சில உதிரிச் செய்திகளைத் தருவதாகக் கூறினார். அதுபோன்ற ஓர் உதிரிச் செய்தி வழியே தான் கண்டுபிடித்த மொழி 'மகதி' என்றும், இம்மொழி மேலும் அடர்த்தியாக உருவெடுத்து சமஸ்கிருதமாக

மாறியது என்றும், கூர்ந்து நோக்கினால் ஒவ்வொரு எழுத்தும் ஒரே மாதிரியான, ஒரே எண்ணிக்கையிலான உறுப்புகள் கொண்டுள்ளன என்றும் இந்த ஒற்றுமை தேவநாகரியில் மட்டுமல்லாது கனௌஜ், பாலி, திபெத்தியன், ஹலா கனரா போன்ற சமஸ்கிருத மொழியின் மாற்று வடிவ மொழிகளிலும் காணக்கிடக்கிறது என்று கூறினார்.

இதனைக் காணும் போது 'எண்1' என்று குறிப்பிடப்படும் மகத நாட்டின் எழுத்து மொழியே இந்தியாவில் தோன்றிய புது எழுத்துகளுக்கும், மொழிகளுக்கும், முன்னோடியாக இருந்திருக்கிறது என்பது புலனாகிறது. இடதுபக்கமிருந்து வலது பக்கம் நோக்கி எழுதப்பட்ட இம்மொழியில் முப்பத்தி மூன்று எழுத்துகள் இருந்தன. ஒவ்வொரு எழுத்தும் ஒரு மெய்யெழுத்தாகவும், 'ஏ' *(A)* என்ற உயிரெழுத்து அதனோடு ஒன்றி வருவதாகவும் உள்ளன. பிற உயிரெழுத்துக்கள் ஒவ்வொரு மெய்யெழுத்தின் உதவிக் குறியீடாக தோன்றுகின்றன. இவைகளின் ஒலி உயிரெழுத்தின் ஒலியை ஒத்திருக்கும். சமஸ்கிருத மொழிக்கு முந்திய மொழியான 'பிரகிருத' என்ற பேச்சு மொழியை எழுத்து வடிவில் எளிமையாகத் தருகிறது.

பிரின்செப் முதலில் இம்மொழியை 'இந்தியன் பாலி மொழி' என் றழைத்தார். ஆனால் பின்னர் இம் மொழி பிராமணர்களால் 'பிரம்ம லிபி' - பிரம்மாவின் மொழி - என்றழைக்கப்பட்டது என்று தெரிய வருகிறது. இன்று இம்மொழி 'பிராமி' என்றழைக்கப்படுகிறது. இம்மொழியின் ஆரம்ப நிலை 'அசோகனின் பிராமி' என்றும் அழைக்கப்படுகிறது.

இந்த பிராமி எழுத்துகளையும், அவைகள் எங்கனம் இயங்குகின்றன என்பதையும் புரிந்து கொண்ட பிரின்செப் தன் திறமையால் விரைவாகவும் வெற்றிகரமாகவும் சாஞ்சி ஸ்தூபியில் உள்ள இருபத்தி மூன்று நன்கொடையாளர்களின் பெயர்த் தொகுப்பினை மொழிபெயர்க்க முடிந்தது. அடுத்து அவர் இந்தோ-பாக்ட்ரியன் நாணயங்களில் இருந்த இரு வேறு மொழிகளையும் மொழிபெயர்க்க முயன்றார். இந்த நாணயங்களின் ஒருபுறம் கிரேக்க எழுத்துகளாலும், மறுபக்கம் பிரின்செப்பின் 'எண்1' மொழியிலும் எழுதப்பட்டிருந்தன. அடுத்து புத்தகயாவில் உள்ள சிறு குறிப்புகள் மொழி பெயர்க்கப்பட்டன. அதற்கு அடுத்து பிரின்செப் ஃபெரோஸ் ஷா கைத்தடித் தூணிலிருந்த கல்வெட்டுகளை மொழிபெயர்க்க முனைந்தார். டெல்லி, அலகாபாத், கிர்னார், தௌலி போன்ற இடங்களிலிருந்த ஒவ்வொரு கல்வெட்டுகளிலும் பதினைந்து

எழுத்துகள் அடங்கிய ஒரே வாசகம் திரும்பத் திரும்ப வந்ததைக் கண்டார். அந்தப் பதினைந்து எழுத்துகளையும் கீழக்கண்டவாறு தொகுத்து அளிக்கிறார்.

தேவ நாம பியா பியாதாசி லஜா ஹேவம் அஹா

இந்த மொழிபெயர்ப்பில் ‘லஜா’ என்ற சொல் பிரின்செப்பையும், அவருக்கு மொழிபெயர்ப்பில் உதவிய சிங்களக்காரர் ரத்னபாலா என்ற இருவரையுமே முதலில் திகைக்க வைத்தது. பின்பு இது பேச்சு மொழியால் மாறிய ஒரு சொல் என்பதையும், அச்சொல் ‘ராஜா’ என்ற சொல்லின் மாறிய உருவமே எனக் கண்டு கொள்கின்றனர். இந்த பதினைந்து எழுத்துகளால் எழுதப்பட்ட வாசகத்தை முழுமையான பொருளோடு அவர்கள் இக்கண்டு பிடிப்புகளின் மூலம் புரிந்து கொண்டனர். சொற்றொடரின் முதல் பாகமாக - ‘கடவுளின் அன்பிற்குரிய, அன்பான அரசன்’ - என்ற பொருள் கொள்கிறது. அதன் மீதிப் பாகமான கடைசி இரு சொற்கள் ஹேவம் அஹா என்பது ‘இவ்வாறு பேசுகிறார்’ என்ற பொருளைத் தருகிறது.

‘கடவுளின் அன்பிற்குரிய அன்பான அரசன், இவ்வாறு பேசுகிறார்’

இதுவே அந்தப் பதினைந்து எழுத்துகளால் ஆன சொற்றொடர். இச்சொற்றொடர் நிச்சயமாக ஒரு பேரரசனின் அரசியல் ஆணையாகவே இருக்க வேண்டும் என்பது பிரின்செப்பின் உறுதியான அனுமானம். வேதநூல்களில் ‘தேவதூதர் இவ்வாறு சொல்கிறார்!’ என்று சொல்லப்படுவது போலவும், பாரசீக மன்னனின் ஆணை ‘பாரசீக அரசன் இவ்வாறு கூறுகிறார்’ என்று சொல்லப்படுவது போலவும் இக்கூற்றும் பொருத்தமாக அமைந்துள்ளது.

இச்சொற்றொடரைக் கண்டுபிடிப்பதற்கு முன் பிரின்செப் இக்கல்வெட்டுகள் யாவும் சாக்கியமுனி புத்தர் போன்ற பெறும் அறிஞர், சமுதாய மறுமலர்ச்சியாளர் ஒருவரின் கொள்கைகள் இவ்வாறு பொறிக்கப்பட்டுள்ளதாக இருக்கும் என்று நினைத் திருந்தார். ஆனால் தொடர்ந்து நடத்திய அவரது கண்டுபிடிப்பில் இந்த அனுமானம் தவறு என்பது புரிந்தது. ஏனெனில் கல்வெட்டில் உள்ள இரண்டாம் சொற்றொடர் ‘சதாவிசாதி வாச அபிசித்தனேம்’ - நான் பட்டமேற்ற பின்வரும் இருபத்தி ஏழாம் ஆண்டில்... என்ற பொருளில் வருகின்றன. இதே வாசகம் இன்னும் நான்கு கல்வெட்டுகளிலும் அமைந்துள்ளன.

இப்போதும் மொழிபெயர்க்கப்பட்ட இச்சொற்றொடர், 'முடிசூட்டிக் கொண்டு இருபத்தியாறு ஆண்டுகளுக்குப் பின்' அல்லது 'இருபத்தியாறு ஆண்டுகள் முடிசூட்டிக் கொண்டதின் பின்' என்று மொழியாக்கப்பட்டுள்ளன.

இக்கண்டுபிடிப்பு பிரின்செப் பின் முன்னால் வேறொரு பெரிய கேள்வியை எழுப்புகின்றது. இந்தியத் துணைக் கண்டம் முழுமைக்கும் இப்படி ஆணை பிறப்பிக்கும் அளவிற்கு இருந்த அந்தச் சக்தி வாய்ந்த பேரரசன் யார்? என்பதுவே அந்தக் கேள்வி. பிரின்செப்பின் வரலாற்று அறிவில் பேரரசன் அக்பர் மட்டுமே இந்தியாவின் பெரும் பகுதியைத் தன் ஆட்சிக்குக் கீழ் கொண்டுவந்தவர். கண்டுபிடிக்கப்பட்ட கல் தூண்கள், கல்வெட்டுகள் எல்லாவற்றையும் உள்ளடக்கிய பெரும் பேரரசு அக்பருடையது மட்டுமே. மீண்டும் பிரின்செப் இந்து மன்னர்களின் பரம்பரைப் பட்டியலை ஆய்ந்தார். அப்பட்டியலில் தேவநாமப்பிரியா பியாதாசி என்ற பெயரை எங்கேயும் காணோம். (இப்பெயர் இப்போது 'தேவநாமப்பிரியா ப்ரியதர்சின்' என்றே கற்றறிந்த ஆய்வாளர்கள் பயன்படுத்தும் பெயராக உள்ளது.)

பிரின்செப்பின் ஆய்வில் ஒரே ஒரு மன்னனின் பெயர் மட்டுமே இப்பெயரோடு ஒத்துப்போனது. ஆனாலும் இப்பெயர் இந்தியாவை ஆண்ட மன்னனின் பெயரல்ல. டர்னோர் எழுதிய 'சிலோன் வரலாற்றுக் கொத்து' என்ற நூலில் ஒரே ஒரு முறை இப்பெயர் சொல்லப்பட்டுள்ளது. அதுவும் அப்பெயர் 'தேவநாம பியாதிஸா' என்று சொல்லப்பட்டுள்ளது. இரு பெயர்களிலும் சிறிது ஒற்றுமை அவ்வளவே!

ஜார்ஜ் டர்னோர் மொழியாக்கம் செய்த பெரும் பரம்பரைக் கையேட்டில் கூறப்படும் தேவநாம பியாதிஸா என்ற இந்த இலங்கை மன்னர், இந்திய மன்னன் தர்ம அசோகாவின் முயற்சியினால் புத்தமதத்திற்கு மாற்றப்பட்டார் என்று கூறப்பட்டுள்ளது. தர்ம அசோகர் மௌரிய அரசர் அசோகராகத்தான் இருக்க முடியும். அப்படியானால் அந்த இலங்கை மன்னனின் கல்வெட்டுகள் தானா இத்தனையும்?

தான் புதிதாக மாறிய மதத்தின் கொள்கைகள் மீது தான் கொண்ட பற்றினை மேலும் பரப்புவதற்காக இப்படி இந்தியா முழுமைக்கும் கல்வெட்டுகளையும், தூண்களையும் அவர் பதிப்பித்தாரா?

வங்காளத்தின் ஆசிய ஆய்வுக் குழு 1837ஆம் ஆண்டு ஆகஸ்ட் மாதத்தின் ஆரம்பத்தில் நடத்திய அடுத்த கூட்டத்தில் பிரின்செப் ஃபெரோஸ் ஷா கைத்தடித் தூணில் உள்ள கல்வெட்டின் மொழி யாக்கத்தைச் சமர்ப்பித்தார். தான் இலங்கையின் வரலாற்றுக் குறிப்பில் கண்டவைகளை வைத்து, பிரின்செப் 'இலங்கையின் மன்னனாக இருந்த தேவநாமபியா பியாதாசி தான் பின்பற்றும் புத்த மதத்தின் கொள்கைகளைக் கல்வெட்டில் பதித்தார். தான் இருந்த பழைய மதத்தைப் புறக்கணிக்கவும், பின்பற்றும் புதிய மதத்தின் கொள்கைகளை வலியுறுத்தவே அவர் இவற்றைச் செய்தார்.

இக்கல்வெட்டு எதிலும் புத்தரின் பெயர் ஏதும் குறிப்பிடப் படவில்லை. ஆயினும் கல்வெட்டுகள் யாவும் புத்தரின் கொள்கைகளோடு நேரடித் தொடர்பு உடையவனாக இருந்தன. பதிவுகள் எல்லாவற்றிலும் 'தர்மா' என்ற சொல் முழுவதுமாகப் பின்னிப் பிணைந்திருந்தன. "அந்தப் புனிதச் சொல் மீண்டும் மீண்டும் பயன்படுத்தப்பட்டு வந்தது. தர்மா அல்லது தம்மா என்பது சாக்கிய முனிவரின் போதனைகளின் நடுப்புள்ளியாக இருந்தது." தர்மா என்ற இச்சொல்லை பிரின்செப் பண்பு அல்லது சமயம் என்ற பொருளில் மொழிபெயர்த்தார். கல்வெட்டுகளின் செய்திகள் யாவும் தர்மா என்பதைச் சுற்றியே வந்துள்ளன. ஆயினும் இக்கல்வெட்டுகளில் இதை எழுதியவரின் பெயர் மீண்டும் மீண்டும் பதிப்பிக்கப்படுகின்றன. டில்லியில் உள்ள தூண்களில் எழுதிய மன்னனின் பெயர் பதினாறு முறை பொறிக்கப்பட்டுள்ளது. கல்வெட்டின் செய்திகள் அவற்றை எழுதியவரின் உயர் பண்புகளை விளக்குதற்கு ஏற்றாற்போல், 'எசா மே கதே' - 'ஆகவே நான் அப்படிச் செய்தேன்' - என்பது திரும்பத் திரும்ப எழுதப்பட்டுள்ளது. மற்றவர்கள் கைக்கொள்ள வேண்டிய, அதற்குத் தேவையான பண்புகளைப் பற்றிக் கூறாமல் கல்வெட்டைச் செதுக்கிய மன்னனின் புகழ் பரப்பும் விதமாகவே அவை அமைந்துள்ளன.

இன்று தூண் கல்வெட்டுகள் என்று அழைக்கப்படும் (Pillar Edicts- PE -1-7) ஏழு கல்வெட்டுகளில் முதலாவது கல்வெட்டுக் கட்டளை டில்லியில் உள்ள ஃபெரோஸ் ஷா கைத்தடித் தூணின் வடக்குப் பக்கத்திலிருந்து ஆரம்பிக்கிறது. இவைகளில் மூன்று கல்வெட்டுகள் ஒரே பகுதியில் செதுக்கப்பட்டுள்ளன. ஒவ்வொன்றுமே முன்பே சொன்ன பதினைந்து எழுத்து கொண்ட சொற்றொடரோடு ஆரம்பிக்கின்றன - 'கடவுளின் அன்பிற்குரிய அரசன் பியாதாசி, இவ்வாறு கூறுகிறான்!'

நான்காவது அரச கட்டளை மேற்குப் பக்கத்திலும், ஐந்தாவது தெற்குப் பக்கத்திலும், ஆறாவது கிழக்குப் பக்கத்திலும், மிக நீளமான ஏழாவது கட்டளை மேற்குப் பக்கத்திலும், தூணைச் சுற்றி முழுமையாகவும் செதுக்கப்பட்டுள்ளன.

'கடவுளின் அன்பிற்குரிய அரசன் தேவநாமப்பியா பியாதாசி இவ்வாறு கூறுகிறார்!' என்று ஆரம்பித்து, முதல் தூணில் உள்ள அரச கட்டளைகளை மொழி பெயர்த்து பிரின்செப் கீழ்க்கண்டவாறு தருகிறார். (Pillar Edicts 1-இல் உள்ளவைகளின் முழுத் தொகுப்பு இது)

"எனது ஆட்சிக் காலத்தின் 27ஆம் ஆண்டில், நான் சார்ந்துள்ள சமயத்தின் கொள்கைகளையும் கோட்பாடுகளையும் எழுத்து வடிவத்தில் நாடெங்கும் பரப்பும்படி ஆணையிட்டுள்ளேன். நான் இதுவரை செய்த தவறுகளையும், மனதில் குவித்து வைத்திருக்கும் குற்றங்களையும் முழுவதுமாக உணர்ந்து, அவைகளுக்காக மிகவும் வருந்துகிறேன். பண்பு நலன்களுக்குப் புறம்பானவையெல்லாமே தவறுகள்தான்; தீவினைகள்தான். இத்தீவினைகளைப் பற்றி அறியும் போதும், அவைகளைப் பற்றி ஆழ்ந்து சிந்திக்கும் போதும் அவைகள் தரும் தீமை, அவைகளின் அச்சுறுத்தும் தன்மை பற்றியெல்லாம் உணரும்போதும் மனம் மிகுந்த கனமாகிறது. அப்போதெல்லாம், இச்சமயமும், அதன் அன்பு சார்ந்த வழி முறைகளின் மீதான ஈர்ப்பும் மேலும் மேலும் வலுவாகிறது. என் குடிமக்கள் - அவர்கள் சாதாரண வாழ்வியலோடோ, சந்நியாசத் தன்மையிலோ, எதில் இருந்தாலும் - மற்றும் ஏனைய மக்கள் அனைவரோடும் தங்களுக்குள் ஒன்றுபட்டு, அச்சமயத்தின் வழியே ஒன்று சேர்வர். இதனால் அவர்கள் தங்கள் உணர்வுகள், ஆசைகள் அனைத்தையுமே கட்டுக்குள் கொண்டு வந்து அறிவின் உச்ச நிலைக்கு உயர்ந்து நிற்பார்கள். அதுவே உண்மையான அறிவின் உச்சமாக இருக்கும். இவையெல்லாமே அச்சமயத்தின் மூலமாகவே மக்களுக்குள் வளரும். இச்சமயமே போற்றிப் புகழப்பட வேண்டியது. இச்சமயமே பக்திச் சூழலைக் கற்றுக் கொடுக்கும். இச்சமயமே நம் வாழ்வில் முழு இன்பத்தைத் தரும்."

இன்றைய கல்வெட்டு இயலின்படி மேற்சொன்ன மொழியாக்கம் மிகச் சரியான ஒன்றாக இல்லைதான். பிரின்செப், ரத்னபாலா

இருவருமே இம்மொழியாக்கத்தில் சில சொற்றொடர்களின் முழுப்பொருளைக் கண்டுபிடிக்கவில்லை. ஆகவேதான் மேற்கண்ட மொழியாக்கம் இப்போதுள்ள அறிஞர்களால் ஒதுக்கி வைக்கப்பட்டுள்ளது.

இரண்டாவது தூணின் - PE-2 - கல்வெட்டு மொழியாக்கம் செய்வதற்கு சிறிது எளிதுதான். 'தர்மம்' என்ற சொல் பியாதாசி மன்னனால் இதில் பயன்படுத்தப்பட்டுள்ளது. பிரின்செப்பின் மொழிமாற்றத்தின்படி, மன்னன் பியாதாசி தர்மம் என்பதை பல நல்ல பணிகளோடு இணைத்துப் பேசியுள்ளார். "தர்மம் என்பது இரக்கம், தயாளம், அப்பழுக்கற்ற நிலை, கற்புநிலை - இவைகளைப் பேணுதல். இவ்வுயர் பண்புகளை மனதில் நிறுத்தி, மன்னன் பியாதாசி பல நன்மைகளை எல்லோருக்கும் செய்தார். அவரது தயாளம் ஏழைகளுக்கும், ஆதரவற்றோர்களுக்கும், இருகால் பிராணிகளான மனிதர்கள் மட்டுமல்லாது நான்கு கால் பிராணிகளுக்கும், நிலத்திலும் நீரிலும் வாழும் அனைத்திற்கும் பொதுவாகச் சென்றடைந்தது." மேலும் இந்த இரண்டாவது கல்வெட்டில் ஏன் இச்சமயத்தின் கருத்துகள் எங்கும் பரப்பப்படுகின்றன என்பதற்கான காரணமும் சொல்லப்படுகிறது. "இங்கு சொல்லப்படுபவை அனைத்தையும் அனைவரும் கேளீர். காலமெல்லாம் இவை உங்களோடு வாழட்டும், இக்கருத்துகளை ஒட்டி வாழ்க்கை நடத்துவோர்கள் அனைவரும் அழியாத மகிழ்ச்சியைக் கண்டடைவார்கள்."

ஜேம்ஸ் பிரின்செப்பின் மொழியாக்கம் அனைத்தும் இந்த நூலில் இடப் பற்றாக்குறை காரணமாகத் தொகுத்துத் தரப்படவில்லை. ஆயினும் ஏழாவது கற்றூண் கல்வெட்டின் பகுதி கட்டாயம் இங்கே தரப்படவேண்டும். அக்கல்வெட்டின் இறுதி வரிகளில் பிரின்செப் மன்னன் பியாதாசியின் உண்மையான நோக்கினை நமக்குத் தெளிவாக விளக்கி விடுகிறார். அந்த வார்த்தைகள் இனி வரும் எதிர்காலப் பரம்பரை எல்லோருக்கும் போய்ச் சேர வேண்டியது:

> "இங்கு சொல்லப்படுபவை அனைத்தும் காலங்காலமாக நிலைத்து நிற்கவேண்டும். என் பிள்ளைகளின் பிள்ளைகள்... இந்த சூரியனும் சந்திரனும் இருக்கும் காலம்வரை! அவை நிலைத்து நிற்க வேண்டும். எழுதப்பட்டவைகள் அனைத்தும் மரியாதையோடு போற்றிப் பாதுகாக்கப்பட வேண்டும். அவைகளுக்கு அனைவரும் கீழ்ப்படிந்து ஒழுக வேண்டும். தேவநாமப்பியா சொல்கிறார், "இக்கல்வெட்டுகளை

நானே பணித்தேன். இச்சமயத்தின் கருத்துகள் அனைத்தும் இதுபோன்ற கல்வெட்டுகளில் பொறிக்கப்பட்டு காலங்காலமாய் நிலைத்து என்றும் நிற்க வேண்டும்.''

இந்தக் கல்வெட்டின் தற்கால மொழியாக்கம் இதைவிடச் சிறிதாக இருக்கலாம். ஆனால் இதேபோன்று அழுத்தமான பொருள் பொதிந்ததாகவே இருக்கிறது.

★

கீழ்திசையியல் விற்பன்னர்களின் மீது ஒன்றின் மேல் ஒன்றாக, அடுக்கடுக்காக பல வரலாற்று உண்மைகளை பிரின்செப் ஏற்றி வைத்தார். கல்வெட்டின் எழுத்தியல், சாஞ்சி ஸ்தூபிகளை நிறுவியவர்களின் பெயர்ப்பட்டியல், ஃபொரோஸ் ஷாவின் ஒரு கற்றூணில் உள்ள கல்வெட்டுகளின் மொழியாக்கம் இக்கல்வெட்டுகளைப் பணித்த மன்னன் தேவநாமப்பியா பியாதாசியைப் பற்றிய குறிப்புகள் - இப்படிப் பல வரலாற்றுச் செய்திகள் அவர்கள்மேல் குவிந்தன.

1837ஆம் ஆண்டு ஜூலை மாதத்தில் வங்காளத்து ஆசிய ஆய்வுக் கழகத்தின் குறிப்பேடுகளில் பிரின்செப், பியாதாசி என்ற மன்னன் இலங்கையை ஆண்ட கடவுளின் அன்புக்குரிய தேவநாம்பியாதிஸா என்ற மன்னன் என்று எழுதி வெளியிட்டார். இக்கட்டுரைக்கு கொழும்புவிலிருந்த ஜார்ஜ் டர்னோரிடமிருந்து உடனே ஒரு எதிர்வினை எழுந்தது.

தான் புதிதாகக் கண்டுபிடித்திருக்கும் ஒரு செய்தி பற்றி டர்னோர் ஒரு குறிப்பு எழுதுகிறார். நான் ஏற்கெனவே எழுதிய நூலில், 1812ஆம் ஆண்டு சமையலுக்குப் பயன்படுத்தும் 'பட்டை' விளைவிக்கும் துறையின் தலைவரும், புத்த சந்நியாசியாக விளங்கியவருமான ஜார்ஜ் நோடாரிஸ் என்பவர் சியாமிலிருந்து சிலோனிற்கு பெருமதிப்பு வாய்ந்த பாலி மொழியில் எழுதப்பட்ட நூல்களைக் கொண்டு வந்ததாகக் குறிப்பிட்டிருப்பேன். அப்படிப்பட்ட நூல்களில் 'தீவுக் கால அட்டவணையும்' ஒன்று. இந்த நூலை அடிப்படையாக வைத்தே பின்னாளில் 'பெரும் பரம்பரைக் குறிப்பேடு' எழுதப்பட்டது. டர்னோர் மொழி மாற்றம் செய்த நூலைவிட இது சிறந்தது மட்டுமல்ல, மேலும் பல முக்கிய மாற்றங்களையும் கொண்டது. அந்நூலை மேம்போக்காகப் புரட்டிப் பார்த்த டர்னோர், பியாதாசி பற்றிய புதிய உண்மை ஒன்றினைக் காண்கிறார். அப்பகுதியின் மொழிபெயர்ப்பில் 'புத்தர் சமாதியடைந்த பின் இருநூற்று பதினெட்டு ஆண்டுகளுக்குப்

பிறகு பியாதாசியின் ஆட்சி! இவர் சந்திரகுப்தரின் பெயரனும், பிந்துசாரரின் மகனுமாகும். இவர் அப்போதைய உஜ்ஜெயினியின் வைஸ்ராயாகவும் இருந்தார்' என்று காணப்பட்டது.

இதுவே டர்னோரின் உண்மையை எடுத்தியம்பும் மிகப் பெரிய கண்டுபிடிப்பாகும். பிரின்செப் கருதியது போல் ஃபெரோஸ் ஷா கைத்தடித் தூண்களில் கல்வெட்டுகளைப் பதிப்பித்தவர் தேவநாமப்பியா பியாதாசி என்ற இலங்கை மன்னன் அல்ல. அந்த மன்னன், அதே கால கட்டத்தில் இந்தியாவில் ஆட்சி புரிந்த அசோக மௌரியா என்பவரே!

இதே உண்மையை டர்னோர் சொல்வதற்கு நான்கு ஆண்டுகளுக்கு முன்பே வெல்லெஸ்லியின் போதகர் வில்லியம் பாக்ஸ் தெளிவாக எழுதி வைத்திருந்தார். அந்த உண்மைகளை மற்றவர்கள் கண்டுபிடிப்பதற்கு முன்பே அவர் மரணம் எய்து விட்டார். ஆகவே அவருக்குச் சேரவேண்டிய புகழ் அனைத்தும் இப்போது ஜார்ஜ் டர்னோருக்குக் கிடைத்தது. ஆனாலும் இதில் தவறேதுமில்லை!

இந்தியாவில் பல இடங்களில் கிடைத்த கல்வெட்டுகள், கற்றூண் கல்வெட்டுகள் அனைத்திற்கும் காரணமானவர் எவ்வித சந்தேகங்களுமின்றி அசோகர் என்ற மௌரிய அரசர் என்பது மிக உறுதியாகக் கண்டுபிடிக்கப்பட்டது. இச்செய்தி இந்திய வரலாற்றின் மிக மிக முக்கியமான ஒரு பக்கம். ஏனெனில் இந்திய வரலாற்றின் ஒரு முக்கிய மைல் கல்லை இச்செய்தி வெளிக் கொண்டு வந்துள்ளது. சிதறிக் கிடந்த பல்வேறு செய்திகளை ஒருங்கிணைக்கும் ஓர் பேருண்மையாகவும் ஆனது.

1837 ஜூலை மாதத்திற்குப்பின் அடுத்து வந்த ஆகஸ்ட் மாத ஆசிய ஆய்வுக் கழகக் கூட்டத்தில் பிரின்செப் மற்றுமொரு முக்கிய செய்தியைத் தன் கட்டுரையில் அளித்தார். அவைகள் கயாவிற்கு வடக்குப் பக்கமிருந்த நாகுர்ஜூனி குகைகளில் கிடைத்த இரு கல்வெட்டு நகல்களின் மொழிபெயர்ப்பே ஆகும். இம்மொழி ப்பெயர்ப்புகள் வில்லியம் ஹேரிங்டன் அவர்களால் எழுதப்பட்டது. நாற்பது ஆண்டுகளுக்கு முன் மொழி பெயர்க்கப்பட்டு இதுவரை இருட்டில் மூழ்கிக்கிடந்த இவைகளை பிரின்செப் வெளிச்சத்திற்குக் கொண்டு வந்தார். இந்த இரு மொழிபெயர்ப்புகளும் 'பிராமி' வகையைச் சார்ந்தவை. இரு மொழிபெயர்ப்புகளும் ஏறத்தாழ ஒன்றாகவே இருந்தன. ஆயினும் ஒரு நகல் 'பிரம்மனின்

குகையிலிருந்தும், மற்றொன்று பால்காரனின் குகையிலிருந்தும் கிடைத்தவைகளாகக், குறிப்பிடப்படுகின்றன.

பிரின்செப்பின் மொழி மாற்றத்தில் அந்த நகல்களில் “பெரும் புத்த சந்நியாசிகளுக்கு கடவுளின் அன்பிற்குரிய தசரதா என்ற மன்னன் தான் அரியணை ஏறும்போது அளித்த கொடைகள்' என்று குறிப்பிடப்பட்டிருந்தன. அசோகர் தன் கற்றூண் கல்வெட்டுகளில் குறிப்பிட்ட அதே புகழ்மொழிகள் தசரதனாலும் இக்கல்வெட்டுகளில் பொறிக்கப்பட்டுள்ளன. மேலும் மன்னன் தசரதாவின் பெயர் பல புராணங்களில் சொல்லப்பட்ட மகதநாட்டு அரசர்களின் பெயர்ப் பட்டியலில் காணப்படுகிறது. ‘மகத அரசர்களின் பரம்பரைப் பெயர்ப் பட்டியலில் புத்த சமயப் பேரரசனான அசோகரின் பெயருக்கு அடுத்த இரண்டாவது பெயராக வருகிறது. இச்செய்தி அசோகரின் பேரன் மகத நாட்டை ஆண்டிருக்கிறார். அவரும் அசோகரின் புகழுக்கு மரியாதை செலுத்தும் வகையில் அவர் பயன்படுத்திய அதே சொற்கோவைகளைத் தன் கல்வெட்டுகளிலும் பயன்படுத்தியுள்ளார்' என்பது தெரிகிறது.

அதே 1837ஆம் ஆண்டு பிரின்செப் தன் கண்டுபிடிப்புகளில் புதிய பகுதியாக இன்னொரு தகவலைத் தருகிறார். அது கல்கத்தாவிலிருந்த மார்க்கம் கிட்டோவால் தௌலியில் மீண்டும் எடுக்கப்பட்ட இரண்டாவது திருத்தமான பதிப்பு. ஏற்கெனவே இவர் எடுத்த பதிவில் திருப்தி இல்லாத பிரின்செப் திருத்தமான இரண்டாவது பதிப்பினை கிட்டோவிடம் கேட்கிறார். கிட்டோவும் தன் ‘தலையைப் பணயம் வைத்து' இரண்டாவது பதிப்பைத் தருகிறார்! ஏற்கெனவே கிட்டோ அப்பதிவுகளை எடுக்க அங்கிருந்த கரடியைக் கொல்ல வேண்டியதாயிருந்தது. இப்போது ஓடிப்போன கரடிக்குட்டிகளும் பெரிதாகி விட்டிருந்தன. அவைகளின் தொல்லையை அகற்றிய கிட்டோ பதிவெடுக்கும்போது, தலைகுப்புற விழுந்து தலையில் காயம்பட்டுப் கொண்டார். ‘முனைந்து பதிவெடுக்கும்போது தன் கால் மரத்துப் போனதும் தெரியாமலிருந்தார் கிட்டோ. அதே சமயத்தில் அவரைத் தாங்கிப் பிடித்திருந்தவனும் அசந்து தூங்கிவிட, இந்த விபத்து கிட்டோவிற்கு நடந்தது. எப்படியோ, இரண்டாம்முறை எடுத்த இந்த நகல் மிக அற்புதமாக இருந்தது.

பிரின்செப் கிர்னார் மலைக் கல்வெட்டுகளை அப்போது ஆராய்ந்து கொண்டிருந்தார். இதைப்பற்றி பிரின்செப், “கிர்னார் கல்வெட்டுகளைச் சிரமத்துடன் ஆராய்ந்து கொண்டிருந்தேன். அவைகள் அனைத்தும் அசோகரின் கற்றூண் வாசகங்களை

ஏறத்தாழ ஒத்திருந்தன. இந்த நேரத்தில் கிட்டோவிடமிருந்து கிடைத்த கட்டாக், தௌலிக் கல்வெட்டுகள் எனக்கு மிகப் பெரும் உதவியாக ஆனது. எனது ஆச்சரியத்திற்கும் மகிழ்ச்சிக்கும் அளவேயில்லை. ஏனெனில் இவைகளில் உள்ள வாசகங்கள் அப்படியே கிர்னார் மலைக் கல்வெட்டுகளோடு ஒத்துப் போகின்றன' என்று எழுதியுள்ளார்.

இந்த இரு கல்வெட்டுகளும் கிடைத்த இடங்கள் ஒன்றுக்கொன்று தொள்ளாயிரம் மைல்கள் விலகி இருந்தன. ஒன்று கிழக்குக் கடற்கரையோரம். மற்றொன்று மேற்குக் கடற்கரையோரம். ஆயினும் அவைகளின் வாசகங்கள் ஒன்றாயிருந்தன. பிரின்செப் சொல்வதுபோல், "முதல் வாசகத்திலிருந்து பத்தாம் வாசகங்கள் வரை அவை இரண்டும் ஒரே மாதிரியாக இருந்தன. இவைகளுக்குப் பிறகு வாசகங்களில் வேற்றுமை தோன்றுகின்றன. அதன்பின் கிர்னார் கல்வெட்டுகளில் வரும் மூன்று வாசகங்கள் தௌலியில் இல்லை. தௌலியில் வரும் இரு வாசகங்கள் கிர்னாரில் இல்லை. இன்று கிர்னார் கல்வெட்டு வாசகங்கள் *REs 1-14* என்று குறிப்பிடப்படுகின்றன. தௌலி கல்வெட்டுகளில் *REs 11-13* என்ற பகுதி இல்லை. அதற்குப் பதிலாக வேறு இரு கல்வெட்டுகள் உள்ளன. அவை *Separate Rock Edicts - SREs 1-2* என்று குறிப்பிடப்படுகின்றன.

மார்க்கம் கிட்டோ எடுத்து வந்த நகல்கள் மற்றுமொரு விவரத்தையும் தருகின்றன. பிரின்செப் நினைத்தது போல் இந்த இரு கல்வெட்டுகளில் உள்ள வேற்றுமைகளுக்கு இந்த இருவேறு இடங்களில் உள்ள பேச்சு மொழியின் வேற்றுமையே காரணம். அவர்கள் பேசி வந்த 'பிரகிருத' மொழியின் இருவேறு இடங்களில் உள்ள வேற்றுமைதான் காரணம். அதைத் தவிர அவைகள் ஒன்றாகவே உள்ளன.

கிர்னார், தௌலி கல்வெட்டுகளில் ஒற்றுமை அதிகம். ஒரே பாணியில் அவை எழுதப்பட்டுள்ளன. ஃபெரோஸ் ஷா கற்றூண்கள் கங்கைச் சமவெளியில் வடக்கு திசையில் கிடைத்த கல்வெட்டுகளோடு ஒத்துப் போகவில்லை. அவைகளில் உள்ள வாசகங்களும் வேறு வேறு. அமைக்கப்பட்ட கால கட்டங்களும் வேறு வேறு.

ஃபெரோஸ் ஷா கற்றூண் கல்வெட்டுகளும், மற்ற கற்றூண் கல்வெட்டுகளும் அசோகர் அரியணையேறிய பின் இருபத்தி ஆறு ஆண்டுகள் கழித்து எழுதப்பட்டவை. ஆனால் மூன்றாவது

பிரிவான கிர்னார்-தௌலி மலைக் கல்வெட்டுகள் எல்லாமே, "கடவுளின் அன்பிற்குரிய பியாதாசி இவ்வாறு சொல்கிறார்!" என்ற ஆரம்பத்தோடு, பதவியேற்ற பிறகு பன்னிரண்டு ஆண்டுகள் கழித்து எழுதப்பட்டுள்ளன. கற்றூண் கல்வெட்டுகள் நிறுவப்படுவதற்குப் பதினான்கு ஆண்டுகளுக்கு முன்பே இந்த மலைக் கல்வெட்டுகள் நிறுவப்பட்டு விட்டன.

கிர்னார், தௌலி மலைக் கல்வெட்டுகளை மொழி மாற்றம் செய்ய பிரின்செப் முனைந்தபோது அவர் இக்கல்வெட்டுகள் கற்றூண் கல்வெட்டுகளைவிட மொழியின் தரத்தில் மிகுந்த குறைபாடுடன் இருப்பதைக் கண்டார். மொழி மட்டுமின்றி, கல்வெட்டுகளே கற்றூண்களில் இருப்பது போலின்றி, சீரற்று இருந்தது. ஏற்கனவே சொன்னக் கருத்துகளே மறுபடியும் மறுபடியும் செதுக்கப்பட்டிருந்தன. மாற்றங்களும், திருத்தங்களும் நிறையவே இருந்தன. இக்கட்டளைகளைக் கொடுத்த மன்னனே ஆட்சியை முறையற்று நடத்தி, தான் சொல்லும் 'தர்மாவை' தான் எவ்வாறு கையாள்கிறோம், அதைத்தன் குடிமக்களுக்கு எவ்வாறு போதிப்பது என்பது போன்ற குழப்பங்களோடு அவைகளைச் செதுக்கியது போல் தோன்றியது. மன்னனது இக்குழப்பங்களும், முறையற்ற மொழியும் பிரின்செப்பின் பணியை மேலும் சிரமமாக்கியது.

RE-1 கல்வெட்டு எளிதாக ஆரம்பித்து குடிமக்களுக்கான உத்தரவை மன்னன் பிறப்பிப்பதாக வருகிறது. 'கடவுளின் அன்பிற்குரிய, மன்னன் பியாதாசி தர்மாவைப் பற்றிய தனது கட்டளைகளை இதில் எழுதுகிறார்' என்று அக்கல்வெட்டுகள் ஆரம்பிக்கின்றன. மேலும் எந்த உயிரையும் கொல்லக்கூடாது; உயிர்ப்பலி கொடுத்து நடத்தப்படும் சிறப்பு நிகழ்வுகள் ஏதும் கூடாது; இவை மட்டுமின்றி, அசோகருக்குப் பிடித்த உணவு வகைகளும், அவருக்குப் பிடித்த உணவுகளை அவர் மனமின்றி ஒதுக்கியதையும் கூட கல்வெட்டில் இணைத்துள்ளார். (கல்வெட்டின் இன்றைய மொழியாக்கம் இங்கே தரப்படுகிறது)

> *"எனது ஆட்சியின் கீழ் எந்த உயிரும் கொல்லப்படக் கூடாது; எந்த உயிர்ப்பலியும் செய்யக்கூடாது. கடவுளின் அன்பிற்குரிய மன்னன் பியாதாசி அனுமதிக்கும் சில பண்டிகைகளைத் தவிர வேறு பண்டிகைகள் எதையும் மக்கள் கொண்டாடக் கூடாது. கடவுளின் அன்புக்குரிய மன்னன் பியாதாசின் அரண்மனையில் ஆயிரக்கணக்கான மிருகங்கள் உணவிற்காகக் கொல்லப்பட்டன. ஆனால் இப்போது இக்கல்வெட்டுகள் மூலம் ஆணைகள் பிறப்*

பிக்கப்பட்ட பின், மூன்றே மூன்று உயிரினங்கள்- இரு மயில்கள் ஒரே ஒரு மான் - மட்டுமே கொல்லப்படுகின்றன. இன்னும் சில நாட்களில் இந்த கொலைகளும் நிறுத்தப்பட்டுவிடும்."

எல்லா உயிரினங்களுக்கும் மரியாதை என்ற உயர்ந்த கொள்கை எல்லா கல்வெட்டுகளிலும் தொடர்ந்து எழுதப்பட்டன. RE -2- இக்கல்வெட்டுகளில் மனிதர்களுக்கும், விலங்குகளுக்கும் அளிக்கப்படும் மருத்துவ உதவி பற்றி குறிக்கப்பட்டிருந்தன. பல கிணறுகள் தோண்டப்பட்டு, எல்லோருக்கும் பயனளிக்க நிழல் கொடுக்க சாலைகளில் மரங்கள் நடப்பட்டன என்றும் குறிப்பிடப்பட்டுள்ளன. RE-3-இல் பெற்றோரிடம் மரியாதையோடு இருத்தல், எல்லோருக்கும் கொடுத்து உதவும் மனப்பான்மையோடு இருப்பது, எளிய வாழ்க்கை வாழ விரும்புவது - போன்ற ஒழுக்க விதிகள் கூறப்பட்டன. சில கல்வெட்டுகள் இத் தனிமனித ஒழுக்கத்தையும் தாண்டி சில வரைமுறைகளைத் தந்தன. சான்றாக RE-6- இல் 'இக்கோட்பாடுகளைத் தரும் மன்னனிடம் எதையும் மறைக்கலாகாது; அவரிடம் எல்லாவற்றையும் பகிர்ந்து கொள்ள வேண்டும் எனவும் குறிக்கப்பட்டுள்ளன.'

"முந்திய காலத்தில் சமூகத் தளங்களில் எதுவும் யாரிடமும் பகிர்ந்து கொண்டதில்லை. அரசனிடம் அனைத்து விவரங்களும் சொல்லப்பட்டதும் இல்லை. ஆனால் இப்போது நான் எங்கிருந்தாலும் - உணவு உண்டு கொண்டிருந்தாலும், அந்தப்புரத்தில் இருந்தாலும், தூங்கிக் கொண்டிருந்தாலும், தேரிலோ பல்லக்கிலோ பயணம் செய்து கொண்டிருந்தாலும், சோலைகளிலோ, வேறெங்கோ இருந்தாலோ - அங்கங்கே நாட்டு நடப்புகளை என்னிடம் தெரிவிக்கும் நபர்கள் பரவியிருக்க வேண்டும். அவர்கள் மூலமாக நான் அனைத்தும் அறிந்து, மக்களுக்குத் தேவையானவைகளை உடனே செய்து தர உதவ வேண்டும். எல்லோரின் நலனே என் முதல் கடமை. அதை முழுமையாக நிறைவேற்ற அடித்தளமாக விவரங்கள் அனைத்தும் எனக்குத் தெரிந்தாக வேண்டிய கட்டாயம் உள்ளது."

எல்லாக் கல்வெட்டுகளிலும் செய்திகள் பலவாக இருந்தாலும் அனைத்துக் கல்வெட்டுகளிலும் மையப் புள்ளியாக இருப்பது 'தர்மா' RE -11-இல் தர்மாவைப் பற்றிய ஒரு விளக்கம் - அது சமயச் சார்பில் இல்லாது, வாழ்வியலைச் சார்ந்து நிற்கிறது.

"தர்மா போன்ற ஒரு பெரும் வெகுமதி வேறு ஏதுமில்லை; அதுபோன்ற உயர்ந்த தொடர்பு வேறு ஏதுமில்லை; கொடுப்பதற்கு இதைவிடச் சிறந்தது ஏதுமில்லை; இதைவிட உயர்ந்த உறவு வேறெதுவுமில்லை. தர்மா என்பது நம் கீழ் உள்ள தொழிலாளர்கள், வேலைக்காரர்கள் மீது நாம் கைக்கொள்ள வேண்டிய நல்ல நெறிமுறைகள், தாய் தந்தையருக்கு நாம் அளிக்க வேண்டிய மரியாதை, நண்பர்களிடமும், உறவினர்களிடமும், தோழர்களிடமும், துறவிகளிடமும், பிராமணர்களிடமும் நாம் காண்பிக்க வேண்டிய தாராளமான, விசாலமான மனது, எந்த உயிரையும் கொல்லாமை. இந்த நற்பண்புகளால் நம் ஒவ்வொருவரின் தந்தை, மகன், சகோதரன், தலைவன், நண்பன், தோழன், வாழ்வோர் அனைவரும் சொல்ல வேண்டியது - 'இது மிகவும் நல்லது. இதை நாம் உறுதியாகச் செய்ய வேண்டும், இந்த தர்மாவை நாம் கைக்கொண்டால் இந்த உலகில் பெரும் பயன் பெறுவோம். மறு உலகில் பெருத்த மரியாதை கிட்டும்."

அசோகர் தான் பட்டமேற்ற பின் பத்து ஆண்டுகள் கழித்துக் கிடைத்த சமயக் கோட்பாடுகளையும், தர்மாவையும் தனது நாட்டிலும் அதையும் தாண்டியும் பரப்பி வந்தார். RE-8-இல் இந்த வரலாற்று நிகழ்வு விவரிக்கப்படுகிறது.

"அரசர்கள் தங்கள் தனிப்பட்ட மகிழ்ச்சிக்காக அவ்வப்போது வேட்டையாடவும் அல்லது வேறு நிகழ்வுகளுக்காகவும் ஊர் சுற்றச் செல்வதுண்டு. ஆனால் அசோகர் கடவுளின் அன்புக்குரியவராக ஆன பின், பதவியேற்ற பத்து ஆண்டுகளுக்குப் பிறகு அதுபோன்ற மகிழ்ச்சி யாத்திரைகள் ஏதும் செய்யாமல், சம்போதி என்னுமிடத்திற்கு ஞான யாத்திரை மேற்கொண்டார். இது தர்மாவை நோக்கிச் சென்ற ஒரு பயணம்." சமஸ்கிருதத்தில் 'சம்போதி' என்பது 'உச்ச ஞான நிலை நோக்கிய தேடல்' என்று பொருள். அசோகர் சம்போதி நோக்கிய பயணம் தொடர்ந்தார் என்பது, அசோகர் புத்தர் ஞானம் பெற்ற போதி மரம் உள்ள புத்தகயாவிற்குச் சென்றாரா... இல்லை... அவர் புத்தரின் கொள்கைகளைப் பெற்றாரா என்பதில் எது என்று தெளிவாகத் தெரியவில்லை. இரண்டில் எதுவாக இருந்தாலும் அசோகர் புத்தரின் ஞானக் கொள்கைகளைப் பெற்றார் என்பது மட்டும் தெளிவாகிறது.

RE-5-இல் அசோகர் புத்தரின் தர்மக் கொள்கைகளைப் பெற்ற பின், அக்கொள்கைகளைப் பரப்ப வேண்டும் என்ற ஒரே நோக்கத்தோடு உள்ள சந்நியாசிகளுக்காக 'தர்ம மஹாமத்ராஸ்' என்னும் ஓர் அமைப்பை உருவாக்கினார் என்பது பதிக்கப் பட்டுள்ளது. அசோகரின் பதவியேற்புக்கு பதின்மூன்று ஆண்டுகள் கழித்து இச்சபை ஆரம்பிக்கப்பட்டது. புத்தரின் தர்மாவை தனது நாட்டிற்குள்ளும், நாட்டின் எல்லையைத் தாண்டியும் போதிக்க இதனை உருவாக்கினார். அசோகர் ஆட்சி எல்லையையும் தாண்டி, கிரேக்கர்கள், கம்போஜர்கள், கந்தாரா, ரஸ்திகா, பிட்டினிகாஸ் போன்ற மேற்குப் பக்கத்தில் இருந்தவர்களிடமும் இச்சமயப் போதனையை நீட்டித்தார்.

அசோகர் நிர்மாணித்த இந்த சமயப் போதகர்கள் எல்லா மதத்தினர் நடுவிலும் தங்கள் தொண்டுகளைத் தொடர்ந்தார்கள். இந்த மத நல்லிணக்கம் *RE-7* கல்வெட்டுகளில் தெளிவாகத் தெரிகிறது. இக்கல்வெட்டுச் செய்திகளே மிகக் குறுகிய கல்வெட்டாகும்.

'கடவுளின் அன்புக்குரிய மன்னன் பியாதாசி எல்லா மதங்களும் தனிமனித ஒழுக்கம், நேர்மையான மனது பற்றியே போதிப்பதால் அவை எங்கும் வேறுபாடின்றி தழைத்தோங்கலாம். மக்களுக்கு வெவ்வேறு ஆசைகள், பற்றுகள் உண்டு. அவைகளுக்கேற்ப அவர்களின் மதங்களும் மாறுபடலாம். அந்தந்த மதங்களையோ அல்லது அதில் கூறப்படும் சில கருத்துகளையோ அவர்கள் பின்பற்றலாம்.'

இந்த மதச் சுதந்திரம் *RE-12* (கிர்னார்) கல்வெட்டிலும் போதிக்கப்படுகிறது. ஒவ்வொருவரும் மற்ற மதங்களில் சொல்லப்படுபவைகளையும் கவனித்துக் கேட்க வேண்டும், அவைகளுக்குரிய மரியாதையையும் அவர்கள் தரவேண்டும். கடவுளின் அன்புக்குரிய மன்னன் பியாதாசி, "மக்கள் எல்லோரும் மற்ற மதங்களின் கொள்கைகளை நன்கு தெரிந்து வைத்திருக்க வேண்டும். அக்கொள்கைகளை அவர்கள் மதிக்கவும் வேண்டும்," என்று விரும்புகிறார். "தங்கள் மதத்தோடு ஒன்றி அதைப் பற்றி மட்டும் தெரிந்து வைத்துக் கொள்பவர்களிடம் இதைச் சொல்ல வேண்டும், கடவுளின் அன்புக்குரிய மன்னன் பியாதாசி பெரும் செல்வத்தையோ பெரிய வெகுமதியையோ மதிப்பதில்லை. ஆனால் எல்லா மதங்களிலும் உயரிய கொள்கைகள் உருவாகி வளர வேண்டுமென்பதையே விழைகிறார்."

இறுதிக் கல்வெட்டான *RE-14*-இல் அசோகரின் மலைக் கல்வெட்டுகள் எவ்வாறு, எப்படி செதுக்கப்பட்டன என்ற விவரங்கள் காணக் கிடைக்கின்றன. பிரின்செப் இக்கல் வெட்டு இதுவரை நடந்து வந்தவைகளின் தொகுப்பு என்று கருதுகிறார். இக்கல்வெட்டிலிருந்து ஒரே ஒரு அதிகாரப் பூர்வமான தகவல் தெரிகிறது. எழுதப்பட வேண்டிய நகல் ஒன்று அரசனின் கண்பார்வையில், அரசனின் அதிகாரத்தின் கீழ் தயாரிக்கப்படுகிறது, பெயர் கண்டுபிடிக்க முடியாத ஒரு பண்டிதர் சொல்லி, எழுத்தர் ஒருவர் இதனை எழுதுகிறார். இதனாலேயே கட்டாக்கிலுள்ள தௌலி கல்வெட்டும் இதே வார்த்தைகளோடு செதுக்கப்பட்டுள்ளது. *RE-14* கல்வெட்டு இன்னொரு முக்கிய தகவலை பிரின்செப்பிற்கும், ஏனைய ஆசிய ஆய்வுக் குழுவினருக்கும் தருகிறது. அது என்னவெனில், இனியும் பல கல்வெட்டுகள் ஆய்வாளர்களால் கண்டுபிடிக்கப் படுவதற்காகவே காத்திருக்கின்றன.

> *கடவுளின் அன்பிற்குரிய அரசன் பியாதாசி வேறுபட்ட நீளத்தில் இக்கல்வெட்டுகுரிய குறிப்புகளைத் தயாரித்தார். மிகக் குறுகிய குறிப்புகள், நீண்ட குறிப்புகள், இடைநிலைக் குறிப்புகள் என்று வெவ்வேறு குறிப்புகள் தயாரிக்கப்பட்டன. "இவை அனைத்தும் ஒரே இடத்தில் இருக்காது. ஏனெனில் எனது சாம்ராஜ்யம் மிகப்பெரிது, இன்னும் பல குறிப்புகளை நான் எழுதுவேன். பல குறிப்புகள் எழுதினாலும், சில விஷயங்கள் இவைகளில் திருப்பித் திருப்பிச் சொல்லப்படும். ஏனெனில் அவை அவ்வளவு இனிமையானவை. மக்கள் அவைகளை அறிந்து வாழ்க்கையில் கடைப்பிடிக்க வேண்டும்." சில கல்வெட்டுகள் முழுமை பெறாமல் இருந்தால் அது அக்கல்வெட்டு இருக்குமிடத்தில் அவ்வாறு இருக்கலாம் அல்லது எழுத வந்த பொருளடக்கத்தால் அவ்வாறு இருக்கலாம். அல்லது எழுத்தரைப் பொறுத்தும் இருக்கலாம்!*

இக்கல்வெட்டுகள் மன்னன் பியாதாசியிடமிருந்து உருவாகின என்ற கண்டுபிடிப்பு பிரின்செப்பிற்கு மேலும் பல உண்மைகளையும் உரைத்தன. கிர்னாரில் கிடைத்த மலைக் கல்வெட்டுகள் *RE-2*, *RE-13* இரண்டிலும் வேறு பல மறைந்து கிடந்த வரலாற்றுக் குறிப்புகள் வெளிவந்தன.

RE-2 - இக்கல்வெட்டின் மூலம் மன்னன் பியாதாசி மருத்துவ உதவியை தன் நாட்டு மக்களுக்கு மட்டுமின்றி, எல்லை

தாண்டி மேற்குத் திசையில் உள்ள ஏனைய நாட்டு மக்களுக்கும் கிடைக்குமாறு செய்துள்ளார். அக்கல்வெட்டின் ஆரம்பப் பகுதியிலேயே, 'இம்மருத்துவ உதவி மன்னன் பியாதாசி வெற்றி பெற்ற ராஜ்யங்கள் மட்டுமின்றி, அதையும் தாண்டி நம்பிக்கை கொண்ட ஏனைய சோழர், பிடா (பாண்டியர்கள்), சத்யப் புத்திரர்கள், கேரள புத்திரர்கள், இன்னும் அதையும் தாண்டி தம்பபானி என்பவர்களையும், மேலும் அன்டியோக்கஸ் என்ற கிரேக்க நாட்டு பகுதிகளுக்கும், அன்டியோக்கஸ்களின் ஆணையின் கீழ் உள்ள மற்ற நாட்டு அதிகாரிகளுக்கும் அளிக்கப்பட்டன.'

இவைகளில் சோழரும், பிடா என்ற பாண்டியரும் தென்னிந்திய மக்கள்; சத்யபுத்திரர்களும் கேரள புத்திரர்களும் இந்தியாவின் தென்மேற்குக் கரைப்பகுதி மக்கள்; தம்பபானி அல்லது தப்ரோபான் என்பது பழைய சிலோன் பகுதியிலுள்ள மக்கள். இவர்களோடு பிரின்செப் இன்னொரு கல்வெட்டுப் பகுதியைப் பார்த்தார். 'அன்டியோக் நேம் யோன லஜ்ஜய்யா' என்ற அந்த சொற்றொடரை பிரின்செப் 'அன்டியோக்கஸ் என்ற கிரேக்க மன்னன்' என்று மொழி பெயர்த்திருந்தார். இப்பெயரை பிரின்செப் 'அன்டியோக்கஸ் சோட்டா' என்று எடுத்துக் கொண்டார். இவர் அசோகரது தாத்தா சந்திரகுப்தர் மீது போர் தொடுத்து, தோற்ற கிரேக்க-பாரசிக மன்னனின் மகன் என்று எடுத்துக் கொண்டார். அன்டியோக்கஸ் தனது தந்தை செலியுக்கோஸ் என்ற 'வெற்றியாளன்' கி.மு.281இல் கொல்லப்பட்ட பிறகு அரசாள வருகிறார். இவர் கி.மு.261இல் இறப்பதற்கு முன்பே இவரது சாம்ராஜ்யம் சிதறுண்டு சுருங்கிப் போய் விடுகிறது.

RE-13 கிர்னார் கல்வெட்டில் மேலும் சில ஆச்சரியங்கள் பொதிந்து கிடக்கின்றன. அக்கல்வெட்டில் அசோகர் தான் பதவியேற்ற பின் எட்டு ஆண்டுகளுக்குப் பிறகு கலிங்க தேசத்தின் மீது கடும் போர் தொடுத்து, பேரிழப்பிற்குப் பின் பெரும் வெற்றி காண்கிறார். 'கலிங்கா' என்ற பெயர் பிரின்செப்பிற்கு மெகஸ்தனிஸ் எழுதிய 'இந்திய' என்ற நூலை வாசித்தமையால் நன்கு தெரிந்த பெயராக இருக்கிறது. இது இந்தியாவின் மத்திய, கிழக்குப் பகுதியில் உள்ள மிகப் பழமையான சாம்ராஜ்யம். இப்பகுதி பிரின்செப் காலத்தில் வங்காள ராஜதானிக்குக்கீழ் வரும் ஒடிஷாவின் ஒரு பகுதியாகும். மெகஸ்தனிஸ் தனது குறிப்பில் சந்திரகுப்தர் காலத்தில் கலிங்க தேசம் பார்த்தாலிஸ் என்ற தலைநகரோடு, அறுபதாயிரம்

காலாட்படை வீரர்களையும், எழுநூறு யானைகளையும், ஓராயிரம் குதிரை வீரர்களையும் வைத்திருந்தது என்று குறிப்பிடுகிறார். கிர்னார் கல்வெட்டுகளில் கலிங்கத்தின் இத்தகைய பெரும்படை அசோகரது படைமுன் நிற்க முடியாது போயிற்று என்றும், அசோகரின் கட்டளைப்படி எவ்வித இரக்கமுமில்லாமல் போர் நடந்தது என்றும் குறிப்பிடுகிறது. மிகப்பெரும் உயிர்ச்சேதம். இறுதியில் அசோகருக்கே வெற்றி. ஆயினும் அழிவின்மேல் பிறந்த அந்த வெற்றி அசோகருக்குப் பெரும் சோகத்தை அளித்தது. மிகுந்த மனத்துயருற்றார். இந்தத் துயரம் அவரை புத்த சமயம் நோக்கி உந்தித் தள்ளியது. புத்த சமயத்தினராகிறார். *RE-13*-இல் இந்த விவரங்கள் அனைத்தும் தெளிவாக தெரிவிக்கப்படுகின்றன. (இதன் இப்போதைய மொழி மாற்றப் படிவத்தை கல்வெட்டு குறிப்பு பகுதியில் பார்க்கவும்) *RE-13* கல்வெட்டில் கூறப்பட்டிருப்பது:

> *'கடவுளின் அன்பிற்குரிய மன்னன் பியாதாசி கலிங்கத்து அரசனை தன் பதவியேற்ற எட்டு ஆண்டுகள் கழித்துக் கடும் போரில் வெல்கிறார். நூற்றி ஐம்பதாயிரம் பேர் புகலிடம் இழந்தார்கள்; நூற்றி ஆயிரம்பேர் மடிந்தொழிந்தனர்; சாவு பல வடிவத்தில் இன்னும் பலரைக் கொன்றொழித்தது. கலிங்கப் போரில் வெற்றி பெற்ற அசோக மன்னன் புத்த சமயம் சொல்லும் தர்மக் கொள்கைகளால் பெரிதும் ஈர்க்கப்பட்டான். கடவுளின் அன்பிற்குரிய மன்னன் தர்மாவின் மீது மிகுந்த நேசம் கொண்டான். அதன்படி தன் வழித்தடங்களை மாற்றவும், அக்கொள்கைகளைப் பிறருக்குப் போதிக்கவும் ஆவலுற்றான். கலிங்கத் தேசத்தை இத்தனை உயிர்களைப் பலிகொடுத்து வென்றமைக்காக வெட்கினான்; வருந்தினான்.'*

ஒடிஷாவில் உள்ள தௌலி கல்வெட்டில் மேற்சொன்ன கல்வெட்டுச் செய்திகள் ஏதுமில்லை. போரில் வீழ்ந்து போன கலிங்க மன்னனையும், அவன் குடிமக்களையும் இச்செய்திகள் புண்படுத்தும் என்பதால் அவைகள் இக்கல்வெட்டிலிருந்து புறக்கணிக்கப்பட்டுள்ளன. தௌலி மலையைச் சுற்றி வளைந்து ஓடும் நதிக்கு அவர் இட்ட பெயரான 'தயா' என்பதும் இந்தக் காரணம் பற்றிய பெயராகத் தானிருக்க வேண்டும். தயா - 'இரக்கமுள்ள நதி' - என்ற பெயரே அசோகனின் இந்த மேம்பட்ட செயலால்தான் தோன்றியிருக்க வேண்டும். *RE-13*-ன் இறுதிப்பகுதி அசோகர் தன் பின்வரும் அனைத்து

வழிமுறையினரும் போரை ஒழித்து, அஹிம்சை வழியையே நாடவேண்டும் என்ற அவரது விண்ணப்பத்தோடு முடிகிறது.

“கடவுளின் அன்பிற்குரியவர், தனக்கே எதிரான தவறுகள் ஏதும் நடந்தாலும் எவ்வுயிர்க்கும் தீங்கு நேராதவண்ணம், நேர்மையான ஆட்சி நடத்த விழைந்தார். தர்ம வழியில் செல்வதே கடவுளின் அன்பிற்குரியவருக்கு பெரும் வெற்றி. இந்தக் கல்வெட்டுகளில் நான் எழுதியிருப்பவைப்போல என் காலத்திற்குப் பிறகு என் மகன் மற்றும் என் பரம்பரை போரின் மூலம் புதிய வெற்றிகளைப் பறிக்க நினைக்கக்கூடாது. ஒருவேளை போரிட நேர்ந்தாலும் அதில் பொறுமையும், நிதானமும், எளிய தண்டனைகளும்தான் இருக்க வேண்டும். ஆனால் இப்படிப் போரிட்டு வெல்வதைவிட தர்மாவின் மூலம் அனைத்தையும் வெல்வதே பெரும்பேறு. அதன் பயன்கள் இந்த வாழ்க்கையிலும் மறு வாழ்க்கையிலும் நம்மைத் தானே வந்து சேரும்.”

RE-13-இன் இடைப் பகுதியில் மேலும் பல செய்திகள் சொல்லப்பட்டுள்ளன. ஆயினும் ஒரு சமண முனிவர் புனித கிர்னார் மலைக்குச் செல்வதற்காக வெடி மருந்து மூலம் கிர்னார் மலைப் பகுதியை உடைத்துள்ளார். றாட் 1823ஆம் ஆண்டு சென்று கிர்னார் மலையை ஆய்வு செய்யும் போதுதான் இது தெரிந்தது. இந்த வெடிப்பினால் *RE* -13-ன் இடதுபக்கம் சிதிலமாகியுள்ளது. உடைந்த அந்தப் பகுதியில் அசோகரது தர்மாவைப் பரப்ப ஏதுவாக இந்தியாவில் அப்போது இருந்த ஏழு அரசர்களைப் பற்றிய குறிப்பு இருப்பதை பிரின்செப் தெரிந்து கொண்டார்.

அந்த ஏழு அரசர்கள் மட்டுமின்றி வேறு சில தேசங்களும், அசோகரது சாம்ராஜ்யத்தின் மேற்குப் பக்கத்தில் இருப்பதையும் குறிப்பிட்டுள்ளதைக் கண்டார். அசோகரது செல்வாக்கு மிளிர்ந்த இடங்களாக ‘அறுநூறு யோஜனைகள்’ அல்லது மூவாயிரம் மைல்கள் அளவிற்கு அவை பரவியிருந்ததாகவும் தெரிய வருகிறது. ஐந்து வெளிநாட்டு மாமன்னர்களின் பெயர்களும் இக்கல்வெட்டில் இருக்கின்றன. ஆயினும் இந்த ஐந்தில், இரண்டு மாமன்னர்களின் பெயர்களை மட்டுமே நாம் புரிந்து கொள்ள முடிகிறது. அந்த இரு மாமன்னர்கள் - *RE-1*-இல் கூறியபடி அன்டியோக்கஸ் என்பவரும், எகிப்தின் தாலமிகளுள் ஒருவரும். மற்ற மூன்று பெயர்களையும் கண்டு பிடிக்க

முடியாமல் போனது மிகவும் வருத்தத்திற்குரிய ஒரு செய்தி. அது ஒரு பெரும் வரலாற்றுச் சோகம்!

இருப்பினும் நமக்குப் புரிந்த இரு பெயர்களிலிருந்து பிரின்செப் மேலும் தன் வரலாற்று ஆய்வைத் தொடர்கிறார். இந்த இரு மன்னர்களும் ஒரே சமயத்தில் ஆட்சி செய்திருக்க வேண்டும். ஆகவே அசோகரது இக்கல்வெட்டும் அப்போதுதான் அமைக்கப்பட்டிருக்க வேண்டும். இதில் அன்டியோக்கஸ் சோட்டர் என்ற மன்னன் செலியுகோஸ் என்ற வெற்றியாளனின் மகன். இவரது ஆட்சிக்காலம் பொ.ஆ.மு.281-261. ஆகவே தாலமியின் அரசுக் காலமும் இதேதாகத் தானிருக்க வேண்டும். எகிப்தை ஆண்ட தாலமி பரம்பரையின் முதல் மன்னன் தாலமி. பொ.ஆ.மு.305இல் தன்னை எகிப்தின் மன்னனாக முடிசூட்டிக் கொண்டான். இந்த மன்னன் - தாலமி I - பொ.ஆ.மு 285 அல்லது 283இல் மரணமடைகிறான். அன்டியோக்கஸ் தன் தந்தைக்குப் பிறகு முடிசூட்டிக் கொண்ட ஆண்டு பொ.ஆ.மு 281 என்பதால், இது தாலமி I இறப்பிற்கு முந்திய இரு ஆண்டுகளாகும். ஆகவே தாலமி என்று இக்கல்வெட்டில் அழைக்கப்படுவது இரண்டாம் தாலமியான பிலாடெல்போஸ் என்ற மன்னனாக இருக்க வேண்டும். இவர் எகிப்தை பொ.ஆ.மு. 285-283-லிருந்து 246 வரை ஆண்டிருக்கிறார். தாலமி II எகிப்தை ஆண்டு கொண்டிருக்கும்போது அன்டியோக்கஸ் பொ.ஆ.மு. 281ஆம் ஆண்டு அரசனாகி, பொ.ஆ.மு.261-ஆம் ஆண்டு இறந்திருக்கிறார். ஆகவே பொ.ஆ.மு.281 - பொ.ஆ.மு.261 ஆண்டுகளுக்கு நடுவில் கிர்னார் கல்வெட்டுகள் பொறிக்கப்பட்டிருக்க வேண்டும். கிர்னார் கல்வெட்டுகள் அசோகர் பதவியேற்று பன்னிரண்டு ஆண்டுகள் கழித்து என்பதால், அசோகர் மகத நாட்டு மாமன்னனாக பொ.ஆ.மு.293 - பொ.ஆ.மு.273 என்ற ஆண்டுகளுக்குள் முடிசூட்டிக் கொண்டிருக்க வேண்டும்.

பிரின்செப்பின் இந்தக் கணிப்பு ஏற்கெனவே எடுக்கப்பட்ட கணிப்புகளிலிருந்து சிறிது மாறுபடுகிறது. சர் வில்லியம் ஜோன்ஸ் 1789ஆம் ஆண்டு சந்திரகுப்தரின் அரசு பொ.ஆ.மு.317 அல்லது அதை ஒட்டிய காலம் என்று கணக்கிடுகிறார். சந்திரகுப்தர் இருபத்தி நான்கு ஆண்டுகள் ஆட்சி செய்தார். அவரது மகன் பிந்துசாரர் அதன்பிறகு இருபத்தி ஐந்து ஆண்டுகள் ஆண்டபின் அவரின் மகன் அசோகர் மகுடமேற்கிறார். அந்த ஆண்டு பொ.ஆ.மு.266ஆம் ஆண்டாக இருக்க வேண்டும். அப்படியானால் பிரின்செப்பின் கணிப்பில் ஆறு ஆண்டுகள் வித்தியாசம் உள்ளது.

இக்கணிப்பில் பிரின்செப் வேறு சில வரலாற்றுப் பகுதிகளைக் கணக்கில் எடுக்காது விட்டுவிட்டார். தாலமி IIக்குப்பிறகு தாலமி III வருகிறார். அன்டியோக்கஸின் மகன் அன்டியோக்கஸ் II என்ற பெயரோடு பின் தொடர்கிறார். ஒருவேளை இன்னுமொரு தலைமுறை போனபின்பு மேலும் ஆய்வுகள் நடத்தி கிர்னார் மலைக் கல்வெட்டில் காணாமல்போன மூன்று பெயர்களையும், கல்வெட்டின் உண்மையான வயதையும் நிர்ணயிக்க முடியுமோ... என்னவோ...

பிரின்செப்பின் பல முனைப்பான வரலாற்று வெற்றிகளுக்கு நடுவே இது ஒரு தவறாக தனித்து நிற்கிறது. இதைத் தவிர்த்துப் பார்க்கும் போது, 1838-ஆம் ஆண்டின் வசந்த காலத்தில் பிரின்செப் கற்றூண் கல்வெட்டுகள், மலைக் கல்வெட்டுகள் அனைத்தையும் வைத்துக் கணிக்கும் போது மாமன்னன் அசோகனது வாழ்வின் வரலாற்று நிகழ்வுகள் ஒன்றின்பின் ஒன்றாக வருகின்றன.

பேரரசன் பதவியேற்ற பின் எட்டு ஆண்டுகள் கழித்து கலிங்கத்தின் மேல் பெரும் போர் ஒன்றை நிகழ்த்துகிறார். நடந்த பேரழிவுகள் மனதை மாற்ற தர்ம வழிக்குத் திரும்புகிறார். (RE-13) பத்து ஆண்டுகள் கழித்தபின் புனித யாத்திரை ஒன்று மேற்கொள்கிறார். புத்த மதத்தின் புனித இடங்களுக்குப் பயணப்படுகிறார். பிராமணர்களுக்கும், சந்நியாசிகளுக்கும் கொடைகள் பல தருகிறார். வயதானவர்களுக்குப் பொன்னும் பொருளும் தருகிறார். தன் குடிமக்கள் பலரையும் சிறு கிராமங்கள் முதற்கொண்டு சென்று பார்வையிடுகிறார். தான் காணும் அனைவரிடமும் தர்ம வழியைப் பற்றிப் பேசுகிறார், விவாதிக்கிறார். (RE-8) பன்னிரண்டாம் ஆண்டு தர்ம விதிகளை கல்வெட்டுகளில் பொறிக்க ஆரம்பிக்கிறார். இக்கல்வெட்டுகள் மக்களை நல்வழியில் திருப்பவும், தர்ம பாதையில் அவர்கள் நடைபோடுவார்கள் என்றும் பேரரசன் எதிர்பார்க்கிறார். (RE-6) பன்னிரண்டாம், பதின்மூன்றாம் ஆண்டுகளில் ஒரு புதிய சமய அமைப்பை ஆரம்பிக்கிறார். சமயப் பரப்புதலுக்காக சமய அதிகாரிகள் பலரை ஒருமித்துக் கொண்டுவந்து தன் பேரரசிலும் அதற்கு வெளியேயும் உள்ள இடங்களில் புத்த சமயம் பரப்ப ஆரம்பிக்கிறார். (RE 3,5) இருபத்தி ஆறு, இருபத்தி ஏழு ஆண்டுகளில் மலைக் கல்வெட்டுகளை விடுத்து கற்றூண் கல்வெட்டுகளை நிறுவுகிறார் (PEs 1,4,5,6,7) பிரின்செப் மொழிபெயர்த்ததிலிருந்து மலைக் கல்வெட்டுகளும், கற்றூண் கல்வெட்டுகளும் ஒரு திறமை வாய்ந்த, அதிகாரம் மிக்க ஒருவரால்தான் அதை

நிறைவேற்றியிருக்க முடியும் என்பது வெளிப்படையாகத் தெரிகிறது. அசோகர் அப்படி ஒரு பேரரசனாகவும், கடவுளின் பிரியத்திற்குரியவராகவும் இருந்திருக்கிறார். மக்களுக்கு அவர் ஒரு தனிப்பெரும் பேரரசன் பியாதாசியாக இருந்திருக்கிறார். இக்கல்வெட்டுச் செய்திகள் எல்லாமே தனிப்பட்ட வித்தியாசமான, திரும்ப திரும்பச் சொல்லப்படுகிற, மிக அழுத்தமான கட்டளைகள் போலிருந்தாலும், அவை யாவும் எந்த வித ஐயமும் கொள்ள முடியாத ஒரு நல்ல மனத்திலிருந்து வந்தவை. அக்கல்வெட்டுகளில் சொல்லப்பட்டவைகளை வைத்துப் பார்த்தால் அவைகளில் சில குழப்பங்கள் இருக்கலாம். ஆனால் அவைகளை எழுத வைத்த அசோகர் மிகுந்த புத்திசாலியாகவும், தனது அதிகாரத்தை நிலை நாட்டும் தன்மையோடும், தன்னம்பிக்கை நிறைந்தவராகவும், எல்லாவற்றிற்கும் மேலாக மக்களுக்கு நல்லது செய்யக் கடவுளால் தேர்ந்தெடுக்கப்பட்டவர் என்ற உயர்ந்த எண்ணத்தோடும் இருந்திருக்கிறார். தன் குடிமக்களுக்கு தான் ஒரு தகப்பன் என்பதில் அவருக்கேதும் ஐயமில்லை. பல நல்ல குணநலங்கள் நிறைந்த ஓர் உயர்ந்த மனிதராகவே அவரைப் பார்க்க முடிகிறது. மக்கள் முன்னால் உயர்ந்த நற்குணங்களுக்கு முன்மாதிரியாகவும், ஆன்மீக விஷயங்களில் மிகத் தீவிர ஈர்ப்போடும், ஏழைகளுக்காக இரங்குவதிலும் உயர்ந்து நின்றுள்ளார். தன்னடக்கம், பொறுமை, தன்னையே புடம்போட்டுக் கொள்ளும் பெருந் தன்மை, உண்மையின் மறுவடிவம், என்று மலையெனக் குவிந்திருக்கும் நற்பண்புகளின் உச்சமாக, தர்மாவிற்காகத் தன்னையே அர்ப்பணித்தார்; எல்லா மதங்களையும் மதித்தார்.

மொத்தத்தில், அசோகப் பெருமன்னன் தனிப்பட்ட குணங்களோடு உயர்ந்து நிற்கிறார். உலக வரலாற்றில் வேறெந்த மன்னன் போலவுமின்றி தர்மம் தலைதூக்கி நிற்கவேண்டும் என்று பாடுபட்ட ஒரே மன்னன் என்ற பெயரைப் பெற்றார். தர்மக் கோட்பாடுகளை மையப்புள்ளியாக வைத்து தன் அரசாட்சியை நடத்திய மன்னன். வேதங்களிலோ, வேறு மதநூல்களிலோ சொல்லப்பட்டவை போலின்றி, தனித்துவத்தோடு தனிப்பெரும் பேரரசனாக விளங்கினார். உறுதியாக இரு கொள்கைகளைக் கடைப்பிடித்தார். எல்லா மதங்களையும் மதித்து வந்தார். எந்த உயிரையும் பலி கொடுக்கத் தடைவிதித்தார். இதில் முதலில் சொன்ன விதி பிராமணர்களுக்கு எதிரான ஒன்றாக ஆகிப்போனது. இரண்டாவதும், அவர் காலத்தில் இயங்கி வந்த

பலிகொடுக்கும் மரபை மீறியதால் இதிலும் பிராமண வழக்கங்களை எதிர்க்கும் மன்னனாக இருக்க வேண்டியதாயிற்று.

ஜேம்ஸ் பிரின்செப்பின் தரம் சிறிது குறைந்த படம். இப்படத்திலேயே அவர் உடல் நலம் குன்றியுள்ளார். அடுத்த நான்கு மாதங்களில் அவரது நோய் அவரை வென்று விடுகிறது. (Colesworthy Grant, Lithographic Sketches, 1850)

1837ஆம் ஆண்டின் சிறந்த நிகழ்வாக - 1837இன் annus mirabilis ஆக, அசோகரைப் பற்றிய இத்தகவல்கள் இருந்தன. அப்படி இந்த ஆண்டை மாற்றியவர் பிரின்செப். ஆனால் அதற்கு அடுத்த ஆண்டு செப்டம்பர் மாதம் பிரின்செப் மூளையில் ஏற்பட்ட கட்டி ஒன்றினால் மிகவும் கடுமையான தலை வலியால் பாதிக்கப்பட்டார். நோயின் தீவிரத்தால் மனமும் பாதிக்கப்பட்டார். பேச்சற்ற நிலை; தானாக எதுவும் செய்து கொள்ள முடியாத நிலை. இந்நிலையில் இங்கிலாந்திற்கு எடுத்துச் செல்லப்பட்டார். ஏழு மாதங்கள் கொடுமையான நோயினால் அவதிப்பட்டு, தன் நாற்பத்தி ஓராவது வயதில் லண்டனில் மரணமடைந்தார்.

பிரின்செப்பின் உடல்நலக்குறை பற்றி ஏதும் அறியாத டர்னோர், பிரின்செப் மரணத்தை நெருங்கி வரும் நேரத்தில் அவருக்கு

ஆசிய ஆய்வுக் கழகத்தில் பதிப்பிடுவதற்காகக் கட்டுரை ஒன்றை 18 அக்டோபர் மாதம், 1838 அன்று அனுப்பிவைத்தார். இது பெரும் பரம்பரைக் களஞ்சியத்தை ஒட்டிய கட்டுரை. இக்கட்டுரையோடு பிரின்செப்பிற்கு தனிப்பட்ட கடிதம் ஒன்றையும் எழுதி அனுப்பினார். 'இன்னும் சில நாளில் நான் கண்டியிலிருந்து கொழும்புவிற்குச் சென்று விடுவேன். புதிய வேலையினாலும், புத்த பண்டிதர்களிடமிருந்தும், புத்த நூலகங்களிலிருந்தும் விலகிப் போவதாலும் இனி என்னால் ஆய்வுக் கட்டுரைகள் ஏதும் எழுதமுடியாது' என்று தன் இயலாமையைக் குறிப்பிட்டிருந்தார்.

இங்கும் ஊழி தன் கொடும் வினையை ஆற்றியுள்ளது. மலேரியாவினால் டர்னோர் தாக்கப்பட்டார். சுகம் மிகவும் கெட்டுப்போனது. சிறு வயதிலேயே வேலையிலிருந்து ஓய்வு பெற்று இத்தாலி சென்றார். உடல் நலத்தைத் திரும்பிப் பெறாமலேயே கஷ்டப்பட்ட நோயாளியாக 1843ஆம் வருடம் தனது நாற்பத்தி மூன்றாவது வயதில் மரணமடைந்தார்.

நீண்ட இந்திய வரலாற்றுச் சாலைகளில் நாம் பயணிக்க உதவும் மைல்கல்களை காட்டி வழி நடத்திய இருபெரும் அறிஞர்கள் இளைஞர்களாகவே மரணித்தனர்.

9

துயரத்தின் ஊடே ஹாட்ஜ்சன்

பார்துனின் நடுவில் உள்ள அசோகரின் கோவில். சில்லன்தியோ என்றும் இது அழைக்கப்படுகிறது. காத்மண்டு பள்ளத்தாக்கில் உள்ள பத்தான் நகரைச் சுற்றி அசோகர் ஐந்து ஸ்தூபிகளைக் கட்டியுள்ளார். இந்த நீர்ச் சித்திரம் டாக்டர் ஹென்றி ஓல்ட்பீல்ட் என்ற காத்மண்டில் உள்ள ஆங்கிலேய ஆட்சியாளரின் மருத்துவராக இருந்தவர் வரைந்தது. 1850 – 1863 (APAC, British Library)

கிழக்கு இமயமலைச் சாரலில் கஞ்சன்ஜங்காவிலுள்ள பனி படர்ந்த அழகுப் பகுதியை முழுவதும் காண டார்ஜீலிங் நகருக்கு மேலே இருக்கும் மலையில் கட்டப்பட்டிருக்கும் தொலைநோக்கி நிலையம் தான் மிகச் சரியான இடம். ஆங்கிலேயர்கள் இந்தியாவை ஆண்டு கொண்டிருக்கும்போது கல்கத்தாவில் உள்ள ஆங்கிலேயர்கள் கோடை காலத்து வெயிலில் இருந்து தப்பிக்க டார்ஜீலிங் பக்கமே தஞ்சமடைந்தார்கள். டார்ஜீலிங்கில் உள்ள ஜலபாகர் சறுக்கில் உள்ள தொலைநோக்கி நிலையம் மிகச்சிறந்த இடமாக இருந்தது. எங்கும் சிகப்பாகப் பூத்துக் குலுங்கும் கொன்றை மரங்கள் நிறைய இருந்ததால் இவ்விடத்தை 'எரியும் மலை' (Burning Hill) என்று அழைத்தனர். ஐரோப்பிய பாணியில் பல வீடுகள் கட்டப்பட்டன. இதில் ஒரு வீடும், அதைச் சுற்றிலும் அகன்ற இடம் என்றிருந்த ஒரு பெரிய திடலில் ஏறத்தாழ 150 ஆண்டுகளாக பள்ளி ஒன்றும் நடைபெற்று வந்தது. புனித பால் பாடசலை அது. இந்தியாவிலேயே மிகப் பழைய பள்ளிகளில் இதுவும் ஒன்று.

1864இல் இப்பாடசாலை கல்கத்தாவிலிருந்து இவ்விடத்திற்கு மாற்றலானது. இப்பணியை நிறுவ 75 ஏக்கர் நிலம் உரிமையாளரிடமிருந்து வாங்கப்பட்டது. அப்போதிருந்த உரிமையாளரின் வீடு, பின்னால் கல்லூரியின் முதல்வரின் வீடாக மாறியது. அவ்வீடு இன்று 'rectory' என்று அழைக்கப்பட்டு வருகிறது. இதுவே டார்ஜீலிங்கில் உள்ள கட்டிடங்களில் மிகப் பழமையான கட்டிடமாக இருக்கலாம். இவ்வீடு முதலில் 'ப்ரையன் ஸ்டோன்' என்று அழைக்கப்பட்டு வந்தது. 1858ஆம் ஆண்டுவரை இது ப்ரையன் ஹௌட்டன் ஹாட்ஜ்சன் என்பவரின் வீடாக இருந்து வந்தது.

அந்த நூற்றாண்டில் பிறந்த மூன்று பெரும் இந்திய ஆய்வாளர்கள் - ஜேம்ஸ் பிரின்செப், ஜார்ஜ் டர்னோர், ப்ரையன் ஹாட்ஜ்சன் - இம்மூவரில் மூன்றாமவர் மட்டும் மோசமான உடல் நலத்தோடு இருந்தும், மற்ற இருவரையும் விட நீண்ட நாள் சிரமத்தோடு வாழ்ந்தார்; தொன்னூற்று நான்கு வயதுவரை வாழ்ந்தார். தனது அறுபதாவது வயதில் இவர் 'நெடிதுயர்ந்து, பெரும் மீசை வைத்திருந்த கம்பீரமான மனிதர், பெரும் வேட்டைக்காரர், ஆகவே எப்போதும் அதிகாலையில் விழிக்கும் வழக்கமுள்ளவர்' என்று சொல்லப்பட்டவர். தோற்றத்தில் கம்பீரம் இருந்தபோதும் மனதிற்குள் பெரும் சோகத்தைத் தாங்கி நின்றார். ஏனெனில் இவரது ஆய்வுகளுக்குரிய மரியாதை இவருக்குக் கிடைக்காமல் போயிற்று. இவரது ஆய்வு முடிவுகள்

பல சமயம் மற்றவர் பெயரில் வெளிவரும்; அல்லது அவை அப்படியே புறந்தள்ளப்படும்.

1838-41ஆம் ஆண்டு நடந்த முதல் ஆப்கன் போரில் ஆங்கிலேயர் பெற்ற கசப்பான தோல்விகளை மாற்றி அமைக்க இந்தியாவில் சில அரசியல் மாற்றங்கள் நடந்தன. லார்ட் ஆக்லண்ட் இந்தியாவின் கவர்னர் ஜெனரல் பதவியிலிருந்து மாற்றப்பட்டார். இவருக்குப் பதிலாக லார்ட் எல்லன் போரேர் கவர்னர் ஜெனரலானார். லார்ட் ஆக்லண்ட் தன் அதிகாரங்களை முறையாகச் செயல்படுத்தாதது இதற்கான காரணமாக இருந்தது. இவரது அரசியல் முடிவுகளை மற்ற அதிகாரிகளும், அரசியல்வாதிகளும் மரியாதையின்றி ஒதுக்கி வைப்பதைக் கண்டறிந்த லார்ட் எல்லன்போரோ அப்படிப்பட்ட அதிகாரங்களை மீறிய மக்களையெல்லாம் கட்டுப்படுத்தினார். இந்த முயற்சியில் ஹாட்ஜ்சன் நேபாள் தொடர்புடைய விஷயங்களில் மேற்கொண்டு தலையிட வேண்டாமென்று கட்டுப்படுத்தப்பட்டார். ஹாட்ஜ்சன் ஒரு ஆங்கிலேயக் குடிமகனாக காத்மண்டுவில் இருந்து வந்தார்.

நேபாளில் இருபது ஆண்டுகளுக்கும் மேல் தங்கியிருந்தார், ஆகவே நேபாள அரசியல் மேடையில் தான் ஒரு முக்கிய புள்ளி என்று நினைத்திருந்த ஹாட்ஜ்சன்னிற்கு இது வருத்தமளித்தது. ஆங்கிலேயரின் கிழக்கிந்திய கம்பெனிக்கு எதிராக இரண்டாவது போர் ஒன்று நிகழக்கூடிய நிலையை ஹாட்ஜ்சன் இதுவரை தடுத்து வந்துள்ளார். நேபாளில் உள்ள ஒரு புரட்சிக் குழு இப்படி ஒரு போரைத் தொடங்க முயன்றதை ஹாட்ஜ்சன் முறியடித்தார். இந்தச் சூழலை ஹாட்ஜ்சன்னின் வாழ்க்கையைப் பற்றி எழுதிவந்த சர் வில்லியம் ஹண்டா, “மேலிடத்தில் நடக்கும் இந்தக் குழப்படிகளுக்கு தேவையற்ற முறையில், ஆனால் மிகக் கடுமையாக தன் எதிர்க்கருத்தைத் தெரிவித்தார்,” என்று குறிப்பிடுகிறார். இதற்குத் தண்டனையாக ஹாட்ஜ்சன் சிம்லாவின் துணைக் கமிஷனர் என்ற சிறு பதவிக்கு மாற்றப்பட்டார். இதனால் வெகுவாக ஏமாற்றமடைந்த ஹாட்ஜ்சன் தன் பதவியைத் துறந்துவிட்டு இங்கிலாந்திற்குப் பயணமானார். தன்னோடு தான் செய்த ஆய்வுகளின் முடிவுகள் அனைத்தையும் எடுத்துக்கொண்டார். இங்கிலாந்து செல்லும் வழியில் பிரான்சில் யூஜின் பர்னாப் என்ற நண்பரைச் சந்தித்து தன்னிடமிருந்து பெரும் கையெழுத்துப் பிரதிகள் பலவற்றை பிரான்ஸ் கல்லூரிக்கு (College de France) நன்கொடையாக அளித்துவிட்டு இங்கிலாந்து சென்றார்.

இப்படிப் பதவியைத் துறந்து வந்தாலும் ஹாட்ஜ்சன்னின் இந்திய வரலாற்று ஆர்வம் அப்படியே முடிந்து விடவில்லை. சொந்த நாட்டில் ஒரு ஆண்டிற்குக் கூட இருக்க முடியாமல், தன் இளம் மனைவியோடு, இந்தியாவிற்கு மீண்டும் தன் ஆராய்ச்சிகளைத் தொடர வந்தார். நேபாளுக்குள் இவர் நுழையக் கூடாது என்ற தடையிருந்ததால் டார்ஜீலிங்கில் தங்கினார். இங்கேயே பெரிய இடம் ஒன்று வாங்கி, அதற்கு 'ப்ரையன் ஸ்டோன்' என்று பெயரிட்டு, தன் இனவியல் ஆய்வைத் தொடர்ந்தார். ஆயினும் அவர் மனைவியின் தொடர்ந்த உடல் நலக் குறைவினால் 1858ஆம் ஆண்டு மறுபடியும் இந்தியாவை விட்டுப் பிரிய வேண்டிய சூழ்நிலை உருவாயிற்று.

ஹாட்ஜ்சன் இந்தியாவைப் பற்றி மட்டுமின்றி, விலங்கியல், தாவரவியல் போன்று மற்ற அறிவியல் துறைகளிலும் பல ஆய்வுகள் செய்து வெளியிட்டிருக்கிறார். ஆனாலும் அவரது உழைப்பிற்கும், பங்களிப்பிற்கும் எந்தவிதமான மதிப்பும் மரியாதையும் அவருக்குக் கிடைக்கவில்லை. சமூகமும் கொடுக்கவில்லை, ஆங்கில அரசு எவ்வித ஊக்கத்தையோ மரியாதையையோ கொடுக்கத் தவறியது. வெகு காலம் கழித்து 1889இல் ஆக்ஸ்போர்ட் பல்கலைக்கழகம் டாக்டர் பட்டம் அளித்து கௌரவித்தது.

ப்ரையன் ஹௌட்டன் ஹாட்ஜ்சன். இவர் இங்கிலாந்திற்குத் திரும்பிய பின் 1858இல் வரையப்பட்ட ஓவியம். லூயிஸ் ஸ்டார் கான்ஸியானி என்ற ஓவியர் இவரை அவரது பழைய இந்திய தபால் சீருடையில் வரைந்த படம். ஓவியத்தில் பொத்தான் இடாத மேலாடை, அவருக்கான மெடல்– Legion d'Honneur இல்லாததும் ஒரு குறை. (National Portrait Gallery)

நூற்றுக்கணக்கான சமஸ்கிருத கையெழுத்து நூல்களையும், ஆயிரக்கணக்கான வரைபடங்களையும் கிழக்கிந்தியக் கம்பெனியின் நூலகம், பொடிலியன் நூலகம் (Bodelian Library), ராயல் ஆசியக்கழகம், வரலாற்று அருங்காட்சியகம் (Natural History Museum), விலங்கியல் கழகம், Kew-இல் உள்ள ராயல் தாவரவியல் பூங்கா, இன்னும் இங்கிலாந்தில் உள்ள அறிவகங்கள் பலவற்றிற்கும் கொடுத்திருக்கிறார். ஆனாலும் ஒருவேளை இவர் மேலும் பல அறிவு சார்ந்தவைகளை பிரான்ஸ் நாட்டிற்கு நன்கொடையாகக் கொடுத்து, அவர்களது நாடு அளித்த 'Legion d Honneur' என்ற பட்டத்தை வாங்கிக் கொண்டதை அவரது தாய்நாடு மன்னிக்கத் தயாராக இல்லை போலும்.

ஹாட்ஜ்சன்னின் நண்பரான யூஜின் பர்னோப் எழுதிய 'Le Lotus de la Bonne Loi' என்ற நூல் அவரது மரணத்திற்குப் பின் 1852ஆம் ஆண்டு வெளியிடப்பட்டது. அந்த நூலை அவர் ஹாட்ஜ்சன்னை 'புத்த சமயத்தின் முதல் ஆய்வாளர்' என்ற பெயரிட்டு, ஹாட்ஜ்சனின் பெயருக்கே அந்த நூலை சமர்ப்பணம் செய்தார். இது மிகப் பொருத்தமான, பெருமையான விஷயம். ஹாட்ஜ்சன் புத்த வரலாறும், அவர்களின் மரபுகளும் வேறுவேறு பகுதிகளாக இருப்பதாகக் கூறுகிறார். வடபுல மரபு 'மஹாயானா' என்றழைக்கப்பட்டது. இதற்கு 'பெரும் ஊர்தி' என்பது பொருள். இப்பகுதியின் வழக்கங்கள் மற்றும் அனைத்தும் சமஸ்கிருத மொழியில் எழுதப்பட்டுள்ளன. தென்புல மரபு 'தெரவாடா' என்றழைக்கப்பட்டது. இதன் பொருள் - 'பெரியோர்களின் ஊர்தி.' இச்சமய விளக்கங்கள் அனைத்தும் பாலி மொழியில் உள்ளன.

வட புல மரபு வழக்கில் சொல்லப்பட்ட வரலாற்றுக் குறிப்புகள் பலவற்றில் குழப்பங்கள் உண்டு. சாக்கியமுனி புத்தரின் 'இறுதி சமாதி' பற்றிய ஆண்டு பொ.ஆ.மு.949 (சைனா, ஜப்பான், கொரியா) என்றும், பொ.ஆ.மு..881 (திபெத், நேப்பாள்) என்றும், அசோகரின் முடிசூட்டல் இதன்பிறகு ஒரு நூற்றாண்டு முடிந்தபிறகு என்றும் கூறப்படுகிறது. ஆனால் தென் புல மரபின்படி (சிலோன், சியாம், பர்மா) இந்தக் குழப்பங்கள் ஏதுமில்லை. சாக்கிய முனிவரின் இறப்பு பொ.ஆ.மு. 544 என்றும், அசோக மௌரியா அதன்பிறகு 218 ஆண்டுகள் கழிந்து, பொ.ஆ.மு. 326இல் பதவியேற்றார் என்றும் உறுதியாகச் சொல்லப்பட்டுள்ளது. ஆனால் இந்த வரலாற்றுக் குறிப்பும் பர்னோப் அவர்களால் கேள்விக்கு உள்ளானது. இக்கேள்வி பல

இந்திய வரலாற்று ஆய்வாளர்களால் ஆராயப்பட்டு, இறுதியாக அவர்களின் ஒருமனதான தீர்மானத்தின்படி, சாக்கியமுனி புத்தர் பொ.ஆ.மு. 486இல் இறந்திருக்க வேண்டும். அதன்பின் அசோக மௌரியா 218 ஆண்டுகள் கழித்தபின் இல்லாமல், 118 ஆண்டுகள் மட்டுமே கடந்த பின் பொ.ஆ.மு. 268இல் அரியணை ஏறினார் என்று முடிவானது.

ஹாட்ஜ்சன் மூலமாகவே பர்னோப் பற்றிய விவரங்கள் மேலும் வெளிச்சத்திற்கு வந்தன. சமஸ்கிருதத்தில் எழுதப்பட்ட தெய்வீகக் கதைகள் என்ற பொருள் தரும் 'திவ்ய வதனா' என்ற நூலை முதன் முதலில் வாசித்த மேல் திசை அறிஞர் பர்னோப் தான். இந்நூலில் மொத்தம் முப்பத்தியெட்டு 'ஆவதனாஸ்' அதாவது புனித புத்தர்களைப் பற்றிய நன்னெறிக் கதைகள் உள்ளன. இக்கதைகளில் ஒன்று 'அசோக வதனா' அல்லது பேரரசர் அசோகரின் காப்பியம். பத்தாயிரம் வரிகளில் அசோகரின் கதையும் இதில் மிகத் தெளிவாகச் சொல்லப்பட்டிருக்கிறது.

அசோகரைப் பற்றிய மேலை நாட்டு ஆய்வாளர்களுக்குக் கிடைக்கும் விவரங்கள் எல்லாமே மிகவும் குறைவுதான். அந்த விவரங்கள் இரண்டே இரண்டு வழிகளில்தான் கிடைக்கின்றன. அவைகளில் முதல் வழி, அசோகரது மலைக் கல்வெட்டுகளும், கற்றூண் கல்வெட்டுகளும், இரண்டாவது, ஜார்ஜ் டர்னோர் மொழியாக்கம் செய்த 'பெரும் பரம்பரைக் குறிப்பேடு.' இந்த நூல் தென்புல மக்களால் எழுதப்பட்ட புத்தரின் வரலாறு. இப் 'பெரும் பரம்பரைக் குறிப்பேடு' தெரவாடா வழிமுறையினரால் எழுதப்பட்டது. இந்நூலில் அசோகர் என்ற தனி மனிதரைப் பற்றியும், புத்த சமயத்தை அவர் பல இடங்களுக்கும் எடுத்துச் சென்றவர் என்பது பற்றியும், மகிந்தா, சங்கமித்தா என்ற இரு பெரும் அருஞ்செயல் புரிந்தோரின் தந்தை என்றும் மிக விரிவாக எழுதப்பட்டுள்ளது. மேலும் இந்நூலில் தெரவாடாவிற்கு முன்பே இருந்த மொகாலிபுட்டா திஸியா, அசோகரை வழிநடத்தியதையும், லங்கைக்கும் மற்ற இடங்களுக்கும் சமயப் பிரச்சாரர்களை அனுப்பியது பற்றியும், மீண்டும் புத்த சம்மேளனம் கூட்டியது பற்றியும் எழுதப்பட்டுள்ளன.

பர்னோபினால் வெளிக்கொண்டு வரப்பட்ட அசோகரது காப்பியம் ஒரு வித்தியாசமான பார்வையோடு உள்ளது. இந் நூல் 'மஹாயானா' முறைப்படி எழுதப்பட்ட நூல். மூன்றாம் புத்த சம்மேளத்தின் போது நடந்த சமயப் பிளவுகள் பற்றியும் இதிலுள்ளது. வட, தென் புலப் பகுதியினரும்

முதலில் புத்தரது வாய்மொழிச் சொற்களை அவர் சொன்ன 'பிரகிருத' மொழியிலேயே 'திரிபிதாகா' அல்லது 'மூன்று கூடைகள்' என்ற தலைப்பில் எழுதினர். பின்பு, முதல் நூற்றாண்டின் புத்த சமயத்தின் நிலை பற்றிய இக்குறிப்புகள் இரு குழுவினராலும் பிராமி எழுத்துகளால் எழுதப்பட்டது. ஆனால் பின்பு தென் புல புத்த சமயத்தினர் தொடர்ந்து தங்கள் பாலி மொழியிலேயே எழுதிவர, வடபகுதியினர் பிராமணர்களின் சமய மொழியாகவும், அப்போது மிகவும் திருந்திய மொழியாகவும் இருந்த சமஸ்கிருத மொழியில் எழுதினார்கள்.

'அசோகரது காப்பியம்' வடமொழியில் எழுதப்பட்டுள்ளது. ஆனால் அக்குறிப்புகள் பெரும் பரம்பரைக் குறிப்பேடுவில் எழுதப்பட்டவைகளை விட மிக வித்தியாசமாக உள்ளது. அதேபோல் கல்வெட்டுகளில் நாம் காணும் அசோகரைவிடவும் அது வித்தியாசமாகவே உள்ளது. காப்பியத்தில் கலிங்கத்துப் போர் பற்றிய குறிப்புகள் ஏதுமில்லை. அப்போரினால் அசோகர் பெற்ற மனத்துயரங்களும், மன மாற்றமும் குறிப்பிடப்படவில்லை. மூன்றாம் புத்த சம்மேளனம் பற்றியும், அதில் ஏற்பட்ட பிளவுகள் பற்றியும் காப்பியத்தில் ஏதுமில்லை. புத்த சமய மூத்தவரான மொகாலிபுட்டா திஸா பற்றியோ, மற்ற நாடுகளுக்குப் புத்த சமயம் பரவிய விதம் பற்றியோ ஏதும் கூறப்படவில்லை. இதற்குப் பதிலாக வட புலப் பகுதியில் பெரியவர்களும், அறிஞர்களும் அசோகரின் மூர்க்கத் தனத்தைக் குறைத்தது பற்றியும், அவரைப் புத்த சமயத்தினைப் பரப்புதல் பக்கம் திருப்பியது பற்றியும் எழுதியுள்ளனர். அசோகரின் மனமாற்றம், அவரது உறவினரான நிக்ரோதாவின் வார்த்தைகளால் அல்ல. பதிலாக, சமுத்ரா என்ற புனித சந்நியாசியும், அவர் சித்திரவதையைத் தாண்டியும் காட்டிய பொறுமையும் நிதானமும் தான் அசோகரை மாற்றியது என்றும் கூறப்பட்டுள்ளது. சமய மூத்த ஞானி மொகாலிபுட்டா திஸா என்பவருக்குப் பதிலாக உபகுப்தா என்றொரு ஞானியே இவர்கள் எழுத்தில் மையப்புள்ளியாக இருக்கிறார். இவரே அசோகரின் ஆன்மீகக் குருவாகவும், அவருக்கான ஞான வழிகாட்டியாகவும் இருந்தார். அசோகரின் சமய யாத்திரைகளை ஏற்படுத்திக் கொடுத்தவரும் அவரே.

'அசோகரது காப்பியம்' என்ற நூலில் அசோகர் ஒரு கொடூரமானவராக, வஞ்சினக்காரராக, எல்லோரையும் அடிமைப்படுத்தும் ஆணவக்காரராகச் சித்தரிக்கப்பட்டுள்ளார்.

புத்த சமயமே அவரை மாற்றியது. அவ்வாறு அசோகர் மாறியது ஒரு புத்த நன்னெறிக் கதையாக சொல்லப்பட்டுள்ளது. இந்த கதை முழுவதுமாக நம்பத் தேவையற்றதாக, தேவையில்லாத பல புனைவுகளோடு சொல்லப்பட்டுள்ளது. அவரது முதுமை, இறப்பு போன்ற அவரது வாழ்க்கைச் செய்திகளும் அதில் உண்டு.

அசோகக் காப்பியத்தில் சமயஞானி உபகுப்தாவைப் பற்றிய நெடிய விவரங்கள் கொடுக்கப்பட்டுள்ளன. அவர் தனது முந்திய பிறவியில் செய்து வந்த பல நற்செயல்களால் அடுத்த பிறவியில் உபகுப்தர் என்ற பெயரில் ஒரு வாசனைத்திரவிய வியாபாரியின் மகனாகப் பிறந்து, புத்த சமய சந்நியாசியாகிறார். இவரது வாழ்க்கைத் தகவல்கள் ஏராளமாகக் கொடுக்கப்பட்ட பின்பே, காப்பியத்தில் அசோகரது வாழ்வின் தகவல்கள் வருகின்றன. இந்த அசோகர் தன்னுடைய முற்பிறவியில் பையனாக இருக்கும்போது புத்தர் தனது முற்பிறவியில் அவனைச் சந்திக்கிறார். அப்போது அந்தப் பையன் புத்தரின் முற்பிறவியில் உள்ளவருக்கு ஒரு கைப்பிடி அழுக்குத் தூசியைத் தானமாக அளிக்கிறார். இச்செயலும், பின்னாளில் பெரும் தர்மப் பயன்களை உண்டு பண்ணுகிறது. தூசியைப் பெற்ற புத்தர் தான் இறந்து நூறாண்டுகள் கழித்து, தனது அடுத்த பிறவியில் இப் பையன் அசோகராகப் பிறப்பெடுப்பான் என்று கூறுகிறார்.

அசோகரின் காப்பியத்தில் மகத நாட்டு மன்னர் பரம்பரை பற்றிக் குறிப்பிடப்பட்டுள்ளது. ஆனால் சந்திரகுப்தரை முழுவதுமாக மறைத்து விட்டது. பிந்துசாரர் மன்னன் நந்தாவின் மகன் என்று குறிப்பிடப்பட்டுள்ளார். அசோகரது தாயாரின் பெயர் 'சுபட்ரங்கி', இவர் வடக்கு பீஹாரிலுள்ள சம்பரன் என்ற பிராமணரின் மகள். அரசனது அந்தப்புரத்திலுள்ள பெண்டிரின் பொறாமைச் செயல்களால் சுபட்ரங்கி அரசனால் ஒதுக்கி வைக்கப்படுகிறார். சுபட்ரங்கி ஒரு நல்ல நாவிதனாகத் தன்னை வளர்த்துக் கொள்கிறார்.

அரசனுக்கு நாவித வேலை செய்யக் கிடைத்த ஒரு வாய்ப்பில் சுபட்ரங்கி தான் ஒரு பிராமணனின் மகள் என்பதை அரசனுக்குத் தெரிவிக்க, பிந்துசாரர் மனம் மாறி சுபட்ரங்கியைத் தன் பட்டத்து ராணியாக்கிக் கொள்கிறார். இவர்களின் உறவில் பிறந்த முதல் குழந்தையே அசோகர். அசோகர் - 'கவலையில்லாத மனிதன்' என்பதே அப்பெயரின் பொருள். அக்குழந்தை பிறந்த பிறகு தான், தாய்க்கு நல்ல காலம் பிறந்தது. அதனால்தான் அப்பெயர். ஆனால் மன்னன் பிந்துசாரர் அக்குழந்தையை ஒதுக்கியே

வைத்திருந்தார். ஏனெனில் பையனின் தோல் பார்க்கவே சகிக்க முடியாமல் இருந்தது. சென்ற தலைமுறையில் புத்தரின் முற்பிறவிக்கு அவன் அளித்த அந்தக் கைப்பிடி அழுக்குத் தூசிதான் அதற்கான காரணம்.

அசோகரும் இளம் வயதில் முரட்டுத்தனமாக வளர்ந்தார். அடங்காத பையனை ஒழுங்கிற்குக் கொண்டு வர ஜோசியரிடம் ஒப்படைக்கப்பட்டார். அந்த ஜோசியர் வெகு நிச்சயமாக இந்தப் பையன் அரசனுக்குப் பிறகு அரியணை ஏறுவான் என்று சொன்னார். ஆனால் மன்னர் பிந்துசாரருக்கு இது பிடிக்காமல் போயிற்று. அவருக்கு தன் மூத்த மகன் சுஷிமா அரசனாக அரியணை ஏற வேண்டும் என்பதே ஆசை. இதற்காக மன்னர் ஒரு வழி கண்டுபிடித்தார். அப்போது பிந்துசாரருக்கு எதிராக தக்ஸிலாவில் புரட்சிப்படை ஒன்று தோன்றி தொல்லை கொடுத்தது. அதனை அடக்கும் காரணத்தைச் சொல்லி பிந்துசாரர் அசோகரை தக்ஸிலாவிற்கு அனுப்பினார். அவரோடு ஆயுதங்கள் இல்லாத படை ஒன்றையும் அனுப்பினார். ஆனால் அசோகர் தக்ஸிலா போராட்டத்தை தன் திறமையால் நீர்த்துப்போக வைத்துவிட்டார். அடுத்து காஷ்மீரில் அரசுக்குப் பிரச்சனைகள். அதைத் தீர்க்க அசோகர் அங்கு சென்று பிரச்சனைகளைத் தீர்த்தார். அதோடின்றி அங்கிருந்த கிரேக்க மன்னர்கள் அல்லது கூலிப்படைக்காரர்கள் இருவரைத் தன் நண்பர்களாக்கிக் கொண்டார்.

இதே நேரத்தில், அங்கே பாடலிபுத்ராவில் அரியணைக்குக் காத்திருந்த சுஷிமா பிந்துசாரரின் முக்கிய அமைச்சர் ஒருவரின் வழுக்கைத் தலையில் கேலியாகத் தட்ட, அது அந்த அமைச்சரையும், அவர் மூலம் மற்ற அமைச்சர்களையும் சுஷிமாவிற்கு எதிராகத் தூண்டி விட்டது. இவர் மன்னனாக மாறினால், இவரது விளையாட்டுச் சீண்டல் வெறும் கையோடு நில்லாமல், நீண்ட நெடுவாள் வரை போகும் என்றனர் அவர்கள். அவமானப்பட்ட அமைச்சர், மற்ற அமைச்சர்கள், அதோடு அந்த அமைச்சரின் மகனான ராதகுப்தா அனைவரையும் சுஷிமாவிற்கு எதிராகத் திருப்பியதுமில்லாமல், எல்லோரும் ஒட்டு மொத்தமாக அசோகரின் ஆதரவாளர்கள் ஆனார்கள். இரண்டாம் முறையாக தக்ஸிலாவில் மீண்டும் போராட்டம் ஒன்று வெடித்தது. தன் முதல் மந்திரியின் ஆலோசனைப்படி பிந்துசாரர், சுஷிமாவை போராட்டத்தை அடக்க அனுப்புகிறார். சுஷிமா சென்ற பின் பிந்துசாரர் மிகவும் நோய்வாய்ப்படுகிறார். தனக்குப் பிடித்த மகன் சுஷிமாவைப் பார்க்க அரசர் விழைகிறார்.

அசோகரை தக்ஸிலாவிற்கு அனுப்ப உத்தரவிடுகிறார். ஆனால் அமைச்சர்கள் அரசனின் உத்தரவை சுஷிமாவிற்கு அனுப்ப காலம் கடத்துகிறார்கள். அதோடு, அசோகரின் உடம்பு முழுவதிற்கும் சிகப்பு வண்ணத்தில் மஞ்சளைத் தேய்த்து அவர் மிக உடம்பு நலமின்றி இருப்பதாகக் கூறிவிட்டனர். பிந்துசாரர் தன் இறுதி நாட்களில் இருக்கிறார் என்பதைத் தெரிந்து, அசோகர் தன் வேடம் கலைத்து, முழு அரசனின் ஆடை அணிகலன்களுடன் பிந்துசாரர் முன்னால் வருகிறார். அரசருக்குத் தான் ஏமாற்றப்பட்டு விட்டோம் என்பது புரிகிறது. மிகவும் சினந்து உணர்ச்சிவசப்படுகிறார். நோய் மேலும் கடுமையாகி இரத்தமாக வாந்தி எடுத்து மரணமடைகிறார்.

தன் தந்தையின் மரணச் செய்தியை அறிந்த சுஷிமா விரைந்து தலைநகர் பாடலிபுத்ராவிற்குத் தன் படையுடன் திரும்புகிறார். அசோகர் தலைநகரின் பிரதான வாசல்களைத் தன் நண்பர்கள் மூலமாகக் காத்து நின்றார். இரு வாசல்களை தன்னோடு நட்போடிருந்த மலைப் பகுதி வீரர்களை வைத்துக் காக்க வைத்தார். இன்னொரு வாசலை அரசனின் அமைச்சரின் மகனான ராதகுப்தாவின் மூலம் பாதுகாத்தனர். அடுத்த ஒரு வாசலான கிழக்கு வாசலில் அசோகர் தன் படைபலத்தோடு காத்திருந்தார். இக்கிழக்கு வாசலுக்கு சுஷிமாவைத் தந்திரமாக வரவைத்து, அவரைச் சாகடித்தார். இந்நிகழ்வு ஜான் ஸ்ட்ராங் என்பவரின் இக்காலத்து மொழியாக்கத்தில் கீழ்க்கண்டவாறு சொல்லப்பட்டுள்ளது:

> *"கிழக்கு வாசலில் யானை உருவப் பொம்மை ஒன்றை நிறுவி, அதன் மீது அசோகர் அமர்ந்திருப்பது போன்று ஓர் அமைப்பை ராதாகுப்தா நிறுவினார். பின், சுஷிமாவிடம் 'நீ அசோகரைக் கொன்றால் உடனே மன்னனாகி விடுவாய்' என்று ஆசை வார்த்தை கூறி அத்திசை நோக்கி சுஷிமாவைப் படையெடுக்க வைத்தார். அந்த பொம்மைகளைச் சுற்றிலும் நெருப்புக்கனல்களை விரித்தார். அவைகளை இலை தழைகளால் மூடி, மண் தூவி மறைத்து வைத்தார். அமைச்சனின் தீய திட்டம் அறியாத சுஷிமா அசோகரின் பொம்மையைத் தாக்க விரைந்தபோது, நெருப்புக் குழியில் விழுந்து, எரிந்து அகாலமாக வேதனையோடு மரணமடைந்தார்."*

மகதநாட்டு மன்னனாக முடிசூடிக் கொண்ட உடனேயே அசோகரின் சுயரூபம் வெளிவந்தது. பழமரங்கள், பூச்செடிகள் என்று பயன்தரும் பல மரங்களை அவர் வெட்டிச் சாய்க்க

உத்தரவிட்டபோது, அதை மறுத்து எதிர்த்துப் பேசிய ஐந்நூறு மந்திரிமார்களின் தலைகளை வெட்டிச் சாய்த்தார். அவருடைய உடலின் தோல் கரடுமுரடாக இருந்த அருவருப்பினால் இவரைத் தொடவும் கூசிய இவரது அந்தப்புரத்துப் பெண்கள் பலரும் உயிரோடு எரிக்கப்பட்டார்கள். 'முரட்டு மலைவாசி' என்ற பொருள் உள்ள சந்தகிரிக்கா என்ற ஒருவனை, வெளியிலிருந்து பார்க்க மிக அழகாகத் தோன்றும் தனது சித்திரவதைக் கூடத்தின் தலைவனாக நியமித்தார். வெளியே பார்க்க அவ்வளவு அழகு, ஆனால் உள்ளே அது வெறும் நரகம். அதன் வாசலுக்குள் நுழைந்த பாவப்பட்ட மக்களுக்கு சந்தகிரிக்கா 'ஐம்பெரும் சித்திர வதைகளைத்' தந்துவிடுவான். தற்செயலாக, பிச்சை எடுத்து வரும் 'சமுத்ரா' என்ற புத்த பிக்கு இச்சித்திரவதைக் கூடத்திற்குள் தவறுதலாக நுழைந்து விட்டார். ஆனால் அவர் அங்கே சந்தகிரிக்காவின் சித்திரவதைகளுக்குச் சிறிதும் அஞ்சாமல் இருந்தார். ஆச்சரியப்பட்டுப்போன சந்தகிரிக்கா இந்த புத்த பிக்குவைப் பற்றிய செய்தியை அரசனுக்கு எடுத்துச் சென்றான். நேரில் வந்து பார்வையிட்ட மன்னனும் அந்த புத்தபிக்குவின் தைரியத்தைக்கண்டு வியந்தார்.

தான் மறுபிறவிகளில் ஏற்படும் சம்சாரத்தின் வலிகள் எல்லாவற்றையும் கடந்துவிட்டதாக அந்த புத்தபிக்கு அரசனிடம் கூறுகிறார். இவற்றிற்கான காரணமாக சாக்கியமுனி புத்தரின் படிப்பினைகளைக் கூறுகிறார். அதோடின்றி புத்தர் ஏறத்தாழ நூறு ஆண்டுகளுக்கு முன்பே தான் ஞானநிலை பெற்ற பின் தன் காலத்திற்குப் பின்னால் வரப்போகும் அசோகர் என்ற மன்னன் பாடலிபுத்ராவை ஆண்டு கொண்டிருப்பான் என்றும், மேலும் அவனைப் பற்றி தீர்க்கதரிசனமாக நிறைய சொல்லிவிட்டுச் சென்றுள்ளதை அசோகரிடம் எடுத்துரைத்தார்:

"புத்தர் தர்மச் சக்கரத்தைச் சுழற்றுவது போல் அந்த மன்னனும் புத்தரைப்போலவே 'சக்கரம் சுழற்றும் பேரரசன்' என்ற பொருள்பட்ட 'சக்கரவர்தின்' என்ற பெருமன்னனாக இருப்பான் என்று கூறியுள்ளார். அவன் ஒரு 'தர்ம ராஜா'வாக - தர்மத்தின் மன்னனாக இருப்பான். புத்தரின் நினைவுச் சின்னங்கள் பலவற்றை உலகெங்கும் பரப்புவான், தர்மத்தின் மன்னனின் நினைவுச் சின்னங்களாக - 'தர்மராஜிக்காகள்' - எண்பத்தி நான்காயிரம் எழுப்பி, அவைகளில் புத்தரின் நினைவுகளைப் பொறிப்பான். சமுத்திரா அசோகரிடம், 'புத்தர் உன்னைப்பற்றி இப்படியெல்லாம் முன்பே சொல்லியிருக்கிறார். ஆனால் நீயோ அவைகளைச் செய்யாமல் இதுபோன்ற நரகக் குழிகளைக் கட்டி

வைத்திருக்கிறாய். இதன்மூலம் ஆயிரக்கணக்கான பாவப்பட்ட மனிதர்களைக் கொன்று குவித்துள்ளாய்" என்று கூறினார்.

தன்னைப் பற்றி நூறாண்டுகளுக்கு முன்பே சொல்லிவிட்டுச் சென்ற சாக்கிய முனிவனின் வார்த்தைகள் அசோகனை அசைத்துவிட்டன. மனம் மாறுகிறார்; மதமும் மாறுகிறார். புத்த மதத்தில் சரணடைகிறார். முதல் வேலையாக, தான் கட்டிய சித்திரவதைக் கூடத்தையும், அதனை நடத்தி வந்த சந்தகிரிக்காவையும் அழித்து விடுகிறார். உபகுப்தா என்றொரு புத்த பிக்குவைத் தனக்கு வழிகாட்டும் ஆன்மீகத் தலைவராகக் கொள்கிறார். தன் நாட்டின் மதமாக புத்த மதத்தை ஏற்றுக் கொள்கிறார்.

திருந்திய மன்னன் புனிதப் பொலிவோடு தொடர்ந்து நன்மைகள் பலவற்றைச் செய்ய ஆரம்பிக்கிறான். எண்பத்தி நாலாயிரம் தர்மராஜிக்காகள், நினைவுச் சின்னங்களாகக் கட்டி எழுப்பப்படுகின்றன. அவைகளில் புத்தரின் நினைவுச் சின்னங்களும் இணைக்கப்படுகின்றன. இவைகள் பேரரசின் ஆட்சிக்குட்பட்ட அனைத்து இடங்களிலும் கட்டப்படுகின்றன. இவைகளையெல்லாம் செய்து முடிக்க யாஷ்ஷா என்ற முதிய பிக்குவைத் தனக்குத் துணையாக வைத்துள்ளார். இந்த புத்த சந்நியாசி பாடலிபுத்ராவிற்கு வெளியேயிருந்த 'குக்கு தராமா' என்றும், 'சேவல் குருமடம்' என்றும் அழைக்கப்பட்ட குழுமத்திலிருந்து பணி புரிந்து வந்தார். தக்ஸிலா மக்களின் ஆவலை நிறைவேற்ற அப்பகுதியில் லட்சக்கணக்கான ஸ்தூபிகளைக் கட்டினார். அவரின் உத்தரவின் பேரில் இந்தியத் துணைக் கண்டத்தின் கடலோரப் பகுதிகள் பலவற்றிலும் இன்னும் பல லட்சக்கணக்கான ஸ்தூபிகள் எழுப்பப்பட்டன.

திருப்பணிகள் இவ்வாறு நடந்து கொண்டிருக்கும் சமயத்தில் அசோகரை உபகுப்தர் புத்தமதத்தின் புண்ணிய இடங்கள் பலவற்றிற்கு அழைத்துச் செல்கிறார். முதலில் லும்பினி என்ற இடத்திற்குச் செல்கிறார். இங்கு அசோகர் நூறாயிரம் பொற்காசுகளைக் கொடுத்து ஸ்தூபி ஒன்றையும் கட்டுவிக்கிறார். அடுத்து கபிலவஸ்து, புத்தகயா, சாரநாத், குஷிநகர் போன்ற இடங்களுக்குச் செல்கிறார். பக்தியுணர்வின் மேலீட்டினால் அசோகர் தனது இந்த புனிதப் பயணத்தில் பல புனித இடங்களில் உணர்ச்சி மேலிட்டமையால் செயலிழந்து மயக்கமுறுகிறார்.

புனித இடங்களையெல்லாம் பார்த்து மகிழ்ந்த மன்னனை உபகுப்தா அடுத்து சாக்கிய முனி புத்தரை அறிந்து, புரிந்து, அவர் வழி சென்ற பல புத்த ஞானிகளின் ஸ்தூபிகளுக்குக் கூட்டிச் சென்றார். இவைகள் எல்லாவற்றிலும் பேரரசன் அசோகர் மனதைக் கவர்ந்தது புத்தரின் போதி மரம். இம்மரம் அசோகரின் பக்தியை மேலும் ஓங்கி வளரச் செய்தது.

ஒருமுறை அவர் மீண்டும் போதி மரத்திற்கு வந்தபோது, அம்மரம் கருகிக்கொண்டு வருவதைப் பார்த்து அதிர்ச்சியுற்று மயக்கமுறுகிறார். போதி மரம் தன்னுடைய பட்டத்து ராணியான திஷ்யரக்ஷிதாவின் தீவினை ஏவுதலால் சீர் கெடுகிறது என்று அறிகிறார். ராணிக்கு அரசன் புத்த மதத்தில் மூழ்கி, குடும்பத்தைக் கவனிக்காமல் போய்விடுகிறார் என்ற கவலையும், கோபமும். ஆனாலும் பின் மனம் திரும்பிய பட்டத்து ராணி தன் இழிசெயல்களை விட்டுவிட்டு, தான் ஏவிவிட்ட தீவினைகளைக் கைவிட்டு, மரம் செழிக்க முயல்கிறாள். மரம் செழிக்கும் வரை மரத்தடியில் ஆயிரம் குவளை பாலை ஊற்றி போதிமரத்தைப் பேணுகிறார்.

இதைக்கண்ட அசோகரும் தன் பங்கிற்குச் சில உறுதிமொழிகள் தருகிறார்.

'நானும் இன்னும் இரு மடங்கு மிக உன்னத செயல்கள் செய்வேன்.

போதி மரத்தை மணம் மிக்க நீரினால் அபிஷேகம் செய்வேன்.

ஐந்தாண்டுகளுக்கு ஒருமுறை சுங்கப் பெருவிழா கொண்டாடுவேன்.'

இதற்காக பாடலிபுத்ராவிற்கு வெளியே ஐந்து ஆண்டுகளுக்கு ஒருமுறை நாட்டின் பல்வேறு திசைகளிலிருந்தும், இமயத்திற்கு அப்பாலிருந்தும் புத்த பிக்குகள் அனைவரையும் திரட்டி சுங்கப் பெருவிழா நடத்தினார். வந்திருக்கும் பிக்குகள் அனைவருக்கும் மன்னர் மரியாதை செய்வித்தார். பெரிய மதகுரு ஒருவரின் மூலம் ஏனைய அனைவருக்கும் உண்மையான மதக்கருத்துகள் பிரச்சாரம் செய்யப்பட்டது.

அசோகக் காப்பியத்தின் இறுதிப்பகுதி அசோகப் பேரரசின் இறுதிக் காலத்தைப் பற்றியது. அவரது வாழ்வின் இறங்குமுகமும், இறுதி முடிவும் அவற்றில் சொல்லப்பட்டுள்ளன. அப்பகுதி அசோகரின் மகன் தர்ம

விவார்தனா பிறப்பிற்குப் பின் ஆரம்பிக்கிறது. இம்மகன் அசோகரது ராணியும், மனைவியுமான பத்மாவதிக்குப் பிறக்கிறான். அழகான கண்களுடன் எழிலாகப் பிறந்த மகனைப் பார்த்து அசோகருக்குப் பெருமை. அவன் கண்கள் இமாலயப்பறவை குணாலா என்பதுபோல் இருப்பதால் அவனையே குணாலா என்று பெயரிட்டு அழைக்கிறார். ஒரு புத்த பிக்கு இவன் பின்னாளில் தன் பார்வையை இழந்துவிடுவான் என்று அறிந்து, வாழ்வின் நிலையாமை பற்றியெல்லாம் அவனுக்குக் கற்றுத் தருகிறார். பின்னாளில் இவன் கண்ணின் அழகால் அசோகரது பட்டத்துராணி திஷ்யரக்ஷிதா கவரப்பட்டு, காதலுறுகிறார். குணாலா முற்றிலுமாக அவளை நிராகரிக்கிறார். அவளை அவன் அம்மாவென்றே அழைக்கிறார். அதுவே அவனது அழிவிற்கு வழிகோலுகிறது. பட்டத்துராணி அவனை அழித்துவிடத் திட்டங்கள் தீட்ட ஆரம்பிக்கிறார்.

தக்ஸிலாவின் வரலாற்றில் மீண்டும் ஒரு திருப்பம். அசோகரோடு சமாதானமாக இருந்த நாடு மறுபடியும் அவரை எதிர்க்க ஆரம்பிக்கிறது. அரசர் குணாலாவை தக்ஸிலாவிற்கு அனுப்புகிறார். அங்கே தக்ஸிலாவில் அவர் அன்புடன் மக்களால் வரவேற்கப்படுகிறார். ஏனெனில் மக்கள் மன்னர் மீதும், அவரது கொடுமையான அமைச்சர்கள் மீதும் மட்டுமே சினமுற்றிருக்கிறார்கள். இதே நேரத்தில் பாடலிபுத்ராவில் அசோகர் மிகவும் நோய்வாய்ப்படுகிறார். அவர் உடம்பிலிருந்து நாற்றமெடுக்கும் திரவம் ஒன்று தொடர்ந்து வெளிப்படுகிறது. குணாலாவை தக்ஸிலாவிலிருந்து திரும்பி வந்து, தனக்கடுத்த மன்னனாக அவனை பதவியேற்க அழைக்கிறார். இது திஷ்யரக்ஷிதாவிற்கு மிகுந்த அச்சமூட்டுகிறது. குணாலா அரசன் ஆனால் நிச்சயம் தன் உயிருக்குத் தீங்கு என்று நினைக்கிறார். அந்த அச்சத்தில் அசோகரைக் குணப்படுத்த வேண்டுமென்று பெரும் முயற்சி எடுக்கிறார். அரசரைப்போல் அதே நோயில் வாழும் ஒருவரைக் கண்டுபிடிக்க ஆணையிடுகிறார். ஒரு நோயாளி அகப்படுகிறார். அரண்மனைக்கு அழைத்து வரப்பட்ட அவரை ராணி கொல்கிறாள். அவன் உடலைக் கீறித் திறந்தபோது அவனது வயிற்றில் பெரும் புழு ஒன்றிருப்பதைக் காண்கின்றார். அப்புழுவைக் கொல்லப் பல முறைகள் முயலப்படுகின்றன. எதற்கும் மசியாத அந்தப் புழு இறுதியில் வெங்காயத்திற்கு அடிபணிகிறது. பிராமணர்களும், சத்திரியர்களும் வெங்காயத்தைப் பயன்படுத்துவதே கிடையாது. அது அருவருக்கத்தக்க காய்கறி என்றே நினைக்கப்பட்டு வந்தது, வெங்காயம் மூலம் அரசனின் நோயை ராணி குணப்படுத்துகிறார். மகிழ்ச்சியின் மிகுதியில்

அசோகர் தன் நாட்டை ஒரு வாரம் ஆண்டுகொள்ள ராணியை அனுமதிக்கிறார். இந்த நேரத்தை ராணி தன் வசதிக்குப் பயன் படுத்துகிறார். தக்ஸிலா மன்னருக்கு அசோகரின் செய்திபோல் ஒன்றை அனுப்புகிறார். குணாலாவைக் குருடாக்க வேண்டும் என்பதுதான் அவள் அரசன் பெயரில் அனுப்பி வைத்த உத்தரவு!

குணாலா இதனால் அதிர்ச்சியடையவில்லை. அவன் தன் விதிப்படி இதற்குத் தயாராகவே இருந்தான். அரசனின் கட்டளைக்குக் கீழ்ப்படிகிறேன். கண்ணிழந்த குணாலா தன் மனைவியுடன் சாலைகளில் பாடிப் பிச்சையெடுக்கும் பாவப்பட்டவர்களாய்த் திரிகிறார்கள். அவர்கள் பாடலிபுத்திரத்திற்கு இறுதியாக வந்து சேர்கிறார்கள். சாலைகளில் அவர்கள் பாடிய பாடல்கள் அசோகரது காதிலும் விழுகிறது. அவர்களைத் தன் முன் கொண்டுவர ஆணையிடுகிறார். எதிரே பார்வையற்று இருப்பது தன் மகனெனத் தெரிந்து கீழே விழுந்து அழுது புரள்கிறார். நடந்தது என்னவென்று தெரிந்துகொண்ட அசோகர் கோபத் தீயில் குமுறி தன் அரசி திஷ்யரக்ஷிதாவை சித்ரவதை செய்து கொல்லும்படி பணிக்கிறார். ஆனால் குணாலா அவளுக்காக அரசரிடம் பரிந்து பேசுகிறார். அவர்களை மன்னித்துவிட வேண்டுகிறார். தனக்கு கொடுமை செய்த அரசியை மன்னித்த பெருந்தன்மையால் இழந்த தன் பார்வையை மீண்டும் பெறுகிறார். அசோகர் குணாலின் மன்னிப்பை ஏற்றுக் கொள்கிறார். இருந்தும் அரசியை எரித்துக் கொன்றுவிட ஆணையிடுகிறார்.

இத்தனை சிரமங்களைத் தாண்டிய அசோகர், தனது தம்பியான வித்அசோகாவிற்கு உலகிலுள்ள துயரங்கள் பற்றிய பாடம் எடுக்கிறார். தன் குருவான யஷ்ஷாவின் உதவியோடு தன் தம்பியை ஒரு புத்த பிக்குவாக்குகிறார். வித்அசோகா முதலில் பாடலிபுத்திரத்திற்கு வெளியே உள்ள சேவல் குருகுலத்தில் இருக்கிறார். ஆனால் அந்த மடத்தின் இரைச்சல்களைத் தாங்கிக் கொள்ள முடியாதவராக, அம்மடத்தைவிட்டு விலகி இமயமலை நோக்கிச் செல்கிறார்.

இச்சமயத்தில் புத்த மதத்திற்கு எதிரியான யாரோ ஒருவன் தன் கால்களின் கீழே புத்தர் தன்னை வணங்கிக் கிடப்பதுபோல் ஒரு ஓவியம் வரைந்து அதை மக்களிடையே பரப்பி வந்துள்ளான். அந்தச் சித்திரத்தைக் கண்ட அசோகர் மிகுந்த சினமுற்று, அவனைக் கொன்று வருபவனுக்குப் பரிசு என்று அறிவித்து விடுகிறார். பணத்திற்கு ஆசைப்பட்ட மாடு மேய்ப்பவன் ஒருவன் தாடியும், மீசையும், தலைமுடியும் நீண்டு வளர்த்த

ஒருவனைச் சந்தேகித்து அவனைக் கொன்று, தலையை அரசரிடம் பரிசுக்காகக் கொண்டு வருகிறான். அசோகர் கொல்லப்பட்டது தனது இளவல் வித்அசோகர் என்று கண்டு மிகுந்து துயருக்குள்ளாகிறார். அசோகரது குரு உபகுப்தா அசோகரது கொடூரத் தன்மையே அசோகரது தம்பியின் மரணத்திற்குக் காரணம் என்று எடுத்துரைக்கிறார்.

அசோகக் காப்பியத்தின் இறுதிப் பகுதியில் அசோகரது வாழ்வின் கடைசி நாட்கள் துயரம் சுமந்த நாட்கள் என்றெழுதப்பட்டுள்ளது. மிகவும் கடினமாக நோய் வாய்ப்பட்டு, உடல் நலம் மிகவும் குன்றியவரானார். ஆயினும் அப்போதும் புத்த மடங்களுக்கு நிறைய அள்ளிக் கொடுத்து வந்தார். தன் அரசின் கஜானா மிகவும் வறண்டு கொண்டிருப்பதை அவர் கண்டு கொள்ளவேயில்லை. அப்போது அசோகரது மகன் குணாலாவின் மகன் சம்பாடி அடுத்த மன்னன் என்று நியமிக்கப்பட்டிருந்தான். அவன் அரசின் செல்வம் முற்றிலும் வறண்டுவிடும் என்ற காரணத்தால் அதிலிருந்து அசோகர் ஏதும் தானம் செய்யக்கூடாது என்று முடிவெடுத்துச் செயல்படுத்தினான்.

இதுவும் பேரரசர் அசோகனைக் கட்டுப்படுத்தவில்லை. அரசின் செல்வம் கைக்கெட்டாத தொலைவு என்றான பின், தன் சொந்த செல்வங்களைத் தானமாகக் கொடுக்க ஆரம்பித்தார். அதிலும் தனக்குச் சொந்தமான தங்கத்தால் ஆன பாத்திரங்களைத் தானம் செய்தார். அடுத்து வெள்ளி! இறுதியில் தன் செம்புப் பாத்திரங்களும் தானமாக்கப்பட்ட பின், அசோகர் வெறும் மண்கலத்தில் உணவருத்தினார். தனக்கென்று எதுவும் இல்லாத வறுமைக்குள்ளானார். அவர் கையில் 'மையோபாலன்' என்ற செரிப்பழத்தின் பாதி மட்டுமிருந்தது. தனது கடைசி தானமாக இதை சேவல் மடத்திற்கு அளித்து, அதைப்பற்றி இவ்வாறு எழுதியுள்ளார்.

> 'உலகத்தையே தன் குடையின் கீழ் ஆண்ட பெரும் மன்னன்! தன் ஆட்சியால் உச்சி வான் சூரியன் போல் உலகெங்கும் ஒளி பாய்ச்சியவன்
>
> இன்று தனக்கென்று ஏதுமில்லா வெற்று மனிதனாக நிற்கிறான்.
>
> பூர்வ கர்மப் பயன்களால் தனது புகழெல்லாம் இழந்து தனியனாய்...
>
> ஒளியிழந்த மாலைச் சூரியன் போல் மயங்கி மங்கி நிற்கிறான்.'

தன் மரணப்படுக்கையில் படுத்திருந்த பேரரசன் அப்பழத்தின் சாற்றினை சேவல் மடத்திலிருந்த பிக்குகளுக்காக அனுப்புகிறார். தனது அமைச்சர் ராதகுப்தாவிற்கு ஆளனுப்புகிறார். வந்தவர் ராதகுப்தா என்று உறுதி செய்து கொள்கிறார். மிகவும் சிரமத்தோடு தன் படுக்கையிலிருந்து எழுந்து நாற்திசைகள் பக்கமும் திரும்பி, கையசைவுகளால் திசையனைத்தையும் 'புனிதரின் சீடர்கள் அனைவருக்கும்' தானமளிப்பதாகச் செய்கிறார். இவைகளை எழுத்து மூலமாகவும் எழுதச் செய்து, தன் பற்களால் அதனைக் கடித்து அந்த ஆணையை உறுதியாக்குகிறார். உயிரும் பிரிகிறது.

அவருக்குப்பின் அரசின் மீதியிருந்த செல்வத்திலிருந்து புத்த சங்கத்திற்கு அரசர் அளித்த நிலங்கள் வாங்கி மீட்டெடுக்கப் படுகின்றன. அசோகரது பேரன் சம்பாடி அரசனாக முடிசூட்டிக் கொள்கிறார்.

அசோகக் காப்பியம் இவ்வாறு முடிவுற, அசோகவதனா என்ற நூலில் இதற்குப் பின்னும் ஒரு முடிவுரை உள்ளது. அதில் அரசபரம்பரை பற்றிச் சொல்லப்பட்டுள்ளது.

> *'சம்பாடியின்' மகனது பெயர் பிரகஸ்பதி; அவரது மகன் வீரசேனா; வீரசேனாவின் மகன் புஷ்ய தர்மன்; அவனது மகன் புஷ்யமித்ரா. புஷ்யமித்ரா தன்னுடைய பிராமண குருக்களிடம் தான் தன் மூதாதையரான அசோகர் போல் புகழ்பெற வேண்டும். அதற்கு என்ன செய்ய வேண்டும் என்ற மதியுரையைக் கேட்கிறார். பிராமண குரு இரு வழிகள் சொல்கிறார்கள். அசோகர் நாடு முழுவதும் ஸ்தூபிகள் கட்டியது போல் நீயும் எண்பத்தி நான்காயிரம் ஸ்தூபிகளைக் கட்ட வேண்டும், இல்லையேல் அவர் கட்டிய அனைத்தையும் இடித்துத் தகர்த்து மண்ணோடு மண்ணாக்க வேண்டும்!*
>
> *புஷ்யமித்ரா இரண்டாவது வழியே சிறந்தது என்றெண்ணி, முதலில் தன் படையுடன் பாடலிபுத்திரத்திற்கு வெளியில் இருக்கும் சேவல் குருமடத்திற்குச் சென்று, உயிர் வேண்டுமானால் இங்கிருந்து ஓடிவிடுங்கள் என்று உத்தரவிடுகிறார். பிக்குகள் தங்கள் மடத்தை விட்டுச் செல்லாது நிற்க, அவர்கள் அனைவரையும் கொன்றொழித்து விட்டு, அந்த மடத்தையும் ஒன்றுமில்லாமல் நிர்மூலமாக்குகிறார். இதனைத் தொடர்ந்து எல்லா புத்த மடங்களையும் அழிக்கவும், கொல்லப்படும்*

ஒவ்வொரு புத்தபிக்குவின் தலைக்கும் பரிசு கொடுக்கவும் மன்னன் ஆணையிட்டான். இறுதியில் புஷ்ய மித்ரன் ஒரு மலையடிவாரத்தில் யக்ஷ என்ற குட்டிக் காவல் கடவுளால் அடித்து நொறுக்கிக் கொல்லப்பட்டான். அசோக காப்பியத்தின் கடைசி வரி: 'புஷ்ய மித்ரனின் மரணத்தோடு மௌரிய சாம்ராஜ்யத்தின் பரம்பரை முடிவடைகிறது.'

அசோகக் காப்பியம் சில தவறுகளை உள்ளடக்கியுள்ளது. பிந்துசாரர் நந்தாவின் மகன் என்பதுவும், மௌரிய அரசின் இறுதி மன்னன் புஷ்யமித்ரா பிராமணர்களால் கொல்லப்பட்டது என்பதும் தவறான செய்திகளாக இருக்கலாம். மௌரிய அரசுப் பரம்பரையின் வரிசைக் கிரமும் தவறாக உள்ளது. விஷ்ணு, வாயு, பிரம்மானந்த புராணங்களில் கூறப்பட்டுள்ள பரம்பரைத் தொகுப்புகளோடு இவை மாறுபடுகின்றன. ஆனால் இரண்டிலும் ஓர் ஒற்றுமை. இரு பட்டியல்களில் வரும் பெயர்கள் பேரரசன் அசோகரின் காலம்வரை ஒரே மாதிரியாக உள்ளன. அசோகர் காலத்திற்குப் பிறகான பெயர்களிலே தான் மாற்றங்கள் உள்ளன.

ஏனெனில் அசோகரின் காலத்திற்குப் பின் மௌரிய சாம்ராஜ்யம் உடைந்து அதன் பழம் பெருமையை இழந்தது. அசோகரின் மரணத்திற்குப் பின் அவர் பரம்பரையினர் இரு குழுக்களாகப் பிரிந்து, தங்களுக்குள் போரிட்டுக் கொண்டார்கள். வரலாற்றில் அலெக்சாண்டருக்குப் பிறகு அவரது அதிகாரிகள் பதவிக்காகப் போரிட்டுக் கொண்டது போலவே இங்கும் நடந்தது.

பர்னோப் புத்த மத வரலாற்றின் ஆய்வுகளை முடிக்கும் நேரத்தில் இன்னொரு வதந்தி தோன்றியது. இந்திய புத்த மதத்தைப்பற்றிய புதிய செய்திகள் ரஷ்யாவில் இருப்பதாகவும், அவை மிக முக்கியமான செய்திகளிடங்கியது என்றும் கூறப்பட்டது. இச்செய்தி வோல்கா நதிக் கரையோரம் இருந்த கசான் பல்கலைக் கழகத்தில் மங்கோலிய மொழியை ஆராயும் துறையிலிருந்து வந்தது. இந்தத் துறையில் திபெத்திய மொழியில் எழுதப்பட்ட கையெழுத்துப் பிரதியினை மாணவர்கள் ஆய்வு நடத்தும்போது வெளிவந்த செய்திகளே இவை. இம்மாணவர்களில் ஒருவரான வாசிலி வாசிலெவ் பீக்கிங்கில் உள்ள 'ரஷ்யன் பழமைக் கிறித்துவ அமைப்பில்' 1840ஆம் ஆண்டு இணைந்தார். அப்போது அவர் இக்கைப்பிரதியைக் கைப்பற்றினார். திபெத்திய மொழியில் இந்நூலின் தலைப்பு- *Gya -gar - chos- byung*. 'இந்தியாவில் புத்த மதத்தின் வரலாறு'

என்பது இத்தலைப்பின் பொருள். இந்நூலை எழுதியவர் தாரநாதா என்ற திபெத்திய லாமா.

தாரநாதாவின் இந்த நூலில் இருந்த நாற்பத்து நான்கு பகுதிகளில் மூன்று பகுதிகள் பேரரசன் அசோகரைப் பற்றியது. இப்பகுதிகள் இதுவரை அறிந்த வரலாற்றில் பல திருப்பங்களைக் கொடுத்தன. இந்நூல் எழுதப்பட்ட காலமோ மிகவும் சமீபத்தியது. 1608ஆம் ஆண்டு எழுதப்பட்ட நூல். 'தேவ கதைகள்' என்றதொரு பழைய நூலிலிருந்தும், செய்திகள் இந்நூலிற்காக எடுத்துக் கொள்ளப்பட்டுள்ளன. சமீபமாக எழுதப்பட்டிருந்தாலும் நூலின் இரு பகுதிகள் கிடைக்காமல் போயின. கிடைக்காத இப்பகுதியில் அசோகரின் வரலாறு ஒரு வடகிழக்குப் பகுதியில் வாழ்ந்த ஒருவர், வடக்கில் தொலைவிலிருக்கும் மகத நாட்டில் இருந்த முற்காலத்திய புத்த திருச்சபையைப் பற்றிக் கூறுவதற்கு ஒப்பாக இருந்தன.

இந்நூலில் அசோகருக்கு அருகாமையில் இருந்து வழி நடத்திய புத்தபிக்கு அசோகக் காப்பியத்தில் கூறியபடி மதுரா பகுதியின் உபகுப்தா அல்ல; அந்த குரு அசோகர் கட்டிப் பராமரித்த பாடலிபுத்திரத்திற்கு வெளியில் உள்ள சேவல் குருமடத்தில் இருந்த யாஷ்ஷா என்பவர். இந்த புத்தமடம் 'பெரும் பரம்பரைக் குறிப்பு' என்ற நூலிலும் இடம் பெறுகிறது.

ஆய்வாளர்கள் தார நாதாவின் இந்த வரலாற்று நூலுக்கு அதிக முக்கியத்துவம் கொடுக்கவில்லை. பல செய்திகள் மிகுந்த குழப்பத்துடன் அந்நூலில் கொடுக்கப்பட்டுள்ளதாக ஆய்வாளர்கள் கருதுகிறார்கள். இருப்பினும் அசோகர் வரலாற்றை உருவாக்க இந்நூலின் செய்திகளும் இடம்பெறுகின்றன. இந்நூலில் அசோகர் வடக்கு மகதாவில் உள்ள சம்பரன் என்ற இடத்தின் மன்னனான நெமித்தா என்பவருக்கும், ஒரு வியாபாரியின் மகளுக்கும் பிறந்தவர். அவரோடு பிறந்த அவரது அண்ணன்மார்கள் போலின்றி அசோகர் மிக எளிய வாழ்க்கையை மேற்கொண்டார். அண்ணன்மார்கள் மிக வசதியான வாழ்க்கை வாழ்ந்தபோதும் அசோகர் அதற்கு நேர் எதிர். தரையில் அமர்ந்து உண்பார். காஷ்மீர், நேபாள் தேசத்து மலை மக்கள் புரட்சி செய்தபோது அதனை அடக்க அசோகர் அனுப்பப்பட்டார். வெற்றியோடு திரும்பிய அசோகர் பாடலிபுத்திராவின் மேலதிகாரியாக நியமிக்கப்பட்டு, அரசனால் பெருமைப்படுத்தப்பட்டார். தந்தை நெமித்தா இறந்ததும் அவரது அமைச்சர்கள் அசோகரை பாடலிபுத்திராவின் மன்னனாகப் பட்டம் சூட்டுகிறார்கள். அப்போது அசோகர்

பல பெண் தெய்வங்களை வணங்கிக் கொண்டிருந்தார். சிவனின் மனைவியான உமாதேவி அவரது பிரிய தெய்வம். தன் அந்தப்புரத்தில் 500 பெண்களை வைத்திருந்தார். அவர்களோடு அவர் நடத்திய காமக்களியாட்டங்களால் அவர் 'காம அசோகர்' என்றும் அழைக்கப்பட்டார்.

தன் சகோதரர்கள் அனைவரையும் எதிர்த்துப் போர் புரிந்து அனைவரையும் கொன்றொழித்து, அவரே இமாலயத்திலிருந்து விந்தியா வரை பரவியிருந்த பெரும் நிலத்தின் பேரரசனாகிறார். அதிகாரம் அதிகமாகும்போது மேலும் மேலும் கொடூரமானவனாக மாறுகிறார். கொடுமையும், கொடூரமான செயல்களைச் செய்யும் போது மட்டுமே தான் திருப்தியோடு மனம் நிறைந்து இருப்பதாக எண்ணினார். 'பெருங் கோபக்கார அசோகன்' என்ற பெயரே மக்கள் மத்தியில் நிலவி இருந்தது. இத்தருணத்தில் யாஷ்ஷா முனிவரின் இளம் சீடர் ஒருவர் தவறுதலாக அசோகரின் சித்திரவதைக் கூடத்திற்குள் சென்று விடுகிறார். அசோகர் காப்பியத்தில் சொல்லப்பட்டது போல் அவர் சித்திரவதைகளைத் தாங்கிக் கொண்டு எம்மாறுதலும் இல்லாமல் இருந்தார். இதன்மூலம் அசோகரை யாஷ்ஷா மனம் மாற்றுகிறார். இம்மாற்றத்திற்குப் பிறகு அசோகர் புதிய மனிதராகிறார். பெரும் மரியாதைக்குரியவராகிறார். இரவும் பகலும் பக்தி மார்க்கத்தில் முழுவதுமாக மூழ்கி விடுகிறார்.

யாஷ்ஷா, புத்த பிக்குகள் அனைவரையும் பாடலிபுத்திரத்திற்கு அழைக்கிறார். மிகப்பெரும் புத்த மத விழா நடக்கிறது. வந்திருக்கும் அனைவரும் ஒன்றுகூடி இருக்க மிகப்பெரிய மண்டபம் ஒன்றை அசோகர் கட்டுகிறார். அறுபதாயிரம் பிக்குகள் பங்கெடுக்கின்றனர். மூன்று மாதங்கள் தொடர்ந்து இவ்விழா நடைபெறுகிறது.

இதன்பின்பு அசோகர் இரண்டாம் முறையாக புதுவிதப் போர் தொடுக்கிறார். ரத்தம் ஏதும் சிந்தாமல் புதிய இடங்களைத் தன் சாம்ராஜ்ஜியத்தில் சேர்க்கிறார். விந்தியாவிற்குத் தெற்குப் பக்கம் உள்ள தேசம்... இமயமலையின் வடக்குப் பகுதி... பனி படர்ந்த லி-யுல் என்ற டியன் ஷான் மலைப்பகுதியில் உள்ள கோட்டான், கடலால் கிழக்கு, மேற்கு, தெற்குப் பகுதிகளால் சூழப்பட்ட ஜம்புட்விபா என்ற பகுதி, ஐம்பது சிறு தீவுகள்... இவை அனைத்தையும் தன் ஆட்சிக்குக் கீழே கொண்டு வருகிறார்.

யாஷ்ஷாவின் தூண்டுதலின் பேரில் அசோகர் புத்தரது புனிதப் பொருட்களைக் கண்டுபிடித்து, அவைகளைத் தான்

கட்டிய எண்பத்தி நான்காயிரம் ஸ்தூபிகளில் - வடக்கே லி-யுல் வரை பரவிக்கிடந்த ஸ்தூபிகளில் - பிரதிஷ்டை செய்கிறார். தாரநாதாவும், அசோகரின் மகன் குணாலாவின் பார்வை பறிபோவது பற்றியும் எழுதியுள்ளார். ஆனால் அது அசோகக் காப்பியத்தில் சொல்வது போலின்றி சிறிது மாறியிருந்தது. குணாலாவின் பார்வை பறிபோனதால் அவர் ஆட்சி செய்ய முடியாது போயிற்று என்றும், இதனால் அவர் ஒரு புத்தபிக்குவாகிறார் என்றும் இக்காரணத்தினால் குணாலாவின் மகன் விகத் அசோகாவின் மீது அரசுப்பட்டம் சுமத்தப்பட்டது என்கிறார் தாரநாதா.

தாரநாதாவின் வரலாற்றுக் குறிப்புகளும், அசோகக் காப்பியம் போலவே அசோகரின் இறுதி நாட்களைப் பற்றிச் சொல்லியுள்ளது. அதில் அசோகரின் இறுதி நேரத்தில் நிகழ்ந்த ஒரு வித்தியாசமான நிகழ்ச்சியைத் தாரநாதா கூறுகிறார். அசோகரது இறுதி நாட்களில் அவருக்குச் சாமரம் வீசிய ஒரு தாதிப் பெண், ஒரு மதிய நேரத்தில் அசந்து தூங்கி விடுகிறார். அவளின் கையிலிருந்த சாமரம் பேரரசன் மீது விழுந்து விடுகிறது. அசோகர் பெரும் சினம் கொள்கிறார். 'இதுவரை பெரும் பெரும் மன்னர்களெல்லாம் என் தாள் பணிந்து என் முன் விழுந்து கிடந்தார்கள். ஆனால் நொடிந்து நான் கிடக்கும் இப்போதோ, ஒரு வெகு சாதாரண வேலைக்காரத் தாதி என்னைக் கேவலமாக நடத்தி விட்டாளே' என்று அசோகர் சினமடைகிறார். இந்த பெருஞ்சினத்தோடு அவர் மரணமடைகிறார். இப்படி ஒரு பெருங் கோபத்தோடு அவர் இறந்ததால் மீண்டும் அவர் ஒரு பெரிய பாம்பாக, மறு ஜென்மத்தில் பாடலிபுத்திராவில் உள்ள ஏரியில் பிறக்க வேண்டும் என்றாயிற்று என்று தாரநாதா எழுதியுள்ளார்.

அசோகக் காப்பியத்தில் சொன்னது போலன்றி, தாரநாதாவின் வரலாற்றுக் குறிப்பில் இலங்கையைப் பற்றிய குறிப்பு ஒன்றும் உள்ளது. புத்த மதம் இலங்கைக்குச் சென்றதற்கு அசோகர் காரணமல்ல, அவருக்கு முந்திய மன்னனாக கிருஷ்ணர் என்பவர் இலங்கை மன்னன் அசன-சிம்ஹா-கோசா என்பவரின் அழைப்பின் பேரில் இலங்கைக்குச் சென்று மூன்று மாதகாலம் புத்த மதக் கொள்கைகளை விவரித்துப் பரப்பினார். பல குரு மடங்களையும், புத்த சங்கங்களையும் ஆரம்பித்து வைத்தார். பலரையும் 'முழுமையடைவதற்கான நான்கு வழிகளில்' வந்து சேரும்படி உழைத்தார். மேலும் தாரநாதா மன்னன் கிருஷ்ணா விற்குப் பிறகு சுதர்ஷனா என்றொரு மன்னன்

இருந்ததாகக் குறிப்பிடுகிறார். இம்மன்னன் அசோகரது காலத்திற்கு முந்திய மன்னன் என்றும் குறிப்பிடுகிறார். இக்குறிப்புகள் மூலம் தாரநாதா இலங்கைக்குப் புத்த மதம் சந்திர குப்தர் காலத்திலேயே வந்துவிட்டது என்றும், அது அசோகரின் அரசாட்சிக்கு முந்திய காலம் என்றும் கூறுகிறார். தாரநாதாவின் இந்தக் கருத்தே இப்போது பல வரலாற்று ஆய்வாளர்களின் கருத்தாகவும் உள்ளது.

அசோகரின் பரம்பரை பற்றியும் தாரநாதா சில குறிப்புகள் தருகிறார். அசோகருக்கு அடுத்ததாக விகாத் அசோகாவும், அதன் பின் அவரது மகனான வீரசேனாவும் மன்னனாக இருந்துள்ளார்கள். இவர்களில் வீரசேனா இந்துக் கடவுளான லட்சுமி மேல் மிகுந்த பக்தி கொண்டிருந்தமையால் அவர் ஒரு பெரும் செல்வந்தர் ஆனதாக தாரநாதா எழுதியுள்ளார். இதிலிருந்து இம்மன்னன் புத்த மதத்தைப் புறக்கணித்து மீண்டும் இந்து மதத்திற்கே திரும்பி விட்டான் என்பது தெரிகிறது. ஆயினும் வீரசேனா மூன்றாண்டுகள் வரை புத்த பிக்குகளை மரியாதையோடு நடத்தி வந்தார். பல நூறு அபிஷேகப் பொருட்களை வைத்து உலகெங்கும் உள்ள புத்த விகார்களில் ஆராதனை செய்துள்ளார். மற்ற மதங்களையும் மரியாதையோடு அணுக வேண்டும் என்ற மாண்பு அசோகரைப் போலவே இவருக்கும் முன்பே தோன்றியிருக்கிறது.

வரலாற்றுச் செய்திகளை மேலும் சிறிது குழப்புவதுபோல் தாரநாதா வேறு சில செய்திகளையும் தருகிறார். இன்னொரு அரசக் குடும்பத்தை தாரநாதா அறிமுகம் செய்கிறார். இந்த அரசுக் குலம் கன்ட்ராஸ் என்ற பெயரில் அறிமுகப்படுத்தப்படுகிறது. இக்குலத்தின் ஆரம்பம் கன்ட்ரகுப்தா. இது சந்திரகுப்தா என்ற மௌரிய அரசராகத்தானிருக்க வேண்டும். இம்மன்னருக்கு அடுத்து பிந்துசாரா என்ற மன்னரும், அதற்கு அடுத்து ஷ்ரிகன்ட்ரா என்ற மன்னரும் - இவர் ஒருவேளை பிந்துசாரரின் மூத்த மகனான சுஷ்மாவாக இருக்கலாம் - அரசாளுகிறார்கள். இவரை அடுத்து மன்னனாவது தர்ம கன்ட்ரா இவர் ஒருவேளை தர்ம அசோகா என்றழைக்கப்பட்ட அசோகப் பேரரசராக இருக்கலாம்.

இவருக்குப் பின் இன்னும் பதினோரு மன்னர்களின் பட்டியல் ஒன்று கொடுக்கப்பட்டுள்ளது. இப்பெயர்கள் கன்ட்ரா என்ற பட்டத்தோடு சேர்ந்து வருகின்றன. ஆயினும் இப்பெயர்கள் வேறெந்த பரம்பரைக் குறிப்புகளிலும் காணப்படவேயில்லை. இப்பெயர்களில் கடைசி மூன்று பெயர்களையும் தாரநாதா குறிப்பிட்டு, இந்த மூவேந்தர்களும் மிகவும் பெரும் மன்னர்களாக இருந்ததாகவும், ‘மூன்று ஆபரணங்கள்’ என்ற

புத்த மதத்தின் மீது மிகுந்த மரியாதை கொண்டிருந்தனர் என்றும் கூறியுள்ளார். இறுதிக் குறிப்பாக தாரநாதா நெமா கன்ட்ரா ஆட்சியின் இறுதியில் அவரது அரசியல் குரு பிராமண புஷ்யமித்ரா அரசனுக்கு ஏதிராக எழுந்து அரசுப் பதவியைக் கைப்பற்றினார் என்று எழுதியுள்ளார். இந்த பிராமண புஷ்யமித்ராவின் பெயர் புராணங்களிலும் வந்துள்ளது, அசோகக் காப்பியத்திலும் வந்துள்ளது. அசோகக் காப்பியத்தில் இவர் ஒரு படைத் தளபதி என்றும், அவர் கடைசி மௌரிய மன்னனைக் கவிழ்த்து, புதிய ஷுங்கா அரசுப் பரம்பரையை ஆரம்பித்து வைத்தார் என்று கூறப்பட்டுள்ளது.

தாரநாதாவின் 'இந்தியாவில் புத்த மதத்தின் வரலாறு' என்ற நூலில் கூறப்பட்டவைகளை வெளிக்கொண்டு வர முயற்சித்தாலும், அந்த தகவல்கள் ரஷ்யா, ஜெர்மனி என்ற இரு நாடுகளில் மட்டுமே பல காலம் புதைந்து கிடந்தன. இருபதாம் நூற்றாண்டில்தான் அத்தகவல்கள் பொது வெளிக்கு வந்தன. இதைப்போலவே, யூஜின் பர்னோப், ஸ்டனிஸ்லாஸ் ஜீலியன் என்ற இரு பிரஞ்சு ஆய்வாளர்களின் அறிவு பூர்வ ஆய்வுகளும், அவர்களது அசோகக் காப்பியமும் பல காலத்திற்கு முடங்கிப் போய் கிடந்தன. அசோகக் காப்பியத்தின் ஆங்கில மொழியாக்கம் - இந்நூலில் சொன்ன பகுதிகள் அவரது நூலில் இருந்துதான் எடுக்கப்பட்டுள்ளன - வெளிவந்தது 1983ஆம் ஆண்டில்தான்!

ஆனாலும் இறுதியாக வந்த கீழ்த்திசை ஆய்வாளர்களுக்கும், முன்பிருந்த இந்திய ஆய்வாளர்களான தொல்பொருள் அறிஞர்கள், தொன்மொழி ஆய்வாளர்கள், கல்வெட்டு ஆய்வாளர்கள் என்ற புதிய ஆய்வுக் குழுவினருக்கும் இந்த இரு நூல்கள் மறைந்து கிடந்தது பெரிய விஷயமில்லை. ஏனெனில் அவர்களின் கவனமெல்லாம் இரு வேறு நூல்கள் மீதே இருந்தன.

அந்த இரு நூல்களில் முதல் நூல் - பிரஞ்சு மொழியில் ஜான்பியர் ஆபெல்-ரீமுசாட் என்பவரது 'புத்த சாம்ராஜ்யங்களின் விவரத் தொகுப்பு' என்ற நூல். பிரஞ்சு மொழியில் அதன் தலைப்பு '*Foe Koue ki, ou Relations des Royaumes Boudhiques.*' இந்நூல் சைனாவிலிருந்து வந்த புத்தப் பயணியான பாக்ஸ் என்பவர் ஐந்தாவது நூற்றாண்டில் இந்தியாவில் மேற்கொண்ட தன் திருத்தலப் பயண அனுபவங்களை எழுதியதை பிரஞ்சு மொழியில் மொழியாக்கம் செய்யப்பட்டது. 1836ஆம் ஆண்டு இந்நூல் வெளியிடப்பட்டது.

இரண்டாவது நூல் ஹியோனென்-சாங்க் (Hionen-tsang)என்பவரின் வாழ்வும் வரலாறும் என்ற நூல். பொ.ஆ.மு.629-645 ஆண்டுகளில் இவர் இந்தியாவில் மேற்கொண்ட பயணங்களின் குறிப்புகள் பற்றிய நூல் இது. பிரஞ்சு மொழியில் இதன் தலைப்பு: *Histoire de las vie de Hiouen-tsang et de ses voyages dans l'Inde depuis l'an 629 jusqu'en 645.* ஆங்கிலத்தில் - '*History of the Life of Hiouen-tsang and his Travels in India between the Years 629 and 645.*' இந்நூல் 1853ஆம் ஆண்டில் வெளியிடப்பட்டது. இந்நூல் ஸ்டனிஸ்லாஸ் ஜீலியனின் மொழியாக்க நூல். இதில் பாக்ஸியனின் பயணக் குறிப்புகளும் அவருக்குப் பின் வந்த யுவான் சுவாங் என்பவரது பயணக்குறிப்பும் இடம் பெற்றன.

தங்கள் கண் முன்னே ஐந்தாம், ஏழாம் நூற்றாண்டுகளில் தாங்கள் கண்டவற்றைப் பற்றிக் குறிப்பெழுதிய இந்த இரு நூல்களும் பிரான்ஸ் நாட்டில் வெளியிடப்பட்ட பிறகும் அவை எவ்விதத் தாக்கத்தையும் இங்கிலாந்தில் ஏற்படுத்தவில்லை. வெகு சில இந்திய ஆய்வாளர்கள் மட்டும் தொலைந்து போன இந்திய புத்த வரலாற்றை மீண்டும் தோண்டி எடுத்துப் புதுப்பிக்கக் கிடைத்த வாய்ப்பாக இதைக் கருதினார். அதே நேரத்தில் இந்தியாவில் இருந்த ஜேம்ஸ் பிரின்செப் பாக்ஸியனின் பயண வரலாற்றுக் குறிப்புகள் பிரஞ்சு மொழியில் வெளியானது குறித்து மிக்க மகிழ்ச்சியடைந்தார். ஆயினும் பல ஆண்டுகளுக்குப் பின் வந்த அந்த நூல் தன் கண்ணில் படுமோ படாதோ என்றெண்ணிக் கொண்டார். மிகவும் நொந்துபோன குரலில், 'அந்த நூல்களை எவ்வளவு விரைவில் இந்தியாவில் காணும் வாய்ப்பு கிட்டுமோ?' என்று கூறியுள்ளார். பிரின்செப் மிக்க வருத்தத்துடன் இதைச் சொன்னார். இந்த நூல் அச்சிடப்பட்டு வெளிவருவதற்கு முன்பே பிரின்செப் மிகக் கடுமையாக நோய் வாய்ப்பட்டார். விரைவில் மரணமும் அவரைக் காவு கொண்டது. அவரது மரணத்திற்குப் பின் இந்த ஆய்வுகளைத் தொடரும் முழுப் பணி, பிரின்செப்பின் மிகவும் ஆர்வம் நிறைந்த இரு சீடர்களின் மீது விழுந்தது. இருவரில் ஒரு சீடர் காப்டன் மார்க்கம் கிட்டோ. இவரே தௌலி மலைக் கல்வெட்டுகளைக் கண்டுபிடித்தவர். தீவிரமான, தன் ஆய்வில் ஆர்வம் மிகுந்த மனிதர், ஆனால் அதே சமயம் அதிகாரத்தைக் கேள்வி கேட்கும் மனிதர். இன்னொரு சீடர் ஆங்கிலப் படையின் பொறியாளர். இந்திய நாணயங்கள் பற்றிய ஆய்வில் இவர் பிரின்செப்பிற்கு மிகவும் துணையாக நின்றவர். அவர் காப்டன் அலெக்சாண்டர் கன்னிங்ஹாம். வழுக்கைத் தலையுடன் குட்டையான மனிதர். உருண்ட உடம்புக்காரர். ஆனால் நல்ல திடகாத்திரர்.

10
மேற்குப் பகுதிகளிலிருந்து கிடைத்த தகவல்கள்

சைனாவின் புத்த குரு யுவான் சுவாங். இந்தியாவிற்குப் புனிதப் பயணம் மேற்கொண்டவர்களில் மிகவும் புகழ்வாய்ந்தவர். டன்ஹுவாங் என்னுமிடத்தில் மோகோ குகைகளில் வரையப்பட்ட ஒன்பதாவது நூற்றாண்டின் ஓவியம். (Wikimedia, PD – art)

சைனாவில் மா-சே-துங் ஆரம்பித்த கலாச்சாரப் புரட்சி 1966ஆம் ஆண்டின் ஆகஸ்ட் மாதத்தில் உச்சத்தில் இருந்தது. இளம் ஆண்களும் பெண்களும் ‘சிகப்புக் காவலர்கள்’ என்ற பெயரில் தங்கள் பச்சை வண்ண ஆடைகளில் கிராமங்கள், நகரங்கள் என்று எங்கெங்கும் மாவோ சொல்லிக் கொடுத்த களையப்பட வேண்டியவைகளாகச் சொன்ன ‘நான்கு பழமைகளை’ அடித்து நொறுக்கி அழித்துக் கொண்டிருந்தனர். அந்த நான்கு பழமைகள்: பழைய வழக்கங்கள், பழைய கலாச்சாரம், பழைய பழக்கங்கள், பழைய கருத்துகள்.

சைனாவின் ஷான்சி மாநிலத்திலுள்ள சியான் நகரப் பகுதிகளுக்குள் ஒரு இளைஞர் படை நுழைந்தது. அந்நகரத்திலிருந்த மிக மதிப்பு வாய்ந்த ஏழடுக்கு மாளிகை ஒன்றின் பொருளில் தயான் டா என்ற சைன மொழியில் அழைக்கப்பட்ட அந்தக் கட்டிடத்தினுள் அவர்கள், ‘பழமை ஒழியட்டும், புதுமை மலரட்டும்’ என்று ஆவேசத்துடன் கத்திக் கொண்டு, கதவுகளை எல்லாம் உடைத்து முன்னேறி, எதிர் வந்த புத்த பிக்குகளைத் தள்ளிவிட்டு, அங்கிருந்த புத்தர், போதிசத்துவர் சிலைகளின் கழுத்துகளில் கயிறுகளைக் கட்டி இழுத்து, அவைகளை முற்றிலுமாகத் தகர்த்துவிட முனைந்தனர். அந்த நேரத்தில் கலாச்சாரக் கலைப் பொருள் காக்கும் துறையிலிருந்து ஒருவர் அங்கிருந்த சிலைகளையும், அந்தக் கட்டிடத்தையும் அழிவிலிருந்து விலக்கக் கோரும் ஆணையோடு விரைந்து வந்தார். சிலைகள் தப்பித்தன... சிலைகளும் கட்டிடமும் மட்டுமே தப்பித்தன... அரசின் ஆணைப்படி சிலைகளும் கட்டிடங்களும் தப்பிப் பிழைத்தன. அவை நாட்டின் கலைப் பொக்கிஷங்களாகக் கருதப்பட்டு அதனால் அந்த உத்தரவினால் தப்பித்தன. ஆனால் அந்த பகோடாவிலிருந்த விலைமதிப்பற்ற, பழமை வாய்ந்த நூல்களைப் பற்றி அந்த ஆணையில் ஏதுமில்லை. சிகப்புக் காவலர்களுக்கு இது போதுமே, ஆறாம் நூற்றாண்டில் அல்லது அதற்கும் முந்திய காலத்து புத்த சூத்திரங்கள் அல்லது புத்த சட்டங்கள் அவர்கள் கைகளில் சிக்கின. எல்லாம் முற்றத்தில் ஒரு சேரக் குவிக்கப்பட்டன. பின்... சாத்தானின் ஆயுதம்தான்... எல்லாம் ஒரு சேர எரிக்கப்பட்டன. ஒரு நாள் முழுவதும், இரவும் பகலும் தொடர்ந்து எரிந்து அனைத்தும் சாம்பலாயின.

பார்த்தியன் நாட்டு இளவரசர் ஒருவரே முதன் முதலில் சைனாவிற்குப் புத்த சமயத்தைக் கொண்டு வந்தார். பொ.ஆ.148இல் இந்நிகழ்வு நடந்திருக்கிறது. சைனாவிலுள்ள

லோயாங் என்னுமிடத்தில் அவர் முதல் புத்த கோவிலைக் கட்டியுள்ளார். சமஸ்கிருதத்திலிருந்த பல புத்த நூல்கள் சைன மொழியில் அப்போது மொழி பெயர்க்கப்பட்டன. அப்போது ஆரம்பித்த புத்தமதம் சைனாவில் நான்காம் நூற்றாண்டிற்குள் மிகவும் பரவி, அரசர்களின் ஆதரவையும் பெற ஆரம்பித்தது. சமயம் வளர்ந்து, பரவ ஆரம்பித்ததும் மேலும் பல புத்த நூல்கள் புத்த சமயம் பிறந்த இந்திய மண்ணிலிருந்து எதிர்பார்க்கப்பட்டன. இந்த எதிர்பார்ப்பின் பயனாகவே, புத்த பிக்குவான பாக்ஸியனும், அவரோடு இணைந்து இன்னும் நான்கு துணைவர்களும் தங்கள் பிறப்பிடமான சான்ஷியிலிருந்து பொ.ஆ. 399ஆம் ஆண்டு இந்தியாவை நோக்கிப் புறப்பட்டனர். இவர்களது பயணம் இந்தியாவில் பதினைந்து ஆண்டுகள் நீடித்தன.

இந்தியாவிற்கு சைனாவிலிருந்து வந்த யாத்ரிகர்களில் பாக்ஸியன் முதல்வரவல்ல. ஆனால் பாக்ஸியனின் எழுத்துகள் காலங்கடந்து நின்று அவருக்கு வரலாற்றில் ஒரு முக்கிய இடத்தை அளித்துள்ளன. அவரது பயண அனுபவங்கள் எல்லாம் 'புத்த சமய சாம்ராஜ்யங்களின் தொகுப்பு' என்ற நூலில் எழுதப்பட்டு மிக அதிகமாக வாசிக்கப்பட்டது. சைன மொழியில் இந்நூலின் தலைப்பு: 'Foguo-ji'. சைனாவின் மன்னன் ஒருவன் புத்த சமயத்தை நாடி அதில் சேர்ந்த பிறகு பாக்ஸியனால் இப்பயணம் மேற்கொள்ளப்பட்டது. இதனால் அவருக்குப் பல வசதிகளும், பேருதவிகளும் கிடைத்தன.

பாக்ஸியன் தன் பயணத்தின் தொடக்கத்தில் இந்தியாவிலுள்ள பாமீர் பீடபூமிகளைச் சுற்றி வந்தது அவருக்கு மிகக் கடுமையான அனுபவமாக இருந்தது. ஆனால் அதன்பின் இன்று வடக்குப் பாகிஸ்தானிலுள்ள ஸ்வாட் என்றழைக்கப்படும் மஹாபன் என்ற இடம், 'பச்சை நிலம்' என்றும் சைனா மொழியில் 'வூ-சாங்' என்றும் அழைக்கப்பட்ட அந்த இடத்திற்கு வந்து சேர்ந்ததும் மிகுந்த இனிய அனுபவமாக மாறியது. ஏனெனில் அப்பகுதியில் புத்த மதம் தழைத்தோங்கி வளர்ந்திருந்து, அந்த தேசமே ஒரு சொர்க்கம் போல் விளங்கியிருந்தது. இவையெல்லாம் நடந்த ஆண்டு பொ.ஆ. 402. அந்த ஆண்டின் இலையுதிர்காலத்தில் பாக்ஸியன் இவ்விடத்திலிருந்து கந்தாரா என்ற சமவெளிப் பகுதிக்குச் சென்றார். இங்கும் புத்த மதம் மக்களிடையே நன்கு பரவியிருந்தது. புத்த மதத்தின் ஹீனாயானா என்ற பிரிவு அதிகமாக இருந்தது. புத்த பிக்குகளும் குரு மடங்களும் அங்கே மிகுதியாக இருந்தன. குரு மடங்கள் மட்டுமல்லாது அங்கே கந்தாரா

முழுவதும் பல புத்த ஞானிகள், புனிதர்களின் புனிதப் பொருட்கள் அடங்கிய நினைவாலயங்கள் ஸ்தூபிகளாக இருந்தன.

கந்தாராவில் இருந்த புருஷ்புரா என்ற, இன்றைய பெஷாவர் பகுதிக்கு பாக்ஸியன் சென்றார். அங்கிருந்த குஷன் மன்னர் பரம்பரையில் உள்ள கனிஷ்கா என்ற மன்னன் கட்டியெழுப்பிய இரு பெரும் ஸ்தூபிகளைக் கண்டு மிகவும் மகிழ்வெய்தினார். இந்த இரு ஸ்தூபிகளில் ஒரு ஸ்தூபியில் சாக்கிய முனிவர் புத்தரின் பிச்சைப் பாத்திரம் பிரதிஷ்டை செய்யப்பட்டிருந்தது. குஷன் மன்னர் இந்தியாவின் மீது படையெடுத்து வென்று திரும்பிய போது அங்கிருந்து போர்க் காலத்து செல்வங்களோடு இதுவும் கொண்டு வரப்பட்டிருந்தது.

இத்தகைய ஸ்தூபிகளைக் கட்டி புத்த சமயத்தை பேணியது கனிஷ்கா மன்னர் மட்டுமல்ல; இவர் காலத்திற்கு முன்பே வேறொரு மன்னர் இதுபோன்ற ஸ்தூபிகளைக் கட்டி வந்துள்ளார். அவரைப் பின்பற்றித்தான் கனிஷ்கா மன்னரும் பல ஸ்தூபிகளைக் கட்டியுள்ளார். அவ்வாறு ஸ்தூபிகளை கட்டிய அப்பேரரசனின் பெயர் 'கவலையில்லா மன்னன்.' அவர் சைன மொழியில் 'வுயூ வாங்' என்றழைக்கப்பட்டார். இம்மன்னனே புத்தரின் தர்மக் கோட்பாடுகளை சைனாவிற்குள் எடுத்துச் சென்றவர். அதனாலேயே இவர் 'சக்கரவர்த்தின்' அல்லது 'சக்கரம் சுழற்றும் பேரரசன்' என்றழைக்கப்பட்டார்.

தனது இந்தியப் பயணத்தின் ஊடே பல்வேறு இடங்களில் பாக்ஸியன் மன்னன் வுயூ வாங் பெயரைக் கேள்விப்படுகிறார். 'பச்சை நிலத்தை' சமவெளியிலிருந்து பிரிக்கும் மலைத்தொடரைத் தாண்டிய போதுதான் இம்மன்னரின் மகன் 'தர்ம விவார்தனா' அங்கே அரசாட்சி செய்வதை அறிகிறார். இச்செய்தி அறிந்த பிறகு பாக்ஸியன் தன் குறிப்புகளில் மன்னன் வுயூவைப் பேசும் போதெல்லாம் 'மிகப்பெரும் ஸ்தூபிகளைக் கட்டிய மாவேந்தன்' என்றே குறிப்பிடுகிறார்.

கந்தாராவில் ஆறு மாதங்கள் தங்கிய பிறகு பாக்ஸியனோடு வந்தவர்களில் மூவர் சைனா திரும்புகிறார்கள். பாக்ஸியனும், உடனிருந்த இன்னொருவருடன் பஞ்சாபிலுள்ள 'மட்டாவ்வுலு', - இப்போதைய மதுரா- என்ற நகருக்கு வருகிறார். புத்த தர்மத்தின் மீது நம்பிக்கை வைத்த மன்னர்களே இப்பகுதியை ஆண்டு வந்ததாக பாக்ஸியன் கூறுகிறார். இம்மன்னர்கள் புத்த மதத்தை ஏற்றுக் கொள்ளவில்லை. ஆனாலும், அம்மதத்திற்கு மிகுந்த மரியாதை அளித்து வந்துள்ளனர். புத்த மக்களை நன்கு

ஆதரித்து வந்துள்ளனர். புத்த பிக்குகள் எதிர்வரும்போது தங்கள் தலைக் கிரீடங்களை எடுத்து மரியாதை செய்துள்ளனர். பிச்சை கேட்டு வரும் புத்த சந்நியாசிகளுக்குத் தங்கள் கைகளாலேயே தானம் செய்துள்ளனர்.

பாக்ஸியன் இந்தியாவில் இருந்த போதுதான் 'சூரிய சக்தி' என்று பொருள்படும் பெரும் குப்த அரசன் 'விக்ரமாத்தியன்' என்பவரின் ஆட்சி நடந்திருக்கிறது. இவர் 'சந்திரனால் பாதுகாக்கப்பட்டவர்' என்ற பொருளில் சந்திர குப்தா என்றும் அழைக்கப்படுகிறார். இந்நூலில் இப்பெயர் சிறிது குழப்பத்தை தரலாம். சந்திர குப்தா என்ற இம்மன்னன் பின்னால் வந்த வரலாற்றாசிரியர்களால் இரண்டாம் சந்திர குப்தன் என்று அழைக்கப்படுகிறார். மௌரிய மன்னன் சந்திரகுப்தனின் பெயரோடு இப்பெயர் குழப்பம் ஏற்படுத்தக் கூடாதே என்றழைக்கவே இப்பெயர் பயன்படுத்தப்படுகிறது.

குஷன் அரசு இறங்கு முகத்தில் இருந்த காலக் கட்டத்தில் புத்தரின் புகழ் வளர ஆரம்பிக்கிறது. பாக்ஸியன் இருந்த காலத்தில் குப்தர்கள் மிகப்பெரும் சாம்ராஜ்ஜியத்தை ஆண்டு கொண்டிருந்தனர். அவர்களது பேரரசு சிந்து நதியின் ஆரம்பத்திலிருந்து கங்கை நதிவரை பரவிக்கிடந்தது. பிராமணர்களின் எழுத்துகளில் இந்த இரண்டாம் சந்திரகுப்தர் விஷ்ணு என்ற இந்துக் கடவுளின் மீது பக்தி கொண்டவன் என்றிருந்தாலும், இந்த மன்னன் எல்லா மதத்தினரையும் வேற்றுமையின்றி நடத்தி வந்தார். இம்மன்னனுக்கு ஜாதி வேற்றுமைகள் கண்ணில் படும்; ஆனால் மத வேற்றுமைகள் படுவதில்லை.

பொ.ஆ.மு. 404-இல் பாக்ஸியன் சன்கிசா என்ற ஊரில் அந்த ஆண்டின் கோடையில் தங்கியிருந்தார். இந்த இடத்தில்தான் சாக்கியமுனி புத்தர் ஒரு மூன்றடுக்கு ஏணிகள் மூலம் தன் அன்னைக்கு புத்த கோட்பாடுகளைக் கொடுத்து விட்டு சொர்க்கத்திலிருந்து இறங்கி வந்தார் என்று நம்பப்பட்டது. பாக்ஸியன் 'புத்த சாம்ராஜ்ஜியங்களின் தொகுப்பு' என்ற தன் நூலில் சன்கிசா என்ற இப்பகுதியில் மன்னன் வுயூ வெகு காலத்திற்கு முன் குருகுலம் ஒன்றைக் கட்டினார் என்று குறிப்பிட்டுள்ளார். அம்மடத்தில் பதினாறு அடி முழ உயரத்திற்கு நிற்கும் தூண் ஒன்றிருந்தது. குருமடத்தின் பின்னால் ஐம்பது முழ உயரத்திற்கு ஒரு கற்றூணை நிறுவினார்.கற்றூணின் உச்சியில் சிங்கத்தின் சிலை ஒன்று செதுக்கப்பட்டிருந்தது. அசோகரோடு

தொடர்புடைய பல கற்றூண்களைப் பற்றிய செய்திகளில் இச் செய்தியே முதல் செய்தி.

சாக்கியமுனி புத்தர் பூமிக்கு வரும் நிகழ்வு. சன்கிசா என்னுமிடத்தில் உள்ள பொ.ஆ.மு. இரண்டாம் நூற்றாண்டில் செதுக்கப்பட்ட புடைப்புச் சிற்பம். புத்தர் உருவமின்றி குறியீடுகளால் மட்டுமே காண்பிக்கப்படுகிறார். சிற்பத்தில் உள்ள ஏணியின் முதல் படியில் புத்தரின் திருப்பாதம் காண பிக்கப்படுகின்றது. (Cunningham, The Stupa of Bharhut, 1879)

இங்கிருந்து பாக்ஸியன் கிழக்குத் திசை நோக்கிப் பயணமானார். இங்கு புத்தரது வாழ்க்கை, மரணம், படிப்பினைகள் போன்ற வற்றோடு தொடர்புடைய இடங்களைக் கண்ணுற்றார். அப்படி அவர் சேவித்த இடங்கள் புத்த மதத்தின் மிகப் புனிதமான இடங்கள். அவை லும்பினி: இங்குதான் இளவரசர் புத்தர் பிறந்தார். புத்தகயா: இளவரசர் 'புத்தனாக' ஞானம் பெற்று உயர்வடைந்த புனித இடம் இதுவே. அடுத்தது சாரநாத் என்னுமிடத்தில் உள்ள 'மான் தோட்டம்': இங்குதான் புத்தர் தன் முதல் புனிதப் பிரசங்கத்தை அளித்தார். இது 'தர்மச் சக்கர ப்ரவர்த்தனா' என்றோ, 'நன்னெறிச் சக்கரத்தைச் சுழற்றுதல்' என்றோ அழைக்கப்படுகிறது. நான்காவது இடம் 'குஷி நகரம்': இங்குதான் புத்தரது 'பெரும் இறுதி மறைதல்' அவரது மரணத்தின் மூலம் முடிந்தது.

இந்த நான்கு புனித இடங்களையும் கண்டுபிடித்த பின் பாக்ஸியன் தெற்குத் திசையில் தன் பயணத்தைத் தொடர்ந்தார்.

கங்கை நதியை பாக்ஸியன் 'ஐந்து நதிகள் கூடும் இடம்' என்றழைக்கப்பட்ட ஓரிடத்தின் மூலம் கடந்தார். இது 'மலர் நகரம்' என்று அவர் அழைத்த மகத நாட்டின் தலைநகரான பாடலிபுத்ரா நகரிற்குச் சிறிது முன்னாலிருந்த நதிப் பகுதி.

இந்த நகரமே பாக்ஸியனின் தொகுப்புகளில் மன்னன் வுயூ ஆண்ட நகரமாகக் குறிப்பிடப்பட்டுள்ளது. பாக்ஸியன் இந்நகருக்குச் சென்றபோது அம்மன்னனின் அரண்மனையும், புத்த சங்கத்திற்குக் கட்டிய நீண்ட மண்டபமும் பெருமையுடன் நின்றன. நகரைச் சுற்றி காவல் சுவர்களும் மதில்களும் இருந்தன. இக்கட்டிடங்கள் 'மனிதக் கரங்களால் செய்யமுடியாத' அழகிய சிற்ப வேலைப்பாடுகளோடு நிறைந்திருந்தன. இவ்வேலைப்பாடுகள் பாக்ஸியனை மிகவும் பரவசப்படுத்தின. அதனால் அவர் இந்த வேலைப்பாடுகள் மனிதர்களால் செய்யப்பட்டதல்ல; மன்னன் வுயூவின் ஆணைப்படி தேவதைகளே இங்கு வந்து இவைகளை வடித்தெடுத்திருக்க வேண்டும் என்று நினைத்திருக்கிறார்! மேலும் பாடலிபுத்திராவும் அதனை ஒட்டிய பகுதிகளிலும் மன்னன் வுயூ வாங் பெயரைக் குறிப்பிடும் பல இடங்கள் காணப்பட்டன. இவைகளில் ஒன்று, நகரின் உள்ளேயே அமைந்திருந்த பெரும் உயரமான செயற்கை மலை. மன்னன், புத்த சந்நியாசி ஆகிவிட்ட தன் சகோதரன் தனிமையில் இருக்க விரும்பியதற்காகக் கட்டப்பட்ட செயற்கை மலை அது. நகரத்திற்குச் சற்று வெளியே ஒரு பெரிய ஸ்தூபி ஒன்றும் இருந்தது. வுயூவினால் கட்டப்பட்ட எட்டு ஸ்தூபிகளில் இதுவும் ஒன்று. புத்தரின் மரணத்திற்குப் பின் அவர் நினைவுப் பொருட்களை வைப்பதற்காகக் கட்டப்பட்ட ஸ்தூபிகள் தான் இவை. நாடு முழுவதும் புத்தரின் புனிதப் பொருட்களைப் பரப்புவதற்காக இந்த ஸ்தூபிகள் அரசன் வுயூ மட்டும் திரும்பவும் திறக்கக் கூடியவைகளாகக் கட்டி அமைக்கப்பட்டிருந்தன. பாடலிபுத்ராவின் அருகிலுள்ள ஸ்தூபிதான் முதல் முறையாக இதற்காகத் திறக்கப்பட்டது. இந்த ஸ்தூபிக்கு அருகில் அரசன் வுயூவினால் கட்டப்பட்ட இரு பெரும் கற்றூண்களை பாக்ஸியன் கண்டார். இதில் முதல் தூண் பதினான்கு அல்லது பதினைந்து முழம் அளவிற்கு அடிப்பகுதியும், மொத்த உயரம் முப்பது முழ உயரமும் கொண்டிருந்தது. இக்கற்றூண் மேல் 'வுயூ வாங் இந்தியாவின் 'ஜம்புத்வீபா' என்ற தென்னிந்தியப் பகுதியில் உள்ள புத்த பிக்குகளின் சங்கத்திற்கு இத்தூண் அளிக்கப்பட்டு, அதன்பின் பணம் கொடுத்து மும்முறை இத்தூண் திரும்பப் பெறப்பட்டது' என்று பொறிக்கப்பட்டிருந்தது. இரண்டாவது கற்றூண் ஏறத்தாழ இதே அளவில் இருந்தது. இதன் தலைப்புப்

பகுதியில் சிங்கச் சிலை ஒன்று செதுக்கப்பட்டிருந்தது. இதில் உள்ள கல்வெட்டில் பாடலிபுத்ராவை வுயூ மன்னன் உருவாக்கிய நாள், மாதம், ஆண்டு போன்ற குறிப்புகள் செதுக்கப்பட்டிருந்தன.

மன்னன் வுயூ கட்டிய ஸ்தூபியின் அருகில் ஒரு மஹாயானக் குருமடம் இருந்தது. பாக்ஸியன் இதில் மூன்றாண்டுகள் தங்கியிருந்து பயின்றார். சமஸ்கிருத மொழியைக் கற்றார். சைனாவிற்கு எடுத்துச் செல்ல வேண்டிய சமயச் சூத்திரங்களை நகல் எடுத்துக் கொண்டிருந்தார். இங்கு தங்கியிருந்த காலத்தில் பாக்ஸியன் பாடலிபுத்திரத்திற்கு அருகிலிருந்த ராஜகிரிகா என்ற இன்னொரு நகரத்திற்கும் சென்று வந்தார். இந்நகரம் புத்தரின் வாழ்க்கையோடு நெருங்கிய தொடர்பு கொண்டிருந்தது. மேலும் புத்த சமயத்தின் மிக மிகப் புனிதமான புத்தகயாவும், போதிமரமும் இந்நகரில்தான் இருந்தன.

பாக்ஸியன் தான் கண்டவற்றை எழுதிய தன் குறிப்புகளில் உள்ள தனிப் பகுதி ஒன்றில் வுயூ வாங் மன்னனின் வாழ்க்கை பற்றி ‘தெய்வீகக் கதைகள்’ என்ற நூலில் அவரைப் பற்றிக் கேட்ட செய்திகளை எழுதி வைத்துள்ளார். முந்தியதொரு பிறவியில் அவர் ஒரு சிறுவனாக, புத்தர் தன் முன்பிறவியில் பிச்சையெடுக்கும் புத்த பிக்குவாக இருந்த போது அவரைச் சந்தித்து, அவரது பிச்சைப் பாத்திரத்தில் கைப்பிடி மண்ணை அள்ளிப் போட்ட ஒரு நிகழ்வைக் குறிப்பிடுகிறார். இச்செயலின் பிரதிபலனாக அச்சிறுவன் ‘இப்பிறவியில் இரும்புச் சக்கரத்தைச் சுழற்றும் மன்னனாக, ஜம்புதீவத்தின் மன்னனாகப் பிறந்துள்ளார்’ என்றும் எழுதியுள்ளார். ‘சக்கரம் சுழற்றும் மன்னன்’ என்பது புத்த மதத்தின் நம்பிக்கைகளில் ஒன்று. ஒருவர் சக்கரவர்த்தியாக ஆகும்போது, அதாவது சக்கரம் சுழற்றும் மன்னனாக ஆகும்போது அவர் அரியணையில் ஏறியதும், சொர்க்கத்திலிருந்து ஒரு சக்கரம் இறங்கி வருகிறது. இச்சக்கரம் தங்கம், வெள்ளி, செம்பு அல்லது இரும்பினால் செய்யப்பட்டிருக்கும். மன்னனின் ஆட்சியின் காலம், தரம் இவைகளை வைத்தே இந்தச் சக்கரம் மேலே சொன்ன உலோகங்களில் எந்த உலோகத்தில் ஆனது என்பது முடிவு செய்யப்படுகிறது. இதுதான் புத்த சமயத்தின் நம்பிக்கை. வுயூ மன்னனின் ஆட்சியின் தரம் மிகக் குறைவு என்தாலேயே அவரின் சக்கரம் இரும்புச் சக்கரமாக இருந்தது.

பொ.ஆ.மு. 407-இல் பாக்ஸியன் சைனாவிற்குத் திரும்புகிறார். இதற்கு நான்கு ஆண்டுகள் எடுத்துக் கொள்கிறார் பாக்ஸியன். ஏனெனில் இன்னும் பல இடங்களில் தங்கி மெல்லத் தான் தாய்நாடு திரும்புகிறார். இந்த நான்கு ஆண்டுகளில் இரண்டு

ஆண்டுகளை சிங்களத் தீவு, அல்லது சிங்கத்தின் தீவு அல்லது இன்று இலங்கை என்றழைக்கப்படும் தீவில் கழிக்கிறார். பாக்ஸியன் இலங்கைக்கு வந்த அந்த ஆண்டுகளில் இந்தியாவின் வடகிழக்குப் பகுதியில் மத்திய ஆசியாவிலிருந்து ஒரு நாடோடிக் கூட்டம் புதியதாக நுழைந்தது. இம்மக்கள் சைன மொழியில் யீ-தய் அல்லது ஹோய என்றழைக்கப்பட்டனர். இம்மக்கள் பின்னாளில் ஐரோப்பாவிற்குள் பரவினர். இவர்கள் ஐரோப்பாவில் 'ஹன்ஸ்' என்றும், இந்தியாவில் 'ஹீனா' என்றும் அழைக்கப்பட்டனர். பொ.ஆ.மு. 410இல் இந்த நாடோடிக் கூட்டம் பாக்டிரியா, கந்தாரா என்ற இந்தியப் பகுதிகளில் இறங்கிப் பரவினர். இரண்டாவது அலையாக இன்னொரு மக்கள் கூட்டம் வந்தது. இக்கூட்டம் இந்தியர்களால் 'ஸ்வெட்டா ஹுனா' அல்லது 'வெள்ளை ஹன்ஸ்' என்றழைக்கப்பட்டனர். ஐந்தாம் நூற்றாண்டின் இறுதியில் இந்த இரண்டாம் அலையாக வந்த நாடோடிகள் வடக்கிந்தியாவிலிருந்த குப்த அரசர்களை அவர்களின் பழைய எல்லையான மத்திய கங்கைச் சமவெளிக்குள்ளே விரட்டியடித்தனர்.

இந்நிகழ்விற்குப் பின் பாரசீக நாட்டின் இருபதாவது சசாநித் சக்கரவர்த்தி மிகவும் புகழ்பெற்ற பேரரசன் கொஸ்ராவ் வேறுபல நாடோடிகளை இணைத்துக்கொண்டு வெள்ளை ஹன்ஸ்களை விரட்டியடித்தார். இருப்பினும் கிழக்கு கந்தாரா, வடக்கு இந்தியா போன்ற இடங்களில் சிறு சிறு குழுக்களாக வெள்ளை ஹன்ஸ்கள் தங்கிவிட்டனர். மத்திய ஆசியாவிலிருந்து வந்த வேறு நாடோடிகளோடு போட்டியிட்டு வென்று தங்கள் ஆட்சியை நிறுவினார்கள். தங்கள் ராஜ்ஜியத்தில் உள்ள மக்களின் வாழ்க்கை முறைகளைத் தழுவி அப்போது இருந்த பிராமண தலைமையை ஏற்றுக்கொண்டு தங்களைப் பல முறைகளிலும் சுத்திகரித்துக்கொண்டு புதிய குழுவினராக உருவாகினார்கள். 'அரசர்களின் மகன்' என்ற பொருளில் தங்களை ராஜபுத்திரர்கள் என்று அழைத்துக்கொண்டு சத்திரியர் என்ற போராடும் குழுவாக மாறினர். இந்த ராஜபுத்திரர் குழுவில் ஒரு பகுதியினர் ராஜா ஹர்ஷவர்த்தனா என்பவரின் தலைமையின் கீழ் பெரும் ராஜ்யத்தை உருவாக்கினர். இம்மன்னர் 'பெரும் ஹர்ஷா' என்று வரலாற்றின் பக்கங்களில் தன்னை நிலை நிறுத்திக்கொண்டார். இவர் கங்கை நதிக்கரையிலுள்ள கன்னோஜ் என்ற நகரில் ஆறாம் நூற்றாண்டின் ஆரம்ப காலத்தில் நாற்பதாண்டு காலத்திற்கு கங்கைச் சமவெளியில் தன் பேரரசை நிறுவினார்.

ஹர்ஷர் இந்தியாவின் பெரும் மன்னராக விளங்கிய காலத்தில் அரேபியாவில் பல மாறுதல்கள் நிகழ்ந்தன. முகம்மது நபிகள் தலைமையில் அரேபிய குழுக்கள் பல ஒன்றாயின. சைனாவில் டாங் பரம்பரை ஆரம்பமானது. ஆங்கிலோ-சாக்ஸன் குழுக்களின் அரசும் அங்கங்கே இந்தியாவில் ஆரம்பித்தது.

வழக்கமாக இந்திய வரலாற்றின் பக்கங்கள் மிகுந்த குழப்ப மானவை. ஆயினும் வரலாறு தெளிவாகத் தெரிந்த இந்தக் காலக்கட்டத்தில் சைனாவிலிருந்து இன்னொரு புத்த துறவி இந்தியாவிற்கு வந்தார். புத்த யாத்திரிகர்களில் இவரது பயணமே உலகிலேயே மிகவும் பயனுள்ள ஒரு பயணமாக அமைந்தது. கிழக்குச் சைனாவின் யுவான் சுவாங் என்ற இடத்தில் 602ஆம் ஆண்டு பிறந்த இவர் தன் இருபதாம் வயதில் புத்த குருவானார். அச்சமயம் சைனாவில் புத்த சமயத்தின் பொற்காலமாக இருந்தது. பேரரசர் வூ-டி மிகவும் தீவிரமாக புத்த மதத்தை போற்றிப் பேணி வந்தார். லியாங் பரம்பரையில் வந்த இம்மன்னனின் ஆட்சிக்காலம் 502-49. இவர் வூயூ வாங் என்ற இந்தியப் பேரரசனை முன் மாதிரியாக எடுத்துக் கொண்டு, அவரைப் போலவே புத்த சமயத்தைப் பரப்ப மிகவும் முனைப்பெடுத்தார். வூயூ போலவே தன் நாட்டில் பல புத்தக் கோவில்களைக் கட்டியெழுப்பினார்.

பாக்ஸியனின் பயணக்குறிப்புகள் பெருமளவில் இந்தியாவின் மீதான கருத்துகளை சைனாவில் பரப்பியது. இந்தியா ஒரு 'மேற்கத்திய சொர்க்கம்' என்ற கருத்து தோன்றி இந்தியாவிற்கு ஒரு புராணத்துவ மேல் நிலை கிடைத்தது. பேரரசர்கள் வூயூ, கனிஷ்கா போன்ற 'சக்கரம் சுழற்றும் மன்னர்கள்' பெரும் தர்மராஜாக்களாக ஆண்டு வந்தனர். அவர்கள் தர்மத்தையே தலையாயக் கொள்கைகளாகக் கொண்டு நாட்டை ஆண்டு வந்தனர் என்றும் கருதப்பட்டது. இந்தியாவைப் பற்றி இப்படிப்பட் ட ஒரு கணிப்பு ஏற்பட்டதாலேயே யுவான் சுவாங் இந்தியாவில் மட்டுமே புத்த சமயத்திற்குரிய சூத்திரங்கள் கிடைக்கும் என்ற எண்ணத்தில் அவைகளைத் தேடி இந்தியாவிற்குப் பயணமானார். அப்போதிருந்த சைனப் பேரரசர் தைசாங்- தாங் பரம்பரையின் முதல் அரசர் - வெளிநாட்டுக்குத் தன் குடிமக்கள் யாரும் செல்லக்கூடாது என்று தடை விதித்திருந்தார். இருப்பினும் அத்தடையையும் மீறி யுவான் சுவாங் 629ஆம் ஆண்டு இந்தியா நோக்கிப் பயணப்பட்டார். யுவான் சுவாங்கின் வாழ்க்கை வரலாற்றின் ஆசிரியர் இவரைப்பற்றி தெளிவாக எழுதியுள்ளார். யுவான்

சுவாங் நெடிதுயர்ந்த மனிதர், அழகிய கண்களும், சீரான முகமும் கொண்டவர். நல்ல வண்ணம் கொண்டு, பார்ப்பதற்கே மரியாதை கொடுக்கப்படும் உடல்வாகோடு இருந்தார். முகத்தில் எப்போதும் ஆழ்ந்த சிந்தனைக்கோடுகள். புதியதாக விஷயங்களைக் கண்டு, கற்கும் ஆர்வம் கொண்டவர்.

பாக்ஸியான் சென்ற வழியில் இல்லாமல் இன்னும் வடக்கே இருக்கும் வழியைத் தேர்ந்தெடுத்து யுவான் சுவாங் தியன் ஷான் என்ற மலைப்பகுதியைக் கடந்து மத்திய ஆசியாவில் இப்போதிருக்கும் இஸ்லாமியப் பகுதிகள் வழியே இந்தியாவிற்குள் நுழைந்தார். இந்தப் பகுதி அப்போது கோக் டர்க்ஸ் என்ற முரட்டுக் குழுவினரால் ஆளப்பட்டு வந்தது. அங்கிருந்து ஆமுர் டர்யா என்ற நதியினைக் கடந்து, சசானிட் என்ற நாட்டுப் பகுதிக்குள் வந்தார். சசானிட் பகுதியில் உள்ளவர்கள் கோக் டர்க்ஸ் போன்ற பெரும் முரடர்கள் இல்லை. இந்தப் பகுதியில் பல புத்தக் குழுக்கள் எங்கும் சிதறிக் கிடந்தனர். ஹன்ஸ் இவர்களை விரட்டியடித்த போது தப்பித்தவர்கள் மட்டுமே இப்படி ஆங்காங்கே சிதறிக் கிடந்தனர். இவர்கள் இப்பகுதியின் மேற்குப் பக்கமிருந்த கங்குவோ - இப்போதைய சாமர்கண்ட் பகுதி; அங்குவோ - இப்போதைய பொக்காரா பகுதி; தலாகுவான் - இப்போதைய மேற்கு ஆப்கானிஸ்தானத்திலுள்ள பாலிக் பகுதிகள் - போன்ற பகுதிகளில் இருந்தனர். யுவான் சுவாங் இப்பகுதிகள் எல்லாவற்றிற்கும் சென்று புத்தரைப் பற்றிய குறிப்புகளையும், புத்த சமயத்தின் நூல்களையும் கண்டெடுத்து தொகுத்தார்.

இவ்விடங்களில் தன் ஆய்வுகளை மேற்கொண்ட யுவான் சுவாங் அதன்பின் பாக்ஸியன் சென்ற அதே வழியில் செல்லலானார். புத்த சமயத்தினரை பாமியன் பகுதிக்குள் தொடர்பு கொண்டார். அப்பகுதியில் இருந்த நிற்கும் பாணியில் இருந்த இருபெரும் புத்தர்சிலைகளைக் கண்டு வியந்திருக்கிறார். அப்பகுதியில் பல குரு மடங்களும், ஆயிரக்கணக்கில் புத்த பிக்குகளும் இருப்பதைக் கண்டுள்ளார். இங்கிருந்து கந்தாரா நாட்டின் கோடைத் தலைநகரான கபிஷா- இப்போதைய பெக்ராம் - என்ற நகருக்கு வந்தார். அப்போது அப்பகுதியை ஆண்டது ஒரு புத்த மன்னன். அம்மன்னன் தன் மக்களை மிக அன்போடு நடத்தி வந்துள்ளார். புத்த சமயத்தின் மூன்று ஆபரணங்களான புத்தர், அவரது தர்மக் கொள்கைகள், புத்த சங்கம் என்பனவற்றிற்கு மிகுந்த மரியாதையையும் ஆராதனையையும் அளித்து வந்திருக்கிறார். கபிஷாவிலிருந்து உயரமான செங்குத்தான மலைகளைத் தாண்டி

கிழக்கு கந்தாராவிற்கு வந்து இந்தியாவிற்குள் யுவான் சுவாங் நுழைந்துள்ளார்.

யுவான் சுவாங் குறிப்புகளில் அவர் இந்தியாவிற்குள் நுழைந்தது, இந்திய மக்கள், அவர்களின் வாழ்க்கைமுறை போன்றவை பற்றி அவர் எழுதியுள்ளவற்றில் உள்ளன. இக்குறிப்புகள் யுவான் சுவாங் சைனாவிற்குத் திரும்பிப் போனபிறகு பேரரசன் தைசாங்கின் கட்டளைப்படி அவரது பயணக்குறிப்புகளோடு இணைக்கப்பட்டன. யுவான் சுவாங் தன் பேரரசனின் கட்டளையைச் சிரமேற் தாங்கி, அவரை மகிழ்ச்சிப்படுத்த மிகவும் முயற்சியெடுத்து இந்தியாவைப் பற்றி தான் கண்டவைகளைத் தொகுத்து எழுதியுள்ளார். ஆயினும் அரசனின் எண்ணங்களுக்கு மாறுபட்ட விஷயங்களைச் சிறிது மழுப்பியும் எழுதியுள்ளார். யுவான் சுவாங் எப்படி எழுதியிருந்தாலும் ஒரு பெரும் உண்மை அவரது குறிப்புகளில் பொதிந்து கிடந்தது. இந்தியாவில் புத்த சமயம் மெல்ல சரிந்து வருகிறது என்பதுவும், பிராமணியம் மேலெழுந்து ஆளுமைக்குள் வருகிறது என்பதுவும் மிகத் தெளிவாகக் குறிப்பிடப்பட்டுள்ளன. பாக்ஸியன் சென்ற காலத்தில் கந்தாராவின் குளிர்கால நகரான புருஷ்புராவில் புத்த சமயம் மிகவும் உன்னத நிலையில் இருந்தது. ஆனால் யுவான் சுவாங் சென்ற சமயத்தில் புத்த சமயம் நலிந்து போயிருந்தது. புத்த சமய நினைவிடங்கள் பலவும் நொறுக்கப்பட்டு பாழடைந்து கிடந்தன. புத்தரின் பிச்சைப் பாத்திரத்தை வைத்து கனிஷ்க மன்னன் கட்டிய மிக அழகான அக்கோவிலில் இருந்த புத்தரின் பிச்சைப் பாத்திரம் அங்கிருந்து எடுக்கப்பட்டு பாரசீகத்திற்கு எடுத்துச் செல்லப்பட்டுவிட்டது.

யுவான் சுவாங் புருஷ் புத்ராவிலிருந்து வடக்கு நோக்கிச் சென்று, மலகந்த் மலைத் தொடரைத் தாண்டி 'பச்சை நிலம்' அடைந்தார். இங்கும் எல்லாம் பாழடைந்து கிடந்தன. யுவான் சுவாங் சுபவஸ்து ஆற்றின் இருகரைகளிலும் முன்பு இருந்த ஆயிரத்து நானூறு குருமடங்களும் இன்று ஆளின்றி, பராமரிப்பின்றி கைவிடப்பட்டுக் கிடந்தன என்று எழுதியுள்ளார். இந்நகரிலிருந்து கிழக்கு நோக்கிச் சென்ற யுவான் சுவாங் மொ-க-பா-னா என்ற பெரும் மலையை வந்தடைகிறார். 'பெரும்காடு' என்ற பொருள்தரும் சமஸ்கிருத சொல்லான 'மஹாவனம்' என்பது சீன மொழியில் மொ-க-பா-னா என்றழைக்கப்பட்டது. இப்போது அதன் பெயர் மஹாபன். இந்த இடத்தில் மன்னன் வூயூ கட்டிய ஸ்தூபியில் யுவான் சுவாங் வணங்கி மரியாதை செலுத்தினார். புத்தர் தன் முற்பிறவி ஒன்றில் புறா ஒன்றைக் காப்பதற்காகத் தன்

தசையிலிருந்து ஒரு பகுதியை வெட்டி கழுகிற்குக் கொடுத்தாராம். அந்த நிகழ்ச்சி இந்த ஸ்தூபி இருக்கும் இடத்தில் நடந்ததாம். இந்த ஸ்தூபி பற்றிச் சொல்லும் குறிப்பில்தான் முதன் முதலில் யுவான் சுவாங் மன்னன் வூயூ பற்றி எழுதியுள்ளார். இதன்பிறகு அம்மன்னன் பற்றிக் குறிப்புகள் யுவான் சுவாங் குறிப்பில் காணப்படுகின்றன.

தனது குறிப்புகளில் வூயூவின் சிறப்பு இன்னும் ஓங்கியே இருந்ததாக யுவான் சுவாங் குறிப்பிடுகிறார். அவர் கட்டிய கட்டிடங்கள் யாவும் நொறுக்கப்பட்டு பாழடைந்து விட்டன. ஆயினும் மன்னனின் பெயர் இன்றும் மிகவும் மரியாதைக்குரிய பெயராகவே இருந்தது. இதை உறுதிப்படுத்த யுவான் சுவாங் வூயூ பற்றிய பல செய்திகளையும் கதைகளையும் பல வரலாற்றுச் செய்திகளையும் தருகிறார். இவர் சொல்லாமல் விட்டிருந்தால் இச்செய்திகள் யாருக்கும் தெரியாமலே போயிருந்திருக்கும்.

யுவான் சுவாங், பாக்ஸியன் இருவரது குறிப்புகளே மன்னன் வூயூ பற்றிய செய்திகள் பலவற்றைத் தருகின்றன. சிந்து நதிப்பகுதியை அடுத்து யுவான் சுவாங் மிகப்பெரும் நகரமாக விளங்கிய தக்ஸிலாவிற்கு வருகிறார். இங்கும் அவர் முன்பு பார்த்த காட்சிகள் போல், எங்கும் அழிவின் சின்னங்கள். இந்நகரைச் சுற்றியும் பல ஸ்தூபிகள். எல்லாமே மன்னன் வூயூ கட்டியவை. அதிலும் நகரின் தென்கிழக்குத் திசையில் கட்டிய ஒரு ஸ்தூபி வூயூவின் மகன் குணாலாவின் கண்கள் பிடுங்கப்பட்ட இடம் என்று கருதப்பட்டது. யுவான் சுவாங் தன் குறிப்புகளில் இவ்விடத்தில் குணாலின் கண்கள் அவனது சிற்றன்னையால் பறிக்கப்பட்ட கதையின் முழு விவரங்களும் கொடுக்கப்பட்டுள்ளன.

தக்ஸிலாவிலிருந்து யுவான் சுவாங் காஷ்மீர் செல்கிறார். அதனை ஆளும் மன்னனே இவரை வரவேற்றுள்ளார். இங்கும் வூயூ கட்டிய ஸ்தூபிகள், குரு மடங்கள் பற்றிய விவரங்கள் தரப்படுகின்றன. வூயூ மன்னனின் புகழ் எங்கும் பரவி இருந்ததை கண்ட யுவான் சுவாங் அவரின் புகழை நன்கு குறித்து வைத்துள்ளார். 'மகத நாட்டு மன்னன் வூயூ எல்லா உயிரினங்களையும் பேணிப் பாதுகாத்தார்' என்று எழுதியுள்ளார். அதோடு பழைய வரலாற்றுச் சுவட்டிலிருந்து ஒரு கதையையும் தருகிறார். ஐந்நூறு புத்த குருக்கள் புரட்சிகரமான ஒரு மூத்த புத்த குருவின் படிப்பினைகளைக் கேட்டு நடக்கின்றனர். கோபமுற்ற வூயூ அவர்கள் அத்தனை பேரையும் கங்கையில் எறிந்து கொல்ல ஆணையிடுகிறார். உயிருக்குப் பயந்த அவர்கள் அங்கிருந்து தப்பி

காஷ்மீர் வருகிறார்கள். அங்கிருந்து திரும்ப மறுக்கிறார்கள். வூயூ தானே நேராக காஷ்மீர் வந்து அந்த ஐந்நூறு குருக்களின் மன்னிப்பைக் கேட்கிறார். அதன் பின் அவர்களுக்காக ஐந்நூறு குரு மடங்களையும் காஷ்மீரில் கட்டுகிறார்.

இமயமலைப் பகுதியில் மூன்றாண்டுகள் தங்கியிருந்து யுவான் சுவாங் பல புத்த நூல்களைக் கற்றுத் தேருகிறார். அதன்பின் அங்கிருந்து புறப்பட்டு கங்கைச் சமவெளியின் மேல் பகுதி பக்கம் தன் பயணத்தைத் தொடர்கிறார். செல்லுமிடமெல்லாம் புத்த சமயம் வீழ்ந்திருப்பதைக் காண்கிறார். ஆயினும் கபிதா என்ற இடத்திற்கு வரும்போது அவரது நம்பிக்கைகள் சிறிது உயர்கின்றன. இந்த இடம் பாக்ஸியன் வந்த காலத்தில் சன்கிசா என்றழைக்கப்பட்டது. இங்குதான் சாக்கியமுனி புத்தர் சொர்க்கத்திலிருந்து தெய்வீக மூன்றடுக்கு ஏணி மூலம் இறங்கி வந்த இடம் என்று நம்பப்பட்டது. அங்கு அதன் நினைவாக ஸ்தூபி ஒன்றும் கட்டப்பட்டிருந்தது. ஆனால் யுவான் சுவாங் அங்கு சென்றபோது பாக்ஸியன் பார்த்த ஏணிகளின் சிற்பங்கள் ஏதும் காணப்படவில்லை. ‘ஆயினும் மன்னன் வூயூ கட்டிய சிங்கத்தை உச்சியில் தாங்கிய கற்றூண் அங்கே நின்றது’ என்று யுவான் சுவாங் எழுதியுள்ளார். அது எழுபது அடி உயரம் இருக்கும் என்கிறார் அவர். மேலும், ‘அந்த தூண் கருஞ்சிகப்பு வண்ணத்தில், மிகக் கருமையான கல்லில் நன்கு செதுக்கப்பட்டு நின்றது. அதன் உச்சியில் பதுங்கி நிற்கும் சிங்கம் ஒன்று படிகளை நோக்கி நிற்பதாகச் செதுக்கப்பட்டிருந்தது. தூண்களின் எல்லா பக்கமும் பல்வகை உருவங்கள் செதுக்கப்பட்டிருந்தன’ என்றும் குறிப்பிடுகிறார்.

இங்கிருந்து யுவான் சுவாங் அப்போதைய இந்தியாவின் பேரரசனாக இருந்த ஹர்ஷாவின் சாம்ராஜ்யத்தின் எல்லைகளுக்கு வந்து சேர்ந்தார். 636ஆம் ஆண்டு யுவான் சுவாங் கன்னோஜ் வந்து சேர்கிறார். மன்னன் ஹர்ஷாவைச் சந்திக்கிறார். மன்னன் பயணியின் நாட்டைப் பற்றிய பல விவரங்களைக் கேட்டறிந்து கொள்கிறார். மறுபடியும் அரசனை அவர் பலமுறை சந்திக்கிறார். மன்னனின் பண்புகள் யுவான் சுவாங்கிற்கு அவர்மேல் மிக்க மதிப்பு கொள்ள வைக்கிறது. அவரது குணமும், அவரது ஆட்சியை நடத்த அவர் கைக்கொண்டுள்ள கொள்கைகளும் அவருக்கு மிக மரியாதையைத் தருகின்றன. மன்னரது கொள்கைகள், வழிமுறைகள் வூயூ மன்னனின் வழிமுறைகளை அப்படியே பிரதிபலிப்பதாக யுவான் சுவாங் கருதுகிறார். புத்த

சமயம் என்ற பெயரைத் தவிர மற்ற எல்லாவற்றிலும் இருவர் ஆட்சியும் ஒன்றாகவே இருந்தன.

யுவான் சுவாங்கின் பயணம் மேலும் தொடர்கிறது. இன்றைய உத்திரப்பிரதேசம், பீஹார் போன்ற இடங்களுக்குச் செல்கிறார். இங்கும் புத்த சமயத்தின் இறங்குமுகத்தைத் தெளிவாகக் காண்கிறார். யுவான் சுவாங் எழுதிய குறிப்புகளின்படி, புத்த சமயத்தின் உச்ச நிலையிலிருந்து அது வழுவி, அம்மதத்தின் பெயரால் கட்டப்பட்ட நினைவுச் சின்னங்கள், மடங்கள், ஸ்தூபிகள் அனைத்தும் கைவிடப்பட்டிருந்தன, அழிந்து கொண்டிருந்தன. நீண்ட நெடும் இடங்கள் பல வெறிச்சோடிக் கிடந்தன. ஆயினும் அவற்றில் ஆயூ மன்னனின் ஆட்சிக் காலத்துத் தடயங்கள் பல இறைந்து கிடந்தன. பழமையின் சின்னங்கள் ஆங்காங்கே பேரரசனின் ஆட்சியின் மிச்சமாக பாழ்பட்டுக் கிடந்தன.

ஸ்ரவஸ்தி என்ற பழைய நகரில் சாக்கியமுனி புத்தரின் ஜெட்டாவன குருமடம் ஒன்றிருந்தது. அதன் கிழக்கு வாசலின் இருபுறமும் இரண்டு உயரமான கற்றூண்கள் நின்றன. அவைகளின் உயரம் எழுபது அடி இருக்கும். 'அவைகளில் இடது பக்கத் தூணின் உச்சியில் ஒரு தேர்ச் சக்கரம் பொறிக்கப்பட்டிருந்தது. அடுத்த வலதுபுறத் தூணின் உச்சியில் ஒரு எருதுவின் உருவம் பொறிக்கப்பட்டிருந்தது' என்று யுவான் சுவாங் குறிப்பிடுகிறார்.

ஆட்கள் இல்லாமல் அரவமற்றிருந்த நகரமான கபிலவஸ்து ஒரு காலத்தில் புத்தர் தன் இளம் வயதில் இளவரசன் சித்தார்த் தனாக வளர்ந்த நகரம். இந்நகரத்தின் வெளிப்புறத்தில் இன்னும் இரு கற்றூண்கள் நின்றன. இவைகளின் உச்சியிலும் சிங்கம் செதுக்கப்பட்டிருந்தது. அவைகளின் மேல் பல உருவங்கள் செதுக்கப்பட்டிருந்தன. அங்கிருந்த லும்பினி ஏரியின் நடுவில் ஒரு தூண் நின்றது. அங்கே ஒரு ஸ்தூபி சித்தார்த்தர் பிறந்ததாக நம்பப்படும் இடத்தில் கட்டப்பட்டிருந்தது. இங்கேயும் ஒரு தூண். ஆனால் அது இரண்டாக உடைந்திருந்தது.

யுவான் சுவாங் இங்கிருந்து தெற்கு நோக்கி பீகாரைக் கடந்து குஷி நகரா என்ற இடத்திற்கு வந்தார். சாக்கியமுனி புத்தர் நிர்வாண நிலை அடைந்த இடம் இது. இங்கும் ஒரு பெரிய ஸ்தூபியும், கற்றூண் ஒன்றும் இருந்தன. இத்தூணில் புத்தரின் நிர்வாண நிலை பற்றிய குறிப்பு செதுக்கப்பட்டு இருந்தது. புத்தரின் மரணத்திற்குப் பின் அவர் எரிக்கப்பட்ட இடத்தில் இன்னொரு

சமாதி ஸ்தூபி இருந்தது. புத்தரின் உடல் எரிக்கப்பட்ட பின் அவரது புனித சாம்பல் எட்டு பகுதிகளாகப் பிரிக்கப்பட்டு, ஒன்று சந்து தேசத்தில் புதைக்கப் பட்டது. அங்கே சிங்கத்தின் சிலை ஒன்று பொறிக்கப்பட்டிருந்தது. துர்த்தேவதைகளை அடக்கவே அச்சிலை பொறிக்கப்பட்டிருந்தது. இன்னொரு பகுதி லிச்சாவி மன்னனால் வைஷாலி என்னுமிடத்தில் ஒரு ஸ்தூபிக்குள் அடக்கம் செய்யப்பட்டிருந்தது. 'ஐம்பது அல்லது அறுபது அடி உயர கற்றூண் ஒன்று சிங்கத்தின் சிலையை உச்சத்தில் கொண்டு நின்றது.' வாரணாசி நகரின் வெளிப்புரத்தில் இன்னும் இரு கற்றூண்கள் எழுப்பப்பட்டிருந்தன. வரணா நதியின் கிழக்கு, மேற்குப் பக்கங்களிலும் இரு கற்றூண்கள். இதில் மேற்குப் பக்கத்தில் நின்ற கற்றூண் கண்ணாடிபோல் பளபளப்பாகவும், மன்னன் வூயூ கட்டிய நூறடி உயரமுள்ள ஸ்தூபியாக நின்றது. அடுத்த கற்றூண் சாரநாத்தில் உள்ள மான் தோட்ட குருமடத்தில் நின்றது. இங்குதான் சாக்கியமுனி தன் முதல் ஐந்து சீடர்களுக்குத் தனது தேர்ச்சக்கரம் பற்றிய விளக்கத்தைப் பிரசங்கத்தில் கூறினார். யுவான் சுவாங் மேலும் இதுபற்றி,

> *"அந்தப் பெரிய வளாகத்தின் உள்ளே இருநூறு அடி உயரமுள்ள கோயில் ஒன்றிருந்தது. அதன் உச்சியில் மாம்பழத்தின் உருவம் பொறிக்கப்பட்டிருந்தது. இக்கோயிலின் வடகிழக்குப் பகுதியில் வூயூ கட்டிய இன்னொரு ஸ்தூபி நின்றது. இதன் அடிப்பகுதி மிகவும் புதைந்துபோய் விட்டிருந்தாலும், இன்றும் அந்த தூண் நூறடி உயரத்திற்கு நிமிர்ந்து நின்றிருந்தது. இதற்கு முன்னால் இன்னொரு கற்றூண் நின்றிருந்தது. இது எழுபது அடி உயரத்தில், பவளம் போன்ற பளபளப்புடன், கண்ணாடி போன்று பிரதிபலிப்புடன் நின்றது. இந்த இடத்தில்தான் முதன் முதல் "சாக்கியமுனி 'தூதகட்டா' - முழுமையான 'புனித நிலை' அடைந்தபின் தர்மச் சக்கரத்தைச் சுழற்றினார்"*

என்று கூறியுள்ளார். யுவான் சுவாங் இதன் பின் தன் பயணத்தை நாட்டின் வடக்குப் பகுதி நோக்கித் தொடர்ந்தார். நேபாளா- இப்போதைய நேப்பாள் - என்ற இப்பகுதியின் லிச்சாவி அரசர்கள் முழுமையான புத்த மதத்தினராகவும், அங்குள்ள மக்கள் புத்தம் - இந்து என்ற இரு சமய நம்பிக்கைகளோடும் இருந்தார்கள். எவ்வித ஆச்சரியமுமில்லாமல் அவை அடுத்தடுத்து நின்றன.

இதையடுத்து யுவான் சுவாங் இந்தியச் சமவெளிக்குத் திரும்பினார். கங்கை நதிக் கரையைத் தாண்டி பாடலிபுத்ராவிற்கு வந்தார். முன்பு மிகவும் பெருமை படைத்த அந்த நகரம் இப்போது தன் புகழெல்லாம் இழந்து வெறுமையாக நின்றது. நூற்றுக் கணக்கில் இருந்த குருமடங்களும், இந்துக் கோவில்களும், ஸ்தூபிகளும் இன்று பாழடைந்து, சிதிலமடைந்து பழங்காலத்தின் அழிந்துபட்ட சின்னங்களாக இருந்தன. ஓரிரு கட்டிடங்கள் மட்டும் பழமையின் பெருமை பேசும் அறிகுறிகளாக அங்கொன்றும் இங்கொன்றுமாக நின்றன. இருப்பினும் இந்தப் பாழடைந்த கட்டிடங்களின் ஊடே முன்பு பாக்ஸியன் கூறிய ஹூயூ மன்னனது காலத்து நகரத்தைப் பார்க்க முடிந்தது. இன்னும், முன்பு 'நரகம்' என்று வர்ணிக்கப்பட்ட சித்திரவதைக் கூடம், அதனருகே நிற்கும் உயரத்தூண், பாக்ஸியனால் சித்தரிக்கப்பட்ட மிகப்பெரும் ஸ்தூபி, ஆகியவை நகரத்தின் தெற்குப் பக்கத்தில் காணப்பட்டன. இந்த ஸ்தூபி ஒரு பக்கம் சரிந்து போய், பிச்சைப் பாத்திரம் ஒன்று சரிந்து கிடப்பதுபோல் கிடந்தது. அந்த உயர்ந்த தூண் இன்னும் நின்று கொண்டிருந்தாலும் யுவான் சுவாங் அதன் மேலுள்ள கல்வெட்டுகள் அரைகுறையாக இருந்தன என்று எழுதி வைத்துள்ளார்.

யுவான் சுவாங் தான் கண்டவற்றில் இறுதியாகக் கண்ட அரசின் நினைவுச் சின்னம் 'குக்கிராமா' என்ற பாடலிபுத்திரத்தின் முதன் கிழக்குப் பகுதியிலுள்ள பழைய நகரத்தின் சேவல் குரு மடமாகும். இது அசோக மன்னன் புத்த சமயத்திற்கு மாறியதும் கட்டப்பட்ட குருமடம். ஆயிரக்கணக்கான புத்த சந்நியாசிகளும், புத்த மத நம்பிக்கையாளர்களும் பெரும் கூட்டமாய் சந்தித்து வரலாறு படைத்த இடம் அது. இந்த இடமே அசோகரின் இறுதி நாட்கள் கழிந்த இடம். அவரது நினைவாக ஒரு ஸ்தூபி-அமலாகா ஸ்தூபி- கட்டப்பட்ட இடம். ஸ்தூபியின் அமலாகா என்ற பெயருக்கான காரணம் - அசோக மன்னரது இறுதிக் காலத்தில் இருந்த அவரது கடைசிச் சொத்தான நெல்லி மரக்கிளையின் நினைவாகவே அந்த ஸ்தூபிக்கு அப்பெயர் இடப்பட்டது.

இங்கிருந்து யுவான் சுவாங் அடுத்ததாக புத்த மதத்தின் முக்கிய திருத்தலமான புத்தகயாவிற்குப் பயணமானார். அங்கு சென்ற சீன யாத்ரீகருக்குப் பெரும் அதிர்ச்சியே காத்திருந்தது. அங்கிருந்த கோயிலும், போதி மரமும் மண்ணால் மூடப்பட்டு அரையும் குறையுமாகக் காட்சியளித்தன. இதைக் கண்ணுற்ற யுவான் சுவாங், 'அங்கிருந்த வயதான மக்களில் சிலர் போதி சத்துவரின்

சிலைகள் மறைக்கப்பட்டு முழுவதுமாக மூடப்பட்டதும், அவரின் புத்த தர்மம் முழுவதும் மறைந்து விடும். இப்போதே தெற்கு முனையில் இருக்கும் சிலைகள் மார்பளவு வரை மண்ணில் புதைந்துவிட்டன,' என்று கூறியுள்ளனர்.

பேரரசர் அசோகக் காப்பியத்திலும் கூறப்படாத சிலவற்றைப் பற்றி யுவான் சுவாங் மேலும் கூறுகிறார்:

'அரசர் வூயூ பட்டமேற்ற போது அவரது நம்பிக்கைகள் எல்லாமே இந்து சமயத்தை ஒட்டியவைகளாக இருந்தன. ஆகவே பட்டமேற்றதும் புத்தரின் புனிதத் தலங்களை அழிக்க ஆரம்பித்தார். தன் படைவீரர்கள் சிலரை வழிநடத்தி போதி மரத்தினை வெட்ட முயற்சித்துள்ளார். அதன் வேர்கள், தண்டுகள், கிளைகள், இலைகள் யாவற்றையும் வெட்டி சிறு துண்டுகளாக்கி போதி மரத்திலிருந்து மேற்குப் பக்கம் பத்தடிகள் கடந்த இடத்தில் அவைகளைச் குவித்துள்ளார். பலியிடும் பழக்கமுள்ள பிராமணர்கள் சிலரையழைத்து அவைகளை இந்துக் கடவுளுக்காக எரித்துப் பலியிட உத்தரவிட்டுள்ளார். அவைகள் அதே போல் பிராமணர்களால் எரிக்கப்பட்டன. எரிக்கப்பட்ட புகை அடங்கும் முன்பே அங்கே இரு பெரும் மரங்கள் கிளைகள் விட்டு வளர்ந்து பெருந்தோங்கி நின்றன.'

இந்த அதிசயத்தைக் கண்ணுற்ற பேரரசன் வூயூ மனம் திருந்தி, மீதி நின்ற மரத்தைப் பேண ஆரம்பித்துள்ளார். வேருக்குப் பாலூற்றி பராமரித்திருக்கிறார். வீட்டிற்கும் போக மறந்து, மரத்தின் அருகிலிருந்து பலவகையில் மரத்தைக் காத்து, வளர்க்க முயன்றிருக்கிறார். ஆனால் மன்னனது ராணியோ அரசன் அழிக்க முடியாத அந்த மரத்தை தான் அழிப்பது என்று நினைத்து முயன்றிருக்கிறார்.

'அரசிக்கோ புத்த மதத்தில் ஈடுபாடில்லை. இந்து சமயத்தவள். ஆகவே இரவோடு இரவாக மரத்தை வெட்டிச் சாய்க்க ஒரு ஆளை ஏவுகிறார். காலை மரத்தை வணங்கச் சென்ற பேரரசன் வூயூ அங்கே மரம் வெட்டப்பட்டு கிடப்பதைப் பார்த்து மனம் பதைபதைக்கிறார். மிகவும் வருந்துகிறார். மீண்டும் மரத்தின் அருகிலேயே இருந்து, மரத்தை வணங்கி, அதற்கு இனிய பாலூற்றி அதை இன்னும் அதிகமாகக் காப்பாற்ற வேண்டுமென்பதற்காக மரத்தைச் சுற்றி

பத்தடி உயரத்திற்கு கற்சுவர் ஒன்றையெழுப்பி காக்கிறார். இச்சுவர் இன்னும் அங்கு காணப்படுகிறது.'

யுவான் சுவாங் அம்மரத்திற்கு ஏற்பட்ட அடுத்த சோதனை பற்றியும் எழுதியுள்ளார். அவர் பயணப்பட்டதிற்குச் சிறிது காலத்திற்கு முன்பு வங்காள மன்னனாக இருந்த சசாங்க மன்னனின் மூலமாக அந்த ஆபத்து நிகழ்ந்திருக்கிறது. இம்மன்னனே பேரரசன் என்றழைக்கப்பட்ட ஹர்ஷாவின் மூத்த தமையனான ராஜா என்ற அரசனைக் கொன்றவர். யுவான் சுவாங் இந்த சசாங்கனை 'கொடுமையான மன்னன்' என்றழைக்கிறார். அதோடு இம்மன்னன் இந்து சமயக் கொள்கைகள் மேல் பெரும் நம்பிக்கையுடையவன். இதனாலேயே புத்த மதத்திற்கு எதிரான மன்னனாக இருந்துள்ளார். சிவபெருமான் மேல் மிகுந்த ஈடுபாடு கொண்ட இம்மன்னன், புத்த சமயத்தின் குருமடங்கள் பலவற்றையும் வங்காளத்திலும், பீகாரிலும் அழித்துள்ளார். போதிமரமும் இவரது தனிப்பார்வைக்கு வந்துள்ளது. அம்மரத்தை வெட்டிச் சாய்த்து, தீயிட்டுப் பொசுக்கினார். அதோடின்றி, வேர்ப் பகுதியைத் தோண்டியெடுத்து, வேர்களை கரும்புச் சாற்றில் ஊற வைத்து அவற்றை முழுவதுமாக அடியோடு அழிக்க முற்பட்டார். மீண்டும் தழையக் கூடாது என்பதற்காகவே இத்தனை முயற்சியெடுத்தார்.

இத்தனையும் நடந்த சில மாதங்களுக்குப் பிறகு வூயூ மன்னனது சந்ததியில் வந்த மகத நாட்டு மன்னன் பூர்ணவர்மன் மனம் வருந்திக் கூறியதை யுவான் சுவாங் பதிந்து வைத்துள்ளார். நடந்த கொடூரச் செயல்களை கேட்டறிந்த பூர்ணவர்மன், 'அறிவென்னும் சுடரொளி முன்பே அமிழ்ந்து விட்டது. இப்போது இருந்தது புத்தர் ஞானம் பெற்ற போதி மரம் மட்டுமே. இப்போது அதுவும் அழிக்கப்பட்டுவிட்டது. இனி உலகின் ஜீவராசிகள் எதனைக் கண்ணுற்று களி கூறமுடியும்?'

'இருப்பினும் மனம் தளராத பூர்ணவர்மன் பல ஆயிரக்கணக்கான பசுக்களிலிருந்து பாலெடுத்து போதி மரத்தின் வேர்களில் ஊற்றியுள்ளார். பூர்ணவர்மன் ஏமாறவில்லை. ஒரே இரவில் போதிமரம் பத்தடி உயரம் எழும்புகிறது. இருபத்தி நான்கு அடி உயரத்தில் சுற்றுச்சுவர் கட்டப்படுகிறது. மரம் காபந்து செய்யப்படுகிறது. யுவான் சுவாங் இப்போது சுற்றுச் சுவருக்குள் பாதுகாப்பாக நிற்கும் போதிமரம் பத்தடிக்கும் மேல் வளர்ந்து, சுற்றுச் சுவரையும் தாண்டி வளர்ந்து நிற்கிறது', என்று கூறி முடிக்கிறார்.

புத்த கயாவிற்குச் சென்ற யுவான் சுவாங் இதன் பின் புத்த சமய நூல்களை அடுத்த மூன்றாண்டிற்கு ஆழ்ந்து படிக்க ஆரம்பிக்கிறார். இந்த மூன்றாண்டுகளும் யுவான் சுவாங் புத்த சமயத்தின் கலாசாலையாகவும், புத்த சமயத்தினரை உலகெங்கிருந்திலும் இருந்த ஈர்த்த இடமாகவும், ஆசியாவின் பலமுனைகளிலுமிருந்த புத்த மாணவர்களின் கல்விக் கூடமாகவும் இருந்த நாளந்தாவில் தங்கியிருந்து கற்கிறார். அங்கிருந்த மாணவர்களைப் பற்றி மிக உயர்வாக யுவான் சுவாங் கூறியுள்ளார். 'அம்மாணவர்கள் எல்லோரும் பெரும் அறிஞர்கள். உயர்ந்த கல்வி கற்றவர்கள். அவர்களின் பண்பாடுகள் மிகவும் மதிக்கத்தகுந்தவை. இவர்களின் புகழ் பலநூற்றுக்கணக்கான வெளிநாடுகளில் பரவியிருந்தது' என்கிறார். புத்த சமயத்தின் பல நூற்றாண்டுகளில் கனிந்து, வெளிவந்த தத்துவ முத்துக்கள் நாளந்தாவிலும், அதற்கு அருகிலுள்ள மடங்களிலும் கொட்டிக் கிடந்தன.

640-ஆம் ஆண்டு யுவான் சுவாங் மகத நாட்டை விட்டுக் கிளம்புகிறார். அப்போது அவர் பல சமஸ்கிருத நூல்களும், சூத்திரங்களும் மட்டுமல்லாது புத்த சமயத்தின் அடிப்படையான 'யோககாரா' - 'மனத்தின் விழிப்பு நிலை' - என்ற தத்துவ நூலையும் எடுத்துச் சென்றார். இதன் மூலமாகவே சீனா, கொரியா, ஜப்பான் போன்ற நாடுகளில் புத்தம் தோன்றி வளர்ந்தது.

யுவான் சுவாங் தன் நாடு திரும்ப மேலும் மூன்று ஆண்டுகளாயிற்று, அவரது நீண்ட பயணம் முடிந்து 645ஆம் ஆண்டு கிழக்குச் சீனாவிலுள்ள ஸியன் என்ற இடத்தை அடைந்தபோது ஒரு பெரும் எழுச்சியே நிகழ்ந்துள்ளது. சீன நாடு முழுமையும் மகிழ்ச்சியில் கிளர்ந்தது. அப்போதைய சைனப் பேரரசர் தைசாங், யுவான் சுவாங் மேல் ஏற்றிவைத்த பெருமைகள் அனைத்தையும் துறந்து, யுவான் சுவாங் ஸியனில் புதிதாகக் கட்டப்பட்ட தா சியன் கோவிலில் வசிக்க ஆரம்பித்தார். அங்கிருந்தபடியே கற்பித்தலையும், சீன மொழியில் மற்ற சமய நூல்களை மொழிபெயர்க்கவும் தொடர்ந்து செய்து வந்தார். 'முரட்டு வாத்து பகோடா' (Wild Goose Pagoda) என்றொரு கட்டிடத்தைக் கட்டி அதனை ஒரு பெரும் நூலகமாக ஆக்கினார். இந்தியாவிலிருந்து தான் கொண்டு வந்த சூத்திரங்களை இங்கே கற்போருக்குக் காணிக்கையாக்கினார். மேலும் பல மொழிபெயர்ப்பு வேலைகளுக்கான இடமாகவும் இது இருந்தது. 664ஆம் ஆண்டு

யுவான் சுவாங் மரணமடைந்தார். இக்காலத்திற்குள் 'முரட்டு வாத்து பகோடா' இமயமலையின் வடக்குப் பகுதியில் புத்த மதத்தின் மையப் புள்ளியாக மாறியது. இவரது தலைமையின் கீழ் ஐம்பதுக்கும் மேற்பட்ட மொழிபெயர்ப்பாளர்கள் தொடர்ந்து உழைத்து வந்தனர். இத்தனை பேருக்கும் யுவான் சுவாங் சமஸ்கிருத மொழியைக் கற்றுக் கொடுத்திருக்கிறார்.

தன் மரணத்திற்கு முன்பே தன் பேரரசனின் கருத்தை ஏற்றுக் கொண்டு யுவான் சுவாங் சீன மொழியின் மிக முக்கியமான காவிய நூலாக, - 'Da Tang Xiyo Ti' - 'தங் பரம்பரையின் மேற்கத்திய நாடுகளின் சரிதை' என்ற நூலை எழுதி வைத்துள்ளார்.

தங் அரசப் பரம்பரை புத்த சமயத்தைச் சீனாவில் மிக வேகமாக பரவ வைத்தது. அரசர்களின் ஆதரவு அத்தனை உதவியாக புத்த சமயத்திற்கு இருந்தது. ஆனால் இந்த மகிழ்ச்சி திடீரென ஒரு முடிவுக்கு வந்தது. 'மூன்றாவது கலகம்' என்று புத்த சமயத்தின் வரலாற்றில் குறிப்பிடப்படும் நிகழ்ச்சி நடந்தது. 842ஆம் ஆண்டில் ஆட்சி செய்த பேரரசன் வூ-சங் என்பவரின் ஆணைப்படி, புத்த சமயத்தினர் பலர் கொல்லப்பட்டனர். இதனைத் தொடர்ந்து பல நூற்றாண்டுகளுக்கு புத்த சமயம் இருண்ட காலத்தில் இருந்து வந்தது. இந்த வரலாற்றுப் பின்னணியில் ஒரு புத்த பிக்கு யுவான் சுவாங் என்ற பெயரில் 'த்ருப்பிதக்கா' என்ற புத்த பிக்குவாகக் கற்பனை செய்து - *Xi You Ji, or Journey to the West* - அல்லது 'மேற்குத் திசைப் பயணம்' என்றொரு நாவலை எழுதினார். இதுவே மிகப் பின்னாளில் 'குரங்கு மன்னன்' என்ற பெயரில் மிகுந்த பிரபலமான நூலாயிற்று. தற்சமயம் 'குரங்கு' - *Monkey* - என்ற ஒரு மிகப் பிரபலமான தொலைக்காட்சிகளில் நீள் தொடர்களாக வந்த கதையின் அமைப்பு இந்த நூலிலிருந்துதான் எடுக்கப்பட்டது.

சீன மன்னர் பரம்பரைகள் தங்களை வெளிநாடுகளிலிருந்து தனித்துப் பிரிந்து இருந்தமையால் 'தங் பரம்பரையின் மேற்கத்திய நாடுகளின் சரிதை' என்ற யுவான் சுவாங் எழுதிய நூலும், பாக்ஸியன் எழுதிய 'புத்த சாம்ராஜ்யங்களின் சரிதை' என்ற நூலும் பத்தொன்பதாம் நூற்றாண்டு வரை வெளியுலகிற்குத் தெரியாத நூல்களாகவே இருந்து விட்டன.

1841ஆம் ஆண்டில்தான் பிரஞ்சுக் கல்வி இதழ்களில் பாக்ஸியன், யுவான் சுவாங் எழுத்துகளின் குறிப்புகள் தோன்ற ஆரம்பித்தன. இத்தகவல்களைக் கண்டு முதன் முதல் இதனையொட்டிய வினையைச் செய்தவர் இறந்துபோன ஜேம்ஸ் பிரின்செப்பின்

வழித்தோன்றலான காப்டன் அலெக்சாண்டர் கன்னிங்ஹாம் என்பவரே. இவர் மிகச் சரியாக பாக்ஸியன் தன் நூலில் சொன்ன இடத்தைக் கண்டுபிடித்தார். சன்கிசா என்ற புத்த சமயப் புனித இடத்தில்தான் சாக்கிய முனிவர் சொர்க்கத்திற்குச் சென்று, ஏணி ஒன்றின் மூலமாய் மீண்டும் உலகத்தில் 'துஷிதா' என்ற இடத்திற்குத் திரும்பி வந்த இடமாய் நம்பப்படுகிறது. பாக்ஸியனின் வரலாற்றுக் குறிப்புக்கு இணங்க இந்த இடத்தை கன்னிங்ஹாம் மிகச் சரியாகக் கண்டுபிடித்திருக்கிறார். பாக்ஸியனின் கூற்றின்படி இவ்விடம் கன்னோஜ் என்ற இடத்திலிருந்து சன்சிகா ஏழு யோஜனை தூரத்தில் வடமேற்குத் திசைகளில் உள்ளது. இந்த இடம் ஆக்ராவிற்கு கிழக்கில், டோப் என்ற இடத்தில் இருப்பதாக கன்னிங்ஹாம் கணக்கிட்டார். இந்தியாவில் ஒரு யோஜனா என்னும் தூரம், ஒரு நாளில் ஒரு அரசின் படை கடக்கக்கூடிய தூரம். இது ஏறத்தாழ ஏழு மைல்கள் என்பதே கணக்கு. கன்னோஜிலிருந்து சுமார் ஐம்பது மைல் தூரம் குதிரைச் சவாரியில் சென்று, சம்கஸா என்ற சின்ன கிராமத்திற்குச் சென்றடைந்தார் கன்னிங்ஹாம். இக்கிராமத்தைப் பற்றித் தன் குறிப்பேட்டில், 'இக்கிராமத்தில் மொத்தமே ஐம்பது அல்லது அறுபது வீடுகள் இருக்கலாம். இவையெல்லாம் ஒரு காலத்தில் கோட்டையாக இருந்து இப்போது மண்மூடிக்கிடக்கும் ஒரு மேட்டுப் பகுதியின் மீது உள்ளன. ஆனால் இக்கிராமத்தைச் சுற்றிலும் ஆறு மைல் தொலைவிற்கு செங்கல்லும், மண்ணும் குவிந்து கிடக்கும் மணல் திட்டுகள் உள்ளன. இவைகள் பழைய நகரத்தின் சுற்றுச் சுவர் என்று சொல்லப்படுகிறது.

இக்கண்டுபிடிப்புகளில் உற்சாகமடைந்த கன்னிங்ஹாம் கிழக்கிந்திய கம்பெனியில் ஒரு கைதேர்ந்த, தொல்பொருள் ஆராய்ச்சியாளரை வேலைக்கமர்த்தி, அவர் 'ஹ்வான் தசாங், பாஹியான் என்ற இரு சீன வரலாற்று யாத்திரீகர்களின் பயணப் பாதைகளை முழுவதுமாகக் கண்டெடுக்க வேண்டும்' என்ற வேண்டுகோளை முன்வைத்தார். ஆனால் அவரது கோரிக்கை ஏற்றுக் கொள்ளப்படவில்லை. நான்கு ஆண்டுகளுக்குப் பின் மீண்டும் தன் கோரிக்கைகளை முன்வைத்தார். அதோடு 'இந்தியாவை ஆளும் நாம் இந்நாட்டின் பழைய தொல்பொருள்களை, இடங்களைப் பாதுகாக்க வேண்டியது நம் கடமை என்றும், அதை விரைவில் செய்ய வேண்டும்' என்ற வேண்டுகோளையும் முன் வைத்தார். அவர் மேலும், 'தொல்பொருட்கள், பழம் கட்டிடங்கள், பழம் நாணயங்கள், கல்வெட்டுகள் போன்ற பலவற்றையும் கண்டுபிடித்து தொகுத்து வெளியிடுவதே இந்தியாவின் வரலாற்றின் மீதும், பழைய சமூக

வாழ்க்கையின் மீதும் பெரும் வெளிச்சம் விழுவதுபோலிருக்கும். குப்பையான பதினெட்டு புராணங்களை வெளியிடுவதைவிட இதைச் செய்வதே மிக மேலானது’ என்றார்.

கன்னிங்ஹாம் புராணங்களைக் குப்பை என்று சொன்னது அவைகளை மொழிமாற்றம் செய்துகொண்டிருந்த பேராசிரியர் ஹொரேஸ் ஹேமேன் வில்சன் என்பவரைக் குறிவைத்தே சொல்லப்பட்டது. கன்னிங்ஹாமின் குறி தப்பவில்லை, மிகச் சரியாக அது வில்சனைத் தாக்கியது. லண்டனிலிருந்த கிழக்கிந்தியக் கம்பெனியின் மேலதிகாரிகளுக்கு கன்னிங்ஹாமின் வேண்டுகோள் மிகச் சரியென்று பட்டது. யார் அப்பதவிக்குத் தகுதியான ஆள் என்று அவர்கள் பேராசிரியர் வில்சனிடம் கேட்டார்கள். இது போன்ற வேலைக்குத் தகுதியானவர் என்று ஜேம்ஸ் பிரின்செப்பின் மற்றொரு வழித்தோன்றலான காப்டன் மார்க்கம் கிட்டோவிற்கு இப்பதவி கொடுக்கப்பட்டது. இன்று ‘பைரத்-கல்கத்தா சிறு கல்வெட்டு’ என்று அழைக்கப்படும் ‘பாப்ரா கல்வெட்டினை’ மொழிபெயர்த்த தகுதியும் அவருக்கிருந்தது.

இங்கிலாந்தின் பொறியாளர்கள் குழுவில் இருந்த காப்டன் தாமஸ் பர்ட் *பிஜாக் கி பஹரி* அல்லது ‘செய்திகள் பொறிக்கப்பட்ட மலை’ என்ற இடத்திலிருந்த ஒரு மலைக்குகைக்குப் பின்னால் இருந்த பல கல்வெட்டுகளைக் கண்டுபிடித்தார். இக்குகை ராஜஸ்தானின் எல்லைக் கோட்டில் உள்ள ஜெய்ப்பூர்-டெல்லி சாலைக்கு எதிர்த்து இருக்கிறது. இக்கற்கள் மிகவும் வழுவழுப்பாக செதுக்கப்பட்டு, அதில் எட்டு வரிச் செய்தி ஒன்று பொறிக்கப்பட்டிருந்தது. இந்த எழுத்துகள் யாவும் பிராமி எழுத்துகளாலானவை.

சாதாரணக் கல்வெட்டாகத் தோன்றிய இக்கல்வெட்டு அலெக்சாண்டர் கன்னிங்ஹாம், மார்க்கம் கிட்டோ என்ற இரு ஆங்கிலேயர்களுக்குள்ளும் மென்மையான போட்டி ஒன்றை உருவாக்கிவிட்டது. கன்னிங்ஹாம் அப்போது இருபத்தி ஆறு வயது நிறைந்த ஆர்வமிக்க இளைஞர். அரசியல் தொடர்புகளும், ஆங்கிலப் படையினரின் தொடர்புகளும் மிகுதியாக உள்ளவர். அவரது படை தொடர்பான வேலைகளுக்கும், அவரது இந்திய ஆய்வுகளுக்கும் நடுவில் அவ்வப்போது சிறிது உரசல் வருவதுண்டு. கிட்டோ இருபத்தி இரண்டு வயதுக்காரரர். அவரே தன்னைப் பற்றிச் சொல்லும்போது ‘தான் சமஸ்கிருதம் பெரிதும் அறிந்த அறிஞனல்ல, ஆனால் தன் கையை ஊன்றி பலவற்றைக் கற்றவன்’ என்று சொல்லிக் கொள்வார். அவரது

மொழித் திறமை மிகவும் அதிகமல்ல. அவர்மீது தொடர்ந்த அரசுப் படையினரின் வழக்கு கவர்னர் ஜெனரலின் தலையீட்டில் கைவிடப்பட்டது. இருப்பினும் படையதிகாரிகளுக்கு இவர் மேலிருந்த சில ஐயங்கள் அப்படியேதான் இருந்தன.

இந்த இருவருக்குள்ளுமான போட்டியில் மார்க்கம் கிட்டோவின் புகழ்தான் முதலில் முன்னின்றது. ஆசிய ஆய்வுக் கழகத்தின் ஆராய்ச்சி இதழில் பைரத்-கல்கத்தா கல்வெட்டினைப் பற்றிய இவரது ஆய்வு பதிப்பிக்கப்பட்டது. கல்வெட்டின் மொழிபெயர்ப்பு கல்வியறிவு நிரம்பிய பண்டிட் கமல கந்தா என்பவரின் துணையோடு கிட்டோவால் செய்யப்பட்டது. ஆனால் விரைவில் இம்மொழி பெயர்ப்பில் உள்ள தவறு வெளிவந்தது. படித்த அந்த பண்டிட் இக்கல்வெட்டு வேதங்களின் தொகுப்பு என்றெண்ணி மொழிபெயர்த்திருந்தார். இத்தவறுக்கு ஓரளவு காரணமாக இருந்தது அதன் நீளம் மட்டுமே. இதுவரை கண்டுபிடிக்கப்பட்ட அசோகரது கல்வெட்டுகள் அனைத்துமே - அவைகள் தூண்களில் இருந்தாலும், கல்வெட்டுகளில் இருந்தாலும் - மிகப் பெரியவைகளாக இருந்தன. ஆனால் இக்கல்வெட்டு வெறும் எட்டே வரிகளோடு இருந்தது. அசோகரது கல்வெட்டுகளோடு இதை ஒப்பிட்டால் இது மிகச் சிறிய கல்வெட்டு. பண்டிதரின் குழப்பத்திற்கு இது ஒரு பெரிய காரணமாக இருந்திருக்கலாம்.

இதுமட்டுமின்றி அசோகரது கல்வெட்டுகள் எல்லாமே 'இதோ கடவுளின் அன்பிற்குரிய பியாதாசி கூறுகிறேன்...' என்றுதான் ஆரம்பமாகும். ஆனால் இக்கல்வெட்டில் 'பியாதசி லஜா மகதே சங்கம் அபிவதேமனம்' அல்லது 'புத்த சங்கத்திற்கு மகத நாட்டு மன்னனான பியாதாசியின் வணக்கம்' என்று ஆரம்பித்துள்ளது.

இக்கல்வெட்டு யூஜின் பர்னாப் என்பவரால் சரியாக மொழிபெயர்க்கப்பட்ட பின் அக்கல்வெட்டு ஓர் ஆணையைத் தாங்கி நிற்கிறது என்பது புலப்பட்டது. ஆணை புத்த சங்கத்திற்கு உரியது. ஆணையிடுவது இந்தியப் பேரரசனாக அல்லாமல், மகத நாட்டு மன்னனிடமிருந்து என்பதும் தெளிவாகத் தெரிகிறது. கல்வெட்டு முதலில் புத்த மதத்தின் மூன்று புனித நகைகளான புத்தர், தர்மம், சங்கம் என்ற மூன்றிற்கும் மன்னரின் வணக்கம் என்று ஆரம்பித்து, அதன் பின் சங்கத்திற்கு புத்த மகானின் தர்மங்களைப் பற்றிய கட்டளைகளை நினைவூட்டுகிறது. சில குறிப்பிட்ட சட்ட திட்டங்களை அதன் தலைப்புகளோடு கூறி, அவைகளை எப்போதும் புத்த பிக்குகளும், பிக்குணிகளும் மனனம் செய்து நினைவில் வைத்திருக்க வேண்டும் என்பது தீர்க்கமாகக் கூறப்பட்டிருக்கும்.

இக்கல்வெட்டின் வாசகங்கள் பல புத்த விற்பன்னர்களுக்குச் சில கேள்விகளை எழுப்பியுள்ளன. எந்தெந்த பகுதிகள் அசோகரால் வலியுறுத்தப்பட்டுள்ளன என்ற கேள்விக்குப் பதிலாக, மிக சாதாரண சிறப்புத் தன்மை ஏதுமற்ற வாசகங்களே அவை. இப்படிப்பட்ட வாசகங்களை எதற்காக மகத நாட்டு மன்னர் தன் கட்டளைகளாக அறிவிக்க வேண்டும்? ஏன் இது மன்னனின் உச்ச கட்டளைகளாக, மன்னனின் அதிகாரக் கட்டளைகளாக அறிவிக்கப்பட வேண்டும்? புத்த சமூகத்தை இக்கட்டளைகளால் ஏன் கட்டிப்போட வேண்டும்?

பைரத்-கல்கத்தா கல்வெட்டுகள், பர்னோப் போன்ற அறிஞர்களின் சந்தேகத்திற்குப் பெரிய தெளிவைத் தந்தன. அசோகர் புத்த மதத்தை மனமாற ஏற்றுக் கொண்டதோடு, அம்மதம் எவ்வாறு இயங்க வேண்டும், எந்தெந்த கொள்கைகள் புத்த பிக்குகளாலும், பிக்குணிகளாலும் கைக்கொள்ளப்படவேண்டும், எந்தெந்த பகுதிகள் அவர்களால் மனனம் செய்யப்படவேண்டும் என்பதிலும் வழிகாட்டி, மதத்தை முதன்மைப்படுத்த முனைந்தார். அந்தக் காலத்தில் பல செய்திகள் எழுதி வைக்கப் படாமல், பரம்பரை பரம்பரையாக மக்கள் மனனம் செய்தே பாதுகாத்து வந்துள்ளனர். புத்த மதக் கொள்கைகள் மறைந்து விடாமல் இருக்க அசோகர் இந்த மனன முறையை வற்புறுத்தி வந்துள்ளார்.

முறையான மொழிபெயர்ப்புகளுக்குப் பின்பு பேராசிரியர் ஹோரேஸ் வில்சனும் ஒப்புக்கொண்ட ஓர் உண்மை என்னவெனில், மன்னன் பியதாசி ஒரு புத்த மதத்தினனாக, புத்த மன்னனாக இயங்கி வந்துள்ளார். ஆனால், அவர் அசோக மன்னரல்ல. அதுமட்டுமின்றி, வில்சன் காலத்து ஆய்வாளர்களுக்குத் தெரியாத ஒரு செய்தி என்னவெனில், இந்தக் கல்வெட்டில்தான் அசோகர் புத்தரைக் குறிப்பிட்டுப் பேசுகிறார். ஆகவே இதுவே அசோகரது முதல் கல்வெட்டுகளில் ஒன்றாக இருக்க வேண்டும். இதற்குப் பின் செதுக்கப்பட்ட கல்வெட்டுகளில் அசோகர் புத்தரின் கொள்கைகளை மட்டுமின்றி, தன்னுடைய தர்மங்களையும் இணைத்தே செதுக்கியுள்ளார்.

பைரத்-கல்கத்தா கல்வெட்டுகளை கிட்டோ தவறாக மொழிபெயர்த்திருந்தாலும் ஹோரேஸ் வில்சன் கிட்டோவை புதிய ஆய்வாளராக ஏற்றுக் கொண்டார். கிட்டோ-கன்னிங்ஹாம் இருவருக்குமிடையே சீன யாத்ரீகர்களின் பயண வரலாற்றைக் கண்டுபிடிக்கும் ஆய்வு வேட்டையில் கிட்டோ வெற்றி பெற்று

மேற்குப் பகுதிகளிலிருந்து கிடைத்த தகவல்கள் | 269

தன் ஆய்வுகளைத் தொடர்ந்தார். 1846ஆம் ஆண்டு மே மாதம் அவரது புதிய பணிக்கான உத்தரவு வந்தது. கோடையின் வெப்பத்தையும் மீறி அவர் முதலில் பீகாருக்குள் நுழைந்தார். அவரது துணைக்கு அவருக்குக் கீழே மிகச் சிலரே. கிடைத்த வசதிகளும் மிகக் குறைவே. ஆனால் அவருக்கு வங்காள ஆசிய ஆய்வுக் கழகத்தில் இருந்த ஜெ.டபிள்யூ. லெய்ட்லி என்பவரின் உதவி கிடைத்தது. லெய்ட்லி, ஏபல்-ரெமுசாட் என்பவர் எழுதிய *Foe Koue Ki, ou Relations des Royaumes Buddhiques* என்ற நூலை ஆங்கிலத்தில் மொழி பெயர்த்து கிட்டோவிடம் கொடுத்திருந்தார். கிட்டோவிற்குக் கிடைத்த மாபெரும் உதவி இது.

கிட்டோ, பாக்ஸியன் தன் குறிப்புகளில் கொடுத்திருந்த இடங்களை மிகக் குறிப்பாகக் கணக்கிட முடிந்தது. சாக்கியமுனி புத்தர் தெற்கு பீகாரில் சென்ற இடங்களைச் சரியாக கிட்டோவால் கண்டுபிடிக்க முடிந்தது. ஆனால் கிட்டோவிற்கு பாட்னா ஒரு பெரும் ஏமாற்றமாக இருந்தது. மகத நாட்டின் தலைநகராக இருந்த பாடலிபுத்ராவின் பழைய சின்னங்கள் எதையும் கண்டுபிடிக்கவில்லை. ஆனால் மகத நாட்டின் முதல் தலைநகரான ராஜசிர்கா - இப்போதைய ராஜ்கிர் - என்ற இடத்தையும், பாக்ஸியன் அவ்விடத்தில் புத்தரோடு தொடர்பாகக் குறிப்பிட்டிருந்த இடங்களையும் எளிதாகக் கண்டுபிடிக்க முடிந்தது.

1847-48 ஆண்டின் குளிர்காலத்தில் கிட்டோவின் ஆய்வுகள் பீகாரில் தொடர்ந்தன. புத்த கயாவில் மண்ணில் புதைந்து கிடந்த புத்தக் கோவில் ஒன்றைக் கண்டுபிடித்தார். அதுவே இப்போது ‘மகாபோதி கோவில்’ என்றழைக்கப்படுகிறது. அக்கோவிலோடுமேலும் புதைந்து கிடந்த கைப்பிடிக் கற்சுவர்கள், பதக்கங்கள் போல் அழகாகச் செதுக்கப்பட்டிருந்த சிற்பங்களையும் புதைவுகளிலிருந்து வெளிக் கொணர்ந்தார். அவர் கண்டுபிடித்த இச்சிற்பங்களின் சிறப்புத் தன்மை கிட்டோவிற்குத் தெரியாது. அவர் இந்த முகப்புகளின் சித்திரங்களை வரைந்து கொடுத்தார். நாற்பது முகப்புகள் சித்திரமாக வடிக்கப்பட்டன. அவைகளில் பல முகப்புகள் அழகுக்காகச் செதுக்கப்பட்டிருந்தன. சிலவற்றில் பல மிருகங்கள் அல்லது புராணக் கதைகளில் வரும் மிருகங்கள் செதுக்கப்பட்டிருந்தன. மனிதர்கள் பலர் ஸ்தூபிகளையோ, போதி மரங்களையோ, தர்மச் சக்கரத்தையோ வணங்கிக் கொண்டிருப்பது போன்ற வடிவமைப்புகளில் சில இருந்தன.

கிட்டோ, பராபர், நாகார்ஜீன மலைகள் போன்ற இடங்களில் பெரும் ஆய்வுகளை மேற்கொண்டார். அங்கு நான்கு கல்வெட்டுகளைக் கண்டுபிடித்தார். அதில் உள்ள எழுத்துகள் பிராமி எழுத்துகள். இக்கல்வெட்டுகளின் நேரடி நகல்களை உடனே பாரீஸில் உள்ள யூஜீன் பர்னோப் என்பவருக்கு அனுப்பினார். அவர் இக்கல்வெட்டுகள் அசோகரின் ஆணைப்படி செதுக்கப்பட்டன என்றும், இக்கல்வெட்டுகளில் மன்னர் தன்னை 'மன்னன் பியதாசி' என்று மட்டுமே அழைத்துக் கொண்டார் என்றும், 'கடவுளுக்குப் பிரியமான' என்ற அடை மொழி இதில் தவிர்க்கப்பட்டு இருக்கிறது என்றும் உறுதிபடக் கண்டார். இந்த மூன்று கல்வெட்டுகளில் இரு கல்வெட்டுகள் அசோகர் பதவியேற்று பன்னிரண்டு ஆண்டுகள் கழித்தும், மீதி ஒரு கல்வெட்டு பத்தொன்பது ஆண்டுகள் கழித்தும் செதுக்கப்பட்டன. இவைகளோடு பர்னோப் மூன்று குகைகள் அசோகரால் தானமளிக்கப்பட்டன. ஆனால் அவை புத்த குருக்களுக்கு அல்ல, அஜிவிக்காஸ் என்றழைக்கப்படும் குழுக்களுக்காக அளித்துள்ளார். இவர்கள் ஜைன, புத்த, இந்து சமயங்களைச் சேர்ந்தவர்கள் அல்ல. மஸ்காரின் கோஸ்லா என்பவரின் வழியைப் பின்பற்றும் சமயத்தினர்கள். கோஸ்லா, சாக்கிய முனி புத்தர், ஜைன தத்துவ ஞானி மஹாவீரர் என்ற இருவரின் காலத்தை ஒட்டியவர். பராபர் என்ற இடத்தில் உள்ள இரு குகைகளும் அசோகரின் வழிவந்த தசரதா என்பவர் அஜிவிக்காஸ் குழுவினருக்கு அளித்த நன்கொடை என்றும் தெரியவந்துள்ளது. பிரின்செப் நினைத்தது போலவே இக்குகைகள் புத்த குருக்களுக்குக் காணிக்கையாக கொடுக்கப்பட்டதல்ல. தான் சார்ந்த புத்த மதம் மட்டுமின்றி ஏனைய சமயத்தினரோடும் நல்லிணக்கத்தோடிருக்க வேண்டும் என்ற அசோகரது ஏழாம் கல்வெட்டில் சொல்லப்பட்டது போலவே, அவரும் அவரின் வழித்தோன்றல்களும் எல்லா மதத்தினரோடும் நல்லுறவு கொண்டிருந்தார்கள் என்பது தெளிவாகிறது.

கிட்டோ இரண்டாம் ஆண்டும் பீகாரில் தன் ஆய்வுகளை மேற்கொண்டிருந்தார். ஆனால் அவரது மேலதிகாரிகளுக்கு அவரது முயற்சிகள் மீது திருப்தி வராது போயிற்று. அவர் பீகாரிலிருந்து பெனாரசிற்கு மாற்றப்பட்டார். அங்கே 'ராணியின் கல்லூரி' ஒன்றினைக் கட்டும் வேலையை நிர்வகிக்க அனுப்பப்பட்டார். இக்கல்லூரி ஏற்கனவே ஜோனாதன் டங்கன் கட்டிய சமஸ்கிருத கல்லூரிக்கு மாற்றாகக் கட்டப்பட்டது. கிட்டோவிற்கு இது மிகுந்த ஏமாற்றமளித்தது. இவ்வேலையோடு அவரால் தொல்பொருள் ஆய்வில்

கவனம் செலுத்த நேரம் ஏதுமில்லை. கன்னிங்ஹாமிடம் தன் மனத்தாங்கலைப் பற்றியும் பகிர்ந்துள்ளார்.

கிட்டோவின் பெரிய மனத்தாங்கல் யாதெனில் பாக்ஸியன், யுவான் சுவாங் குறிப்புகளை வாசித்தபின், 1835 ஆண்டு வரை கன்னிங்ஹாமிற்குத் தெரிந்த விவரங்களிற்கு மேல் அதிகமாக கிட்டோவிற்குத் தெரிந்திருந்தன. கன்னிங்ஹாம் சாரநாத்திற்கு அருகிலுள்ள பெனாரஸிற்கு வெளியே இருந்த மிகப்பெரிய தார்மேக் ஸ்தூபியைத் தோண்டியெடுத்தபோது அது புத்த சமயத்தின் நான்கு பெரும் புனித இடங்களில் ஒன்றானது. எல்லா புத்த மதத்தினருக்கும் மிகவும் பரிச்சியமான தர்மச் சக்கரத்தைச் சுழற்றும் ஒழுக்க நெறியைப் பற்றிப் பேசிய இடமான 'மான் பூங்கா' என்பது இன்னொரு முக்கிய புனித இடம். யுவான் சுவாங் இந்த இடங்களில் நின்ற இருபெரும் கற்றூண்கள் பற்றி மிக விவரமாக எழுதியுள்ளார். இந்தக் கற்றூண்கள் கண்ணாடி போல் பளபளப்புடன் மின்னி மினுமினுத்தன.

1851-52ஆம் ஆண்டு கிட்டோவிற்கு இன்னொரு வாய்ப்பு கிடைத்தது. அந்த ஆண்டில் குளிர் காலத்தில் சாரநாத்தைத் தோண்டி ஆய்வு நடத்த வந்த வாய்ப்பு அது. ஆனால் கிட்டோ அதைச் செயல்படுத்தவில்லை. ஒருவேளை அவரின் உடல் நலக் குறைவால் அது முடியாமல் போயிருக்கலாம். இறுதியாகத் தன் ஆய்வுகளுக்கு ஒரு முடிவை அறிவித்துள்ளார். 'புத்த குழுக்கள், புத்த கோவில்கள், சிலைகள் - எல்லாருமே ஒட்டு மொத்தமாக எங்கும் நெருப்பில் எரிக்கப்பட்டனர். பல இடங்களில் எலும்புகளும் இரும்புகளும், மண்ணும், கல்லும் எரிபட்டுக் குவியலாகக் கிடைக்கின்றன' என்று கிட்டோ அறிவித்துள்ளார்.

இதுவே கிட்டோவின் இறுதி ஆய்வு முடிவு. ஏனெனில் விரைவில் அவரது குருவாக விளங்கிய ஜேம்ஸ் பிரின்செப்பின் இறுதிக் காலத்தில் இருந்த நோய்க் கூறுகள் கிட்டோவிடமும் தோன்ற ஆரம்பித்தன. அவர் விரைந்து இங்கிலாந்திற்கு அனுப்பப்பட்டார். விரைவில் மரணம் அவரை மேற்கொண்டது அவரது மரணத்திற்குப் பின் கன்னிங்ஹாம் மிகவும் வருந்தினார். இருப்பினும் இப்போது இந்தியத் தொல்பொருள் ஆராய்ச்சிக்கு போட்டியின்றி தனியொரு ஆளாய் கன்னிங்ஹாம் தொடரும் வாய்ப்பு பிறந்தது.

11
பெருமைக்குரிய அலெக்சாண்டர் கன்னிங்ஹாம்

சாஞ்சியில் உள்ள பெரும் ஸ்தூபியில் மண்ணுள் புதைந்துகிடக்கும் சிங்கச் சிலை உள்ள தூணின் உச்சிப்பகுதியும் வேறுபல சிற்பத்தின் உடைந்த துண்டுகளும். 1870இல் தொல்பொருள் ஆய்வாளர் ஜோசப் பெக்லார் என்பவரால் எடுக்கப்பட்ட புகைப்படம். (APAC, British Library)

1845-லிருந்து 1849 ஆண்டுகள் வரை தொடர்ந்து நீடித்த போர்கள் மூலம் கிழக்கிந்தியக் கம்பெனி தான் வசப்படுத்திய இடங்களோடு புதிதாக பஞ்சாப், வடமேற்குப் பகுதியில் இருந்த கைபர் பாஸ் போன்ற பகுதிகளையும் இணைத்துக் கொண்டது. மேஜர் அலெக்சாண்டர் கன்னிங்ஹாம் இருபோர்களிலும் ஈடுபட்டிருந்தாலும் இரண்டு போர்களுக்கும் இடையில் அவர் லடாக்கிற்கு அனுப்பப்பட்டார். லடாக்- திபெத் இரு நாடுகளுக்கும் இடையே எல்லைகளை வரையறை செய்யப் பணிக்கப்பட்டார். இந்த எல்லைப் பிரச்சனை இன்றும் தீரவில்லை! மிகுந்த நேரம் எடுக்கும் இந்த எல்லைவேலைகளுக்கு நடுவே கன்னிங்ஹாம் காஷ்மீர் பகுதிக்குச் சென்று அங்குள்ள கோவில்களின் கட்டிட அமைப்புகளைப் பற்றிய ஆய்வுகளை மேற்கொண்டார். இந்தியாவில் தான் கண்ட கோவிலமைப்புகளை விட காஷ்மீர் கோவிலமைப்புகள் வித்தியாசமாகவும், மிகவும் மேன்மையானதாகவும் இருக்கக் கண்டார். கிரேக்க நாட்டின் கலாச்சாரத்தின் தாக்கம் இது என்று அவர் தவறாக அனுமானித்தார். கன்னிங்ஹாம் ஸ்ரீநகரில் உள்ள ஆயிரம் அடி உயரத்திலிருந்த 'சாலமோனின் அரியணை' என்ற உச்சிக்கு ஏறிச் சென்று, சங்கராச்சாரியாவின் சிலை உச்சியில் அமைந்த ஒரு சைவக் கோவிலின் முழு அமைப்பை ஆராய்ந்தார். இக்கோவில் ஒன்பதாவது நூற்றாண்டில் இந்து சமயத்தைப் புதுப்பித்த சங்கராச்சாரியார் கட்டியதாகக் கருதப்பட்டது. ஆயினும் அக்கோயிலிலிருந்த பிராமணர்களும், இக்கோவில் அசோகரது மகன் ஜலௌகா கட்டியதாக ஒப்புக் கொண்டார்கள். இச்செய்தி கன்னிங்ஹாமிற்கு மிக்க மகிழ்ச்சி அளித்தது. சைவ சமயத்தினராக இருந்த இம்மன்னன் தன் தந்தை இந்து சமயத்திலிருந்து விலகி புத்த மதத்தில் ஈடுபட்டதை ஈடுகட்ட காஷ்மீரில் இந்து மதம் வளர மிகுந்த முயற்சியெடுத்தவர் என்ற பெயருடன் 'அரசர்களின் ஆறு' என்ற நூலில் மிகவும் புகழப்பட்டவர். கன்னிங்ஹாம் பஞ்சாபின் வடக்குப் பகுதியில் இருந்த ஒரு தொல்பொருள் இடத்திற்குச் செல்ல விரும்பினார். ஏனெனில் அவ்விடத்தைப் பற்றி இரு கட்டுரைகள் ராயல் ஆசியக் கழகத்தின் கட்டுரை ஏடுகளில் பதிவாகி இருந்தன. இக்கட்டுரைகளில் முதல் கட்டுரை எழுதியவர் சார்லஸ் மேசன். இவர் ஓர் அமெரிக்கர். மிகத் தீவிரமான, தைரியமான ஆய்வாளர். இன்னொருவர் எட்வின் நோரிஸ். இவர் ஆசிய ஆய்வுக்கழகத்தின் துணைச் செயலர், மிகவும் தன்மையான மனிதர், தானாகவே மொழி வரலாற்று ஆராய்ச்சியில் விற்பன்னர்

ஆனவர். கிழக்கிந்தியக் கம்பெனியின் லெட்டன் ஹால் தெருவில் இருந்த லண்டன் அலுவலகத்தில் ஒரு சாதாரண கணக்கராகப் பல ஆண்டுகள் பணி புரிந்து, மொழியாற்றலை வளர்த்துக் கொண்ட பின் கார்னிஷ் மொழியியலிலிருந்து அசீரியா, பாபிலோன் மொழிகளின் வெட்டெழுத்துக்களைப் பற்றிய ஆராய்ச்சியில் ஈடுபட்டிருந்தார். கடைசியாகக் கூறிய இரு மொழிகளும் பஞ்சாப் நாட்டில் இருந்த கல்வெட்டுகளோடு தொடர்புடையவைகளாக இருந்தன. இக்கல்வெட்டுகள் முதன் முதலில் பிரஞ்சு நாட்டு கூலிப்படைக்காரராக இருந்த ஜெனரல் கோர்ட் என்பவரால் 1830ஆம் ஆண்டு கண்டுபிடிக்கப்பட்டது. இவர் இக்கல்வெட்டுகள் பற்றி ஜேம்ஸ் பிரின்செப்பிடம் காலம் தாழ்த்தி குறிப்பிட்டிருந்தார். அப்போது அக்கல்வெட்டுகள் எங்கே இருக்கின்றன என்ற தகவல்களோடு மட்டும் நின்று விட்டன. மேல் ஆய்வுகள் ஏதுமின்றி அப்படியே விடப்பட்டிருந்தன.

இக்கல்வெட்டுகளை ஆய்வதற்காக மிகுந்த சிரமத்தோடும், துணிச்சலோடும் சார்லஸ் மேசன் 1838ஆம் ஆண்டு அவ்விடம் சென்றார். அக்கல்வெட்டுகளின் நகல் எடுப்பதே அவர் நோக்கம். ஷபாஸ் கார்கி என்ற கிராமத்திலிருந்து மூவாயிரம் அடி தூரத்தில் இருந்த ஒரு சிறு மலையின் மீது, ஒரு பாறையின் இரு பக்கங்களிலும் அக்கல்வெட்டுகள் இருந்தன. அக்கல்வெட்டுப் பகுதிகளைத் துப்புரவு செய்து, பின் இங்கிலாந்திலிருந்து கொண்டு வரப்பட்டிருந்த நல்ல புதுத் துணியில் அக்கல்வெட்டின் நேரடி நகல்கள் எடுக்கப்பட்டன. பின் அவை இங்கிலாந்திலிருந்த ராயல் ஆசிய ஆய்வுக் கழகத்தைச் (R.A.S.) சென்றடைந்தன. அப்போது R.A.S.-ன் இயக்குனராக இருந்தது மிகவும் புகழ்பெற்ற பேராசிரியர் H.H வில்சன். இக்கல்வெட்டில் உள்ள எழுத்துகள் அசோகரின் மலைக் கல்வெட்டுகள், கற்றூண் பிராமி எழுத்துகளிலிருந்து முற்றிலும் மாறுபட்டு இருப்பதைக் கண்டார். இதனைப் பற்றிய மேலாய்வு செய்ய இவைகளை கழகத்தின் துணைச் செயலரான எட்வின் நோரிஸிடம் அனுப்பினார்.

இவ்வெழுத்துக்களை ஆய்ந்த நோரிஸ் தனது குறிப்பில் 'சில எழுத்துகள் மிகவும் அடிக்கடிப் பயன்படுத்தப்படுகின்றன. இதே எழுத்துகள் பாக்ட்ரியா நாணயங்களில் காணப்படும் எழுத்துகளோடு தொடர்புள்ளவை. 'பியாசா' என்ற சொல்லின் முன்னே மூன்று எழுத்துகள் உள்ளன; அவைகள் யாதெனத் தெரியவில்லை' என்று குறிப்பிட்டுள்ளார். மேலும் தொடர்ந்து ஆய்வு செய்தபோது, டர்னோர் எழுதிய 'மஹாவன்சோ' என்ற நூலில் உள்ள பெயர்களை ஒப்பிட்டுப் பார்க்கும் போது

அந்தச் சொல் 'தேவநாம்பியா' என்று தெரிகிறது. இதில் மிக முக்கியமான வேற்றுமை என்னவெனில், இப்பெயர் பாலி, சமஸ்கிருத மொழியில் எழுதப்படுவதுபோல் இடமிருந்து வலம் இல்லாமல், அராபிக் மொழி போன்று வலமிருந்து இடம் வரும் முறையில் எழுதப்பட்டிருந்தன.

இதுவும் அசோகரின் கல்வெட்டுதான் என்ற புரிந்துகொண்ட நோரிஸ் மேலதிகத் தகவல்களுக்காக R.A.S. உறுப்பினராகவும், இந்தியாவில் பல ஆண்டுகள் ஆசிரியத் தொழில் புரிந்தவருமான ஜான் டவ்சன் என்பவரை நாடுகிறார். இக்கல்வெட்டில் இருந்த எழுத்துகளோடு R.A.S.-இல் ஏற்கனவே இருந்த கிர்னார் மலைக் கல்வெட்டுகளின் நகல்களை இருவரும் ஒப்பிட்டனர். இவர்களின் ஆய்வுகளில் இந்த இரு கல்வெட்டுகளிலும் எழுதப்பட்டவை ஒன்றே; ஆனால் அவை இரு வேறு மொழிகளில் எழுதப்பட்டுள்ளன என்று கண்டு கொண்டனர். சபாஷ் கார்கி மலைக்கல்வெட்டு ஜேம்ஸ் பிரின்செப்பின் 'பாக்ட்ரியன் - பாலி' - கரோஸ்த்தி மொழியில் எழுதப்பட்டிருந்தது. இக்கண்டுபிடிப்பின் மூலம் பிரின்செப் ஏற்கெனவே ஆய்வு செய்து அறிவித்திருந்த ஒரு கோட்பாடு நிரூபணமானது. பிரின்செப், "இரண்டு வகை எழுத்துகளும், மொழிகளும் இந்தியத் தீப கற்பத்தின் வடமேற்குப் பகுதிகளில் விளங்கி வந்தன. சமஸ்கிருதத்திற்கும், பாலி மொழிக்கும் முந்திய பிரகிருதி மொழியில் எழுதப் பயன்பட்டன" என்று கருதிவந்தார்.

நோரிஸ் தனது சபாஷ் கார்கி கல்வெட்டு ஆய்வு முடிவுகளை R.A.S.-ன் ஆய்வுச் சந்திப்புகளில் வெளியிட்டார். சில மாதங்களில் அவர் மரணமடைந்தார். அவரது கண்டுபிடிப்புகளையும், வில்சனின் தனிக் குறிப்புகளையும் 1846ஆம் ஆண்டு வங்காள ஆசிய ஆய்வுக் கழகம் தன் இலையுதிர்கால ஏடுகளில் பதிப்பித்தது. நோரிஸின் ஆய்வுகளை வில்சன் மிகவும் புகழ்ந்துரைத்திருந்தார். ஆயினும் நோரிஸ் ஆய்ந்த கல்வெட்டுகளுக்கும், மற்ற கல்வெட்டுகளுக்கும் அசோகருக்கும் எவ்வித தொடர்புமில்லை என்ற தன் கருத்தை வலியுறுத்தியிருந்தார்.

1847-ஆம் ஆண்டு ஜனவரி மாதம். கன்னிங்ஹாம் பல ஆண்டுகள் ரகசியமாக வைத்திருந்த ஒரு சுற்றுப்பயணம். படகுகளின் மூலமாக அட்டோக் என்னுமிடத்தில் சிந்து நதியைக் கடந்தார். அங்கே, நவ்ஷீரா என்ற சமவெளியின் வடக்குப் பக்கத்திலிருக்கும் யூசுப்ஸாய் என்ற இடத்தில் உள்ள ஹொட்டி மர்தான் என்ற கிராமத்திற்குச் சென்றார். இதெல்லாம் ஹொட்டி மர்தான்

காவல்படையும், காலாட்படையும் தங்கும் தலைமையிடமாக மாறும் மூன்று ஆண்டுகளுக்கு முன்பு நடந்தது. காப்டன் ஹாரி லம்ஸ்டென் 1847ஆம் ஆண்டு இக்கிராமத்தைத் தலைமையகமாக மாற்றினார். ஏனெனில் இக்கிராமம் இரு முக்கிய வழித் தடங்களுக்கு நடுவில் இருந்தது. ஒரு வழித்தடம் பெஷாவர் என்ற இடத்திலிருந்து வடக்கு நோக்கித் திரும்பி, மலக்கண்ட் சந்திக்குச் சென்றது. இவ்வழி மூலம் ஸ்வாட் சென்றடைய முடியும். இன்னொரு வழித்தடம் மிகவும் பழமையானது. 'பெரும் ராஜபாட்டை' என்றும் 'சதக் - இ- ஆஸம் (Sadak - e - Azam) என்றும் அழைக்கப்பட்ட கிழக்கு-மேற்கு வணிகச் சாலையாக அது விளங்கியது. காபூல் நதி வழியே சென்று மஹாபன் என்ற தொடர்ச்சியைச் சுற்றிச் சென்று சிந்து நதி சமவெளியைத் தொடும் இடத்தில் இருக்கும் 'சர்ஸ்டா' என்ற இடத்தை அடையும். இந்த கிராமம் தான் சபாஷ் கார்கி. ஹொட்டி மர்தானின் கிழக்குப் பக்கம் சில மைல்கள் தள்ளி இருந்த பெரும்பாதை ஒன்றை ஒட்டி இக்கிராமம் இருந்தது. அதே இடத்தில் மஹாபன் மலைத் தொடரில் இருந்த செங்குத்தான சந்தி-அம்பேய்லா சந்தியிலிருந்து வரும் சாலை சந்திக்கும். அந்தக் கிராமத்தையும், பெரும் பாதையையும் நோக்கியிருக்கும் மலைமுகட்டின் பாறை ஒன்றைத் தான் அசோகர் தன் கல்வெட்டைப் பதிப்பிக்கும் ஓரிடமாக தேர்ந்தெடுத்திருந்தார். கிர்னார், தௌலி என்ற இடங்களில் இருந்தது போலவே இவ்விடமும் கல்வெட்டிற்காக மிகச் சரியாகத் தேர்ந்தெடுக்கப்பட்டிருந்தது.

இக்கல்வெட்டைப் பற்றி கன்னிங்ஹாம் 'மஹாபன் மலைத் தொடரில் ஒரு பெரும்பாறை, 80அடி உயரத்தில் மலையின் சறுக்குகளில் இருந்த அந்தப் பெரிய கல்லின் மேற்குப் பகுதி, கீழேயிருந்த சபாஷ் கார்கி கிராமத்தை நோக்கியவாறு அமைந் திருந்தது. கல்வெட்டின் பெரும்பாகம் அக்கல்லின் கிழக்குப் பகுதியில் செதுக்கப்பட்டிருந்தன. மீதியுள்ள மேற்குப் பகுதியில் கிரேக்க மன்னர்களின் ஐந்து பெயர்கள் செதுக்கப்பட்டிருந்தன' என்று குறிப்பிடுகிறார். கன்னிங்ஹாம் சபாஷ் கார்கிப் பாறையைப் பற்றிக் கூறும்போது 'அப்பாறை எவ்வித உருவமுமில்லாமல் இருந்த பாறை' என்று கூறுகிறார். ஆனால் அப்பாறை உட்கார்ந்திருக்கும் ஒரு யானையைப் போன்ற தோற்றம் கொண்டிருந்தது. இதுவரை கண்டுபிடிக்கப்பட்ட இரு கல்வெட்டுகளும் இதே தோற்றத்தையே கொண்டிருந்தன. இந்த மூன்று மலைக் கல்வெட்டுகளும் - கிர்னார், தௌலி, சபாஷ் கார்கி - ஒட்டுமொத்தமாகப் பார்க்கும் போது மூவாயிரம் மைல்கள் அளவிலான தூரத்தை தம்முள் ஒரு முக்கோண

வடிவத்தில் எல்லைகளாகக் கொண்டிருந்தன. அசோகரது பேரரசும், அதிகாரமும் பரவியிருந்த பெரும் எல்லைகளையே இது குறிக்கின்றது.

சபாஸ் கார்கியில் உள்ள யானைப் பாறை, RE 1 –11 வரை இப்பாறையின் மேற்குப் பக்கத்தில் செதுக்கப்பட்டுள்ளன. ஜேம்ஸ் கராடாக் என்பவரால் 1875இல் எடுக்கப்பட்ட புகைப்படம். (APAC, British Library)

கன்னிங்ஹாமிற்கு இப்பாறையின் கல்வெட்டுகளை நகல் எடுக்க நேரமில்லாது போயிற்று. ஆனால் அவர் வேறு ஒரு முக்கியமானதைக் கவனித்திருந்தார். சபாஷ் கார்கி கிராமமும் அதன் சுற்றுப் புறங்களையும் பார்த்து, அங்கிருந்த யூசுப்ஸாய் கிராமத்து மக்கள் சொன்னது போலவே, அக்கிராமம் அப்பகுதிக்கு ஒரு பெரிய தலைநகராக முன்பு இருந்திருக்க வேண்டும் என்று கண்டார். யூசுப்ஸாய் மக்கள் பல மண்மேடுகளை அப்பகுதியில் காட்டினார்கள். அழிந்துபட்ட பெருநகரின் மீதிச்சின்னங்களே அவை. அந்த மேடுகளில் இருபெரும் மேடுகள் எளிதில் புலப்படும்படி அமைந்துள்ளன. அவை கப்ராய், கப்பர்தாஷ் என்ற பெயரில் அழைக்கப்பட்டுகின்றன. இம்மேடுகள் பழைய நகரின் வடக்கு, கிழக்கு வாயில்களாக இருந்ததாகக் கூறப்படுகிறது.

கன்னிங்ஹாம், மக்கள் சொன்னதில் உள்ள உண்மையைக் கண்டுபிடிக்க அம்மேடுகளை ஆய்ந்ததில், 'அங்கு பல செங்கல்களும், உடைந்த மண் பாண்ட ஓடுகளும் கிடைத்தன' என்கிறார். இக்கிராமத்தின் பெயர் பாஷ்டோ மொழியில், 'கருடராஜாவின் வீடு' என்று பொருள்படுகிறது. கல்வெட்டு இருக்கும் மலையின் உச்சியில் உள்ள ஒரு சிறு கோவில் ஒரு இஸ்லாமியப் புனிதர் புதைக்கப்பட்ட இடம் என்றும், வேறு

சிலரால் மதநம்பிக்கை ஏதுமற்றவர் ஒருவரின் கல்லறை என்றும் சொல்லப்படுகிறது. இக்கருத்துகள் கன்னிங்ஹாமை ஜான் லெய்டன் மொழியாக்கம் செய்த, இஸ்லாமிய மன்னர் பாபர் எழுதிய 'பாபர்நாமா' என்ற நூலை ஆய்வு செய்யத் தூண்டியது.

1519ஆம் ஆண்டு பாபர் சபாஷ் கார்கி கிராமத்தை ஒட்டிச் செல்லும் பெரும் பாதையில் பயணம் செய்யும்போது, இக்கிராமத்தில் தங்கியிருந்திருக்கிறார். அவர் அருகில் இருந்த அந்தச் சிறிய மலையின் உச்சியிலிருந்து பார்க்கும் போது அழகான ஒரு சூழலைக் கண்டிருக்கிறார். ஆனால் அம்மலையின் உச்சியில் இருந்த அந்தச் சிறு கோவில் அவருக்கு ஓர் உறுத்துலைத் தந்துள்ளது. அதை அழிக்க உத்தரவிட்டிருக்கிறார். 'இவ்வளவு அழகான சூழலில் இப்படி ஒரு நாத்திகருக்கு இங்கு கல்லறையா என்று நினைத்து, அதை உடனே உடைத்தெறிந்து, தரைமட்டமாக்க உத்தரவிட்டேன்.' பாபரின் இந்தச் செயல்கள் கன்னிங்ஹாம் மனத்தில் பல ஐயங்களைக் கிளப்பி விட்டன. ஆனால், இந்த ஐயங்களுக்குரிய பதில்கள் கிடைக்க இன்னும் இருபத்திமூன்று ஆண்டுகள் காத்திருக்க வேண்டியதாயிருந்தது.

கன்னிங்ஹாம் பஞ்சாபின் வடமேற்குப் பகுதிக்குச் சென்ற இப்பயணத்தில் தன்னைப் போலவே பழம்பொருள், பழைய வரலாற்றில் ஆர்வம் கொண்டிருந்த இன்னொரு ஆங்கிலப் படையதிகாரி ஒருவரைப் பார்க்க நேர்ந்தது. அவர் மேஜர் ஜேம்ஸ் ஆபோட். பஞ்சாபை முதலில் சீக்கியரோடு இணைந்து ஆட்சி செலுத்தவும், பின்பு சீக்கியர் இல்லாமலேயே அவ்விடத்தை ஆட்சி செலுத்தவும் இங்கிலாந்திலிருந்து தருவிக்கப்பட்ட முதல் ஆங்கிலேய அரசியல் அதிகாரிகளில் ஒருவர் இவர். 'அங்கிள் ஆபோட்' (Uncle Abbot) என்று அன்போடு பலராலும் அழைக்கப்பட்டவர் இவர். கிவா என்னுமிடத்தில் அடைத்து வைக்கப்பட்டிருந்த ரஷ்ய பிணைக் கைதிகளை மீட்டுக் கொண்டு வந்த புகழ்பெற்ற குதிரைப்படை வீரர் இவர். இச்சம்பவத்தில் அபோட் தன் வாளேந்தும் கைகளில் இரு விரல்களை இழந்துவிட்டார். இருப்பினும் 1846ஆம் ஆண்டு ஹசாராவில் ஆங்கிலேய அரசின் அதிகாரத்தை நிலை நிறுத்த இவரே சரியான மனிதர் என்று தேர்ந்தெடுக்கப்பட்டார். (இந்த இடம் ஹசாரா என்பது ஆப்கானிஸ்தானில் ஷியா இஸ்லாமியர்கள் கொடுமைப்படுத்தப்பட்ட இடமல்ல. அதற்குப் பதிலாக இப்போது வடக்குப் பாகிஸ்தான் என்று அழைக்கப்படும், சிந்து நதிக்குக் கிழக்குப் பக்கத்திலான மலைப்பகுதி அது.)

ஹசாரா பகுதியில் ஆறு ஆண்டுகள் பதவியிலிருந்த அபோட் அப்பகுதியிலுள்ள பழங்குடி மக்களிடம் நெருங்கிப் பழகி வந்தார். நெருக்கம் எவ்வளவு அதிகமென்றால், அவ்வுறவு அபோட்டின் மேலதிகாரிகளுக்குப் பிடிக்காமல் போகுமளவிற்கு இருந்தது. அதனால் அப்பதவியிலிருந்து அவர் விலக்கப்பட்டு வேறிடத்திற்கு மாற்றப்பட்டார். ஆனால் அபோட் இது வரை எந்த ஐரோப்பியரும் தெரிந்து கொள்ளாத அளவிற்கு இந்த நிலப்பரப்பைப்பற்றி நன்கு தெரிந்து வைத்திருந்தார். அலெக்சாண்டரும், அவரது மாசிடோனியர்களும் இங்கு காலடி வைத்த காலத்திலிருந்து ஹசாராவின் வரலாற்று ஏடுகள் யாவும் அபோட்டிற்கு நன்கு பரிச்சியமானவை.

ஹசாராவில் அபோட் இருந்த மாளிகை சிந்து நதிக்கு எதிர்ப் புறம் இருந்தது. பக்கத்திலேயே இரு மலைத் தொடர்கள் - ஸ்வாட், புனர். மஹாபன் மலைத் தொடரும் அருகிலேயே இருந்தது. ஆனால் அது பிரச்சனைகள் நிறைய இருந்த இடம். ஆங்கிலேயரால் ‘ஹிந்துஸ்தான் தீவரவாதிகள்’ என்றழைக்கப்பட்ட இஸ்லாமிய ஜிகாதிகள் நிறைந்திருந்த எதிரிகளின் இடமாக இருந்தது. இதனாலேயே அபோட் மஹாபன் மலைகள் பக்கம் செல்லவில்லை. அலெக்சாண்டரால் அயர்னோஸ்மலை என்றழைக்கப்பட்ட மலை இதுவாகத்தானிருக்கும் என்பது அபோட்டின் எண்ணம். ‘அயர்னோஸ் மலையைப்பற்றி அர்ரியன் கொடுத்த முழு வர்ணிப்புகளும் மஹாபன் மலைக்கு முற்றிலும் பொருந்தும். உயர்ந்த மலை, கிழக்குப்பகுதியில் உயர்ந்த சிகரங்கள், அதிலிருந்து வெட்டியெடுத்தது போன்று கீழ்நோக்கிச் சரிந்து, சிட்டானா, உம்ப் பகுதிகளுக்கு இடையில் சிந்து நதிக்குள் இறங்கும் மலை. தனது ஐயம் சரியென்றே அபோட்டுக்குத் தோன்றியது. காரணம் என்னவெனில், அலெக்சாண்டர் அயர்னோஸ் மலைக்குக் கீழே ஒரு முகாமிட்டிருந்தார். அவ்விடத்தின் பெயர் எம்போலினா மஹாபன் மலைத் தொடரின் கீழே இரு புதிய கிராமங்கள் இருந்தன. அவை அம்ப், பாலிமா. இதில் ஒன்று நதிப் பள்ளத்தாக்கிலும், இன்னொன்று மலையின் அடிவாரத்திலும் இருந்தன.

அபோட்டின் எண்ணங்களோடு மற்றொரு ஆங்கிலேய அதிகாரி, மருத்துவர் ஹென்றி பெல்லூ என்பவரின் கருத்தும் ஒத்திருந்தது. இம்மருத்துவர் லம்ஸ்டென் என்ற காவல்படையின் முதல் மருத்துவர். இவர் தனது படைப்பணி முழுவதையும் பெஷாவர் பள்ளத்தாக்கைச் சுற்றியே கழித்தவர். இதனால் அவருக்கு அங்கு

பேசப்பட்ட மொழி, அங்கு வாழ்ந்த யூசுப்சாய் பத்தான்கள் - இவைகள் எல்லாமே மிகவும் பரிச்சயமானதாக இருந்தன. இம் மருத்துவரும், அவரது மேலதிகாரி ஹாரி லம்ஸ்டன் என்பவரும் சேர்ந்து ஸ்வாட்டிற்குச் செல்லும் சாலையில் மர்தான் என்னும் இடத்திலிருந்து ஒன்பது மைல் தொலைவில் இருந்த தக்ட்- ஐ-பாஹி என்ற மிகப் பெரிய புத்தக் குருமடத்தை ஆய்வு செய்தனர். இவ்விருவரின் இணைந்த ஆய்வில் பெஷாவர் பள்ளத்தாக்கிலும், அருகில் உள்ள இடங்களிலும் பழைய பன்னாட்டு நாணயங்கள், பழம் பொருட்கள் பலவும் கிடைத்தன. இதன் மூலம் கிரேக்கர்கள், கிரேக்க-பாக்ட்ரியன்கள், இந்திய-பாக்ட்ரியன்கள், ஸ்கைத்தியர்கள், பிராமணர்கள் போன்றவர்கள் தொடர்ந்து இந்த நிலப்பரப்பில் இருந்து வந்துள்ளார்கள் என்பது நிரூபணமானது. ஒவ்வொரு கலாச்சாரமும் அடுத்தடுத்து வந்து இங்கே செழித்து வளர்ந்துள்ளன என்பதுவும், இறுதியாக பிராமணீயம் புத்த மதத்தை வேரறுத்துக் காலூன்றியது என்பதுவும் புலனாயிற்று. ஆனால் அதன் பின் பதினொன்றாம் நூற்றாண்டில் கஜினி முகமது` இந்த இரு கலாச்சாரங்களையும் முழுவதுமாக அழித்தார். 'நெருப்பிற்கு அழிப்பதே அவரின் வழக்கமாக இருந்துள்ளது. தொல்பொருள் ஆராய்ச்சியில் இது மிகத் தெளிவாகத் தெரிந்தது. அழிப்புப் படலம் தொடங்கியதும் தோற்றவர்கள் வெருண்டோடி ஒளிந்ததும் பலசான்றுகளால் தெள்ளெனத் தெரிகிறது.'

ஸ்வாட், மஹாபன் என்ற இரு பகுதிகளும் ஆங்கிலேயரின் அதிகார எல்லைக்குள் வரவில்லை. இருப்பினும் பெல்லூ இப்பகுதிகளைப் பற்றிய விவரங்களையும், வரைபடங்களையும் சேகரித்தார். இதன் மூலம் அலெக்சாண்டர் இம்மலைப் பகுதிகளின் ஊடே எவ்வாறு அயர்னோஸ் மலைக்கும், அதன் பின் சிந்து நதிக்கும் வந்திருப்பார் என்பதைக் கண்டுபிடிக்க முடியும் என்று நினைத்தார். இந்த ஆய்வுகள் மூலம் மஹாபன் மலைமுகட்டில் இன்னும் கல்லால் கட்டப்பட்ட கோட்டை ஒன்று அழிந்து கிடக்கிறது என்றும், அதனை முழுமையாக ஆய்வது மிகவும் கடினம் என்றும் தெரிந்து கொண்டார். மேலும் அப்பகுதி மக்கள் அலெக்சாண்டர் சிந்து நதியை ஆழமில்லாத இடங்கள் மூலம் கடந்து ஒரு மலையின் - அம்மலை மஹாபன் மலையாக இருக்கலாம் - அடிவாரத்திற்கு வந்தார். அவர் ஹசாராவில் உள்ள தார்பண்ட் என்ற இடத்திற்கு அம்ப் என்ற பகுதியைக் கடந்து வந்திருக்க வேண்டும். மேலும் அலெக்சாண்டர் அந்தக் கடுமையான, கைப்பற்ற எளிதில்லாத கோட்டையை அந்த இடத்தில் இருந்த ஒரு முனிவரின்

அதிசயமான உதவியால் கைப்பற்ற முடிந்தது என்று ஒரு கதை அப்பகுதி மக்களிடம் வழங்கி வந்துள்ளது.

மாமன்னன் அலெக்சாண்டரின் கதை இப்படியிருக்க, அலெக்சாண்டர் கன்னிங்ஹாமிற்கு சீனப் பயணிகளின் பயணப் பாதைகளே முக்கியமானதாக இருந்தது. அவருக்கு அலெக்சாண்டர் பற்றிய வரலாற்றுக் குறிப்புகள் மீது எந்த ஆவலுமில்லை. சீனப் பயணிகளைப் பற்றிய இரு கட்டுரைகள்- அனுமானத்தின் பெயரில் எழுதப்பட்டவைகளே- எழுதி, அவைகளை வங்காள ஆசிய ஆய்வுக் கழகத்திற்குச் சமர்ப்பித்தார். இதற்குப் பின் 1848ஆம் ஆண்டு டிசம்பர் மாதம் ஆரம்பித்த சீக்கியருக்கு எதிரான போரில் வங்காளப் படையில் மீண்டும் சேர்ந்து போர்க்களத்தில் தன் பொறியியல் அறிவை முழுமையாகப் பயன்படுத்தினார். இப்போரில் சில்லியன்வாலா, குஜராத் போன்ற இடங்களில் நடந்த போர்க்களங்களில் தீவிரமாக ஈடுபட்டார். 1849ஆம் ஆண்டு மார்ச் மாதத்தில் போர் முடிந்து, சீக்கியர்கள் சரணடைந்த போதும், அப்பகுதி பஞ்சாபுடன் இணைக்கப்பட்ட போதும் முழுமையாகப் போர்க்களத்தில் இருந்தார்.

கன்னிங்ஹாமிற்குத் தன்னைப்பற்றி இருந்த மிகையான எண்ணங்களினால் அவர் தன் ஆய்வுகளில் தவறேதும் இருக்காது என்ற முழு நம்பிக்கையோடு இருந்தார். மாறான செய்திகளைப் புறந்தள்ளினார். பழைய இந்திய கல்வெட்டுகள், கட்டுமானங்கள் இவைகளில் கிரேக்க நாட்டின் தாக்கம் இருப்பதாக நிச்சயமாக எண்ணினார். அப்படி ஒரு தாக்கம் ஏதும் இல்லை என்பதை அவர் ஒத்துக் கொள்ளவேயில்லை. மேலும் அவரது கட்டுமானங்களைப் பற்றிய ஆய்வில் தொல்பொருள்கள் அழிந்துபோகவும் வகையிருந்தது. ஆயினும் கட்டிட ஆய்வில் அவருடைய நேரடி ஆய்வுகள், பின் காலத்தில் வந்த ஆய்வு முறைகளுக்கு மிகவும் முன்னோடியானது. பழங்கட்டிடங்களைத் தோண்டிப் பார்ப்பதுவும், அதனோடு இணைந்து கல்வெட்டுகளை ஆய்வதுவும், ஆய்வு நடந்தபின் தொல்பொருள்களைத் தொகுத்து பாதுகாத்து வருவதும் முக்கியம் என உணர்த்தும் ஒரு முன்னோடியாக அவர் இருந்தார். இந்தியாவில் 1851-ஆம் ஆண்டு ஒரு முழுமையான, திட்டமிடப்பட்ட தொல்பொருள் ஆராய்ச்சி கன்னிங்ஹாமினால் துவக்கப்பட்டது. 1892ஆம் ஆண்டு புத்தகயாவில் அவர் நடத்திய ஆய்வுதான் அவரது கடைசி ஆய்வு. 'இந்தியத் தொல்பொருள் கணக்கீட்டை' (Archaeological Survey of Inda - A.S.I.) ஆரம்பித்து,

முப்பது ஆண்டுகளுக்கும் மேலாக அதன் பொறுப்பாளராகவும் இருந்து வந்துள்ளார்.

இந்தியத் தொல்பொருள் ஆய்வின் முதல் ஆரம்பமே சாஞ்சியில் தொடங்கியது. கன்னிங்ஹாமின் தம்பி ஜோசப் மத்திய இந்தியாவிலுள்ள போபாலின் அரசியல் முகவராகப் பதவியேற்றார். இப்பகுதியின் தலைநகரிலிருந்து வட மேற்குப் பக்கம் இருபத்தி ஐந்து மைல்கள் தாண்டி சாஞ்சி இருந்தது. இங்கிருந்த மலையின் மேல் பல ஸ்தூபிகள், அவைகளில் நடுவே பெரிய மத்திய ஸ்தூபி ஒன்றும் இருந்தன. இந்த மத்திய ஸ்தூபி ‘பெரும் ஸ்தூபி’ என்றழைக்கப்பட்டது. 1837இல் ஜேம்ஸ் பிரின்செப் இதிலுள்ள கல்வெட்டுகளைப் படியெடுத்து வாசித்த பிறகு இந்த ஸ்தூபிக்கு ஒரு சிறப்பிடம் கிடைத்திருந்தது. ஆனால் நல்ல வேளையாக இது பெரும் நகரங்களைவிட்டு மிகவும் விலகி இருந்த ஒரே காரணத்தால் அழிக்கும் வெறியில் இருந்த சைவத் தீவிரவாதிகளின் அழிவிலிருந்தும், தங்கள் கொள்கைகளில் மட்டும் உறுதியாக நின்று, மற்றக் கருத்துகளை புறம் தள்ளும் இஸ்லாமியர்களின் கைகளிலிருந்தும் இவை பாதுகாப்போடு இருந்தன. ஆனால் இவர்களைத் தவிர்த்த வேறொரு கொடும் வில்லன் இங்கு வந்து முளைத்தார். 1822இல் போபாலின் உதவி அரசியல் முகவராக இருந்த காப்டன் ஜான்சன் பெரிய ஸ்தூபியை மேலிருந்து கீழ்வரை இரண்டாகப் பிளந்தார்! கட்டிடமே இரண்டாயிற்று. உடைத்து நொறுக்கியதால் கட்டிடத்தின் பல பாகங்கள் அருகிலிருந்த கைப்பிடிச் சுவர்களில் விழுந்து அவைகளையும் தகர்த்து விட்டன. ஸ்தூபியின் மேற்கு வாசலும் உடைந்து நொறுங்கிப் போனது. அவர் பெரிய ஸ்தூபியை இப்படி அழித்தது பற்றாது என்பதுபோல், அதன் அருகிலிருந்த இரு ஸ்தூபிகளையும் உடைத்து உள்ளே நுழைந்தார். இந்த ஸ்தூபிகள் இப்போது இரண்டாம், மூன்றாம் ஸ்தூபிகள் என்றழைக்கப்படுகின்றன.

1851ஆம் ஆண்டு ஜனவரி மாதத்திலிருந்து ஒரு புது விதமான தொல்பொருள் ஆராய்ச்சி ஆரம்பமானது. அது வேறொன்றுமில்லை! பழம் தொல்பொருளிடங்களுக்குப் பக்கத்தில் உள்ள கிராமத்தினர் புதையல் தேடி பழம் இடங்களை, கட்டிடங்களை உடைத்து உருக்குலைப்பதுவே அது. புதையலைத் தேடியும், பழங்கட்டிடங்களில் உள்ள கட்டுமானப் பொருட்களைத் திருடவும், புதிதாகக் கட்டப்படும் கட்டிடங்களின் உள்பகுதியை நிரப்ப போடப்படும் உடைந்த பொருட்களுக்காகவும் பழமையான கட்டிடங்களை இடித்துத் தகர்ப்பது... என்று பலகாரணங்களைக்

கூறி இப்பழங் கட்டிடங்கள் பலராலும் முழுவதுமாக, எந்தவித வரலாற்றுச் சிந்தனையும் இன்றி சீர்குலைக்கப்பட்டன. இக்கட்டிடங்களை இப்படி மக்கள் அழிப்பதின் கொடூரம் புரியாத ஆங்கிலேய அதிகாரிகள் பலரும் இதனைக் கண்டு கொள்ளாது விட்டுவிட்டார்கள்.

சாஞ்சியின் முழு வரைபடம் ஒன்று தயாரானது. எங்கெங்கு எந்த கட்டிடங்கள் இருந்தன, அவைகளின் நிலையென்ன என்று எல்லாவித விவரங்களும் விரிவாகக் குறிக்கப்பட்டன. இக்குறிப்புகள் முழுமையாக உருப்பெறுவதற்கு கன்னிங்ஹாமும், அவருக்குத் துணையாக இருந்த மற்றொரு பொறியியல் அதிகாரியான லெப்டினெண்ட் ப்ரட் மெய்ஸி என்பவருமே காரணம். மெய்ஸி ஒரு சிறந்த வரைபட வல்லுனர்; நில அளவாய்வாளர். இவர் ஈராண்டுகளாக சாஞ்சியில் பணியாற்றிக் கொண்டிருந்தார். சாஞ்சியையும் அதனைச் சுற்றியுள்ள இடங்களையும் அளவிட்டு, வரைபடங்களோடு சாஞ்சியின் சிற்ப அமைப்புகள், கல்வெட்டுக் குறிப்புகள் போன்றவற்றை கணிக்கவே அவர் இங்கு பணியமர்த்தப்பட்டிருந்தார். இவர் ஈராண்டுகளுக்குப் பிறகு தன் பணியில் கன்னிங்ஹாமிற்குக் கீழிருக்கும் ஓர் அதிகாரியாகச் செயல்பட்டு வந்தார்.

கன்னிங்ஹாம் சாரநாத்தில் செய்தது போலவே, இங்கே பெரிய ஸ்தூபியின் உச்சத்திலிருந்து அடிமட்டம் வரை துளையிட்டு ஆய்வு நடத்தினார். சாரநாத்தில் போலவே இங்கும் அந்த ஆய்வு பலனேதுமின்றிப் போனது. ஸ்தூபியின் உட்பகுதியில் எந்தப் பொருளும் இல்லை, மனித மிச்சங்களும், எச்சங்களும் இல்லை. அது ஒரு புதை தாழியுமில்லை. ஆகவே இந்த ஸ்தூபிகள் வெறும் நினைவுச் சின்னங்களே. உள்ளே செங்கல்களால் கட்டப்பட்டு வெளிப்பக்கம் வெறுமனே பூசப்பட்ட வெறும் கட்டிடங்களே என்பது புலனாயிற்று. ஆனால் சாரநாத்தில் உள்ள ஸ்தூபிகளில் சில வேற்றுமைகள் இருந்தன. ஸ்தூபியை சுற்றிக் கல்லால் வேயப்பட்ட நடைபாதை ஒன்று கைப்பிடிச் சுவர்களோடு இருந்தன. ஸ்தூபிக்கு நான்கு தோரண வாயில்கள் திசைக் கொன்றாக இருந்தன. நான்கு தோரண வாயில்களில் இரண்டு இன்றும் உள்ளன. மற்றவை உடைக்கப்பட்ட துண்டுகளாகக் கிடந்தன.

தன் ஆய்வுகள் பற்றி கன்னிங்ஹாம், “இந்த நான்கு தோரண வாயில்களும் மிகவும் அழகானவை. விலைமதிப்பில்லா புதை பொருளாக அவை இருந்தன. வாயிலின் வடிவமைப்பில் பல புடைப்புச் சிற்பங்கள் இருந்தன. அவைகளில் பலவற்றில் வீட்டுச் சூழல்கள் நிகழ்வுகளாக வடிக்கப்பட்டிருந்தன.

இன்னும் பலவற்றில் சமயச் சிறப்பு நிகழ்வுகள் சிற்பங்களாக வடிக்கப்பட்டிருந்தன" என்று குறிப்பெழுதுகிறார். இந்த வாயில்களின் தூண்கள் யாவும் யானைகள், சிங்கங்கள், குள்ளர்கள் போன்ற சிலைகளால் தாங்கப்பட்டு நின்றன. தூண்களுக்கு இடையிலான பகுதிகளில் யானைகள் மீதும், குதிரைகள் மீதும் சவாரி செய்திருக்கும் உருவங்கள் செதுக்கப்பட்டிருந்தன. கன்னிங்ஹாம் இச்சிற்பங்களை 'நடனக்காரிகள்' என்று குறிப்பிட்டிருந்தார். தூண்களின் முகப்புப் பக்கம் பல பகுதிகளாகப் பிரிக்கப்பட்டு, ஒவ்வொன்றிலும் வீட்டுச் சூழல்களோ, சமயச் சடங்கு முறைகளோ செதுக்கப்பட்டிருந்தன. வாயில்களின் குறுக்குச் சட்டங்களாக மூன்று இருந்தன. ஒவ்வொரு சட்டமும் பத்தொன்பது அடி நீளத்திலிருந்தன. மூன்று சட்டங்களும் ஒன்றின் மேல் ஒன்றாக அமைக்கப்பட்டிருந்தன. இருபக்கமும் அவைகள் வாயில் தூண்களைத் தாண்டி நீட்டியபடி இருந்தன. ஒவ்வொரு சட்டத்திலும் மிகவும் விசாலமான காட்சிகள் செதுக்கப்பட்டிருந்தன.

இக்கல்வெட்டுகளிலிருந்த புடைச் சிற்பங்கள் யாவும் சாக்கிய முனி புத்தரின் வாழ்வில் நடந்த நிகழ்வுகள், அல்லது ஜாதகா கதைகளில் உள்ள நிகழ்வுகள் என்று கன்னிங்ஹாம் நினைத்தார். சாக்கிய முனிவருக்கும் முன்பு அவதரித்த புத்தர்களின் வாழ்க்கையே ஜாதகா கதைகள் என்றழைக்கப்படுகின்றன. இவைகளோடு வேறு சிற்பங்கள், ஸ்தூபியைப் பற்றியும், போதிமரத்து வணக்கம் பற்றியும் உள்ளன.

கன்னிங்ஹாம் இந்தக் கல்வெட்டுச் சிற்பங்களை நகலெடுக்கும் வேலையை தனது தம்பி ஜோசப்பிடமே விட்டுவிட்டார். அவருக்கு சிற்பங்களைவிட அதிலிருந்த கல்வெட்டுகளின் மீதே ஆர்வமிருந்தது. ஜேம்ஸ் பிரின்செப் 1837ஆம் ஆண்டு கல்வெட்டுகளிலிருந்ததைக் கண்டுபிடித்தது போலவே இக்கல் வெட்டுகளும் தானமளித்தவர்களின் பெயர்ப் பட்டியலாகவே இருந்தது.

ஏறத்தாழ இருநூறு பெயர்களை அதிலிருந்து பட்டியலிட்டார். தூண்களோடு இருந்த சுற்றுச் சுவர்களும், சுற்றி நின்ற நான்கு தோரணவாயில்களும் பலர் அளித்த கொடையால் கட்டப்பட்டிருந்தன. அந்தக் கொடையாளிகளில் மூன்றில் ஒரு பங்கினர் பெண்கள்! பெரும் மன்னர்களும், மதப்பெரியவர்களும் அப்பட்டியலில் இருந்தாலும் தானமளித்தவர்களில் பெரும் எண்ணிக்கையில் பெண்கள் இருந்தது தெளிவானது.

சந்நியாசிகள் என்ற பொருளில் மிகப்பழமையான சொல்லான 'பிச்சு' (bhichhu) என்ற சொல் அலங்கரிக்கப்பட சுற்றுச் சுவர்களில் பொறிக்கப்பட்டிருந்தது. ஆனால் தோரணவாயில்களில் அச்சொல் 'பிக்கு' (bhikku) என்றும் பொறிக்கப்பட்டிருந்தது. இதனால் கன்னிங்ஹாம் ஒரு முடிவுக்கு வரமுடிந்தது. சுற்றுச் சுவர்கள் அசோகரது காலத்தில் கட்டப்பட்டிருக்க வேண்டும். ஆனால் அந்த நான்கு தோரண வாயில்கள் ஒரு நூற்றாண்டு கழித்துக் கட்டப்பட்டிருக்க வேண்டும். இதை உறுதிப்படுத்துவது போல் ஒரு கல்வெட்டு கண்டெடுக்கப்பட்டது. ஸ்தூபி ஒன்றில் பெரும் இயற்கைக் காட்சி ஒன்று செதுக்கப்பட்டிருக்கும். இந்த ஸ்தூபி தெற்கு தோரண வாசலின் மேலுள்ள சுற்றுச் சுவற்றில் இருந்தது. இதில் உள்ள கல்வெட்டில் "'ஆனந்தாவின் அன்பளிப்பு' - இவர் புத்த சமயத்தை ஏற்ற வசிஷ்தா என்பவரின் மகன்; இது ஶ்ரீ சத்தகர்னி என்ற மன்னனது காலத்தில் கொடுக்கப்பட்ட காணிக்கை" என்ற வரிகள் அதில் உள்ளன. இது வேறு காலத்தில் செதுக்கப்பட்டவைகள் என்பதை இக்கல்வெட்டு உறுதிப்படுத்துகிறது.

இதில் கூறப்பட்டுள்ள மன்னன் சத்தகர்னி என்பவரை கன்னிங்ஹாம் ஆந்திராவில் இருந்த சத்தவாதனா அரச பரம்பரைகளைப் பற்றி 'விஷ்ணு புராணா' என்ற நூலில் கூறிய பட்டியலில் ஆறாவது பெயராக உள்ள முதலாம் சத்தகர்னி என்ற மன்னன் என்று கணக்கிடுகிறார். கன்னிங்ஹாம் இந்த அரசு பரம்பரைப் பற்றி ஏற்கனவே தெரிந்து வைத்திருந்தார். இப்பரம்பரைதான் இந்தியாவிலேயே முதன் முறையாக தங்கள் நாணயங்களில் தங்கள் முகங்களை முத்திரையாகப் பதித்தவர்கள். இம்மன்னர் பரம்பரை அசோகரது காலம் வரை மௌரிய மன்னர்களுக்கு கீழ்ப்படிந்து இருந்தவர்கள். அசோகரது காலத்திற்குப்பின் இப்பரம்பரை தங்கள் உறவை மௌரிய மன்னர்களிடமிருந்து பிரித்துக் கொண்டு விட்டனர். முதலாம் சத்தகர்னி மன்னர் வட இந்தியாவிலிருந்த ஷூங்காஸ் என்ற மன்னனை போரில் முறியடித்து தனது பேரரசான சத்தகர்னி அரசை மத்திய இந்தியா வரை விரிவுபடுத்தினார்.

இதில் கன்னிங்ஹாமிற்குத் தொல்லை கொடுத்த விசயம் ஒன்று உண்டு. சாதவாகன பரம்பரையில் வந்த பல மன்னர்களின் பெயர்கள் சத்தகர்னி என்பதாக இருந்தன. அதிலும் ஒரு சத்தகர்னி மன்னர் புத்த சமய நம்பிக்கைகளைக் கைக்கொண்டு அதன்பின் தன்னை 'கௌதம புத்திரா சத்தகர்னி' என்று பெயர் சூட்டிக்கொண்டார். இவர் முதலாம் நூற்றாண்டில் ஆட்சி

செய்த மன்னன் கனிஷ்கா. தவறான புரிதலாலோ, இந்த இரு மன்னர்களை வைத்து குழப்பி கொண்டதாலோ இந்த நான்கு தோரணை வாயில்களின் காலத்தை முதலாம் நூற்றாண்டு என்று கன்னிங்ஹாம் கணக்கிட்டார்.

சாஞ்சியின் பெரும் ஸ்தூபியில் உள்ள தெற்குத் தோரணவாயில் மண்ணில் வீழ்ந்து கிடக்கும் தோற்றம். தோரணவாயிலுக்குப் பின்னால் தெரிவது உடைந்த சுற்றுச் சுவரும், ஸ்தூபியின் செங்கல் சுவரும். 1861இல் ஜேம்ஸ் வாட்டர்கவுஸ் எடுத்த புகைப்படம். (APAC, British Library)

கன்னிங்ஹாம் இத்தோரண வாயில்களில் செதுக்கப்பட்டிருந்த புடைப்புச் சிற்பங்களில் ஆழமான சிரத்தை எடுத்துக் கொள்ளவில்லை. சிரத்தை எடுத்திருந்தால் அத்தோரண வாயில்களில் செதுக்கப்பட்ட பல நிகழ்வுகள் அதை செதுக்கிய சிற்பிகளின் காலத்திலேயே நடந்த நிகழ்வுகள், அவர்கள் நினைவில் நின்ற நிகழ்வுகள் என்பதை புரிந்து கொண்டிருப்பார். அதிலும் நொறுங்கிக் கிடந்த தெற்குத் தோரண வாயில் இவ்வாய்ப்பினைக் கட்டாயம் கொடுத்திருக்கும். கன்னிங்ஹாம் தெற்கு வாயிலும், அதனை ஒட்டிய பாகங்களும் நொறுக்கப்பட்டு சிதறிக் கிடந்ததைப் பற்றி மிக மேலெழுந்தவாரியாகவே குறிப்பு எடுத்துள்ளார். கன்னிங்ஹாம் உடைந்த ஒரு கல்லில் செதுக்கப்பட்டிருந்த ஒரு காட்சி பற்றி எழுதியிருந்தார். அதில் மன்னன் ஒருவன் தன் ரதத்தில் பவனியாக ஸ்தூபிக்கு வருவது போலவும், அதே ஸ்தூபியின் மற்றொரு பக்கத்தில் அதே மன்னன் குனிந்து வணங்கி நிற்பது போலவும் செதுக்கப்பட்டிருந்தன. இம்மன்னன் அருகில் பல நாகராஜாக்கள் சூழ்ந்து நின்று மன்னனின் பக்தியை ஆமோதிப்பது போல் நிற்பார்கள்.

போதிமரம். அதனோடு அசோகரின் தர்பார் மண்டபமும் சுற்றுச் சுவரும். கீழே மன்னன் ஒருவர் இரு பெண்களால் தாங்கிப் பிடிக்கப்பட்டுள்ளார்.
(Frederick Maisey, Sanchi and its Remains, 1892)

சாஞ்சியின் பெரும் ஸ்தூபியின் மேற்குத் தோரணவாயிலில் உள்ள தூணில் உள்ள ஒரு பகுதி. போதிமரம் வேலிகளற்று தனித்து நிற்கிறது. அதனைச் சுற்றி பக்தர்கள். அவர்களுக்கு நடுவே மிக வித்தியாசமான ஒரு குண்டு மனிதன். (Fredrick Maisey, Sanchi and its remains, 1892)

முந்தைய படத்தின் தொடர்ச்சி. இசைக்கலைஞர்களும், பக்தர்களும், இந்திய உடை அல்லாத உடையில் நின்று புதிய ஸ்தூபியை வணங்கி நிற்கின்றனர். இச்சிற்பம் வடக்குத் தோரணவாயிலின் பக்கவாட்டில் உள்ளது. (Fredrick Maisey, Sanchi and its remains, 1892)

மேஜர் ப்ராங்ளின் இக்காட்சிகளைச் சித்திரமாக 1820ஆம் ஆண்டு வரைந்து வைத்திருந்தார். ஜேம்ஸ் பிரின்செப்பிற்காக 1837ஆம் ஆண்டு காப்டன் முர்ரே இக்காட்சியினை வங்காளத்து ஆசிய ஆய்வுக் கழகத்திற்காக மீண்டும் வரைந்து வைத்துள்ளார். சித்திரங்கள் வரைந்த இந்த இருவரும், கன்னிங்ஹாமோடு சேர்த்து மூவரும் இந்தக் கல்வெட்டில் உள்ள ஒரு முக்கியத்துவத்தைத் தவறவிட்டுவிட்டனர். இந்தக் கல்வெட்டிலும், இன்னும் இதுபோன்ற குறுக்குச் சட்டங்களில் உள்ள ஒரு கல்வெட்டிலும் யானை மீது ஒரு பாகன் தன் தலைமீது புனிதப் பொருள் எடுத்துச் செல்லும் பெட்டி ஒன்றை வைத்திருப்பதைக் கவனிக்கத் தவறிவிட்டனர்.

எழுபது ஆண்டுகள் கழிந்த பின், ப்ரட் மெய்ஸி என்பவர் தெற்கு வாயிலைப் படம் வரைந்த போதுதான் இதன் முக்கியத்துவம் வெளிவந்தது. இவரது வரைபடத்தில் இருந்த ஒரு காட்சி அதன் முக்கியத்துவத்தை வெளிக்கொண்டுவந்தது. இப்படத்தில் தெற்கு வாயிலின் தூண் ஒன்றில் புத்தகயாவில் உள்ள போதிமரமும், அதன் கீழ் வைர அரியணை வைக்கப்பட்டிருந்த கூடாரமும், மரத்தைச் சுற்றி அசோகர் கட்டிய சுற்றுச் சுவரும் இருந்தன. இப்புடைப்புச் சித்திரங்களின் கீழே ஆறு மனித உருவங்கள் செதுக்கப்பட்டிருந்தன. ஆறு உருவங்களின் நடுவில் உள்ள உருவம் மன்னன் ஒருவனின் உருவம். அவ்வுருவத்தின் மேலிருந்த அரசனுக்குரிய வெண் கொற்றக் குடை இதைத் தெளிவாகக் காண்பிக்கிறது. மீதியுள்ள ஐந்து உருவங்கள் பெண் உருவங்கள். மன்னனின் இரு பக்கத்தில் உள்ள பெண்கள் மன்னனை தாங்கிப் பிடித்து நிற்கிறார்கள். மற்ற மூன்று தோரண வாயில்களிலும் இருந்த சிற்பங்களில் கன்னிங்ஹாமும் மற்றைய ஆய்வாளர்களும் கவனிக்காமல் விட்டுப்போன வேறு பல விவரங்களும் இருந்தன. அதிலும் மெய்ஸி புடைப்புச் சிற்பங்களைப் பார்த்து வரைந்த இரண்டு சித்திரங்கள் மிக முக்கியத்துவம் வாய்ந்தவை. முதல் சித்திரம் மேற்கு தோரண வாயிலின் தூண் ஒன்றின் பக்கவாட்டுச் சித்திரம். இதில் போதிமரம் எவ்வித பந்தலும், சுற்றுச் சுவரும் இன்றி தனியாக இருக்கும். மிகவும் பருமனான மன்னன் ஒருவன் தன் பெண்டிர் கூட்டத்தோடு போதி மரத்தை வணங்குவதாக இருக்கும். வடக்கு தோரண வாயில் தூணிலும் இதுபோன்ற புடைப்புச் சிற்பங்கள் உள்ளன. பல பக்தர்கள் ஸ்தூபி ஒன்றினைச் சுற்றி நிற்பது போலவும், ஏதோ ஒரு பெருவிழாவில் இசைக்காரர்கள் தங்கள் இசைக் கருவிகளோடு சுற்றி நின்று, இசை முழங்குவது போல் வடிக்கப்பட்டிருக்கும். மேலும், ஒரு பக்தர் தன் தலைமீது புனிதப் பொருளின் கூடை ஒன்றினைத் தாங்கி நிற்கிறார்.

கடைசியாகச் சொல்லப்பட்ட உருவங்களில் உள்ள சில சிறப்புத் தன்மைகள் கன்னிங்ஹாம் கண்ணில் படுகின்றன. சுற்றி நிற்கும் பக்தர்கள், கீழே குட்டையான உடையும், மேலே நீள அங்கியும் அணிந்துள்ளார்கள். தலையில் ஊசியான தொப்பி அல்லது தலையைச் சுற்றிய பட்டி ஒன்றோடும் உள்ளனர். காலில் அணிந்துள்ள காலணியின் வார்கள் முழங்கால்வரை சுற்றி அணியப்பட்டுள்ளன. இசைக்காரர்கள் இரட்டைப் புல்லாங் குழல் போன்றதிலும், மற்றும் சிலர் தந்திகள் பொருந்திய இசைக் கருவிகளிலும் இசைப்பதாகத் தோற்றமளிக்கிறார்கள். இந்த உருவங்களின் உடைகளும் இசைக் கருவிகளும் அவர்களை கிரேக்க நாட்டினராக அடையாளப்படுத்துகின்றன. அவைகளில் இந்தியக் கலாச்சாரம் காணப்படவில்லை. ஸ்தூபியில் உள்ள அந்த உருவங்களில் தக்சிலா அல்லது கந்தாரா தேசத்து அடையாளங்களே உள்ளன.

பெரும் ஸ்தூபியை ஒட்டிய இடங்களில் ஆய்வாளர்களின் புலனாய்வு தொடர்ந்தது. ஒவ்வொரு தோரண வாயிலிலும் புத்தர் சிலை அமைந்த சிறு கோவில்கள் அமைக்கப்பட்டிருந்தன. தெற்குத் தோரண வாயிலின் அருகே உடைந்த தூண் ஒன்று கிடந்தது. இறுகிய பாறை ஒன்றில் மிகவும் பளபளப்பாகச் செதுக்கப்பட்ட, அலகாபாத், தில்லியில் கன்னிங்ஹாம் பார்த்த தூண்கள் போன்ற தூண் ஒன்றும் இருந்தது. அதில் பிராமி எழுத்துகளில் எட்டு வரிகள் பொறிக்கப்பட்டிருந்தன. மேல்பகுதி உடைந்திருந்த இந்தத் தூணில் பொறிக்கப்பட்டவைகளைப் பற்றி கன்னிங்ஹாம், "ஆரம்ப வரிகள் அழிக்கப்பட்டிருந்தன. ஒரு வேளை முதல் சொல் 'தேவநாம்' என்றிருக்கலாம்; அதற்கு அடுத்து சிறிது இடைவெளி; பின் 'மஹா' என்ற சொல். ஒரு வேளை அதிலிருந்த முதல்வரி,

'தேவநாம் (பியா) மகதராஜா' - அதாவது தேவநாம் ப்ரியா, மகத மன்னன்' என்றிருக்கலாம்.

அதிலிருந்த இரண்டாவது வரியும் அரைகுறையாகக் கண்டுபிடிக்கப்பட்டது.

(அ)பி (வதேம) நம் சைத்யகிரி ((a)bhi (vadema) nam chetiyagiri)- என்பது, 'சைத்யகிரி சுற்றத்தாருக்கு வணக்கத்துடன் அல்லது மரியாதையுடன்' என்றிருக்கலாம்," என்று எழுதியுள்ளர்.

மூன்றாவது வரியில் 'சங்கம்' அல்லது 'புத்த சமயக்குழு' என்பது தெளிவாகத் தெரிகிறது. அதனோடு 'பிக்கு அல்லது

பிக்குனி' என்றும் எழுதப்பட்டுள்ளது. இறுதி வரியும் எளிதாக வாசிக்கும்படி இருந்தது. "புத்த சங்கம் எப்போதும் ஒற்றுமையோடு இருக்க வேண்டும் என்பதே என் அவா" என்றிருந்தது அந்த இறுதி வரி.

அசோகரின் கல்வெட்டுகளில் முதலில் கண்டுபிடிக்கப்பட்ட கல்வெட்டு இதுவே. புத்த சமுதாயத்திற்குள் பிரிவுகள் ஏதும் ஏற்படா வண்ணம் இருக்க வேண்டும்; எப்போதும் இணைந்திருக்க வேண்டும் என்று பேரரசர் அறிவுறுத்தியிருந்தார். அசோகர் இவ்விடத்தில் இப்படி ஒரு தூணை நிறுவியிருந்தால், இது போலவே ஏனைய புத்த சமயத் தொடர்புள்ள இடங்களிலும் பல தூண்களை நிறுவியிருக்க வேண்டும் என்பது தெளிவு. ஆயினும் பிரிவினை வேண்டாம் என்று எழுதப்பட்ட இது போன்ற கல்வெட்டுகள் மூன்றே மூன்று மட்டும் கண்டுபிடிக்கப்பட்டுள்ளன. இவை சாஞ்சி, சாரநாத், கௌசாம்பி என்ற மூன்று இடங்களில் மட்டுமே கண்டுபிடிக்கப்பட்டிருந்தாலும் இதுபோன்ற பல தூண்களை அசோகர் நிறுவியிருக்கலாம்.

இந்தத் தூணை வைத்து ஆய்வு செய்த கன்னிங்ஹாம் இந்த தூண் முப்பத்தியோரு அடி, பதினோரு இஞ்சு உயரத்தில் இருக்க வேண்டும் என்று கணக்கிட்டார். அதுவும் இந்தத் தூண் கிரேக்கர்களின் முறையினை ஒட்டி, நடுப்பக்கம் சிறிது உப்பி இருப்பதுபோல் வெட்டப்பட்டிருந்தது. மேலும் இந்தத் தூணிலிருந்து உருளைக் கற்கள் செய்வதற்காகப் பல இடங்களில் குறுக்காக வெட்ட முயற்சியெடுத்துத் தோல்வியுற்றிருக்கிறார்கள் என்பதையும் கண்டுபிடித்தார். மேலும் அசோகரது இந்தத் தூணின் உச்சிப் பகுதி, நடுப்பகுதி இவைகளைக் கண்டுபிடிக்க கன்னிங்ஹாம் முயற்சித்தார். இம்முயற்சியில் கன்னிங்ஹாமிற்கு மிக்க மகிழ்ச்சியளிக்கும் விதத்தில் பலன் கிடைத்தது. அந்தத் தூணின் உச்சிப்பகுதி புதைந்து கிடப்பதைக் கண்டெடுத்தார். அப்பகுதியில் நாலடி உயர நான்கு சிங்கங்கள் தங்கள் முதுகை ஒன்றோடு ஒன்று இணைத்துக் கொண்டிருக்கும் சிற்பம் ஒன்று இருந்தது. அவைகளின் தலைகள் எல்லாம் உடைத்து நொறுக்கப்பட்டிருந்தன. ஆனால் மீதி பாகங்கள் முழுமையாக இருந்தன. அப்பகுதிகள் மிக அழகாகச் செதுக்கப்பட்டிருந்தன. சிங்கங்களின் தசைகள், காலின் நகங்கள் அனைத்தும் நுண்ணியமாக செதுக்கப்பட்டிருந்தன. அக்காலத்து கிரேக்க சிற்பங்களோடு இணை வைத்துப் பார்க்கக்கூடிய அளவில் அவை நேர்த்தியாகச் செதுக்கப்பட்டிருந்தன. நான்கு சிங்கங்களும்

நிற்கும் வட்ட மேடைப் பகுதியில் கிரேக்க சிற்பங்களில் இருப்பது போன்ற தாவர சிற்பங்கள் செதுக்கப்பட்டிருந்தன. இவைகளோடு நான்கு ஜோடி 'சக்வாஸ்' என்னும் வாத்துகள் செதுக்கப்பட்டிருந்தன. இப்பறவைகள் எப்போதும் ஜோடியாகவே வைத்துப் பார்க்கப்படும். இந்துக்கள் மத்தியில் இப்பறவைகளின் 'திருமண உறவு' சிறப்பாக எப்போதும் கருதப்படும். அவைகள் கழுத்தை நீட்டிக் கொண்டு, தலையை தரையை நோக்கி வைத்திருக்கும்படி செதுக்கப்பட்டிருந்தன.

சிங்கங்கள் நிற்கும் பீடம், வடக்கு பீகாரில் உள்ள லௌரியா-நந்தன்கார் என்னுமிடத்தில் உள்ள கற்றூணில் இருப்பது போலவே அமைந்துள்ளது. ஒரே ஒரு வேற்றுமை. சாஞ்சியில் உள்ள அந்த அடிப்பீடத்தில் செதுக்கப்பட்டிருந்த வாத்துகள் ஜோடிகளாக இருந்தன. நீண்ட ஒரு நேர் கோட்டில் அவை செதுக்கப்படவில்லை.

சாஞ்சியில் உள்ள பழுதாக்கப்பட்ட அசோகச் சிங்கச் சின்னம். இது ப்ரெட் மெய்ஸியின் ஓவியம். (Maisey, Sanchi and its Remains, 1892)

இன்னொரு கற்றூணும் வடக்குத் தோரண வாயிலுக்கு அருகில் கண்டுபிடிக்கப்பட்டது. உருவத்திலும், உயரத்திலும் முந்திய தூண்போன்றே இருந்தது. இதிலும் ஒரு வேற்றுமை. உச்சியில் நான்கு சிங்கங்களுக்குப் பதில் ஒரு பெரிய ஆளுயர மனிதச் சிலை செதுக்கப்பட்டிருந்தது. 'அமைதியான, ஆனந்தமயமான

முகத்துடன் அது செதுக்கப்பட்டிருந்தது. இந்தியச் சிற்பங்களிலேயே மிக உன்னதமான படைப்பாக இருந்தது. இது ஒருவேளை அசோக மன்னனின் முகமாக இருக்கலாம்', என்று கன்னிங்ஹாம் எழுதி வைத்துள்ளார். ஆயினும் இது அசோகரின் முகம் என்பது கன்னிங்ஹாமின் ஆவல் நிறைந்த மனதிலிருந்து வெளிவந்த கருத்தாக மட்டுமே இருக்க வேண்டும். ஏனெனில் அந்தச் சிலை குப்தர் காலத்தை ஒட்டியதாக உள்ளது.

கன்னிங்ஹாம் தன் ஆய்வின் மூலமாக அந்தப் பெரிய ஸ்தூபியின் காலக் கணக்கீட்டைக் கணித்திருந்தார். அக்கட்டிடம் மூன்று கட்டமாக, மூன்று காலக்கட்டத்தில் கட்டப்பட்டிருக்க வேண்டும் என்று நினைத்திருந்தார். ஸ்தூபி அசோகர் காலத்திற்கு முந்தியது; ஸ்தூபியைச் சுற்றியுள்ள கைப்பிடிச் சுவர்கள், கற்றூண்கள் அசோகரது காலத்தவை; நான்கு தோரண வாயில்கள் அசோகரது காலத்திற்குப் பிந்தியது - இதுவே கன்னிங்ஹாமின் கணிப்பு. கட்டிடம் மூன்று காலங்களில் கட்டியது என்பது மட்டுமே அவரது கணிப்பில் சரியாக இருந்தது. செங்கற்களால் கட்டப்பட்ட ஸ்தூபி, கற்றூண், அதன் உச்சியில் இருந்த இந்தச் சிலைகள் - இவை அனைத்துமே அசோகரது காலத்தவை. மௌரியக் காலக்கட்டத்தின் இறுதியில் ஸ்தூபியும் சுற்றியுள்ள பகுதிகளும் மிகவும் சீரழிந்தன. சுங்கா அரசப் பரம்பரையின் பிராமண மன்னன் புஷ்யமித்ரா இதற்கான காரணமாக இருக்கலாம். புஷ்யமித்ராவின் காலத்திற்குப் பின் அவரது சந்ததியில் ஓரிருவர் ஸ்தூபியைப் புதுப்பித்திருக்க வேண்டும்; சீரமைத்திருக்க வேண்டும். அதனை கற்கள் மூலம் பெரிதாக்கி, சுற்றுச் சுவரும் கட்டியிருக்க வேண்டும். நான்கு தோரண வாயில்களும் இந்தக் காலத்திற்குப் பின் கட்டப்பட்டிருக்க வேண்டும். அவைகளில் தெற்குத் தோரண வாயில் முதலில் கட்டப்பட்டிருக்க வேண்டும். இதனை சத்வாகன அரசனான சத்தகர்னி கட்டியிருக்க வேண்டும். ஆனால் இதில் இன்னொரு கேள்வி: எந்த சத்தகர்னி இதனைக் கட்டியிருக்க வேண்டும்? இந்தத் தோரண வாயில்கள் கற்களால் கட்டப்பட்டிருந்தாலும், அதற்கு முன்பு அவைகள் மரக் கட்டைகளில் செதுக்கப்பட்டு கட்டப்பட்டிருந்திருக்க வேண்டும். இங்கு மட்டுமல்ல... மற்ற இடங்களிலும் இதே முறை செய்யப்பட்டிருக்க வேண்டும். அவைகள் எல்லாம் மரக் கட்டிடங்களாக இருந்து, பின் கல் கட்டிடங்களாக மாறியிருக்க வேண்டும்.

கன்னிங்ஹாம் தன் கணிப்பில் முதலாம் சத்தகர்னியை இந்தக் கட்டிடங்களோடு தொடர்பு படுத்தியுள்ளார். இம்மன்னன் ஐம்ப தாண்டுகள் ஆட்சி புரிந்து பொ.ஆ.மு.125இல் மரணமடைந்தார்.

பல ஆய்வாளர்கள் கன்னிங்ஹாமின் இக்கணிப்பை மறுக்கிறார்கள். ஏறத்தாழ ஒரு நூற்றாண்டு முந்திய காலமாக கன்னிங்ஹாம் கணித்துள்ளார் என்பது அவர்களின் எண்ணம். கன்னிங்ஹாமின் கருத்து சரி என்றால் ஸ்தூபியில் உள்ள புடைப்புக் கற்சிற்பங்களைச் செதுக்கியவர்களும் அசோகரது காலத்தவர்களாகவே இருக்க வேண்டும்.

இந்த பெரும் ஸ்தூபியைக் கண்டுபிடித்த பின் கன்னிங்ஹாம், மெய்ஸி இருவரும் இன்னும் இருபத்தியோரு ஸ்தூபிகளைக் கண்டுபிடித்தனர். இவைகளில் பத்து ஸ்தூபிகள் சாஞ்சி மலைப் பகுதியிலேயே இருந்தன. சாஞ்சி மலையைச் சுற்றியிருந்த வேறு நான்கு புத்தக் குருமடங்களில் ஏனைய ஸ்தூபிகள் இருந்தன எனக் கண்டுபிடித்துள்ளார். ஒவ்வொரு கண்டுபிடிப்பிலும் கல்லில் செய்த பாதுகாப்புப் பேழைகளும் கண்டெடுக்கப்பட்டன. இப்பேழைகளில் சாம்பலும், எலும்புத் துண்டுகளும் இருந்தன. இவைகள் புத்த பிக்குகள், புனிதர்கள் விட்டுச் சென்ற புனித மிச்சங்கள். ஒவ்வொரு பேழையிலும் பிராமி எழுத்துகளில் புத்த சந்நியாசிகள், புனிதர்களின் பெயர்கள் பொறிக்கப்பட்டிருந்தன. பேழையின் உள்ளே இருந்தது அந்தந்த புனிதர்களின் நினைவுப் பொருட்களாகத்தானிருக்க வேண்டும். சில பேழைகளில் யாருடைய புனிதப் பொருட்கள் உள்ளே இருந்ததோ, அவர்களின் பெயர்கள் மட்டுமல்லாது அவர்களைப் பற்றிய அதிகமான செய்திகளும் பொறிக்கப்பட்டிருந்தன. சான்றாக, ஒரு பேழையில், ‘இமயமலைப் பகுதியில் இருந்த, மெய்ஞானம் பெற்ற புத்த சந்நியாசி ‘கஷ்யாப கோத்ரா’ என்பவரின் புனிதப் பொருட்கள்’ என்ற கல்வெட்டுகள் கண்டு பிடிக்கப்பட்டன. இக்கண்டுபிடிப்புகளில் மிகவும் ஆச்சரியப்படக் கூடியது என்னவெனில், பெரும் பாரம்பரிய அட்டவணையில் குறிப்பிடப்பட்டுள்ள பல புத்த சந்நியாசிகள், புனிதர்களின் பெயர்கள் இப்பேழைகளிலும் இருந்தன.

கன்னிங்ஹாம் ‘இரண்டாம் ஸ்தூபி’ என்று பெயர் சூட்டிய சாஞ்சியில் இருந்த ஸ்தூபியில் ஐந்து பாதுகாப்புப் பேழைகள் கண்டுபிடிக்கப்பட்டன. இவைகளில் அசோகரின் காலத்தில் வாழ்ந்த பத்து புத்தக் குருமார்களின் பெயர்கள் இருந்தன. அப்பெயர்களில் உள்ள ஒருவரான - மொகாலிபுட்டா திஸா-பொ.ஆ.மு.241ஆம் ஆண்டு மூன்றாம் புத்த சம்மேளனத்தைக் கூட்டியவராவாம். இச்சம்மேளனத்திற்குப் பிறகு இரு புத்த பிக்குகள் இமயமலைப் பிரதேசத்தில் மதப் பிரச்சாரத்திற்காக அனுப்பப்பட்டார்கள். இந்தக் கண்டுபிடிப்புகளிலிருந்து

பெரிய ஸ்தூபியின் காலம் பொ.ஆ.மு 220க்கு முந்திய காலமாக இருக்க முடியாது என்பது திண்ணமாகத் தெரிகிறது. இதே கால கட்டத்தில் பேரரசர் அசோகரது காலத்தியவர்கள் அனைவரின் வாழ்நாளும் முடிந்திருக்கும்.

ஆய்வில் கிடைத்த இந்த சான்றுகள் போலவே மீண்டும் ஸ்தூபி ஆய்வு செய்யப்பட்ட போதும் பல விவரங்கள் கிடைத்தன. மிகவும் பெயர் பெற்ற இரு புத்த சமயத்தினர் - சரிபுத்ரா மொகலானா - என்ற இருவர்களின் சாம்பலும், எலும்புத் துண்டுகளும் கிடைத்தன. இந்த இருவரும் சாக்கியமுனிவர் புத்தரின் மூலமாக முதலில் புத்த சமயத்திற்குள் நுழைந்து, அவரின் மிக நெருங்கிய சீடர்களானவர்கள். இந்த இருவரின் சாம்பல் மற்ற ஸ்தூபிகளிலும் கிடைத்தன. அசோகரது காலத்தில் ஒரு புத்தப் பெரியவரின் சாம்பலும், எலும்புகளும் புனிதப் பொருட்களாகப் பல இடங்களில் வைத்து மரியாதை செய்யப்பட்டன என்பது புலனாகிறது.

'இந்தக் கண்டுபிடிப்புகள் அனைத்துமே இந்தியாவின் பழங் கால வரலாற்றிற்கு மிக முக்கியமான சான்றுகளாக நிற்கின்றன. அசோகரது ஆட்சிக் காலத்தில் எழுதப்பட்ட முக்கிய வரலாற்றுக் குறிப்புகளாக இவை திகழ்கின்றன.' மேலும் சிலோனில் உள்ள பெரும் பரம்பரை அட்டவணையில் கண்ட செய்திகளை இக்கண்டுபிடிப்புகள் வலியுறுத்துகின்றன" என்று இந்தக் கண்டுபிடிப்புகளைப் பற்றி கன்னிங்ஹாம் எழுதியுள்ளார்.

கன்னிங்ஹாம் இந்த அட்டவணை நூலில் செட்டியகிரி - ஸ்தூபிகளின் மலை - என்று குறிப்பிட்டுள்ள இடம் சாஞ்சியும், இன்று விதிஷா என்றழைக்கப்படும் பில்சா என்ற இடமும் என்று முடிவு செய்கிறார். இந்த இடமே அசோகரது முதல் மனைவி தேவியின் பிறப்பிடமாகவும், அவர்களது முதல் இரு குழந்தைகளான மஹிந்தா, சங்க மித்தா என்ற இருவரும் வளர்ந்த இடமாகவும் இருந்தது. இங்கு தான் ராணி தேவி ஒரு புத்த குருமடம் நிறுவி அது முறைப்படி வளர உதவியுள்ளார். பெரிய ஸ்தூபியின் சுற்றுச் சுவர்கள், தூண்கள், தோரணவாயில்கள் போன்றவை அசோகரின் வழித்தோன்றல்கள் பலர் கட்டிப் பராமரித்தது என்றாலும், இந்த இடமே அந்த வளர்ச்சி ஆரம்பித்த முதல் இடம் என்ற பெருமையைப் பெறுகின்றது. இந்திய தீபகற்பம் முழுமைக்கும், அதன் எல்லைகளையும் தாண்டி வேறு பல நாடுகளில் புத்த சமயமும், தர்மமும் தழைத்தோங்க அசோகர் இம்முயற்சிகளைக் கையிலெடுத்தார்.

கன்னிங்ஹாமின் ஆய்வு முடிவுகள் வெளியானவுடன் பேராசிரியர் ஹோரேஸ் வில்சன் எதிர்ப்புக் குரல் கொடுத்தார். அவர் அப்போது சமஸ்கிருத மொழிக்கான ஆய்வுத் தலைவராக ஆக்ஸ்போர்டில் இருந்தார். கற்றூண் கல்வெட்டுகள், பாறைக் கல்வெட்டுகள் போன்றவைகளை ஆரம்பித்து வைத்தவர் அசோகர் என்பதை அவரால் ஒத்துக்கொள்ள முடியவில்லை. கன்னிங்ஹாம் மிக அழகாக தனது நூல் ஒன்றின் மூலம் இக்கருத்திற்கான மாற்றத்தை அளித்தார். அவர் எழுதிய 'பில்ஸா ஸ்தூபிகள்' என்ற நூலில் மெய்ஸி வரைந்த ஸ்தூபிகளின் படங்கள், சித்திர நகல்கள் போன்றவைகளையும் இணைத்து எழுதியிருந்தார். ஆங்கிலேயர் ஆண்ட இந்தியாவில் இதற்குப் பின்னால் வந்த தொல்பொருள் ஆய்வு நூல்கள் அனைத்திற்கும் இந்த நூல் ஒரு முன்மாதிரி நூலாக அமைந்தது. இந்த நூலில் வில்சனின் எதிர்ப்புகள் அனைத்தையும் ஒவ்வொன்றாக எதிர்த்து, விளக்கமளித்தார். வில்சன் தவறான, பிராமணீயக் கொள்கைகளைப் பற்றிக்கொண்டு தவறிழைக்கிறார் என்பதைத் தெளிவாக்கினார். 'மஹாவன்சோ' வில் குறிப்பிடப்பட்டுள்ளது போல் அசோகரின் வரலாறு மிகவும் சரியான, முழுமையான தொல்பொருள் சான்றுகளோடு நிறுவப்பட்டது." 1853இல் வெளிவந்த 'பில்ஸா ஸ்தூபி' என்ற நூல் வில்சனை முழுமையாக ஊமையாக்கி விட்டது. பொ.ஆ.மு. மூன்றாம் நூற்றாண்டில் புத்த சமயம் பரவ முழு முதல் காரணமாக இருந்தவர் அசோகர் என்ற பியாதாசி என்பது விவாதங்களைத் தாண்டிய உண்மையாக உறுதி பெற்றது.

1820ஆம் ஆண்டிலிருந்து முனைவர் வில்சன் கீழ்த்திசை ஆய்வுகளின் மீது முழு ஆளுமை கொண்டிருந்தார். ஆனால் அது பல சமயங்களில் வரலாற்று ஆய்வுகளுக்கு அனுசரணையாக இல்லாமலும் போனது. 1860இல் வில்சன் மரணமடைந்தார். அவரது மரணம் இந்திய வரலாற்று ஆய்வுகளின் மீதிருந்த ஒரு பெரும் தடைக்கல்லைத் தகர்த்தெரிந்தது. ஆயினும் இங்கிலாந்தில், அதுவும் ஆக்ஸ்போர்ட் பல்கலையில், வில்சன் தன் மரணத்திற்குப் பிறகும் கூட தன் ஆளுமையைக் காண்பிக்க முடிந்தது. வில்சன் தலைவராக இருந்த போடன் தலைமைப்பதவி நியாயப்படி வில்சனின் எதிரிபோல் இருந்த ஜெர்மானியர் மாக்ஸ் முல்லருக்குப் போயிருந்திருக்க வேண்டும் அதுவே நியாயம். ஆனால் வில்சனின் ஆளுமையால் அப்பதவி வில்சனின் பழைய மாணவர் மோனியர் வில்லியம்சிற்குச் சென்றது.

கன்னிங்ஹாம் சாஞ்சியிலும், பில்ஸாவிலும் நடத்திய தனது ஆய்வுகள், ஹென்றி லெயார்ட் என்பவர் சில ஆண்டுகளுக்கு

முன் மெசபட்டோமியாவில் ஆய்வுகள் செய்து, அதனை ஒரு நல்ல நூலாக - *'Illustrations of the Monuments of Nineveh'* - கொண்டு வந்தது போன்று மிக முக்கியமான ஒரு மைல்கல் என்று உறுதியாக நினைத்தார். ஆனால் இந்தியாவைத் தவிர்த்து வேற்று நாடுகளில் எந்த ஆய்வாளரும் இதில் முனைப்பு எதுவும் காட்டவில்லை. இங்கிலாந்து நாட்டு மக்களுக்கும் இதில் எந்த ஈர்ப்பும் இல்லாது போயிற்று. அப்போதெல்லாம் ஆங்கிலேயர்களின் ஈர்ப்பு - நெப்போலியன் எகிப்தின் மேல் 1798ஆம் ஆண்டு போரிடப்போனபோது அவருடன் சென்ற வீர தீரர்கள் எகிப்தைப் பற்றிக் கூறிய கற்பனைக் கதைகள், ரோசட்டா ஸ்டோனி மீது ஜான் பிரான்ஸிஸ் சம்போலியன் என்பவர் 1822ஆம் ஆண்டு அளித்த விளக்க உரைகள், எகிப்தின் பிரமிடுகளிலிருந்தும், புதையிடங்களிலிருந்தும் கிடைக்கும் தொல்பொருட்களை தங்கள் கண்காட்சியகத்திற்குக் கொண்டு வந்து சேர்ப்பது - இதுபோன்ற செயல்பாடுகளில் தான் இருந்தது. நின்வே, நிம்ராட், பாபிலோன் போன்ற பழைய ஏற்பாட்டில் சொல்லப்பட்ட இடங்களையும், கிறித்துவப் புனித இடங்களையும் பற்றிய ஆவல் ஆங்கிலேயரிடமிருந்தது. ஆனால் இந்தியா அவர்களுக்கு ஒரு தூரதேசம். அந்நாடு, அதன் வரலாறு இவற்றில் ஆங்கிலேயருக்கு எந்த ஆர்வமும் இல்லை. 'ஜான் கம்பெனி' ஆளுமையின் உச்சத்திற்கே சென்று விட்டிருந்தார்கள். ஆங்கிலேய பழக்க வழக்கங்களை இந்தியச் சமுதாயத்திற்குள் நுழைக்க அவர்கள் பெரும் ஆவலோடு இருந்தார்கள். "மீண்டும் மீண்டும் சபிக்கப்பட்டவர்களான இந்திய மக்கள், அறியாமை, அடிமைத்தனம், கொடிய ஆளுகைகளுக்கு அடங்கிப்போகும் கோழைகள், காட்டுமிராண்டிகள் போன்ற மக்கள், காலங்காலமாய் மூடத்தனங்களில் ஊறிய மக்கள், பன்னெடுங்காலமாக பல ஆட்சிகளில் அடிமைத்தனத்தில் முடக்கப்பட்ட மக்கள்" - இப்படித்தான் ஆங்கிலேயர்கள் இந்திய மக்களைக் கண்ணுற்றார்கள். ஆங்கிலேய மக்களைப் பொறுத்தவரை இந்தியாவின் மீதும், அதன் மக்கள் மீதும், அதன் பண்பாடுகள் பற்றியும் எவ்வித அக்கறையோ ஆர்வமோ யாருக்கும் கிடையாது. டானியல்ஸ் எழுதிய நூலில் உள்ளது போன்று அழகிய மசூதிகள், இஸ்லாமியப் புதையிடங்கள் என்று எதுவும் இல்லாத ஒரு நாடு. இத்தகைய நாடு ஒன்றில் பல நூற்றாண்டுகளுக்கு முன்பு ஆண்டுவந்த யாருக்கும் தெரியாத பேரரசன் ஒருவனைப்பற்றி அவர்களுக்கென்ன ஆர்வம் இருக்கப் போகிறது! இப்போது மட்டுமல்ல, இன்னும் அடுத்த ஒன்றரை நூற்றாண்டுகள் வரையிலும் இதே நிலைதான் நீடித்தது.

12

சர் அலெக்சாண்டரின் மகிமை

பார்ஹுட் ஸ்தூபியில் உள்ள கிழக்குத் தோரணவாயிலின் ஒரு தூணும் அதனை இணைக்கும் மதிலும் மதிலின் மேலுள்ள முகடும். 1874இல் ஜோசப் பெக்லார் என்பவரால் எடுக்கப்பட்ட புகைப்படம். (Cunningham, The Stupa of Bharhut, 1879)

1857ஆம் ஆண்டின் கோடைகாலம். கிழக்கிந்தியக் கம்பெனிக்கு எதிராக 'இந்தியப் புரட்சி' என்று ஆங்கிலேயரால் அழைக்கப்பட்ட இந்தியரின் போராட்டம் ஆரம்பித்தது. அடுத்த ஆண்டு இறுதிவரைக்கும் அப்போராட்டம் நீடித்தது. போராட்டத்தின் இறுதியில் அரசியல் சூழல் முற்றிலும் மாறியது. கிழக்கிந்தியக் கம்பெனியின் ஆட்சி முடிவுக்கு வந்தது. பதிலாக நேரடியாக ஆங்கிலேய அரசின் கீழ் இந்தியா வந்தது. இங்கிலாந்து அரசியின் பெயரால் ஒரு வைஸ்ராயின் கீழ் இந்தியா முழுவதும் ஒரே ஆளுகைக்குள் கொண்டு வரப்பட்டது. இந்த வரலாற்று நிகழ்வுக்குப் பின், நான்கு ஆண்டுகள் கழித்து கன்னிங்ஹாம் தனது ராணுவ பதவியிலிருந்து ஓய்வு பெற்றார். கர்னலுக்குரிய ஓய்வூதியம் பெற ஆரம்பித்தார்.

அலெக்சாண்டர் கன்னிங்ஹாம் (நடுவில்) இந்தியப் படையிலிருந்து ஓய்வு பெறும்போது எடுத்த படம். அவரோடு ராயல் பொறியாளர் அதிகாரிகள் உள்ளனர். அக்டோபர் 1862இல் எடுக்கப்பட்ட புகைப்படம். (Royal Engineers Museum, Chatham)

தன் நாட்டுக்குத் திரும்புவதற்கு முன் கன்னிங்ஹாம் இந்தியாவின் முதல் வைஸ்ராய் லார்ட் கேனிங் அவர்களிடம் தன் ஆர்வம், இதுவரை செய்த ஆய்வுகள் பற்றியெல்லாம் கூறியுள்ளார். இங்கிலாந்திற்குத் திரும்பிய சில மாதங்களிலேயே புதிய பதவிக்காக மீண்டும் இந்தியா வந்தார். அவர் இப்போது

மேஜர் ஜெனரல் என்ற தகுதியோடு, இந்திய அரசின் தொல் பொருள் அளவாய்வாளராகத் திரும்பி வந்துள்ளார். பீகாரிலோ வேறெங்கோ இருக்கலாம். அவரது தொல்பொருள் ஆய்வுகளில் அவர் கண்டெடுத்த இடங்களிலுள்ளவைகளைப் பற்றிய சரியான, முழுமையான தகவல்களைச் சேகரிக்க வேண்டும் என்பது அவரது பணியின் முக்கிய வேலை. அவர் பிறந்ததே இந்த வேலையை முழுமையாக சிறப்பாக முடிக்கவே என்பது போல் இப்பணியின் தன்மையிருந்தது.

அவரது பணிக்கென தனியாக அரசுத் தொகை ஏதும் ஒதுக்கப்படவில்லை. ஆனால் மாதச் சம்பளமாக 450 ரூபாயும், படியாக மேலும் ரூபாய் 350ஆம் அவருக்கு அளிக்கப்பட்டது, எனினும் இது ஒரு ஆரம்பம்தானே! இப்பணியில் இந்தியாவின் முழு புவியியலையும், கண்டறிய தன் முழு நேரத்தையும் அளித்தார். குளிர்காலங்களில் வடக்கிந்தியப் பகுதிகளில் ஆய்வுகளை நடத்தவும், அதற்கடுத்த கோடைகாலத்தில் ஆய்வுகளின் தொகுப்பை எழுத்து வடிவத்தில் கொண்டுவரவும் தொடர்ந்து முனைந்தார். 'கட்டிட நில அளவுகளின் தொகுப்பு' என்ற தலைப்பில் இருபத்தி மூன்று தொகுதிகளை எழுதிக் குவித்துள்ளார். இன்றும் இந்த நூல்கள் மிக ஆச்சரியமான தகவல்களைத் தரும் பெரும் களஞ்சியமாக நிற்கின்றன. தன் பணியினை மிகச் சிறப்பாக கன்னிங்ஹாம் நிறைவேற்றியுள்ளார்.

முதல் தொகுப்பான 'குளிர்கால ஆய்வு' பீகாரையும், வடமேற்கு இந்தியப் பகுதிகளையும், அவ்டி என்ற இப்போதைய உத்தரப்பிரதேசப் பகுதிகளையும் பற்றிய தகவல்களுக்கானது. 1857-58ஆம் ஆண்டு யுவான் சுவாங்கின் பயணக் குறிப்புகளை இரு தொகுதிகளில் ஸ்டனிஸ்லாஸ் ஜீலியன் என்பவர் பிரஞ்சு மொழியில் மொழி பெயர்த்து, நூல்களாகப் பதிப்பித்திருந்தார். நூலின் தலைப்பு 'Memoirs sur les Contrees Occidental'. இந்நூல்கள் இப்போது கன்னிங்ஹாமின் ஆய்விற்கு மிக உறுதுணையாக இருந்தன. இந்நூல் மட்டுமின்றி பாக்ஸியனின் பயணக் குறிப்புகளும் உதவின. இந்நூல்களையும் கையோடு எடுத்துச் சென்றே தன் ஆய்வுகளை அவர் தொடர்ந்துள்ளார். இதனால் அந்த இரு சீனப் பயணிகளும் சென்று பார்த்து, பதிந்து வைத்துள்ள அத்தனை இடங்களையும் இவராலும் பார்க்க முடிந்தது. ஸ்ரவஸ்தி, கோசாம்பி, அயோத்யா போன்ற இடங்கள் எல்லாம் இவற்றில் அடங்கும். அலகாபாத்திற்கு மேற்குப் பக்கம், யமுனா நதியின் வளைவு ஒன்றிலிருந்த கோசாம்பியில் கன்னிங்ஹாம் அசோகரது

கற்றூண் ஒன்றைக் கண்டுபிடித்தார். இந்தத் தூண் யுவான் சுவாங் பார்க்கத் தவறிய ஒன்றாக இருந்துள்ளது. இந்த தூணின் உச்சி உடைக்கப்பட்டிருந்தது. மற்ற பகுதிகளும் மிகவும் சேதமாக்கப்பட்டிருந்தன. இந்தச் சேதம் சமீபத்தில் நெருப்பினால் எரிக்கப்பட்டபோது நடந்திருக்கிறது. இத்தூணில் பிராமி கல்வெட்டுகள் ஏதுமில்லை. சாய்ந்து மண்ணுக்குள் மூழ்கி விடாமல் அந்தத் தூண் இன்றும் நின்று கொண்டிருந்தது. அயோத்தியாவில் யுவான் சுவாங் பார்த்த அழிக்கப்பட்ட புத்தக் குருமடம் ஒன்றிருந்தது. இதில் 'அசோகரது ஸ்தூபி ஒன்றும் இருந்தது. புத்தர் தேவர்களுக்குப் போதனை அளித்தது இந்த இடத்தில் தான்.' ஆனால் கன்னிங்ஹாம் அங்கே பார்த்தது உடைந்த தூணின் ஒரு பாகம் மட்டுமே. இப்பகுதியும் இப்போது தலைகீழாக நடப்பட்டு, லிங்கம் ஒன்றிற்கு வெறும் அடித்தளமாக அமைக்கப்பட்டிருந்தது. நாகேஷ்வர்னாதா என்ற சைவக் கோவிலாக அந்த இடம் இப்போது உருமாறியிருந்தது.

கன்னிங்ஹாம் கங்கை நதியின் தெற்குப் புறத்தில் மேலும் பல நல்ல ஆய்வுகளை நடத்தினார். பீகார் கோட்டைக்குத் தென்புறம், பழைய அழிந்துபோன நாலந்தா என்ற புத்த நூலகத்திற்கு அருகில் பிரான்சிஸ் புக்கானன் கண்டுபிடித்து, குறிப் பெழுதியிருந்த இடத்தை கன்னிங்ஹாம் பார்வையிட்டார். புத்த கயாவில் இருந்த புத்தப் பெருங்கோவிலையும், போதி மரத்தைச் சுற்றியிருந்த பகுதிகளையும் மீட்க முனைந்தார். மார்க்கம் கிட்டோ 1847இல் கண்டுபிடித்திருந்த அந்தச் சுற்றுச் சுவரை மீட்டெடுக்க கன்னிங்ஹாம் முயன்றார். கிட்டோ கண்டுபிடித்து, சுற்றுச் சுவர்களில் இருந்த அழகு மிக்க புடைப்புச் சிலைகளை நகல் படங்களாக வரைந்திருந்தார். ஆனால், அவைகள் எல்லாம் தரம் தெரியாதவர்களால் பாழாக்கப்பட்டுப் போயிருந்தன; அவைகளில் பல இப்போது அங்கு புதிதாக எடுக்கப்பட்டிருந்த ஒரு இந்துக் கோவிலின் மேற்கூரையைத் தாங்கிப் பிடிக்க பயன்படுத்தப்பட்டுள்ளன. பெரும் கலைச் சிற்பங்கள் வெறும் கட்டுச் சுவர்களாகிப் போய் விட்டன...

அந்தச் சிற்பங்களில் இருந்த வேலைப்பாடுகள், பிராமி எழுத்துகளில் தானமளித்தவர்களின் பெயர்கள் - இவை எல்லாமே அசோகர் காலத்திற்கு மிகவும் பின்னாளில் அல்ல, அசோகரின் காலத்திற்கு சிறிது காலம் கழித்து எழுந்தவை. ஆனால் இதில் கன்னிங்ஹாம் ஒரு தவறிழைத்திருக்கிறார். 1875ஆம் ஆண்டு நிகழ்ந்த மறு ஆய்வில் இந்த புடைப்புச் சிற்பங்களுக்கு முந்திய காலத்தில் சாதாரண சுற்றுச் சுவர்

இருந்திருக்கிறது என்பது தெளிவானது. இந்த இரு உண்மைகளும் ஒரு வரலாற்று நிகழ்வைத் தெளிவாக்குகின்றன. முதலில் அசோகரால் கட்டப்பட்ட சாதாரண சுற்றுச்சுவர் பின்னால் வந்த, புத்த சமயத்திற்கு எதிரியான புஷ்யமித்ராவினால் அழிக்கப்பட்டது. ஆனால் சீரான சிற்பங்களோடிருந்த இரண்டாம் சுற்றுச்சுவர் மறுபடியும் வங்காளத்து மன்னர் சசாங்காவினால் அழிக்கப்பட்டது.

மிகவும் கவனிக்கப்பட வேண்டிய இன்னொன்று - புத்தரின் போதிமரம். 1812ஆம் ஆண்டு பிரான்சிஸ் புக்கானன் இப்புனித மரம் செழித்து வளர்ந்து நின்றிருப்பதைக் கண்ணுற்றார். ஆனால் அவருக்குப்பிறகு அரை நூற்றாண்டு கழித்த பின் பார்த்த கன்னிங்ஹாம் அம்மரம் இலைகள் இன்றி, செதிள்கள் இழந்து, பட்டுப் போய் நிற்பதைக் கண்டார். கன்னிங்ஹாம் மீண்டும் அம்மரத்தை 1876ம் ஆண்டு பார்த்தார். இப்போது அப்புனித மரம் புயல்காற்று ஒன்றினால் முற்றுமாய் அழிந்து, அங்கிருந்து அது நீக்கப்பட்டிருந்தது. கன்னிங்ஹாம் அவ்விடத்திற்கு மீண்டும் 1880-81ஆம் ஆண்டின் குளிர்காலத்தில் வந்து பார்த்தபோது, அழிந்த மரத்தின் வேர்கள் இன்னும் உயிரோடிருப்பதைக் கண்டார். அங்கிருந்த வைர அரியணைக்கு மேற்குப் பக்கத்தில் இருந்த மண்ணைத் தோண்டிய போது பழைய போதிமரத்தின் இரு பகுதிகளைக் காணமுடிந்தது.

போதிமரத்தின் புனிதம் அறிந்த கன்னிங்ஹாம் அருகிலிருந்த இன்னொரு அரசமரக் கிளை ஒன்றினை வெட்டி, வைர அரியணைக்குப் பக்கத்தில் தோண்டியெடுத்துக் கண்டு பிடிக்கப்பட்ட பழைய வேர்ப் பகுதிக்கு அருகில் நட்டுவைத்தார். புதிதாக வைத்த இக்கிளை செழுமையாக வளர்ந்தது. இப்போதும் புத்த சமயத்தாரால் அம்மரம் உண்மையான போதி மரம் என்று நம்பப்பட்டு வணங்கப்படுகிறது. சாக்கியமுனி புத்தர் அமர்ந்து ஞானம் பெற்ற மரம் அதுவே என்பது புத்த மதத்தினரின் நம்பிக்கை...!

1864ஆம் ஆண்டு கன்னிங்ஹாம் தான் முதன்முதலில் வெற்றிபெற்ற இடத்திற்கு மீண்டும் வருகை தந்தார். இடம் - சன்கிகாசா. இந்த இடம் தான் புத்தர் வானிலிருந்து கீழிறங்கிய இடம். இந்த இடத்தைப்பற்றிய யுவான் சுவாங்கின் விளக்கமும் இப்போது அவரிடம் இருந்தது. யுவான் சுவாங்கின் குறிப்புப்படி அங்கே அசோகர் நிர்மாணித்த கற்றூண் ஒன்றிருந்தது. ‘அது மிக அழகிய கருநீல வண்ணத்தில், உச்சியில் ஒரு சிங்கச் சிலையுடன் நின்றது.’

அருகிலிருந்த கிராமம் சன்காசா ஒரு பெரும் மண்திட்டின் மீது அமர்ந்திருந்தது. அந்த மண்திட்டை அம்மக்கள் 'கிலா'- கோட்டை என்று பொருள் - என்று அழைத்து வந்தனர். இதிலிருந்து தெற்குப்பக்கம் முக்கால் மைல் தொலையளவில் இன்னொரு மண்திட்டு இருந்தது. கொஞ்சம் சிறிய மண் திட்டு அது. அதன்மேல் மிக நன்றாக செங்கல்களால் கட்டப்பட்ட கட்டிடம் ஒன்றிருந்தது. இக்கட்டிடத்தின்மேல் 'பிசாரி தேவி' என்ற இந்துக் கடவுளுக்கான தற்காலக் கோவில் ஒன்று இருந்தது. மிகவும் சக்தி வாய்ந்த கடவுள் என்று கன்னிங்ஹாமிற்குக் கூறப்பட்டது. இக்கோவிலை நோக்கி கன்னிங்ஹாம் நடந்து சென்று கொண்டிருந்தபோது 'கல் தடுக்கி' கீழே விழுந்தார்! அவர் காலை இடறியது மூடிக்கிடந்த ஒரு திண்டு. அவ்விடத்தைத் தோண்டி ஆராய்ந்தபோது அது ஒரு பழைய பெரும் கற்றூணின் உச்சிப் பகுதி என்று தெரிந்தது. இத்தூணின் உச்சிப் பகுதியை அலங்கரித்தது ஒரு யானையின் சிற்பம்.

அசோகரின் யானைச் சிற்பம். அலெக்சாண்டர் கன்னிங்ஹாமால் சன்காசா கிராமத்தில் 1864ஆம் ஆண்டு கண்டுபிடிக்கப்பட்டது. 1870இல் இவரது துணைப் பணியாளர் ஜோசப் பெக்லாரால் புகைப்படம் எடுக்கப்பட்டது. இப்புகைப்படத்தின் மூலம் சேதமாகிவிட்டது (APAC, British Library)

யானையின் முழுச் சிற்பமும் அங்கில்லை. வெளுத்த கல்லில் செதுக்கப்பட்ட அந்த யானை நான்கடி உயரம். முழுமையாகச் செதுக்கப்படாத சிற்பம். அதன் துதிக்கை, கால்கள், காதுகள்,

வால் எல்லாம் எதுவுமில்லை. மூளியான ஒரு சிற்பம்! ஆயினும் கன்னிங்ஹாம், "இது நான் பார்த்த இந்தியச் சிற்பங்களில் மிகுந்த அழகான சிற்பம்" என்று தன் குறிப்பில் எழுதியுள்ளார். மேலும் யானையின் கால்களில் உள்ள ரத்தக் குழாய்கள் கூட மிக அழகாகச் செதுக்கப்பட்டிருந்தன. கால் நகங்கள் மிகச் சீராகச் செதுக்கப்பட்டிருந்தன என்று எழுதியுள்ளார். இந்த யானைச் சிற்பம் ஒரு வட்ட வடிவ கல்லின் மேல் நிற்பதாக இருந்தது. இவ்வட்டக் கல்லும், இக்கல்லின் கீழிருந்த மணி போன்ற அமைப்பும், சாஞ்சியில் கன்னிங்ஹாம் கண்டுபிடித்ததுபோலவே இருந்தது. ஆயினும் ஒரு வேற்றுமையைக் கண்டார். அந்த வட்ட வடிவ அடிக்கல்லில் வாத்துகள் செதுக்கப்படவில்லை. பதிலாக இலைகள் இருந்தன.

யானை இருந்த மீதித் தூணின் பாகங்களை கண்டுபிடிக்க முடியவில்லை. இது அசோகர் நிர்மாணித்த தூண் என்று சொல்வதில் கன்னிங்ஹாமிற்கு எவ்விதத் தயக்கமுமில்லை. யுவான் சுவாங் ஒரு சிங்கச் சிலையைக் கண்டதாகக் குறிப் பெழுதியுள்ளார். ஆனால் இங்கு இருப்பதோ யானையின் சிலை. இந்தச் சிலை அரைகுறையாக உள்ளது. உடைந்த அதன் துதிக்கையோடு பார்த்த சீனப் பயணிக்கு அது ஒரு சிங்கமாகத் தோன்றியிருக்கலாம் என்று கன்னிங்ஹாம் விளக்கினார்.

இக்கண்டுபிடிப்புகளைச் செய்த கன்னிங்ஹாம் அதே ஆண்டின் குளிர்காலத்தில் கோசாம்பி என்ற இடத்திற்குப் பயணப்பட்டார். தான் ஓராண்டிற்கு முன் பார்த்த தூணின் மீதி பாகங்கள் ஏதாவது கிடைக்குமா என்ற ஆவலோடு வந்தார். ஆய்வுகள் தொடர்ந்தன. மிகவும் சிதலமடைந்த கல்வெட்டுத் துண்டு ஒன்றைக் கண்டுபிடித்தார். சாஞ்சியில் கண்டெடுத்த கல்வெட்டினை - 'Schism Edict' - போன்றே இதுவும் இருந்தது. இக்கல்வெட்டில் கண்ட செய்தியின் படி அசோகர் தன் 'சங்கத்திற்குக் கீழிருந்த பல குருமடங்களுக்கு எல்லோரும் ஒன்றிணைந்து செயல்பட வேண்டும்' என்று ஆணை பிறப்பித்தது தெரிகிறது.

கன்னிங்ஹாமின் கண்டுபிடிப்புகள் அனைத்துமே இரு சீனப் பயணிகளின் குறிப்புகளிலிருந்து மட்டுமேயல்ல. பாரஸ்ட் என்பவர் தந்த குறிப்பின்படி, கன்னிங்ஹாம் டில்லிக்கு வடக்கு பக்கம், முசூரி என்ற மலை நகரத்திற்கு மேற்குப் பக்கம், யமுனை நதி சமவெளியில் பாயும் இடத்தில் உள்ள கல்சி என்ற கிராமத்தையடைந்தார். அங்கே அவர் யமுனை நதியின் உள்ளே இருந்த திட்டு ஒன்றிற்கு வழிகாட்டப்பட்டார். பெரியதிட்டு அது. மேற்பகுதி வெண்மையாய் இருந்தது. இப்பகுதி நீர்த்

தாவரங்களால் மூடப்பட்டிருந்தது. இக்கல்லின் மூன்று பாகங்கள் மிக நேர்த்தியாக வழு வழு என்றாக்கப்பட்டிருந்தன. அதில் இரு பக்கங்களில் அசோகர் நிர்மாணித்த பதினான்கு மலைக்கல்வெட்டுகளும் பொறிக்கப்பட்டிருந்தன. கல்வெட்டின் எழுத்துகளும், கருத்துகளும் கிர்னார் மலைக் கல்வெட்டை ஒத்திருந்தன. இக்கண்டுபிடிப்பில் அதிகமாகக் கிடைத்த இன்னொரு செய்தி என்னவெனில், வடக்குப் பக்கம் இருந்த பாறையில் ஆண் யானை ஒன்று தன் தந்தங்களோடும், வளைந்த துதிக்கையோடும் நிற்கும் அழகான சிற்பம் இருந்தது. யானையின் முன், பின் கால்களுக்கு நடுவில் பிராமி எழுத்தில், நான்கு எழுத்துகளுடன் 'கஜதமே' என்று பொறிக்கப்பட்டிருந்தது.

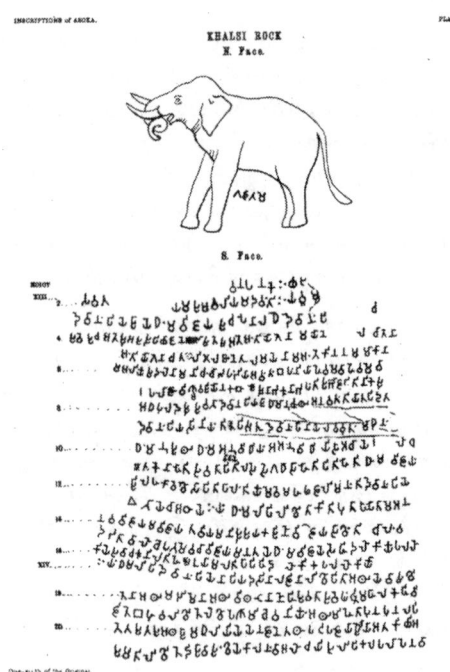

கால்ஸி யானையும், RE 13, RE 14ஆம் உள்ள ஓவியம். இதனை அலெக்சாண்டர் வரைந்து 1877ஆம் ஆண்டு 'அசோகரின் ஆணைகள்' என்ற தனது நூலில் பதிப்பித்துள்ளார்.

கன்னிங்ஹாமின் இக்கண்டுபிடிப்புக்குப் பின் தன் முன்னாலிருந்த சில கேள்விகளுக்குப் பதில் இல்லாதவராக இருந்தார். இக்கல்வெட்டுகள் குறிப்பதென்ன என்பது

புரியவில்லை. மற்ற மலைக் கல்வெட்டுகள் போல் இதுவும் யானை போன்ற ஒரு கல் என்ற ஒற்றுமை மட்டுமே உள்ளது. இன்றுவரை கிடைக்கும் விளக்கம் என்னவெனில் 'கஜதமே' என்பதை ஒருவேளை 'சிறந்த யானை' என்று பொருள் கொள்ளலாம். அசோகர் தனது பிரியமான யானைக்காக வைத்த கல்வெட்டா இது? அல்லது, யானை புத்தருக்கான ஒரு சின்னமா? கல்சியில் பார்த்த இந்த யானை அசோகரது நினைவுச் சின்னங்களுக்கு அருகே காணப்படும் மூன்று யானைகளில் ஒன்று, முதலாவது யானை, தௌலி என்ற இடத்தில் உள்ள கல்வெட்டில் இருந்தது. இரண்டாவது யானை சன்காசா கல்வெட்டின் உச்சியில் இருந்தது. இந்த மூன்று யானைச் சிற்பங்களும் மிக உயிர்ப்போடு வடிக்கப்பட்டுள்ளன.

இந்த கல்சி மலைக் கல்வெட்டு தாவரங்களால் மறைக்கப்பட்டு, மூடப்பட்டிருந்தாலும் மிக நல்ல நிலைமையில் காணப்பட்டது. கன்னிங்ஹாம் தன் குறிப்பில், 'இக்கல்வெட்டு மற்ற கல்வெட்டுகளை விட மிகவும் முழுமையான கல்வெட்டு. அதிலும் ஐந்து கிரேக்க மன்னர்களான அன்டியோக்கஸ், தாலமி, அன்டிகோனஸ், மகாஸ், அலெக்சாண்டர் என்பவர்களின் பெயர்கள் சிறப்பாக வெட்டப்பட்டுள்ளன', என்று எழுதியுள்ளார்.

அசோகர் அரியணையேறிய காலம் சரியாகத் தெரிந்தால் இந்த ஐந்து மன்னர்கள் யாரைக் குறிப்பிடுபவை என்பதை மிகத் தெளிவாகக் கண்டுபிடிக்க முடியும். மன்னன் அன்டிகோனாஸ் என்பது முதலாம் அன்டிகோனாஸ் இல்லை, அது அவரது பேரன் இரண்டாம் அன்டிகோனாஸாகத் தான் இருக்க முடியும். இம்மன்னன் மெசிடோனியாவில் பொ.ஆ.மு.319இல் அன்டிகோனிட் என்ற பரம்பரையை நிறுவியிருக்க வேண்டும். இவர் தன் எண்பதாவது வயதில், பொ.ஆ.மு.239இல் மரணமடைந்தார்.

இரண்டாவது மன்னன் - அன்டியோக்கஸ். இவர் அன்டியோக்கஸ் சோட்டர் இல்லை, அவரைவிட வலிமை குறைந்த அவரது மகன் இரண்டாம் அன்டியோக்கஸ். இவர் தன் தந்தைக்குப் பிறகு பொ.ஆ.மு. 262இல் அரியணை ஏறினார். அதன்பின் எகிப்து மன்னனான இரண்டாம் தாலமியோடு போர் புரிந்தார். மூன்றாவது மன்னனான தாலமி இந்த இரண்டாம் தாலமி தான். இவர் எகிப்தில் மன்னன் ஆன ஆண்டு பொ.ஆ.மு.283. இரண்டாம் அன்டியோக்கசும், இரண்டாம் தாலமியும் பொ.ஆ.மு.250ஆம் ஆண்டு தங்களுக்குள் அமைதி

உடன்படிக்கை எழுதிக் கொண்டனர். இருவருமே ஒரே ஆண்டில் பொ.ஆ.மு.246இல் மரணமடைந்தார்கள்.

கிரேக்க மன்னர்களில் - மகாஸ், அலெக்சாண்டர் - இருவரையும் கல்சி கல்வெட்டு மிகச் சரியாகக் கணக்கிட உதவி செய்துள்ளது. மகாஸ், இரண்டாம் தாலமி இருவருக்கும் ஒரே தந்தை, தாய் வேறு வேறு. மகாஸ் இரண்டாம் தாலமியோடு வேறுபட்டு சைரீன் - ஏறத்தாழ இப்போதைய லிபியாவாக இருக்க வேண்டும் - என்ற புதிய அரசை ஆரம்பித்து வைக்கிறார். இது பொ.ஆ.மு.277ஆம் ஆண்டு நடந்தது. இது ஒரு தனிநாடாக பொ.ஆ.மு.255 ஆண்டுவரை - மகாஸ் இறக்கும்வரை - இருந்து வந்துள்ளது.

ஐந்தாவது பெயரான அலெக்சாண்டர் இரண்டாம் அலெக் சாண்டராகத்தான் இருக்க வேண்டும். இவர் தன் தந்தையான பிர்ஹஸ் என்பவருக்கு அடுத்து பொ.ஆ.மு. 272ஆம் ஆண்டு மன்னனாகிறார். இவரது நாடு எப்பைரஸ் என்ற இன்றைய அல்பேனியா. இவர் மன்னன் இரண்டாம் அன்டிகோனாஸை மெசிடோனியாவிலிருந்து விரட்டிவிட்டார். ஆனால் இரண்டாம் அன்டிகோனஸின் மகன் இரண்டாம் டெமட்ரியஸ் மறுபடியும் தன் நாட்டை மீட்கிறார். இந்த ஐந்து மன்னர்கள் அரசாண்ட ஆண்டுகள் கீழே வருமாறு:

அன்டிகோனஸ் II - பொ.ஆ.மு.319 - 239

அன்டியோக்கஸ் II - பொ.ஆ.மு.262 - 246

தாலமி II - பொ.ஆ.மு.283 - 246

மகஸ் - பொ.ஆ.மு.277 - 255

அலெக்சாண்டர் II - பொ.ஆ.மு.272 - 254

இந்த ஆண்டுக் கணக்கை வைத்துக் கணக்கிடுகையில் கிர்னார், சபாஷ் கார்கி, கல்சி மலைக் கல்வெட்டுகளின் காலம் இரண்டாம் அன்டியோக்கஸ் ஆட்சிக்கு வந்த பொ.ஆ.மு.262ற்கும், மகாஸ் இறந்த பொ.ஆ.மு.255 ஆம் ஆண்டிற்கும் நடுவில் உள்ள காலமாக இருக்க வேண்டும்.

அசோகர் தன் பன்னிரண்டாவது கல்வெட்டில் - *RE12* - மேற்குப் பக்கம் தனக்கு அருகில் இருந்த மன்னன் இரண்டாம் அன்டியோக்கஸ் பற்றிக் குறிப்பிடுகிறார். ஆனால் அவர் மெசிடோனியனில் அரசு அதிகாரிகளாக இருந்த டயோடாட்டஸ், அன்ட்ரகோரஸ் என்பவர்களைப் பற்றிய குறிப்பெதுவும் தரவில்லை. இவ்விருவரும் தங்கள்

பதவிகளிலிருந்து தங்களை விடுவித்துக்கொண்டு பொ.ஆ.மு.255-லிருந்து பாக்ட்ரியா, பார்த்தியா என்ற இரு நாடுகளை சுதந்திர மன்னர்களாக ஆண்டு கொண்டிருந்தார்கள். இதனால் கல்வெட்டுகள் இந்த ஆண்டிற்கு முன் அமைக்கப்பட்டிருக்க வேண்டும். மூன்றாம் கல்வெட்டில்- RE3 - எவ்வித முரண்பாடுமில்லாமல் தெளிவாக, 'நான் பட்டம் பெற்ற பின் பன்னிரண்டு ஆண்டுகளுக்குப் பிறகு இது ஆணையிடப்பட்டது' என்று பொறிக்கப்பட்டுள்ளது. இதனால் பேரரசர் அசோகர் மகத நாட்டு மன்னனாக பொ.ஆ.மு. 262- 255 என்ற ஆண்டுகளுக்கு பன்னிரண்டு ஆண்டுகளுக்கு முன்பு பட்டமேற்றிருக்க வேண்டும். அப்படியாயின் அசோகர் மன்னனான ஆண்டு பொ.ஆ.மு. 274-267. இதில் கன்னிங்ஹாம் பொ.ஆ.மு..267 ஆக இருக்க வேண்டும் என்று கணக்கிடுகிறார்.

1865-66ஆம் ஆண்டின் குளிர்காலம். கன்னிங்ஹாம் வடக்கு பஞ்சாபிற்கு இரண்டாம் முறையாகச் செல்கிறார். இதுவரை அவர் கோர்ட், மேசன், மற்றும் பலரால் தோண்டியெடுக்கப்பட்ட பெருமை மிகு 'மணிகயாலா ஸ்தூபி' தக்ஸிலாவின் பழைய நகரம் ஒன்றில் இருந்ததாக எண்ணியிருந்திருக்கிறார். ஆனால் அலெக்சாண்டரின் படையெடுப்பு பற்றிய விவரங்களையும், யுவான் சுவாங், பாக்ஸியன் தந்துள்ள தகவல்களையும் இணைத்துப் பார்த்து, கன்னிங்ஹாம் தக்ஸிலாவின் இருப்பிடத்தை மர்கல்லா மலைக்குன்றின் வளைவுக்குள் இருப்பதாகக் கண்டுபிடித்தார். இந்த மலை ஹசாரா மலையின் தொடர்ச்சியாக, அதன் தெற்குப் பக்கத்தில் உள்ளது. இந்த இடத்திற்கு சமீப காலம் வரை இஸ்லாமாபாத்தில் உள்ள உயரதிகாரிகள் தங்கள் குடும்பங்களோடு இன்பச் சுற்றுலாவிற்காக செல்வதுண்டு. ஆனால் இப்போது அப்படியில்லை. அந்த இடம் தடை செய்யப்பட்டுள்ளது. இப்போதும் அம்மலைமுகட்டில் நின்று கொண்டு மேற்குத் திசை நோக்கினால் இந்த நகரம் தக்ஸிலாவில் மிக அழகான இடத்தில் இருப்பதை அறியலாம். இந்த இடம் மூன்று புறங்களிலும் மலைகளால் சூழப்பட்டுள்ளது. அதோடு இந்த இடத்தின் மூலம் மர்கல்லா கணவாயை தன் கட்டுக்குள் வைத்திருக்க முடியும். பெரும் நெடுஞ்சாலையும், புதிதாகக் கட்டப்பட்ட புகைவண்டிப் பாதையும் மர்கல்லா மலை வழியே செல்கின்றன.

கன்னிங்ஹாம் தக்ஸிலாவில் மூன்று குடியிருப்புகளைக் கண்டார். இவை ஒவ்வொன்றும் தனிப்பட்ட சுற்றுச் சுவர்களால் தனித்

தனியாக தனிமைப்படுத்தப்பட்டிருந்தன. இந்த மூன்றில், சிர்சுக் என்ற பகுதி தன் பழமையோடு இன்னும் நின்று கொண்டிருக்கிறது. பழைய ரோம நகரம் போல் நன்கு திட்டமிடப்பட்டிருந்தது. நீண்ட தெருக்கள், உயரமான இடங்களில் கட்டப்பட்டிருந்த கோவில்கள், கல்லால் வடித்தெடுக்கப்பட்ட சுவர்கள், நகரத்தின் நுழைவாயில்கள் என்று பலவிதத்திலும் ரோம நகரை ஒத்திருந்தது.

இந்த மூன்று வசிப்பிடங்களில் மிகவும் பழையது பிர். இதன் கிழக்குப் பகுதியில் பல ஸ்தூபிகளின் திண்டுகள் காணப்பட்டன. அங்கிருந்த மக்கள் இவைகளை 'சிர்' அல்லது 'பிளவுபட்ட ஸ்தூபி' என்று அழைக்கிறார்கள். ஏனெனில் இந்த ஸ்தூபிகள் பிரஞ்சு ஜெனரல் க்ளாட் அகஸ்ட் கோர்ட் (French General Claude Auguste Court) என்பவரால் மேலிருந்து கீழ்வரை இரண்டாகப் பிளக்கப்பட்டிருந்தன. இந்த ஜெனரல், மகாராஜா ரஞ்சித் சிங் என்ற மன்னனால் வேலையில் அமர்த்தப்பட்டிருந்தார்.

அடுத்து பதினைந்து ஆண்டுகளுக்கு கன்னிங்ஹாமை இந்த தக்ஸிலாப் பகுதி மிகவும் ஈர்த்து வந்துள்ளது. தக்ஸிலா இந்திய வரலாற்றில் மிக மிக முக்கிய பகுதியாக உள்ளது என்ற சிறப்புத் தன்மையாலேயே கன்னிங்ஹாம் இப்பகுதிமேல் அந்த அளவு ஈடுபாடு கொண்டிருந்தார். 1878-79ஆம் ஆண்டின் குளிர்காலமே அவரது இறுதிப் பயணமாக இருந்தது. அப்போதே சுமார் அறுபத்தி ஐந்து வயதினராக இருந்தார். அப்போதெல்லாம் ஆங்கிலேயர்கள் தங்கள் ஐம்பதாவது வயதிலேயே பணிகளிலிருந்து ஓய்வு பெற்றுக் கொண்டிருந்தனர். தன் நீண்ட ஆய்வுகளின் அடிப்படையில் அவர் தொல்பொருள் ஆராய்ச்சியில் பல புதிய உத்திகளை உருவாக்கிக் கொண்டிருந்தார். வெகு சிறிய மட்பாண்ட துண்டுகள், சுடப்பட்ட ஓடுகளின் துண்டுகள் போன்றவை எல்லாமே வெற்றிகரமாகச் சலிக்கப்பட்டு எளிதாகக் கண்டுபிடிக்கவும், பிரித்தெடுக்கவும் முடியும். ஆயினும் இவைகளை விடவும் தக்ஸிலாவில் கிடைத்த பழம் நாணயங்களே அவருக்கு மிகப் பிடித்த தொல்பொருட்களாக இருந்தன. அவைகளுக்காக அவர் மிகுந்த நேரம் செலவழித்தார். இப்பகுதியில் பல தாமிர, செவ்வக, அச்சு நாணயங்கள் கிடைத்தன. கிடைத்த நாணயங்கள் எல்லாமே ஒரே மாதிரியான அச்சு நாணயங்களாக இருந்தன. இதனால் இவை தக்ஸிலாவில் தான் அச்சடிக்கப்பட்டிருக்க வேண்டும். இவைகளே இந்தியாவில் முதல் நாணயங்களாக இருக்க வேண்டும் என்றும், இவை கிரேக்கப் படையெடுப்பிற்கு

முந்திய காலத்தைச் சேர்ந்தவைகளாக இருக்க வேண்டும் என்றும் கன்னிங்ஹாம் அனுமானித்திருந்தார்.

இந்த நாணயங்களோடு கன்னிங்ஹாம் இன்னொரு பெரும் நாணயக் குவியலைக் கண்டெடுத்தார். தக்ஸிலா நாணயங்களோடு கிரேக்கப் பாவனையிலும் பல நாணயங்கள் கிடைத்தன. இந்த இரண்டாம் வகை நாணயங்கள் கிரேக்க-பாக்ட்ரியா மன்னர்களாயிருந்த பண்டலியோன், அகத்தோக்கிள்ஸ் காலத்தவையாக இருக்கலாம். இவ்விருவரும் டிமெட்ரியஸ் என்ற மன்னனின் மகன்களாக இருக்கலாம், இவர் யூதிடிமோஸ் என்பவருக்கு அடுத்து பொ.ஆ.மு.200இல் மன்னராயிருக்கலாம். இருவகை நாணயங்கள் இருந்தமையால் மகத நாட்டு மன்னர்கள் கிரேக்க அரசோடு நெருங்கிய தொடர்பில் இருந்தாலும், தங்களுக்கென்று தனித்துவமான நாணயங்களை வைத்திருந்தார்கள். இதுபோன்ற அச்சு நாணயங்கள் தக்ஸிலாவின் அடையாளங்களாக இருந்து வந்துள்ளன.

அசோகர் அல்லது அவரது தாத்தா சந்திரகுப்தரைப் பற்றிய தடயங்களை தக்ஸிலாவில் எங்கும் கன்னிங்ஹாம் பெறவில்லை. கன்னிங்ஹாமின் இந்த எதிர்பார்ப்பு உண்மையாகவில்லை. ஆனால் கன்னிங்ஹாம் காலத்திற்குப் பிறகு, அவருக்குப் பின்னால் பதவிக்கு வந்த டைரக்டர் ஜெனரல் ஜான் மார்ஷல் தக்ஸிலாவில் தொடர்ந்து பதினைந்து ஆண்டுகள் ஆய்வுகள் நடத்தினார். இந்த இடம் அவருக்கு மிகவும் பிடித்துப் போனதால் மிக அழகான குடில் ஒன்றைத் தனக்காகக் கட்டிக் கொண்டார். அசோகருக்கும் இந்த நகருக்குமான தொடர்பை நிரூபிக்க கல்வெட்டு ஒன்று கிடைத்தது. அசோகர் தன் தந்தையின் அரசியல் அதிகாரியாக இந்த இடத்தில் இருந்து வந்துள்ளார். இதற்குச் சான்றாக அராமிக் மொழியில் எழுதப் பட்ட கல்வெட்டு ஒன்று கிடைத்தது. மசியால் எழுதப்பட்டு பின் கல்லில் வடிக்கப்பட்ட அக்கல்வெட்டு, சுவருக்குள் புதைக்கப்பட்ட நிலையில் கண்டெடுக்கப்பட்டது. அச்சுவர் தக்ஸிலாவில் உள்ள சிர்காப் பகுதியில் டிமெட்ரியஸால் பொ.ஆ.மு.200இல் கிரேக்க பாவனையில் கட்டப்பட்ட கட்டிடத்தில் இருந்தது.

கல்வெட்டில் ஒவ்வொரு வரியிலும் பாதி எழுத்துகள் மறைந்துவிட்டன. இருப்பினும், எந்த உயிரினையும் கொல்லக் கூடாது. பிராமணர்கள், சந்நியாசிகள் அனைவருக்கும் மரியாதை கொடுக்கப்பட வேண்டும், பெற்றோரும், முதியோரிடமும்

மரியாதையுடனும், கீழ்ப்படிதலோடும் இருக்க வேண்டும். இது போன்ற அறிவுரைகளெல்லாம் RE 3, RE 11 போன்ற கல்வெட்டுகளில் உள்ளது போலவே இருந்தன. சபாஷ் கார்கி, மன்சேஹ்ரா என்ற இடங்களில் கிடைத்த மலைக் கல்வெட்டு RE-5 என்றழைக்கப்படுகிறது. இது 1880ம் ஆண்டு கண்டு பிடிக்கப்பட்டது. உடைந்து போய் கிடைத்த கல்வெட்டின் அடியில் பியாதாசியின் பெயரும், அவரது மகனின் பெயரும் காணக்கிடக்கிறது.

★

1864-65ஆம் ஆண்டு தக்ஸிலாவில் தன் ஆய்வை முடித்துக் கொண்ட கன்னிங்ஹாம் கங்கைச் சமவெளிக்குத் திரும்புகிறார். தான் எதிர்பார்த்த சான்றுகள் தன் ஆய்வுகளில் கிடைக்காததால் அவர் ஆர்வம் சிறிது குறைந்திருந்தது. ஆயினும் கடந்த நான்கு குளிர்காலங்களில் அவர் மொத்தம் 160 இடங்களில் தொல்பொருள் ஆய்வுகளை நடத்தி முடித்திருந்தார். லார்ட் கேனிங் அவர் மேல் வைத்திருந்த நம்பிக்கையை மிக அழகாக நிறைவேற்றியிருந்தார். ஆயினும் இரண்டாவது வைஸ்ராயாக வந்த லார்ட் லாரன்ஸ் நிதிக் குறைப்பு நடவடிக்கைகளில் இறங்கினார். இதனால் இனி தன் தொல்பொருள் ஆய்வுத்துறை பணமின்றி வலுவிழந்து போகும் என்ற எண்ணத்தோடு கன்னிங்ஹாம் கல்கத்தாவிற்குத் திரும்பி வந்தார்.

இங்கிலாந்தில் நான்கு ஆண்டுகள் ஓய்வூதியத்தில் கன்னிங்ஹாம் இருந்தார். இந்த நான்கு ஆண்டுகளும் மிகப் பயனுள்ள வகையில் அவரால் செலவிடப்பட்டது. 'புத்தர் காலத்து இந்தியாவின் வரைபடம்' ('The Ancient Geography of India: the Buddhist Period') என்ற நூலை எழுதி முடித்தார். 1869ஆம் ஆண்டு லார்ட் மேயோ கல்கத்தாவிற்கு மூன்றாம் வைஸ்ராயாக வந்து சேர்ந்தார். காலம் மாறியது; கருத்துகளும் தான். கன்னிங்ஹாம் மீண்டும் 1871ஆம் ஆண்டு இந்தியத் தொல்பொருள் துறையின்- A.S.I. - டைரக்டர்-ஜெனரலாக பதவியேற்றார். 'இந்திய சாம்ராஜ்யத்தின் நைட்கமாண்டர்' ('Knight Commander of the Indian Empire') என்ற பெரும் தகுதியும் அவரைத் தேடி வந்தது. 'இந்திய நாடு முழுவதும் மிகப் பழைய கட்டிடங்கள், பழம் பெருமை சாற்றும் தொல்பொருட்கள், அவற்றின் பெருமை, அழகு, வரலாற்றுச் சிறப்பு என்று அனைத்தையும் ஒன்று சேரத் திரட்டி ஒருங்கிணைக்கும் பணியை மேற்பார்வை இடவேண்டும்' என்பதே கன்னிங்ஹாமிற்குக் கிடைத்த பணித்தள உத்தரவுகள். மிகவும் பரவலான, ஆழமான கட்டளை.

கன்னிங்ஹாமின் ஆணைகளும், அதிகாரமும் மெட்ராஸ், பம்பாய் என்ற இரு ராஜதானிகளிலும் செல்லாது. ஆயினும் தன் கீழ் பணியமர்த்த அவருக்கு நிதி வளம் நிறைய இருந்தது. துணை அதிகாரிகளை அவர் நியமித்தார். ஒருவர் அமெரிக்கப் பொறியாளர். ஜோசப் பெக்லார். இவர் வங்காள பொதுப்பணித் துறையில் வேலை பார்த்து வந்தவர். இன்னொருவர் ஆங்கிலேயர். ஆர்ச்சிபால்ட் கார்லைல். இவர் இந்திய சிற்றரசர் ஒருவரின் மகனுக்குக் கல்வி கற்றுக் கொடுக்க இந்தியாவிற்கு வந்து, அதன்பின் அருங்காட்சியம் ஒன்றில் அருங்காட்சியகப் பொறுப்பாளராகப் பணிபுரிந்து கொண்டிருந்தார்.

கன்னிங்ஹாம், பெக்லார், கார்லைல் - இவர்களின் பணியில் 1870-1880 வரை நடந்த ஆய்வுகள், திரட்டிய சான்றுகள் என்று எல்லாவற்றையும் பகிர்வது இந்த நூலின் நோக்கத்திற்கு அப்பாற்பட்டது. ஆயினும் 1871ஆம் ஆண்டின் ஆரம்ப காலத்தில் நடந்த ஒரு சிறு சம்பவம் பற்றிச் சொல்லியாக வேண்டும். இந்தக் காலகட்டத்தில் கன்னிங்ஹாம் வங்காள ஆசிய ஆய்வுக் கழகத்தின் கட்டிடம் ஒன்றின் வைப்பறையில் பேழை ஒன்றைக் கண்டெடுத்தார். கல்கத்தாவில் கிடைத்த இந்தப் பேழையின் மீது ரூப்நாத், பர்கனா, சலிம்பாத் என்ற பெயர்கள் எழுதப்பட்டிருந்தன.

ரூப்நாத் என்பது இந்தியாவின் நடுப்பாகத்தில் இருக்கும் ஒரு கோவில். காடு ஒன்றில் மரங்களற்ற பகுதி ஒன்றில் சாதாரணமாகக் கட்டப்பட்ட கோவில் இது. மூன்று குளங்கள் இக்கோவிலுக்கருகே. ஒவ்வொன்றும் மற்றொன்றுடன் மலையிலிருந்து இறங்கும் நீர்வீழ்ச்சியால் இணைக்கப்பட்டிருந்தன. இக்கோவிலும், குளங்களும் கைமீர் மலைத் தொடர்ச்சியின் ஒரு பகுதியில் இருந்தது. சாலைகளற்ற பகுதியில் ஜபல்பூரிலிருந்து வடக்கே நாற்பத்தி ஐந்து மைல்கள் தொலைவிலும், ஸ்லீமனாபாத் என்ற இடத்திலிருந்து மேற்கே பதினைந்து மைல் தொலைவிலும் உள்ளது. ஸ்லீமனாபாத் கர்னல் ஜேம்ஸின் வருகைக்கு முன் சலிமாபாத் என்றழைக்கப்பட்டது. ஜேம்ஸ் அப்பகுதி மக்களால் 'துகி' ஸ்லீமன் என்றழைக்கப்பட்டார். ஏனெனில் 1830களில் இப்பகுதியில் இருந்த ஈவு இரக்கமற்ற கொடுமையான துகி என்ற மோசமான குழுவினரை அடக்கி விரட்டியதால் இப்பெயர்.

ரூப்நாத் கோவிலுக்கு அங்குள்ள லிங்கத்தை வணங்குவதற்காக பெரும் பக்தர்கள் கூட்டம் வரும். இக்கோவில் 'நாத்' என்றழைக்கப்படும் ஒரு துறவுக் கூட்டத்தோடு

தொடர்புடையது. 'நாத்' குழுவினர் மிக வித்தியாசமான கொள்கை கொண்ட மதத்தினர். சாதி உயர்வு தாழ்வுகள் ஏதுமில்லை. இவர்களிடம் எம்முறையிலும் கடவுளைத் தொழலாம். இவர்களது குழுவினை உருவாக்கியவர் மத்தியேந்திர நாத் என்பவர். இவருக்கும் பக்தர்கள் மரியாதை செலுத்துவர். இவர் ஒன்பதாம் நூற்றாண்டில் பிறந்து, யோகியாக மாறி, ஹதயோகம் என்பதை மக்களுக்குப் போதித்தார். ஹதயோகமே அவர்களது ஆன்மிகப் பயிற்சி. சிவபெருமானே இவர்களது கடவுள். ஆனால் இவர்கள் பிராமணீய வழக்கங்கள் ஏதுமில்லாதவர்கள். இக்குழு இந்தியாவில் புத்த மதம் இறுதிக் கட்டத்தில் இருந்தபோது இருந்தவர்கள். தங்கள் ஆன்மீகப் பயிற்சிகளில் தாந்தரீக முறைகளை மஹாயானா புத்தர்கள் மேற்கொள்ளும் காலத்துக் குழுவினர்.

நாத் கோவில்கள் எல்லாமே மக்களை விட்டுத் தூர விலகி காடுகளிலோ, மலைகளிலோ இருக்கும். ரூப்நாத் கோவிலும் அப்படியே. இப்போது அணைகள் கட்டப்பட்டு விட்டதால் கோவிலைக் சுற்றியிருந்த மூன்று குளங்களும் முன்பு போல் நீரோடு இல்லை. ஆனால் மற்ற எந்த விஷயத்திலும் ரூப்நாத்தில் எதுவும் மாறவில்லை. பத்தொன்பதாம் நூற்றாண்டின் மத்தியில் கர்னல் எல்லிஸ் என்பவரின் வேலைக்காரர் ஒருவர், பிப்ரவரி-மார்ச் மாதங்களில் நடைபெறும் சிவராத்திரி விழாவில் கலந்து கொள்ள வந்தபோது நவராத்திரியன்று பார்த்தது போலவே இன்றும் ரூப்நாத் உள்ளது. வேடிக்கை பார்க்க வந்த இந்த வேலைக்காரர் அங்கிருந்த குளத்திற்கு அருகிலிருந்த பாறை ஒன்றில் தான் பார்த்த கல்வெட்டு ஒன்றின் நகலெடுத்து வந்தார். அதை அவர் தன் எஜமானரிடம் கொடுத்தார். அவர் அதை கல்கத்தாவிலிருந்த வங்காள ஆசிய ஆய்வுக் கழகத்திடம் சேர்ப்பித்தார். அந்த நகல் பாதுகாப்பிற்காக ஒரு பேழையில் வைக்கப்பட்டு, வைப்பறை ஒன்றில் பத்திரமாக்கப்பட்டது.

பழைய பொருட்களை உருட்டிக் கொண்டிருந்த சர் கன்னிங்ஹாமிற்கு 1871ஆம் ஆண்டு கிடைத்த பரிசு இது. கல்வெட்டு நகலைப் பார்த்த கன்னிங்ஹாம் உடனே தன் கீழ் பணிபுரிந்த ஜோசப் பெக்லாரை பீகாரில் கயா-மோங்கையர் என்ற இரு இடங்களுக்கு நடுவில் இருந்த சலிம்பாத் மாகாணத்தை முழுமையாக ஆய்வு செய்ய ஆணையிட்டார். பெக்லர் விரைந்து சென்று ஆய்வுகளை மேற்கொண்டார். ஆனால் பயனேதுமில்லை. ஆனாலும் அதைக் கைவிட ஜெனரல் கன்னிங்ஹாமிற்கு விருப்பமில்லை. மேலும் பல தேடல்கள்...

இதில் சலீம்பாத் என்ற பெயரில் இன்னொரு இடம் இருப்பதைக் கண்டுபிடிக்கிறார். ஆனால் அது இப்போது ஸ்லீமனாபாத் என்று அழைக்கப்பட்டு வந்தது. பெக்லர் தன் ஆய்வுகளைத் தொடர்ந்தார். விரைவில் ரூப்நாத் கோவிலையும் அதனருகில் இருந்த கல்வெட்டையும் கண்டுபிடித்துக் தகவல் அனுப்பினார். கன்னிங்ஹாம் மேலும் தொடர உடனே ரூப்நாத் கோவிலுக்குப் பயணப்பட்டார்.

ஆய்வு நடத்திய கன்னிங்ஹாம் தன் குறிப்புகளில், சிறு ஓடை ஒன்று கைமீர் மலைத்தொடரின் உச்சியின் வழியே வந்து, மூன்று சிறிய நீர் வீழ்ச்சிகள் மூலமாய் கீழே விழுந்து ஒரு சிறிய குளத்தை அடைகிறது. மூன்றும் மிகவும் புனிதம் வாய்ந்ததாகக் கருதப்படுகிறது. மேலேயிருக்கும் குளம் 'ராமா;' என்றும், இரண்டாவது குளம் 'லட்சுமணன்' என்றும், கீழேயுள்ளது 'சீதா' என்று அழைக்கப்பட்டு வந்தன. இவ்விடம் ரூப்நாத் என்ற பெயரில் பிரபலமானது. சிவலிங்கம் ஒன்று மலையின் பாறை ஒன்றின் பிளவில் நிர்மாணிக்கப்பட்டிருந்தது என்று குறிப்பிடுகிறார்.

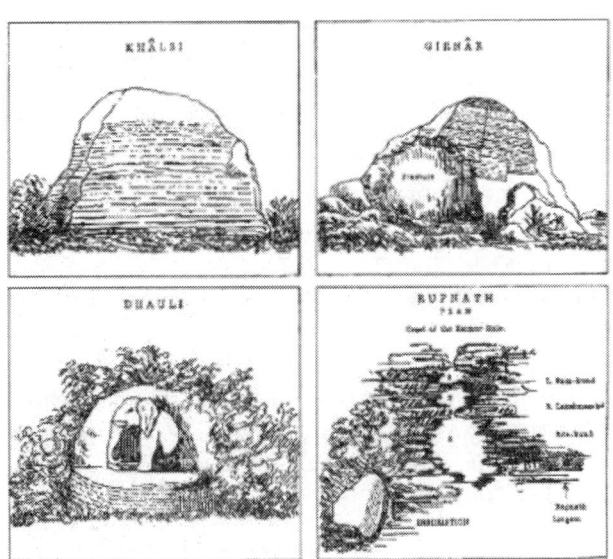

அலெக்சாண்டர் கன்னிங்ஹாம் வரைந்த ரூப்நாத் மலை. இம்மலை கைமூர் நீர்வீழ்ச்சியின் அடியில் உள்ளது. இதனோடு அவர் அசோகரது வேறு மூன்று இடங்களையும் வரைந்துள்ளார். (Reproduced in Inscriptions of Asoka, 1877)

அக்கல்வெட்டு ஐந்து வரிகளைக் கொண்டது. தட்டையான பாறை ஒன்றில் செதுக்கப்பட்டிருந்தது. அப்பாறையின் மேற்பாகம் பல நூற்றாண்டுகளாக திருவிழா சமயத்தில் மக்கள் உட்கார்ந்து வழுவழுப்பாகி விட்டது என்றும் கன்னிங்ஹாம் குறிப்பிடுகிறார்.

இக்கல்வெட்டு 'சிறு மலைக் கல்வெட்டு' (Minor Rock Edicts) என்று அழைக்கப்படுகின்றது. கல்வெட்டில் உள்ள எழுத்துகள் திருத்தமின்றி செதுக்கப்பட்டிருந்தன. ஆகவே கன்னிங்ஹாம் பிராமி எழுத்துகளைப் பற்றி மிக நன்கறியாத ஒருவர் இதை நகலாகச் செதுக்கியிருக்க வேண்டும் என்று நினைத்தார். இக்கல்வெட்டும் தன் வழக்கமான பாணியில் 'கடவுளின் அன்புக்குரியவன் பேசுவது...' என்ற வார்த்தைகளோடு ஆரம்பித்துள்ளது. ஆனால் 'பியாதாசி' என்ற சொல்லும் 'ராஜா' என்ற சொல்லும் காணப்படவில்லை. ஆனால் மன்னனின் தனிப்பட்ட செய்திகளைப் பரிமாறுவது போல் எழுதப்பட்டிருந்தது. பியாதாசி தான் புத்த மதத்தில் இணைந்தது, புத்த சபையுடன் அவருக்குள்ள தொடர்பு போன்றவைகள் கல்வெட்டில் உள்ளன.

அதன் இன்றைய மொழியாக்கத்தில், 'நான் ஒரு சாதாரண சீடனாக இரண்டரை ஆண்டுகளுக்கு முன்பு ஆனேன். அப்போது நான் தீவிரமானவனாக ஆகவில்லை, ஆனால் நான் கடந்த ஓராண்டில் புத்த திருச்சபைக்குச் சென்று வருகிறேன். நான் இப்போது தீவிரமானவனாக மாறிவிட்டேன்' என்று அக்கல்வெட்டில் உள்ளது.

இக்கல்வெட்டில் உள்ள முக்கியச் சொற்கள் - 'உபாசகர்', yamme samghe upeti. இதில் உபாசகர் என்பதற்கு சாதாரண சீடன் என்றும், அடுத்த சொற்களுக்கு 'புத்த சங்கத்திற்குச் சென்று வந்த' என்பதும் பொருள். இக்கல்வெட்டிலிருந்து அசோகர் முதலில் ஒரு சாதாரண புத்த நம்பிக்கையாளனாகி, அதன்பின் ஒன்றரை ஆண்டுகள் கழித்து புத்த சந்நியாசிகளோடு கலந்தார் என்பது விளங்குகிறது. இரண்டாம் நிலைக்கு வரும்போது அவர் பல சமயச் சடங்குகளுக்குப் பிறகு சந்நியாச நிலைக்கு வந்திருக்க வேண்டும். சந்நியாசிகளுக்குரிய உடையணிந்து குருமடத்தில் வாழ்ந்திருக்க வேண்டும்.

இக்கல்வெட்டு மேலும் ஒரு தகவலைத் தருகிறது. அசோகர் மதத்தில் மிகத் தீவிரமானதால் கடவுளறியாத இந்திய மக்களும் புத்த மதம் நோக்கித் திரும்பினர். அம்மக்கள் முழுமையாக 'தர்மா'வை நோக்கித் திரும்ப கல்வெட்டுகள் அரசனின் வார்த்தைகள் மூலம் அறிவுறுத்தின.

"மிகச் சாதாரண மக்களும், சமயத்தில் தீவிரத்தோடு இருந்தால், அவர்கள் நிச்சயமாக மோட்சத்தை அடைய முடியும். இந்த அறிவிப்பும் அதை வலியுறுத்தவே வெளியிடப்பட்டுள்ளது. நாம் எல்லோரும் தாழ்மையோடும், மிகுந்த தீவிரத்தோடும் இருப்போம். மனம் தடுமாறுபவர்களும் அதனைப் புரிந்து கொண்டு தீவிரத்தின் நன்மைகளைப் புரிந்து கொள்ள வேண்டும். இதனால் மதத்தின் மீது நம் மனத்தின் தீவிரம் மிகுதியாகும். அது மிக அதிகமாக வளரும். நமக்கு அது ஒன்றரை மடங்கு அளவு கூடும். இந்த அறிவிப்பு மன்னனது பயணத்தின் போது இருநூற்று ஐம்பத்தாறு தடவைகள் அறிவிக்கப்பட்டன."

மனம்மாறி புதியதாக ஒரு மதத்திற்குள் நுழைந்த ஒருவரின் வார்த்தைகள் இப்படி இருப்பது இயல்பே. மனதில் எழுந்த புதிய உணர்வோடு, தாங்கள் பெற்ற மாற்றத்தை மற்றவர்களுக்கும் அறிவிக்கும் இயல்பு வந்துவிடும். மன்னனாக இருப்பவர்கள் இதுபோன்று புதிய மதம் ஒன்றில் நுழைந்ததும் அதனை ஒரு பெரும் பேராக எண்ணி, அதனைத் தன் குடிமக்களிடம் மனம் திறந்து பகிர்ந்து கொள்வார்கள். தன் நாடு முழுவதும் பயணம் செய்து தன் புதிய மதத்தை மற்றவருக்கு தீவிரமாக எடுத்துரைப்பார்கள்.

இப்போது M.R.E.1 என்றழைக்கப்படும் கல்வெட்டு அசோகர் மனம் மாறி புத்த மதத்தை ஏற்றுக் கொண்டதைத் தெளிவாக எடுத்துரைக்கிறது. தான் பதவியேற்றபின் மூன்றாண்டு காலம் தானிருந்த பழைய மதத்திலேயே இருந்தார் எனவும், அதன் பின் இளம் வயது உறவினரும், மருமகனுமான நிக்ரோதாவின் தாக்கத்தால் புத்த சமயத்தில் ஈடுபாடு கொண்டார் என்று பெரும் பாரம்பரிய பட்டியல் நூலில் கூறப்பட்டுள்ளது. மனம் மாறி, மதம் மாறிய அசோகர் பல புத்த குழுக்களைச் சந்தித்தார். புத்த சந்நியாசிகளை தன் அரண்மனைக்கு அழைத்து தன்னோடிருக்கச் செய்தார். இதன்பிறகு தன் அரசு பரவியிருந்த இடங்களிலெல்லாம் புதிய குரு மடங்களையும் ஸ்தூபிகளையும் நிர்மாணித்து புத்த தர்மத்தை எங்கும் பரவச் செய்தார்.

கன்னிங்ஹாம் ரூப்நாத் கோவிலில் கண்டெடுத்த கல்வெட்டு- M.R.E. - கிடைத்த பிறகு, சில ஆண்டுகளுக்கு முன்பு கிடைத்த வேறு இரு கல்வெட்டுகளைப் புதிய கண்ணோட்டத்தோடு அணுகினார். இவ்விரண்டில் முதல் கல்வெட்டு பெனாரஸ் - கயா என்ற இரு இடங்களையும் இணைத்த பெரும்

நெடுஞ்சாலையில் இருந்த சஸ்சராம் என்ற இடத்தில் சாலையை எதிர்நோக்கி நின்ற குகை ஒன்றிலிருந்து எடுக்கப்பட்டது. 1859ஆம் ஆண்டு அங்கு எடுக்கப்பட்டு கல்கத்தாவிலுள்ள ஆசிய ஆய்வுக் கழகத்திற்கு அனுப்பப்பட்டது. ஆனால் இது ஜேம்ஸ் பிரின்செப்பின் கண்பார்வைக்குச் செல்லாமல் போயிற்று. ஆய்வுக் கழகத்தின் இருப்பில் இது கவனிப்பாரற்றுப் பலகாலம் இருந்து விட்டது. ஜோசப் பெக்லார் சஸ்சராமிற்குச் சென்று அக்குகையையும், கல்வெட்டையும் கண்டுபிடித்து உறுதி செய்ய ஆணையிடப்பட்டார். அவரும் ஆணையின்படி செயல்பட்டார். அங்கு எடுத்த கல்வெட்டின் வாசகங்கள் ரூப்நாத்தில் எடுக்கப்பட்ட கல்வெட்டின் - M.R.E.- வாசகங்கள் போலவே இருந்தன. ஆயினும் கல்வெட்டின் இறுதியில் வேறு முக்கிய வரிகளும் இருந்தன. ‘இச்செய்திகள் கல்வெட்டுகளில் பொறிக்கப்பட வேண்டும். என் ராஜ்யத்தில் எங்கெங்கு கற்றூண்கள் இருக்கின்றனவோ அவைகளிலெல்லாம் இவை பொறிக்கப்பட வேண்டும்.’

பேரரசர் அசோகர் தன் மகத ராஜ்யம் முழுமையிலும் தான் புத்த சமயத்தில் இணைந்ததை கல்வெட்டுகள், கற்றூண்கள் எல்லாவற்றிலும் பொறிக்க உத்தரவிடுகிறார். ஆகவே இதுவரை அவர் எந்தக் கல்வெட்டையும் நிறுவவில்லை, புதிதாக இப்போது தான் - மதமாற்றத்திற்குப் பின்தான் - இந்த ஆணையைப் பிறப்பிக்கிறார் என்று தெரிகிறது. மிக மிகச் சாதாரணமான முறையில் இருந்த கல்வெட்டும், கல்வெட்டின் மொழி நடை மிகக் குறைவாக இருப்பதாலும் சஸ்சராம், ரூபிநாத் கல்வெட்டுகள் - M.R.E. - அசோகரின் முதன் முதல் பொறிக்கப்பட்ட கல்வெட்டுகள் என்பது புலனாகிறது. இக்கல்வெட்டிற்குப் பிறகே கிர்னார், டௌலி, சபாஷ் கார்கி, கால்சி போன்ற மலைக் கல்வெட்டுகள் பொறிக்கப்பட்டிருக்க வேண்டும். அதேபோல் இந்தக் (M.R.E.) கல்வெட்டுகள் கற்றூண் கல்வெட்டுகளுக்குக் காலத்தால் முந்தியவையாகும்.

மீண்டும் ஆராயப்பட வேண்டிய மூன்றாவது கல்வெட்டு பைராட் - கல்கத்தா கல்வெட்டு என்றழைக்கப்படும் கல்வெட்டு. இது 1840ஆம் ஆண்டு காப்டன் பர்ட் என்பவரால் ராஜபுத்தனாவின் வடக்கு எல்லையோரம் உள்ள கல் ஒன்றில் கண்டுபிடிக்கப்பட்டது.

இக்கல்வெட்டு ரூப்நாத், சஸ்சராம் கல்வெட்டுகளோடு ஒப்பிடப் படும் போது மிகுந்த வித்தியாசமாக இருந்தது. கல்வெட்டின் எழுத்துகள் மிகவும் பெரியதாக, சீராக, வழுவழுப்பான கல்லின் முகப்பில் செதுக்கப்பட்டிருந்தன.

கன்னிங்ஹாம், அவரது துணைப் பணியாளர் ஆர்ச்சிபால்ட் கார்லைல் ஆகியோர் இணைந்து இக்கல்வெட்டை நேரில் சென்று பார்வையிட்டனர். கல்வெட்டு பைராட் என்ற சிறு கிராமத்திற்கருகில் இருந்தது. அக்கல்வெட்டு ஒரு பெரும் பாறையின் கீழ் செதுக்கப்பட்டிருந்தது. இந்தப் பெரும்பாறை இரண்டு புத்தக் குருமடங்கள் மற்றும் ஒரு ஸ்தூபிக்குப் பின்னால் இருந்தது. கல்வெட்டும், இந்தக் குருமடங்களும் ஒன்றுக்கொன்று தொடர்புடையவை. ‘மன்னரது ஆணை மகத நாட்டில் உள்ள குருமடங்களுக்குரியது என்றாலும், இந்த ஆணை வேற்று இடங்களிலும் இருந்த புத்த இயக்கங்களுக்கும் அனுப்பப்பட்டு, மன்னனின் நம்பிக்கை புத்த சமயத்தின் மீதுள்ளது என்பதை உறுதியாக்கியிருக்க வேண்டும்.’

கன்னிங்ஹாம் மற்றும் கார்லைல் பைராட் பகுதியில் ஆய்வு நடத்திக் கொண்டிருக்கும் போது கார்லைலின் கண்களில் புதிய கண்டுபிடிப்பு ஒன்று விழுந்தது. அவர் கண்ணில்பட்டது ஒரு மொட்டையான, கடுமையான, பிரமிட் வடிவத்தில், சிதலமடைந்த ஓரங்களுடன் கூடிய உச்சியுடன், கருப்பு, சிகப்பு வண்ணங்களில் இருந்த பாறைகளோடு கூடிய அமைப்பு. இப்பாறைகளில் ஒன்று ஒரு பெரும் வீடு அளவிற்குப் பெரியதாக இருந்தது. அது இந்த கட்டமைப்பிலிருந்து உடைந்து, மலையின் மீதிலிருந்து கீழே உருண்டு மலைக்கு அடியில் கிடந்தது. இப்பாறையின் அடிப்பக்கத்தில் மலைக் கல்வெட்டு ஒன்றைக் கண்டுபிடித்தார். இது மூன்றாவது M.R.E. இப்போது இக் கல்வெட்டு பைராட் M.R.E. என்றழைக்கப்படுகிறது.

இதற்கடுத்த கண்டுபிடிப்பும் இதைவிட மிகவும் விசித்திரமாக இருந்தது. 1873-74ஆம் ஆண்டின் குளிர்காலத்தில் கன்னிங்ஹாம் தெற்கு நோக்கிப் பயணப்பட்டார். இந்தியாவின் மத்தியப் பகுதியில் அலகாபாத்திலிருந்து ஜபல்பூர் செல்லும் வழியிலிருந்த பண்டல்கந்த் என்ற மக்கள் அதிகமில்லாத பகுதியில் சென்று கொண்டிருந்தார். புத்த சமயத்தின் புவியியலின் படி அவர் உஜ்ஜயின்-பில்சா என்ற இடங்களுக்குத் தெற்கிலும், கொசாம்பி-ஸ்ரவாஸ்தி இடங்களுக்கு வடக்கேயும், பாடலிபுத்ராவிற்குக் கிழக்கிலும் உள்ள நெடுஞ்சாலையில் சென்று கொண்டிருந்தார். கன்னிங்ஹாம் தன் குழுவினருடன் மகியார் பள்ளத்தாக்கை நோக்கிச் செல்லும்போது, ஆய்வுகளோடு பழகிப்போன அவர் கண்களில் ஸ்தூபி போன்ற ஒரு மண் மேடு தென்பட்டது. கல்லினால் ஆன சில கைப்பிடிச் சுவர்களும் கண்ணில் பட்டன.

கன்னிங்ஹாமின் முதல் கட்ட நடவடிக்கையில் அவர் தான் கண்டது சாஞ்சியில் உள்ளது போன்ற ஒரு ஸ்தூபி எனவும், அமராவதியில் பழம்பெரும் ஸ்தூபிகளை இடித்து அதன் பகுதிகளைப் புதிய கட்டிடங்கள் கட்டுவதற்குப் பயன் படுத்தினார்களே, அதேபோல் இங்கும் நடந்திருக்கிறது என்றும் உறுதிப்படுத்தினார். மூன்று மாதங்கள் கழித்து அவர் தன் ஆய்வுக் குழுவோடு இங்கு மீண்டும் வந்தார். அவர் தான் கண்ட இந்த பழம்பெரும் கட்டிடத்தை 'பார்ஹுட்டின் பெரும் ஸ்தூபி' என்று பெயரிட்டார். ஸ்தூபிகளுக்கு '*tope*' என்று பெயரிட்டு அழைக்கும் வழக்கம் அப்போது ஒரு முடிவுக்கு வந்தது.

மிகத் தெளிவான, சிற்றின்பத்தைக் காட்சிப்படுத்தும் யக்ஷிணி சிலை. பார்ஹுட்டில் உள்ள பெரிய ஸ்தூபியில் உள்ள இச்சிற்பம் வ்ரிகேஷ் தேவதா அல்லது 'மரத் தேவதை' என்றழைக்கப்படுகிறது. பெண்மையையும், தாய்மையையும் குறிக்கும் பெண் தெய்வம். புத்தக் கலை வேலைப் பாடுகளில் முதலில் வந்த கலைப் படைப்புகள். இந்த மரத்தேவதை அசோக மரத்தை அணைத்துக் கொண்டு நிற்பதாக இருக்கும். அசோக மரம் (Saraca indica) இந்து புத்த ஜைன மதங்களில் மிகப்புனிதமாகக் கருதப்படும் மரம். 1874ஆம் ஆண்டு ஜோசப் பெக்லார் என்பவர் எடுத்த புகைப்படம். (Cunningham, The Stupas of Bharhut, 1879)

(இடமிருந்து வலது) ஆண் யக்ஷா, பெண் தெய்வம் மற்றும் சக்ரவாகா. நாகா என்ற பாம்புகளின் அரசனான இவர்கள் தண்ணீருக்காக வேண்டப்படுவார்கள். (Cunningham, The Stupa of Bharhut, 1879)

பத்து நாட்கள் ஆய்வு தொடர்ந்தது. சாஞ்சியைப் போலவே இங்கும் ஒரு பெரும் ஸ்தூபி இயங்கியிருக்க வேண்டும் என்பது தெளிவாயிற்று. நான்கு தோரண வாயில்களில் இரண்டும், சுற்றுச் சுவர்களில் சில பகுதிகளும் இன்னும் நின்றன. தோரண வாயில்களில் உள்ள குறுக்குச் சட்ட பகுதிகள் உடைத்து நொறுக்கப்பட்டிருந்தன. ஆனால் செங்குத்தாக நின்றிருந்த தூண்கள் சீராக நின்றிருந்தன. இவைகளோடு, சுற்றுச் சுவர்களில் உள்ள முப்பத்தி ஐந்து தூண்களும், எண்பது குறுக்குச் சட்டகங்களும் அழிவிலிருந்து தப்பி விட்டன. சுற்றுச் சுவரில் கால்பாகம் மட்டுமே இருந்தது. சாஞ்சியில் போலின்றி, இங்கு சுற்றுச் சுவரின் தூண்களும், குறுக்குச் சட்டங்களும் மிக அழகாக செதுக்கப்பட்டிருந்தன.

இந்த சுற்றுச் சுவர் தூண்களின் சிறப்பு அதில் செதுக்கப் பட்டிருந்த சிற்பங்களே. முப்பது அழகிய, ஆளுயுர சிற்பங்கள் மீட்டெடுக்கப்பட்டன. இவைகளில் மன்னர்கள், சிறு தெய்வங்கள், நாகராஜாக்கள், தேவர்கள், தேவதைகள், யக்ஷிகள், யக்ஷிணிகள் என்ற பல்வேறு உருவங்கள் செதுக்கப்பட்டிருந்தன. ஒவ்வொரு தூணும் மூன்று பக்கங்களில் உருவங்களோடு காணப்பட்டன.

பார்ஹூட்டில் உள்ள ஒரு தூணில் வடிக்கப்பட்ட கிரேக்கப் போர் வீரன். சிற்பங்களோடு அமர்ந்திருக்கும் ஒரு ஆதிவாசிப் பெண்மணியோடு சேர்த்துப் புகைப்படம் எடுத்தது ஜோசப் பெக்லார். ஆண்டு 1874. (APAC, British Library)

தேவதைகள், யக்ஷிணிகள், சிறு தெய்வங்கள் போன்ற உருவங்கள் மிகுந்த பாலுணர்வோடு செதுக்கப்பட்டிருந்தன. மிகவும் மிகைப்படுத்தப்பட்ட பெருத்த தனங்கள், ஒடியும் இடை, தடித்த பின்பாகம், ஒரு கை தலைக்குமேல் உயர்த்தி மரக்கிளை ஒன்றைப் பற்றிக் கொள்வது போலவும், மற்றொரு கை தனது மர்ம உறுப்பைத் தொடுவது போலவும், கால்கள் ஒரு மரத்தைப் பின்னிப் பிணைந்திருப்பது போலவும் இச்சை கொள்ளும்படியான உருவங்கள் அவை.

இந்த பாலின உணர்வு தரும் சிற்பங்கள் மற்ற ஆண் சிற்பங்களோடு நேர் எதிரிடையில், ஒரே தூணில் இவ்விருவகைச் சிற்பங்களும் வெவ்வேறு பக்கம் செதுக்கப்பட்டிருக்கும். ஆண் சிற்பங்கள் ராஜகளையோடு இருக்கும். இறுகிய, ஆனால் கனிந்த முகங்களோடும், கரங்களை நெஞ்சுக்கு நேரே மடித்து வைத்து தியான நிலையில் இருப்பதாகவும் இச்சிற்பங்கள் இருந்தன. சிற்பிகள், ஆண் உருவங்களை அஞ்சலிமுத்திரை அல்லது மரியாதைக்குரிய முறையில் கரம் குவிக்க வைத்து செதுக்கியுள்ளனர்.

இங்கிருந்த சிற்பங்களில் கன்னிங்ஹாமிற்கு ஆச்சரியம் அளித்தது போர் வீரனின் சிற்பங்களே. 'வீரனின் தலையில் ஆபரணம்

ஏதுமில்லை; குட்டையான, சுருண்ட முடி; அகலமான துணியினால் தலைமுடி கட்டப்பட்டிருக்கும். தலைக்குப் பின்னால் இந்தத் துணி முடிச்சிடப்பட்டிருக்கும். துணியின் மீதிப் பாகம் காற்றில் அலை பாய்ந்து கொண்டிருக்கும். தொடைவரை நீண்டிருக்கும் மேலங்கி; அது இரு நீண்ட கைகள் வைத்த மேலங்கி.' வீரனின் உடை, காலணிகள், தலையில் கட்டியிருக்கும் துணி - இவை எல்லாமே கிரேக்க நாட்டுப் பாவனை கொண்டவை. ஒருவேளை இந்த வீரன் சந்திரகுப்தரும், அசோகரும் பதவியேற உதவிய கூலிப்படைத் தலைவனாக இருக்கலாம். வீரனின் உடைகள் எல்லாம் கிரேக்க பாணியில் இருந்தாலும், இடுப்பிலிருக்கும் அவனது வாள் முற்றிலும் இந்தியப் பாணியில் உள்ளது.

போதி மரமும் வைர அரியணையும், ஸ்தூபிகள், சக்கர வடிவத்தில் தர்மம். எல்லாமே வணத்திற்குரியவை. இந்த மூன்றுமே ஒரே தூணின் பக்கங்களில் சிற்பமாக வடிக்கப்பட்டிருந்தன. கன்னிங்ஹாம் இவைகளை பிரசேனஜித் தூண்கள் என்றழைத்தார். ஏனெனில், பிரசேனஜித் மன்னர் இந்த மூன்றையும் மூவிடங்களில் வணங்கினார். (Cunningham, The Stupa of Bharhut, 1879)

கன்னிங்ஹாம், 'அரியன் எப்படி இருந்திருப்பான் என்பதற்குரிய விவரங்கள் தெரியும். எல்லோரும் அகலப் பட்டையான வாட்கள் வைத்திருந்தார்கள். மூன்று சாண் நீளத்தில் இருந்தன அவை. அருகருகே நின்று சண்டையிடும் போது இரு கைகளாலும் வாட்களைப் பிடித்து வாட் போரிடுவர்.' இச்சிற்பங்கள் இந்தியாவின் வடமேற்குப் பகுதியோடு தொடர்பிலிருந்தது என்பதை சில தூண்களில் உள்ள சிற்பியின் 'கையெழுத்து' கரோஸ்த்தி மொழியில் இருப்பதுவும்,

பிராமி எழுத்துகள் இல்லாததாலும், பல சிற்பிகள் கந்தாரா பகுதியிலிருந்து அழைத்து வரப்பட்டிருக்கலாம் என்பது உறுதியாகிறது.

சிற்பங்களில் கன்னிங்ஹாமிற்குக் கிடைத்த இன்னொரு துப்பு என்னவெனில் பல சிற்பங்களில் சாதாரண மனித அல்லது மதக் குருமார்கள் நடத்தும் நடவடிக்கைகள் பதிவாகியிருந்தன. கூரைத் தகடுகள், சுவற்றின் உச்சிப் பாகங்கள், பதக்கங்கள் போன்ற வடிவமைப்புகளில் இதுபோன்ற நிகழ்வுகள் செதுக்கப்பட்டிருந்தன. ஆனால் சிற்பங்களில் அழகு குறைவு; நளினமும் குறைவு; சிற்பத் திறனும் குறைவு. இதனால் இச்சிற்பங்கள் சாஞ்சி, அமராவதி சிற்பங்களுக்குக் காலத்தால் முந்தியது என்று கணக்கிட முடியும்.

சாஞ்சியில் ஆய்வு நடத்தும் போது இருந்த கன்னிங்ஹாம் போல் இல்லாமல் இப்போதைய கன்னிங்ஹாம் பல நுட்பங்களையும் புத்த சமயம் பற்றியும் நிறைய தெரிந்து, புரிந்து வைத்திருந்தார். ஆகவே இப்போதைய ஆய்வில் எடுத்த எடுப்பிலேயே இருபது சிற்பங்களில் காண்பிக்கப்பட்டிருப்பது 'ஜாதகக் கதைகள்' என்ற நூலில் சொல்லப்படும் நிகழ்வுகளே என்று எளிதாகப் புரிந்து கொண்டார். மேலும் பல சிற்பங்களில் சாக்கிய முனிவர் புத்தரின் வாழ்க்கை நிகழ்வுகள் இருந்தன. ஆனால், இச்சிற்பங்களில் புத்தரின் உருவம் காணப்படாது. ஆனால் அரியணை மீது உள்ள தலைப்பாகை என்பது போன்ற மறைவுப் பொருட்களாக புத்தர் காட்டப்படுவார். சாஞ்சியிலும் அமராவதியிலும் மூன்று ஆராதனைப் பொருட்கள் மீண்டும் மீண்டும் காண்பிக்கப்படும். அவை, போதி மரமும், அதன் கீழ் ஒரு வைர அரியணையும், ஸ்தூபி, தர்மம் - இது தேர்ச் சக்கர வடிவத்தில் உள்ள தர்மச் சக்கரம்.

இதில் போதி மரம் சில கல்வெட்டுகளில் பாதுகாப்பிற்காகக் கூரை வேயப்பட்டோ, சுற்றுச் சுவர்களுக்கு நடுவிலோ காண்பிக்கப்படும். சில வேளைகளில் போதி மரம் மட்டுமே தனித்து எவ்வித ஆடம்பரமுமின்றி காண்பிக்கப்படும். போதிமரம் மட்டுமல்லாது வேறு பல மரங்களையும் சில கல்வெட்டுகளில் காணலாம். இதனை வைத்து கன்னிங்ஹாம் புத்த சமயம் பார்கத் பகுதியில் இருந்த தாவரம்-வணங்கும்-பக்தி வழியையும் தன்னோடு இணைத்துக் கொண்டதாகக் கருதினார். இதேபோல் அமராவதி பகுதியில் நாகம்-வணங்கும்-பழக்கம் புத்தத்தோடு இணைந்து கொண்டதாகக் கருதினார்.

இதுபோன்ற கல்வெட்டுக் கண்டுபிடிப்புகள் அந்தப் பகுதி மக்களிடம் பேரார்வம் ஏற்படுத்தியது. விதவிதவிதமான சிற்பங்கள் மக்களுக்கு மிகுந்த ஆச்சரியத்தை அளித்தன. அதுவும் துரை, வெள்ளைக்கார துரை! கல்வெட்டில் உள்ள எழுத்துகளை வாசிக்கத் தெரிந்தவர் என்பது அவர்களுக்கு மிகுந்த ஆச்சரியத்தையும், மகிழ்ச்சியையும் அளித்தது. ஒவ்வொரு கண்டுபிடிப்பிற்குப் பின்னும் கல்வெட்டில் காணப்படுவதை வாசிக்க 'துரை' அவர்களை மக்கள் கேட்பார்கள். கன்னிங்ஹாம் கல்வெட்டில் காணப்படும் தானக்காரர் பெயரையோ வேறு தெய்வங்களின் பெயரையோ வாசித்த போது மக்கள் பெருத்த ஏமாற்றமடைந்தார்கள். ஏனெனில் அவர்களைப் பொருத்த வரை, இப்படிச் சிரமப்பட்டு கல்வெட்டுகளைக் கண்டுபிடிப்பது மறைந்திருக்கும் பழைய காலத்து பொக்கிஷங்களைக் கண்டு பிடிப்பதற்கு மட்டும் என உறுதியாக நினைத்தார்கள். கல்வெட்டு ரகசியங்களையும் மறைத்து வைக்கப்பட்டிருக்கக் கூடிய தங்கப் புதையல்களையும் மக்கள் அதிகமாக எதிர்பார்த்திருந்தார்கள்.

சாஞ்சி கல்வெட்டுகளில் பல தானக்காரர்களின் பெயர்ப் பட்டியல் காணப்பட்டது. வேறு சில இடங்களில் சிற்பங்களைப் பற்றிய குறிப்புகளும் காணப்பட்டன. அசோகரது கல்வெட்டுகளில் உள்ளது போலவே உள்ள பிராமி எழுத்துகளில் கல்வெட்டுகள் இருந்தன. ஆனால் எந்தக் கல்வெட்டிலும் அசோகரது பெயரோ, பியாதாசியின் பெயரோ காணப்படவேயில்லை.

பைராட் புதைச்சிற்ப ஆய்வு கோடை காலத்தின் நிமித்தம் ஏப்ரல் மாதம் நிறுத்தப்பட்டு, பின்பு நவம்பர் மாதம் மீண்டும் ஆரம்பித்தது. கிழக்குத் தோரண வாயிலை முழுமையாக சீரமைத்து மீண்டும் உருவாக்கும் அளவிற்கு சிதைந்த துண்டுகள் போதுமான அளவு திரட்டப்பட்டன. இந்த வாய்ப்பைப் பயன்படுத்தி கன்னிங்ஹாம் சுற்றியுள்ள பகுதிகளிலும் தன் ஆய்வுகளை மேற்கொண்டார். அவரது முயற்சிக்குப் பலனும் கிடைத்தது. இன்னும் இரு சுற்றுச் சுவர் சிற்பங்களும், இரு புடைப்புச் சிற்பங்களும் கிடைத்தன. அந்த புடைப்புச் சிற்பங்களில் பிரபலமான ஜாதகக் கதை ஒன்றின் உடைந்த சிற்பத்தின் மீதிப் பகுதி கிடைத்தது. அரிய இச்சிற்பம் கன்னிங்ஹாமிற்குக் கிடைத்த போது அது வெறுமனே துணி வெளுக்கப் பயன்படும் கல்லாக பயன்படுத்திக் கொள்ளப்பட்டிருந்தது...!

1875ஆம் ஆண்டு ஜனவரி மாதம் மூன்றாம் முறையாக பார்ஹுட் புதைபொருள் ஆய்விற்காக வந்தபோது, இதுவரை கண்டுபிடிக்காமல் விடப்பட்டிருந்த தோரண வாயில்களில் ஒன்று மீட்டெடுக்கப்பட்டது. இதன் பிறகு கன்னிங்ஹாம் ஒரு முக்கிய முடிவெடுத்தார். இங்குள்ள சிற்பங்கள் அனைத்தையும் அறுநூறு மைல் தொலைவில் இருக்கும் கல்கத்தாவிற்கு - அங்குள்ள இந்திய அருங்காட்சியத்திற்கு - எடுத்துச் செல்ல முடிவெடுத்தார். இங்கிலாந்தில் உள்ள பலர் இத்திட்டத்தை வெட்டித்தனம் என்று பழித்துரைத்தனர். இது வில்ட்ஷைர் தீவில் உள்ள பெரும் கற்சிற்பங்களை லண்டனுக்குக் கொண்டு சேர்க்கும் முயற்சி போன்றது என்று கேலி செய்தனர். ஆனால் இந்தக் கேலியும் எதிர்ப்பும் கன்னிங்ஹாமின் திட்டத்தை அசைக்கவில்லை. 'இது வெட்டித்தனம் அல்ல. முக்கியமான சிற்பங்கள் அனைத்தையும் நான் காப்பாற்றி விட்டேன். விட்டுப்போன சில சிற்பத்தூண்களும் அப்பகுதி மக்களால் வெறும் கற்களாக அங்கிருந்து கடத்தப்பட்டன', என்றார் கன்னிங்ஹாம்.

சர் அலெக்சாண்டர் கன்னிங்ஹாம் பார்ஹுட் பற்றிய தனது ஆய்வு முடிவுகளை எழுதும்போது ஸ்தூபியின் சுற்றுச் சுவர்கள், தோரண வாயில்கள் காலத்தால் பழமையானவை என்பதில் எந்த ஐயமுமில்லை. அவர் தன் குறிப்பில், 'பார்ஹுட் சிற்பங்களின் அமைப்புகளையும் அசோகர் காலத்து அமைப்புகளையும் ஒப்பிட்டுப் பார்த்தால் அவை இரண்டும் சம காலத்தியவை என்பது தெரியும்', என்று கூறுகிறார். கன்னிங்ஹாமின் இம்முடிவு வெறும் உணர்வுப்பூர்வமானதல்ல.

சில ஆண்டுகளுக்கு முன்பு கன்னிங்ஹாம் மேற்கு இமயமலைப் பகுதியில் உள்ள கங்ரா என்ற பகுதியிலுள்ள ஜ்வால்முகி கோவில் ஒன்றின் அருகில் நாணயக் குவியல் ஒன்றைத் தோண்டிக் கண்டுபிடித்தார். அதில் முப்பது நாணயங்கள் இருந்தன. அப்பல்லோ டோட்டஸ் சோட்டர் என்ற இந்திய-கிரேக்க ராஜ்ஜியத்து நாணயங்கள். இந்நிலப் பகுதி தக்ஸிலாவில் ஆரம்பித்து இன்றைய குஜராத் வரை நீடித்தது. அம்மன்னனது காலம் பொ.ஆ.மு.175 முதல் பொ.ஆ.மு.160 வரை. இந்த நாணயங்கள் புதியதாக அச்சடிக்கப்பட்டவை போலிருந்தன. ஏனெனில் அவை இம்மன்னனின் அரசுக் காலத்தின் ஆரம்பக் காலத்தில் புதைக்கப்பட்டிருக்க வேண்டும். இதைத் தவிர மீதியிருந்த நாணயங்கள் இந்திய நாணயங்கள். அவை அமோகபுட்டி என்ற மன்னனின் காலத்தவை. இம்மன்னனின்

காலம் பொ.ஆ.மு. இரண்டாம் நூற்றாண்டின் மத்தியப் பகுதி. இந்த நாணயங்களிலிருந்தவை பிராமி எழுத்துகள். ஆனால் இவை அசோகரது காலத்து பிராமி எழுத்துகளிலிருந்து பல மாற்றங்களைக் கொண்டிருந்தது. இதனால் இந்த நாணயங்கள் பொ.ஆ.மு.175ஆம் ஆண்டிற்கு முந்தியவையல்ல.

கன்னிங்ஹாமின் இம்முடிவு அவர் வாசித்த ஒரு கல்வெட்டி னால் சிறிது சஞ்சலப்பட்டது. பார்ஹுட் ஸ்தூபியின் கிழக்குத் தோரண வாயிலில் பொறிக்கப்பட்டிருந்த வாசகத்தை, கல்கத்தாவில் உள்ள சமஸ்கிருத அறிஞர் ராஜேந்திர லால் மித்ரா என்பவரின் துணை கொண்டு கன்னிங்ஹாம் வாசித்தார். 'இந்தக் தோரணமும், அதைச் சுற்றியுள்ள அழகான கல் வேய்ந்த பகுதிகளும் சுகுணா என்ற அரசுப் பரம்பரையின், வச்சி என்பவரின் மகனான தனபுட்டி என்ற மன்னனும், காகியின் மகனான விசா தேவா என்பவரின் பேரனும், கோட்டி என்பவரின் மகனான ஆகாராஜா என்பவரும் கட்டியது. கன்னிங்ஹாமும், மித்ராவும் 'சுகனம்' என்ற சொல்லை பெரும் பேரரசான மௌரிய சாம்ராஜ்யத்தின் கீழிருந்த ஸ்ருஞ்னா என்ற சிற்றரசு பற்றியது என்று கருதிக் கொண்டார்கள். இன்னும் சில பெயர்கள் கன்னிங்ஹாம் மதுராவில் உள்ள புத்தக் கல்வெட்டில் கண்ட பெயர்களே. இந்தக் கண்டுபிடிப்புகளை அடிப்படையாக வைத்து கன்னிங்ஹாம் பார்ஹுட் தோரண வாயில்கள், சுற்றுச் சுவர், சிற்பங்கள் பொ.ஆ.மு.240-215இல் கட்டப்பட்டிருக்க வேண்டும். அதாவது, அசோகரது அரசுக் காலத்தின் இறுதியிலும், அதன் பிறகும் என்று முடிவெடுக்கிறார்.

ஆனால் 'சுகனம்' என்று தோரணவாயிலில் இருந்த சொல் 'சுங்காஸ்' என்ற அரசுப் பரம்பரையைக் குறிக்கிறது. அசோகரின் மரணத்திற்குப் பின் 50 ஆண்டுகள் கழித்து, இறுதி மௌரிய மன்னனை அவரது படைத்தளபதியான புஷ்யமித்ரா சுங்கா கொன்று, சுங்கா என்ற புது அரசுப் பரம்பரையை உருவாக்குகிறார். சாஞ்சியிலும் மற்ற இடங்களிலும் உள்ளது போலவே பார்ஹுட்டிலும் ஸ்தூபி அசோகரது காலத்தில் செங்கற்களால் கட்டப்படுகிறது. பொ.ஆ.மு.180க்குப் பிறகு இது நடந்திருக்க வேண்டும். இதனைப் பற்றிய கன்னிங்ஹாமின் வெளியீட்டின் குருந்தலைப்பு: *'A Buddhist Monument ornamented with numerous sculptures of Buddhist Legend and History of the Third Century B.C.'*

இதில் கன்னிங்ஹாம் ஒருவேளை தன்னையே கேட்டுக் கொள்ள வேண்டிய கேள்வி சில உண்டு - பார்ஹுட் ஸ்தூபி ஏன்

அசோகரது இறுதிக் காலத்தில் கட்டப்பட்டது? ஏன் அவைகளில் அசோகருக்கான நினைவுச் சின்னங்கள் ஏதுமில்லை? அசோக தூண்கள், அசோகரது உருவங்கள் ஏதுமில்லை. ஏன்? இக்கேள்விகளுக்கான பதில் அரசியல் சார்ந்த பதில்களாகவும் இருக்கலாம்.

தர்ம அசோகரை நேரடியாக பார்ஹுட் கல்வெட்டுகளிலும், கட்டிடங்களிலும் காட்டப்பட முடியாது. ஏனெனில் தோரண வாயிலும், சுற்றுச் சுவர்களும் கட்டியது மௌரியப் பேரரசை அழிவுக்கு கொண்டு வந்து, தன் சுங்கப் பரம்பரையை நிறுவிய புஷ்யமித்ர சுங்கா. அவர் அப்போது பதவியில் இருந்ததால் அசோகரின் எந்தக் குறிப்பும் இல்லை. இம்மன்னன் மௌரியப் பரம்பரையை முடிவுக்குக் கொண்டு வந்தது மட்டுமல்ல, புத்த சமயத்தை அழிக்கவும் ஆரம்பித்திருந்தார்.

ஆயினும் பார்ஹுட் அசோகரது நினைவுச் சின்னமாகவும் கருதப்படலாம். ஏனெனில், அங்குள்ள சிலை ஒன்றில் கன்னிங் ஹாம் அசோகரது உருவம் பொறிக்கப்பட்டுள்ளதாகக் கருதுகிறார். ‘யானையின் மீது அமர்ந்து, புனிதப் பொருளை சுமந்து செல்லும்’ சிற்பம் ஒன்று உண்டு. கிழக்குத் தோரண வாயிலில் உள்ள தூண் ஒன்றிற்குப் பின்னால் ஒரு யானையின் மீது அவர் அமர்ந்து இருக்க, அருகே வேறு இரு சின்ன யானைகளில் இருவர் இருபக்கமும் வர, குதிரைகள் மீது இருவர் பதாகைகளை ஏந்தி வர, புனிதப் பொருளை நெஞ்சோடு அணைத்துப் பிடித்தபடி செல்கிறார்.

சாஞ்சி, அமராவதி சிற்பங்களோடு பார்ஹுட் சிற்பங்களும் அசோகரது வழிவந்தவைகள். அசோகர் ஆரம்பித்து வைத்ததனால் வெளிவந்தவை அவை. அசோகரின் காலத்திலும், அதற்குப் பின்னும் அன்றைய காலத்து மக்கள் வாழ்ந்த முறை, புத்தரை மக்கள் எங்கனம் வணங்கி வந்தார்கள் என்பதை நமக்குக் கல்லின் மூலம் சொல்லப்படும் வரலாற்று ஏடுகளே இவை.

13
புதுப் புது வரலாற்றுச் செய்திகளின் தொகுப்பு

கிர்னாரில் உள்ள யானைப் பாறை. இதன் மையப் பகுதியில் ஆணைகள் செதுக்கப்பட்டுள்ளன. கிர்னார் மலையின் உச்சிக்குச் செல்லும் பாதையில் இது உள்ளது. டி.எச். சைக்ஸ் 1869இல் படமெடுத்தார். (APAC, British Library)

ஜௌகடா - அவ்வளவு எளிதில் கண்டுபிடிக்கக்கூடிய இடமல்ல. புவனேஷ்வரிலிருந்து தெற்கு நோக்கி கடற்கரைச் சாலையில் இரு மணி நேரம் பயணித்தால் கஞ்சம் என்ற இடத்திற்கும், ருஷிகுல்யா நதியின் முகத்துவாரத்திற்கும் வந்து சேருவோம். அங்கிருந்து உள்நோக்கித் திரும்பி நதியின் வளைவுகளை ஒட்டிச் சென்றால் புருஷோத்தம்பூர் என்ற ஒரு கிராமத்தை அடைவோம். இந்த இடத்திலும் கூட ஜௌகடா என்ற பெயரோ, இடமோ யாருக்கும் தெரியாது. மேலும் நதியைத் தொடர்ந்து செல்ல வேண்டும். சென்றால் ஓரிடத்தில் வேறு வழி ஏதுமில்லாமல், நதியின் மீதிருக்கும் சிறு பாலத்தின்மூலம் கடந்து சென்றால் ஒரு சிறுபாதை பெருஞ்சாலையிலிருந்து விலகி கீழ் நோக்கிச் செல்லும். அப்பாதை 'பாண்டியா' என்ற ஒரு குக்கிராமத்திற்குள் இட்டுச் செல்லும். இங்கே நாம் தேடிச் செல்லும் இடத்தின் பெயரைச் சொன்னால் எளிதாக வழி சொல்வார்கள். இந்தச் சிறுபாதை உடைந்து கிடக்கும் பாறைகள் நிறைந்த ஒரு மலையடிவாரத்தில் முடிவடையும். இந்த மலையே ஜௌகடா மலை. இங்கே நாம் தேடவேண்டியது வழக்கமாக இருக்கும் பாறை - யானை போல் பெரிதாக, தெள்ளெனத் தெரியும் ஒரு பாறை. எளிதாக அப்படி ஒரு பாறையை அங்கு பார்க்க முடியும். இப்பாறையின் கீழ்ப்பாகம் இரும்பும், கான்க்ரீட்டும் கலந்த ஒரு மோசமான அடித்தளத்தோடு இருக்கும். விலங்குப் பூங்காக்களில் உள்ள ஒரு கூண்டுபோல் இது தோன்றும்.

இந்தப் பாறையில் உள்ள மலைக் கல்வெட்டு இப்போது 'ஜௌகடா மலைக் கல்வெட்டு' என்றழைக்கப்படுகிறது. இது 1830ஆம் ஆண்டின் நடுவில் கேப்டன் மார்க்கம் கிட்டோவினால் கண்டுபிடிக்கப்பட்டது. இக்கண்டுபிடிப்பைப் பற்றி இவர் ஜேம்ஸ் பிரின்செப்பிற்குக் கடிதம் ஒன்று எழுதியுள்ளார். அதில் இந்தக் கல்வெட்டு இருநூற்று எழுபது சதுர அடி அளவில் இருந்தது என்று எழுதியுள்ளார். ஆயினும் இக்கல்வெட்டு அப்போது கண்டுபிடிக்கப்படவில்லை. இருபத்தி ஐந்து ஆண்டுகள் கழித்து தான் கிட்டோ கண்டுபிடித்த கல்வெட்டு ஜௌகடா மலையில் மீண்டும் கண்டுபிடிக்கப்பட்டது. இது அப்போது மதராஸ் பிரசிடென்சியின் ஒரு பகுதியாக இருந்தது. இப்போது அது தென் ஒடிசாவில் உள்ளது. இக்கல்வெட்டை கிட்டோவிற்குப் பிறகு மீண்டும் கண்டுபிடித்தவர் அநேகமாக மதராஸில் அரசுப் பணியில் அதிகாரியாக இருந்த வால்டர் எலியட் என்பவராக இருக்கலாம். இதை அவர்

கண்டுபிடித்திருந்தாலும் அதன்பின் அவர் சில காரணங்களுக்காக மிக மௌனமாக இருந்திருக்கிறார்.

இன்றும் எலியட்டிற்கு அமராவதியின் ‘சலவைக்கற்களைக் காப்பாற்றியவர்’ என்ற பெயருண்டு. இவர் 1820ஆம் ஆண்டில் இந்திய அரசுப் பணியில் சேர்ந்தார். மதராஸ் பிரசிடென்சியில் நெடுநாள் தன் பணியைத் தொடர்ந்தார். வேட்டையில் விருப்பம் கொண்டிருந்த இவர் இதன் மூலம் விலங்கியல், இந்திய மொழிகள், தொல்பொருட்கள் என தன் ஆர்வத்தை விரிவு படுத்திக் கொண்டார். 1845ஆம் ஆண்டு கிருஷ்ணா நதிக்குத் தென்பக்கம் இருந்த குண்டூர் பகுதியை தன் அதிகாரத்திற்குள் கொண்டு வந்தார். அமராவதியிலுள்ள பெரும் ஸ்தூபியின் அழிவிற்குத் தானும் ஒரு காரணம் என்று கண்டு கொண்டார். கர்னல் காலின் மெக்கன்ஸியின் காலத்தில் இந்த ஸ்தூபி மிகவும் பாழ்பட்டது. மெக்கன்ஸியின் வரைபட அலுவலர்கள் வரைந்த சிற்பம், செதுக்கப்பட்ட சலவைக்கற்கள் பல வெறும் சுண்ணாம்புக் காளவாசலுக்குள் சென்றடைந்தன. மசூலிப்பட்டினத்தின் ஆட்சியாளர் முப்பத்திமூன்று சலவைக் கற்பலகைகளை நகரமண்டபத்தின் தரைகளைக் கட்டப் பயன்படுத்தி விட்டார். எலியட், அமராவதி ஸ்தூபியிலிருந்து எடுத்த பல சலவைக் கற்களின் தகவல்கள் கடலில் தொலைந்து விட்டன. ஆனால் மதராஸிற்கு அனுப்பிய கற்களில் 121 கற்பலகைகள், 1859ஆம் ஆண்டு லண்டனுக்கு ‘எலியட்டின் சலவைக் கற்கள்’ என்ற பெயரில் அனுப்பப்பட்டன. அங்கு போய்ச் சேர்ந்த இக்கற்கள் பலகாலம் கண்டுகொள்ளப்படாமல் ஒரு பழைய குதிரை வண்டி லாயத்தில் கிடந்தன. பின்னாளில் ஜேம்ஸ் பெர்குசன் என்ற கட்டிட தொல்பொருள் ஆய்வாளரின் கண்களில் பட்டன.

ஜௌகடா மலைக் கல்வெட்டுகள் பாழ்பட்டுப் போனதற்கு வால்டர் எலியட் தான் முக்கிய காரணகர்த்தாவாக இருக்க வேண்டும். 1850ஆம் ஆண்டு தன்கீழ் பணிபுரியும், இருபதாண்டுகள் தனக்கு இளையவராயிருந்த ஒருவருடன் இந்த இடத்திற்கு வருகை தந்துள்ளார். அப்போது அந்த பாறை எந்த சிதிலமும் இல்லாமல் இருந்திருக்கிறது. 1854ஆம் ஆண்டு இவ்விடத்தை விட்டு அவர்கள் வெளியேறியுள்ளார்கள். அதன் பிறகு, ஒரு ஐரோப்பியக் கனவானும், ஒரு ஆங்கில அரசின் அரசுப் பணி அதிகாரியும் ஜௌகடா மலைக்கு வந்து அங்குள்ள மலைக் கல்வெட்டிலுள்ள எழுத்துகளை உடைத்து அழித்திருக்கிறார்கள் என்ற செய்தி பரவியது. அங்கிருந்த கிராமத்தினர், ‘எலியட் கொதிக்கும் புளியஞ்சாறை பாறையின்

புதுப் புது வரலாற்றுச் செய்திகளின் தொகுப்பு | 331

மீது ஊற்றி, அதன் மேல் வெந்நீர் ஊற்றி சுத்தியலால் அடித்துப் பாறையைத் தகர்த்திருக்கிறார்; கல்வெட்டு இருந்த பாறையின் பல பகுதிகள் உடைக்கப்பட்டு வீணாயின', என்று கூறியுள்ளனர்.

ஜௌகடா மலைக் கல்வெட்டில் முதல் ஐந்து ஆணைகள் உள்ள ஓவியம். இதிலுள்ள அழிவுக்குக் காரணமானவர் ஒரு பெரும் ஐரோப்பிய கனவான்! (From Alexander Cunningham, Inscriptions of Ashoka, 1877)

உடைக்கப்பட்ட கல்வெட்டு யார் கண்ணிலும் அகப்படாமல் நெடுநாள் இருந்தது. 1872ஆம் ஆண்டு மாவட்ட ஆட்சித் தலைவர் W.F.கிரஹாம் என்பவரால் அரசுக்குத் தெரிவிக்கப்பட்டது. இந்தக் கல்வெட்டு பற்றிய விவரங்கள் 'இந்தியப் பழமை' ('Indian Antiquary') என்ற நூலின் முதல் பதிப்பில் வெளிவருவதற்கு முன்பே, சர் வால்டர் எலியட் தன் பணியிலிருந்து ஓய்வு பெற்று விட்டார். இங்கிலாந்து திரும்பி, அங்கு ராயல் ஆசிய ஆய்வுக் கழகத்தின் மதிப்பு மிக்க உறுப்பினராகி விட்டார். ஜௌகடா கல்வெட்டை உடைத்த 'உத்தம' அரசியல் அதிகாரி யார் என்பதை அறிய எந்த மேல் நடவடிக்கையும் எடுக்கப்படவேயில்லை!

ஜௌகடா கல்வெட்டு அசோகரின் முக்கிய கல்வெட்டுகளோடு இணைக்கப்பட்டது. காலத்தால் இது ஐந்தாவது கல்வெட்டு. முந்திய கல்வெட்டுகள் கிர்னார், தௌலி, சபாஷ் கார்கி, கால்சி என்பவை. ஏற்கெனவே கண்டுபிடித்த கல்வெட்டுகளோடு

சேர்க்கப்பட்டு, இது *REs 1-10, REs - 14* என்ற எண்களுள் ஒன்றாகக் கொடுக்கப்பட்டது. *REs 11, 13* என்பவை வேறு சில கல்வெட்டுகளாக மாற்றப்பட்டன. அவை 'தனிக் கல்வெட்டுகள்' *(Separate Rock Edicts- (SREs 1 & 2))* என்று பெயரிடப்பட்டன. மற்ற கல்வெட்டுகளிலிருந்து இவை தனித்து இரு பெட்டிகளில் வைக்கப்பட்டன. அவைகள் பெரும்பாலும் பழுதின்றி முழுமையானதாக இருந்தன.

புவனேஷ்வருக்கு வெளியே கண்டுபிடிக்கப்பட்ட தௌலி கல்வெட்டுகள் ஜேம்ஸ் பிரின்செப்பினால் கண்டுபிடிக்கப் பட்டவை. இந்தக் கண்டுபிடிப்பு ஏன் *REs 11, 13* என்ற இரண்டு கல்வெட்டுகளும் விடுபட்டுப் போய் விட்டன என்பதற் கான பதிலைத் தரும். புவனேஷ்வர், தௌலி என்ற இந்தக் கல்வெட்டுகள் பழைய கலிங்க நகர எல்லைக்குள் இருந்தன. அவற்றில் ஒன்று வடக்கேயும், மற்றொன்று தெற்கேயும் இருந் தன. விடுபட்டுப் போன மூன்று கல்வெட்டுகளில் அசோகர் தனது கலிங்க வெற்றி பற்றியும், அப்போரினால் அவர் அடைந்த மனத்துயரங்கள், அவர் செய்த கொடுமைகளின் விளைவையும் பற்றிப் பொறிக்கப்பட்டிருந்தன. கலிங்காவிலிருந்த கல்வெட்டுகளில் இந்த உணர்வுகள் ஏதும் செதுக்கப்படவில்லை. ஒரு வேளை, ஏற்கனவே கொடுமையின் துயரங்களை அனுபவித்த மக்களின் மனதை மேலும் துன்பப்படுத்தாமல் இருப்பதற்காக இருக்கலாம்.

ஜௌகடா, தௌலி என்ற இடத்திலுள்ள இரு கல்வெட்டுகளான *REs, 11-13*-களுக்குப் பதிலாக இடம்பிடித்த இரண்டு *SREs* அசோகரது மஹாமத்ராஸ் அல்லது சமயத் தலைவர்கள் என்று அழைக்கப்படுபவர்களை நோக்கி எழுதப்பட்டவை. இந்தத் தலைவர்கள் தோசாலி (தௌலி), சமப்பா (ஜௌக்டா) என்ற இடங்களின் அதிகாரிகள். இவ்வதிகாரிகள் மக்களின் ஆன்மீக உயர்வுக்காக இட்ட அசோகரது கட்டளைகளை நியாயமாகவும், எவ்வித காழ்ப்புணர்வுமின்றி எல்லோருக்கும் சமமாக நடத்தித் தர வேண்டும். கலிங்க நாட்டு மக்கள் அமைதியான வாழ்க்கை வாழ வேண்டும்.

இத் தொண்டுகளை நிறைவேற்றவும் அசோகர் தன் குடிமக்களின் மகிழ்ச்சியே தன் குறிக்கோள் என்று நிலைநிறுத்தவுமே தன் கொள்கைகளைக் கல்வெட்டில் பொறித்தார். இன்றைய மொழி மாற்றத்தில் அவருடைய கொள்கைகள்: "மக்கள் எல்லோருமே என் குழந்தைகள். இந்த உலகிலும் அதற்குப் பின்னாலும் என் குழந்தைகள் பெற வேண்டிய வசதிகளையும், மகிழ்ச்சிகளையும்

நான் எல்லோருக்கும் கிடைக்கும்படி பணியாற்றுவேன். நான் எந்த அளவிற்கு இதற்காக ஆசைப்படுகிறேன் என்று யாருக்கும் புரியாது, அப்படியே யாருக்கும் புரிந்தாலும் அந்த விழைவின் ஆழத்தை அவர்கள் அறிய மாட்டார்கள்."

SRE2 கல்வெட்டும் இதே செய்தியைத்தான் சொல்கிறது. ஆயினும் இதோடு இன்னொரு செய்தியையும் சொல்கிறது. அச்செய்தி அசோகரால் போரெடுத்து வெற்றி பெறாத இடத்திலும் உள்ளவர்களுக்கானது. அசோகரின் நல்லெண்ணத்திற்கான காரணம் என்னவென்று புரியாதவர்களுக்காக அசோகரே தன் எண்ணத்தைப் பகிர்ந்து கொள்கிறார்:

"என் மீது எந்தவித அச்சமும் இல்லாமல் அவர்கள் இருக்க வேண்டும் என்பதே என் குறிக்கோள். என்மீது அவர்கள் மிகுந்த நம்பிக்கையோடு இருக்க வேண்டும். அவர்களுக்கு மகிழ்ச்சியை மட்டுமே தர விரும்புகிறேன். நிச்சயமாக எந்த துன்பமும் அல்ல. மேலும், மன்னிக்கப்பட வேண்டியவர்களை மன்னர் நிச்சயமாக மன்னிப்பார். மக்கள் தர்மத்தை முழுமையாகக் கடைப்பிடிக்க வேண்டும் என்று மன்னர் விரும்புகிறார். இதன்மூலம் மக்கள் இந்த உலக வாழ்க்கையிலும், மறுமையிலும் மிக்க மகிழ்ச்சியை அடைவார்கள். இதையெல்லாம் நான் உங்களிடம் சொல்வது எதற்கென்றால், இவைகள் எல்லாமே நான் உங்களுக்குச் செய்ய வேண்டிய கடப்பாடு உள்ளவன். உங்களுக்கு நான் அளிக்கும் உறுதியும், என் வாக்கும் என்றும் பிறழாது. என் ஆட்சியின் கீழ் பாரத நாட்டின் மக்கள் அறிந்து கொள்ள வேண்டியது- மன்னன் உங்களுக்கு தந்தை போன்றவன். தன்னை மன்னன் விரும்பும் அளவிற்கு உங்களையும் அவன் விரும்புகிறான். மக்கள் எல்லோரும் மன்னனது குழந்தைகளேதான்."

இந்தச் செய்தி கலிங்க நாட்டிற்கு தெற்கும், மேற்கும் உள்ள பகுதிகளில் வாழும் மக்களுக்கானது. அப்பகுதிகள் அசோகரால் வெற்றி கொள்ளப்படாத இடங்கள். கலிங்க நாடு அசோகரை எதிர்த்து நின்ற போது அவர்கள் அடைந்த கொடுமைகளை இம்மக்கள் கட்டாயம் தெரிந்திருப்பார்கள். இப்போது அசோகப் பேரரசன் முற்றிலும் மாறிவிட்டாரென்று அம்மக்கள் திடமாய் நம்ப வேண்டும்; புரிந்து கொள்ள வேண்டும். இனி அவர் தர்மத்தின் மூலமாக மட்டுமே மக்களை வெல்வார். அசோகர் இந்தியாவின் தென் முனையை வெல்லவில்லை. அதனைத் தாண்டி இலங்கையையும் வெல்லவில்லை.

அது தேவையுமில்லை. பெரும் பாரம்பரிய பட்டியலில் கூறப்பட்டுள்ளதைப் போல் அவர் தன் அமைதியான முறையில் தர்மத்தைப் பரப்பி, அவர்களை முழு வெற்றி கண்டார்.

RE-5 கண்டுபிடிக்கப்பட்ட பிறகு எல்லா கல்வெட்டுகளிலும் சில குறிப்பிட்ட ஒற்றுமைகள் இருந்தன. ஐந்து கல்வெட்டுகளுமே பலரின் கண்களில் படும்படியான இடத்தில் உள்ள யானை போன்ற பெரும் பாறைகளில், மக்கள் வாழும் இடங்களுக்கு அருகில் இருந்தன. ஜௌகடா, தௌலி என்ற இரு கல்வெட்டுகளும் தங்களுக்குக் கீழே இருந்த நகரங்களை நோக்கிய வண்ணம் இருந்தன. தௌலியில் உள்ள தோசாலி என்ற நகரம் 'தயா' நதிக்கு - கருணையுள்ள நதிக்கு - அப்பால் இருந்தது. ஆயினும் அந்நகரத்தின் சுற்றுச் சுவர்கள், வெளி அகழிகள், எல்லாமே கல்வெட்டின் பார்வைக்குள்ளும், எல்லைக்குள்ளும் தான் இருந்தன. ஜௌகடாவில் கல்வெட்டு இருந்த மலை, சமப்பாவின் சுவர்களோடு இணைந்து, கிரேக்க நகரத்து உள்ளரங்கமான 'அக்ரோபோலிஸ்' போன்ற தோற்றத்தைக் கொண்டிருந்தது. இந்த நகரம் வடக்கு தெற்கு என்ற வாக்கில் ஒரு சதுரமாக அமைக்கப்பட்டிருந்தது. கட்டப்பட்டிருந்த கட்டிடங்கள் எல்லாமும் கண்களைக் கவரும் வண்ணம் இருந்தன. நகருக்கு இருபுறமும் பெரும் வாயில்கள் - அதுவும் கிரேக்க நாட்டுப் பாணியில் இருந்தன. நகரின் அமைப்பு, அளவு இவைகளையெல்லாம் பார்க்கும் போது கலிங்க நாட்டின் தென்பாதியின் ஆட்சிப் பொறுப்புக்கு இது தலைமையிடமாக இருந்திருக்க வேண்டும் என்று தோன்றுகிறது. மேலும் இந்நகரம் நதி ஒன்றிற்கு மிக அருகிலும், கடற்கரைக்கு நெருங்கியும் இருந்தமையால் இது ஒரு வியாபாரத் தலமாக இருந்திருக்க வேண்டும் என்றும் தோன்றுகிறது.

வால்டர் எலியட் ஜௌகடாவில் மேலெழுந்த வாரியாக 1858ஆம் ஆண்டு சில ஆய்வுகள் மேற்கொண்டுள்ளார். அதில் முதல் நூற்றாண்டைச் சேர்ந்த குஷன் அரசுப் பரம்பரையின் நாணயங்கள் சிலவற்றைக் கண்டுபிடித்தார். மீண்டும் 1956-57ம் ஆண்டு இந்திய தொல்பொருள் அளவீட்டாளர் அமைப்பிலிருந்து திருமதி. டிபாலா மித்ரா என்பவரின் தலைமையில் முழு ஆய்வு நடந்தது. இந்த ஆய்வுகளிலிருந்து இந்த அம்மையார் சமப்பா நகரம் மூன்றாம் நூற்றாண்டில் அசோகரின் ஆட்சிக் காலத்தில் தோன்றியிருக்க வேண்டும் என்று கூறியுள்ளார். மௌரிய காலத்து நாணயங்கள், வளமையைப் பறைசாற்றும் தொல்பொருட்கள் கண்டெடுக்கப்பட்டு, இந்த நகரம்

அதன்காலத்தில் மிகவும் செழிப்போடும், வசதிகளோடும் இருந்திருக்க வேண்டும் என்பதைப் புலப்படுத்தின. தோசாலி நகரமும் இதே போன்று செல்வச் செழிப்போடு இருந்த நகரம் என்பதும் புலனாகிறது. இந்த இரு நகரங்களுமே அசோகரது கலிங்க வெற்றிக்குப் பின், அசோகரது சாம்ராஜ்யத்தின் ஆளுமை நகரங்களாக அமைக்கப்பட்டு வளர்க்கப்பட்டிருக்க வேண்டும் என்பது புலனாகிறது.

ஜௌகடா கல்வெட்டு வாசகங்களை முதன் முதல் ஆய்வு செய்தவர் சமஸ்கிருத அறிஞர் டாக்டர் ராமகிருஷ்ண கோபால் பந்தர்க்கர். இவர் சமஸ்கிருதத்தில் மட்டுமின்றி சமூக முன்னேற்றத்திற்காகவும் மிகவும் பாடுபட்டவர். இவர் அப்போது பல்கலையில் சமஸ்கிருத உதவிப் பேராசிரியராகப் பணிபுரிந்து வந்தார். இப்பல்கலை இப்போது இந்திய ஆய்வுகளுக்கான மையமாக உள்ளது.

வளர்ச்சியில் இந்தியாவின் மேற்குக் கரையிலிருந்த பம்பாய் கிழக்குத் திசையிலிருந்த கல்கத்தாவை ஓரம் கட்டிவிட்டது. சர் அலெக்சாண்டர் கன்னிங்ஹாமின் கருத்துப்படி "பெங்காலின் ஆசிய ஆய்வுக் கழகத்தை 'இயற்கை ஆர்வலர்கள்' புறங்காட்டும்படி செய்து விட்டார்கள். இவர்களே அருங்காட்சியகத்தைத் தங்கள் கட்டுக்குள் கொண்டு வந்து விட்டார்கள்." இதில் பெரும் வேதனையை அனுபவித்தார் கன்னிங்ஹாம். அவர் ஸ்ரவஸ்தி நகரில் புதைந்திருந்த புத்தர் சிலையைத் தோண்டி எடுத்திருந்தார். மறு பரிசீலனைக்காக அவர் அந்தச் சிலையைக் காணச் சென்றார். ஆனால் அவர் வருந்தும் அளவிற்கு 'அந்தச் சிலை அருங்காட்சியத்தில் பாடம் செய்யப்பட்ட மான்கள், கலைமான்களுக்கு நடுவே அரையும் குறையுமாய் தெரியுமாறு ஒரு பீடத்தில் வைக்கப்பட்டிருந்தது.'

ஒருவேளை பம்பாய் மற்ற நகரங்களைவிட மீறி வளர்ந்தமைக்கு வேறு காரணங்களும் இருக்கலாம். இங்கே இனமும், ஜாதியும் குறைந்த தீவிரத்தோடு இருந்ததுவும், மிகவும் ஆக்கபூர்வமான, அறிவுள்ள ஆளுநர்கள் இங்கு தொடர்ந்து அடுத்தடுத்து வந்தமையாலும் இருக்கலாம். கீழ்த்திசை ஆர்வலரான ஜோனாதன் டங்கன் இவர்களில் முக்கியமானவர். 1811இல் பணியிலேயே இறந்து போன இவர் இந்தியர்களும் இந்தியாவை ஆள்வதில் பங்கேற்க வேண்டும் என்ற விருப்பம் உள்ளவர்.

கல்கத்தாவில் ஒரு காலத்தில் இருந்த பூரிப்பும், வளர்ச்சியும் இன்று இடம் மாறி பம்பாய்க்குக் குடியேறிவிட்டது. பம்பாய்

கல்வியில் முன்னேறியது. பெருமை வாய்ந்த எல்பின்ஸ்டன் கல்லூரி வளர்ந்தது ஒரு சான்று. 1860இல் இக்கல்லூரி பம்பாய் பல்கலைக்கழகத்தின் மையப்புள்ளியாயிற்று. முதல் பத்தாண்டிலேயே கீழ்த்திசை நாட்டுத் துறை நன்கு வளர்ந்தது. இதற்கு முக்கிய காரணமாயிருந்தவர் பேராசிரியர் ஜார்ஜ் புஹ்லர். கல்வெட்டு எழுத்துகளைச் சேகரிக்கவும், வாசிக்கவும் முயன்று, ஒரு பொழுதுபோக்காக இருந்த இந்திய எழுத்தியல் மிகுந்த வளர்ச்சியடைந்து முழுமை பெற்றது. சமஸ்கிருதமும், அதன் பின் பாலி மொழியும் கற்கப்பட வேண்டிய மொழிகள் என்ற சிறப்புத் தன்மையைப் பெற்றன. சமஸ்கிருதம் பயின்று வெள்ளையருக்கு வெறுமனே பண்டிதர்களாக இருந்தது முடிந்து, அவர்களே கல்லூரி சென்று, பயின்று விற்பன்னர்களானார்கள்.

இந்திய இயலின் மூன்றாம் பொற்காலம் நன்கு முகிழ்த்தது. இந்திய அறிஞர்கள் இங்கிருந்த ஆங்கிலேயர்களுக்கு மட்டுமல்லாது, எல்லா ஐரோப்பியரோடும் சம தளத்தில் நின்று ஆய்வுகளிலும் விவாதங்களிலும் பங்கெடுத்தனர். இந்தியக் கல்வெட்டு எழுத்துகளின் விற்பன்னர்களாக இருந்த புஹ்லர், விக்டர் ஜான் ப்ளீட் என்ற இந்திய ஆட்சிப் பணியில் இருந்த அதிகாரி இவர்களுக்குச் சமதையாக நமது நாட்டு விற்பன்னர்கள் பலர் வந்தனர். பம்பாயில் முதல் பட்டதாரி மகாராஷ்ட்ர பிராமணர் ராமகிருஷ்ண பந்தர்கர். இவர் பேராசிரியர் புஹ்லரின் ஆத்மார்த்த மாணவன். 1837ஆம் ஆண்டு பிறந்த இவர் 1868ஆம் ஆண்டு புஹ்லர் பதவி உயர்வு பெற்றதும், அவர் வகித்து வந்த சமஸ்கிருத பேராசிரியர் பதவியில் அமர்த்தப்பட்டார். ஆயினும் இவர் நான்கு ஆண்டுகள் இப்பதவியில் இருந்த பிறகு, இருபத்தி ஐந்து வயதான, ஆக்ஸ்போர்டில் படித்த, டாக்டர் பீட்டர் பீட்டர்சன் என்பவருக்கு அப்பதவியை ஒப்படைக்கும் படியாயிற்று.. புஹ்லர், இன்னும் சிலரும் எதிர்த்தாலும் பல்கலைக்கழக அதிகாரிகள் பீட்டர்சன்னையே பேராசிரியராக அமர்த்தினர். வேறு வழியின்றி பந்தர்கர் பீட்டர்சன்னிற்குக் கீழே வேலை பார்த்தார். இந்த இழிவுடன் பந்தர்கர் வேறொரு வேதனைக்கும் ஆளானார். இதுவரை வெளிவராத புதிய சமஸ்கிருத, பாலி கையெழுத்துப் பிரதிகளை வெளிச்சத்திற்குக் கொண்டுவந்தார் பந்தர்கர். ஆனால் இதிலும் பீட்டர்சன் வலிந்து பங்கெடுத்து, கிடைக்கும் பெருமையைப் பங்கிட்டுக் கொண்டார். பீட்டர்சன் பம்பாய் பல்கலைக்கழகத்தில் இன்னும் தொடர்ந்து பல காலம் இருப்பார் என்பதான பிறகு, பந்தர்கருக்காகப் புதிய சமஸ்கிருத பேராசிரியர் என்ற பதவி பூனாவிலிருந்த டெக்கான் கல்லூரியில் உருவாக்கப்பட்டு, அவருக்கு அளிக்கப்பட்டது.

பந்தர்கரின் காலத்திலேயே இந்த துறை மிகவும் வளர்ந்து 'பந்தர்கர் கீழ்த்திசை ஆய்வுக் கழகம்' என்பது 1917ஆம் ஆண்டு வைஸ்ராயால் ஆரம்பித்து வைக்கப்பட்டது. அதே சமயத்தில் பந்தர்கருக்கு இங்கிலாந்து அரசு அளிக்கும் நைட் (Knight) பட்டமும் வழங்கப்பட்டு பெருமைப்படுத்தப்பட்டார்.

ஆசிரியரும் மாணவரும் (இடது) பேரா. ஜார்ஜ் புஹ்லர். இவரது பணி 1898இல் அவர் திடீரென்று நீரில் மூழ்கி இறந்து போனதால் அகாலமாக நின்று போனது. (வலது) ஸ்ரீ ராமகிருஷ்ண கோபால் பந்தர்கர். இன்றும் அறிஞர் என்பதை விடவும், சமூகப் புரட்சியாளர் என்று மகாராஷ்ட்ராவில் பெயர் வாங்கியவர்.

பந்தர்கர் இன்றும் மிகவும் மரியாதையோடு நினைக்கப்படுகிறார். 'சாதியக் கேடுகளையும்', பிராமணீய கட்டுப்பெட்டித்தனத்தையும் மிகவும் எதிர்த்தார். இந்து சமயத்தில் பல புதிய மாற்றங்களைக் கொணர உழைத்தார். இவைகளையும் தாண்டி வரலாற்றில், அதுவும் புத்த சமய வரலாற்றில் ஒரு பெரும் வரலாற்று உண்மையை வெளிக்கொணர்ந்தார். டெக்கான் பகுதி வரலாற்றில் புதிய பல பக்கங்களை பந்தர்கர் திறந்தார். மௌரிய அரசுப் பரம்பரை கவிழ்ந்த பிறகு, அடுத்த நானூறு ஆண்டுகளுக்கு மத்திய இந்தியாவை சத்தவாகனா என்ற ஆந்திர அரசுப் பரம்பரை ஆண்டதை வரலாறு மூலம் வெளிக்கொணர்ந்தார். மேலும் இப்பரம்பரை புத்த சமயம் மேலும் தழைத்தோங்கும்படி அரசாட்சி நடத்தினார்கள். அமராவதிக்கு மேற்கே உள்ள எல்லோரா, அஜந்தா குகைகள் இவர்களின் ஆதரவின் பேரில் தான் முளைத்தன.

பந்தர்கர் போல் வேறு இரு சமஸ்கிருத விற்பன்னர்கள் அசோகரைப் பற்றிய புதிய கண்டுபிடிப்புகளுக்குக் காரணமாக இருந்தார்கள். அவர்கள் முனைவர் பாவ் தாஜி, பகவான் லால்

இந்திரஜி. தாஜி எல்பின்ஸ்டன் கல்லூரி மாணவர். மருத்துவராக இருந்து, இந்திய மருத்துவம் பற்றி அறிய சமஸ்கிருதம் கற்க ஆரம்பித்தார். பம்பாயிலிருந்த ராயல் ஆய்வுக் கழகத்தில் தொடர்ந்து தன் ஆய்வுகளைக் கொடுத்துக் கொண்டிருந்தார். இவரது இந்திய வரலாற்றிற்கான ஆய்வுகளின் தரம் கண்டு, 1975ஆம் ஆண்டு பம்பாயிலிருந்த விக்டோரியா-ஆல்பர்ட் அருங் காட்சியகம் இவரது பெயரால் மாற்றி அழைக்கப்பட்டது.

பல ஆராய்ச்சியாளர்களுக்குப் பின்னால் உள்ள ஒரு சோகம் இங்கும் இருந்தது. இந்திரஜி அவர்களின் அயராத உழைப்பு முறையான அளவு கவனிக்கப்படவோ, மரியாதை செய்யப் படவோ இல்லை. இந்திரஜி தாஜியின் துணையாளராக இருந்தார். அயராது இவர் பதின்மூன்று ஆண்டுகாலம் இந்தியாவின் பல பகுதிகளுக்கும், நேபாளுக்கும் சென்று அரிய கையெழுத்துப் பிரதிகள், கல்வெட்டுப் பிரதிகள், நாணயங்கள் பலவற்றைச் சேகரித்து தாஜியிடம் கொடுத்தார். இவரது அரிய உழைப்பின் பேரில்தான் தாஜி இந்திய மொழியியலில் அத்துணை பெரிய ஆய்வுகள் நடத்த முடிந்தது.

இந்திரஜி, ஜீனாகத் என்ற சமஸ்தானத்திலிருந்து வந்தவர். இப்பகுதியில்தான் கிர்னார் மலைப்பகுதியும், அதற்குக் கீழ் அசோகரின் மலைக் கல்வெட்டும் உள்ளன. இந்த மலையும், அந்தக் கல்வெட்டும் இந்திரஜியைப் பெரிதும் ஈர்த்தன. அவருக்குத் தொல்மொழிகள் மேல் ஆர்வம் வர இதுவே காரணமாயிருந்தது. கிர்னார் மலையில் பார்த்த கல்வெட்டு தவிர வேறு ஒரு பிராமி கல்வெட்டும் இருந்தது. தாஜி, இந்திரஜி இருவரும் தங்கள் ஒன்றுபட்ட உழைப்பால் அந்த பிராமி எழுத்துகளின் சொல் வடிவத்தைக் கொண்டு வந்தார்கள். இது 1863ஆம் ஆண்டு நடந்தது. இக்கல்வெட்டு ருத்ரதாமன் கல்வெட்டு என்று அழைக்கப்படுகிறது. அக்கல்வெட்டில் ருத்ரதாமன் என்ற பெரும் வெற்றியாளனைப் புகழ்ந்து பாடும் வாசகங்கள் இருந்தன. இம்மன்னனின் வரலாறு நாணயங்கள் மூலமும் தெரியும். இந்த ஸ்கைத்தியன் அல்லது ஷக்கா மன்னன் முதலாம் ருத்ரதாமன் என்றழைக்கப்படுகிறார். இவர் இரண்டாம் நூற்றாண்டின் நடுவில் மால்வா என்ற தேசத்தை ஆண்டவர்.

இந்த கல்வெட்டு வாசகங்கள் மூலம் இம்மன்னன் கிர்னார் மலையின் அடிவாரத்திலிருந்த அணை, நீர்த்தேக்கம் இரண்டிலும் உள்ள முக்கியமான பழுதுகளை நீக்கினார். பெரும் புயலால் பாதிக்கப்பட்ட இந்த அணையின் சுவர்கள் பழுது பட்டபோது ருத்ரதாமனின் அமைச்சர் இதனை சீர் செய்யப் பணிக்கப்பட்டார்.

அமைச்சரும், ஆளுநருமாக இருந்த அவரது பெயர் சுவிஷக்கா. இந்த அமைச்சர் தன்னைப் பற்றியே 'திறமைவாய்ந்த, பொறுமையான, தீர்க்கமாக முடிவெடுக்கும், திமிரற்ற, நேர்மையான, ஊழலுக்கு ஆளாகாத மனிதர் என்றும், தனது ஆட்சித் திறனால் தனது மன்னனின் ஆன்மீக மேன்மை, புகழ், பெருமை எல்லாவற்றையும் உயர்த்துபவர்' என்று கூறிக் கொள்கிறார்.

இக்கல்வெட்டில் காணக்கூடிய பேருண்மை எதுவெனில் பழுதுபட்ட இந்த அணையும், நீர்த் தேக்கமும் முதன் முதல் புஷ்பகுப்தா என்பவரால் கட்டப்பட்டது. இவர் சந்திரகுப்தர் என்ற மௌரிய அரசனின் ஆளுநராக இருந்தவர். அதைக் கட்டிய பின் யவன மன்னன் துஷாஷ்பா என்பவரின் அரசில் இந்த அணையிலும், நீர்த் தேக்கத்திலும் புதிய கால்வாய்கள் வெட்டப்பட்டன. இந்தக் கால்வாய்கள் மௌரியப் பேரரசன் அசோகரை மகிழ்ச்சிப்படுத்தவே கட்டப்பட்டன.

சுருக்கமாகக் கூறவேண்டின், அணை சந்திரகுப்தர் காலத்தில் கட்டப்பட்டது. அது அசோகரது ஆளுநராக இருந்த கிரேக்க-பாக்ட்ரியன் துஷாஷ்பாவினால் சீர்செய்யப்பட்டது. இதைத் தவிர வேறுவாசகங்களில், ருத்ரதாமன் தர்மத்தின் மீது வைத்திருந்த ஆழ்ந்த பற்று, அவனது இரக்க சிந்தனை, போர்க்களங்கள் தவிர்த்து எப்போதும் கொலையை தவிர்ப்பது என்பதெல்லாம் எழுதப்பட்டுள்ளன. இது அசோகரது பெயரும், புகழும், தர்மமும் எப்படி இரண்டாவது நூற்றாண்டிலும் பரவி இருந்தது என்பதை நிரூபிக்கிறது.

1874இல் பாவ் தாஜி மரணமடைகிறார். இந்திரஜி புதுச் சூழ்நிலையில் இருக்கிறார். இதுவரை அவரது திறமைகள் அவரது மூத்தவர் தாஜியின் திரைகளுக்குப் பின்னால் தான் இருந்து வந்தது. இப்போது அவை தன்னிச்சையோடு செயல்பட ஆரம்பிக்கின்றன. இன்று சோபரா மலைக் கல்வெட்டு *(Sopara RE)* என்றழைக்கப்படும் ஒரு கல்வெட்டு இந்திரஜி மேற்கொண்ட ஒரு துப்பறியும் வேலையால் வெளிக்கிளம்புகிறது.

1882இல் தானா மாவட்ட ஆளுநரின் உத்தரவின் பேரில் இந்திரஜி ரயில் மூலம் பம்பாயிலிருந்து சோபரா என்னுமிடத்திற்குச் செல்கிறார். சோபரா என்ற இடம் போர்த்துக்கீசியர்களின் பசீன் என்ற பாழடைந்த இடத்தை ஒட்டி ஓடும் ஒரு ஓடைக்குப் பக்கத்தில் இருந்தது. ஆளுநர் சோபராவில் கோட்டை ஒன்று புதை பொருளாகக் கிடப்பதாகக் கூறுகிறார். இந்திரஜி அது

ஒரு பாழடைந்த கோட்டையாக இராது; ஒரு புத்த ஸ்தூபியாக இருக்க வேண்டும் என்று எண்ணுகிறார். அந்த இடம் முன்பு ஒரு துறைமுகமாக இருந்துள்ளது. துறைமுகம் இருந்த இடத்தில் இப்போது ஒரு நீர்க்குட்டை மட்டுமே உள்ளது. இங்கே இந்திரஜி ஒரு பெரும் வழுவழுப்பான பாறை ஒன்றைக் காண்கிறார். அதில் பிராமியில் சில வாசகங்கள் இருந்தன. இந்திரஜி இதனை RE-7 என்று குறிப்பிடுகிறார். அங்கு வாழும் மக்கள் இன்னும் ஒரு பெரிய பாறை ஒன்று அங்கிருந்ததாகவும், அதில் கல்வெட்டு இருந்ததாகவும், வெகு சமீபத்தில் அது காணாமல் போய்விட்டதாகவும் கூறினர்.

இதுபோன்ற இடங்களில் உள்ள சமயக் கட்டிடங்களை ஆய்வு செய்தால் இன்னும் பல கல்வெட்டுகளைக் கண்டுபிடிக்க முடியும் என்று இந்திரஜி நம்பினார். ஆனால் அரசியல் காரணங்களினால் அவரால் இந்த ஆய்வைச் செய்ய முடியாது போயிற்று. ஆயினும் கோபராவில் 1955ஆம் ஆண்டு இன்னொரு வழுவழுப்பான பாறை கண்டுபிடிக்கப்பட்டு RE-9 என்று பெயரிடப்பட்டது. அசோகரின் மிக முக்கிய கல்வெட்டு இந்த இடத்தில் இருக்கும் என்ற இந்திரஜியின் நம்பிக்கை உண்மையாயிற்று.

கிரேக்க நாட்டு புவியியல் வல்லுநர் தாலமி, சோபரா என்றும் இந்த இடத்தைப் பற்றி எழுதியுள்ளார். இதனை ஒரு துறைமுகம் என்று குறிப்பிட்டுள்ளார். இன்னும் பல அரேபிய புவியியல் பற்றியும் எழுதியுள்ளார். இவைகளையெல்லாம் அறிந்த இந்திரஜி இந்த நகரம் வடக்கு பம்பாயின் கடற்கரைப் பகுதியான அபரந்தா என்ற இடத்தின் தலைநகராக இருக்க வேண்டும். மேலும் ‘இந்நகரம் புத்த, பிராமண, ஜைன மதநூல்களில் ஒரு புனித நகரமாகக் குறிப்பிடப்பட்டுள்ளது’ என்று குறிப்பிட்டுள்ளார். மேலும் அவர், ‘அசோகர் தன்னுடைய மதப் பரப்பாளர் ஒருவரை இந்நகருக்கு அனுப்பியுள்ளார். அனுப்பப்பட்டவர் தம்மரகிதா என்ற யோனா அல்லது யவனர். இவர் கிரேக்க அல்லது பாக்ட்ரியன் இனத்தைச் சார்ந்தவர். தம்மரகிதா சோபராவைத் தன் சமய நடவடிக்கைகளுக்கான முக்கிய இடமாகக் கொண்டிருந்தார் என்று நான் நம்புகிறேன். இந்த சோபரா நகரிலிருந்துதான் புத்த சமயம் இந்தியாவின் மேற்குப் பகுதிகளுக்குப் பரவியது’ என்று எழுதியுள்ளார்.

இதே காலகட்டத்தில் வங்காளத்திலும் சில சமஸ்கிருத பண்டிதர்கள் ஒருவரை தங்களது முன்னோடியாக, மாதிரியாகக் கொண்டிருந்தார்கள். அவர் பலமொழிப் புலமை கொண்ட ராஜேந்திர லாலா மித்ரா என்பவர். காயஸ்தா என்ற சாதியைச்

சேர்ந்த இந்த வங்காளத்துக்காரர் 1846ஆம் ஆண்டு வங்காள ஆசிய ஆய்வுக் குழுவின் நூலகராகவும், துணைச் செயலராகவும் தேர்ந்தெடுக்கப்பட்டார். பின்னாளில் மித்ரா ஆய்வுக் கழகத்தின் செயலராகவும், உதவித் தலைவராகவும், இறுதியில் ஆய்வுக் கழகத்தின் முதல் இந்தியத் தலைவராகவும் ஆனார். பத்தொன்பது ஆண்டுகள் ஆய்வுக் கழகத்தில் பணிபுரிந்தார். இச்சமயத்தில் அவர் 114 சிறந்த ஆய்வுக் கட்டுரைகளை ராயல் ஆசிய ஆய்வுக் கழகத்தில் சமர்ப்பித்தார். மித்ரா ஆய்வுகளில் மட்டுமின்றி வேறு பல சேவைகளாலும் இன்றும் மரியாதையுடன் நினைக்கப்படுகிறார். இவர் 'எதற்கும் அஞ்சாத போராளி' என்ற பெயரைப் பெற்றவர். தேசிய உணர்வுகள் மிக்க அவர் பீகாரிலும் வங்காளத்திலும் இருந்த தோட்டத் தொழிலாளர் நலனுக்காக மிகவும் போராடியவர். மேலும் அவர் இந்தியாவின் கடந்த கால வரலாற்றுப் பாதைகள் அப்படியே தொடர வேண்டுமென்று விரும்பினார். 1860ஆம் ஆண்டு அவர் வங்காள அரசின் துணையோடு ஒரிஸ்ஸாவில் உள்ள தொன்மைக் கட்டிடங்கள், கோவில்கள், 'துமிலி' - அதாவது, புதைக்கப்பட்ட திண்டுகள் - என்று கருதப்பட்ட புத்த ஸ்தூபிகளை முறையாக ஆய்வு செய்ய உத்தரவு பெற்றார். இந்த ஆய்வுகளின் மூலம் 'ஒரிஸ்ஸாவின் பழமைக் கருவூலம்' (The Antiquities of Orissa) என்ற இரு பெரும் நூல் தொகுதிகளை வெளிக்கொணர்ந்தார். இப்புத்தகமே இந்தியாவில் முதன் முறையாக புகைப்படங்கள் அச்சிடப்பட்டு வெளிவந்த நூலாகும். தங்கள் ஆய்வுகளின் மூலம் மித்ராவும், சர் அலெக்சாண்டர் கன்னிங்ஹாமும் தங்களுக்குள் ஒரு தொடர்பை ஏற்படுத்திக் கொண்டனர். கன்னிங்ஹாம் அடிக்கடி மித்ராவின் கருத்துகளை வேண்டி பெற்றுக் கொண்டார். பழம் கட்டிடங்கள் பற்றிய கேள்விகளோ, பழைய கல்வெட்டு வாசகங்கள் மேலோ, கன்னிங்ஹாம் மித்ராவின் கருத்துகளைக் கேட்டறிவது வழக்கமாயிற்று.

கன்னிங்ஹாம் வட இந்தியாவில் தொடர்ந்து நடத்திய ஆய்வுகளை அவருக்குப் பின் அவரது துணையாளர்களான ஜோசப் பெக்லர், ஆர்ச்சிபால்ட் கார்லைல் இருவரும் தொடர்ந்து நடத்தினர். பெக்லர் இரு புதிய புத்த ஸ்தூபிகளைக் கண்டுபிடித்தார். ஒரு ஸ்தூபி டியோரியா என்ற இடத்தில் கண்டுபிடிக்கப்பட்டது. இது உத்தர சமஸ்தானத்தின் - இன்றைய உத்தரப்பிரதேசத்தின் - கிழக்கு எல்லையில் உள்ளது. மற்றொன்று பெஷ் நகர். இது விதிஷா சாஞ்சி மலைக்கு வடக்குப் பக்கத்தில் உள்ளது. இரு ஸ்தூபிகளும், பார்ஹுட் ஸ்தூபிகள் போலவே அழகான சுற்றுச் சுவர்கள், தோரண

வாயில்களோடு இருந்தன. ஆயினும் அவை அதிகமாகச் சிதைக்கப்பட்டிருந்தன. விக்ரக ஆராதனைக்கு மறுப்பாக இது நடந்திருக்க வேண்டும்.

ஆர்ச்சி கார்லைல் தன் ஆராய்ச்சிகளில் சற்றும் குறைந்தவரில்லை. அவரது புகழும் அவரது கண்டுபிடிப்புகளால் உயர்ந்தது. 1874-75, 1875-76 என்ற இரு ஆண்டுகளின் குளிர்காலத்தில் அவர் வடக்கு பீகாரில் பிரான்சிஸ் புக்கானன் முதலில் கண்டுபிடித்த புத்த இடங்களை மீண்டும் சென்று பார்த்தார். இதனால் ஏற்கெனவே கண்டுபிடித்த அசோகரது கல்வெட்டுகள் மறுபரிசீலனைக்கு உள்ளாகின.

லாவ்ரியா - அரராஜ் துண்களில் உள்ள கல்வெட்டுகளை அவர் மறு ஆய்வு செய்து கொண்டிருந்த போது, அதன் அருகிலிருந்த தாரு என்ற காட்டில் வசிக்கும் பழங்குடி மக்கள் அவரைக் காண வந்தனர். இவர்கள் இமயமலையின் அடிவாரத்தில் உள்ள தராய் என்ற இடத்தில் வாழ்ந்தவர்கள். இம்மக்கள் இந்த கற்றூணிற்குப் பக்கத்தில் வடக்கு திசையில் இன்னொரு அதே போன்ற தூண் இருந்ததாகக் கூறினார்கள். 'தரையில் துருத்திக் கொண்டிருந்த அந்தக் கல்லை அவர்கள் 'பீமனின் கைத்தடி' என்று அழைத்து வந்தனர். அது லாவ்ரியா கற்றூண் போலவே இருந்தது' என்று அவர்கள் கூறினர்.

அந்த தாரு மக்களின் துணையோடு கார்லைல் அவர்கள் காட்டிய இடத்திற்குச் சென்றார். அவ்விடம் மிகவும் ஆபத்தான தாக இருந்தது. அடர்த்தியான, ஆள் புக முடியாத காடு; அங்கு அடித்த காற்று பழக்கமில்லாத மனிதர்கள் இரவில் தங்கினால் கொல்லக் கூடிய அளவிற்கு இருந்தது. ஆயினும் கார்லைலின் தேடல் தொடர்ந்தது. இறுதியில் நேப்பாளின் எல்லைக்கு அருகில் சாம்புர்வா என்ற ஒரு கிராமத்திற்கு அருகில் கார்லைல் புதைந்து கிடந்த கற்றூணைக் கண்டுபிடித்தார். இந்த தூணின் மேற்பகுதி சாய்வாக நிலத்திலிருந்து வெளியே வடக்கு பக்கம் நீட்டிக் கொண்டிருந்தது. அருகிலேயே தூணின் உச்சியில் உட்கார்ந்திருக்கும் சிங்கச் சிலை இருந்தது. அதனோடு அடிப்பாகமும், அதற்குக் கீழே மணி போன்ற பகுதியும் இருந்தன. சிங்கச்சிலை அதன் பாதங்களுக்கு மேல் உடைந்திருந்தது, அடித்தட்டில் வாத்துகள் ஜோடிகளாகச் செதுக்கப்பட்டிருந்தன. அவைகளின் தலைகள் கீழ்நோக்கி இருந்தன. வாத்துகள் சாஞ்சி, லாவ்ரியா - நந்தன்கர் தூண்களில் இருந்தது போலவே செதுக்கப்பட்டிருந்தன.

தாரு மக்களின் துணையோடு கார்லைல் அந்தக்கற்றூணின் பெரும்பாகத்தை வெளிக்கொணர்ந்தார். புதைந்திருந்த இடம் மிகுந்த சதுப்பு நிலம்; தூண் சாய்வாக அந்த நிலத்துக்குள் பதிந்திருந்தது. ஓரளவு வெளியே தோண்டி எடுத்தபோது, அதன் மேல்பாகத்தில் பிராமி எழுத்துகளில் இருந்த கல்வெட்டு தெளிவாகக் காணப்பட்டது. சதுப்பு நிலத்திற்குள் முழுமையாகச் செல்ல முடியாததால் கார்லைல் தரம் குறைந்த நகலையே எடுக்க முடிந்தது. அதுவும் இதை எடுக்க அவர் அமர்த்திய தொழிலாளிகள் இடுப்பளவு நீருக்குள் மூழ்கித்தான் வேலை செய்ய வேண்டியதிருந்தது. ஆயினும் இந்த நகல் போதுமானதாகவே இருந்தது. புதிய இந்த கற்றூண் கல்வெட்டுகள் ஐந்தாவது கல்வெட்டாகும்.

கார்லைலின் முதல் அகழ்வாராய்ச்சிக் கண்டுபிடிப்பு. ராம்பூர்வ கல் தூண். கார்லைலால் 1907இல் டாக்டர் தே ராம் சாஹ்னியின் மேற்பார்வையின் கீழ் கண்டுபிடிக்கப்பட்டது. தூணின் மேற்புறத்துக்கருகில் புதைக்கப்பட்ட சிங்கச் சிலையைக் காணலாம். (APAC, British Library)

இந்தக் கற்றூணிற்கு ஆயிரம் அடிகள் தொலைவில் இன்னொரு கற்றூண் புதைந்திருப்பது கண்டுபிடிக்கப்பட்டது. கார்லைலின் தொழிலாளர்கள் பாதுகாப்பாக தங்கள் இடங்களுக்குத் திரும்பிப்போக விரும்பினர். ஆகவே கார்லைல் வருங்காலத்து தொல்பொருள் ஆய்வாளர்களுக்காக, தன் தேடலைப் பாதியிலேயே நிறுத்திவிட்டார்! பின்வரும்

ஆய்வாளர்கள் இந்தத் தூணை அதன் உச்சியில் திமில் வைத்த காளைமாட்டின் உருவத்தோடும், அதன் கீழே அடித்தட்டு, மணி போன்றவைகளுடன் கண்டுபிடிப்பார்கள். கல்தூணும் வழக்கமான மௌரிய பளபளப்போடு முழுமையாக இருந்தது. கார்லைல் கண்டுபிடித்த முதல் தூணில் இருந்த சிங்கச் சிலை முகம் மட்டும் சிறிது பாழ்பட்டிருந்தாலும் முழுமையாகக் கிடைத்தது.

இந்த இரண்டாவது கற்றூண், காளைமாட்டோடு உள்ள கற்றூண். இப்போது புது டில்லியில் இந்திய ராஷ்ட்ரபதி மாளிகையில், இந்திய ஜனாதிபதியின் அதிகார பூர்வ மாளிகையில் நிறுவப்பட்டுள்ளது. ஆகவே அலகாபாத் கோட்டையில் உள்ள தூணைப் படம் எடுப்பது போல் இதனை எளிதாகப் படம் பிடிக்க முடியாது.

கார்லைலுக்கு ராம்புர்வாவில் கண்டுபிடித்த இரு கற்றூண்களும் நேபாள் எல்லைகளுக்கு அருகிலும், இமயமலையின் அடி வாரத்திலும் இருப்பதால் அசோகர் தனது புனிதப் பயணத்தின் நினைவாக இந்தத் தூண்களை நிறுவியிருக்கலாமோ என்ற ஐயம் எழுந்தது. 'மகதாவிலிருந்து நேபாளுக்குச் செல்லும் பழைய வடக்கு சாலையில் நான்கு தூண்கள் அசோகரால் நிர்மாணிக்கப் பட்டுள்ளன. இதனால் இன்னொரு தூண் அல்லது ஒரு மலைக் கல்வெட்டு இன்னும் சிறிது வடக்குத் திசையில் நேபாள் தராய்க்குப் பக்கத்தில் இருக்க வேண்டும் என்று நினைக்கிறேன்' என்று கார்லைல் கூறியுள்ளார். கார்லைலின் இந்த அனுமானம் மிகச்சரி என்பதைக் கண்டுபிடிக்க இன்னும் இருபது ஆண்டுகள் காத்திருக்க வேண்டியதிருந்தது.

கார்லைல் கண்டுபிடித்தவைகளைத் தொகுத்தால் அதில் மிக முக்கியமானதும், சிறப்பானதுமாக இருப்பது 'காசியா' என்ற இடத்தில் தோண்டி எடுத்த மிகப் பிரம்மாண்டமான நிர்வாணா அடைந்த புத்தரின் சிலையாகும். இச்சிற்பம் பற்றி குறிப்புகள் வெகு காலத்திற்கு முன்பே யுவான் சுவாங் எழுதியவைகளில் உண்டு. இதிலிருந்து இச்சிற்பம் கிடைத்த இடம் புத்தர் மரணமடைந்த குஷி நகர் என்பது தெரிகிறது. கார்லைல் இங்கு நடத்திய அகழ்வாராய்வுகளும், இதன் அருகில் இருந்த கேசரியா ஸ்தூபியும், பீகாரின் வடக்குப் பகுதியில் இருந்த ஏனைய இடங்களும் ஸ்தூபிகள் நிறுவும் பழக்கம் எந்த அளவு பரவியிருந்தது என்பதை உணர்த்தின. இந்தப் பழக்கத்தினால் பீகாரின் நிலப்பகுதிகள் அசோகரினாலும், அவருக்குப் பின் வந்த சுங்கா, குஷன், குப்தா அரச பரம்பரைகளினாலும் மிகுந்த மாற்றங்களுக்கு உள்ளாகி இருந்தன. ஆர்ச்சி கார்லைல் தொடர்ந்து

கன்னிங்ஹாமிற்குக் கீழ் மிகத் திறமையாகப் பணி செய்து கொண்டிருந்தார். அவரது உழைப்பு இந்தியத் தொல்பொருள் ஆய்வுக் கழகத்திற்கும் மிகவும் பயனுள்ளதாயிருந்தது. வரலாற்று ஆய்வுகள் மட்டுமின்றி வரலாற்றிற்கு முற்பட்ட காலத்து ஆய்வுகளையும் அவர் மேற்கொண்டிருந்தார். மத்திய இந்தியப் பகுதியில் உள்ள குகைச் சித்திரங்கள், பந்தல்கந்த், பாகல்கந்த் பகுதிகளில் அவர் நடத்திய ஆய்வுகள் இவைகளால் இந்தியாவின் தொல்படிம ஆய்வுகளின் தந்தைகளில் ஒருவராக கருதப்படுகிறார்.

கார்லைலின் ஆய்வுக் குறிப்புகளை வாசிப்பதில் ஆனந்தமும், அதிசயமும் நிறைந்திருக்கும். ஆனால் அக்குறிப்புகளின் ஊடே அவர் தரும் இடைச் செருகல்கள் - அவரது சொந்தக் கருத்துகள் - சொல்லப்படாமலே இருந்திருந்தால் நன்றாக இருந்திருக்கும் என்று தோன்றும். ஏனெனில் அவர் கூறும் கருத்துகள் ஏற்புடையவை தானா என்பது எப்போதும் ஒரு கேள்விக்குறி. அவரைப் பொறுத்த வரையில் ஆங்கிலேயரும், பார்ஸிகளும் மட்டும் உயர்ந்த ஆரிய இனம்; இந்துக்கள் அனைவரும் வடிகட்டிய கசடுகள். அவரது இதுபோன்ற இனவெறிக் குறிப்புகள் அதிகமாகிக்கொண்டே சென்றமையால், அவருக்கு ஏற்பட்ட இந்த 'நோயினால்' 1885ஆம் ஆண்டு அவர் கன்னிங்ஹாமினால் பதவி நீக்கம் செய்யப்பட்டார். ஓய்வூதியத்துடன் அவர் வெளியேற்றப்பட்டார். இந்த சமயத்தில் கன்னிங்ஹாமும் மிகவும் வயதாகி இருந்தார். வயது எழுபதைத் தாண்டியிருந்தது. ஆயினும் தனது இருப்பு, நடந்து வரும் ஆய்வுகளுக்கு மிக முக்கியம் என்று கருதியதால் அவர் ஓய்வு பெறுவதைத் தள்ளி வைத்திருந்தார். உண்மையிலேயே அவரது பணி மிக மிகத் தேவையானதாகவும் இருந்தது.

பெக்லார், கார்லைல் இருவரின் கள ஆய்வுகளில் தந்த அறிக்கைகளை கன்னிங்ஹாம் இந்திய தொல்பொருள் ஆய்வுகளில் மிகத் தெளிவாக பொருத்திப் பார்க்க மிக ஏதுவாக இருந்தது. தன் இறுதி முடிவுகளை அவர் பல எழுத்தியல் நிபுணர்களின் உதவியுடன் எடுக்க முடிந்தது. அவர் முடிவுகளுக்குத் துணை சேர்த்தவர்கள் - ஜார்ஜ் புஹ்லார், பம்பாயில் இருந்த ராமகிருஷ்ண கோபால் பந்தர்கர், கல்கத்தாவிலிருந்த ராஜேந்திர லால் மித்ரா, ஆக்ஸ்போர்டில் இருந்த மாக்ஸ் முல்லர், பாரிசில் இருந்த இளம் அறிஞர் எமிலி செனார்ட். இந்த தொடர்புகள் மூலமாகவும், அவரது ஆழ்ந்த நீண்ட கால ஆய்வுகள் மூலமாகவும் கன்னிங்ஹாம் 1877ஆம் ஆண்டு ஓர் அரிய நூலை வெளிக்கொணர்ந்தார். நூலின் தலைப்பு: '*Inscriptions of Asoka - Vol I - Corpus Inscriptiomum Indicarum*'.

ஜேம்ஸ் பிரின்செப் மிக ஆவலுடன் ஆரம்பித்த ஆய்வு, 1836-லேயே அவர் ஊன்றிய வித்து, இன்று மரமாய் கிளை பரப்பி நின்றது. முதல் முறையாக ஒரே நூலில் அசோகரது கல்வெட்டு வாசகங்கள், வாசகங்களுக்கான பல்வேறு மொழி பெயர்ப்புகள், முதலிலிருந்து இறுதிவரை உள்ள ஆதாரபூர்வமான செய்திகள் என்று அனைத்தையும் சீராக உள்ளடக்கிய நூலாக அது இருந்தது.

அசோகரது கல்வெட்டுப் பதிவுகள் - ஆறு கல்வெட்டுப் பதிவுகள்(RE-6), ஏழு சிறு கல்வெட்டு பதிவுகள் (MRE-7), ஏழு கற்றூண் கல்வெட்டுகள்(PE-7), பதினைந்து குகைக் கல்வெட்டுகள் -என்ற பலவகைகளாக உள்ளன. கன்னிங்ஹாம் கருத்தின்படி இவைகள் எல்லாம் அசோகரின் ஆணையின் பேரில் வடிக்கப்பட்டவைகளின் வெகு சில மாதிரிகளே. கற்றூண் கல்வெட்டுகள் கூட இன்னும் அதிகமாக இருந்திருக்க வேண்டும். மிகவும் குறைத்துக் கணக்கிட்டாலும் அவை அசோகரது சாம்ராஜ்ய எல்லைகளுக்குள் - யமுனா நதியிலிருந்து கந்தகி நதிவரை - அவை பரவலாக இருந்திருக்க வேண்டும். இந்த நதிகளே நீண்ட, பிரம்மாண்டமான கற்றூண்களை இடம் மாற்ற உதவியிருக்க வேண்டும். சுல்தான் ஃபெரோஸ் ஷா நதிமூலம் தூண்களை இடம் மாற்றியது ஒரு நல்ல வரலாற்றுச் சான்று.

கன்னிங்ஹாம் பேரரசர் அசோகரைச் சார்ந்துள்ள பல ஆய்வுகளின் முடிவுகளை வைத்து ஒரு பெரும் பட்டியலே உருவாக்குகிறார். புராணத்தில் கொடுத்திருந்த மௌரியர்களைப் பற்றிய செய்திகள், சிலோனிலுள்ள பெரும் பரம்பரை அட்டவணைக் குறிப்புகள், 'அசோக மன்னனின் சகாப்தம்' என்ற நூல், 'தெய்வீகக் கதைகள்' என்ற நூல், பாக்ஸியன், யுவான் சுவாங்கின் பயணக் குறிப்புகள், தூண் கல்வெட்டுகளிலும் மலைக் கல்வெட்டுகளிலும் கண்ட விவரங்கள் - இத்துணை அடிப்படைகளிலிருந்து திரட்டியெடுத்த தன் முடிவுகளை - அசோகரின் மௌரிய அரச பரம்பரை பற்றிய அனைத்து விவரங்களையும் - கன்னிங்ஹாம் கீழ்க்கண்ட அட்டவணை மூலம் தொகுத்துத் தருகிறார்:

பொ.ஆ.மு.478 –	சாக்கியமுனிவர் புத்தரின் மரணம்.
பொ.ஆ.மு.316 –	சந்திரகுப்த மௌரியாவின் முடிசூட்டல் – 26 ஆண்டுகள் ஆளுகை.
பொ.ஆ.மு.292 –	பிந்துசார மௌரியாவின் முடிசூட்டல் – 28 ஆண்டுகள் ஆளுகை
பொ.ஆ.மு.277 –	இளவரசர் அசோகர் உஜ்ஜயினியின் ஆளுநராகிறார்.
பொ.ஆ.மு.276 –	மஹிந்தா பிறக்கிறார்.

புதுப் புது வரலாற்றுச் செய்திகளின் தொகுப்பு | 347

பொ.ஆ.மு..264 – பிந்துசாரர் மரணம், நான்கு ஆண்டுகள் அசோகர் தன் சகோதரர்களுடன் நடத்திய போராட்டம்

பொ.ஆ.மு.260 – அசோக மௌரியர் பட்டம் சூட்டுதல் – 'பியாதாசி' என்ற பெயரோடு.

பொ.ஆ.மு.257 – அசோகர் புத்த சமயத்தில் இணைகிறார்.

பொ.ஆ.மு.256 – அசோகர் – அன்டியோக்கஸ் உடன் படிக்கை.

பொ.ஆ.மு.255 – அசோகரின் மூத்த மைந்தன் மகிந்தாவின் இளவரசுப் பட்டம்.

பொ.ஆ.மு.251 – மலைக் கல்வெட்டுகளின் ஆரம்பம்.

பொ.ஆ.மு.244 – மொகாபலிபுத்தா திஸாவில் மூன்றாம் திருச்சபைக் கூட்டம்.

பொ.ஆ.மு.243 – மஹிந்தா சிலோனிற்கு புத்த மதம் பரப்ப சென்றது.

பொ.ஆ.மு.234 – கற்றூண் கல்வெட்டுகள் ஆரம்பம். பொ.ஆ.மு.231 – ராணி அசந்த மித்ராவின் மரணம். பொ.ஆ.மு.228 – அசோகர் திஸ்யரக்ஷிதாவை மணக்கிறார்;

பொ.ஆ.மு.226 – ராணி திஷ்யரக்ஷிதா போதி மரத்தை அழிக்க எடுக்கும் முயற்சி.

பொ.ஆ.மு.225 – அசோகரின் சந்நியாசம். பொ.ஆ.மு.224 – அசோகர் மரணமடைகிறார்.

இந்தத் தகவல்களோடு கன்னிங்ஹாமின் 'அசோகரின் வாசகங்கள்' என்ற நூல் வெளியிடுவதற்கு முன்பே இதில் கொடுத்துள்ள கால அட்டவணை மீது பல கேள்விகள் எழுப்பப்பட்டன. டச் பேராசிரியர் ஜோஹான் ஹென்ட்ரிக் கெர்ன் இதில் எழுப்பிய கேள்விகள் மிகவும் அழுத்தமானவை. இவர் சிலகாலம், 1860இல், சமஸ்கிருதப் பேராசிரியராக கல்கத்தாவிலிருந்த ராணி கல்லூரியில் இருந்து விட்டு, அதன் பின் லெய்டன் பல்கலைக்குச் சென்றார். பேரா. கெர்ன் சாக்கியமுனி புத்தர் மரணமடைந்தது பொ.ஆ.மு.478இல் அல்ல, பொ.ஆ.மு.388இல் தான். இதனால் புத்தர் இறுதி சமாதி அடைந்ததும் அசோகர் பட்டமேற்றதும் 118 ஆண்டுகள் இடைவெளியில் நடந்தவை. அசோகர் அரியணை ஏறியது பொ.ஆ.மு.270ஆம் ஆண்டு. சுருக்கமாகச் சொல்ல வேண்டுமாயின், கன்னிங்ஹாம் கணக்குப் பட்டியலில் 10 ஆண்டுகள் குறைத்துக் கணக்கிட்டுள்ளார்.

ஆனால் கன்னிங்ஹாம் இந்த எதிர்ப்புக்குப் பதிலாக 'இந்த மாறுபட்டக் கருத்தை நான் முற்றிலுமாக நிராகரிக்கிறேன்' என்று திடமாகக் கூறினார். ஆனால் கன்னிங்ஹாம் (அனேகமாக) தவறு,

பேரா. ஜோஹன் (அனேகமாக) சரி - அதிலும் அசோகரைப் பற்றியவற்றில், இக்கருத்து பின்வரும் அறிஞர்களாலும் அழுத்தம் பெற்றது. இன்று ஒத்துக்கொள்ளப்பட்ட காலப்பட்டியல் கீழ்வருமாறு:

பொ.ஆ.மு.322 – 299	–	சந்திரகுப்தரின் காலம்.
பொ.ஆ.மு.299 – 274	–	பிந்துசாரரின் காலம்.
பொ.ஆ.மு.302	–	அசோகர் பிறந்த ஆண்டு.
பொ.ஆ.மு..285	–	அசோகரின் மூத்த மைந்தன் மஹிந்தா பிறந்த ஆண்டு.
பொ.ஆ.மு.282	–	அசோகரின் மூத்த மகள் சுங்கமித்ரா பிறந்த ஆண்டு.
பொ.ஆ.மு.274–270	–	பதவி மாறும் இடைநிலை காலம்.
பொ.ஆ.மு.270	–	அசோகர் பட்டமேறுகிறார்.
பொ.ஆ.மு.265	–	அசோகர் சாதாரண புத்த மதத்தினராகிறார். அசோகர் புத்த கட்டிடங்கள் கட்டுவது ஆரம்பமாகிறது.
பொ.ஆ.மு.263	–	கலிங்கத்துப் போரில் அசோகர் வெற்றி கொள்கிறார்.
பொ.ஆ.மு.260	–	அசோகரின் முதல் சாதா கல்வெட்டு (MRE) ஆரம்பம்; முதல் முறையாக புத்தப் புனித இடங்களுக்கு யாத்திரை; ஸ்தூபிகள் கட்ட ஆரம்பிக்கப்படுகிறது; ராணி பத்மாவதி குணாலைப் பெற்றெடுக்கிறார்.
பொ.ஆ.மு.259	–	கலிங்க மலைக் கல்வெட்டுகள் அசோகரால் ஆரம்பிக்கப்படுகிறது.
பொ.ஆ.மு.258	–	மலைக் கல்வெட்டுகள் ஆரம்பம், பராபர் குகைகளை அஜிவிக்காஸிற்கு அசோகர் கொடுத்துவிடுகிறார்.
பொ.ஆ.மு.253	–	மூன்றாம் புத்த திருச்சபையை அசோகர் கூட்டுகிறார்.
பொ.ஆ.மு.252	–	மஹிந்தா சிலோனிற்குப் பயணம்; அசோகர் புத்த மதம் பரப்புதலில் ஈடுபடுகிறார்.
பொ.ஆ.மு.252	–	அசோகரின் இரண்டாவது யாத்திரை, லும்பினிக்கும் செல்கிறார்.
பொ.ஆ.மு.243 – 242	–	கற்றூண் கல் வெட்டுகள் ஆரம்பம்.

பொ.ஆ.மு.240	–	பங்கவரிஷ்கா என்ற திருவிழாவை அசோகர் ஆரம்பிக்கிறார்.
பொ.ஆ.மு.239	–	ராணி அசந்தமித்ரா மரணம்.
பொ.ஆ.மு.235	–	அசோகர் ராணி திஷ்யரக்ஷிதாவை மணக்கிறார், அசோகரின் மகனும் இளவரசனுமான குணால் தக்ஸிலா செல்கிறார்.
பொ.ஆ.மு.234	–	குணாலாவின் கண்கள் பறிபோகின்றன, ராணி திஷ்யரக்ஷிதா அரண்மனையில் புத்த சமயத்திற்கு எதிரான குழுவிற்குத் தலைமையேற்கிறார்; தண்டனை அடைகிறார். அசோகர் உடல் நலம் மிகவும் கெடுகிறது. குணாலாவின் மகன் சம்ப்ராட்டி அடுத்த வாரிசாகப் பட்டம் சூட்டப்படுகிறார்.
பொ.ஆ.மு.233	–	அசோகர் மரணமடைகிறார்.

ஜெனரல் அலெக்சாண்டர் கன்னிங்ஹாம் தன் வழக்கமான குளிர்கால ஆய்வுகளை இன்னும் தொடர்ந்து கொண்டிருந்தார். 1882-83ஆம் ஆண்டின் கோடைகாலத்தில் இதே போன்ற குளிர்கால ஆய்வு நாட்களில் அவர் புனித நகரமான மதுராவிற்குச் சென்றார். விக்ரக ஆராதனைக்கு எதிரான இஸ்லாமியார் பல அழிப்புகளை நடத்தியிருந்தனர். அந்த நகரத்தில் இருந்த பழம் மண் மேடுகள் தங்களுக்குள் பல வரலாற்று ரகசியங்களைப் புதைத்து வைத்திருந்தன. அவைகள் எல்லாம் பழைய குஷன் காலத்துச் சிற்பங்கள். குஷன் காலத்திற்கு முந்திய புத்த சமய சிற்பங்களும் அங்கு மண் மூடிக் கிடந்தன.

இவைகளைத் தோண்டிப் பார்க்கும்போது பல அழகிய அதிசய சிற்பங்கள் கண்களில் பட்டன. அப்படிப்பட்ட மண் திண்டைத் தோண்டிய போது மிகப் பெரிய ஏழடி உயரத்திற்கும் மேலான ஆண் உருவத்தின் கம்பீரச் சிலை ஒன்று கிடைத்தது. சிலை பல விதங்களில் அடித்து நொறுக்கப்பட்டிருந்தது. ஆயினும் சிலையின் பல பாகங்கள் தங்கள் பழைய வழுவழுப்புத் தன்மைக்கு சாட்சியம் கூறுகின்றன. இச்சிலையின் அடிப்பாகத்தில் சீரின்றி வெட்டப்பட்ட அசோகர் காலத்து பிராமி எழுத்துகள் இருந்தன. இவ்வெழுத்துக்களை வைத்து இச்சிலை கி.மு.மூன்றாம் நூற்றாண்டு காலத்தியது என்பதை கன்னிங்ஹாம் கண்டுபிடித்தார். இந்தியாவில் கண்டுபிடிக்கப்பட்ட மிகப் பழைய சிற்பம் இதுவென்றும் கண்டு கொண்டார்.

மர்மம் நிறைந்த பர்க்ஹாம் சிலை. மௌரிய சிலை என்பதை சிலையின் அடிப்பாகத்தில் உள்ள குறிப்புகளிலிருந்து அறியலாம். மிக உயரமான மனிதரின் சிலை இது. (APAC, British Library)

கன்னிங்ஹாம் தனது குறிப்பில் இச்சிலை ஒரு யக்ஷனது சிலை. ஒரு சிறு தெய்வத்தின் சிலை என்று குறிப்பிட்டுள்ளார். ஆனால் இச்சிலை உருண்டு திரண்ட மனிதரின் சிலை என்பதைக் கூறாமல் தவிர்த்து விட்டார். ஒரு யக்ஷனின் சிலை இதுபோன்று தடித்த உருவமாக இருக்க முடியாது. வட்ட முகத்துடன் இருந்தது சிலை. சிதைக்கப்பட்டிருந்தாலும் இதைக் காண முடிந்தது.

அசோக வரலாற்று ஆய்வுகளில் கன்னிங்ஹாம் பங்களித்த இறுதிச் செய்தி புத்தகயாவில் உள்ள மஹாபோதி கோவிலும், அதனைப் புதுப்பித்தலும் பற்றியவை. இச்செய்திகளின் படி 1877ஆம் ஆண்டு பர்மாவின் மன்னன் ஒருவர் தன் நாட்டிலிருந்து தொழிலாளர்களை அனுப்பி மஹாபோதி கோவிலைச் சீர்திருத்தம் செய்து, புதுப்பிக்கும் போது நடந்தவைகளைப் பற்றியவைகள். இக்கோவிலின் புதுப்பித்தல் நடந்து கொண்டிருந்த போது வங்காள அரசு ராஜேந்திர லால் மித்ராவை இங்கு அனுப்பி, அங்கு நடக்கும் வேலைகளைப் பற்றிய அவரது கருத்தைக் கேட்டிருந்தார்கள். மித்ரா அங்கு

நடந்தவைகளைப் பார்த்து மிகுந்த அதிர்ச்சி அடைந்தார். 'தங்களது உற்சாகத்தில் அவர்கள் செய்துள்ள தவறுகள், குறும்புத்தனங்கள் மிகவும் தவறான விளைவுகளைத் தந்துள்ளன. அவர்கள் தங்களது சீர்திருத்தும் பணியில் சிதைத்த, தோண்டி எடுத்து மாற்றியவைகளால் அங்குள்ள பழமைத்தனம் முற்றிலும் அழிக்கப்பட்டு விட்டது. அவர்கள் வேலை பார்த்த இடங்களில் அக்கோயிலுக்குரிய, அதன் தொன்மையைக் காட்டும் பழம் சின்னங்கள் பலவற்றை அழித்து விட்டனர். மித்ராவின் அறிக்கையைப் படித்த ஆங்கிலேய அரசு பர்மிய தொழிலாளர்களை வெளியேற்றி, பதிலாக இந்தியத் தொல்பொருள் கழகத்திடம் சீர்திருத்தும் பணியை ஒப்படைத்தது. கழகத்தின் சார்பில் ஜோசப் பெக்லாரின் நேரடி மேற்பார்வையில் சீர்திருத்த வேலைகள் தொடர்ந்தன. மித்ரா அப்பணிக்கான மேலதிகாரியாக இருந்தார். மஹாபோதி கோவிலின் வரலாறும், அதன் பழைய சூழலும் மீண்டும் இருக்கும்படி மிகுந்த கஷ்டப்பட்டு உழைத்தனர்.

போதிமரம். அதனைச் சுற்றிய பாதுகாப்புச் சுவர். இச்சுவர் நான்கு தூண்களின் மீது நிற்கிறது. நான்கு தூணில் ஒரு தூணின் உச்சியில் ஒரு யானையின் சிற்பமுள்ளது. போதி மரத்தின் கீழ் பேரரசர் அசோகரின் வைர அரியணை. பார்ஹுட் ஸ்தூபியில் உள்ள ஒரு சிற்பம் இது. (Cunningham, The Stupa of Bharhut, 1879)

பேரரசர் அசோகரின் வைர அரியணை. இப்படம் மஹாபோதி கோவில் சீர்திருத்தம் பெற்றபிறகும் அலெக்சாண்டர் கன்னிங்ஹாமால் புதிதாக நடப்பட்ட போதிமரம் வளரும் போது 1880களில் எடுக்கப்பட்டது. படத்தில் கீழே அமர்ந்திருப்பவர் அங்காரிக்கா தர்மபாலா. இவர் புத்த மத சீர்த்திருத்தப் பணியை ஆரம்பித்தவர்களில் மிக முக்கியமானவர். இந்தப் பணி இவர் புத்தகயாவிற்கு 1891இல் வந்தபின் நடக்க ஆரம்பித்தது.
(Theosophical Society of India)

மௌரியர்கள் காலத்தில் போதி மரத்தைக் காப்பதற்காக அதனைச் சுற்றி சுற்றுச் சுவர்கள் எழுப்பியிருந்தனர். பின்னால் குஷன் அரசுப் பரம்பரையின் மன்னனான ஷுவிஷ்கா போதிமரத்தைச் சுற்றி மிக அழகான கம்பீரமான சுற்றுச் சுவர்களைக் கட்டினார். இது பொ.ஆ.மு. இரண்டாம் நூற்றாண்டில் நடந்தது. அசோகர் காலத்தில் கட்டிய சுற்றுச் சுவர்கள் மீண்டும் கண்டெடுக்கப்பட்டு, மீண்டும் புனரமைக்கப்பட்டன. அசோகரது கோவிலைத் தாங்கி நின்ற நான்கு தூண்களும் கண்டுபிடிக்கப்பட்டு அவைகள் மீண்டும் அமைக்கப்பட்டன. இதை விடவும் மேலும் ஒரு சிறப்பான புதுப்பித்தல் நடந்தது. போதி மரத்தின் கீழே அசோகர் நிர்மாணித்த வைர அரியணை என்று அழைக்கப்படும் கற்பீடம் மீண்டும் சீராக அமைக்கப்பட்டது. பார்ஹுட்டில் உள்ள புடைப்புச் சிற்பங்களில் புத்தகயா இருப்பது போன்ற பழைய அமைப்புகள் மீட்கப்பட்டு அவைகள் இப்புதுப்பித்தலில் நன்கு நிறைவேற்றப்பட்டன.

இன்று அசோகரின் வைர அரியணையின் அழகிய, செதுக்கப்பட்ட மேல் பகுதி மறைக்கப்பட்டுள்ளது. அரியணையின் கீழ்ப்பகுதி போதி மரத்தின் வளர்ச்சியால் மண்ணுக்குள் புதைந்துள்ளது. ஆயினும் அதில் பொறிக்கப்பட்டுள்ள, இழைகள் எளிதாகப்

புலப்படும் இந்தப் புடைப்புச் சிற்பங்கள் அசோகரது பல கற்றூண்களின் உச்சியில் காணப்படும். கன்னிங்ஹாம், மித்ரா, பெக்லா - மூவரும் ஏற்கெனவே தோண்டி எடுக்கப்பட்ட மஹாபோதி கோவிலின் மாதிரியை வைத்து முடிந்தவரை கோவிலைப் புதுப்பித்தார்கள்.

சர் அலெக்சாண்டர் கன்னிங்ஹாமின் வயது இப்போது எழுபத்தி ஒன்று. அவர் பணியிலிருந்து விலகும்படி கேட்டுக் கொள்ளப்பட்டார். 1885ஆம் ஆண்டு செப்டம்பர் மாதம் பம்பாயிலிருந்து கப்பலில் இங்கிலாந்து நோக்கிப் பயணப்பட்டார். ஆனால் சிலோனுக்கு அருகில் அவர் பயணம் செய்த 'இந்தியா' என்ற நீராவிக் கப்பல் பாறை ஒன்றில் மோதி கவிழ்ந்தது. கப்பலோடு கன்னிங்ஹாம் தொடர்ந்து தேடிச் சேர்த்த நாணயங்களும் மூழ்கி விட்டன. கன்னிங்ஹாம் எவ்வித பிரச்சனையும் இன்றி கரையேறினார். அவர் தன்னைத் தானே பெருமிதத்துடன் தட்டிக் கொடுத்துக் கொண்டார்; ஏனெனில் அவர் சேகரித்த நாணயங்களில் இருந்த தங்க, வெள்ளி நாணயங்களை அவர் ஏற்கெனவே வேறு ஒரு கப்பலில் அனுப்பியிருந்தார். அவரது காப்பாற்றப்பட்ட நாணயங்கள் இன்றும் பிரிட்டிஷ் அருங்காட்சியகத்தில் பத்திரமாக பார்வைக்கு வைக்கப்பட்டுள்ளன. இங்கிலாந்து சென்றபின் எட்டு ஆண்டுகள் கழித்து மரண மடைந்தார். அக்காலத்திற்குள் பாக்ஸியன், யுவான் சுவாங் பயணக் கட்டுரைகள் மூலமாகவும், ஏனைய ஆய்வுகள் மூலமாகவும் சேர்த்தவைகளை ஒன்றாக்கி புத்த சமய வரலாற்றை ஏறத்தாழ முற்றுப்பெற வைத்தார்...

'ஏறத்தாழ...' முழுவதுமாக அல்ல.

14
கன்னிங்ஹாமிற்குப் பிறகு...

லும்பினி கற்றூண். இதில் செதுக்கப்பட்ட எழுத்துகள் மிக லேசாக தரைமட்டத்திற்குச் சிறிது கீழ் தெரியும். கற்றூணை 1896இல் கண்டுபிடித்தவர் ஜெனரல் சம்ஷெர் கட்கா ரானா. நிழற்படம் எடுத்தவர் டாக்டர் அன்டோன் ப்யூஹ்ரெர். (APAC, British Library)

1873ஆம் ஆண்டு ஜேம்ஸ் பர்கஸ் மேற்கு இந்தியப் பகுதிக்கு தொல்பொருள் அளவாய்வாளராக பணியமர்த்தப்பட்டார். இவர் ஜேம்ஸ் பெர்குசனின் முக்கிய சீடராக இருந்தவர். இவர் பணியமர்ந்த பின் இரு ஆண்டுகள் கழித்து ஜேம்ஸ் பெர்குசனின் பெரும் முயற்சியாலும், மற்றும் உயர் ஆங்கிலேய அதிகாரிகளாக இருந்த சர் வால்டர் எலியட் போன்றவர்களின் சிபாரிசினாலும் பர்கஸ் பதவி உயர்வு பெற்றார். மேற்கு இந்தியா மட்டுமின்றி தென்னிந்தியப் பகுதிக்கும் அதிகாரியானார். அதன் பின் கன்னிங்ஹாம் பதவியிலிருந்து ஓய்வு பெற்றபோது, இந்தியா முழுமையும் பர்கஸின் ஆளுமைக்குள் வந்தது. இப்போது அவர் இந்தியா முழுமைக்கும் தலைமை அளவாய்வாளராகிவிட்டார். இவருக்கும் இவரது தொழில் எதிரியான ஜோசப் பெக்லாருக்கும் நடந்த பனிப்போட்டியில் பர்கஸ் வெற்றி பெற்றிருந்தாலும், பெக்லார் வங்காளத்திற்கு மட்டும் அளவாய்வாளராக இருந்தும் கூட, பர்கஸிற்கு இவர் எப்போதுமே ஒரு பெரும் கேள்விக்குறிதான்.

பர்கஸின் ஆர்வம் கன்னிங்ஹாமின் ஆர்வத்திலிருந்து மிகுந்து வேறுபட்டிருந்தது. பர்கஸிற்குத் தொல்பொருள் ஆய்வுகளை விட, தொன்மைக் கட்டிடங்களும், கட்டிடக் கலையுமே மிகுந்த ஈர்ப்பினைக் கொடுத்தன. அதிலும் முக்கியமாக மேற்கு இந்தியப் பகுதிகளில் உள்ள புத்தக் குகைகள், அதிலுள்ள கல்வெட்டுகள் அவரின் கவனத்திற்கு வந்தன. இதனால் ஒரு பெரும் வாய்ப்பு நழுவிப்போய்விட்டது. கன்னிங்ஹாமைப் பொறுத்தவரையில் இந்தியாவின் மிக முக்கிய தொல்பொருள் ஆய்வுக்களமாக இருப்பது அமராவதி என்ற இடம். இங்கு கன்னிங்ஹாம் தன் ஆய்வுகளை நடத்த அனுமதிக்கப்படவில்லை. அவருக்கு அடுத்து வந்த பர்கஸிற்கோ இதன் முக்கியத்துவம் பற்றி ஏதும் தெரியாது. இந்த இரு முக்கிய அதிகாரிகளின் கவனத்திற்குள் வரமுடியாது போனதால், அமராவதி விவரமில்லாத தொல்பொருள் ஆய்வாளர்கள் கைகளில் அகப்பட்டுக் கொண்டது. அங்கிருக்கும் தொன்மைப் பொருட்களை இடித்து, புதிய கட்டிடங்கள் கட்டுவதற்காக அவைகளை எடுத்துச் செல்லும் மனிதர்களால் பல சான்றுகள் எவர் கண்களிலும் படாமல் மறைந்து போயின. இத்திருட்டை நிறுத்துவதற்காக மதராஸின் ஆளுநர் அமராவதிக்குள் யாரும் நுழையக்கூடாதென தடையுத்தரவு போடுமளவிற்குச் சென்றது. ஆயினும் 1882ஆம் ஆண்டு பர்கஸ் அமராவதியில் ஆய்வு ஒன்றினை மேற்கொண்டார். அவரை அங்கே முதலில்

வரவேற்றது ஒரு 'பெரிய குழி.' கலைப் பொருட்களின் அருமை தெரியாத மக்கள் தோண்டி எடுத்துச் சென்ற பின் அவர் பார்த்த குழி அது. அவரது தொடர்ந்த ஆய்வுகளில் அங்கு கண்டெடுக்கப்பட்ட கல் தகடுகளின் இருபுறமும் சிற்பங்கள் செதுக்கப்பட்டிருந்தன. அங்கிருந்த ஸ்தூபி வெகு காலத்திற்கு முன்பே கொடூரமாக அழிக்கப்பட்டுள்ளதைக் கண்டுபிடித்தார். பொ.ஆ.மு. இரண்டாம் நூற்றாண்டிலேயே இந்த அழிவு நிகழ்ந்திருக்கவேண்டும். அக்காலத்தில்தான் மௌரியப் பேரரசு அழிந்து, அதனை அடுத்து வந்த சத்தவாஹனா பேரரசு ஆரம்பித்திருந்தது. இப்புதிய பேரரசினால் இவைகள் அழிவிலிருந்து காக்கப்பட்டு, புதிப்பிக்கப்பட்டு, பெரியதாகவும் கட்டப்பட்டன. இவ்விடத்திற்கு அருகாமையில்தான் தன்யகட்டகா என்ற இடம் அவர்களது தலைநகரமாக ஆனது.

அழிந்த நிலையிலிருந்த இந்த அமராவதியில் காலம் தாழ்த்தி ஆய்வுகளை நடத்திய பர்கஸ் அதன் தொடர்ச்சியாக, தன் ஆய்வுகளை நதியின் மேல் நிலைகளிலும் தொடர்ந்தார். இங்கு அவர் "ஜக்கிய பேட்டா" என்ற புடைப்புச் சிற்பங்களைப் பளிங்குக் கல்தகடுகளில் கண்டுபிடித்தார். ஆயினும் இச்சிற்பம் எந்தப் பெரிய தாக்கத்தையும் யாரிடமும் உண்டுபண்ணவில்லை. இதுவரை கண்டெடுக்கப்பட்ட பல சிற்பங்களில் இதுவும் ஒன்று என்றே இருந்தது. ஆனால் மேலும் அங்கு கண்டு பிடிக்கப்பட்ட 'சக்கரம் சுழற்றும் பேரரசனது' சிலைகளையும் சேர்த்துவைத்துப் பார்க்கும்போது இந்தியாவில் இதுபோன்ற "சக்கரவர்த்தின்" சிலைகளின் காலம் ஒன்றிருந்தது என்றும், இங்கிருந்து அது சீனாவிற்கும், அதையும் தாண்டிய நிலப்பரப்புகளுக்கும் பரவியது என்பதும் புரிகிறது.

பர்கஸ் இந்தியா முழுமைக்குமான அதிகாரியாக இருப்பினும், அவரது ஆளுமை தென்னிந்தியாவில் உள்ள இரு சமஸ்தானங்களுக்குள் முற்றிலுமாக ஊடுருவவில்லை. அவை ஹைதராபாத், மைசூர். இவ்விரு இடங்களிலும் அங்கங்கிருந்த சில ஆய்வாளர்களின் முயற்சியால் அசோகரின் வரலாறு தொடர்ந்தது. இதில் ஒருவர் இந்தியாவில், பெங்களூரில் 1837ஆம் ஆண்டு பிறந்த பெஞ்சமின் லெவிஸ் ரைஸ். இவர் பெங்களூரில் பிறந்திருந்தாலும், மறுபடியும் அவர் 1860ஆம் ஆண்டுதான் அங்கு சென்றார். அங்குள்ள பள்ளி ஒன்றிற்குத் தலைமை ஆசிரியராகச் சென்றார். அப்போது பெங்களூர் மைசூர் மாநிலத்தின் தலைநகராகவும், ஆங்கிலேயரின் பொதுப்பணித் துறைகளின் தலைமையிடமாகவும் இருந்தது. பதவி உயர்வுகள் மூலம்

அவர் பள்ளிகளின் மேலாய்வாளராகவும், அதன் பின் அனைத்து மைசூர் மாநிலத்திற்குமான பொதுக் கல்வியின் மேலாளராகவும் ஆனார். தன் பணிகளுக்காக அவர் மைசூர் மாநிலம் முழுமையும் குதிரையில் பயணம் செய்வது வழக்கம். இது போன்ற பல பயணங்களில் அவர் பல இடங்களில் பார்த்த கல்வெட்டுகள் அவரிடம் ஒரு புதிய ஆர்வத்தை உண்டுபண்ணின. சமஸ்கிருதம், கன்னடம் தெரிந்த பண்டிதர்களிடம் அக்கல்வெட்டுகளில் உள்ள வாசகங்களை மொழிபெயர்க்கப் பழகினார். இந்த ஆர்வம் அவரை ஒன்பதாயிரத்திற்கும் அதிகமான பழைய கல்வெட்டுகளைச் சேகரிக்க வைத்தது. இதே ஆர்வத்தின் மூலமாக அவர் பணி ஓய்வு பெற்ற பின் மைசூர் மாநிலத்தின் தொல்பொருள் மேலாளராக தன் எழுபதாவது வயது வரை, 1906 வரை இருந்தார். பன்னிரண்டு தொகுதிகளாக அவர் எழுதிய "கர்னாடகாவின் புடைப்புக் கல்வெட்டுகள்" (Epigraphia Carnatica) என்ற நூல் அவரின் வாழ்க்கையின் சாதனைகளுக்குச் சான்றாக இருந்தது. இதையும் தாண்டி, 1892ஆம் ஆண்டு அவர் கண்டுபிடித்த அசோகரது மூன்று கற்றூண் கல்வெட்டுகள் மிகப் பெருமைக்குரிய கண்டு பிடிப்பாகும். மைசூர் மாநிலத்து கல்வெட்டுகான (Ashokan Minor Rock Edicts in Mysore) இந்த மூன்றும் ப்ரம்மகிரி, ஜட்டிங்கா-ராமேஸ்வரா, சித்தாபூர் MREs என்று அழைக்கப்படுகின்றன. இந்த மூன்று கல்வெட்டுகளுமே சின்ன ஹகரி என்ற நதியின் அருகிலேயே கண்டெடுக்கப்பட்டன. இந்த நதி இன்றைய கர்நாடகாவில் உள்ள சிட்டல்ட்ரூக் (சித்திர துர்கா) மாவட்டத்தில், பெங்களூரிலிருந்து வடக்கே 150 மைல் தொலைவில் உள்ளது. மூன்று கல்வெட்டுகளும் ஒரே சிற்பியின் கைவேலை என்பதும் எளிதாகத் தெளிவாயிற்று. ஏனெனில் மூன்று கல்வெட்டுகளின் கீழே சிற்பி கபடா என்று கரோஸ்தியில் கையெழுத்திட்டுள்ளார். அவர் தன்னை ஒரு எழுத்தன் என்றும் குறிப்பிட்டுள்ளார். லெவிஸ் ரைஸ் இச்சிற்பி தக்ஸிலா பகுதியிலிருந்து வந்திருக்க வேண்டும் என்று முடிவெடுத்தார். இதிலிருந்து இந்த எழுத்தர் இந்தியாவின் வடக்குக் கடைசியிலிருந்து தென்கோடிக்கு அனுப்பப்பட்ட அதிகாரி என்பது தெரிகிறது. அதோடு அக்காலத்தில் இந்த தூர தேசங்களுக்கு நடுவில் எளிதான, இனிய தொடர்பு இருந்திருக்கிறது என்பதும் புரிகிறது.

ரைஸ் பணி ஓய்வு பெற்று செல்லும் முன் இன்னுமொரு பெரிய கண்டுபிடிப்பில் பங்கு பெற்றார். 'மைசூர் கீழ்த்திசை நூலகம்' என்று ஒன்று புதிதாக ஆரம்பிக்கப்பட்டது. அவ்விழாவில் தஞ்சாவூரைச் சேர்ந்த பிராமணன் ஒருவர் சமஸ்கிருத பனை ஓலைச் சுவடிகளை அன்பளிப்பாகக் கொடுத்தார். அச்சுவடிகளில்

“அர்த்த சாஸ்த்ரா”வின் நகல் ஒன்றும் இருந்தது. அர்த்தசாஸ்த்ரா என்ற தலைப்பு “நாட்டுப் பொருளாதார விவரங்கள்” என்று பொருள் தரும். நூலின் பதினைந்து பகுதிகளில் ஒரு மன்னன் எப்படித் தேர்ந்தெடுக்கப்படவேண்டும், கற்பிக்கப்படவேண்டும், ஒரு நாட்டைத் திறம்பட ஆள்வதற்கான வழிமுறைகள் தெரிந்திருக்க வேண்டும் என்பன கூறப்பட்டிருந்தன. இந்நூல் பெருமை வாய்ந்த, பல காலம் இருந்து வந்த நூல். இந்து ராஜ்யங்களாக இந்தியா இருந்தபோது இந்நூல் பரவலாகி எங்கும் வழங்கி வந்துள்ளது. அதன் கருத்துகள் நடைமுறைப் படுத்தப்பட்டும் வந்தன. ஆயினும் பின்னால் இஸ்லாமியர் படையெடுப்பிற்குப் பின் இந்நூலும், அதன் நகல்களும் தடம் தெரியாமல் காணாமல்போய்விட்டன. அந்நூல் முழுவதுமாக மறைந்து போய்விட்டது என்ற நிலையில் மைசூர் கீழ்த்திசை நூலகத்தின் நூலகரான ஷாமா சாஸ்திரி அவர்கள் மூலம் அந்நூலின் நகல் ஒன்று கிடைத்துள்ளது. கிடைத்த அந்த நகலில் விஷ்ணுகுப்தா என்றொரு பெயர் காணப்பட்டது. இவர் இச்சுவடியை எழுதியவராகவோ, நகல் எடுத்தவராகவோ இருக்கலாம். ஏனெனில் இந்த நூலை எழுதியவர் பிராமணன் சாணக்யா. இவருக்கு கௌடில்யா - ‘காகம் போன்றவர்’ - என்றொரு பெயரும் உண்டு. இவரே ‘அமைச்சரின் கல்மோதிரம்’ என்ற அரசியல் நாடகத்தின் முக்கிய கதாபாத்திரம். அதுபோலவே புராணங்களில் கூறிய படி கீழ் சாதியில் பிறந்து மன்னனான நந்தாவைத் தோற்கடித்து, அவ்விடத்தில் சந்திரகுப்தரைப் பதவியேற்றியவரும் இவரே. இது உண்மையாகவே இருக்க வேண்டும். ஏனெனில் இந்நூலின் இறுதியில், கடைசி பத்திக்கு முந்திய பத்தியில் “இந்தத் தாய் நாட்டைக் காக்க, நாட்டின் கலாச்சாரம், அறிவு, வீரம் இவைகளைக் காக்க, மிக வீரமாகவும், விவேகமாகவும், விரைவாகவும் மன்னன் நந்தனைத் தோற்கடித்தவர்” என்று எழுதப்பட்டுள்ளது.

‘அர்த்த சாஸ்த்ரா’ என்ற நூல் முதலில் வாய்வழிச் செய்தியாக சாணக்கியரிடமிருந்து அவரது சீடர்களுக்குக் கற்பிக்கப்பட்டது. எழுதப்படும் வரை இவ்வாறு பரம்பரை பரம்பரையாக வாய்வழிச் செய்திகளாகவே பகிரப்பட்டது. அப்படிப்பட்ட மிகப் பழைய நூலின் ஓலைச்சுவடி இருபதாம் நூற்றாண்டில் கிடைத்தது பெரும் அதிசயமே! இந்த நூல் நடைமுறைக்கு ஏற்றதுபோல், உயர்நிலை தத்துவங்களோடு, நூல்தோன்றிய காலத்திலேயே புரட்சிகரமான நூல் என்று கருதப்பட்டு வந்துள்ளது. நாட்டை ஆளும் விதமும், காக்கும் விதமும்

சந்திரகுப்தரும், அவரது வழித்தோன்றல்களும் பின்பற்றிய பெருமை படைத்தது.

மிகப் பெரியதாகவும், புரட்சிகரமானதாகவும் இந்நூலில் இருந்தது சாணக்கியர் எழுதிய ஒரு முக்கியக் கருத்தாகும். "கடவுளிடம் வழிபட்டு நிற்பதும், பலிகளை வெட்டிச் சாய்ப்பதும், பிராமணருக்கு மங்கலங்கள் அளிப்பதும் ஒரு நல்ல அரசுக்குத் தேவையில்லை. தேவையானது முறையான பயிற்றுவிக்கப்பட்ட அரசாட்சி. ஒருவனை அரசனாக்க அவனுக்கு முறையான பயிற்சியளித்தால் போதும். ஆனாலும் பயிற்சி பெறும் அவன் கற்கும் ஆவலோடும், மன்னனாக வேண்டும் என்று ஆவலோடும் இருக்க வேண்டும். கற்ற பின் நிற்க அதற்குத் தக என்ற பண்புடனிருக்கவேண்டும். பெற்ற அறிவின் மூலம் எப்போது எந்த முடிவெடுக்கவேண்டும் என்ற திறமை கொண்டிருக்க வேண்டும். தங்கள் ஆசானை எந்நாளும் மதிக்கத் தெரிந்தவர்களாக இருக்க வேண்டும். ஆசிரியர்களோடு உள்ள தொடர்பினால் அவர்களும் ஆசிரியர்கள் போலவே தன்னொழுக்கம் உடையவர்களாக இருப்பார்கள். இதனால் சுய ஆளுமையும், முழுத்திறமையும் உள்ளவர்களாகி விடுவார்கள். ஒழுக்கம், அறிவு, மக்களின் நலன் மீதுள்ள அக்கறை, நல்லாட்சி தரும் ஆவல் - இவைகளனைத்தும் கொண்டவனே நல்ல ஒரு திறமையுள்ள, எதிர்ப்புகள் இல்லாத மன்னனாக இருக்க முடியும். மக்களின் மகிழ்ச்சியே மன்னனின் மகிழ்ச்சியாக இருக்க வேண்டும். அவர்களின் நலனே மன்னனின் நலமாக இருக்க வேண்டும். தனக்குப் பிடித்ததைச் செய்பவனாக இருந்தால் அவன் நல்லதொரு மன்னனல்ல. ஆனால் மக்களை மகிழ்விக்க முனைபவனே நல்ல மன்னன்." இவை அர்த்தசாஸ்திரத்தின் மிக முக்கியமான அறிவுறுத்தும் வரிகள். சாணக்கியரின் இந்தக் கருத்துகள் அசோகரின் பெயரன் நிறுவிய கற்றூண்களிலும் அப்படியே காணப்பட்டன. இம்மன்னனும் சாணக்கியரின் நியதிப்படி, கற்றுணர்ந்த மன்னனாக இருந்திருக்க வேண்டும்.

மன்னராட்சி முறையே ஆர்ய இந்தியாவின் வழக்கமாக இருந்து வந்துள்ளது. புராணக்கதைகளில் கூறப்பட்ட முதல் மன்னன் ப்ரித்து. காட்டு மிராண்டிகளாக இருந்த மக்களின் மீது கடவுளால் திணிக்கப்பட்டவரே ப்ரித்து. கடவுள் தன் அருளால் இவரை நிரப்பி, அவரை மன்னனாக்கினார் என்பது புராணம். ஆனால் சாணக்கியர் முதல் மன்னனை மனு என்கிறார். மனு கடவுளால் திணிக்கப்படவில்லை. இவர் நம்மை நன்கு ஆள்வார் என்ற

நம்பிக்கையோடு மக்களால், மக்களுக்காக, மக்களிலிருந்து தேர்ந்தெடுக்கப்பட்டவர் மனு என்பது சாணக்கியரின் கருத்து. ஆள்பவரும், ஆளப்படுபவர்களும் வைத்திருக்கும் நல்லுறவே அரசனின் மாண்பு. அது கடவுளின் உதவியால் வராது. மக்களின் நலனை மட்டும் நாடி நாட்டை ஆளும் ஒரு மன்னனுக்கு சட்டதிட்டங்கள் போட்டு மக்களை ஆள எல்லா உரிமைகளும் உண்டு. ஆயினும் ஒரு சத்திரியனாக இருப்பது தான் முதல் தகுதி. ஆயினும் அது மட்டும் போதாது. தன் இந்தப் பிறப்போடு, அவன் ஒழுக்கம், அறிவு, தலைமையுணர்வு, தீர்க்கமான புத்தி என்ற நற்பண்புகளோடு இருக்க வேண்டும். இன்னும் மேலாக, மன்னன் தன் அமைச்சர்கள் சொல்வதைக் கேட்டு நடக்க வேண்டும். முதல் அமைச்சரை மிக்க மரியாதையோடு, ஒரு மகன் தன் தந்தையிடம் காண்பிக்கும் மரியாதைபோல், பணிவோடு இருக்க வேண்டும். இந்தத் தலைமை அமைச்சர் ஒரு பிராமணனாக இருக்க வேண்டும். சாணக்கியர் தன் நூலில், இந்த பிராமண அமைச்சர் மட்டுமே அரசனுக்கு நிகரானவர் என்று எழுதியுள்ளார். ஆயினும் அரசனுக்கும் ஒரு படி மேலே இந்த அமைச்சரை வைத்துள்ளார். ஏனெனில் மன்னன் எப்போது கொடுங்கோலனாக, மக்களின் நலன் மீது அக்கறையில்லாதவனாக ஆகிறானோ அப்போது தலைமை அமைச்சர் மன்னனை அழிக்க முடியும்.

சாணக்கியர் தன் நூலின் தலைப்பின்படி, ஒரு நாட்டின் பொருளாதாரம் பற்றி பெரிதும் எழுதியுள்ளார். மன்னன் தன் நாட்டில் ஒரு வலிமையான பொருளாதாரத்தைப் பெருக்க வேண்டும். நல்ல அரசிற்கு திறமையான ஆளுமையும், உயர் பண்புகளும் மிக முக்கியம். இவைகள் இருந்தால்தானே வியாபாரம், விவசாயம், தொழில்கள் அனைத்தும் நன்கு இயங்க முடியும்.

நல்லவைகளைப் பற்றி மட்டும் சாணக்கியர் பேசவில்லை. அரசன் கொடுமையோடு இருக்கவும் வேண்டும் என்று கூறி வருகிறார். எப்படி ஒரு அரசை நிர்மாணிப்பது, எப்படி அரசைக் காப்பது, எதிரி மன்னன் மீது எப்போது, எப்படி படையெடுத்து வெல்வது, எதிரியின் கோட்டைக்குள் தந்திரமாக நுழைவது எப்படி, அதனை எப்படி வெற்றி கொள்வது, உளவுப் படை அமைப்பது, படையெடுத்து எதிரியை வென்றதும் அவனை நயந்து கொல்வது, தண்டிப்பது, பணத்தால் மயக்குவது, ஏமாற்றுவது, குழப்புவது, பிரிப்பது என்று எல்லாமும் அந்நூலில் உண்டு. சாணக்கியரின் நீண்ட பட்டியலில் உள்ளவற்றில் சில முக்கிய பகுதிகள் இவை.

1920களில் இந்தியாவில் சாணக்கியரின் அறிவுரைகளும், தந்திரங்களும் மக்கள் மத்தியில் பரவ ஆரம்பித்து, பல விவாதங்களுக்கு அவை வித்திட்டன. இவ்விவாதங்கள் தெருக்களில் நடக்கும் அரசியல் கூட்டங்களிலிருந்து, மேதைகள் அமரும் பெரும் சபைகளிலும் விவாதிக்கப்பட்டன. சாணக்கியரை ஆங்கில சொல்லாடலில் வரும் மாக்கியவெல்லி என்பவரோடு ஒப்பிடுவது வழக்கமாக இருந்தது. ஆயினும் இந்த ஒப்புவமையை இந்தியாவின் முதல் பிரதம மந்திரியான ஜவஹர்லால் நேரு, ஆங்கில ஆட்சியில் சிறையில் அடைபட்டிருந்தபோது எழுதிய தனது இந்திய வரலாற்று நூலான 'இந்தியாவை மீண்டும் கண்டுபிடிப்போம்' என்ற நூலில் மறுத்துள்ளார். மாக்கியவல்லி ஒரு தோல்வியுற்ற இத்தாலிய அரசியல்வாதி. ஆனால் சாணக்கியரோ மிகவும் வெற்றிகரமானவர். தான் எண்ணியதைத் திண்ணியமாக மாற்றியவர் அவர்.

> *மனதில் பெரும் தைரியம், இலக்கை நோக்கித் திட்டமிடுதல், தன்னையே பெருமையோடு பார்த்துக் கொண்டு தன் திறமைகளை ஒருமித்துக் கொண்டு, மறக்கக் கூடாத இழிவை மனதில் ஆழமாக இருத்திக் கொண்டு, தன் குறிக்கோளை நிமிடமும் மறக்காது, கிடைத்த அனைத்தையும் தனக்கு சாதகமாக்கிக் கொண்டு, எதிரியை ஏமாற்றவும், வீழ்த்தவும் தயாராகிக் கொண்டு, எதிரியை வெற்றி கண்டபின் அரசுரிமைகளைத் தன் கையில் அடக்கிவைத்துக் கொண்டு, மன்னனை அதிகாரத்தோடு பார்க்காமல், தன் அன்பிற்குரிய மாணவர்களாகக் கனிவோடு பார்த்து ...சாணக்கியர் தன் போராட்ட வழியில் வெற்றி பெற எதையும் தவற விடவில்லை. அவர் வெறும் நியாய வழிகளில் மட்டும் போராடவில்லை. ஆனாலும் முடிவு தவறாக இருக்கு மானால் தனது நோக்கமும் தோற்றுவிடும் என்று அறிவு பூர்வமாக அறிந்திருந்தார்.*

சாணக்கியர் நேருவிற்கு ஒரு பெரும் முன் மாதிரியாக இருந்திருப்பார் போலும். அவரது நூலின் மீது நேருவிற்கு அளவு கடந்த மரியாதை இருந்திருக்க வேண்டும். ஏனெனில், இந்தியா சுதந்திரம் பெற்ற பின் டில்லியில் புதிதாக உருவான வெளிநாட்டுத் துறைக்குரிய கட்டிடத்திற்கு 'சாணக்கியபுரி' என்ற பெயரைச் சூட்டினார். இருபதாம் நூற்றாண்டின் முதல் பத்து ஆண்டுகளில் சாணக்கியரின் 'நாட்டுப் பொருளாதார விவரங்கள்' என்ற நூல் வெளிவந்தது. அதுபோலவே மௌரியப்

பரம்பரை பற்றிய நூல் ஒன்றும் வெளிவந்தது. டாக்டர் எமிலி செனார்ட் என்பவர் எழுதிய அருமையான "பியாதாசியின் கல்வெட்டுகள் (Inscriptions de Piyadassi) என்ற நூல் 1881ஆம் ஆண்டு வெளியிடப்பட்டது. இந்த நூல் கன்னிங்ஹாமின் ஆய்வுகளை மேம்படுத்தியது. பின்பு இந்த நூல் டாக்டர் யூஜின் (எர்ன்ஸ்ட்) ஹல்ஸ்க் என்பவரால் திருத்தப்பட்டு "அசோகரின் கல்வெட்டுகள் (Inscriptions of Asoka) என்ற தலைப்பில் 1925ஆம் ஆண்டு வெளிவந்தது. இந்நூலே இந்த ஆய்வுகளைப் பற்றிய நூல்களில் மிகச் சிறந்த நூலாகக் கருதப்படுகிறது.

கல்கத்தாவில் சமஸ்கிருதக் கல்லூரியில் சமஸ்கிருதப் பேராசிரியராக இருந்து, பின் கேம்பிரிட்ஜில் முதல் சமஸ்கிருதப் பேராசிரியராக இருந்தவரான எட்வர்ட் கோவெல் மாக்ஸ் முல்லர் எழுதிய 'கிழக்குத் திசைநாடுகளின் புனிதக் கதைகள்' (Sacred Books of the East) என்ற தொகுதி நூல்களுக்கு நிறைய விஷயதானம் செய்தார். ராபர்ட் அலெக்சாண்டர் நெய்ல் என்பவர் புத்த சமய நூலான 'ஜதகா கதைகள்' (Jataka Tales) என்ற நூலை மொழிபெயர்த்திருந்தார். இவரோடு கோவெல் இணைந்து 'திவ்யவதனா' அல்லது 'புத்த சமயக் கதைகள்' என்ற நூலை வெளிக் கொணர உதவினார்.

இதே சமயத்தில், இலங்கையில் ஜார்ஜ் டர்னோர் அவர்களின் ஆய்வுகள் மீது இரு புதிய பொதுப்பணி அதிகாரிகள் ஆர்வம் கொண்டனர். ராபர்ட் சீசர் சைல்டெர்ஸ், தாமஸ் ரைஸ் டேவிட்ஸ் என்ற இருவருமே அவர்கள். இதில் முதல்வரான சைல்டெர்ஸ் 1872ஆம் ஆண்டு இந்திய அலுவலகத்தின் துணை நூலகராக ஆனார். இவர் இதே ஆண்டில் பாலி மொழியின் அகராதியின் முதல் பகுதியை வெளியிட்டார். இவரே பின்னால் இங்கிலாந்தின் முதல் பாலி மொழிப் பேராசிரியராக லண்டன் பல்கலையில் பணியிலமர்ந்தார். 1876ஆம் ஆண்டு இவர் மரணமடைந்துவிட்டார். இவரது காலத்திற்குப்பின் ரைஸ் டேவிட்ஸ் இவரது பதவிக்கு வந்தார். இவர் 1881ஆம் ஆண்டு "பாலி மொழி நூல் கழகம்" என்று ஓரமைப்பை ஆரம்பித்தார்.

இந்தியத் தொல்பொருள் ஆய்வுக் கழகத்திற்கு ஒரு இருண்ட காலம் காத்திருந்தது. இந்தியாவின் பல பகுதிகளில் இருந்தவர்கள் தங்கள் நிலப் பகுதிகளில் தங்கள் அதிகாரமும், ஆய்வும் மட்டுமே செல்லுபடியாகும் என்று தங்கள் அதிகாரத்தை நிலை நாட்டினார்கள். இதனால் பல பகுதிகள் கழகத்தின் ஆய்வுக்குள் வரமுடியாத நிலை உருவாயிற்று. ஆப்கான் தேசத்தில் நிகழ்ந்த இரு போர்களால், அப்பகுதியும்

ஆய்வுகளுக்கு அப்பாற்பட்ட பகுதிகளாக மாறின. அருகிலிருந்த நேபாளப் பகுதியும் இதே போன்ற நிலைக்குள் வந்தது. இங்கு ஆட்சி புரிந்த ராணா மன்னர்கள் ஆங்கிலேயர் மீதும், அவர்களது திட்டங்கள் மீதும் பெரும் சந்தேகம் கொண்டிருந்தார்கள். ஆயினும் இச்சூழல் 1890-களின் நடுப்பகுதியில் சிறிது மாறியது. 'பீம சேனனின் புகைக்குழாய்' என்றழைக்கப்பட்ட கல்வெட்டுள்ள தூண் ஒன்று அங்கு கண்டுபிடிக்கப்பட்டது. இந்தத் தூண் மேற்கு நேபாளத்தின் ஆளுநராக இருந்த நேப்பாளி ஒருவரால் கண்டுபிடிக்கப்பட்டது.

நிக்லிவா சாகர் கல்வெட்டு. அசோகர் தன் பட்டத்திற்குப் பின் இருபது ஆண்டுகள் கழித்துச் செதுக்கியது. ஆன்டன் ப்யூஹ்ரெர் என்பவரால் 1895இல் எடுக்கப்பட்ட நிழற்படம். (APAC, British Library)

இதைப்பற்றிய மேலாய்வு செய்ய வடமேற்கு இந்திய தொல்பொருள் அளவாய்வாளர் டாக்டர் ஆன்டன் ப்யூஹ்ரெர் ஒரு யானையின் மீதேறி, எல்லையைத் தாண்டி நேபாளில் உள்ள அந்தத் தூண்களை ஆய்வு செய்ய அனுமதிக்கப்பட்டார். இவர் கல்வெட்டுகளோடு இருந்த அந்தக் கற்றூணின் இரு பகுதிகளைப் பார்வையிட்டார். உடைந்த அந்த தூணின் குட்டையான கீழ் பாகத்தில் பிராமி எழுத்துகளில் வாசிக்கக் கூடிய அளவில் இருந்த கல்வெட்டுகளைக் கண்டார். இக்கல்வெட்டின் நகல் படிகளை ஆண்டோன் உறுப்பினரும், தன் குழுவும், ஆதரவாளருமான டாக்டர் ஜார்ஜ் புஹ்லருக்கு அனுப்பினார். இவர் அப்போது வியன்னா பல்கலைக்கழகத்தில்

சமஸ்கிருதப் பேராசியராகப் பணிபுரிந்து வந்தார். இதுவரை அறியப்படாதிருந்த அசோகரின் கல்வெட்டு இது. பேராசிரியர் ஹாரி ஃபால்க் என்பவரின் சமீபத்திய மொழிபெயர்ப்பு இதோ:

> *“கடவுளின் அன்பிற்குரிய மன்னான பிரியதர்சின், பட்டமேற்ற பின், தான் ஆட்சி புரிந்த பதினான்காவது ஆண்டில் கொனகமனா ஸ்தூபியைப் புதுப்பித்து, இரண்டு மடங்கு அதைப் பெரிதாக்கினார். தனது ஆட்சியின் இருபதாவது(?) ஆண்டில் மன்னனே நேரடியாக வந்து, வணங்கி, அதன் நினைவாக ஒரு கற்றூணையும் நிறுவினார்.”*

இந்தக்கற்றூணில் காணப்படுவது என்னவென்றால் அவரது ஆட்சிக் காலத்தின் பதினான்காவது ஆண்டில் - அனேகமாக பொ.ஆ.மு. 256 ஆண்டாக இருக்கலாம் - அசோகர் கொனகமனாவில் ஏற்கெனவே இருந்த ஸ்தூபியை இரண்டு மடங்கு பெரிதாக்கினார். இந்த ஸ்தூபி சாக்கிய முனி புத்தருக்கு முன்பு இருந்த ஒரு புத்தருக்காகக் கட்டப்பட்டது. மீண்டும் ஆறு ஆண்டுகள் கழித்து - பொ.ஆ.மு. 250-ஆம் ஆண்டு - அசோகர் நேரடியாக இந்த ஸ்தூபிக்கு வருகை தந்துள்ளார். சீன யாத்ரீகர் யுவான் சுவாங் தனது பயணத்தில் கபிலவஸ்து என்ற இடத்தின் தென்கிழக்குப் பகுதியில் இருந்த இந்த ஸ்தூபியையும், அதனருகில் இருந்த கற்றூணையும் கண்டு அதைப் பற்றிக் குறிப்பெழுதியுள்ளார்.

கன்னிங்ஹாமும், அவரது பணியாளர்களும் மிகவும் முனைந்து தேடிய போதும் அவர்களால் புத்தர் ஓர் இளவரசனாக வளர்க்கப்பட்ட கபிலவஸ்து என்ற நகரத்தையோ, லும்பினி என்ற புத்தரின் பிறந்த இடமும், பெருந்தோட்டமும் இருந்த இடத்தையோ கண்டுபிடிக்க முடியவில்லை. அன்டோன் ப்யூஹ்ரெர் கற்றூணைக் கண்டுபிடித்த பிறகு, கபிலவஸ்து, லும்பினி தோட்டம் என்ற இடங்களைக் கண்டு பிடிப்பதற்குப் பெரும் முயற்சிகள் மேற்கொள்ளப்பட்டன. ஏனெனில் இரு சீனப் பயணிகளான யுவான் சுவாங், பாக்ஸியன் ஆகியோர் லும்பினி தோட்டம் கபிலவஸ்துவிற்கு அருகில் இருந்ததாகவும், கபிலவஸ்து நகரம் ஸ்ரவஸ்தி என்ற இடத்திற்குக் கிழக்கே பல நாள் பயணத்திற்குப் பின் இருந்ததாகவும் எழுதியுள்ளதை 1863ஆம் ஆண்டு கன்னிங்ஹாம் கண்டு பிடித்தார்.

இந்த இரு புனித இடங்களையும் கண்டுபிடித்த வரலாறு வேறு ஒரு குறிப்பில் முழுவதுமாகக் கொடுக்கப்பட்டுள்ளது.

அதில், 1896ஆம் ஆண்டு ப்யூஹ்ரெர் மீண்டும் நேபாளத்திற்குள் செல்ல அனுமதி பெற்றார். சும்ஷெர் ரானா என்பவரிடம் நேரடியாக அழைத்துச் செல்லப்பட்டார். அவரிடம் ஒரு கற்றூண், மேலிருந்து கீழ்வரை ஒரு வெடிப்புடன் நின்று கொண்டிருந்த இடத்திற்குக் கூட்டிச் சென்று காண்பித்தார்கள். ஜெனரலின் பொறியாளர்கள் அந்தத் தூணின் அடிவாரத்தில் ஐந்தடி வரை தோண்டினார்கள். அங்கே நாலரை வரிகளில், அழகாக பிராமி எழுத்துகளில் வடிக்கப்பட்டிருந்த வாசகங்களைக் கண்டுபிடித்தனர். மிக தெளிவாக அந்த வரிகள் இருந்தன.

வரிகளை வாசித்த போது ப்யூஹ்ரெர் இரண்டாவது வரியின் இறுதியில் - *ஹிதா புத்த ஜாதெ சாக்யமுனி* (hida budhe jate sakyamuni) அல்லது 'இதுதான் சாக்கியர்களின் புனிதரான புத்த பகவான் பிறந்த இடம்' - என்ற வரலாற்றுச் சிறப்பு வாய்ந்த வரிகள் இருந்ததைக் கண்டார். ப்யூஹ்ரெர் லும்பினி தோட்டத்தையும் கண்டுபிடித்ததாகக் கருதினார். ஏனெனில் யுவான் சுவாங் அசோகரது கற்றூணையும், அது மேலிருந்து கீழ்வரை பூதம் ஒன்றினால் பிளவு பட்டிருப்பதையும் பற்றிக் குறிப்பிட்டிருந்தார். அவர் கூறிய பிளவு இந்தத் தூணிலும் இருந்தது.

அறிஞர்களுக்கு நடுவே அந்தத் தூணில் இருந்த கடைசி வரி சிறிது குழப்பத்தை உண்டு பண்ணியது. அதன் உண்மையான பொருள் என்ன என்ற கேள்வி அவர்களிடம் இருந்தது. ஆயினும் மற்ற வரிகளைப் பற்றியோ சொற்களைப் பற்றியோ எவ்வித ஐயமும் இல்லை. பேராசிரியர் ஃபால்க் அந்தத் தூணின் வாசகங்களை இவ்வாறு மொழிபெயர்த்துள்ளார்:

> *"கடவுளின் அன்பிற்குரிய மன்னனான பிரியதர்சின் அரசின் இருபதாவது ஆண்டு கொண்டாடப்படும்போது, இங்கு நேரில் வந்து வணங்கினார். ஏனெனில் சாக்கிய முனி புத்தர் இங்குதான் அவதரித்தார். இந்த இடத்தில் ஒரு சுற்றுச் சுவர் கட்டி, கற்றூண் ஒன்றையும் நிர்மாணித்தார். தேவன் ஒருவர் அவதரித்த இடம் என்பதால் இந்தக் கிராமமான லும்பினியில் வாழும் மக்கள் வரி ஏதும் தரவேண்டியதில்லை என்று ஆணையிட்டார். அதோடு எட்டுக் கொடைகளும் அளித்தார்."*

லும்பினி, நிக்லிவா சாகர் என்ற இரு இடங்களிலும் உள்ள கல்வெட்டுகள் பொ.ஆ.மு. 250இல் அசோகர் மேற்கொண்ட பயணத்தின்போது செதுக்கப்பட்டன. மூன்றாவது தூண்

ஒன்றும் உடைந்த நிலையில் கண்டுபிடிக்கப்பட்டது. சிறு பகுதி மட்டும் நிலத்தில் புதைந்து கிடந்ததை டாக்டர் ப்யூஹ்ரெர் கண்டு பிடித்தார். இது நிக்லிவா தூணிலிருந்து தென்மேற்குத் திசையில் சில மைல்கள் தூரத்தில் கண்டு பிடிக்கப்பட்டது. அநேகமாக இந்தத் தூணும் பேரரசரின் பயணத்தின்போது எழுப்பப்பட்டதாகவே இருக்கவேண்டும். இந்தத் தூண்கள், கல்வெட்டுச் செய்திகள் எல்லாமே சீன யாத்திரிகர் யுவான் சுவாங் தனது 'பேரரசர் அசோகக் காப்பியத்தில்' எழுதிய குறிப்புகளை உண்மை என்று நிரூபிக்கின்றன. அந்த நூலில் ஆசிரியர், பேரரசர் அசோகர் பல புத்த சமயப் புனித இடங்களுக்கு நேராக சென்றதைப் பற்றி எழுதியுள்ளார். லும்பினி தோட்டத்தில் பேரரசர் தன் பயணத்தைத் தொடங்கியுள்ளார். அதன் பின் கபிலவஸ்து சென்று, அங்கும், அருகில் உள்ள இடங்களிலும் நினைவுச் சின்னங்களாகப் பல ஸ்தூபிகளையும், கற்றூண்களையும் கட்டி அவ்விடங்களைப் பெருமைப்படுத்தியுள்ளார்.

ப்யூஹ்ரெரரின் புதிய கண்டுபிடிப்புகள் அவரையும், இந்திய தொல்பொருள் ஆராய்ச்சிகளையும் புதிய இக்கட்டான சூழலுக்கு அழைத்துச் சென்றது. நேப்பாளில் தான் கண்டு பிடித்த புதிய புனித இடங்களைப் பற்றி தனது கட்டுரைகளில் மிகவும் போற்றி எழுதியுள்ளார். கபிலவஸ்து என்ற பழம் நகரத்தை அதன் மகிமைகளோடு வெகுவாக உயர்த்தி எழுதியுள்ளார். இப்படி எழுதி அதன் மூலம் புகழ்பெற்ற ப்யூஹ்ரெர் இந்த மகிழ்ச்சியில் தவறொன்றும் செய்தார். பர்மாவிலிருந்து வந்த புத்தக் குரு ஒருவரிடம் புனிதப் பொருள் என்ற பொய் கூறி வியாபாரம் செய்துள்ளார். விஷயம் வெளிவந்து அதனால் அவர் தன் பணியை இழந்தார்.

ப்யூஹ்ரெர் செய்த இந்தத் தவறு அவரது வழிகாட்டியான ஜார்ஜ் புஹ்லெரை மிகவும் பாதித்திருக்கும் போலும். 1898ஆம் ஆண்டு புஹ்லெர் கான்ஸ்டன்ஸ் ஏரியில் இரவு நேரத்தில் படகில் சென்றவர் காணாமலே போய் விட்டார். இந்தச் சோக நிகழ்வும், போலிப் புனிதப் பொருளும் தொல்பொருள் ஆய்வுகளுக்குப் பெரும் முட்டுக் கட்டையாகிப் போகின. அதிலும் பத்தொன்பதாம் நூற்றாண்டின் இறுதியில் பீகாரில் கண்டுபிடிக்கப்பட்ட அசோகரின் வாழ்க்கையோடு தொடர்புடைய மூன்று முக்கிய ஆவணங்கள் பற்றிய செய்திகள் தங்கள் முக்கியத்துவம் முழுவதும் பெற முடியாது போயிற்று.

அந்த மூன்று முக்கிய ஆவணங்களில் முதலாவது தோண்டி எடுக்கப்பட்டது ஒரு புனிதப் பொருளல்ல. 1892இல் டாக்டர் வில்லியம் ஹோயி வடக்கு பீகாரில் உள்ள கோரக்பூர் பகுதியின் கமிஷனராக இருந்துவந்தார். இவரும் புதைபொருள் ஆய்வில் பெரும் ஆர்வம் கொண்டவர். ரப்தி நதி அருகில் பல மண் மூடிப் போன திண்டுகளை அவர் ஆய்வு செய்து கொண்டிருக்கும்போது, அருகிலிருக்கும் சோஹ்கவுரா என்ற கிராமத்திலிருந்து ஒரு வயதான பெரியவரிடம் பேசியுள்ளார். அப்பெரியவர் ஒரு சின்ன தாமிரத் தகடு ஒன்றினை இந்த ஆற்றுப் படுகையில் கண்டெடுத்ததாகவும், அதனை அங்கிருந்த ஜமீன்தாரிடம் கொடுத்ததாகவும் கூறியுள்ளார். ஹோயி இதுபற்றிய விசாரணைகள் மேற்கொண்டுள்ளார். சில மாதங்கள் கழித்து அந்த ஜமீன்தாரின் மகன் ஹோயியின் அலுவலகத்திற்கே வந்து அந்தத் தகட்டினை அன்பளிப்பாகத் தந்திருக்கிறார்.

அந்த 'சோஹ்கவுரா தகடு' தாமிரத்தால் ஆனதல்ல, பித்தளையால் செய்யப்பட்ட தகடு. பித்தளை என்பதே ஆச்சரியத்திற்குரிய ஒன்று. அத்தகடு 2 இஞ்ச் நீளத்திலும் 1 3/4 இஞ்ச் அகலத்திலும் இருந்தது. தகடு மிகவும் நல்ல நிலையில் இருந்தது. அதையும் விட அந்த தகட்டில் இருந்த எழுத்துகளும், குறியீடுகளும் மிகவும் சிறப்பான, சீரான புடைப்பு எழுத்துகளோடு இருந்தன.

மௌரிய சோஹ்கவுரா தகடு. டாக்டர் வில்லியம் ஹோய் என்பவர் வங்காள ஆசிய ஆய்வுக் கழகத்திற்கு அளித்தது. இப்போது இது ஒரு காணாமல் போன பெரும் வரலாற்றுச் சான்று. (JASB,1894)

அசோகரது பிராமி எழுத்துகளில் நான்கு வரிகளில் எழுத்துகள் இருந்தன. அதற்குமேல் முதல் வரிசையில் ஏழு குறியீடுகள் இருந்தன. இரண்டு வேறு வேறு வகைச் செடிகள், சுற்றுச்

சுவருக்குள் தூண்களோடும், கூரைகளோடும் மூன்று மாடிக் கட்டிடங்கள், இரண்டு ஈட்டி போன்ற ஓர் ஆயுதம், உலக உருண்டையும், அதன் மேல் காளைபோன்ற உருவமும், நடுவில் பிரமிட் போன்ற ஸ்தூபியும், மூன்று அரைவட்டக் கூம்புகளும், அதற்குமேல் ஒரு கொம்பு வைத்த நிலவும் இருந்தன. அந்த இரு கட்டிடங்களைத் தவிர ஏனைய குறியீடுகள் பழைய நாணயங்களின் புடைப்புகளில் பார்க்க முடியும்.

அரசுப் பொதுப்பணி அதிகாரியாக இருந்த வின்சென்ட் ஸ்மித் என்பவர் அப்போது ஹோயின் கீழே பணிபுரிந்து கொண்டிருந்தார். இவர் சர் அலெக்சாண்டர் கன்னிங்ஹாமின் மீது பெரும் பற்று கொண்டவர். இவர் பத்து ஆண்டுகள் கழித்து, பணியிலிருந்து ஓய்வு பெற்று அசோகரது வாழ்க்கை வரலாற்றை ஒரு நூலாகவும், அதன் பின் ஆக்ஸ்போர்டின் ‘இந்திய வரலாறு’ என்ற நூலின் முதல் பதிப்பையும் வெளியிட்டார்.

ஹோயி, ஸ்மித் இருவரும் இணைந்து வங்காள ஆசியக் கழகத்தின் பதிவுகளில் சோஹ்கவுரா பித்தளைத் தகடு பற்றிய தங்கள் ஆய்வுகளைப் பதிப்பித்தார்கள். ஆனால் அவர்கள் அத்தகடு மௌரியன் காலத்துத் தகடு என்பதை மட்டுமே உறுதியாகக் கூறினார்கள். அதற்கு மேல் எந்த விவரமும் தர இயலவில்லை.

ஆனாலும் அந்தத் தகட்டில் உள்ள எழுத்துகளைப் புகைப்படம் எடுத்து, பேராசிரியர் புஹ்லெருக்கு அனுப்பினர். அவர் தகட்டில் உள்ள எழுத்துகள் ப்ரகிரிதி எழுத்துகள் என்றும், மேலும் அதில் உள்ள செய்திகளின் பொருளும் கூறினார். இத்தகடு ஸ்ரவஸ்தியில் உள்ள சமய அதிகாரிகளுக்கு அளிக்கப்பட்ட உத்தரவு. ‘வம்சகிரஹா’ என்ற இடத்தில் உள்ள இரு கிட்டங்கிகளில் தானியங்கள், பருப்புகள், உணவுப் பொருட்களுக்கான தேவை அதிகமாக இருப்பதால், விரைந்து அவர்கள் தேவைகளைத் தாமதமின்றி அனுப்ப வேண்டும்’ என்ற ஆணை அது. வாசகங்கள் புரிந்து கொள்ளப்பட்டு வாசிக்கப்பட்டு விட்டாலும், முதல் வரிசையில் உள்ள குறியீடுகள் பற்றிய விளக்கங்கள் அன்றும் தெரியவில்லை; இன்றும் தெரியவில்லை.

சோஹ்கவுரா தகடுகள் ஒரு புதிய, பெருமைக்குரிய சான்று. வெறும் படங்கள் மூலம் செய்திகளைப் பரிமாறிக் கொண்ட நம் முன்னோர் முதல் முறையாக எழுத்துகள் மூலம் தங்கள் கருத்துகளைப் பரிமாறிக் கொள்கின்றார்கள் என்பதற்கான சான்றாக இது இருந்தது.

1931ஆம் ஆண்டு மஹாஸ்த்தன் என்றொரு மதில்கள் கொண்ட நகரில் தொல்பொருள் ஆய்வாளர்கள் ஆரம்ப ஆய்வுகள் மேற்கொண்டார்கள். இந்த நகரம் கிழக்கு வங்காளத்தில் இருந்தது. இந்த நகரம் முதன் முதலில் புக்கானால் 1808ஆம் வருடமும், அதன் பின்னால் கன்னிங்ஹாமினால் 1879ஆம் வருடமும் ஆராயப்பட்டது. இங்கும் சோஹ்கவுராவில் நிகழ்ந்ததுபோல் ஒரு கிராம வாசியிடமிருந்து ஒரு சிறு கல் பலகை கிடைத்தது. இதில் ஏழு வரிகளில் கல்வெட்டு வாசகங்கள் இருந்தன. பிராமி எழுத்துகளில் பெயரில்லாத ஒரு மௌரிய மன்னனின் ஆணையை இக்கற்பலகை தாங்கி நின்றது. இதில் இருந்த முதல் வரி வாசிக்க முடியாத அளவு சிதைந்திருந்தது. அச்செய்தி ‘புந்தரன் நகர’ என்ற நகரத்திலிருந்த சமயத் தலைவருக்கு அனுப்பப்பட்டது. ‘சம்வம்கிய’ என்ற இடத்திலுள்ள மக்களின் துயர் நீக்க உதவி செய்ய வேண்டும். இப்பகுதி மக்களின் உணவுப் பொருட்கள் கிளிகளால் களவாடப்பட்டு வந்துள்ளன! அவர்களது உணவுக் கிடங்கும், கஜானாவும் நிரப்பப்பட வேண்டும் என்பதே அதிலிருந்த ஆணை.

சோஹ்கவுரா பித்தளைத் தகடும், மஹாஸ்தான கல்தகடும் ஒரே காலத்திய ஆவணங்கள். இரண்டுமே மௌரிய சாம்ராஜ்யத்தைச் சேர்ந்தவை. இவை அக்காலத்திய சிறப்பான ஆட்சி முறைக்குச் சான்றுகளாக நிற்கின்றன. ஆட்சிமுறையின் தகவல் மாற்றங்களுக்கு நல்ல ஒரு எடுத்துக்காட்டு. பஞ்சத்தைப் பற்றி இக்கல்வெட்டுகள் கூறியுள்ளதால் இவை சந்திர குப்தரின் காலத்திற்குரியதாக இருக்கலாம். ஏனெனில் அவரது காலத்தில் பன்னிரண்டு ஆண்டுகளுக்குப் பஞ்சம் தலை விரித்தாடியதாக செய்தியுண்டு. அப்படியிருப்பின், கிரேக்கர்கள் சந்திரகுப்தரின் காலத்தைப் பற்றிய எழுதிய குறிப்புகளில் இத்தகைய தகவல் பரிமாற்றம் பற்றி நிச்சயம் எழுதியிருக்க வேண்டும். ஆனால் அத்தகைய செய்திகள் ஏதுமில்லை. கிடைக்கும் தகவல்களைப் பொருத்திப் பார்த்தால் இந்த சான்றுகளும் அசோகர் காலத்தியவை என்றே கருதப்படுகிறது. சோஹ்கவுரா தகட்டில் உள்ள குறியீடுகளில் நடுவில் இருக்கும் நிலவைத் தாங்கி நிற்கும் ஸ்தூபி அசோகரது தனிப்பட்ட முத்திரையாக இருக்கலாம். பித்தளைத் தகட்டின் அமைப்பு மிக நன்றாக இருப்பதால், அப்போதே வடிவமைப்புத் திறமும் நன்கு வளர்ந்திருக்க வேண்டும் என்பது தெரிகிறது. இதில் மெழுகு வைத்தே தகடுகள் வடிவமைக்கப்பட்டுள்ளன, இது வேறெங்கும் பொ.ஆ.மு. எட்டாம் நூற்றாண்டுவரை காணப்படவேயில்லை.

டாக்டர் கோயி சோஹ்கவுரா தகட்டினை வங்காள ஆசிய ஆய்வுக் கழகத்திடம் ஒப்படைத்தார். ஆய்வுக்கழகத்தில் அப்போதிருந்த நிலையில் பொருட்கள் முறையாகப் பேணப்படாமல் இருந்தன. இந்த வரலாற்று முக்கியமான சான்றும், சில ஆண்டுகள் கழித்து காணாமல் போய் விட்டதாகச் சொல்லப்பட்டது. ஒரு வேளை இன்னும் பல ஆண்டுகள் கழித்து அத்தகடு, ஆய்வுக்கழகத்தின் தலைமைச் செயலகம் அமைந்துள்ள கல்கத்தாவின் பார்க் தெருவில் உள்ள கட்டிடத்தின் உள்ளே ஏதோ ஒரு பழைய அலமாரிக்குள் இருந்து மீண்டும் கண்டுபிடிக்கப்படலாம்! ஆயினும் தற்போது காணாமல் போய்விட்டது என்று சொல்லப்படுவது மிகவும் பெரிய சோகத்திற்குரியது. ஏனெனில் முதன் முதல் இந்திய வரலாற்றில் இது போன்ற பித்தளைத் தகடு அதுவரை மட்டுமல்ல, இன்று வரை வேறெங்கும் கண்டெடுக்கப்பட்டதேயில்லை என்ற உண்மை சோகத்தைப் பெரிதாக்குகிறது.

இரண்டாவது கண்டுபிடிப்பு பாட்னாவில் நடந்தது. இதில் உள்ள ஆச்சரியமென்னவெனில், பாட்னா 'தொல்பொருள் ஆய்வுகளுக்கான சமாதி' என்று கருதப்படுவதுண்டு. கன்னிங்ஹாம் இந்நகரையும் சுற்றியுள்ள பகுதிகளையும் பெருத்த எதிர்ப்பார்ப்புகளுடன் ஆய்வு செய்து, வெறும் கையுடன் திரும்பி பெரும் ஏமாற்றமடைந்தார். இதனால் கிரேக்கர்களால் மிகவும் புகழ்ந்து எழுதப்பட்ட சந்திரகுப்த காலத்துப் பெருநகரமான பாடலிபுத்ரா வெள்ளத்தால் முழுவதுமாக அழிக்கப்பட்டிருக்க வேண்டும் என்ற முடிவுக்கு வந்தார். ஆனால் இந்த முடிவை தவறு என்ற நிரூபிக்கும் வாய்ப்பு எல்.ஏ வெட்டெல் என்ற இந்திய மருத்துவச் சேவையில் பணி புரிந்தவருக்குக் கிடைத்தது. வெட்டெல் ஒரு வெறுக்கப்பட்ட மனிதர். எளிதில் யாரையும் சினந்து கொள்வார். தன் முடிவை நோக்கிச் செல்லும்போது தர்ம நியாயங்கள் எதுவும் அவர் கண்களுக்குத் தெரியாது. அவர், தான்தான் முதன் முதலில் கபிலவஸ்து, லும்பினி போன்ற இடங்களைக் கண்டுபிடித்தவர் என்று சொல்லி பெருமை பீற்றிக் கொள்வார். இக்கருத்தினால் முதன் முதல் நிக்லிவா சாகருக்கு அருகில் உள்ள தில்லௌரகோட் என்ற காடுகளில் கபிலவஸ்துவைக் கண்டுபிடித்த பாபு புர்னா சந்திரா முகர்ஜி என்பவரை அவரது தொல்பொருள் பணியிலிருந்து விரட்டியடிக்கத் தன்னால் ஆன அனைத்தையும் செய்த பெரிய மனிதர் இவர்!

அக்காலத்து இந்திய வரலாற்று ஆய்வாளர்கள் போல் எல்.ஏ.வெட்டலும் சீனப் பயணிகளின் குறிப்புகளைக் கண்ணில் விளக்கெண்ணெய் ஊற்றி ஆழமாகப் படித்தார். 1892இல் டார்ஜ்லிங்கில் பணியில் இருந்த வெட்டெல் இரு நாள் விடுமுறையில் பாட்னாவிற்கு வந்தார். அவர் கையில் ஒரு வரைபடம். வரைபடத்தில் பாக்ஸியன், யுவான் சுவாங் குறிப்புகளிலிருந்து தேடியெடுத்த விவரங்கள் இருந்தன. அவரது வரைபடத்தில் சீனப் பயணிகள் வருகை தந்த புத்தக் குருமடங்கள் இப்போதைய பாட்னாவின் பழைய எல்லைக்குள் இருந்தன. வரைபடத்திலிருந்து, அசோகரின் அரண்மனையும், அவர் கட்டிய அசோகரது குருமடமும் இப்போதுள்ள ரயில்வே இருப்புப் பாதைக்குத் தெற்கே இருக்க வேண்டும் என்பது அவர் கணிப்பு. பழைய நகரத்தின் தெற்கு எல்லையாகவும் அது இருந்திருக்க வேண்டும். தான் கண்டவைகளை வெட்டெல், "அசோகரது அரண்மனை, குருமடங்கள் இன்னும் மற்ற கட்டிடங்களும் மிகத் தெளிவாக நான் என் வரைபடத்தில் குறிப்பிட்டிருந்த இடங்களில் எளிதாகக் காணக் கிடந்தன. ஒரே ஒரு நாளில் நான் எல்லா முக்கிய இடங்களையும் எந்த ஐயமுமின்றி கண்டுபிடிக்க முடிந்தது. சீனப் பயணிகளின் குறிப்புகளே எனக்குத் துணையாக இருந்தன," என்று எழுதியுள்ளார்.

வெட்டெல் மிகுந்த ஆவலோடு பழைய கட்டிடங்களைத் தேடினார். அவரும் மிக சரியான தடத்தில்தான் சென்றுள்ளார். அவர் முதன் முதலில் தேடிய இடம் பாட்னா நகரத்திலிருந்து தெற்குத் திசையில் இருந்த பாட்னா கல்லூரியிலிருந்து அரைமைல் தூரம் தாண்டி இருந்த ஒரு மண்மேடு. இங்கு செங்கல்லால் கட்டப்பட்ட இருபது அடிச் சுவர், கால் மைல் விட்டத்தில் இருந்தது. வெட்டெல் ஆய்வு நடந்த காலத்தில் இந்த மண்திட்டை 'பிக்னா பகரி' அல்லது 'பிக்குகளின் மலை' என்று மக்கள் அழைத்து வந்தனர். யுவான் சுவாங் குறிப்பிலிருந்து இது அசோகர் தனது இளவல் திஸாவிற்காகக் கட்டப்பட்ட குருமடமே இந்தக் கட்டிடம் என்பது தெளிவாயிற்று.

இதற்கடுத்து வெட்டெல் கண்டுபிடித்தது மிகவும் அதிர்ச்சியும், ஆச்சரியமும் தரத்தக்க ஒரு கண்டுபிடிப்பு. வெட்டெல் அசோகர் மனம் திருந்தி புத்த மதத்திற்குள் வருவதற்கு முன்பு தன் எதிரிகளைச் சித்ரவதை செய்யவும், கொல்லவும் வைத்திருந்த "நரகம்" என்ற சித்ரவதைக் கூடத்தையும் கண்டு பிடித்தார்.

கொடூர அசோகரின் அடையாளம் அது. 'அகம் குவான்' அல்லது 'அடிகாண முடியாத கிணறு' என்றழைக்கப்பட்ட மிகப் பழமையான கிணறு ஒன்றினை வெட்டெல் பாட்னா நகரின் வெளிப்புறத்தில், ரயில் பாதைகள் அருகில் கண்டுபிடித்தார். இன்று இந்த இடம் குல்சார்பாக் என்ற ரயில் நிலையத்தின் தென்மேற்கு திசையில் உள்ளது. அக்பரின் காலத்தில் இந்த 'நரகம்' என்ற பாழுங்கிணறு கண்டுபிடிக்கப்பட்டு அதன்மேல் அக்பரால் ஒரு கூரை வேயப்பட்டது. ஆனால் வெட்டெல் ஒரு புதிய கண்டுபிடிப்பை வெளியிட்டார். அந்தக் கிணறு அல்லது 'நரகம்' மிகுந்த தீமைகள் நிறைந்த இடமாதலால் அக்கிணற்றில் எவரும் நீர் அருந்தவேயில்லை என்றார். இது உண்மையோ என்னவோ தெரியாது!

நட்டுவைக்கப்பட்ட புத்த தூண். இரண்டு யக்ஷிகள் உள்ள இந்த தூண் ஷிட்டாலாதேவி என்ற கோயிலுக்குள்ளும், பாட்னாவின் ஆழ் கிணறுக்கு அருகிலும் உள்ளது. 1895இல் நிழல்படம் எடுத்தவர் அலெக்சாண்டர் கேட்டி. (APAC, British Library)

வெட்டெல் இன்னொரு முக்கிய கண்டுபிடிப்பையும் செய்தார். வெட்டெல் கண்ட கிணறு அம்மைநோயிலிருந்து காக்கும் பெண் கடவுளான ஷிட்டலா தேவி என்ற சிறு கடவுளின் கோவிலுக்குப் பக்கத்தில் இருந்தது. 1879ஆம் ஆண்டு கன்னிங்ஹாம் இப்பகுதிக்குத் தன் ஆய்வுக்காக வந்தார். அவர் தேடிவந்தது மௌரிய காலத்து 'குழந்தை பாக்கியம் தரும் யக்ஷினி

தேவதைகளின் சிலைகள்.' 1820ஆம் வருடத்தில் இதுபோன்ற மூன்று சிலைகளைப் பார்த்தது பற்றிய குறிப்பை வாசித்து அவைகளைத் தேடி கன்னிங்ஹாம் இங்கு வந்தார். அவர் அதில் இரு சிலைகளைக் கண்டுபிடித்து, அவைகளை ஆற்றின் மூலம் வங்காள ஆசிய ஆய்வுக் கழகத்திற்கு அனுப்பி விட்டார். மூன்றாவது சிலை அவரால் விடுபட்டுப் போனது. அந்த மூன்றாம் சிலையை இப்போது வெட்டெல் கண்டுபிடித்தார். ஆனால் அது இப்போது ஷிட்டலாதேவி கோவிலின் உள்ளே இருந்தது. அதோடின்றி அவைகள் இப்போது வணக்கத்துக்குரிய சாமி சிலைகளாக மாறிவிட்டன. அவைகளை இப்போது கோவிலிலிருந்து பிரித்தெடுக்க முடியாத நிலை.

இந்தச் சிலையில் இரு யக்ஷிணியின் உருவங்கள் ஒரு தூணின் இரு புறத்திலும் செதுக்கப்பட்டிருந்தன. இரு சிலைகளும் முதுகுப் பக்கம் ஒட்டியிருப்பது போல் செதுக்கப்பட்டிருந்தன. இந்த சிலைத்தூண் கோவிலின் முற்றத்தில் அரைகுறையாகப் பதிக்கப் பட்டிருப்பதை வெட்டெல் கண்டுபிடித்தார். இச்சிலைகளைப் பார்க்கும்போது, இவை கன்னிங்ஹாம் பார்ஹீட் பகுதியில் தோண்டியெடுத்த யக்ஷிணி சிலைகள் போலவே தோற்றத்தில் இருப்பதைக் கண்டார். இச்சிலைகளைப் பற்றி வெட்டெல் மேலும் பல விசாரணைகள் நடத்தியபோது, கோவிலின் மேற்குத் திசையில் அரை மைல் தொலைவில் இருந்த இந்தச் சிலை தோண்டியெடுக்கப்பட்டு, இங்கு நிறுவப்பட்டது என்ற தகவலைப் பெற்றார். வெட்டெல் இதுவரை தான் யுவான் சுவாங் பயணத் தகவலை அடிப்படையாகக் கொண்டு தன் ஆய்வுகளை நடத்தியதாகக் கூறி வந்திருந்தார். ஆனால் இச்சிலைகள் கிடைத்த பிறகு கும்ரகர் என்ற கிராமத்தை இந்த யக்ஷிணிகளின் சிலைகளின் மூலமாகக் கண்டுபிடித்தாகக் கூற ஆரம்பித்தார். இந்தக் கிராமம் முழுமையும் ஷேக் அக்ரம்-உல்-ஹக் என்ற நிலச்சுவான்தாரின் கீழ் இருந்தது. இவரிடம் விசாரித்ததிலும், வெட்டெல் தானே பார்த்தவைகளையும் இணைத்துப் பார்த்தபோது, தான் அங்கு கண்டது அசோகரின் அரண்மனை என்று வெட்டெல் உறுதி செய்தார்.

ஷேக், வெட்டெலின் விசாரணையின்போது, பல சிறு கடவுள்களின் சிலைகள் இக்கிராமத்தில் கிடைத்ததாகச் சொல்லி யுள்ளார். மிகவும் சமீப காலத்தில், ஷேக்கின் தந்தை உயிரோடு இருந்தபோது, அவர்களின் வீட்டு முற்றத்தில் ஒரு சிலை தோண்டி கண்டெடுக்கப்பட்டதாகவும், அதனை அங்கிருந்த இந்து மக்கள் எடுத்துச் சென்றதாகவும் கூறியுள்ளார். இத்தகவல்களோடு

ஷேக் பல புத்த கைப்பிடிச் சுவர்களின் பகுதிகளையும், இன்னும் சில சிற்பங்களையும் வெட்டெலிடம் அளித்துள்ளார். இவைகள் எல்லாம் ஷேக்கின் முன்னோர்கள் வீடு கட்ட தோண்டும் போது மண்ணிலிருந்து மீட்கப்பட்டவைகளாகும்.

மிக அழகான கிரேக்கப் பாணியில் அமைந்த தூணின் மேல் பகுதி. அசோக கிரேக்க பாரசீக வேலைப்பாடு. (From Waddell's Report on the Excavations at Pataliputra (Patna), 1903)

மேலும் வெட்டெல் இவ்விடத்தில் நடத்திய ஆய்வுகள் மூலம் இன்னும் பல கல் தூண்களின் பகுதிகளும், கைப்பிடிச் சுவரின் துண்டுகளும் கிடைத்தன. இவைகள் எல்லாம் இவ்விடத்தில் அசோகர் காலத்து புத்த ஸ்தூபி ஒன்று இருந்திருக்க வேண்டும் என்பதற்கான முக்கிய சான்றுகளாக இருந்தன. மேலும் இக்கிராமத்திலும், இதைச் சுற்றிலும் உள்ள இடங்களிலும் புதிய கிணறுகள் தோண்டும் போதெல்லாம் பதினைந்து அல்லது இருபது அடி ஆழத்திற்குக் கீழ் பெரும் மரத்தால் ஆன உத்திரங்கள், கைப்பிடிச் சுவர்களின் துண்டுகள் கிடைப்பது வழக்கம். கண்டெடுக்கப்பட்ட இம்மரப் பகுதிகள் வெட்டெலுக்கு மெகஸ்தனிஸ் எழுதிய பழைய குறிப்பு ஒன்றினை நினைவு படுத்தும். மெகஸ்தனிஸ் 'மரச் சுவர்களால் ஆன' நகரம் என்று தன் குறிப்பில் எழுதியுள்ளார்.

இந்த சான்றுகளைக் கண்ட வெட்டெல் வங்காள அரசிற்கு இதனை ஆய்வு செய்ய நிதி ஒதுக்கீடு செய்யக் கேட்டுள்ளார். 1896ஆம் ஆண்டு அவர் பாட்னாவிற்கு மீண்டும் வந்து கும்ரகர் என்ற அந்த கிராமத்திலும், இன்னும் அதன் அருகில் மூன்றிடங்களிலும், பல பள்ளங்கள் தோண்டி தன் ஆய்வினைத்

தொடர்ந்துள்ளார். அங்கிருந்த இருப்புப் பாதைக்கு அருகில், பதினைந்து அடி ஆழத்தில் ஒரு சுற்றுச் சுவர்ப்பகுதி கிடைத்தது. அதையும் விட இன்னொரு மகத்தான பெரும் சான்றும் கிடைத்தது. மரத்தால் ஆன மிக அழகான தூணின் தலைப்பகுதி ஒன்று கிடைத்தது. இப்பகுதி 'கிரேக்கப் பாவனையில்' செதுக்கப்பட்டிருந்தது. 'அசோகரின் காலத்தியதாகவோ, அல்லது சிறிது காலம் கடந்த பகுதியிலோ' இது செய்யப்பட்டிருக்கவேண்டும். இன்னும் அக்கிராமத்திலேயே வெட்டெல் அசோகரின் பெரும் கற்றூண்களின் பகுதிகள் சிலவற்றை மீட்டெடுத்தார். 'ஒரே கல்லில் அமைக்கப்பட்ட, அசோகரின் கல்வெட்டுகள் இருந்த பகுதிகள் அவை.'

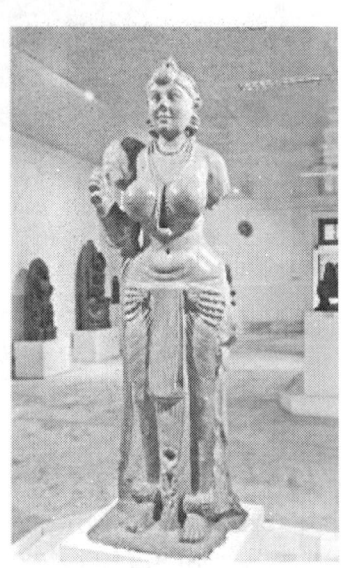

(இடது) டாக்டர் வெட்டல் கண்டுபிடித்த 'நயா தோலா' 'மர தேவதை.' மிக அழகாக வழுவழுப்பாகச் செதுக்கப்பட்ட அழகுச் சிலை. (வலது) ஆனால் மரதேவதைச் சிலையைவிட மிக அழகான திதார்கஞ்ச் யக்ஷி. சரியாகச் சொல்ல வேண்டுமாயின் சௌரி தரணி அல்லது சாமரம் வீசும் இளம்பெண். (நிழற் படங்கள் நமித் அரோரா ஷூண்யா)

வெட்டெலின் ஆய்வுகள் தொடர்ந்தன. இதில் கும்ரகர் கிராமத்தின் தெற்குப் பகுதி மிகவும் தாழ்ந்த பகுதியாக இருந்தது. இப்பகுதி மறைந்து போன சோன் நதியின் படுகையாகத் தானிருக்க வேண்டும். இந்த நதி இந்த இடத்தில் இரண்டாகப் பிரிந்து பின்பு கங்கை நதியோடு ஒன்றாகும். இரண்டாகப் பிரிந்ததில் ஒரு பிரிவு ஆங்கிலேய மக்கள் வாழும்

பகுதியில், இப்போதுள்ள பங்கிப்பூர் என்ற அழைக்கப்படும் பகுதியில் ஓடியிருக்க வேண்டும். அடுத்த பிரிவு கங்கையோடு பாட்னா நகரத்திற்குத் தெற்குப் பக்கத்தில் சேர்ந்திருக்க வேண்டும். இந்த இரு பிரிவுகளுக்கும் நடுவில் உள்ள மேட்டு பகுதியில்தான் பாடலிபுத்ரா நகர் இருந்திருக்க வேண்டும். வெட்டெல், இப்பகுதியில் கண்டெடுத்த மர உத்திரங்கள் கும்ரகர் நதியிலிருந்து கிராமத்திற்குள் நுழைவதற்காக கட்டப்பட்டப் படித்துறையின் பகுதிகளாக இருக்கலாம் என்று கருதினார். இதன் பின் கிடைத்த சான்றுகளை வைத்துப் பார்த்தபோது வெட்டெல்லின் இக்கருத்துகள் உறுதியாக்கப்படுகின்றன.

வெட்டெல் கும்ரகர் கிராமத்திற்கு தன் மறு ஆய்வுகளுக்காக மீண்டும் 1897ஆம் ஆண்டு திரும்பி வந்தார். ஆனால் அப்போது தொல்பொருள் ஆய்வுப் பணியில் இருந்த ஒருவர் அங்கே தன் ஆய்வுகளை நடத்திக் கொண்டிருப்பதைப் பார்த்து மிகுந்த ஏமாற்றமடைந்தார். அந்த தொழில்முறை ஆய்வாளர் பாபு P.C. முகர்ஜி என்பவர். இவர் கல்கத்தாவிலிருந்த இந்திய அருங்காட்சியகத்தைச் சேர்ந்தவர். வெட்டெலின் ஏமாற்றத்தைப் பெரிதுபடுத்துவது போல், முகர்ஜி புதிதாக ஆறு வெவ்வேறு அசோகரின் தூண்களின் துண்டுப் பகுதிகளைக் கண்டுபிடித்திருந்தார். தூணின் இந்தத் துண்டுகள் யாவும் சாம்பலுக்குள்ளும், எரிந்து அவிந்துபோன சுள்ளிகளுக்கும் நடுவில் புதைந்து கிடந்தன. வேண்டுமென்றே, இந்தக் கற்றூண்களை வெடிக்க வைப்பதற்காகவே இவ்வாறு நெருப்பிட்டுள்ளனர் என்பது தெளிவாயிற்று.

முகர்ஜி தான் கண்டுபிடித்த இடத்தில் ஆய்வு நடத்துவது வெட்டெலுக்குப் பொறுக்க முடியாத ஒன்றாகிப் போனது. அவரை இந்த இடத்திலிருந்து விரட்டுவதற்கு அவர் எடுத்த முயற்சிகள் ஏதும் பயனின்றிப் போனது. இரு ஆண்டுகள் கழிந்த பிறகு டாக்டர் ப்யூஹ்ரெர் நேபாள தாராய் பகுதியில் ஆரம்பித்த தொல்பொருள் ஆய்வுகளைத் தொடர முகர்ஜி அழைக்கப்பட்ட போதும் வெட்டெல் தன் வழக்கமான முறையில் முகர்ஜியைத் தடுக்க முயற்சித்தார். இம்முறையும் வழக்கமான தோல்வியே வெட்டெலைத் தொடர்ந்தது. பணியிடத்தில் மட்டுமல்ல தன் ஆய்வுகளில் முகர்ஜி பெற்ற வெற்றிகள் வெட்டெலைப் பார்த்து நகைத்தன. கபிலவஸ்துவின் இடத்தை வெட்டெல் வேறெங்கோ தேடிக் கொண்டிருக்கும் போது, முகர்ஜி மிகச் சரியாக அந்த

இடத்தை தில்லௌரகோட் என்ற இடத்தில் இருந்திருக்க வேண்டும் என்பதைக் கண்டுபிடித்தார்.

கபிலவஸ்துவைக் கண்டுபிடிப்பதில் வெட்டெல் தோற்றிருந்தாலும், பாட்னாவில் அவர் கண்டுபிடித்தவைகள் எப்போதும் வரலாற்றுக் குறிப்புகளில் இடம் பெறும். ஷேக் அக்ரம் உல் கக் மூலம் அவர் கண்டுபிடித்த யக்ஷிணிச் சிலையும் அதுபோன்ற ஒரு சிறப்பான விஷயம். இரண்டு யக்ஷிணிகள் இருப்பதுபோல் செதுக்கப்பட்டிருந்த அந்தத் தூணை நயாதோலா என்ற கோயிலில் கண்டுபிடித்தார். இந்தக் கோவில் இன்று ராஜேந்திர நகர் ரயில் நிலையத்திற்கருகில் கும்ரகருக்கு மேற்குத் திசையில் உள்ளது. ஷிட்டாலா தேவி கோவிலில் இரு யக்ஷிணிகள் முதுகுப்பக்கம் ஒட்டியபடி இருக்கும் அந்தத் தூண் மிகுந்த கலை வேலைப்பாடமைந்தது. உண்மையான மனித உருவைவிடச் சிறிது குறைவான அளவில், இடுப்புடை மட்டுமே அணிந்த நிர்வாணச் சிலைகள். ஒவ்வொரு யக்ஷிணியும் வழுவழுப்பாகச் செதுக்கப்பட்டிருந்தன. யக்ஷிணியின் ஒரு கை பளபளப்பான அவளது நெஞ்சகங்களுக்கு மேலாக உயரத் தூக்கி மரக்கிளை ஒன்றினைப் பற்றியிருப்பது போல செதுக்கப்பட்டிருக்கும்.

இந்தச் சிலையின் அழகு மிகச் சிறப்பானது. இதைப்போலவே பாட்னா அருங்காட்சியகத்தில் உள்ள மௌரியன், சுங்கன் சிற்பங்களும் அற்புதமானவை. அவைகளில் ஒன்று திதார்கஞ்ச் யக்ஷி சிலை. மௌரியன் காலத்தில் செதுக்கப்பட்ட சிலைகளில் மிக உன்னதமான, எழிலான, கலைநயம் மிகுந்த சிலை இது. அசோகரது கல் தூண்கள் போலவே, அதே போன்ற கல்லில் செதுக்கப்பட்ட அசோகர் காலத்துச் சிற்பம் அது. கற்றூண்கள் செதுக்கப்பட்ட அதே கல் குவாரியிலேயே இச்சிலையும் செதுக்கப்பட்டிருக்கலாம். ஏனெனில் கல்லின் வழுவழுப்பு இரண்டிலும் ஒன்றுபோல் சிறப்பாக உள்ளது.

வெட்டெல் கண்டெடுத்த சிலையில் இருந்த மரத் தேவதை போலவே இச்சிலையும் எடுப்பாகத் தெரியும். வட்டவடிவ கொங்கைகளும், கைப்பிடியில் அடங்கி ஒடியும் இடுப்பும், குறுகிய இடையும், வளைந்து நெழியும் இடுப்பும், இரு அழகிய சதைப் பிண்டங்களால் ஆன பின் பகுதிகளும் வழுவழு கல்லில் அழகு மிகுந்து நிற்கும். இன்றும் மணப்பெண்கள் தலையில் அணியும் சிருங்காரப் பட்டி என்ற பாரம்பரிய நகையோடும், காதில் வளையங்கள், கழுத்தில் தங்க மாலை, முழங்கை வரை வளையல்கள், காலில் வனப்பான தடித்த தண்டைகள் என்று

நகைகள் பல அணிந்து அலங்காரமாக நிற்கும் அவள், சாமரம் ஒன்றினைத் தன் வலது தோள்மேல் சாற்றிவைத்திருக்கிறாள். நடுவில் இருக்கும் ஒரு புத்தருக்கு இரு புறமும் நின்று சாமரம் வீசும் இரு கன்னிப் பெண்களில் ஒருத்தியாக இவள் இருக்கலாம் என்பது சாமரத்திலிருந்து புரிகிறது. இச்சிலையின் அழகினால் இது 'இந்தியச் சிற்பங்களுள் வீனஸ் சிலை'(*Venus de Milo Didarganj Yakshi of Indian art*) என்றழைக்கப்படுகிறது. இப்பெயர் மட்டுமே அவளை மிகவும் பெருமைப்படுத்திவிடாது. ஏனெனில் இச்சிலை வீனஸ் சிலைகளை விட மிக அழகு. வீனஸ் சிலையில் இருப்பது போலவே இச்சிலையின் சிற்றிடையில் ஒரு சிற்றுடை. இது பல மடிப்புகளோடு இடுப்பிலிருந்து வழிந்து நிற்கின்றது. மெல்லிய சங்கிலி இவ்வுடையை இடுப்போடு பிணைத்திருக்கிறது. இச்சிலை கிரேக்கத்து வீனஸ் சிலை வடிவமைக்கப்பட்டதற்கு ஏறத்தாழ நூற்றி ஐம்பது ஆண்டுகளுக்கு முன்பே வடிக்கப்பட்டிருக்க வேண்டும். கிரேக்க வீனஸை வடிவமைத்த ப்ராக்ஸிடைல்ஸ் என்ற சிற்பியும், இச்சிலை வடித்த சிற்பியும் ஒருவருக்கொருவர் சளைத்தவர்களில்லை. அவர்கள் இரு பெரும் சிற்பிகள். அவர்கள் வடித்த சிலைகள் இரு பெரும் கலைப் படைப்புகள்.

இந்த திதார்கஞ்ச் சிலையின் கண்டுபிடிப்பு வெட்டெல்லிற்கு எவ்விதத்திலும் அதிக பெருமை சேர்க்கவில்லை. ஏனெனில் இச்சிலை 1917ஆம் ஆண்டு திதார்கஞ்ச் கிராமத்திலிருந்த ஒருவரால், கங்கை நதிப் படுகையில், பங்கிப்பூர் அருகே சகதியில் சிக்கிக் கிடந்தபோது மீட்டெடுக்கப்பட்டது. சோன் நதியின் வெள்ளப் பெருக்கால் பழங்காலத்தில் அடித்து வரப்பட்ட சிலையாக இருக்கலாம். அப்போது சோன் நதியின் படுகை பாடலி புத்திராவிற்கு அருகில் இருந்திருக்க வேண்டும்.

கும்ரகர் கிராமம் வெட்டெல், முகர்ஜி இருவராலும் பல ஆய்வுகளுக்கு உட்படுத்தப்பட்டது. ஆனாலும் அங்கு ஆய்வுகளை முழுவதுமாகச் செய்து முடித்து வைத்தது அமெரிக்க தொல்பொருள் ஆய்வாளரான டாக்டர் டேவிட் ஸ்பூனர் என்பவர். இவர் ஏற்கனவே பெஷாவர் பள்ளத்தாக்கிலும், அருகில் பல குஷன் புத்தவிடங்களையும் ஆராய்ந்தவர். இவர் 1913ஆம் ஆண்டு கும்ரகர் வந்தார். முதன்முறையாக மிகப் பெரிய சீராய்வான ஆய்வு அப்போது நடந்தது. இந்த ஆய்வுகளுக்கான முழு நிதி உதவி பார்ஸி தொழிலதிபரான சர் ரத்தன் டாடாவிடமிருந்து கிடைத்தது.

(மேலே) கும்ரகாரில் டேவிட் ஸ்பூனரின் அகழ்வாராய்ச்சி. அசோகரின் ஒரு தூணும், பல சிதைந்த பகுதிகளின் தனித்தனி மேடுகளும். (கீழே) அசோகர் எழுப்பிய பிரம்மாண்டமான மாநாட்டு மண்டபத்தைக் தாங்கி நிற்கும் மரத்தினாலான பல உத்திரங்களை ஒழுங்குபடுத்தும் பணியாளர்கள். (APAC, British Library)

அவரது ஆய்வில், முதலில் குப்த காலத்து செங்கல் கட்டிடங்களும், அதற்குக் கீழ் எரிக்கப்பட்ட விறகுகளும், சாம்பலும் முகர்ஜி கண்டுபிடித்தது போல குவியலாகக் கிடந்தன. இந்தக் குவியல்களுக்குக் கீழே ஏறத்தாழ எழுபத்தி இரண்டு கல் தூண்கள், பதினைந்து அடி இடைவெளியில் பத்துப் பத்து தூண்களாக எட்டு வரிசைகளில் இருந்தன. இத்தூண்கள் யாவும் மிகப் பெரிய அளவில் தூண்களால் தாங்கப்பட்ட, பரந்து விரிந்து கிடந்த பெரும் கூடம் ஒன்றின் மிச்சங்களே. அப்பெரும் கூடம் 18,000 சதுர அடி அளவில் மிகப் பெரியதாக இருந்தது. இந்த தூண்கள் எல்லாமே மரக்கட்டைகளின் மீது நின்றன. டாக்டர் ஸ்பூனர் இக்கட்டைகள் காலத்தின் போக்கில் கூரையின் கனத்தினாலும் தூண்களின் கனத்தினாலும் மெல்ல மண்ணுக்குள் மூழ்கியிருக்க வேண்டும் என்று நினைத்தார். இதுபோன்ற ஒரு பேரமைப்பு இந்திய வரலாற்றில் வேறெங்கும் காண முடியாதது. இதற்கு ஒப்பு சொல்லக்கூடிய கட்டிடம் என்று தேடினால் ஒருவேளை பெர்ஸிபோலிஸில் உள்ள தூண்களால் தாங்கப்பட்ட, அக்கிமினிட் அரசனால் கட்டப்பட்ட பெரும் கட்டிடத்தைச் சொல்லலாம். இக்கட்டிடம் அலெக்சாண்டர் வைத்த நெருப்பினால் எரிந்து சிதைந்தது.

கும்ரகரில் மேலும் தோண்டியபோது இன்னும் புதிய அமைப்புகள் கண்டு பிடிக்கப்பட்டன. தாங்கி நின்ற மரக்கட்டை களுக்குக் கீழே மரத்தினால் கட்டப்பட்ட படிக்கட்டு ஒன்றிருந்தது. இது அந்த அகன்ற கூடத்திலிருந்து கீழே இருக்கும் நதியின் கரைக்குச் செல்வதற்கான படிக்கட்டுகளாக இருக்க வேண்டும். ஸ்பூனரால் கண்டுபிடிக்கப்பட்ட இந்த பழங் கட்டிடங்கள் அனைத்தும் மௌரிய காலத்தோ அல்லது அதற்குப் பிறகான காலத்து கட்டிடங்களாகவோ இருக்க வேண்டும். இந்த பெரும் கூடம் பாடலிபுத்ரா நகரத்திற்கு வெளியில் இருந்த அகன்ற நிலப்பரப்பில் கட்டப்பட்டிருந்தது. நிச்சயமாக இத்தகைய கட்டிடம் மிக வலிமை வாய்ந்த பேரரசன் ஒருவரால் மட்டுமே கட்ட முடிந்திருக்கும். இது வெறும் அரண்மனையாக இல்லாமல், பலரும் கூடும் பெரிய கூடமாகக் கட்டப்பட்டிருக்கவேண்டும். இதற்கான பதிலைத் தேடும் போது, பேரரசர் அசோகர் கூட்டிய மூன்றாம் புத்த சபைக் கூட்டம் நடைபெற இக்கட்டிடம் கட்டப் பட்டிருக்கலாம் என்பதே சரியான பதிலாக இருக்கலாம்.

இந்தியாவின் அந்தக் காலத்துப் பெரும் கட்டிடத்தை எழுப்ப கட்டிடக் கலைஞர்களையும், கல் தச்சர்களையும்

பாரசீகத்திலிருந்து கொண்டு வந்திருக்க வேண்டும். தொழிலாளர்களையும் பாரசீகத்திலிருந்து கொண்டுவந்திருக்கலாம் என்று சொன்ன ஸ்பூனர் தனது இன்னொரு கற்பனையையும் சேர்த்து கட்டிடம் மட்டுமல்ல, கட்டிடம் கட்டிய மன்னரும் பாரசீகத்திலிருந்து வந்திருக்க வேண்டும் என்றொரு கருத்தை வெளியிட்டார்.

இக்கருத்து அவரது பெருமைக்கு ஒரு பெரிய பங்கமாக அமைந்தது. மேலும் இது இந்திய தேசிய உணர்வுகளையும் அதிகமாகச் சீண்டியது. வெட்டெல் கண்டுபிடித்த தூணின் மேற்புற அமைப்பு முழுமையும் கிரேக்க பாணியில் இருந்ததால் ஸ்பூனருக்கு இக்கருத்து வருவதற்கான இன்னொரு காரணமாக இருக்கலாம். அந்தத்தூணும், அந்த கிரேக்கப் பாணியும் ஒரு தூண்டுகோல் மட்டுமே தவிர அது முழுமையாகக் கிரேக்கத்திற்கு உரியதில்லை.

பத்தொன்பதாவது நூற்றாண்டில் கிடைத்த சான்றுதான் அசோகரது வரலாற்றில் கிடைத்த கடைசிச் சான்று. இது 1898ஆம் ஆண்டு வடக்கு பீகாரில் நடந்தது. டாக்டர் ப்யூஹ்ரெர் புத்தர் பிறந்த லும்பினி, அவர் வளர்ந்த கபிலவஸ்து நகரங்களைக் கண்டுபிடித்ததாகக் கூறியபோது இது நடந்தது. ப்யூஹ்ரெர் தன் ஆய்வுகளின் உண்மைத் தன்மையை நிலைநாட்ட போராடிக் கொண்டிருந்தார். ஜனவரி 1898ஆம் ஆண்டு அவர் இருந்த இடத்திலிருந்து சில மைல் தொலைவு தாண்டி பிப்ரஹ்வா என்ற பெருந்தோட்டம் ஒன்றின் உரிமையாளரான வில்லியம் கிளாக்ஸ்டன் பெப்பி தனது புதுக் கண்டுபிடிப்புகளோடு வந்தார். இவர் தனது தோட்டப்பகுதியில் இருந்த பல ஸ்தூபித் திண்டுகளில் மிகப் பெரிய திண்டு ஒன்றினைத் திறந்திருக்கிறார். இந்தத் திண்டுகள் இருந்த இடம் மிகவும் முக்கியம் வாய்ந்தது. இது நேபாள நாட்டின் எல்லைக்குத் தெற்கே அரைமைல் தூரமே இருந்தது. அங்குதான் அசோகரது கல்தூணும் இருந்தது. நிக்லிவா சாகர் அசோகரது தூணிற்குத் தெற்குப்பக்கம் பதினேழு மைல் தொலைவிலும், கோத்திஹவாவில் உள்ள கற்றூணின் தென்கிழக்குப் பகுதியில் 12 மைல் தொலைவிலும் கபிலவஸ்துவிற்கு அருகில் இருந்த தில்லௌரகோட் என்ற இடத்தின் தென் கிழக்கே பதினைந்து மைல் தொலைவிலும் இந்த தோட்டம் இருந்தது.

பெப்பி மிகப்பெரிய ஸ்தூபித் திண்டினை தோண்டி எடுத்தார். இருபத்தி நான்கு அடி ஆழத்தில் ஸ்தூபியின் நடுவிலும் அதன் அடித்தளத்திலும் ஒரு கற்பேழையைக் கண்டுபிடித்தார்.

அந்தப் பேழைக்குள் முக்கால் டன் எடையுள்ள தொல் பொருட்கள் இருந்தன. அதனுள் ஐந்து கற்பேழைகள், கிரிஸ்டல் கிண்ணம் ஒன்று, பூக்கள் போன்ற நகைகளின் குவியல் ஒன்று, கற்கள் என்று இன்னும் பல காணிக்கைப் பொருட்கள் இருந்தன. இவைகளோடு சாம்பலும், எலும்புத் துண்டுகளும் இருந்தன. இவைகள் 'மன்னர் சியாமிற்கு அன்பளிப்பாகக் கொடுக்கப்பட்டன.' அதிலிருந்த கல் கூஜா ஒன்றில் திருத்தமில்லாத பிராமி எழுத்துகள் இருந்தன.

பிப்ரஹ்வா சிமிழ் (நடுவில்). பிராமி எழுத்துகள் அதன் மூடியில் காணப் படுகின்றன. (நிழற்படம் நெய்ல் பெப்பே)

இந்த எழுத்துகள் முதன் முதலாக வின்சென்ட் ஸ்மித் என்பவரால் வாசிக்கப்பட்டு, பின் டாக்டர் ப்யூஹ்ரெரால் வாசிக்கப்பட்டது. இவர் அவ்வெழுத்துகளின் நகலை வியன்னாவில் இருந்த ஜார்ஜ் புஹ்லெருக்கு அனுப்பினார். வேறு பல தொல் எழுத்து வல்லுனர்கள் போலவே புஹ்லெர் அதில் உள்ள மூன்று எழுத்துகளில் - சு,கி,தி என்ற உச்சரிப்புள்ள மூன்று எழுத்துகளில் - குழப்பமடைந்தார். அதைத்தவிர மீதி வாசகங்கள் எளிதாக மொழியாக்கம் செய்யப்பட்டன.

> *"தெய்வீக புத்தரின் நினைவில் எழுந்த இந்தப் புனித ஸ்தூபி சாக்கிய சுகிதி சகோதரர்களாலும், சகோதரர்களின் மகன்களாலும், மனைவிகளாலும் எழுப்பப்பட்டது."*

வில்லியம் பெப்பி கண்டுபிடித்தவைகள் சாக்கிய முனிவரின் புனிதப் பொருட்கள். அவரது உறவினர்கள் மரியாதையோடு சேமித்ததில் இருந்த இந்த வாசகங்களே இந்தியாவில் கண்டெடுக் கப்பட்ட மிக மிகப் பழைய வாசகங்கள் என்று புஹ்லெர் கருதினார்.

பெப்பி திறந்த ஸ்தூபி செங்கல்லால் அசோகரால் கட்டப் பட்டது என்றும், இக்கட்டிடம் கட்டப்படுவதற்கு முன்பு இருந்த மண் ஸ்தூபியில் புத்தரது சாம்பலும், ஏனைய பொருட்களும் இருந்தன என்றும் முதலில் கருதப்பட்டது. இதுதான் பேரரசர் 'அசோகக் காப்பியம்' என்ற நூலிலும் யுவான் சுவாங் குறிப்புகளிலும் எழுதப்பட்டிருந்தன. ஆனால் இதே இடத்தில் இரண்டாவது அகழ்வாராய்ச்சி கே.எம். சிரிவஸ்திவா என்பவரால் 1972-73இல் நடந்தது. இந்த ஆராய்ச்சியின் மூலம் திறக்கப்பட்ட ஸ்தூபி குஷன் காலத்தியது என்றும், அது முன்பே இருந்த மண் ஸ்தூபியின் மேல் கட்டப்பட்டது என்றும் கண்டுபிடிக்கப்பட்டது. இதனோடு இன்னொரு தகவலும் சேர்ந்து கண்டுபிடிக்கப்பட்டது. புனிதப் பொருட்கள் இருந்த கல்பேழைகளுக்கு கீழே இரண்டு அடி ஆழத்தில் வேறு புனிதப் பொருட்கள் இருந்தன. கல்பேழை வைத்த போது அதன் கீழே இருந்த புதை பொருட்களும் சிறிது கலைக்கப் பட்டிருந்திருக்கின்றன.

பெப்பி, ப்யூஹ்ரெர் இருவரும் ஏற்கெனவே தொடர்பில் இருந்தவர்கள். ப்யூஹ்ரெரின் மரணத்திற்குப் பின் பிப்ரஹ்வா என்ற இடத்தின் புதைபொருட்களின் உண்மை நிலை பற்றிய கேள்விகள் எழுப்பப்பட்டன. அதனால் அதிலிருந்த வாசகங்களும் கேள்விகளுக்கு உட்படுத்தப்பட்டன. புத்த வரலாற்றில் அறிவு குறைந்த ஒரு சிலரைத் தவிர இந்தப் புனிதப் பொருட்களின் உண்மைத் தனத்தில் எவ்விதக் கேள்வியோ, குழப்பமோ எதுவுமில்லை. பிப்ரஹ்வா வாசகங்கள் உண்மை என்பது மட்டுமல்ல, காலத்தால் மிக முந்தியது அது.

இதுவரை ஏறத்தாழ ஐம்பது பழமையான புத்த வாசகங்கள் கண்டுபிடிக்கப்பட்டுள்ளன. ஆப்கானிஸ்தானத்திற்குப் பக்கத்திலுள்ள பழைய கந்தாரா என்ற பகுதியில் பெரும்பான்மையான வாசகங்கள் கிடைத்துள்ளன. அதற்கு அடுத்ததாக மத்திய இந்தியாவில் உள்ள சாஞ்சியும், அதைச் சுற்றியுள்ள இடங்களும் பல கண்டுபிடிப்புகளை நல்கின. ஒரே ஒரு வாசகம் மட்டும் புத்த தேசமான மகதாவில் கிடைத்துள்ளது. அது இந்த பிப்ரஹ்வா வாசகமே.

இந்த பிப்ரஹ்வா வாசகத்தில் மட்டும் இப்புனிதப் பொருளை *'சலிலநிதானே புத்தாச பகவதே சகியனம்' (salilanidhane budhasa bhagavate sakiyanam)* அல்லது *'சாக்கிய முனி புத்தரின் புனிதப் பொருளின் பேழை' (relic receptacle of the blessed Buddha of the Sakyas)* என்று அழைக்கப்படுகின்றது. பழைய

புனிதப் பொருள் என்பதற்கு 'நிதானே' (*nidhane*) என்ற சொல் வேறெங்கும் பயன்படுத்தவில்லை. வழக்கமாக 'சமுதகா' (*samudaga*) அல்லது 'மஞ்ஜுசா' (*manjusa*) என்ற சொற்களே பயன்படுத்தப்படும். இந்த வேற்றுமையே இந்த வாசகத்தின் உண்மைத் தன்மையை உறுதியாக்கும். பேரா. ரிச்சர்ட் சாலமன் என்ற தொல்லெழுத்து வல்லுனர் "எவ்விதத்திலும் பிப்ரஹ்வா எழுத்துகள் மிக உண்மையானவை. அது வாசகங்களின் நடையில் அர்த்தமஹதி. அதாவது மகத ப்ரகிருதியின் இளம் நிலை என்பது மிகத் தெளிவாகத் தெரிகிறது. இது பொய்யாக இருக்க வேண்டுமானால் ஒரு மிகப் பெரிய எழுத்தியியல் வல்லுனன் மட்டுமே இது போன்ற போலியான வாசகத்தை உண்டுபண்ண முடியும் - அதுவும் நூறு ஆண்டுகளுக்கு முன்பு!" என்கிறார்.

பிப்ரஹ்வா வாசகங்கள் உண்மையென்றால் யார், எப்போது அதனை எழுதினார்கள்? எழுத்துகள் சீரில்லாமல் இருப்பதை வைத்துப் பார்க்கும்போது அவை பிராமியின் பரிமாணத்தில் மிக முக்கிய காலத்தில் உள்ளவைகளாகத் தெரிகிறது. அல்லது பிராமியின் மொழியாக்கம் மகத நாட்டின் ஏதோ ஒரு ஓரத்தில் அப்படி எழுதப் பட்டிருக்கலாம். ஆனால் இத்தனைப் பொருட்கள் வெகு பத்திரமாக ஒரு கற்பேழையில் வைக்கப்பட்டிருப்பதைப் பார்க்கும்போது இங்கு மொழியாக்கத்தில் எக்குறையும் இருக்க முடியாது. ஆயிரத்து நானூறு பொருட்கள்; அது மட்டுமின்றி மிகவும் சரியாகப் பட்டியலிடப்பட்ட, வேறெங்கும் கிடைக்காத புனிதப் பொருட்கள். இப்படி சிரத்தை எடுத்து அவைகள் வைக்கப்பட்டிருந்தால் அவைகளை மிகப் பெரும் அதிகாரத்தில் இருப்பவரே ஆணையிட்டு இவ்வாறு வைக்கச் சொல்லியிருக்க முடியும். பொருட்களைப் பாதுகாக்கும் அந்தக் கற்பேழை அசோகரது ஏனைய வாசகங்கள் பொறிக்கப்பட்ட கங்கைக்கு அருகிலுள்ள சுனார் என்ற கல்குவாரியிலேயே செதுக்கப்பட்டிருக்க வேண்டும்.

இரண்டு அகழ்வாராய்ச்சிகள் பிப்ரஹ்வாவில் நடந்த பிறகு அங்கு கண்ட சான்றுகளை வைத்து அக்கிராமத்தில் முன்பு என்ன நடந்திருக்கலாம் என்பதை யூகிக்க முடியும். சாக்கிய குல உறவினர்கள் தங்கள் குடும்பத்தில் உதித்த அவதாரமான புத்தரின் புனித நினைவுச் சின்னங்களை தங்களது இருப்பிட மான கபிலவஸ்துவிற்கு அருகில் புதைத்திருக்க வேண்டும். அதன்பின் பேரரசர் அசோகரினாலோ, அல்லது அவரது பிரதிநிதிகளினாலேயோ பேரரசர் அசோகக் காப்பியத்தில்

சொல்லியுள்ளது போலவும், யுவான் சுவாங் குறிப்புகளில் சொல்லியுள்ளது போலவும் புனிதப் பொருட்களை மேலும் சிறப்பு செய்திருக்கலாம். மீண்டும் அவைகள் மரியாதையுடன் புதைக்கப்பட்ட பிறகு, அதன்மீது புதிய ஸ்தூபியை அசோகர் கட்டியிருக்க வேண்டும். பின்பு வந்த குஷன்கள் அதைமேலும் விரிவுபடுத்தி, பெரியதாகக் கட்டியிருக்கலாம்.

பத்தொன்பதாம் நூற்றாண்டின் இறுதி மாதங்களில் லும்பினி, கபிலவஸ்து, பிப்ரஹ்வா என்ற இடங்களைப் பற்றிய விவாதங்கள் இரண்டு முக்கிய மனிதர்களுக்கு நடுவில் நடந்தது. அவர்கள் வின்செண்ட் ஸ்மித், பாலி மொழி வல்லுனரான T. W. ரைஸ் டேவிட்ஸ். டேவிட்ஸ் அப்போது லண்டனிலிருந்த ஆங்கிலேயரின் ஆசிய ஆய்வுக் கழகத்தின் செயலராக இருந்தார். ஸ்மித் 1900இல் தன் பணியிலிருந்து குறைந்த வயதிலேயே விருப்ப ஓய்வு பெற்றார். முழுநேர வரலாற்றாளர் ஆனார். அதிலிருந்து ஒரு வருடத்திலேயே ‘அசோகர், இந்திய புத்தப் பேரரசர்’ (Asoka, the Buddhist Emperor of India) என்ற தனது வரலாற்று நூலை வெளிக்கொணர்ந்தார். இதே சமயத்தில் டேவிட்ஸும் ஒரு நூலை எழுதிக் கொண்டிருந்தார். உடல் நலக் குறைவினால் இவரது நூல் 1903ஆம் ஆண்டே வெளியானது. நூலின் தலைப்பு - ‘புத்த மதத்திய இந்தியா’ (Buddhist India).

இந்த இரு நூல்களுமே வெறும் ஆராய்ச்சியாளர்களுக்கு நடுவில் மட்டும் இருந்த பேரரசர் அசோகரை வெளியுலகத்திற்கு முகமன் செய்தன. இரண்டாயிரம் ஆண்டுகளாக மூடி மறைத்து வைக்கப்பட்ட பேரரசர் அசோகர் இப்போது எல்லோருக்கும் தெரிந்தவரானார்.

15
இருபதாம் நூற்றாண்டில் அசோகர்

சாரநாத் கல்தூணும், சிங்கச் சிற்பம் உள்ள தலைப்புக் கல்லும். தர்மச் சக்கரத்தின் சில துண்டுகள் மட்டுமே கண்டெடுக்கப்பட்டன. இச்சக்கரம் நான்கு சிங்கச் சிலைகளால் தாங்கப்பட்டிருக்கும். மாதோ பிரசாத் என்பவர் 1905இல் எடுத்த புகைப்படம். (APAC, British Library)

ஜான் மார்ஷல் - இந்திய வரலாற்றின் பக்கங்களில் மறக்க முடியாத ஒரு பெயர். ஏனெனில் முதல் ஆங்கிலேய கீழ்த்திசை வல்லுனராக இந்தியா வந்து, புதிய தொல்பொருள் ஆராய்ச்சி வழிமுறைகளை இங்கு அறிமுகம் செய்தார். இவரை இப்பணியில் அமர்த்திய லார்ட் கர்ஸன் இன்னொரு தனித்துவம் பெற்றவர். பல ஆங்கிலேய உயர் அதிகாரிகளுக்கு மத்தியில் இவரும், இவரோடு இணை வைக்கத் தகுதியானவரான வாரன் ஹேஸ்டிங்ஸ் என்ற ப்ரோகான்சல் - இவர்கள் இருவருமே இந்தியக் கலாச்சாரம், வரலாற்றில் பெரும் ஆர்வம் கொண்டிருந்தனர். அதிலும் லார்ட் கர்ஸன் இந்தியாவின் மீது கொண்டிருந்த தீவிர ஈடுபாடு மிகவும் பெரிது. "இந்தியாவில் நான் கண்ட அதன் புனிதத் தன்மை என்னை முழுமையும் வரித்துவிட்டது" என்கிறார் அவர். இந்த ஈடுபாட்டின் காரணமாகவே அவர் இந்தியத் தொல்பொருள் அளவாய்வாளர் குழுமத்தை மிகச் சிறப்பாக உயர்த்தவும் விரும்பினார். இதற்குச் சரியான ஒரு தலைவரைத் தேடினார். இங்கு இந்தியாவிலேயே உள்ளவர்கள் எவரோடும் அவர் திருப்தியாகவில்லை. இதனால் இங்கிலாந்திலேயே தொல்பொருள் ஆராய்ச்சியில் புத்தம் புது முறைகளை, வழிகளை அறிந்த இருபத்தி ஆறே வயதான, ஆசியாவிற்கு மிகவும் புதிய ஓர் இளைஞரை நியமித்தார். இவரது பெயரும் ஜேம்ஸ் மார்ஷல். இரண்டாம் ஜேம்ஸ் மார்ஷல் - முதல் ஜேம்ஸ் மார்ஷல் இந்தியாவில் காலடி எடுத்து வைத்த 238 ஆண்டுகள் கழித்து இவர் இங்கு வருகிறார். லார்ட் கர்ஸனின் கனவு வீண் போகவில்லை. அடுத்த இருபத்தியாறு ஆண்டுகளில் ஜேம்ஸ் மார்ஷல் பல புதிய யுத்திகள், வழி முறைகள் பலவற்றை இந்திய ஆய்வுக் கழகத்திற்குக் கொண்டு வந்து, புதிய தொல்பொருள் ஆய்வுகளைத் திறம்படக் கொண்டுவந்தார்.

போதுமான நிதி உதவிகளும் தரப்பட்டன. ஆய்வுக் கழகத்தின் வரலாற்று ஏடுகளில் புதிய பக்கங்கள் திறக்கப்பட்டன. ஆங்கிலேயராக இருந்தும் இந்திய மண்ணில் அவர் ஆர்வத்தோடு ஊன்றிய விதைகள் செழித்து வளர்ந்தன. தனது பணியிலிருந்து ஓய்வு பெற்றபின் அவர் தன் குறிப்புகளில், "பணியில் சேர்ந்த போதே எதிர்காலத்தில் இந்தியத் தொல்பொருள் ஆய்வுகள் இந்தியர்களாலேயே முன்னெடுக்கப்படவேண்டும் என்று விரும்பினேன். இந்தியர்களின் ஆர்வமே அதற்கான காரணமாக இருக்கவேண்டும். இதற்காக எனது துறையை உறுதிப்படுத்த

மேலும் மேலும் புதிய பணியாளர்களை இந்தியாவிலிருந்தே தேர்ந்தெடுத்தேன்" என்று எழுதியுள்ளார்.

மார்ஷல் அரசின் நிதி உதவி பெற்று துறையை வளர்த்தார். அதனோடு பல மாணவர்களுக்கு கல்வி நிதி உதவி செய்து ஆய்வுகளில் பலரை ஆர்வம் கொள்ளவைத்தார். முதன் முதல் இதுபோன்ற கல்வி உதவி பெற்றவர் தயா ராம் சாஹ்னி என்பவர். மார்ஷலின் தீர்க்க தரிசனம் மிகவும் சரியாகவே வேலை செய்தது. ஏனெனில் மார்ஷலின் பணி ஓய்விற்குப் பிறகு அவரது தலைமைப் பதவி - டைரக்டர் ஜெனரல் பதவி - அவரிடம் முதலில் கல்வி நிதி உதவி பெற்ற சாஹ்னிக்கே வந்தது. சாஹ்னிக்குப் பிறகு நிதி உதவி பெற்றது ஆர்.டி. பானர்ஜி. இவரின் பங்களிப்பும் மகத்தானது. மொஹஞ்சதாரோ அகழ்வாராய்ச்சியில் ஆரியர்களுக்கு முற்பட்ட இந்தியக் கலாச்சாரம் பற்றிய கண்டுபிடிப்புகளை 1922ஆம் ஆண்டு இவர் வெளிக்கொணர்ந்தார்.

பணிக்கால ஆரம்பத்தில் மார்ஷல் பல ஐரோப்பிய ஆர்வலர்களை இந்தியாவிற்கு வரச் செய்து அவர்கள் பணித் திறமைகளைப் பயன்படுத்திக் கொண்டார். அப்படி வந்தவர்களில் பலர் தொல்பொருள் ஆய்வு பற்றிய கல்வி பயின்ற திறமையாளர்கள். சிலர் ஆர்வத்தின் அடிப்படை மட்டுமே கொண்டவர்கள். பனாரஸ் பகுதியில் செய்முறைப் பொறியாளராக இருந்த ஓர்டல் என்பவரும் ஒரு ஆர்வலரே. முன் அனுபவம் என்று சொல்ல வேண்டுமாயின் அவர் முன்பு பர்மாவில் பொதுப் பணித்துறையில் பொறியாளராகச் சில ஆண்டுகள் பணிபுரிந்தார்.

ஜான் மார்ஷல் தன் மனைவியோடு பீகாரில் உள்ள ராஜ்கிர் பகுதியில் உள்ள ஸ்தூபிக் குவியலின் மீது அமர்ந்திருக்கிறார். (APAC, British Library)

ஓர்டல் 1904-05ஆம் ஆண்டின் குளிர்காலத்தில் மார்ஷலின் அனுமதியும், வழிகாட்டலும் பெற்று சாரநாத் அருகில் ஓர் அகழ்வாராய்ச்சியினை ஆரம்பித்தார். தர்மேக் என்ற ஸ்தூபியை மறு ஆய்வு செய்தார். ஏனெனில் ஏற்கெனவே இந்த ஸ்தூபியில் கன்னிங்ஹாம் அரைகுறையாகத் தன் ஆய்வுகளைச் செய்து நிறுத்தியிருந்தார். ஓர்டல் அகழ்வாராய்ச்சியில் இந்த ஸ்தூபியே அந்த இடத்தில் இருந்த பழம் கட்டிடங்களில் மிக முக்கியமானது என்பதை உறுதி செய்தார். குப்த அரசின் காலத்தில் ஒரு சதுர வடிவத்தில் கோயில் ஒன்று கட்டடப்பட்டுள்ளது. ஆனால் அதற்கு முன்பே வேறு ஒரு கட்டிடம் அங்கிருந்திருக்கிறது. அதற்குமேல் தான் குப்தர்கள் புதிய கட்டிடத்தைக் கட்டியுள்ளனர். முதலிலேயே இருந்த கட்டிடம் அசோகர் காலத்தைச் சார்ந்தவை என்பதை ஐயமின்றி காண முடிந்தது. ஏனெனில் அப்பழைய கட்டிடங்களில் ஒரே கல்லில் செதுக்கப்பட்டுள்ள, சுனார் கல் குவாரியில் செதுக்கப்பட்ட, கைப்பிடிச் சுவர்களின் பாகங்கள் கண்டுபிடிக்கப்பட்டன. இப்பழைய கட்டிடத்திற்குச் சிறிது மேற்கே ஓர்டல் அசோகரது தூண் ஒன்றின் அடிப்பாகத்தைத் தோண்டிக் கண்டுபிடித்தார். அது மண்ணில் புதையப்பட்ட ஒரு பாகம். அத்தூணில் மூன்று வாசகத் தொகுப்புகள் இருந்தன. இதில் கடைசி வாசகப் பகுதியின் நான்காவது வரிசை இருந்த இடத்தில் அந்தத் தூண் உடைக்கப்பட்டிருந்தது. பக்கத்தில் கிடந்த மூன்று தூணின் பகுதிகளில் மீதியிருந்த வாசகங்கள் அனைத்தும் கிடைத்தன. இதுவும் அசோகரின் கல்தூணே. அசோகரது மலைக்கல்வெட்டுகளில் இதுவும் ஒன்று. இவ்வாசகங்கள் புத்த பிக்குகளும் பிக்குணிகளும் ஒன்றாக புத்தத்தோடு எப்போதும் இணைந்திருக்க வேண்டும் என்றும், புத்த சமூகம் பிளவுபட்டுப் போகாமல் இருக்க வேண்டும் என்றும் அசோகரது கட்டளைகளாக அதில் இருந்தன.

1851ஆம் ஆண்டில் சாஞ்சியில் கன்னிங்ஹாமும், மெய்ஸியும் கண்டுபிடித்த கற்றூணின் உச்சிப் பகுதி மிக அழகான, ஆனால் பழுதுபட்ட நிலையில் இருந்தது. அக்கல்லில் நான்கு சிங்கங்கள் முதுகோடு முதுகு ஒட்டி நிற்பதைப் போன்று செதுக்கப் பட்டிருக்கும். ஓர்டல் இதைவிட அழகான சிங்கச் சிலை வடித்த உச்சிச் சிலை ஒன்றை சாரநாத்தில் கண்டுபிடித்தார். இந்த உச்சிக் கல் உடைந்து, புதைந்திருந்த தூண்களிலிருந்து சிறிது தூரத்தில் கிடந்தது. 637ஆம் ஆண்டு யுவான் சுவாங் இந்தத் தூணையும், உச்சிக் கல்லையும் ஒருசேர முழுமையாகப் பார்த்திருப்பார்!

ஓர்டலின் இந்தக் கண்டுபிடிப்பைக் கண்டவருக்கெல்லாம் பெருமகிழ்ச்சி. அதிலும் சாரநாத்தில் ஓர்டல் மீட்டெடுத்தத் தலைக்கல், கன்னிங்ஹாம் சாஞ்சியில் கண்டெடுத்ததை விட மிக அழகு. அதன் அழகு, செதுக்கப்பட்டதன் நேர்த்தி இவைகளைப் பார்க்கும் போது இந்தக் கல்லே முதலில் முறையாக சீராக, நன்கு செதுக்கப்பட்டிருக்க வேண்டும். இதன் நகலாகவே சாஞ்சிக்கல் செதுக்கப்பட்டிருக்க வேண்டும் என்பது உறுதியாயிற்று.

இந்த உச்சிக்கல்கள் ஒரே மாதிரியாக இருந்த போதிலும் அந்த சிங்கங்களைத் தாங்கி நிற்கும் அடிப்பீடக்கல் வித்தியாசமாக இருந்தன. சாஞ்சியில் கண்டெடுத்ததில் இருந்த அடிப்பீடக்கல்லில் வாத்துகள் ஜோடிகளாகச் செதுக்கப்பட்டிருந்தன. சாரநாத் அடிப்பீடக் கல்லில் குறுக்காக இருந்த கோடுகளுக்கு நடுவே மிக அழகாக வடிக்கப்பட்ட நான்கு மிருகங்களோடு இருந்தது. வாலைச் சுருட்டி மேலெழும்பிய நிலையில் ஒரு சிங்கம், ஒரு யானை, ஒரு காளை மாடு, ஒரு குதித்தோடும் குதிரை. இவைகளுக்கு நடுவே 24 ஆரக்கால்கள் உடைய தர்மச் சக்கரம்.

அடிப்பீடத்தில் இருந்த அந்த நான்கு மிருகங்களும் புத்த சமயத்தோடு தொடர்புள்ளவை. சிங்கம் சாக்கிய சிம்ஹாவை குறிக்கிறது. சாக்ய தொடர்போடு சிங்கமும், அதன் கர்ஜனையும்; யானை - சாக்ய முனியின் தாய் மாயாதேவியின் கனவில் யானை ஒன்று அவர் வயிற்றுக்குள் நுழைவது போல் தோன்றிய தாம்; குதிரை அரசவம்சத்தின் சின்னம்; மேலும் இளவரசர் சித்தார்த்தா தன் தியாகப் பயணத்தைக் குதிரை பூட்டிய தேரில் தான் ஆரம்பித்தார்; காளை - பெரும் இனவிருத்தி மிருகம்- புத்தர் தன் கருத்துகளை, தர்மத்தை எங்கும் பரப்பியதைக் குறிப்பிடுகிறது. குதிரையும், யானையும் தர்மச் சக்கரத்தைத் தாங்கி நிற்கின்றன.

சாரநாத், சாஞ்சி என்ற இரு இடங்களிலும் இருந்த தூணின் உச்சிக்கல்லில் இருந்த சிங்கங்கள் ஒரு பெரிய தர்மச் சக்கரத்தைத் தாங்கி நிற்கின்றன. ஆனால், இரு இடங்களிலும் இருந்த சிற்பங்களில் இந்த தர்ம சக்கரம் உடைத்து நொறுக்கப்பட்டிருந்தன. கன்னிங்ஹாம் சாஞ்சியில் தர்ம சக்கரம் உடைந்ததைப் பார்த்து, அது ஏதோ ஒரு நில நடுக்கத்தால் அல்லது வேறு ஏதாவது இயற்கை விபத்துகளால் தூணின் அப்பகுதி கீழே விழுந்து உடைந்திருக்க வேண்டும் என நினைத்தார். ஆனால் சாரநாத் உச்சிக் கல்லைப் பார்க்கும் போது அது மனிதர்களின் கைவண்ணம் தான் என்று நிச்சயமாகத் தெரிந்தது.

அசோகர் காலத்திய சிற்பக்கலையின் உன்னதத்தை உணர்த்துவதற்கு சாரநாத் சிங்கச் சிற்பங்கள் மிக அழகான எடுத்துக்காட்டு. ஒரு 'மௌரிய மைக்கிலாஞ்சலோ'வின் கைத்திறன் என்று கூறினால் அது எவ்வகையிலும் மிகையாகாது. தன் உளிகளின் கீழேயிருந்த பொருளினைப் பற்றிய அனைத்து விவரமும் தெரிந்த சிற்பியின் அபாரத் திறமையே இது. இதே போன்ற சிற்பிகள் எங்கிருந்து வந்திருந்தாலும், அசீரியர்கள், பாரசீகர்கள், கிரேக்கர்கள் என்று எந்த நாட்டு சிற்பியாயிருந்தாலும், அந்தச் சிற்பியும், திதார்கஞ்ச் யக்ஷி சிலையைச் செதுக்கிய சிற்பியும் திறமைகளில் ஒருவருக்கொருவர் சளைத்தவர்கள் அல்ல. யக்ஷி சிலையைச் செதுக்கிய சிற்பியாலும், அவருக்குத் துணையாக நின்ற மற்ற சிற்பிகளாலும் செதுக்கப்பட்ட தப்பிப் பிழைத்த பல அசோகச் சிற்பங்களும், கல் தூண்களும், உச்சிக்கல் சிற்பங்களும், அவைகளின் அடிப்பீடக் கல்லும், அதன் கீழிருந்த மணி உருவத்தில் செதுக்கப்பட்ட அழகுக் கற்களும் - எங்கிருந்து வந்த சிற்பிகளோ? இவைகளைச் செதுக்கியவர்கள் என்று வியக்கும் அளவிற்கு இருந்தன. இவர்களது திறமையில் சிறிதளவுகூட இல்லாத சிற்பிகளின் படைப்புகளை மட்டுமே கன்னிங்ஹாமின் சீடர்கள் கண்டுபிடித்த பர்க்காம், பெஸ்நகர் போன்ற இடங்களில் உள்ள மிகச் சாதாரணச் சிற்பங்களில் பார்க்க முடியும். அந்தப் பெருஞ்சிற்பிகளின் திறமைகளை, முந்திய, பிந்திய சிற்பங்களில் எங்கும் காணமுடிவதில்லை. பின் எங்கிருந்துதான் இத்திறமை இந்தியாவிற்கு அக்காலத்தில் தோன்றி மறைந்தது? இச்சிற்பங்களின் மேன்மைகளின் உச்சம் செல்யூசிட், பாக்ட்ரியா, கிரேக்க-பாரசீக சிற்பிகளின் மேன்மைகளோடு ஒத்திருப்பதைக் காண முடியும். இச்சிற்பிகளே இந்தியாவில் அசோகர் காலத்திய சிற்பங்களைச் செதுக்கியிருக்க முடியும். ஏனெனில் மேற்சொன்ன இரு நாட்டுக் கலாச்சாரம் அசோகரின் குடும்ப உறவுகளால் இங்கு வந்திருக்க முடியும். அசோகரின் தந்தை, தாத்தா போன்ற மன்னர்களுக்கு இந்த மேற்கத்திய அரசுகளோடு தொடர்பிருந்தது. அசோகருக்கும் தொடர்பிருந்திருக்க வேண்டும். அந்தத் தொடர்பின் பயனே இச்சிலைகளிலும், அசோகரின் கற்றூண்களிலும் பிரதிபலிக்கிறது. பெரும் மரங்களில் செதுக்கும் கலையிலிருந்து கல்லில் செதுக்கும் கலை மாற இந்தச் சிற்பிகளின் வருகை ஒரு காரணமாக இருந்திருக்கலாம். இந்த சிற்பங்களின் வருகையும், சிற்பங்களின் மாற்றமும் அரச கட்டளைகள் மூலமும், அரச அரவணைப்புகள் மூலமுமே நடந்திருக்க முடியும்.

ஒரே தலைமைச் சிற்பி மன்னனின் ஆதரவோடு இருந்திருக்கும் போதும் கூட எப்படி அம்மன்னனின் தனிச் சிலை என்று

ஏதும் இல்லை என்றொரு கேள்வி எழுவது இயல்பே. பேரரசன் அசோகருக்கு, பெர்தியன் கிரேக்க மன்னர்கள் தங்கள் உருவங்களைத் தங்கள் நாட்டு நாணயங்களில் பொறிக்கும் வழக்கம் உள்ளவர்கள் என்பது தெரியும். ஆயினும் அவர் தன் உருவங்களை எங்கும் செதுக்கச் சொல்லவில்லை. அது மட்டுமல்ல; அசோகர் தனது காலத்தில் புத்தரின் உருவச் சிலைகள் எதையும் வடிவமைக்கவுமில்லை. இதே வழக்கத்தை மௌரியப் பரம்பரையும் பின்பற்றியது. எந்த மன்னரின் உருவங்களும் செதுக்கப்படவில்லை. ஆனால் இந்த விஷயத்தில் இன்னொரு வகைப் பதிலுக்கும் வழியுண்டு. அசோகரது காலத்தில் அவரது சிலைகள் வடிவமைக்கப்பட்டிருந்தாலும், அவைகள் எல்லாம் பின்னால் வந்தவர்களால் அழிக்கப்பட்டிருக்கலாம். ஆனால் கன்னிங்ஹாம், பர்க்காம் என்னுமிடத்தில் மீட்டெடுத்த பெரும் சிலை, சிறுகடவுள் ஒன்றின் சிலையாக இருக்கலாம் என்ற கருதப்பட்ட அச்சிலை, ஏதாவது ஒரு மௌரிய மன்னரது அல்லது அசோகரது சிலையாகக் கூட இருக்கலாம்.

இப்பெரும் சிற்பங்களும், கல்தச்சர்களும் எந்த நாட்டிலிருந்து இங்கு வந்தார்கள் என்பது நிச்சயமில்லாவிட்டாலும் அவர்கள் வடமேற்குத் திசைப் பக்கத்திலிருந்து வந்திருக்க வேண்டும். அப்படி வந்தவர்கள் தங்கள் சிற்பக் கூடங்களை மதுரா, வாரணாசி போன்ற இடங்களில் அமைத்திருக்க வேண்டும். இங்கிருந்து அவர்கள் தனியொரு இந்திய சிற்பப் பாவனை ஒன்றை உருவாக்கியிருக்க வேண்டும். இப்பாவனை பார்ஹீட், சாஞ்சி, அமராவதி போன்ற இடங்களிலும், இன்னும் பல புத்த, ஜைன நினைவிடங்களிலும் கையாளப்பட்டிருக்க வேண்டும். இவைகளில் பல காலவெள்ளத்தில் காணாமலே போய்விட்டன.

ஓர்டல் சாரநாத்தில் நடத்திய அகழ்வாராய்ச்சியின் மூலம் அந்த இடத்தின் பெருமையை மார்ஷல் புரிந்து கொண்டார். அதனை வெறும் பொதுப்பணித்துறை போன்ற அமைப்புகளின் பொறுப்பில் கொடுக்க மனமில்லாத மார்ஷல், அங்கு அடுத்தடுத்து கிடைத்த அரும்பொருட்களை முறையாக சேமித்துக் காக்க விரும்பினார். இதற்காக நிதி உதவி பெற்று இந்தியாவின் முதன் முதலான அருங்காட்சியகத்தை, அகழ்வாராய்ச்சி நடத்திய இடங்களுக்கு அருகிலேயே அமைத்தார். இதே பெருமை மிகு சேவையை அவர் சாஞ்சி, தக்ஸிலா என்ற இடங்களுக்கும் விரிவுபடுத்தினார். மார்ஷல் இக்கண்டுபிடிப்புகள் மீது அளவற்ற ஆர்வம் கொண்டிருந்தார். அதனாலேயே அடுத்த இருபத்தி ஐந்து ஆண்டுகளில் அவர் அடிக்கடி இவ்விடங்களுக்கு வருகை தந்து சிறப்பித்தார்.

சாரநாத்தில் நடந்த அகழ்வாராய்ச்சியில் கிடைத்த சான்றுகள் போலவே வேறு பல இடங்களிலும் புதிய சான்றுகள் அடுத்தடுத்து கிடைக்க ஆரம்பித்தன. அவற்றில் பலவும் Minor Rock Edicts - MREs - என்றழைக்கப்பட சிறு கல்வெட்டுகளாகும். இதுபோன்ற சில கல்வெட்டுகள் மைசூர் மாநிலத்தில் கிடைத்தன. அங்குள்ள ரெய்ச்சூர் மாவட்டத்தில் உள்ள மாஸ்கி என்ற இடத்தில் 1915இல் பல கல்வெட்டுகள் கண்டுபிடிக்கப்பட்டன. ஆந்திர மாநிலத்தில் அனந்தபுர் மாவட்டத்தில் எர்ரகுடி என்னுமிடத்தில் 1928ஆம் ஆண்டு சில கல்வெட்டுகள் காணப்பட்டன. இக்கல்வெட்டுகள் இன்னொரு பெரிய மலைக்கல்வெட்டுகு அருகில் கிடைத்தன. இந்தப் பெரிய மலைக் கல்வெட்டுகள் - Rock Edicts 1-13 (REs 1-13)- என்ற பெயரிடப்பட்டன. இவைகள் ஐந்து பெரும் பாறைகளில் செதுக்கப்பட்டிருந்தன. இவை இப்போது 'எர்ரகுடி மலைக்கல்வெட்டுகள்' என்றழைக்கப்படுகின்றன. மேலும் 1931இல் கர்னாடகாவில் உள்ள ரெய்ச்சூர் மாவட்டத்தில் கோவிமத், பல்கிகுண்டு என்ற இரு இடங்களிலும், ஆந்திரபிரதேசத்தில் 1946ஆம் ஆண்டு கர்னூல் மாவட்டத்தில் ராஜுலா மந்தகிரி என்ற இடங்களிலும் கல்வெட்டுகள் கண்டுபிடிக்கப்பட்டன.

மேலே சொன்ன பல கல்வெட்டுகளில் ஒரு கல்வெட்டு மட்டும் தனித்து நிற்கிறது. அது மாஸ்கி என்ற இடத்தில் உள்ள MRE. இது தங்க வேட்டையாடும் ஒருவரால் கண்டுபிடிக்கப்பட்டது. இக்கல்வெட்டில் பல எழுத்துகள் மிக மோசமாகப் பாழாக்கப் பட்டிருந்தன. இருந்தும் மற்ற கல்வெட்டுகளில் ஆரம்பிப்பது போலவே இங்கும் வாசகங்கள் பொறிக்கப்பட்டிருந்தன. இக்கல்வெட்டில் -

𑀤𑁂𑀯𑀸𑀦𑀸𑀧𑀺𑀬𑀸𑀲𑀅𑀲𑁄𑀓𑀸𑀲𑀸
தே வ நா பி யா சா அ ஷோ கா சா

என்ற எழுத்துகள் காணப்பட்டன.

இதுவரை கண்டுபிடிக்கப்பட்ட கல்வெட்டுகளில் ரூப்நாத் MREல் மட்டுமே அசோகரது பெயர் மிகத் தெளிவாகப் பொறிக்கப் பட்டிருந்தது. ஒரு வேளை இன்னும் பல கல்வெட்டுகள் அவர் பெயரோடு இனிமேலும் கண்டுபிடிக்கப்படலாம். அப்படி ஒரு வாய்ப்பும் உள்ளது. அதேபோல் அவர் பெயர் இருந்த பல கல்வெட்டுகள் இயற்கையின் சீற்றத்தாலும், மனிதர்களின் முரட்டுத் தனத்தாலும் அழிக்கப்பட்டும் போயின.

ஆப்கானிஸ்தானத்தில் ஆங்கிலேயர் நடத்திய முதல், இரண்டாம் ஆப்கான் போர்களால் ஆப்கானியர்கள் மனதில் கொண்ட நம்பிக்கையின்மை இருபதாம் நூற்றாண்டிலும் தொடர்ந்தே வந்துள்ளது. ஆப்கானிஸ்தான் 1920ஆம் ஆண்டில் இருந்த மன்னன் அப்துல்லாவின் ஆணைப்படி மேற்குலக நாடுகளுக்குத் தங்கள் நாட்டின் எல்லைகளை ஆய்வுகளுக்காகத் திறந்து விட்டது. இதில் முதலாக வெற்றிகரமாக உள்ளே நுழைந்தது பிரஞ்சு ஆய்வாளர்களே. இந்த ஆய்வுக்குழு டாக்டர் ஆல்ப்ரட் பௌச்சர் என்பவரின் கீழ் வந்தது. ஆல்ப்ரட் பெனாரஸில் இருந்த சமஸ்கிருத கல்லூரியில் கற்றுவந்தவர். ஜான் மார்ஷலின் உதவியுடன் இவர் இந்தியாவின் வடமேற்குப் பகுதியிலும், சாஞ்சியிலும் நடந்த அகழ்வாராய்ச்சிகளில் தொடர்பு கொண்டிருந்தார்.

பௌச்சர் முதன் முதல் "கிரேக்க - புத்தமத" என்றொரு புதிய சொல்லினை வழக்கிற்குக் கொண்டுவந்தார். இச்சொல் கந்தாராவில் தோற்றுவிக்கப்பட்ட 'சமயக் கலை' *(religious art)* என்ற பொருள் தரும். இவரும் கன்னிங்ஹாம் கருதியதுபோலவே இச்சமயக் கலை கந்தாராவில் ஆரம்பித்து பின் இந்தியாவிற்கும், இந்தியாவின் எல்லையையும் தாண்டிப் பரவியது என்ற கருத்தைக் கொண்டிருந்தார். மாமன்னன் அலெக்சாண்டரும், யுவான் சுவாங்கும் ஆப்கானிஸ்தான் வழியே சென்ற வழித் தடங்களை கண்டு, அங்கு நடத்திய ஆய்வுகளில் பல தொல்பொருள் இடங்களைக் கண்டுபிடித்தார்.

பௌச்சரின் தலைமையின் கீழ் 1936ஆம் ஆண்டு கந்தார நாட்டு கோடைகாலத் தலைநகரான, பெக்ராமில் இருந்த கபிஷா என்ற இடத்தில் அகழ்வாராய்ச்சி நடத்தினார். இந்த ஆய்வினால் 'பெக்ராம் புதையல்' ஒன்று கண்டுபிடிக்கப்பட்டது. இதன் மூலம் கந்தாரா தேசத்தின் சிறப்புத்தன்மை வெளிவர நல்ல சான்றாக இருந்தது. கந்தாரா பல நாடுகளின் மத்திய புள்ளியாக இருந்து வந்தது என்பதுவும், இப்பகுதியில் நடந்த பல நிகழ்வுகளுக்கு கந்தாராவே மிக முக்கிய காரணமாக இருந்தது என்பதும் நிரூபிக்கப்பட்டது. இந்நிகழ்வுகள் மௌரியன் காலத்திலும், அதற்குப் பிந்திய காலத்திலும் நடந்த வரலாற்று நிகழ்வுகள்.

நடந்த பல அகழ்வாராய்ச்சிகளில் கிரேக்க, அராமிக், பிராமி எழுத்துகளில் பல கல்வெட்டுகள் கிடைத்தன. ஆனால் இவைகளில் ஒரே ஒரு கல்வெட்டில் மட்டுமே அசோகரது பெயர் குறிப்பிடப்பட்டிருந்தது. முக்கோண

வடிவத்துண்டில் அராமிக் மொழியில் அசோகரது பெயர் பொறிக்கப்பட்டிருந்தது. இந்தக் கல்வெட்டில் லஹ்மன் என்ற பகுதியில் ஜலலாபாத் நகரத்திற்கு மேற்குப் பகுதியில் 1930ஆம் ஆண்டு கிடைத்தது. இந்தக் கல்வெட்டு அசோகரது கற்றூண் கல்வெட்டுகளிலும், மலைக்கல்வெட்டுகளிலும், ப்ரகிருதி மொழியில் செதுக்கப்பட்டிருந்த வாசகங்கள் அராமிக் மொழியில் மொழிமாற்றம் செய்யப்பட்டு பொறிக்கப்பட்டிருந்தன. 1958 வரை அசோகர் பெயர் தாங்கிய வேறெந்த கல்வெட்டுகளும் கிடைக்க வில்லை. அதன் பிறகு பெரிய பாறை ஒன்றில் செதுக்கப்பட்ட வாசகம் ஒன்று கண்டுபிடிக்கபட்டது. அப்பாறை கந்தகாரிலிருந்து ஹெராத் என்ற இடத்திற்கு மேற்குப் பக்கம் செல்லும் பழைய நீள் சாலைகளின் ஓரத்தில் இருந்த பாறையின் அடிவாரத்தில் இருந்தது. கிரேக்க, அராமிக் என்ற இரு மொழிகளிலும் பொறிக்கப்பட்ட அசோகரது கல்வெட்டு அது. இரு மொழிகளிலும் இருந்தவை சிறு வேற்றுமைகளோடு இருந்தன. ஆயினும் அசோகர் தந்த ஒரே செய்திதான் அது. அக்கல்வெட்டில் அசோகரது பெயர் இருந்தது. கிரேக்க மொழி கல்வெட்டில் 'பியோதாசஸ்' என்ற பெயர் இருந்தது. செதுக்கப்பட்ட காலமும் அதில் இருந்தது. அசோகர் முடிசூட்டிக் கொண்ட பிறகு பத்து ஆண்டுகள் பிறகுள்ள காலம் அது. உயிர்க்கொலைக்கு எதிரான கருத்தும், பெரியவர்களுக்கு மரியாதை கொடுக்க வேண்டும் என்ற கருத்தும் பல கல்வெட்டுகளில் உள்ளது போலவே இங்கும் பொறிக்கப்பட்டிருந்தன.

இக்கல்வெட்டு கண்டுபிடிக்கப்பட்டு அடுத்த ஐந்து ஆண்டுகள் கழிந்த பின் ஏறத்தாழ அதே இடத்தில் கந்தகாருக்கு அருகில் ஒரு பாறையில் இன்னுமொரு கல்வெட்டு கண்டு பிடிக்கப்பட்டது. இது கிரேக்க மொழியில் செதுக்கப்பட்டிருந்தது. RE-12 ன் இறுதிப் பகுதியும், RE-13இன் முதல் பகுதியும் இக்கல்வெட்டில் காணப்பட்டது. இதே வருடம் கந்தகார் கடைத்தெருவில் கல்துண்டு ஒன்றில் அடுத்த கல்வெட்டு காணப்பட்டது. இது PE-7 என்று குறிப்பிடப்பட்டது. இதில் அராமிக் மொழியில் வாசகங்கள் பொறிக்கப்பட்டிருந்தன.

இக்கண்டுபிடிப்புகள் ஓர் உண்மைக்குச் சான்றாக உள்ளன. அசோகரது கற்றூண் கல்வெட்டுகள், மலைக் கல்வெட்டுகள், அல்லது இவை இரண்டும் இணைந்த வாசகங்களோடு இருந்த கல்வெட்டுகள் பழைய கந்தாராவிலும், கந்தகார் வரை மேற்கிலுள்ள இடங்களிலும் இருந்தன. இந்த இடங்கள் இன்றைய பாட்னாவிலிருந்து 1300 மைல்கள் தொலைவில் இருந்தன.

ஜான் மார்ஷல் மேற்கொண்ட புதுப்பிக்கும் வேலைகளால் சாஞ்சி இன்றும் எல்லோரும் பார்க்க விழையும் இடமாக மாற்றப்பட்டுள்ளது. மீண்டும் மீண்டும் மார்ஷல் இந்த இடத்திற்கு ஈர்க்கப்பட்டார். தன் நண்பர் ஒருவருக்கு 1918ஆம் ஆண்டு எழுதிய கடிதத்தில் "எப்போதும் அழகு... மயக்கும் அழகு... இல்லை... அதைவிட, முன்பிருந்த நிலை மாறி இப்போது மேலும் பெரும் அழகோடு உள்ளது" என்று எழுதியுள்ளார். மார்ஷலின் இந்த ஈர்ப்பிற்கான காரணங்களில் ஒன்று என்னவெனில், மார்ஷலின் நல்ல நண்பரும், பிரஞ்சு நாட்டுக்காரரான ஆல்ப்ரட் பௌச்சர்- மிகப்பெரும் அறிவாளி, மிக நல்ல மனிதர் என்று மார்ஷலால் போற்றப்பட்டவரான இவர் - 'சாஞ்சியின் பெரிய ஸ்தூபியின் தோரண வாயில்களும், இரண்டாம் ஸ்தூபியின் ஒரு தோரண வாயிலும் 'தர்மா' எங்கும் பரவியதற்கான நினைவுத் தளங்கள்' என்றார்.

இரண்டாம் உலகப்போர் முடிந்த நேரத்தில் மருத்துவரின் ஆலோசனையின் படி மார்ஷல் விருப்ப ஓய்வு பெற்றார். சாஞ்சியில் தன் பணிகள் அரைகுறையாக முடிக்கப்படாமல் இருந்தமைக்கான வருத்தத்தோடு பெரு மூச்சுடன் இந்தியாவை விட்டுச் சென்றார். ஆனால் அவருக்கு அதன்பின் கிடைத்த உயர் பட்டத்தினால் - (knighthood) - மனமும், உடலும் தேறி, சில மாதங்களுக்குப் பிறகு மீண்டும் திரும்பிவந்து புது ஆர்வத்துடன் இந்தியத் தொல்பொருள் கழகத்தின் மேல் அதிகாரியாக (Director General) பதவியேற்றார். அதன் பின் பத்து ஆண்டுகள் நன்கு பணிபுரிந்தார். இரண்டாம் முறை பதவியேற்ற பின் சாஞ்சியில் பௌச்சருடன் இணைந்து இரு ஆண்டுகள் பணியாற்றினர். ஏனெனில் இரண்டு ஆண்டுகளுக்குப் பிறகு 1921இல் பௌச்சர் ஆப்பானிஸ்தானில் பிரஞ்சு தொல்பொருள் குழுவின் தலைவரானார் (Director of Delegation Archeologique Francaise en Afghanistan). இவ்விரு பெரும் அகழ்வாராய்ச்சி விற்பன்னர்களும் இணைந்து இருபது ஆண்டுகளுக்கு முன்பு எழுதிய, மூன்று பகுதிகளையுடைய அந்த அரிய நூல் 'சாஞ்சியின் நினைவிடங்கள்' (The Monuments of Sanchi) வெளியிடப்பட தயாராக இருந்தது. அந்நூல் எழுதுவதற்கு இவர்கள் இருவரோடு துணையாக இருந்த மூன்றாவது ஆசிரியர் திருடர்களால் தவறாகக் கருதப்பட்டுக் கொல்லப்பட்டுவிட்டார். இவர் சாஞ்சியில் அகழ்வாராய்ச்சியில் இருந்த போது இவர் மறைத்து வைக்கப்பட்ட புதையலைத் தோண்டி எடுக்க முயற்சிக்கிறார் என்று எண்ணிய திருடர் கூட்டம் இவர் உயிரை வாங்கிவிட்டது. மார்ஷலின் இன்னொரு சீடரான சமஸ்கிருத

அறிவாளியான என்.ஜி. மஜூம்தார் மூன்றாவது ஆசிரியராகத் துணை சேர்ந்தார். நூல் மிகக் குறைந்த எண்ணிக்கையில் 1939இல் வெளியிடப்பட்டது. இரண்டாவது பதிப்பு 1947இல் வந்தது. இப்போதும் குறைந்த எண்ணிக்கையில்தான் பதிவிடப்பட்டன. அப்போது இந்தியாவும் சுதந்திரத்திற்காகவும், நாட்டுப் பிரிவினைக்காவும் கொந்தளித்துக் கொண்டிருந்தது.

தங்கள் நூலான 'சாஞ்சியின் நினைவிடங்கள்' என்ற நூலில் மார்ஷலும் பௌச்சரும் புத்த ஸ்தூபிகள் நிர்மாணிக்கும் பழக்கம் பேரரசர் அசோகரிடமிருந்தே ஆரம்பித்தது என்பதை நிரூபிக்கிறார்கள். "அசோகரது கற்றூண் கல்வெட்டுகள், மலைக் கல்வெட்டுகள் தங்களுக்கே உரித்தான ஒரு புனிதத் தன்மையோடு நிர்மாணிக்கப்பட்டுள்ளன. அவைகள் எல்லாம் ஆழ்ந்த சமய நம்பிக்கைகளின் திறந்த வெளிப்பாடுகள்." அவர்கள் மேலும், "பெரும் ஸ்தூபியின் நான்கு தோரணவாயில்களும் முழுக்க முழுக்க அசோகரின் தனி முயற்சி; அசோகரின் மனதின் மாண்பு" என்பதையும் எடுத்துக் காட்டியுள்ளனர். இந்த தோரணவாயில்கள் உடைந்திருந்தாலும், நொறுக்கப்பட்டிருந்தாலும் இவைகளில் தெற்குப் பக்கம் நிற்கும் தோரண வாயில் தங்களின் மேன்மையை மென்மேலும் நிரூபித்து நிற்கிறது.

தெற்குத் தோரணவாயில் அசோகரதுகற்றூணிற்கு அருகில் எழுப்பப்பட்டுள்ளது. இது முழுமையும் அசோகரின் அடையாளங்கள் அனைத்தையும் பெற்று எழுப்பப்பட்டுள்ளன. தூண்களின் உச்சிகளில் சிங்கச் சிலைகள், அதன் கீழே இருக்கும் மணி போன்ற பீடத்தில் இருக்கும் வாத்துகள், செடிகள் - அசோகரது தூண்களில் உள்ளவற்றின் நகல்கள் அப்படியே இந்தத் தூணிலும் இருந்தன.

ஸ்தூபியின் நடுவில் இருக்கும் கல்தகட்டின் வெளிப்புறம் அசோகர் இரட்டைக் குதிரைகள் பூட்டிய ரதத்தில் அமர்ந்து ராமகிரமாவில் உள்ள புத்தரின் புனிதப் பொருள் இருக்கும் இடத்திற்கு வருகை தருகிறார். அவர் அங்கே காவல் தெய்வங்கள் அல்லது நாகா மன்னர்களால் வரவேற்கப்படுகிறார். இந்தக் காவல் தெய்வங்கள் "மனித உருவில் நாக மகுடத்துடன் வந்து ஸ்தூபியை வணங்கி, பல காணிக்கைகளோடு தாமரைத் தடாகங்களிலிருந்து வெளிவருகிறார்கள்." இக்காட்சி மேஜர் ப்ராங்ளின், காப்டன் முர்ரே என்ற இருவராலும் பத்தொன்பதாம் நூற்றாண்டிலேயே நகலெடுக்கப்பட்டு வரையப்பட்டவைகளே.

தெற்குத்தோரணவாயில். இதன் நடு குறுக்குக் கல் சீர்திருத்தும்போது தவறுதலாகப் பொருத்தப்பட்டுள்ளது. இச்சிற்பத்தில் அசோகர் ரமாகிரமா இடத்தில் உள்ள புத்த ஸ்தூபிக்கு அங்குள்ள புனிதப் பொருட்களை மீட்க வருகிறார். ஆனால் அங்கே நாக மன்னர்களால் அவை காக்கப்பட்டு வருகின்றன. (நிழற்படம் ஆன்ட்ரு விட்டோம்)

மேலே சொன்ன காட்சி மூன்றாவது குறுக்குப் பலகையின் பின்புறம் தொடர்கிறது. இக்காட்சி காப்டன் முர்ரேயால் வரையப்பட்டு 1837இல் ஜேம்ஸ் பிரின்செப் அவர்களிடம் கொடுக்கப்பட்டது. இக்காட்சியில், வலது பக்கம் மன்னன் ஒருவர் ரதம் ஒன்றில் நிற்கிறார். அவருக்கருகில் காவலர் ஒருவரோடு யானை ஒன்று நிற்கிறது. நடுவில் நகரம் ஒன்று தாக்குதலுக்கு உள்ளாகியுள்ளது. இடதுபக்கம் அரசர் ஒருவர் யுத்தகளத்தைப் பார்வையிட்டு போரைக் கையாளுகிறார். இக்காட்சி அனேகமாக ‘புனிதப் பொருட்களுக்கான போர்’ என்ற நிகழ்வில் வரும் ஒரு காட்சியாக இருக்கலாம். எட்டு அரசர்கள் புத்தரின் புனிதப் பொருட்களுக்காகப் போரிட்டுக் கொள்ளும் காட்சியாக இருக்கலாம். இதே காட்சி வடக்கு, கிழக்கு, மேற்கு தோரணவாயில்களிலும் இன்னும் தெளிவாகச் செதுக்கப்பட்டுள்ளன. முர்ரே தான் வரைந்த சித்திரத்தில் தவறொன்று செய்துவிட்டார். ஒரு பெரிய யானையின் மேல் தலைப்பாகை வைத்த மன்னர் ஒருவர் அமர்ந்து புனிதப் பொருட்கள் வைத்த பேழையை தன் தலைமீது வைத்து எடுத்துச் செல்வதைக் காண்பிக்காது விட்டு விட்டார். பின்னாளில் லெப்டினெண்ட் ப்ரட் மெய்ஸி வரைந்த சித்திரத்தில் இந்தத் தவறின்றி சித்திரம் தீட்டப்பட்டுள்ளது.

சாஞ்சியிலுள்ள தெற்குத் தோரணவாயிலின் கடைசிக் குறுக்குக் கல் சட்டத்திலுள்ள உட்புறச் சிற்பங்களை ப்ரட் மெய்சி எடுத்த நகல். இதில் அசோகர் மிகப் பெரும் யானை மீதமர்ந்து புத்தப் புனிதப் பொருட்களை ராஜ்கிரிலிருந்து எடுத்துப் போகும் நிகழ்வு சித்திரமாக்கப்பட்டுள்ளது. (From Maisey, Sanchi and its Remains, 1892)

இக்காட்சிகள் எல்லாம் பேரரசர் அசோகரின் காப்பியத்தில் தெளிவாகச் சொல்லப்பட்டுள்ளன. அசோகர் ராஜ்கிர் என்ற நகரை நோக்கித் தன் நான்கு மடங்கு படைகளோடு சென்று போரிடுகிறார். பின் அங்கிருந்த புத்தரின் புனிதப் பொருட்களை எடுத்து, அவைகளை பாடலிபுத்ராவிற்குக் கொண்டு செல்கிறார். அங்கிருந்து அவர் ராமகிரமா ஸ்தூபிக்குச் செல்கிறார். இது மேலிருக்கும் குறுக்குச் சட்டத்தில் உள்ளது. ஆனால் உடைந்த இக்குறுக்குச் சட்டம் தவறுதலாக திருப்பிப் பொறுத்தப்பட்டதால், இது இப்போது வெளிப்புறம் அமைந்திருக்கிறது. தோரணவாயிலின் குறுக்குச்சட்டங்களில் மேலே உள்ள பலகையின் உட்புறத்தில் வரிசையாக சில ஸ்தூபிகள், நாக மன்னரால் வணங்கப்படும் போதி மரம் உள்ளன. குழந்தைப் பேறு தரும் பெண்கடவுளான யக்ஷி, இடது பக்கம் மன்னர் ஒருவர் - அனேகமாக இம்மன்னர் அசோகராக இருக்கலாம்- என்ற உருவங்களும் சிற்பமாக்கப்பட்டுள்ளன.

தெற்குத் தோரணத்தில் இன்னும் பல காட்சிகள் செதுக்கப் பட்டுள்ளன. ஒருவேளை இத்தோரணம் பேரரசர் அசோகரின் நினைவஞ்சலியாக எழுப்பப்பட்டதாக இருக்கலாம். அதிலும் மேற்குத் தூணில் உள்ள இரு குறுக்குப் பலகைகளில் உள்ள

காட்சிகள் இக்கருத்தை மேலும் உறுதியாக்குகின்றன. இதில் அரசர் ஒருவர் இரட்டைக் குதிரைகள் பூட்டிய ரதத்தில் வருகிறார். அவருக்கு முன்னால் கழி ஏந்திய பெரும் உருவம் கொண்ட காவலர் முன்னே செல்கிறார். அடுத்த கற்பலகையில் மீண்டும் அந்த அரசர். இப்போது அவரின் இரு பக்கமும் இரு ராணிகள் நிற்கிறார்கள். இவர்கள் புத்தகயாவில் இருக்கும் போதி மரத்தின் கீழ் நிற்கிறார்கள். போதிமரத்தைச் சுற்றி அசோகர் கட்டிய காப்புச் சுவர் செதுக்கப்பட்டுள்ளது. இதில் அரசர் நிற்கும் பாணி மிக வித்தியாசமாக உள்ளது. அரசரின் வலது கை பக்கத்திலிருக்கும் ஒரு ராணியின் கழுத்தைச் சுற்றி போடப்பட்டிருக்கிறது. இன்னொரு ராணி அவரது இடது கையைத் தாங்கி நிற்கிறார்.

ஆல்ப்ரட் பௌச்சர் வித்தியாசமான இக்காட்சியை விளக்க முன் வருகிறார். "மன்னர் இருபுறமும் தன் ராணிகளால் தாங்கப்படுகிறார். ஆனால் அம்மன்னர் கட்டாயமாக பேரரசர் அசோகராகவே இருக்க வேண்டும். மன்னரின் தடுமாற்றம், பெரிய சோகத்தினால் எழுந்ததாக இருக்கலாம். அவரின் பெரும் மரியாதைக்குப் பாத்திரமான போதிமரம் பட்டுப் போகிறதென்றும், தன்னால் இதை மீண்டும் உயிர்ப்பிக்க முடியாதென்றும் தெரிந்த நிலையால் வந்த பெரும் சோகமாக இருக்கலாம் அல்லது இன்னும் மிக எளிதான காரியமாக இருக்கலாம். தன் புனிதப் பயணத்தின் இறுதியில், புனிதமான இடத்தை அடைந்ததும் அவர் பெற்ற உணர்ச்சிப் பிரவாகத்தால் எழுந்த தடுமாற்றமாக இருக்கலாம்."

இக்காட்சியை இப்போது புகைப்படம் எடுத்தபோது 1851இல் மெஸ்ஸி தன் சித்திரத்தில் தவறாகக் காண்பிக்க மறந்த ஒன்று மிக எளிதாகக் கண்ணில்படுகிறது. இன்றைய புகைப்படத்தில் அசோகரது உருவம் குட்டையாக, குண்டாக, வீங்கிய பெரும் தலையுடன் காணப்படுகிறது. சிற்பி அசோகரை நேரில் பார்த்தறியாதவராக இருக்கவேண்டும். தன் நினைவிலிருந்த மன்னனை உருவமாக்கி இருக்க வேண்டும். இதனால் வடிவமைப்பில் உண்மை குறையாகவும், கற்பனை நிறையாகவும் இருந்திருக்கலாம். இச்சிற்பங்களின் கீழே பிராமி எழுத்துகளில் இச்சிற்பங்களை வடிவமைத்தவர்கள், அருகிலிருந்த விதிஷா என்ற நகரில் இருந்த, தந்தத்தில் வேலை செய்பவர்கள் என்ற குறிப்புள்ளது.

மற்ற தோரண வாயில்களில் இன்னும் பல அசோகர் இருக்கும் காட்சிகள் உள்ளன. கிழக்குத் தோரணவாயிலின் அடியில் உள்ள குறுக்குப் பலகையின் வெளிப்புறத்தில், அசோகர் போதி

மரத்தினை ஆராதிக்கும் காட்சியுள்ளது. இக்காட்சியினை பௌச்சர் விவரிக்கிறார்: "மன்னர் யானையிலிருந்து களைப்போடு ராணியின் துணையுடன் இறங்குகிறார். பின் இருவரும் மரியாதையுடன் குனிந்து சென்று போதி மரத்திற்கு வருகிறார்கள். போதிமரம் அசோகர் கட்டிய சுற்றுச் சுவருக்கு நடுவில் நிற்கிறது. மறுபுறம் இசை முழக்கங்களுடன் மக்கள் போதி மரத்தை நோக்கி திரண்டு வரிசையாக வருகிறார்கள். முன்னால் இருக்கும் உருவங்கள் தலை மேல் நீருடைய கலசங்களோடு வருகிறார்கள்."

பேரரசர் அசோகர் போதி மரத்தைப் பார்த்ததும் இரு ராணிகளின் கைகளுக்குள் மயக்கமடைகிறார். பழைய நகல்களில் தெளிவாகத் தெரியாதவை தற்காலத்தில் நிழற்படத்தால் தெளிவாகத் தெரிகிறது. (நிழல் படம் ஆண்ட்ரு விட்டோம்)

பௌச்சர் சிற்பங்களின் விளக்கத்தோடு நிறுத்திக் கொள்கிறார். மேலும் அதிக விவரங்களை ஜான் மார்ஷல் செய்யும் படி விட்டு விடுகிறார். ஜான் மார்ஷல், "பேரரசன் அசோகனும், அவனது பட்டத்து ராணி திஷ்யரக்ஷிதாவும் போதிமரத்திற்கு வருகை தரும் மகிழ்ச்சியான நேரம். போதி மரத்திற்கு நீர் ஊற்றி அதனைத் தன் பழைய செழிப்பான அழகான நிலைக்குத் திரும்பி கொண்டு வருவதற்காக வந்துள்ளனர். இவையெல்லாம் அரசியின் பொறாமையால், போதிமரத்தின் மீது கொண்டு வந்த தீமையை நீக்குவதற்காகச் செய்யப்படுபவை."

மேற்குத் தோரணவாயிலில் உள்ள சிற்பப் பலகைகள் அசோகர் புத்த சமயத்து புனித இடங்களுக்குச் சென்ற பயணங்கள் பற்றிய

சிற்பங்கள் கொண்டவை. அதில் ஒரு சிற்பத்தில் அசோகர் தெற்குத் தோரண வாயிலில் பார்த்தது போன்ற குட்டையான, குண்டான மனிதராகக் காண்பிக்கப்படுகிறார். இங்கே மன்னர் சாதாரணமாகத் தோன்றும் போதிமரத்தின் அருகில் நின்று வணங்கியுள்ளார். ப்ரட் மெஸ்ஸி இதே காட்சியை 1851இல் தனது முந்திய சித்திரம் போலவே வரைந்துள்ளார்.

கிழக்குத் தோரண வாயிலின் கீழ் குறுக்கு கற்பலகைகளிலுள்ள வெளிப் பக்க சிற்பங்கள் மிகத் தெளிவாகத் தெரியும் சமீபத்திய நிழற்படம். இதில் நின்று கொண்டிருக்கும் அசோகரும் மண்டியிட்டுள்ள அரசியும் யானையிலிருந்து இறங்கி போதி மரத்தை வணங்கிக் கொண்டிருக்கிறார்கள். இடது பக்கத்தில் இசைக்கலைஞர்கள் இசைத்துக் கொண்டிருக்க பதாகை தூக்குபவர்கள் பார்த்துக் கொண்டிருக்க, குடங்களில் பால் போதி மரத்திற்கு மீண்டும் உயிரூட்ட வருகிறது. போதி மரமும் பாதுகாப்பிற்காக அசோகர் கட்டமைத்த பாதுகாப்புச் சுவரின் உள்ளே நிற்கிறது. இந்த சுற்றுச் சுவர் வைர அரியணையையும் சுற்றி இருக்கிறது. இரு குறுக்குக் கல்பலகைகளைத் தாங்கி நிற்கும் நீளவாக்கில் உள்ள மூன்று கற்களிலும் அசோகரது அடையாளங்கள் பொறிக்கப்பட்டுள்ளன. அவைகள், இடமிருந்து வலமாக, ஆணைகள் செதுக்கப்பட்ட தூண்; அதன் உச்சியில் நான்கு சிங்கச் சிற்பங்கள்; தர்மச்சக்கரம்; போதிமரம். நிழற்படத்தின் விளக்கம் ஆண்ட்ரு விட்டோம்.

நடுவில் உள்ள குறுக்குச் சிற்பப் பலகையின் பின் பக்கம் புனிதப் பொருட்களுக்கான போரின் சில காட்சிகள் செதுக்கப் பட்டுள்ளன. இப்பக்கத்தில் வீங்கிய தலையுடன் உள்ள மன்னன் ரதத்தில் வருவதாக ஒரு காட்சி. அதே மன்னன் இன்னொரு பக்கத்தில் மிகவும் களைத்துப் போய், தற்காலத்திய நாற்காலி போல் தோன்றும் ஒன்றின் மீது சாய்ந்து நிற்பதாக உள்ளது. மன்னன் அவரைச் சுற்றியுள்ள பல பெண்டிர்களால் பணிவிடை

செய்யப்படுகிறார். அவரது வலது கையில் பந்து அல்லது பழம்போல் உருண்டையாக ஒன்றுள்ளது. மார்ஷல், பௌச்சர் இருவரில் யாரும் இந்த உருண்டைப் பொருள் என்னதாக இருக்க வேண்டும் என்ற சொல்ல எம்முயற்சியும் எடுக்கவில்லை. ஆயினும் மரண நாளை நெருங்கி வரும் மன்னன் கையிலிருந்தது செர்ரி பழமாகவோ அல்லது கடுக்காயாகவோ இருக்கலாம்.

மார்ஷல், பௌச்சர் எழுதிய 'சாஞ்சியின் நினைவுச் சின்னங்கள்' என்ற நூல் காலந்தாழ்த்தி வந்ததாலும், தவறான நேரத்தில் வெளிவந்ததாலும், இந்தியாவின் பல வரலாற்று வல்லுனர்கள் இந்த நூலை மிகவும் மேம்போக்காக எடுத்துக் கொண்டனர். மேலும், பலரும் இந்நூலை ஐயக்கண்ணோடு பார்க்க ஆரம்பித்தனர். ஏனெனில் பௌச்சரின் பல விளக்கங்கள் கிரேக்க மகிமையைப் பேசுவதாக இருந்தன. அவரின் தேசப்பற்று அதில் தெரிகிறது. மிகுந்த ஐயத்தோடு மட்டுமே அந்த நூல் இந்திய வல்லுனர்களால் பார்க்கப்பட்டது.

மேலும் இச்சமயத்தில் இந்தியாவில் நடந்த நிகழ்வுகள் மிகவும் ஆச்சரியமாகவும், வருத்தமாகவும் இருந்தன. பேரரசர் அசோகரின் வரலாறு சிறிது சிறிதாகி வெளியாகி ஒரு நூற்றாண்டு ஆன பின்பும், மிகுந்த புகழுக்குரிய அவரது வரலாறு எவ்விதக் கிளர்ச்சியையும் மக்களிடமோ, வரலாற்றாளர்களிடமோ ஏற்படுத்தவில்லையே என்பது மிக வேதனையான விஷயமே. அதுவும் எல்லாவற்றிற்கும் மேலாக, அம்மன்னன் பிறந்த மண்ணிலேயே அவருக்கான மரியாதை ஏதும் இல்லையே என்பது இதயத்தை நொறுக்கும், வருத்தமான, கசப்பான காரியம்.

முதன்முதலாக அசோகரைப்பற்றி "அசோகர் - இந்தியாவில் புத்தப் பேரரசர்" என்ற ஆங்கில வரலாற்றாசிரியரான வின்சென்ட் ஸ்மித் தவறான செய்திகளோடு எழுதிய நூல் 1901இல் வெளிவந்தது. இவர் இரு முக்கிய புத்த சான்றுகளை ஒதுக்கிப் புறந்தள்ளிவிட்டே தன் நூலைப் படைத்தார். அச்சான்றுகளை 'பொய்யான மத குருக்களால் கொடுக்கப்பட்ட மட்டமான கதைகள்' என்று கூறிவிட்டார். விரைவில் இந்த நூல் வெல்ஷில் இருந்த பாலி மொழி வல்லுனர் டி டபிள்யூ ரைஸ் டேவிட்ஸ் அவர்களால் மிக மட்டமாக மதிப்பிடப்பட்டது. இவர் எழுதிய 'இந்தியாவில் புத்தசமயம்' என்ற நூல் 1903ஆம் ஆண்டு வெளிவந்தது. அதோடு மேலை நாடுகளில் புத்த சமயத்தின் மீது எழுந்துள்ள மதிப்பு இந்நூலில் எதிரொலிக்கப்பட்டது. இந்த நூலின் தாக்கம் சமுதாய மாற்றத்திற்காக உழைத்த எச்.ஜி. வெல்ஸ் அவர்களின் நூலான "வரலாற்றுக் குறிப்புகள்

(The Outline of History) என்ற நூலில் நன்கு தெரிந்தது. வெல்ஸ் பேரரசர் அசோகரை இன்றைய ஆட்சியாளர்களுக்கான முன்மாதிரி என்று மிக உயர்வாகக் குறிப்பிட்டுள்ளார்.

> *"உலக வரலாற்றின் பக்கங்களில் ஆயிரக்கணக்கானோர் அரசனாகவும், பேரரசனாகவும் தங்களையே வரித்துக் கொண்டு, தங்களை மிகவும் உயர்த்திக் கொண்டதுண்டு. அதில் பலர் சில காலம் புகழ் வெள்ளத்தில் மிதந்திருக்கலாம். ஆனாலும் விரைவில் அவர்கள் ஒளியிழந்து மங்கிப் போய்விட்டனர். ஆனால் பேரரசர் அசோகரின் புகழ் மேலும் மேலும் பிரகாசமாக, ஒளிவிடும் விண்மீன் போல், இன்று வரை நீண்டிருக்கிறது"*

என்று வெல்ஸ் தன் நூலில் பேரரசர் பற்றி எழுதியுள்ளார்.

சுதந்திரப்போராட்டக் காலத்தில் இந்திய தேசியத் தலைவர்கள் ஆங்கிலேய காலனி ஆட்சிக்கு முந்திய இந்திய அரசு முறைகளை தங்களது முன்னோடி அரசாக எடுத்துக் கொள்ளும் ஆர்வத்துடன் இருந்தனர். அவர்களில் பலருக்கு அசோகரது அரசு அப்படிப்பட்ட ஒரு முன்னோடியான அரசாகத் தோன்றியது. இத்தகையத் தலைவர்களில் ஒருவரான டாக்டர் ராதா குமுட் முக்கர்ஜி மிக முக்கியமானவர். இவர் 1920-களில் லக்னோ பல்கலைக் கழகத்தில் ஆற்றிய உரைகளில் 'அசோகரும், அவரது ஆட்சிமுறையும்' பெரும் பங்கு பெற்றன. அவர் அவ்வுரையில் அசோகரை மிகப்பெரிய அரசியல் - வரலாற்றுத் திரையில் பிரம்மாண்டமாகக் காண்பித்தார்:

> *"அசோகர், இஸ்ரேலை ஆண்ட டேவிட் சாலமோன் போன்றவர்கள் தங்கள் பெருமையின் உச்சாணிக் கொம்பில் இருந்து கொண்டு மிக உயர்ந்த அரசியல் முறைகளைக் கைக் கொண்டதுபோல், தனது அரசும் உண்மையையும், உயர்வையும் கொண்டிருக்க முயன்றார்கள். அசோகரது அரவணைப்பால் சிறிதாக ஆரம்பிக்கப்பட்ட புத்த மதம் உலக மதமாக மாற வழி வகுத்தார். கிறித்துவ மதத்திற்கு உறுதுணையாக வந்த கான்ஸ்டான்டின் பேரரசன் போல், அசோகர் புத்த மதத்திற்காக இருந்திருக்கிறார். அசோகரது தத்துவம், பக்தி போன்றவைகள் மார்க்கஸ் அரூலியஸை நினைவு படுத்துகிறது. சார்லி மாக்னே தன் சாம்ராஜ்யத்தை ஆண்ட முறையும். அவரது நிர்வாகத் திறனும் அசோகருக்கு*

இணையாக உள்ளது. அசோகரது கல்வெட்டு வாசகங்கள் சீரில்லாமல், சொன்னதையே திரும்ப திரும்பச் சொல்லும் வாசகங்களாக இருந்தாலும், அவை ஆலிவர் க்ராம்வெல்லின் உயர்ந்த சொற்பொழிவுகள் போல் உயர்ந்த தரத்தில் உள்ளன. இறுதியாக அசோகரை காலிஃப் ஓமர், பேரரசர் அக்பர் போன்றவர்களோடு ஒப்பிடலாம். பல வகைகளில் அசோகர் இந்த பெருமை மிகு வரலாற்று மைந்தர்கள் போலவே உள்ளார்."

அசோகரைப் பற்றிய இப்புதிய உணர்வு இந்தியாவில் மெல்ல ஊற ஆரம்பித்தது. இது நாட்டின் சுதந்திரத்திற்குப் பின்னும் செழித்து வளர்ந்தோங்கியது. இந்திய வரலாற்றாசிரியர்கள் அனைவரும் ஒருமித்து அசோகரை நாட்டில் புதிதாகக் கிளைத்திருக்கும் தேசிய உணர்வோடு பார்க்கவும், பாராட்டவும் ஆரம்பித்தனர். எவ்வித அயல்நாட்டு கலாச்சாரப் பாதிப்பின்றி, இந்திய மண்ணில் மட்டும் விளைந்த அஹிம்சை, சத்தியாக்கிரகம் போன்றவைகளே அவரது அடிப்படைக் கோட்பாடுகளாக இருந்தன. இதே 'ஆயுதங்களை' வைத்துதான் இந்திய சுதந்திரப் போராட்டத்தின் வெற்றியை காந்தியின் தலைமையின் கீழ் பெற்றது.

தேசிய உணர்வோடு இருந்த இவ்வரலாற்று அறிஞர்களிடம் குறை ஒன்று காணப்பட்டது. பிராமணியத்தின் அழுத்தத்தினால் அவர்கள் வரலாற்றில் சமஸ்கிருதத்திற்குக் கொடுத்த இடத்தைப் பாலி மொழிக்குத் தரவில்லை. புதிதாக சர் ஜான் மார்ஷல், ஆல்பரட் பௌச்சர் கண்டுபிடித்த சாஞ்சியின் தோரண வாயில்களுக்கும், அசோகரது பட்டமளிப்பு விழா பற்றிய விவரங்களுக்கும் இந்திய வரலாற்று ஆசிரியர்கள் எந்த முக்கியமும் தராது விட்டனர்.

இந்திய சுதந்திரத்திற்குப் பின் கர்நாடக மாநிலத்தில் மூன்று இடங்களில் அசோகரது கல்வெட்டுகள் இருப்பது கண்டுபிடிக்கப் பட்டன. 1977-78இல் நட்டூர், உடகோலம் என்ற இடங்களில் மூன்று சிறு மலைக் கல்வெட்டுகளும் *(Minor Rock Edicts)* 1989இல் சன்னாட்டி என்ற இடத்தில் இருந்து ஒரு மலைக்கல்வெட்டும் கண்டுபிடிக்கப்பட்டன. மூன்று கல்வெட்டுகளுமே பெரும் நதிகளுக்கு அருகில் கிடைத்தன. முதலிரு கல்வெட்டுகள் துங்கபத்ரா நதிக்கருகிலும், மூன்றாவது கல்வெட்டு தென் கர்நாடகாவில் உள்ள குல்பர்கா மாநிலத்தில், பீமா நதியின் வளைவுப் பகுதி ஒன்றிலும் கிடைத்தது. இதில் மூன்றாவது

கல்வெட்டு, கிராமம் ஒன்றின் அருகில் இருந்த கண்ட்ராலம்மாள் கோவிலில் பாழடைந்து இருந்தது. இக்கோவிலினைப் புதியதாக்க முயற்சிக்கும் போது அக்கல்வெட்டு கிடைத்தது. அக்கோவிலின் கருவறையில் சாமி சிலைக்கு அடியில் இருந்த பெரிய கல்லில் அந்தக் கல்வெட்டைக் கண்டுபிடித்தனர். கல்லின் இருபுறமும் வாசகங்கள் இருந்தன. அசோகரது *RE-12, RE-14*ஆம் கல்லின் ஒரு புறமும், கலிங்க மலைக்கல்வெட்டு *(Kalinga Separate Rock Edicts)* 1, 2 ஆகியவை அடுத்த பக்கத்திலும் இருந்தன. படுக்கை வசத்தில் இருந்த இந்தக் கல் முன்பு நிறுத்தி வைக்கப்பட்டிருந்தது. மற்ற சில தூண்களின் மேல் வேறு சில கல்வெட்டுகளை அவைகள் தாங்கி நின்றிருக்க வேண்டும். அவைகள் இதுவரை கிடைக்கவில்லை.

பொதுவாக பெரும் கல்வெட்டுகள் பெரிய பாறைகளில் செதுக்கப்பட்டிருக்கின்றன. அதனாலேயே அவைகள் மலைக் கல்வெட்டுகள் *RE* என்று அழைக்கப்பட்டன. ஆனால் அசோகரது சாம்ராஜ்யத்தின் சில பகுதிகளில் கல்வெட்டுகள் பல உத்திரக் கல்களிலும் பொறிக்கப்பட்டன.

வேறு சில கல்வெட்டுகள் உலகப் போரிற்குப் பின் வட இந்தியாவிலும், மத்திய இந்தியாவிலும் கிடைத்தன. இவைகள் சிறு மலைக்கல்வெட்டுகள் *(Minor Rock Edicts)* என்று அழைக்கப் படுகின்றன. மத்தியப் பிரதேசத்தில் தாட்டியா மாவட்டத்தில் குஜ்ஜாரா என்ற இடத்தில் 1953லும், பீகாரில் மிர்சாபூர் மாவட்டத்தில் அஹ்ரயுரா என்ற இடத்தில் 1961லும், புது டில்லியில் கைலாஷ் மாவட்டத்தின் கிழக்குப் புறத்தில் உள்ள பஹாபூர் என்ற இடத்தில் 1965லும், மத்தியப் பிரதேசத்தில் செஹோர் மாவட்டத்தில் பங்குரேரியா என்ற இடத்தில் 1971லும் இக் கல்வெட்டுகள் கண்டுபிடிக்கப்பட்டன.

இக்கல்வெட்டுகளில் இறுதியாகச் சொல்லப்பட்ட கல்வெட்டு மிகச் சிறப்புத் தன்மை வாய்ந்தது. கடைசியாகக் கிடைத்த அக்கல்வெட்டு பங்குரேரியா என்ற ஒரு சின்னகிராமத்தில் கிடைத்தது. இது நர்மதா நதியின் வடக்குக் கரையில் உள்ளது. இந்த நர்மதா நதி ஆங்கிலேயர்களின் காலத்தில் அவர்களால் நெர்புத்தா என்று அழைக்கப்பட்டு வந்தது. இந்நதி இந்தியாவின் பெருநதிகளில் ஒன்று, ஏறத்தாழ எண்ணூறு மைல் நீளத்திற்கு இந்தியாவின் அகலமான நடுப்பகுதியில் மேற்கு நோக்கி ஓடுகிறது. நாட்டின் குறுக்கே இப்படி ஓடுவதால் இந்நதி இந்தியாவை வட இந்தியா, தென்னிந்தியா என்று இரு பகுதிகளாகப் பிரிக்கின்றது. இந்நதி ஒரு பள்ளத்தாக்கில்

பாய்ந்து செல்கிறது. இதன் வடக்கே விந்திய மலைத் தொடரும், தெற்கே சாத்புரா மலைத்தொடர்களும் உள்ளன. பங்குரேரியா கிராமம் இப்பள்ளத்தாக்கில் உள்ளது. ஒரு புறம் நதிக்கரை; இன்னொரு புறம் விந்திய மலைத் தொடரிலிருந்து தனித்து நீட்டிக் கொண்டுவரும் ஒரு மலை என்ற இரண்டிற்கும் நடுவில் நிற்கிறது இக்கிராமம். இம்மலைத் தொடரில் பல இயற்கைக் குகைகள், மலைக் குடியிருப்புகள் உள்ளன. நாக்பூர் பகுதியின் இந்திய தொல்பொருள் ஆய்வுக் கழகத்தின் குழுவினர் மிகப் பழங்காலத்து மக்கள் குடியேற்றத்திற்கான சான்றுகளை இந்த மலையில் தேடிவரும்போது இக்கல்வெட்டைக் கண்டுபிடித்தனர்.

இக்குழுவினர் பங்குரேரியாவின் அருகில் பள்ளத்தாக்கிற்குள் சரிந்து நிற்கும் மலைத்தொடர் இருக்கும் பகுதியில் ஒன்பது சிறிய ஸ்தூபிகளைக் கண்டனர். இந்த ஒன்பதில் மிகப் பெரிய ஸ்தூபி இருப்பதிலேயே உயரமான ஸ்தூபியாகவும் இருந்தது. இதன் உச்சிக்கு மேலே ஒரு கல்லால் ஆன குடியிருப்பு ஒன்று இருந்தது. இப்பகுதியில்தான் அக்கல்வெட்டு இருந்தது. இக்கல்வெட்டு MRE - சிறு மலைக் கல்வெட்டு - சீரில்லாமல் பொறிக்கப்பட்டிருந்தது. இக்கல்வெட்டின் ஆரம்ப வரிகள் வாசிக்கக் கூடியவைகளாக இல்லை. ஆயினும் முடிந்த அளவு வாசிக்கப்படும்போது அது MRE-களில் இருக்கும் வழக்கமான வரிகளாக இல்லை. அதற்குப் பதிலாக சம்வா என்ற இளவரசருக்கு அசோகர் எழுதியது போன்ற வரிகளாக அவை இருந்தன. சம்வா என்ற சொல் சமஸ்கிருதத்தில் ‘உடன் செல்பவன் அல்லது நட்பு கொண்டவன்’ என்ற பொருள் கொண்டது. இந்த இளவரசர் அசோகரின் மகன்தானா என்பது ஆய்வுக்குட்பட்ட ஒன்று. ஏனெனில் இப்பெயர் வேறெங்கும் இதுவரை காணப்படவில்லை. இருக்கும் சான்றுகளை வைத்துப் பார்க்குபோது இம்மலைக் குடியேற்றத்தில் புத்தக் குருமடம் ஒன்று இளவரசர் சம்வாவின் தலைமையின் கீழ் இயங்கி வந்துள்ளது. இந்தக் குருமடத்தில் இருந்த சந்நியாசிகள் தனித்தனி அறைகளில் தங்காமல், முதலில் இருந்த வழக்கம் போல், இம்மலையின் பொதுவான இடங்களைத் தூங்குவதற்குப் பயன்படுத்தினர்.

பேரரசருக்கு இக்குகை சில சிறப்புத்தன்மையோடு இருந்ததாகத் தெரிகிறது. ஏனெனில் இந்தக் குகைக் குடியிருப்பிற்கு அருகில், அதன் இடதுபக்கம் இன்னொரு குகைக் குடித்தன இடம் இருந்தது. இது அதே தாழ்ந்த பாறையில் இருந்தது. இக்குகையின் வாயிலருகே பாறையின் முகப்பில் மிகப் பெரிய எழுத்துகள் எழுதப்பட்டிருந்தன. இந்த எழுத்துகள் வழக்கமாக உளி, சுத்தியலால் கொத்தப்பட்டு எழுதப்படாமல், அதற்குப்

பதிலாக மிகவும் செப்பனின்றி எழுதப்பட்டிருந்தன. எழுத்தைச் செதுக்கியவர் வெறும் உளியை, ஒரு குச்சியின் உச்சியில் செருகிக் கொண்டு எழுத்துகளை முரட்டுத்தனமாகக் கொத்தி எழுதியதுபோல் இருந்தது. இதில் இருந்த வாசகங்கள் மற்ற கல்வெட்டுகளில் உள்ளவைபோல் திருத்தமாக எழுதப்பட்டவை அல்ல. ஆயினும் ஆட்சி செலுத்தும் மன்னரின் உத்தரவின் பேரில் எழுதப்பட்டது அது. எழுத்தியலில் மிகவும் பெயர் வாங்கிய பேராசிரியர் ஹாரி ஃபாலிக் இந்த வாசகங்களை மொழிபெயர்த்துள்ளார்.

ப்யாதாசி நாமா
ராஜகுமாரா வா
சம்வாசிமானே
இமாம் தேசம் பாபுனித
விகார(யா) அத்தய்(யி)

ஃபால்க்கின் மொழிபெயர்ப்பில்...

"மன்னன் (பட்டமளிப்புக்குப் பின்) ப்யாதாசி என்றழைக்கப்படுகிறார். அவர் (முன்பு) இந்த இடத்திற்கு ஒரு மகிழ்ச்சி சுற்றுலாவில் ஓர் இளவரசனாக வந்திருந்தார். அவரோடு திருமணம் ஆகாமல் உடன் வாழ்ந்த பெண்ணுடன் வந்திருந்தார்."

பங்குரேரியா விந்திய மலைத் தொடரிலிருந்து நாற்பத்தி ஐந்து மைல் தொலைவில் உள்ளது. புத்த புனித இடங்களும், சாஞ்சியும் இருக்கும் மாவட்டம் இதுதான். இது தான் அசோகரின் முதல் மனைவி பிறந்த இடம். பங்குரேரியாவில் இருந்த செப்பனில்லாத சாதாரணக் குறிப்புகள். தன் வாலிபப் பருவத்தில் வருகை தந்த இடங்களைத் தன் ஆட்சிகாலத்தில் பேரரசர் மீண்டும் வந்தபோது அவரின் ஆணையின் பேரில் பொறிக்கப்பட்ட வாசகங்களே அவை. உஜ்ஜயினின் அரசு அதிகாரியாக, தன் தோழியோடு இளம் வயதில் வந்து பார்த்த இடங்களே இவை. இந்தத் தோழி அவர் மனைவியாக ஆகி, அசோகரின் மூத்த மகனும், மகளுமான மஹிந்தா, சங்கமித்ராவைப் பெற்றெடுத்தார். மலையில் இருந்த அந்தச் சாதாரணக் கல்வெட்டு தனி மனிதன் ஒருவனின் மனிதத் தன்மையை வெளிச்சத்திற்குக் கொண்டு வந்துள்ளது. அது வெறுமனே மனதைத் தொடும் கல்வெட்டு மட்டுமல்ல. ஒரு பெரும் மன்னன் தன் உயர் நிலையிலிருந்து கீழிறங்கி, சாதாரணன் போல் தன்னை உணர்ந்து, வாழ்ந்த நேரம் அது.

பங்குரேரியா கல்வெட்டுகள் இன்னொரு வகையிலும் முக்கியமானவை. இங்குதான் அசோகர் முதன்முறையாக பிராமி எழுத்துகளைப் பயன்படுத்த ஆரம்பித்தார். அவரது பல சிறு மலைக்கல்வெட்டு வாசகங்கள் இவ்வாறு ஆரம்பிக்கப் பட்டவையே. காலக்குறிப்பில் இக்கல்வெட்டுகள் அசோகர் புத்த சமயத்தில் இணைந்து இரண்டரை ஆண்டுகள் கழிந்த போதும், அச்சமயத்தில் அவர் மேற்கொண்ட சுற்றுப் பயணங்களின் போதும் செதுக்கப்பட்டன. "எனது இந்த அறிவிப்புகள் எனது பயணத்தின் போது ஆரம்பிக்கப்பட்டவை. இருநூற்று ஐம்பத்தாறு இரவுகள் இப்பயணத்திற்காகச் செலவு செய்யப்பட்டன" என்கிறார் அசோகர்.

மொத்தம் பதினாறு MRE-க்கள் கண்டுபிடிக்கப்பட்டன. இவை முழுக் கல்வெட்டுகளாகவோ, அரைகுறை கல்வெட்டுகளாகவோ கண்டுபிடிக்கப்பட்டன. வேறு வேறு இடங்களில் கண்டுபிடிக்கப்பட்டிருந்தாலும், இதில் பதினோரு கல்வெட்டுகள் தென்னிந்தியாவில் உள்ள கர்நாடகாவில் மட்டும் கண்டுபிடிக்கப்பட்டன. இவைகள் எல்லாமே மிகப் பழைய பிராமி எழுத்துகளில் செதுக்கப்பட்டவைகளின் தொகுப்புகளாக இருந்தன. இதனால் இவைகள் ப்ரகிருதி எழுத்துகளின் பழைய எடுத்துக்காட்டுகளாக உள்ளன. பாலி, சமஸ்கிருதத்திற்கு முன்னோடிகளாக இவை உள்ளன. அசோகர் தன்குறிப்புகளை கற்களில் செதுக்கியதின் ஆரம்பமே இக்கல்வெட்டுகளில்தான். அசோகர் தன் சுற்றுப் பயணத்தின் போதுதான் கல்வெட்டுகளாகச் செதுக்கப்படவேண்டும் என்பதற்கான குறிப்புகள் கொடுத்தாலும், அவரது குறிப்புகள் முதலில் மகதநாட்டுப் பகுதியிலும், அஹ்ராயுரா, சசாராம் என்ற பகுதிகள் அடங்கிய கங்கைச் சமவெளியிலும் மன்னனது ஆணைகள் முதலில் சென்றிருக்க வேண்டும் என்பதே சரியாக இருக்கவேண்டும். ஏனெனில் அஹ்ராயுரா, சசாராம் மேலும் ரூப்நாத் போன்ற பகுதியில் உள்ள MRE-க்கள் தான் அசோகரது ஆணை எவ்வாறு பரவியது என்பதைக் குறிப்பிடுகின்றன. "இவ்வாசகங்களைக் கல்வெட்டுகளில் பொறியுங்கள். என் ஆட்சிப் பகுதியில் எங்கெங்கு கற்றூண்கள் இருக்கின்றனவோ அதிலெல்லாம் இவைகளைப் பொறியுங்கள்." பின்னால் பொறிக்கப்பட்ட MRE-க்களில் இந்த ஆணை தவிர்க்கப்பட்டுவிட்டது.

கண்டுபிடிக்கப்பட்ட பதினாறு MRE-க்கள், குகைகளிலோ, அல்லது கல் குடியிருப்புகளிலோ செதுக்கப்பட்டிருந்தன. இவை சின்ன மலைகளிலோ அல்லது நீட்டி நிற்கும் பெரிய

பாறைகளிலோ செதுக்கப்பட்டிருக்கும். பொதுவாக இவை மக்கள் குறைவாக வாழும் பகுதிகளிலே காணப்பட்டன. ஆனால் இவை நெடுஞ்சாலைகளுக்கும், ஆறுகளுக்கும் பக்கத்தில் உள்ளவை. இது போன்ற இடங்களை அசோகர் வேண்டுமென்றே தேர்ந்தெடுத்திருக்கலாம். இதுபோன்ற இடங்கள் மக்கள் ஆண்டு தோறும் விழாக்காலங்களில் குழுமும் இடங்களாக இருந்திருக்கலாம். இது புத்த சமயத்தைப் பரப்ப ஏதுவாயிருக்கும். இதனால் புத்த சமயம் மக்களது உள்ளூர் விழாக்களோடு இணைந்து விடும். இதுபோன்ற இடங்களை அசோகர் தேர்ந்தெடுக்க இன்னொரு காரணமும் இருக்கலாம். தனது மத மாற்றத்தின் ஆரம்ப காலத்தில் அசோகர் அப்போதிருந்த பிராமண மதத்தினை எதிர்த்து நிற்க விரும்பாமல் இருந்திருக்கலாம். அதனால் மக்கள் மிகுதியாக இருக்கும் பகுதிகளை அவர் தவிர்த்திருக்கக் கூடும். நகரங்களை அதனால் அவர் ஒதுக்கியிருக்கலாம். அசோகரின் காலத்திற்குப் பிறகு அவரது ஆணை எந்த அளவு நிறைவேற்றப்பட்டது என்பது தெரியவில்லை. கல்வெட்டுகளை அழிக்க நினைத்தால் மக்கள் வாழும் பகுதிகளில் இருக்கும் கல்வெட்டுகளே முதல் பலியாகும். அவர் கட்டியெழுப்பிய அழகிய கற்றூண்கள் எதிரிகளின் கண்களைத்தானே முதலில் உறுத்தும். அவைகளும் நிச்சயம் அவர்களின் அழிப்புக்கு உள்ளாகும். இன்று நம் கண்ணில் படும் பல கல்வெட்டுகளும் பல சிரமங்களுக்கு ஊடேதான் நமக்குக் கிடைத்தன. ஏனெனில் கிடைத்த பல கல்வெட்டுகள் அங்கங்குமாக பரந்து கிடக்கின்றன. இன்று கிடைக்கும் கல்வெட்டுகள் எல்லாமே தப்பிப் பிழைத்த கல்வெட்டுகளே.

முதலில் வந்த அசோகரது கல்வெட்டுகள் *MRE*-க்கள் என்றழைக்கப்பட்டன. அதன் பின் வந்தவை பிரிவுக் கல்வெட்டுகள் - *Schism Edicts* - '*SE*'. இவைகளில் பாய்ரட்-கல்கத்தா பிரிவுக் கல்வெட்டுகள் என்பது முதலாவதாக செதுக்கப்பட்டது. இது நேரடியாக புத்த சங்கத்தை நோக்கிக் கொடுக்கப்பட்ட கட்டளை. மற்ற சமயத் தலைவர்களுக்கும் மஹாமத்ரர்களுக்கும் கொடுக்கப்பட்ட கட்டளையல்ல. சாஞ்சி, சாரநாத் என்ற இடங்களில் உள்ள பிரிவினைச் சட்டங்கள் சொல்லும் கற்றூண்கள், நிர்மாணிக்கப்படும்போது சமயத் தலைவர்களும், மஹாமத்ரர்களும் புத்த சபையின் நிர்வாகப் பொறுப்பில் இருந்தார்கள். இந்தக் கல்வெட்டுகளுக்குப் பிறகு கலிங்கா மலைக்கல்வெட்டுகள் தௌலி, ஜௌகடா என்ற ஒரிஸ்ஸாவில் இருந்த இடங்களிலும், தென் கர்நாடகாவிலிருந்த சன்னாட்டியிலும் நிறைவேற்றப்பட்டன. இக்கல்வெட்டுகளிலும் சமயத் தலைவர்களை நிறுவும் முயற்சி பதிவாக்கப்பட்டிருந்தன.

இக்கல்வெட்டுகளுக்குப் பிறகு பதினான்கு மலைக்கல்வெட்டுகள் இன்று வரை கண்டெடுக்கப்பட்டுள்ளன. இக்கல்வெட்டுகள் தெற்கே கர்நாடகா முதல் வடக்கே ஆப்கானிஸ்தானிலுள்ள கந்தகார் பகுதிகள் வரை விரவிக்கிடந்தன.

அசோகரின் கற்றூண் கட்டளைகளில் ஏறத்தாழ முழுமையாகக் கிடைத்தவை ஐந்தே ஐந்து மட்டுமே. இந்த எண்ணிக்கையைத் தாண்டி மேலும் பதினோரு அல்லது பன்னிரண்டு கல்வெட்டுகள் சிதலமடைந்த துண்டுகளாகக் கிடைத்தன. இக்கல்வெட்டுகள் அசோகர் பேரரசனாகப் பதவியேற்று இருபத்தியாறு ஆண்டுகள் கழித்த பின்பு நிறுவப்பட்டன. இப்போது இக்கல்வெட்டுகள் முன்பு போல் மறைவிடங்களில், மனித வாடையில்லாத இடங்களில் செதுக்கப்படவில்லை; மலை ஓரங்களிலும், புத்தக் குருமடங்களின் பாதுகாப்பிலும் செதுக்கப்படவில்லை. நேர் மாறாக, அவை மக்கள் கூடும் இடங்களிலும், பெரும் நெடுஞ்சாலைகளிலும், மக்களால் பெரிதும் புழங்கப்பட்ட கிணறுகளுக்கு அருகிலும், நிறுவப்பட்டன. PE - 7 இறுதியில் நிறுவப்பட்ட கற்றூண். இது டில்லியில் உள்ள ஃபெரோஸ் ஷா கைத்தடி என்றழைக்கப்படும் கற்றூணாக எழுந்தது. இது அசோகரின் பட்டத்திற்குப் பின் இருபத்தியேழு ஆண்டுகள் கழித்து நிறுவப்பட்டது.

கற்றூண்கள் மிகவும் பிரம்மாண்டமான கலைச் செல்வங்கள். அவைகளில் பெரிய தூண் 46 அடி உயரமும் 50 டன் எடையும் கொண்டது. இந்தத் தூணின் உச்சியில் இருந்த உச்சித் தலைப்புப் பகுதி, அதன் அடிப்பீடம், மணிபோன்று பீடத்திற்கு கீழ் இருந்த பகுதி இன்னும் ஆறடியைக் கூட்டியது. எடையும் 3 டன் அதிகமானது. இப்படிப்பட்ட பெரும் தூண்களைச் செதுக்க மிகவும் தேர்ந்த சிற்பிகள் பலர் தேவை. அதுமட்டுமின்றி பெரும் பொறியாளர்களின் ஆற்றல் இத்தூண்களை ஓரிடத்திலிருந்து மாற்று இடங்களுக்கு எடுத்துச் செல்ல மிகத் தேவையாயிருந்திருக்கும். இறுதியாக நீண்டு நெடிது இருந்த இந்தத் தூண்களைச் சிறப்பாக நிறுத்திவைக்கவும் பெரும் திறமை தேவை. இத்தூண்களை இடம் மாற்றி எடுத்துச் செல்வதில் பெரும் பிரச்சனைகள் இருந்திருக்க வேண்டும். ஆகவேதான் இத்தூண்கள் மௌரிய தேச எல்லைக்குள் மட்டுமே நிர்மாணிக்கப்பட்டிருக்க வேண்டும். இங்கும் கங்கையும், அதனோடு இணைந்த நதிகளும் தூண்களை இடம் மாற்றப் பயன்பட்டிருக்க வேண்டும். சாஞ்சிக்குத் தெற்கே அசோகரது கற்றூண்கள் ஏதுமில்லை. ஆயினும் அமராவதி ஸ்தூபியில் ஒரு

பெரும் கல் தூண் அமைக்கப்பட்டு, சின்னாளிலேயே உடைத்து நொறுக்கப்பட்டது என்றும், நொறுக்கப்பட்ட பகுதிகள் மாற்றம் செய்யப்பட்டு பயன்படுத்தப்பட்டன என்றும் ஓர் விவாதம் உண்டு. இத்தூண்கள் பலருக்குள் எதிர்மறை வினைகளை தூண்டக் கூடியவைகளாக இருந்தன. புத்த சமயம் ஒரு பதித மதம் என்றும், சிலை வழிபாடு கொள்ளும் மதம் என்றும் கற்பிக்கப்பட்டன. ஆகவே இக்கற்றூண்கள் எங்கனம் சுனார் கற்சுரங்கத்தில் செதுக்கப்பட்டிருக்கக் கூடும்; யமுனா நதிக்கரையிலிருக்கும் கௌசாம்பிக்கு அருகில் உள்ள பபோஸா கற்சுரங்கத்திலிருந்து எத்தனைத் தூண்கள் செதுக்கப்பட்டிருக்க முடியும் போன்ற பல கேள்விகளை எழுப்பும்.

கல்வெட்டுகளைப் பார்க்கும் போது எழும் ஓர் அதிசயம்- எவ்வாறு அல்லது எங்கிருந்து அசோகர் இதுபோன்ற முழுமையடைந்த கட்டளைகளைப் பிறப்பித்தார். ஒருவேளை முதலில் கரோஸ்தி, பிராமி எழுத்துகளில் ஓலைச் சுவடிகளில் எழுதியிருக்க வேண்டும். அல்லது அலெக்சாண்டரின் தளபதி கூறியதுபோல் துணிகளில் கூட எழுதியிருக்கலாம். தக்ஸிலாவில் இது ஆரம்பிக்கப்பட்டிருக்கலாம். பாரசீக ஏக்கிமெனிட், கிரேக்கர்கள் போல் நினைவுச் சின்னங்களைக் கல்லில் வடித்தெடுக்கும் வழக்கத்தை அவர்களிடமிருந்து அசோகர் கற்றிருக்கலாம். வெளியிலிருந்து எடுத்து வந்த எழுத்துகளின் மீது, தன் மக்களின் புழக்கத்தில் இருக்கும் பொருளை ஏற்றி புதிய, மகத ப்ரகிருதி மொழியை பரிணமித்திருக்கலாம். தன் ராஜ்ஜியத்தின் மக்களும், பின் வரும் சந்ததியினரும் படித்துப் புரியும்படி தன் கட்டளைகளை எழுதி வைத்திருக்க வேண்டும்.

எதிர்க் கருத்தைத் தாங்காத மக்கள், சிலை வணக்கத்திற்கு எதிரான மக்கள், இயற்கையின் அழிவு சக்திகள் - பல திக்குகளிலிருந்து வரும் இத்தகைய பல எதிர்ப்புகளையும் தாண்டி அசோகரது பெயர் பல மாற்றங்களுக்கும் மத்தியில் 2270 ஆண்டுகளையும் தாண்டி நிலைத்து நின்று விட்டது. ஆனாலும், அசோகரைப் பற்றிய பல புத்த சமயக் கதைகள் இருந்தாலும், 'சக்கரம் சுழற்றும் பேரரசன்' என்ற தன் தர்ம சக்கரத்தினால் பெயர் பெற்ற அசோகன் என்ற தனி மனிதரைப் பற்றிய விவரங்கள் ஏதும் நம்மிடமில்லை. இருப்பதில், பல கற்பனைகள் தவிர முழு நிஜமுமல்ல. தன் முகத்தைச் சிறிதே வெளிக் காண்பிக்கிறார். முழு உருவம் எதுவும் தெரியாது. அசோகரின் இந்த மாயச் சிற்பம் ஆய்வாளர்களுக்குரிய கேள்விக்குறியாகி விட்டது.

ஒரு பெரும் வரலாற்று மனிதனைச் சுற்றி இத்தனைக் கேள்விக் கணைகள்... இப்படி ஒரு நிலை இந்தியாவில் மட்டுமே இருக்கக் கூடிய ஒன்று. இந்திய நாடு முழுவதும் ராமாயணத்தின் நாயகன் ராமரைத் தொழுதேத்துகிறது. ராமர் ஒரு புராணக் கதை வீரன். ராவணன் என்ற ராட்சசனை வென்று, அயோத்தியாவில் பெரும் மன்னனாக முடி சூட்டப்படுகிறான். அதன் பின் பதினோராயிரம் ஆண்டுகள் பெரும் பேரரசனாக நல்லாட்சி செய்கிறான். இது ராமரின் புராணக் கதை! இதை நம்பிச் செல்லும் மக்கள் கூட்டம் உண்மையான மனிதன் ஒருவனைப் பற்றி அதிகம் தெரியாதிருக்கிறார்கள். முதன் முறையாக இந்தியாவை தனது ஒரே குடையின் கீழே கொண்டுவந்த மன்னன் - அவ்வகையில் அவன்தான் உண்மையான 'இந்தியாவின் தந்தை'; இந்தியாவில் எல்லோருக்கும் ஏற்கும்படியான கொள்கைகளைக் கொண்டு வந்த பெருமனிதன்; காந்தியின் அஹிம்சை கொள்கைகளுக்கு முன்னோடியாக, மூத்து முதலில் நின்றவன்; அறமே எவரையும் வெல்லும் ஆயுதம் என்ற பெரும் கருத்தினைக் கண்டவன்; ஆட்சியாளர்களின் மத்தியில் யாரும், எவரும் ஒத்துக் கொள்ளும் தனிப்பெரும் ஆட்சியாளன்; ஆட்சிப் பண்புகளால் உயர்ந்த இடத்தில் அமர்ந்தவன்; - ஆனால் இவனைப்பற்றி ஏதும் தெரியாத மக்கள் கூட்டம்! ஆச்சரியமும், வேதனையும் தான் மிஞ்சுகிறது.

அசோகன் எழுப்பிய குரல் ஆசியக் கண்டத்தின் மூலை முடுக்குகளையும் கவரத் தவறவில்லை. ஆனால் அவன் குரலுக்கு இந்தியாவில் பெரிய மரியாதை இல்லாமல் போயிற்று. அவன் ஈராயிரம் ஆண்டுகளுக்கு முன்பு எழுப்பிய பல நினைவுச் சின்னங்கள் மீது நாட்டுக்கோ, அதன் மக்களுக்கோ, எல்லா வற்றையும் விட இந்திய தொல்பொருள் ஆய்வுக் கழகத்திற்கும் கூட அதிக மரியாதை இல்லை. அந்த நினைவுச் சின்னங்களுக்கு ASI கூட எந்தப் பாதுகாப்பும் இன்றும் கொடுக்காது இருப்பது வருத்தத்திற்குரியது.

ஏனிப்படி ஒரு நாடே முழு இருளுக்குள் அமர்ந்திருக்கிறது? அறியாமையா? அப்படியும் சொல்லிச் சென்று விட முடியாது. 1927ஆம் ஆண்டு பண்டிட் ஜவஹர்லால் நேரு பதினான்கு வயதான தன் மகளுக்குச் சிறையிலிருந்து கடிதம் எழுதுகிறார். அவர் தன் பிரிய மகளுக்கு பிரியதர்ஷிணி என்ற பெயரை, அசோகரின் நினைவாக இடுகிறார். ஏனெனில் அசோகர் 'கடவுளுக்குப் பிரியமானவன்' என்று பொருள்படும் ப்ரியதாசி என்ற பெயரைக்

கொண்டவர். ஹேரோ பல்கலையில் பயின்ற நேரு, அசோகர் தன்னை அஹிம்சை வழியில் செல்லத் தூண்டியவர்; ஏசு போன்று முன் மாதிரியாக இருந்த கடவுளின் நிலைக்கு அசோகரை அவர் உயர்த்துகிறார். தங்களை அடக்கி ஆளும் ஆங்கிலேயரை விரட்ட அசோகரின் அஹிம்சைக் கொள்கையைத் தாரக மந்திரமாக அவர் எடுத்துக் கொள்கிறார். இதன் பிறகு இருபது ஆண்டுகள் ஓடிவிடுகின்றன. சிறையில் இருந்த நேரு இப்போது இந்தியாவின் முதல் பிரதம மந்திரியாக, சுதந்திர இந்தியாவின் நவீனத் தந்தையாக நிற்கிறார். புதியதாகப் பிறந்த தன் தாய் நாட்டிற்கு இரு புதிய அடையாளங்களை அவர் தேர்ந்தெடுக்கிறார். இரண்டுமே பேரரசன் அசோகரின் தொடர்புடையவைகள்! இருபத்தி நான்கு ஆரங்கள் கொண்ட தர்மச் சக்கரம் நம் நாட்டுக்கான கொடியின் நடுவில் கம்பீரமாக இடம் பெறுகிறது. 1904-05இல் சாரநாத்தில் தோண்டியெடுக்கப்பட்டு கற்றூணின் உச்சிக் கல்லில் வடிக்கப்பட்டிருந்த நான்கு சிங்கச் சிற்பங்களும், அவை காவல் காத்து நிற்கும் நான்கு தர்மச் சக்கரங்களும் தேசிய அடையாளச் சின்னமாக மாறுகின்றன. சிங்கங்களும், தர்மச் சக்கரங்களும் ‘புத்தரின் சிம்மக் குரலாக’ நான்கு திக்குகளையும் அடைய வேண்டும் என்று அசோகர் வடித்த சிற்பம் இப்போது நம் நாட்டின் அடையாளச் சின்னம்!

இந்த இரு தேசிய அடையாளங்களும் தேர்ந்தெடுக்கப்படுவதற்கு காரணம் அவை இந்த நாட்டின் புதிய சூழலை உலகிற்கெல்லாம் பறையறிவிப்பதற்கே; எம்மதச் சார்பும் இன்றி, மதச்சார்பின்மை என்பதே புதிய இந்தியாவின் கொள்கை. நூலாசிரியர் பத்திரிகையாளர் கீதா மெஹ்தா இச்சின்னங்கள் பற்றிக் கூறுவது மிகவும் பெருமைக்குரிய ஒன்றாகும். “குழந்தைப் பருவத்திலிருந்தே எங்கள் பெற்றோர்களால் இந்த 2300 ஆண்டுகளாக இருந்து வரும் அடையாளங்கள் நம் நாட்டின் புராதனத் தன்மையைக் குறிப்பிடுவதற்கு மட்டுமல்ல; உண்மைகளே, உண்மைத் தன்மைகளே நம் நாட்டை ஆள வேண்டும் என்ற கருத்தை எங்கள் மனதில் இச்சின்னங்கள் மூலம் விதைத்தார்கள்.” கீதா மெஹ்தா மேலும் அசோகர் பெரும் வெற்றி வீரராக இருந்து, பின் ஒரு பேரரசனாக மாறினார் என்பதைக் கூறுகிறார்.

> *“வெற்றிக் களிப்பின் உச்சியில் இருந்த பேரரசர் அசோகர் அஹிம்சையை அரவணைக்கிறார். ஒரு புதிய தத்துவம் பிறக்கிறது. அசோகர், இனி போர் முரசுகளின்*

ஒலிகளுக்குப் பதில் தர்மத்தின் ஒலியே பேரொலியாக அனைவருக்கும் கேட்கவேண்டும் என்கிறார்.”

“இரண்டாயிரத்து ஐந்நூறு ஆண்டுகளுக்குப் பிறகு அசோகர் சொன்ன தர்மத்தின் ஒலி மீண்டும் கேட்கப்படட்டும். காந்தி அகிம்சை வழியில் ஆங்கிலேயரை நாட்டை விட்டு விரட்டும் போதும் இந்த ஒலியே எழுந்தது. புதிதாக எழும் இந்த நாட்டின் மிகப் பெருமைக்குரிய இடங்களில் அசோகரின் தர்மச் சக்கரம் இடம் பெற்றிருக்கிறது. அது நம் கொடியின் நடுவில் மரியாதைக்குரிய இடத்தில் இருக்கும். அசோகரின்கற்றூணின் தலையில் இருக்கும் சிங்கச் சின்னமும், தர்மச் சக்கரமும், தர்மம் எல்லாத் திசைகளிலும் பரவி, அமைதியான நல்லிணக்கச் சூழல் உருவாகும் என்ற கருத்தோடு நிற்கும். இவை இந்திய அரசு எப்போதும், எப்படி இயங்கவேண்டும் என்பதை நினைவுறுத்தும் சின்னங்களாக நிலைத்து நிற்கும்.”

நேரு இந்த இரு சின்னங்களை நாட்டிற்காகத் தேர்ந்தெடுத்தது காந்தியின் கருத்திற்கான ஒரு எதிர்க்கருத்தாகக் கூட இருக்கலாம். மகாத்மாவின் இந்தியா, நேருவின் இந்தியாவிலிருந்து மிகவும் வேறுபட்டிருந்தது. காந்தியின் கனவுகள் ‘ராம ராஜ்யம்’ பற்றியது. புராணக் காலத்திய ராமனது பொற்கலம், கைராட்டையைச் சுற்றிச் சுழலும் வாழ்க்கை, மாட்டுவண்டி, கிராமத்துக் கிணறு, பெரியவர்களின் பஞ்சாயத்து, மக்களிடமிருந்து விலகி நிற்கும் ஆட்சியாளர்கள் பழமையில் வேரூன்றிய நிலை, ஆயினும் சாதி, பால் வேறுபாடுகளைத் தாண்டி நிற்கும் நிலை - இவைகளே காந்தியின் கனவுலகத்தில் இந்தியாவின் எதிர்காலமாக இருந்தது. நேருவிற்கு இவைகளெல்லாம் வெறும் கனவுக் காட்சிகள் மட்டுமே! நேருவிற்கு, இந்தியா எவ்விதக் குழு மனப்பான்மையின்றி, உலக நாடுகளோடு சமாதானத் தளத்தில் நின்று, உறுதியான, சமயச் சார்பில்லாத மத்திய அரசு ஒன்றின் மூலம் நாடு ஆளப்பட வேண்டும் என்பதுவே தீவிரக் கனவாக இருந்தது. அசோகரின் இந்தியாதான் நேருவிற்கான முன்னோடியாகவும், முன் மாதிரியாகவும் இருந்தது.

நேரு கண்ட தடுமாற்றமும், காந்தியின் கனவுகளும் ஒரு இந்து அடிப்படைவாதியின் துப்பாக்கியிலிருந்து வந்த குண்டு ஒன்றினால் முடிவுக்கு வந்தது. புது டில்லியில் பிர்லா

மாளிகையில் 1948ஆம் ஆண்டு ஜனவரி மாதம் 30ம் தேதி காந்தி சுட்டுக் கொல்லப்பட்டார். சுதந்திரம் பெற்ற மதச்சார்பற்ற புதிய இந்தியாவில் அஷோக், அசோகர் என்ற பெயர்கள் எளிதாகப் புழங்கின. 1960களில் பெரும் நட்சத்திர நிலையில் டில்லியில் 'அசோகா ஹோட்டல்' உருவெடுத்தது. இந்தியா முழுவதும் பரவியிருந்த அரசின் இந்தத் தொடர் ஹோட்டல்களில் இவ்விடுதி முதன்மை பெற்ற தலைமை விடுதியாக இருந்தது. கிர்னார் மலை முன்பு ஒரு பெரிய கற்பாறையில் அசோகரது பதினான்கு மலைக் கல்வெட்டுகள் பொறிக்கப்பட்டன. புதுடில்லியில் ஜெய் சிங் வானிலை ஆய்வுக் கூடத்தில் இக்கல்வெட்டுகளின் மாதிரி பித்தளையில் செய்யப்பட்டு நிறுவப்பட்டது. அசோக் என்ற பெயரும் பையன்களுக்கான பெயர்ப் பட்டியலில் முக்கிய இடம் பெற்றது. இது நிச்சயமாக புத்த சமயத் தொடர்போடில்லாமல், பெயர்களின் பொருளினால் - அசோகன் = சோகம் இல்லாவன்- அப்பெயர் பிரபலமானது, இதற்கும் மேலாக இந்தியாவின் குடியுரிமைச் சட்டம் தலித் சாதியில் உதித்த நீதித்துறை அமைச்சரான டாக்டர் பீமாராவ் ராம்ஜி அம்பேத்கரால் எழுதப்பட்டு 26 நவம்பர் 1949 அன்று நிறைவேறியது. இச்சட்டம் அசோகரது சட்டம் போல் மதச் சுதந்திரம் அளித்தது; சாதி வைத்துப் பிரிக்கப்படுவதைத் தடை செய்தது.

சரியான திக்கில் பயணத்தை ஆரம்பித்தாலும், சில மாற்றுக் கருத்துடையவர்களால் இப்பயணம் பல தடைகளுக்கு உள்ளானது. மாற்றுக் கருத்துடைய இவர்கள் மிகவும் குறுகிய சிறுபான்மையாளர்கள். இவர்கள் உரத்த குரலில் 'இந்துத்வா' என்ற குறுகிய கருத்தை உரக்கக் கத்தி நாட்டின் பயணத்தைத் தடுக்கின்றனர். இவர்களைப் பொறுத்தவரை ஒரு 'நல்ல இந்தியன்' என்பவன் 'ஒரு இந்து.' சிறுபான்மையாக இருக்கும் இஸ்லாமியரைப் பெருமளவிலும், கிறித்துவர்கள், பார்ஸிகள் போன்றவர்களை சிறிய அளவிலும் பாதிக்கவே இக்கூச்சல். தாழ்த்தப்பட்ட, ஆனால் அரசியலுக்குள்ளாகும் தலித்துகளையும் பாதிக்கும் நடவடிக்கையே இது. 1956 டிசம்பர் மாதம் மரணமடைந்த அம்பேத்கர் தன் இறப்பிற்கு ஆறு வாரங்களுக்கு முன்பு மிகவும் மனம் உடைந்தவராக, ஆயிரக்கணக்கான தலித்துகளோடு புத்தமதத்தில் சேர்ந்தார். சாதியினால் உள்ள உயர்வு தாழ்வு, சில சாதியினரைக் கீழாக பார்க்கும் நிலை ஏதும் மாறவேயில்லை என்ற பெரிய மனக்குறையே இதற்குரிய காரணம். மேலும் இன்றைய தலித் மக்கள், முன்பு புத்த மதத்தில் இருந்தவர்கள். சமூகத்தால் விரட்டியடிக்கப்பட்டு

சமூகத்தின் விளிம்பு மனிதர்களானவர்கள். இன்று இவர்கள் இந்தியாவின் மக்கட்தொகையில் கால்பங்கினர். கடந்த இருபது ஆண்டுகளில் தலித்துகள் ஓரளவு அரசியல் செல்வாக்கை வளர்த்து வருகிறார்கள். இந்த வளர்ச்சி பிராமணர்களாலும், சத்திரியர்களாலும் ஆன ஆளும் வர்க்கத்திற்கு எதிரானதாகவே இருக்கிறது.

இந்துத்துவாவினரின் ஒரு முக்கிய கொள்கை என்னவெனில் அவர்கள் 'ஆர்ய ஊடுருவல்' என்ற கருத்தாக்கத்தைக் கடுமையாக எதிர்ப்பவர்கள். அவர்களது கருத்துப்படி இந்திய நாகரீகம் இங்கேயே வளர்ந்தது. வெளி நாட்டினர் யாரும் புதிதாக வந்து இந்திய நாகரீகத்தை உருவாக்கவில்லை. இதே 'தத்துவத்தை' அவர்கள் அசோகரை நோக்கியும், புத்த சமயத்தை நோக்கியும் நீட்டுவதுண்டு. பிராமண இந்து மதத்தை எதிர்க்கவே புத்தமதம் வந்தது என்பதும், அதனால் அது இந்திய மண்ணோடு ஒட்டாதது என்பதும் அவர்கள் வாதம். அசோகர் தன் கல்வெட்டுச் சட்டங்களில் புத்த மதம் மட்டுமல்ல, இந்து, சமண மதங்களின் கருத்துகளையும் இணைத்தே எழுதியுள்ளார்.

1990களில் இந்துத்துவவாதிகளின் பெரும் எதிரியாகக் காணப்பட்டவர் பேரா. ரொமிலா தாப்பர். இவரது நூலின் கருத்துகளின்படி தேசியப் பள்ளிகளில் எழுதப்பட்ட பாடத் திட்டங்கள் இந்த இந்துத்துவவாதிகளின் எதிர்ப்பால் கைவிடப் பட்டது. இந்தியாவின் வரலாறுகளை 'இந்துத்துவ வரலாறாக' மாற்ற முனைகிறார்கள். இதை எதிர்த்த தாப்பர் 'இந்துக்களின் எதிரி' என்று பட்டம் சூட்டப்பட்டார். இந்த எதிர்ப்புகளால் அவர் அமெரிக்க நூலகக் குழுவில் பணியாற்ற 2003ஆம் ஆண்டில் அமெரிக்கா சென்று விட்டார். அவர் இந்தியாவைக் காட்டிக் கொடுத்துவிட்டார் என்ற அவதூறு இப்போதும் அவர் மீது உண்டு. இதில் கவனிக்கப்பட வேண்டிய விஷயம் ஒன்று. தாப்பர் எழுதிய வரலாற்றின்படி அசோக மன்னரும் - தாப்பரைப் போலவே - இந்துத்துவவாதிகளால் வரலாற்றின் ஆரம்பத்தில் பலி வாங்கப்பட்டவர். இந்துத்துவவாதம் அசோகரின் காலத்திலேயே ஆரம்பிக்கப்பட்டுவிட்டது! ஆயினும் இப்போது அவர்களது எதிர்ப்புக் குரல் முன்பு போல் ஆக்ரோஷமாக இல்லை. மக்களும் அவர்கள் பின் செல்லவில்லை.

அசோகரின் வரலாற்றிற்கு மீண்டும் வருவோம். அசோகரைப் பற்றிய தேடல்கள் இன்னும் தொடர்கின்றன. ஒவ்வொரு ஆண்டும் சின்னச் சின்னச் செய்திகள் கண்டுபிடிக்கப்பட்டு

வரலாற்றுச் செய்திகள் கூடுகின்றன. 1982இல் ஒரு புதுக் கண்டுபிடிப்பு. டாக்டர் பி.கே. மிஷ்ரா, நாக்பூர் பகுதியில் உள்ள இந்தியத் தொல் பொருள் ஆய்வுக்குழுவின் மேல் ஆய்வாளராக இருந்தவர். இவர் பார்ஹூட், சாஞ்சி ஸ்தூபிகளுக்குக் காலத்தால் முந்திய ஸ்தூபி ஒன்றை அலகாபாத் - ரெவா நகரங்களை இணைக்கும் நெடுஞ்சாலைக்கு அருகில் உள்ள தியோர்கோத்தார் அருகே புத்தக் குருமடம் ஒன்றையும் கண்டுபிடித்தார். மிஷ்ராவே 1999-2000-களில் இன்னும் இரு ஸ்தூபிகளைக் கண்டு பிடித்தார். இந்த இரு ஸ்தூபிகளும் கல்லால் ஆன பழைய சுற்றுக் சுவர்களால் சூழப்பட்டிருந்தது. இச்சுற்றுச் சுவர்கள் எவ்வித சிற்பங்களும் இல்லாதிருந்தன. ஒருவேளை இது மரத்திலிருந்து சுற்றுச் சுவர்கள் கல்லிற்கு மாறிய தருணத்தில் கட்டப்பட்ட சுற்றுச் சுவராக இருக்கலாம்.

இந்த அகழ்வாராய்ச்சியில் கண்டுபிடித்தவைகளில் மிக முக்கியமானது என்று மிஷ்ரா ஒரு பெரும் பளபளப்பான கல் தூணைக் கூறுகிறார். இக்கற்றூண் நிச்சயமாக பொ.ஆ.மு. மூன்றாம் நூற்றாண்டிற்குரியதாக இருக்கவேண்டும். அசோகர் காலத்திய இந்தத் தூணின் அடிப்பீடத்தில் தர்மச் சக்கரம் காணப்பட்டது. இந்தத் தூண் ஐம்பது துண்டுகளாக உடைத்து நொறுக்கப்பட்டு கிடந்தது. அங்குள்ள சுற்றுச் சுவர்களோடு இவைகளும் சேர்த்துக் கண்டுபிடிக்கப்பட்டன. அந்தச் சுற்றுச் சுவர்களும் தூண்கள் போலவே நொறுங்கிக் கிடந்தன. ‘திட்டமிட்டு நிகழ்த்திய அழிவு’ என்று இதனை மிஷ்ரா கூறுகிறார். இந்த அழிப்பு வேலை பொ.ஆ.மு. இரண்டாம் நூற்றாண்டின் முதல் ஆண்டுகளில் நடந்திருக்க வேண்டும் என்கிறார்.

உடைந்த தூணின் துண்டுகளை ஒன்றிணைத்ததில் ஆறு வரிகளில் பிராமி எழுத்துகளில் உள்ள கல்வெட்டு ஒன்று கிடைத்துள்ளது. புத்த தேவனுக்கு அர்ப்பணிக்கப்பட்டதாக அக்கல்வெட்டுச் செய்தி சொல்கிறது. ஆனால் இது அசோகரால் எழுப்பப்பட்ட தூணல்ல. உபகுப்தா என்ற புத்தப் பெருங் குழுவினால் எழுப்பப்பட்டது. உபகுப்தர் மதுராவில் தன் சீடர்களோடு வாழ்ந்தவர். இந்த கற்றூண் வாசகங்கள் மேலுள்ள கருத்தை உறுதி செய்தால் ‘அசோகவர்தனா’ என்ற நூலிலும், யுவான் சுவாங் எழுதியுள்ளதில் இருப்பது போலவும் உள்ள செய்திகள் உறுதியாக்கப்படுகின்றன. இரண்டு நூல்களிலும் உபகுப்தர் சரவஸ்திவாதா என்ற புத்தப் பள்ளியில் அசோகர் காலத்தில் பெரிய குழுவோடு இருந்தார் என்றும், இவரே

அசோகரை புத்தனின் வழிக்குக் கொண்டு வந்தவர் எனவும், அசோகர் மேலும் மேலும் புத்த சமயத்திற்குப் பணிகள் புரிய வழிநடத்தியவர் என்றும் கூறியிருப்பது உறுதியாகிறது.

மிஷ்ரா கண்டுபிடித்த தியோர் கோத்தாரில் நடந்துள்ள அழிவுகள் இன்னொரு வரலாற்று உண்மைக்கும் உறுதியான சான்றாகிறது. பிராமணத் தளபதியான புஷ்யமித்ரா சுங்கா, மௌரியன் பரம்பரையை அழித்தொழித்து சுங்கா பரம்பரையை ஆரம்பித்தான் என்ற வரலாறும், அவன் ஆட்சிக்கு வந்ததும் பல்வேறு புத்த சமய இடங்களை இடித்தழித்தான் என்பதும் உறுதியாகிறது. இருப்பினும் உடைக்கப்பட்ட கட்டிடங்களும், சிதைக்கப்பட்ட முகங்களுடன் உள்ள சிலைகளும், இயற்கையின் துயர நிகழ்வுகளாலும், எதிர்பாராத நெருப்பு பிடிப்பதாலும் நடக்கவும் முடியும் என்றும் கூறலாம். அதோடு அசோகரின் கல் தூண்கள் லிங்கமாக இந்துக் கோயில்களில் மாறுவதும், புத்தசமயக் கோவில்களின் மேற்புரத்தில் புதிதாக இந்துசமயக் கோவில்கள் கட்டப்படுவதும் மனிதனின் இயற்கையான இயல்பு தான் என்றும் சொல்ல முடியும். கையில் கிடைப்பதைத் தனக்காக மாற்றிப் பயன்படுத்தும் மனிதப் பழக்கமே இது என்றும் கூறலாம்.

லாங்குடி யானையின் கற்சிற்பம். தோற்றத்திலும், பாவனையிலும் இது அசோகர் தௌலி மலைக்கல்வெட்டு சிற்பங்களைக் காக்க எழுப்பிய யானைச் சிற்பங்கள் போலவே உள்ளன. இச்சிற்பம் 2011இல் பழைய கலிங்க நாட்டில் உள்ள புஷ்பகிரியில் இருந்த பெரும் குருமடத்தில் நடந்த அகழ்வாராய்ச்சியில் கண்டுபிடிக்கப்பட்டது. இன்னும் அங்கு தொடர்ந்து ஆய்வுகள் மேற்கொள்ளப்படுகின்றன. இவ்விடத்திற்கு ஏழாம் நூற்றாண்டில் சீனப் புனிதப் பயணி யுவான் சுவாங் வருகை தந்திருக்கிறார். (Courtesy of the American Committee of South Asian Arts)

சமீப காலத்தில் அசோகரின் வரலாற்றைப் பற்றிய பல ஆச்சரியமான கண்டுபிடிப்புகள் கிடைத்து வருகின்றன. இவைகள் பெரும்பாலும் வடக்கு ஒரிஸ்ஸாவிலும், லாங்குடி மலைப்பகுதிகளிலும் கிடைத்து வருகின்றன. இப்பகுதியில் தான் புஷ்பகிரி என்ற பெரும் புத்தக் குழுமம் இயங்கி வந்துள்ளது. இம்மடத்தில் தான் யுவான் சுவாங் ஓராண்டு தங்கியிருந்து மாணவனாக இருந்து கற்றார்; ஆசிரியனாக இருந்து போதித்தார். இப்பகுதி அடுத்தடுத்துள்ள மூன்று மலைகளைக் கொண்ட இடம். மூன்று மலைகளில் ஒரு மலையின் உச்சியில் ஓர் எளிய செங்கல்லால் கட்டப்பட்ட ஸ்தூபி உள்ளது. இது பொ.ஆ.மு. மூன்றாம் நூற்றாண்டைச் சேர்ந்ததாக இருக்க வேண்டும். இந்த ஸ்தூபி இருபத்தி ஆறு சிறு தூண்களால் சூழப்பட்டுக் கட்டப்பட்டுள்ளது. கட்டிடம் முழுவதும் வேலைப் பாடுகள் ஏதுமில்லாதவையாக இருந்தது. இதற்கருகில் கல்லில் செதுக்கப்பட்ட யானைச் சிலை ஒன்றுள்ளது. இது தௌலி மலைக் கல்வெட்டில் மார்க்கம் கிட்டோ கண்டு பிடித்ததில் இருந்த யானையைபோலவே இருந்தது.

ஒரிஸ்ஸா மாநில தொல்பொருள் துறையில் காப்பாளராக இருந்த டாக்டர் டி.ஆ. பிரதான் 2000-01 ஆண்டுகளின் குளிர்காலத்தில் லாங்குடி அருகே இரு சிறிய கற்சிலைகளைக் கண்டெடுத்தார். இச்சிலைகள் வரலாற்றாளர்களிடம் பெரிய தாக்கம் ஒன்றினை உண்டு பண்ணியது. ஏனெனில் இவ்விரு சிலைகளிலும் பிராமி எழுத்துகள் காணப்பட்டன. அதுமட்டுமின்றி அசோகரின் பெயர்கள் அச்சிலைகளில் காணப்பட்டன. இரு சிலைகளில் நெஞ்சுவரை உள்ள கற்சிலை ஒன்றிருந்தது. காதுகளில் பெரிய வளையங்கள்; தலை மீது சுருட்டி வைக்கப்பட்ட நீண்ட முடி. இதில் உள்ள எழுத்துகளை (கல்கத்தா பல்கலைக் கழகத்தில் பணிபுரிந்த) பேரா பி.என். முக்கர்ஜி 'ச்சீ (ஸ்ரீ - மதிப்பிற்குரிய) கரினா ரஞ்ச அஷோகினா' என்று மொழிபெயர்த்துள்ளார். 'வழங்குதல்' என்ற பொருள் தரும் 'கரினா' என்ற சொல் இருப்பதால் இச்சிலை 'தானமளித்த அசோகரின் சிலை' என்பது தெரிகிறது.

இரண்டாவது சிலை சற்றே பெரியது. இருபது இஞ்ச் நீளம்; மன்னன் ஒருவன் அரியணையில் அமர்ந்திருக்க, இருபுறமும் நின்று கொண்டிருக்கும் இரு அரசிகள் / சேடிகள். அமர்ந்திருக்கும் மன்னன், கைகளை முழங்கால்களின் மீது வைத்துக்கொண்டு கால் மடித்து அமர்ந்திருந்தார். தலையில் தலைப்பாகை; காதில் தொங்கும் வளையம்; கைகளில்

மணிக் கட்டிலிருந்து முழங்கை வரை வளையல்கள். இச்சிலையிலிருக்கும் குறிப்புகள் சற்று நீளமானவை.

> *"அமா உபாசக அஷோக்கசா சம்சியமான ஆக்ரா ஏசா ஸ்துபா."*

இதனைப் பேரா. முக்கர்ஜி இவ்வாறு மொழிபெயர்க்கிறார்:

> *"ஒரு சாதாரண நம்பிக்கையாளனான அசோகர், தனது சமய ஆர்வத்தோடு இந்தப் பெரிய ஸ்தூபி கட்டுவதில் உடனிருந்தார்."*

இக்குறிப்பு அசோகர் ஒரு சாதாரண நம்பிக்கையாளராக இருந்த சமயத்தில் எழுதப்பட்ட குறிப்பு. இச்சிலைகளின் வயது பொ.ஆ.மு. 265- 263 ஆக இருக்க வேண்டும். இக்காலம் அசோகர் கலிங்க நாட்டை வெற்றி கொண்ட காலமாக இருக்க வேண்டும்.

அசோகரது வரலாற்றில் புதிய பக்கங்கள் இதுபோல் இன்னமும் புதிது புதிதாகத் தொடர்ந்து திறந்து கொண்டேயிருக்கின்றன!

16
அசோக தர்மத்தின் வாழ்வும் தாழ்வும்

பார்ஹுட்டின் கிழக்குத் தோரணவாயிலில் உள்ள முன் தூணில் உள்ள சில விவரங்கள் கண்டு கொள்ளாமல் விடப்பட்டிருந்தன. இச்சிற்பத்தில் மன்னர் ஒருவர் புத்தப் புனிதப் பொருட்கள் அடங்கிய பேழை ஒன்றை வைத்துக் கொண்டு யானையில் வருகிறார். அதில் உள்ள குறிப்புகளில் இச்சிற்பம் யாரால் அளிக்கப்பட்டது என்ற விவரம் உள்ளது. சாஞ்சிக்குப் பக்கத்தில் உள்ள விதிஷாவின் ரேவதி தேவியின் மனைவி சப்பா தேவி அளித்த நன் கொடை என்று அக்குறிப்பு சொல்கிறது. இந்த இடம் அசோகரின் முதல் மனைவி வாழ்ந்த இடமாகும். (Courtesy Benoy K. Behl)

அசோக மன்னரின் வரலாறு அவருடைய பிறப்புக்கு முன்பே ஆரம்பமாகி விடுகிறது. அசோகரின் தாத்தா அதன் ஆரம்பப் புள்ளியாகிறார். இவர் மகத நாட்டின் முதல் மன்னர். மகத நாட்டு மன்னனாக சந்திரகுப்தரை ஆக்கிய பிராமணரான சாணக்கியரின் வாழ்க்கையும், மகத நாட்டு மன்னர்களின் பரம்பரையோடு இணைந்த ஒன்று. சாணக்கியரின் மற்றொரு பெயர் கௌடில்யா. 'காகம் போன்றவன்' என்பது இதன் பொருள். சாணக்கியர் தக்ஸிலா பகுதியைச் சேர்ந்தவர். இவர் மகா சைரஸ் என்றழைக்கப்படும் அக்கிமெனிட் பேரரசின் மன்னர் காலத்தில் பொ.ஆ.மு. நான்காம் நூற்றாண்டில், உயர்சாதியினருக்கான கல்விச் சாலைக்குச் சென்றார். இங்கு பிராமணர்கள், சட்டம், மருத்துவம், போர் முறைகள், சத்திரியர்களின் போர்க்கலை என்பவைகளைப் படிக்க முடியும். இது போன்ற வெறும் பள்ளிப் படிப்பு மட்டுமின்றி, தக்ஸிலா மக்கள் கூடி தங்கள் பொருட்களையும், கருத்துகளையும் பரிமாறிக் கொள்ளும் இடமாகவும் இருந்தது. இந்தப் பரிமாற்றம் சாணக்கியரின் திட்டங்களுக்கும், மௌரிய அரசுப் பரம்பரைக்கும் பெரிய உதவியளித்துள்ளன.

தக்ஸிலாவில் சாணக்கியரின் ஆசிரியர்களில் ஒருவர் பாணினி என்ற இலக்கண ஆசிரியர். இவரே சமஸ்கிருத மொழிக்கு அடிப்படை இலக்கணக் கோட்பாடுகளை வகுத்தவர். ஆயினும் பாணினி மற்றும் அவரைப் போன்றவர்கள் தங்கள் கருத்துகளை அராமிக் மொழியில் மட்டுமே எழுதக் கூடிய நிலையிருந்தது. வட இந்தியாவில் புழங்கி வந்த மொழியான பிரகிருதி மொழிக்கு இந்நிலை ஒரு பெரும் பிரச்சனையாக இருந்தது. இதனால் அறிஞர்கள் பலரும் அராமிக் மொழி போலவோ அல்லது அதைவிட சிறந்த மொழி ஒன்று தேவை என்பதை உணர்ந்தனர். ஆனால் அப்படி ஒரு மொழியை வளர்க்க மன்னன் ஒருவனின் ஆதரவும், புது மாற்றங்களுக்குச் செவிமடுக்கும் ஒரு மன்னனும் தேவையாயிருந்தனர்.

அலெக்சாண்டர் இந்தியாவிற்குள் காலடி வைப்பதற்கு இருபது ஆண்டுகளுக்கு முன்பே சாணக்கியர் தக்ஸிலாவில் தன் கல்வியை ஆரம்பித்திருந்தார். அதன்பின் தன் குரு பாணினியைப் போலவே, சாணக்கியரும் கிழக்கு நோக்கிப் பயணப்பட்டு பாடலிபுத்திராவிற்குச் சென்று, அங்கு அப்போது அரசாண்ட தன நந்தா என்ற மன்னனைக் காணச் சென்றார். இந்த நிகழ்வு மிகவும் ஆபத்தானதாகப் போய்விட்டது! அங்கிருந்து சாணக்கியர் தன் உயிரைப் பாதுகாத்துக் கொள்ள தப்பித்து ஓடிப் போக

வேண்டியதாயிற்று. இந்த முயற்சிக்கு அவருக்குப் பணம் கொடுத்து அஜிவிக்காஸ் முதலிலும், அதன் பின் ஜைனர்களும் உதவினர்.

தப்பி வந்த சாணக்கியருக்கு இப்போது ‘உயர்குலத்தில் பிறந்த ஒருவன் புதிய அரசு அமைக்க தேவையாயிருந்தான்.’ இந்தத் தேடலில் அவருக்குக் கிடைத்த பையனே சந்திரகுப்தர், கண்டெடுக்கப்பட்ட அந்தப் பையன் யார்? தாழ்ந்த சாதிக்கார மன்னன் தன நந்தாவிற்கும், தாழ்ந்த சாதிக்கார அரசி ம்யூராவிற்கும் பிறந்த மகனா? மயில்களைக் காக்கும் பணியைச் செய்தவரின் பேரனா? அல்லது சத்திரிய குலத்தில் பிறந்தவனா? சக்கியர்கள் என்ற சத்திரியக் குலத்தில் பிறந்து, சம்பரன் என்ற மகதாவிற்குக் கிழக்கப் பக்கம் உள்ள பகுதியில் வாழ்ந்து, அங்குள்ள மயில்களைக் காத்துவந்தவர்களின் வம்சமா? அல்லது ‘மயில் மலை’ என்ற பொருளில் ‘மொரியநாகா’ என்ற மலைநகரத்தின் தலைவனாயிருந்தவனின் மகனா? அனேகமாக சொல்லிய இத்தனையுள், கடைசியாகச் சொன்னது மட்டும் உண்மையாக இருக்கலாம்.

மௌரியர்களுக்கு மயில்களோடு தொடர்பு கொள்ளும் மரபு இருந்திருக்கிறது. இப்பரம்பரையினர் இந்தியாவின் வடமேற்குப் பகுதியில் உள்ள மெர் அல்லது மெரு என்றழைக்கப்படும் பகுதியோடு தொடர்புடையவர்களாக இருந்திருக்கிறார்கள். இப்பகுதி அலெக்சாண்டரின் அன்னோஸ் மலைப் பகுதியில் மெர்கோஷ்ற அல்லது மகாபன் என்ற மலையுச்சிப் பகுதியில் இருந்தன. இதனால் தான் அசோகரின் இரு மலைக்கல்வெட்டுகள் மகாபன்னிற்குச் செல்லும் சாலைகளின் முகப்பில் உள்ள சபாஷ் கார்கி, மன்செஹ்ரா என்ற இரு இடங்களிலும் இருந்திருக்கலாம். மேலும் சந்திரகுப்தர் ஒரு கிரேக்க அசகினாய், அதாவது அஷ்வாகன் என்ற குதிரைகள் கொண்ட மக்கள் குழுவான சந்திரவன்ஷி என்ற ‘நிலவுப் பரம்பரைக்காரர்கள்’ என்ற குலத்தினராக இருக்கலாம். இவர்கள் அலெக்சாண்டர் இந்தியாவிற்குள் படையெடுத்தபோது அவரின் கூலிப் படைவீரர்களாக இருந்தவர்கள்.

சந்திரகுப்தரின் வாழ்க்கை பற்றிய இன்னொரு கதையும் உண்டு. இவர் வைஸ்யா சாதியில் உள்ள ஒரு குதிரைவீரன் இவரது தாய் இவரை ஒரு மாட்டுப்பண்ணை வைத்திருந்தவரிடம் ஒப்படைத்திருந்தாராம். அப்படி வளர்ந்த பையனை சாணக்கியர் தேர்ந்தெடுத்தார். அரிஸ்டாட்டில், மசிடோனியாவிலிருந்து வந்திருந்த அலெக்சாண்டரை தன் சீடனாக உருவாக்கியதுபோல்,

சந்திரகுப்தரை சாணக்கியர் உருவாக்கினார். இது ஒரு வியப்பான ஒற்றுமை! உலகின் வரலாற்றில், ஒரே காலகட்டத்தில், இருபெரும் ஆசான்களின் கீழே இருவர் கற்பிக்கப்பட்டு, அந்த இருவரும் மனித வரலாற்றின் மிகப் பெரும் மனிதர்களாக, மன்னர்களாக உருவெடுத்துள்ளனர். இரு ஆசான்களும் மிகப் பெரும் அறிவாளிகள். ஆனால் இந்த இருவரும் உருவாக்கியவர்களில் அலெக்சாண்டர், அரிஸ்டாட்டிலின் கோட்பாடுகளிலிருந்து முற்றும் விலகி தனி வழியில் சென்றார். ஆனால் சந்திரகுப்தர் தான் அரசுப் பதவியிலிருக்கும் காலமனைத்தும் தன் குருவை தன்னோடு வைத்திருந்தார். சாணக்கியரும் அட்டைபோல் ஒட்டிக் கொண்டார். இந்தியாவின் முதல் பெரும் பேரரசன் என்ற உயர்நிலையை மன்னர் பெற்ற பிறகும், அவரை விடாது பற்றிக் கொண்டிருந்தார். மன்னனுக்கு முழுவதுமாய், வழிநடத்துபவராக, பெரும் வெற்றிகளுக்குப் பின்னும் மமதை ஏதும் மன்னன் மனதில் ஏறாதவண்ணம் வழிநடத்தி வந்துள்ளார்.

இந்திய வரலாற்றுக் குறிப்புகள் அனைத்துமே ஒரு நிகழ்வை முழுவதுமாக ஒரே மாதிரியாகச் சொல்லியுள்ளன. நந்தா பரம்பரையின் இறுதி மன்னனை சாணக்கியர் ஒழித்து, அதற்குப் பதிலாக புதிய பரம்பரை ஒன்றை - ‘நிலவுப் பரம்பரை’ - சந்திரகுப்தர் மூலம் நிறுவினார் என்பதே அந்தப் பொதுவான செய்தி. கிரேக்க வரலாற்றுக் குறிப்புகளில் சந்திரகுப்தர் முதலில் கிரேக்கர்களுக்கான கூலிப்படை வீரராக இருந்தவர். பின்பு அவர்களையும் எதிர்த்து, அதன் பின் தன் தீவிர வீரத்தினால் பெரும் மன்னன் ஆனார் என்ற செய்திகள் உள்ளன. சாணக்கியரைப் பற்றி அவைகள் ஏதும் கூறாமல் விட்டு விட்டாலும், அவரின் திட்டமிடுதலே சந்திரகுப்தரை உயர்த்தியிருக்கும் என்பதில் ஐயம் கொள்ள வேண்டியதில்லை. எல்லாவற்றிற்கும் மேலாக, சந்திரகுப்தரின் பெயரை வரலாற்றில் ஆழமாகப் பதிவு செய்தபின், சாணக்கியர் தன் அரியநூல் ‘அர்த்த சாஸ்த்ரா’ - ‘நாட்டின் பொருளாதாரக் கையேடு’ - எழுதினார். சந்திரகுப்தரை தன் அறிவுரையால் வரலாற்று மனிதனாக மாற்றிய பின், அந்த வெற்றிகரமான அனுபவங்களை வைத்து, சாணக்கியர் தனது நூலை எழுதியிருக்க வேண்டும் என்பது திண்ணம். அந்த நூலே சாணக்கியரின் வரலாற்றுப் பங்களிப்பிற்கு பெரும் சான்றாக இன்றும் நிற்கிறது. சாணக்கியரின் பெரும்அரசியல் பங்களிப்பும், நூல் எழுதிய அறிவுப் பங்களிப்பும் அவரது நாடான தக்ஸிலாவிலேயே நடந்தது.

சாணக்கியரால் கண்டெடுக்கப்பட்ட சந்திரகுப்தர் சாணக்கியரிடம் கற்ற தன் புலமைகளைச் செயலாக்கி, தன் மிக இளம் வயதிலேயே பல கூலிப்படைக் குழுக்களின் தலைவரானார். முதலில் பாக்டிரியாவின் அரசியல் தலைவர் பெசோஸ் என்பவரோடு கூலிப்படைக் குழுக்கள் பலவற்றின் தலைவராகப் போர்க் களங்களில் வெற்றிகரமாகப் பொருந்தினார். விரைவில் இந்தியாவினுள் நுழைந்து, வெற்றி வலம் வந்த மகா பெரும் அலெக்சாண்டரோடு இணைந்து போரிட்டார். கிரேக்க வரலாற்றுக் குறிப்புகளில், சந்திரகுப்தரைக் கண்ட அலெக்சாண்டர் மிகவும் பெரும் வியப்பெய்தினார் என்ற செய்தி உண்டு. இவ்வளவு சிறுவயதிலேயே இந்த அளவு பெரும் போர் வீரனாக சந்திரகுப்தர் உயர்ந்திருப்பது அலெக்சாண்டருக்கு மிக்க ஆச்சரியமளித்துள்ளது. அப்போது சந்திரகுப்தரின் வயது பதினேழு. அலெக்சாண்டரை விட பதிமூன்று வயது இளையவர். இந்தக் கணக்கின்படி சந்திர குப்தர் பிறந்த ஆண்டையும் கணக்கிட முடியும். பொ.ஆ.மு.343 - அது சந்திரகுப்தர் பிறந்த ஆண்டு.

அலெக்சாண்டருக்கு சந்திரகுப்தரை 'சிசிகோட்டோஸ்' - நிலவுப் பரம்பரையின் சஷிகுப்தா - என்ற பெயரில் தெரியும். அவர் ஒரு பெரும் கூலிப் படையின் தலைவர்; பெரும் குதிரைப் படைத் தலைவர் என்பதும் அலெக்சாண்டருக்குத் தெரியும். சந்திரகுப்தரின் மலைவாழ் மக்களை அலெக்சாண்டர் கட்டுக்குள் கொண்டுவர வேண்டியிருந்தது. இதற்கு சந்திரகுப்தர் பெரும் உதவி புரிந்தார். இதற்குப் பதிலாக மஹாபன் அல்லது அயர்னோஸ் மலையின் ஆளுநராக சந்திரகுப்தர் ஆக்கப்பட்டார். 'மீரோஸ்' அல்லது 'மலை மனிதன்' என்றும் அழைக்கப்பட்ட சந்திரகுப்தர் அலெக்சாண்டரின் நம்பிக்கைக்குப் பாத்திரமானார். மேலும், இந்திய மன்னன் போரஸ் அலெக்சாண்டரின் பக்கம் வந்து சேர சந்திரகுப்தர் உதவினார். அலெக்சாண்டரின் படைகள் அப்பகுதியில் இருந்தவரை சந்திரகுப்தர் அமைதி காத்தார். ஆனால் சொந்த நாடு திரும்பும் அலெக்சாண்டரின் படை சிந்துச் சமவெளிக்குச் சென்றதும், அலெக்சாண்டரின் ஆளுநர் பிலிப்போஸ் என்பவர் கொலை செய்யப்பட்டார். இதில் சந்திரகுப்தரின் பங்கு இருந்திருக்க வேண்டும். பிலிப்போஸிற்குப் பதில் ஈடிமோஸ் என்பவர் ஆளுநராகிறார். ஆனால் இந்த நேரத்திற்குள் அருகிலிருந்த பல இனமக்களை சந்திரகுப்தர் ஒருங்கிணைக்கிறார். மேலும் ஹிம்மவத்குட்டா என்ற பகுதியின் மன்னன் பர்வதகா, சந்திரகுப்தரின் குழுவிற்குள் இணைத்துக் கொள்ளப்படுகிறார். இம்மன்னனின் நாடு

‘ஹிம்மவத்குட்டா’ என்பது ஒரு வேளை இப்போதைய காஷ்மீராக இருக்கலாம்.

கிரேக்கக் குறிப்புகளின்படி அலெக்சாண்டரின் படைகள் இந்தியாவிலிருந்து தங்கள் நாட்டுக்குத் திரும்பியது பொ.ஆ.மு. 317ஆம் ஆண்டு. பொ.ஆ.மு. 323ஆம் ஆண்டு அலெக்சாண்டர் இறந்த பிறகு, அதிலிருந்து ஓரிரு ஆண்டுகளுக்குள் சிந்து நதியின் கிழக்குப் பக்கத்தில் அவர்களால் ஆக்கிரமிக்கப்பட்ட இடங்கள் அனைத்தும் கிரேக்க ஆளுமையிலிருந்து விடுபட்டன. அலெக்சாண்டர் இறக்கும்போது சந்திரகுப்தர் இருபத்திரண்டு வயது இளைஞன். அந்த இளைஞனுக்கேற்ற சாரதியாக, அவரை வழி நடத்தும் சாணக்கியர். சாணக்கியரோடு இணைந்து சந்திரகுப்தர் தனநந்தா மீது படையெடுக்கிறார். பெரும் தோல்வியே அவருக்காகக் காத்திருந்தது. இந்த நிகழ்வோடு வேறு ஒரு கதையும் சொல்லப்படுவதுண்டு. தோல்வியடைந்து திரும்பும் சந்திரகுப்தர் ஒரு தாயையும், அவரின் மகனையும் காண்கிறார். மகன், தனக்கு தாய் கொடுத்த சப்பாத்தியின் சூடான மத்திய பகுதியை மட்டும் சாப்பிட்டு விட்டு, மீதியைத் தூற எறிந்து விடுகிறான். இதற்காக தாய் அவனைக் கண்டிக்கிறார். சப்பாத்தி கதை எப்படியோ, ஆனால் சாணக்கியரும் சந்திரகுப்தரும் தன நந்தாவை நேரடியாகத் தாக்காமல், வேறு தந்திர முறைகளைத் தேர்ந்தெடுக்கின்றனர். பலரைத் தன்னோடு இணைத்துக் கொள்கின்றனர். சத்திரகுப்தரோடு அவருக்குத் துணை சேர்பவர்களின் பட்டியல் ‘முத்ர ராக்ஷசா’ என்ற நூலில் குறிக்கப்பட்டுள்ளது. அவர்கள் யவனவர்கள் (கிரேக்கர்கள்), சகாஸ் (ஸ்கைத்தியர்கள்), கம்போஜர்கள், நேப்பாளில் அல்லது காஷ்மீரில் உள்ள சிரட்டார்கள். இவர்கள் எல்லோரும் இந்தியாவின் வடமேற்குப் பகுதி அல்லது அதையும் தாண்டிய பகுதிகளில் உள்ளவர்கள். இவர்கள் அனைவரும் சந்திரகுப்தரின் நிலத்தை மீட்டுத்தர ஒன்று திரண்டு நிற்கிறார்கள். நடந்த போரில் சந்திர குப்தர் வெற்றி பெறுகிறார்.

இப்போது வட இந்தியாவின் மிகப்பெரும் சக்தியாக நிற்பது சந்திரகுப்தரும், துணைநின்ற பர்வதகாவும். மன்னன் நந்தனின் இரு மகள்களும் வெற்றி பெற்ற மன்னர்களால் கவரப்பட்டார்கள். ஆனால் இந்த இரு மன்னர்களில், பர்வதகா கவர்ந்து சென்ற பெண்ணினால் அவர் விஷம் வைத்துக் கொல்லப்பட்டார். ‘ஜைனப் பெரியோர்களின் வாழ்க்கை’ என்ற நூலில் “பர்வதகாவின் எதிர்பாரா மரணத்தால் ஒரு பெரிய சாம்ராஜ்யம் முழுவதுமாக சந்திரகுப்தரின் கைகளுக்குள்

வந்துவிட்டது. ஜைன மதத்தை ஆரம்பித்த மகாவீரர் முக்தியடைந்த பிறகு 155 ஆண்டுகள் கழித்து சந்திர குப்தர் பேரரசர் ஆகிறார்" என்று குறிப்பிடப்பட்டுள்ளது. மகாவீரர் பொ.ஆ.மு. 527ஆம் ஆண்டு மறைந்தார் என்பது ஜைனர்களின் நம்பிக்கை. ஆனால் அறிஞர்களின் கணிப்பில் மகாவீரர் இறந்த ஆண்டு 50 ஆண்டுகள் வித்தியாசத்தில் கணக்கிடப்பட்டதாகக் கூறுகிறார்கள். அந்தக் கணக்கின்படி சந்திரகுப்தர் மன்னரானது பொ.ஆ.மு. 372 அல்ல; அது 322. அந்த ஆண்டில் தான் அவர் மகத நாட்டு மன்னனாகிறார். பல இடையூறுகளைத் தாண்டி மன்னனாகி இருப்பதால் அவர் 'பிரியதாசி', 'கடவுளின் பிரியத்துக்குரியவன்' என்ற பெயரைத் தனதாக்கிக் கொண்டார்.

பர்வதகா திடீரென்று கொல்லப்படுகிறார். அவருடைய நாடான வட இந்தியப் பகுதி சந்திரகுப்தருக்கு உரிமையாகிறது. அந்த மன்னனின் பெரும் படையும் அவருடையதாகிறது. தனிப் பெரும் மன்னனாகிவிட்டார் சந்திரகுப்தர். துணை நின்ற பர்வதகாவின் வடக்குப் பக்கத்தில் உள்ள நிலப்பகுதியும், மற்ற வேறு நிலப்பகுதிகள், விந்திய மலைக்கும் தெற்கேயுள்ள நிலப்பகுதிகள், இன்றைய கர்நாடகா பகுதிகள் தவிர மற்ற பகுதிகளைத் தன் ஆட்சிக்குக் கீழ் கொண்டு வந்தார்.

சந்திர குப்தரின் ஆட்சி 24 ஆண்டுகள் நீடித்தது. அவரது படை தோல்வி எதையும் சந்திக்காத படையாக சாதனை பதித்தது. வெற்றியாளன் செலியூகோஸ் பாபிலோன், பாரசீகத்திற்கு புதிய ஆளுநராக இருந்தார். அவர் அலெக்சாண்டர் கைப்பற்றிய கிரேக்கப் பகுதிகள், சிந்து நதியின் கிழக்கே உள்ள பகுதிகள் இவைகளைக் கைப்பற்ற பொ.ஆ.மு. 305இல் சந்திரகுப்தரை எதிர்த்துப் படைதிரட்டி வந்தார். மிக எளிதாக சந்திரகுப்தரின் படைகள் வெற்றிக் கனியைப் பறித்தன. தோற்ற எதிரியின் படைகளை சந்திரகுப்தரின் படைகள் விரட்டிச் சென்றன. சிந்துப் பகுதியையும் தாண்டி அவர் நாட்டின் உட்பகுதிகள் வரை விரட்டிச் சென்றன. அதன் பின் சந்திரகுப்தர் தன் படைகளின் முன்னேற்றத்தை நிறுத்தினார். அது ஒரு அறிவு பூர்வமான செயல். சாணக்கியர் கொடுத்த ஆலோசனையும் அதுவே. ஏனெனில் சாணக்கியர் தன் நூலில் ஒரு முழுப் பகுதியில் திறனுள்ள ஒரு எதிரியை எப்படிக் கையாள வேண்டும், அவனது சமாதான நடவடிக்கைகளை எங்ஙனம் அனுமதிப்பது போன்ற செயல்பாடுகள் பற்றி எழுதியுள்ளார். சந்திரகுப்தருக்கும் செலியூகோஸிற்கும் ஏற்பட்ட சமாதான உடன்படிக்கை ஒரு பக்க சார்புடையதாக இருந்தது. செலியூகோஸ் இந்துகுஷ்

மலைத் தொடரின் தெற்கிலுள்ள கந்தகார் வரையிலுள்ள பகுதிகளை சந்திரகுப்தருக்கு விட்டுக் கொடுக்க வேண்டும். இப்பகுதிகள் இன்றைய நாளின் காபூல், கஜினி, கந்தகார் ஹெராத், பலுசிஸ்தான் என்ற பகுதிகளை அடக்கும். இதற்குப் பதிலாக சந்திர குப்தர் 500 போர் யானைகளை, பாகன்களோடு அளிப்பது என்று முடிவாயிற்று. யானைகளும் ஓய்வு பெறும் நிலையில் இருந்தவைதான்! ஆயினும் அந்தக் கிழட்டு யானைகள் செலியூகோஸிற்கு மிகுந்த பயனுள்ளவையாக இருந்தன. அலெக்சாண்டருக்கு அடுத்த ஆட்சியாளர்கள் யார் யாரென்று தொடர்ந்து நடந்து வந்த போரில் இந்த யானைகள் செலியூகோஸிற்கு மிகுந்த பயனளித்தன. பொ.ஆ.மு. 301ல் செலியூகோஸ் நடத்திய 'இஸ்பஸ் போரில்' அலெக்சாண்டரின் சாம்ராஜ்யம் தாலமி, லிஸிமாக்கஸ், செலியூகோஸ் என்ற மூன்றுபேருக்கு நடுவில் பங்குபோடப்பட்டது. இப்போரில் செலியூகோஸ் நானூறுக்கும் மேற்பட்ட யானைகளைப் பயன்படுத்தினார்.

சமாதான உடன்படிக்கையின் மூன்றாம் பாகம் திருமணத் தொடர்பு பற்றியது. இப்பக்கம் சந்திரகுப்தரே மணமகன். செலியூகோஸின் இரு மகள்களில் ஒரு மகள் மணமகள். செலியூகோஸ் பாரசீக இளவரசியை சுசா என்னுமிடத்தில் பொ.ஆ.மு.322இல் மணந்தார். அத்திருமணத்தில் பிறந்த இரு இளவரசிகளில் ஒருவரை சந்திரகுப்தர் மணந்தார். சந்திரகுப்தரின் இத்திருமணம் பொ.ஆ.மு.304இல் நடந்தது. மணப்பெண் திருமண வயதை அடைந்துவிட்டார். ஆனால் மணமகனுக்கு அப்போது வயது 40. இத்திருமணத்தில் பிறக்கும் குழந்தைகள் இந்திய மக்களுக்குப் புறம்பானதாகவே இருந்திருக்கும். அலெக்சாண்டிரியன் பகுதி குழந்தையாக, தன் சமூகத்தோடு ஒட்டாத, அரசுப் பதவி எதற்கும் ஏற்புடையாத குழந்தையாகவே அது இருக்கும். அரசப் பரம்பரையிலும் சேர்த்துக் கொள்ள முடியாது. இருப்பினும் கிரேக்க - பாரசீக ராணியாக பாடலிபுத்ராவில் ஊர்வலத்தில் வந்தால் அதுவும் ஒரு கண்கொள்ளாக் காட்சிதான்!

பல போரில் வெற்றி பெற்றவரல்லவா சந்திரகுப்தர். பெற்ற வெற்றிகளுக்கு ஏற்றாற்போல் மனைவிகளும் அதிகம் தான். முதல் மனைவி தனநந்தாவின் மகள். முதலில் மணந்த அரசிகளில் ஒருவரின் பெயர் மட்டுமே தெரியும். துர்தாரா சந்திரகுப்தரின் தாய் வழியில் வந்த முறைப்பெண். இவர் மூலமே அரசின் வாரிசாக ஒரு மகன் பிறந்தார். மகனின்

பெயர் பிந்துசாரர். பிந்துசாரரின் பிறப்பு பற்றிய கொடூரமான கதை ஒன்று உண்டு. இக்கதை 'பெரும் பரம்பரைக் கையேடு' என்ற நூலில் கூறப்பட்டுள்ளது. துர்தாரா தனது கர்ப்ப காலத்தின் இறுதி நாட்களில் தவறுதலாக ஒரு விஷத்தைக் குடித்து விடுகிறார். அரசின் வாரிசைக் காப்பாற்ற வேண்டும் என்பதற்காக சாணக்கியரால் அவள் தலை சீவப்படுகிறது. வயிற்றிலிருக்கும் சிசுவை வயிற்றைப் பிளந்து எடுத்து, புதியது புதியதாக ஆடுகளை வெட்டி அதனுள் சிசுவோடு இருக்கும் கர்ப்பப் பையில் வைத்து வளர்க்கப்பட்ட குழந்தை என்பது கதை. இதனாலேயே குழந்தை 'இரத்தம் படிந்த' என்ற பொருளில் பிந்துசாரா என்று பெயரிடப்பட்டது. கதை இப்படிச் சொல்லப்பட்டாலும் ஒரு வேளை பிரசவ நேரத்தில் துர்தாரா சில பிரச்சினைகளால் சிசேரியன் முறையில் குழந்தையைப் பெற்றிருக்கலாம். குழந்தையின் தோலில் ஏதேனும் பிரச்சனை இருந்திருந்து, அதனாலும் அப்பெயர் கொடுக்கப் பட்டிருக்கலாம்.

சந்திரகுப்தர் - செலியூகோஸ் சமாதான உடன்படிக்கையில் நாலாவது பகுதி இரு மன்னர்களும் பரிமாறிக் கொள்ளும் அரசியல் தூதுவர்கள் பற்றியது. இந்த உடன்படிக்கையின் தொடர்ச்சியாக சந்திரகுப்தரின் மறைவுக்குப் பின்னும், அவரது மகன் ஆட்சியில் செலியூகோஸின் தூதுவராக தெய்மாச்சோஸ் அனுப்பப்பட்டார். சந்திரகுப்தரின் மகன் பிந்துசாரருக்கு இருந்த மாற்றுப் பெயர்கள் வரலாற்றில் குறிப்பிடப்படுகிறது. சமஸ்கிருதத்தில் அமித்ர கட்டா என்ற பெயரிலும் அவர் அழைக்கப்பட்டார். இப்பெயரின் பொருள் 'எதிரிகளை வெட்டி வீழ்த்துபவன்.' கிரேக்க மொழியில் அமித்ரா கட்டா என்ற பெயர் அமித்ரோ கேட்ஸ் என்று அழைக்கப்பட்டது. மௌரியன் அரசு பற்றிய இரு வேறு அணுகுமுறைகள் நமக்குக் கிடைத்துள்ளன. சாணக்கியர் எழுதிய 'பொருளாதார செய்முறை', மெகஸ்தனிஸ் எழுதிய 'இந்திய' என்ற இரு நூல்கள் மூலம் நமக்கு இந்த விளக்கங்கள் கிடைக்கின்றன. செய்முறை நூலில் இருந்து சந்திரகுப்தர் 'தர்மத்தின் காவலராக' இருந்து வந்தார் என்பது தெரிகிறது. இங்கு 'தர்மா' என்றழைக்கப்படுவது இயற்கைவிதிகளும், சாதிப்பிரிவினைக் கட்டுப்பாடுகளும் என்ற பொருளையே தருகின்றன. மனு சாஸ்திரம் என்பது முழுமையாக சந்திரகுப்தரால் ஒத்துக் கொள்ளப்பட்டது. இக்கொள்கைகளை அடிப்படையாக வைத்து சந்திரகுப்தரின் அமைச்சர் குழு சட்டதிட்டங்களை நிறுவினர். அக்குழு ராக்ஷச கத்தியாயன் என்ற முதல் மந்திரியின்

தலைமையில் பணிபுரிந்தது. இந்த முதல் மந்திரி எழுதிய கவி நாடகமான ‘முத்ர ராக்ஷசா’ என்ற நூல் 1780இல் சர் ஜேம்ஸ் ஜோன்ஸ் கைகளில் கிடைத்தது. அவருக்கு அது ஒரு பெரும் கண்டுபிடிப்பாகவும் இருந்தது. சாணக்கியர் இக்காலத்தில் ஒதுங்கி நின்று, ஒரு மேற்பார்வையாளராக இருந்தார். ஆயினும் இன்னும் அவருடைய தாக்கம் ஆட்சியில் முழுவதுமாக இருந்தது.

சந்திரகுப்தரும், அவரது சந்ததியினரும் சாணக்கியர் இட்ட கோட்டில் நடந்திருந்தனர். அவர்களின் தினசரி வாழ்க்கையின் ஒவ்வொரு மணித்துளியும் தனித்தனிக் கடமைகளுக்காக ஒதுக்கப்பட்டிருந்தது. தினமும் அதிகாலையில் மன்னர் இனிய இசைமூலம் துயிலிலிருந்து எழுப்பப்படுகிறார். அடுத்து தியான நேரம். பின் அரசியல் ஆலோசனைகள். தன் அமைச்சர் குழாம், ஒற்றர்கள் இவர்களுடன் நடக்கிறது. பின் காலை இறைவணக்கம். பின்புள்ள காலை நேரம் நான்கு பகுதிகளாகப் பிரிக்கப்படுகின்றன. தகவல்களைப் பல முறைகளிலிருந்து பெறுவது; மக்களுக்கான தரிசன நேரம்; வேலைகளைப் பகிர்ந்தளிப்பது; வந்த தகவல்களுக்கான பதில் கடிதங்கள் எழுதுவது என்று பிரிக்கப்படுகின்றன. மாலை நேரத்தில் தன் படைவீரர்களைச் சந்திப்பது; பார்வையிடுவது; தன் தளபதிகளோடு ஆலோசனைகள் நடத்துவது போன்ற வேலைகளுக்காக ஒதுக்கப்படுகின்றன. பின்பு மாலையில் இறைவணக்கம், மாலைக் குளிப்பு என்றும், அதன் பின் மன்னர் தன் படுக்கையறைக்குச் செல்கிறார்.

மெகஸ்தனிஸ் எழுதிய ‘இந்திய’ என்ற நூலில் மௌரியன் காலத்து சமூகம் சாதிப் பிரிவினைகளால் முழுவதுமாகக் கட்டப்பட்டு இருந்தது என்று எழுதியுள்ளார். “மன்னனின் ஆட்சியில் எவ்வித மறுப்புமின்றி சட்டங்களுக்கு முழு மரியாதை கொடுத்து ஆட்சி செலுத்துப்பட்டது, உண்மையும் நற்பண்புகளும் போற்றப்பட்டன... சட்டங்கள் மிக எளிதானவை. மக்கள் சட்டங்களைத் தேடிச் செல்லவேண்டாத நிலையில் வாழ்க்கை முறை சீராக இருந்தது. மக்களுக்குள் ஏமாற்றுதல்கள் குறைவு. ஆகவே வழக்குகளும், சாட்சிகளும் தேவையில்லாமல் இருந்தன.” இப்படியெல்லாம் நாடு அமைதிப் பூங்காவாக இருந்த போதும், சந்திரகுப்தர் மிகவும் பாதுகாப்பான வாழ்வை மேற்கொண்டிருந்தார். அவருக்குரிய ஏவல்களை நிறைவேற்ற பெண்களை மட்டுமே நியமித்திருந்தார் என்று மெகஸ்தனிஸ் எழுதியுள்ளார். மேலும் “ஒவ்வொரு இரவும் தன் படுக்கைகளை

இடம் மாற்றி மாற்றித் தூங்கினார். பாதுகாப்பிற்காக இத்துணை முன்னேற்பாடுகள் எடுத்துக்கொள்ளப்பட்டன. சந்திரகுப்தர் தன் அரண்மனையை விட்டு வெளியே செல்லும் போதெல்லாம் பலத்த பாதுகாப்பு ஏற்பாடுகள் செய்யப்பட்டன. "பெண்கள் கூட்டமாக மன்னனைச் சுற்றி நிற்பார்கள். அந்த வட்டத்திற்கு வெளியே ஈட்டிகளோடு காவலர்கள். மன்னன் செல்லும் சாலைகளில் கயிறுகள் கட்டி மன்னனுக்காக மட்டும் அவைகள் ஒதுக்கப்பட்டன. யார் அக்கயிற்றைத் தாண்டினாலும் மரண தண்டனையே. மன்னனுக்கு அருகில் எப்போதும் இரண்டு அல்லது மூன்று ஆயுதம் தாங்கிய பெண்கள் காவல் காப்பார்கள்." சாஞ்சியிலும் மற்ற இடங்களிலும் உள்ள புடைப்புச் சிற்பங்கள் பலவற்றில் மன்னனைச் சுற்றி பெண்களும், மெய்க்காப்பாளர்களும் இருப்பதைப் பார்க்கலாம்.

மெகஸ்தனிஸ் தான் மௌரிய நாடுகளில் கண்டவற்றில் மிகவும் முக்கியமானது என்று அங்கு நடைபெற்ற நாட்டை ஆளும் முறையை எழுதியுள்ளார். பல அதிகாரிகள் தங்கள் கடமை களையும், அதிகாரத்தையும் இன்று ஈராயிரம் ஆண்டுகளுக்குப் பிறகு இருக்கும் ஆட்சிப் பணித் துறை அதிகாரிகள் போல், அன்றே பொறுப்போடு நடத்தி வந்துள்ளனர். இந்த அதிகாரிகள் அனைவரும் பிராமண வகுப்பினரே. இவர்கள் பூசாரிகளாகக் கோவில்களில் இருந்தாலும், இதுபோன்ற படித்த, அதிகாரம் மிக்க பதவிகளிலும் இருந்தார்கள். இந்த சாதியினர் எண்ணிக்கையில் மிகக் குறைவு, ஆயினும் அறிவாற்றலிலும், நீதி, நியாயங்களிலும் மற்றவர்களை விட உயர்வானவர்கள். ஆளுநர்கள், துணை ஆளுநர்கள், பொருளாளர்கள், தளபதிகள், தானைத் தலைவர்கள், நிதியாளர்கள், உழவுத் தொழிலின் மேலாளர்கள் என்ற பலவித அரசு அமைப்பின் அதிகாரப் பதவிகளில் இந்தச் சாதியினரே தேர்ந்தெடுக்கப்பட்டனர். ஒவ்வொரு நகரமும் முப்பது அரசியல் அதிகாரிகளால் கட்டுப்படுத்தப்பட்டது. இந்த முப்பது பேரும், மேலும் ஐந்து குழுக்களாகப் பிரிக்கப்படுகின்றனர். வரி வசூலிப்பது என்பதிலிருந்து, அயல் நாட்டுக்காரர்களைக் கவனிப்பது வரை என்பது போன்ற எல்லாக் கடமைகளையும் முழுவதுமாக ஆற்றி வந்தனர். நகரங்கள் போலவே, மன்னனால் ஆளப்பட்ட வேறு பகுதிகளிலும் இதைப் போலவே ஆட்சி நடத்தப்பட்டது.

இதுபோன்று திறமையாக ஆட்சி நடத்த மிக முக்கியமான, தேவையான கருவி ஒன்று என்றால் அது அவர்களுக்குள் முறையான தொடர்புகள் - எழுத்துத் தொடர்புகள் -கட்டாயம்

தேவை. ஆனால் இதற்காக அராமிக் மொழியை வடமேற்குப் பகுதியில் கரோஸ்திக்கு பதிலாகவும், ப்ரகிருதி மொழிக்குப் பதிலாக பிராமி எழுத்துகளில் எழுத வேண்டியதிருந்தது. கரோஸ்தி மொழி பொ.ஆ.மு. 300இல் பயன்படுத்தப்பட ஆரம்பித்திருக்கலாம். அப்போது அசோகர் ஒரு குழந்தையாக இருந்திருக்கலாம். அசோகர் பதவிக்கு வந்தபின் பிராமி எழுத்துகள் பயன்படுத்தப்பட்டு இருக்க வேண்டும். நிச்சயமாக பல்வேறு அரசியல், சமூக மாற்றங்களைக் கொண்டு வந்த சாணக்கியர் இந்த மொழிப் பரிணாமத்திலும் பங்கு கொண்டிருக்க வேண்டும். விரைவில் இம்மொழி உருப்பெற்று, இந்தியா முழுவதும் பரவியது.

சந்திரகுப்தர் தன் ஆட்சியில் செய்த ஒரு மகத்தான காரியம் என்னவெனில் வடக்கு இந்தியப் பகுதியையும், மத்திய இந்தியப் பகுதியையும் ஒரு சேரத் தன் ஆட்சிக்குள் கொண்டுவந்தது. ஒரே குடையின் கீழ் வந்த இப்பகுதியில் தன் அதிகாரிகளின் மூலம் ஒரு மத்தியில் கட்டுப்பாடு கொண்ட, பல பணித் துறைகள் மூலம் முறையான, அரசினை உருவாக்கினார். சட்டமும், ஒழுங்கும் முழுவதுமாக நடைமுறைப்படுத்தப்பட்டன. இதோடு தொடர்பு வழிமுறைகளும் வளர்ந்து வந்தன. இதனால் வியாபாரத் தொடர்புகள் அதிகமாகி நகரங்களில் வளமை வளர்ந்தது. வியாபாரத் துறையில் இருப்போரின் வளமும், அதிகாரமும் வளர்ந்தன. இதனால் பிராமணர்களின் மேலாண்மை குறைந்து போக ஆரம்பித்தது. அப்போதே ஏறத்தாழ நூறு ஆண்டுகளாக உலோக நாணயங்கள் இந்தியாவில் இருந்து வந்தன. பொதுவாக வெள்ளியில் அச்சடிக்கப்பட்ட நாணயங்கள் பரவலாகப் பயன் படுத்தப்பட்டன. மௌரியர்கள் காலத்தில் அவர்களது பரந்து விரிந்த சாம்ராஜ்யம் முழுமைக்கும் ஒரே அளவில், உருவத்தில், உலோகத்தில், எடையில், நான்கு அல்லது அதற்கு மேலும் ஓட்டைகள் கொண்ட ஒரேமாதிரியான நாணயங்களை பயன்படுத்த ஆரம்பித்தனர். இன்றும் இந்த நாணயங்கள் பற்றிய விவாதங்கள் தொடர்கின்றன. எந்தவித அடையாளங்கள் பொறிக்கப்பட்டவை மௌரியன் நாணயங்கள் என்பதும், எந்த மௌரிய மன்னனது நாணயங்கள் எவை எவை எனும் முடிவுக்கு வரமுடியாமல் நாணய ஆய்வாளர்களின் மத்தியில் விவாதங்கள் உள்ளன. ஆயினும் மௌரிய சாம்ராஜ்ய நாணயங்கள் யாவும் இருவகை குறிப்பிட்ட அடையாளங்களோடு இருந்தன. இவைகளில் முதல் அடையாளம் சூரியனைக் குறித்த ஒன்றாக இருந்தது. இன்னொரு அடையாளத்தில், நடுவில் ஒரு புள்ளி அதனைச்சுற்றி ஒரு வட்டம், வட்டத்திலிருந்து வெளிநோக்கிச்

செல்லும் மூன்று அம்புக்குறிகள், அம்புக் குறிகளுக்கு நடுவில் மூன்று கொம்பு வைத்த உருவங்கள் இருந்தன. இந்த அடையாளம் சதர் சக்கரம் என்ற அழைக்கப்பட்டது. இது ஒருவேளை உலகளாவிய ஆளுமை என்பதைக் குறிப்பிடும் அடையாளமாக இருக்கலாம்.

மௌரியர்களின் நாணயத்தில் முதலில் வந்தவைகளில் வேறு இரு அடையாளங்கள் காணப்பட்டன. அதில் ஒன்றில் வரிசையாக மூன்று முட்டை வடிவங்களும், அவைகளை நடுவில் இணைக்கும் பட்டை ஒன்றும் இருந்தது. மற்றொன்று மூன்று மலைமுகடுகளும், அதற்குமேல் ஒரு நிலவு இருக்கும் சின்னம் இருந்தது. இந்த இரண்டாவது சின்னத்தில் இருக்கும் அரை வடிவ வளைந்த கூம்பும், அதற்கு மேலிருக்கும் அரை வடிவமும் முதன் முதல் ஜேம்ஸ் பிரின்செப் விளக்கியது போல், ஒரு புத்த ஸ்தூபியும், அதற்கு மேல் ஒரு நிலவுச் சின்னமும் உள்ளதாக இருக்கலாம்.

மெகஸ்தனிஸ் சந்திரகுப்தர், அவரது மகன் பிந்துசாரர் இருவர் அரசவையிலும் தூதுவராக இருந்தபோதும் அவரது நூலில் இந்த இருவருக்குள் நடந்த பதவிப் பரிமாற்றம் பற்றிய செய்தி ஏதுமில்லை. பதவி மாற்றம் எளிதாக, சிக்கல்களின்றி நடந்ததாகத் தெரிகிறது. சாணக்கியர் தன் நூல் 'நாட்டுப் பொருளாதார விளக்கம்' என்ற நூலில் உள்ள கருத்துப்படி, அரச குடும்பத்திற்குள் எந்தப் பிரச்சினையும் வரக்கூடாது என்று அறிவுறுத்தியது போல், இந்தப் பரிமாற்றம் நடந்திருக்க வேண்டும். ஆயினும் வழக்கத்திற்கு மாறான ஒரு செய்தி இதில் உண்டு. சந்திர குப்தர் உயிரோடு இருக்கும்போதே இந்தப் பதவி மாற்றம் நடந்தது ஒரு வித்தியாசமான நிகழ்வு. ஜைன மத நூல்கள் பலவும் சந்திரகுப்தர் தன் பதவியைத் துறந்து, பத்திரபாகு என்ற ஜைனப் புனிதரைப் பின்பற்றிச் சென்றார் என்ற செய்திகளை ஒரு முகமாகத் தருகின்றன. மகத நாட்டில் அடுத்த பன்னிரண்டு ஆண்டுகளுக்குப் பஞ்சம் ஒன்று வரும் என்பதால் பத்திரபாகுவின் தலைமையில் பலரும் தென்னிந்தியாவின் பக்கம் பயணம் மேற்கொண்டனர். பத்திரபாகு மரணமடைந்தபின் பன்னிரண்டு ஆண்டுகள் கழித்து, மைசூரில் உள்ள ஸ்ரவணா பெல்கோலா என்ற இடத்தில் உள்ள குகை ஒன்றில் பட்டினி நோன்பிருந்து சந்திரகுப்தர் மரணத்தைத் தழுவினார்.

இந்த நிகழ்வுகள் சாணக்கியரின் மகிழ்ச்சிக்குரிய விஷயங்கள் அல்ல. இருப்பினும் சாணக்கியர் சந்திரகுப்தர் ஆட்சிக்குப் பின் பிந்துசாரரோடு உடனிருந்து அவருக்கு அறிவுரை கூறி வழி நடத்தினார். இந்த வழிகாட்டல் அடுத்த பதினைந்து வருடங்களுக்குத் தொடர்ந்தது. சாணக்கியர் மரணமடைந்ததும், அவரது பேரனும், சீடருமான ராதகுப்தா இறுதி மரணச் சடங்குகளை முன்னின்று முடித்துவைத்தார். சாணக்கியர் காலத்திற்குப் பின் ராதகுப்தா, ராக்ஷசா கத்யாயன் என்ற முதல் மந்திரிக்கு அடுத்த முதன் மந்திரியாக அப்பதவிக்கு வந்தார். இதே ராதகுப்தா தான் அரசப் பரம்பரையில் அடுத்து வந்த மன்னனான அசோகருக்கும் வழிகாட்டியாக இருந்தார். அசோகர் அவரது அப்பா வழியில் தனக்கு உடன் பிறப்பான மூத்த சகோதரனிடமிருந்து அரியணைப் பதவியைப் பறித்து மன்னனானார். சந்திரகுப்தருக்குத் துணையாக நின்ற சாணக்கியரின் வழிகாட்டல் இவ்வாறு தொடர்ந்து நடந்து வந்துள்ளது.

ஜைனர்கள் எதிர்வரும் பஞ்சத்திற்காகத் தெற்கு நோக்கிப் பயணப் பட்டதால், பிராமணர்களின் ஆதிக்கம் அரசவையில் அதிகமாயிற்று. இந்த மாற்றத்தால் அடக்கி வைக்கப்பட்டிருந்த புத்த நம்பிக்கையாளர்கள் மேலும் வருந்தினர். பத்தாவது நூற்றாண்டில் இந்திய - திபேத்தியன் நூல் ஒன்று வெளிவந்தது. 'மஞ்சு சிரியின் கோட்பாடுகளின் அடிப்படை' என்ற நூல் பழம் புராணங்கள் போல், வரும் பொருள் உரைக்கும் என்ற அறைகூவலோடு இந்நூல் தனக்குத்தானே புகழ் தேடிக்கொண்டது. இந்த நூல் பிந்துசாரர், ஒரு அறிவும் வீரமும் பொதிந்த பெரும் மன்னன் என்றது. ஆனால் சந்திரகுப்தருக்கும் பிந்துசாரருக்கும் அமைச்சராக இருந்த சாணக்கியர், நிச்சயமாக நரகத்திற்குச் செல்வார் என்றும் எழுதப்பட்டிருந்தது. 'இந்தியாவில் புத்த சமயத்தின் வரலாறு' என்ற நூலை எழுதிய தாரநாதாவின் நூலிலும் இதே செய்திகள் எழுதப்பட்டிருந்தன. சாணக்கியர் அரக்கத்தனமானவர் என்றும், இந்தக் குணத்தின் மூலம் அவர் பதினாறு பெரிய அரசப் பரம்பரைகளையும், அவைகளை ஆண்ட மன்னர்களையும், அவர்களது அமைச்சர்களையும் கொன்றொழித்தார் என்றும், இப்பாவச் செயலால் சாணக்கியர் ஒரு மோசமான வியாதியால் பீடிக்கப்பட்டார் என்றும் உடல் அழுகிச் சாவார் என்றும் அந்த நூலில் அவர் சபிக்கப்பட்டார்.

புராணக் குறிப்புகளில் பிந்துசாரர் எத்தனை ஆண்டுகள் பதவியில் இருந்தார் என்பது பற்றி நிச்சயமாகக் குறிப்பிடவில்லை. இருபத்தி நான்கு ஆண்டுகளா, இருபத்தியெட்டு ஆண்டுகளா என்பது நிச்சயமாக இல்லை. சந்திரகுப்தர் தன் பதவியைத் துறந்து சென்றதால் இந்தக் குழப்பம் உள்ளது. எத்தனை ஆண்டுகளோ, ஆனால் பிந்துசாரர் 'எதிரிகளை வெட்டி வீழ்த்தியவன்' என்ற தனது பெயருக்கேற்ப தன் தந்தையின் பேரரசை இன்னும் பெரிதாக்கினார். தக்காணப் பகுதியில் பல வெற்றிகள் பெற்று தன் ஆட்சியை மைசூர் வரை விரிவாக்கினார். ஆயினும் தன் நாட்டின் கிழக்குப் பக்கத்தில் இருந்த வளமையான கலிங்க நாட்டை வெற்றி பெறவில்லை. பிந்துசாரரின் தொடர் வெற்றிகளால் அவரது அரசில் இருந்த சத்திரியர்களின் பெருமை தலைதூக்கியது. இதனால் பிராமணர்கள் வகித்து வந்த உயர்நிலை கேள்விக்குறியானது.

பிந்துசாரரின் ஆட்சியைப் பற்றிய மேல் விவரங்கள் அதிகம் தெரியவில்லை. இவர் தன் நாட்டின் மேற்குப் பக்கத்தில் உள்ள அஜிவிக்காஸ் என்பவர்களோடு இனிய உறவு வைத்திருந்தார். பல மனைவிகளும், வேறு பல கிழத்திகைகளும் தன் அந்தப்புரத்தில் வைத்திருந்தார்; இவர்கள் மூலம் பல மகன்களைப் பெற்றிருந்தார் என்றனர். புத்த சமயக்குறிப்புகளில் அவர் 101 மகன்கள் பெற்றதாகக் கூறப்பட்டன. இவர்களில் மூத்த மகன் சுமனா என்றழைக்கப்பட்டான். வடபுல மரபில் இந்தப் பெயர் சுஷிமா என்றும் அழைக்கப்படும். கடைசி மகனின் பெயர் திஸா. இது வித்தசோகா என்றும் வழங்கப்படும்.

தென்புல மரபில் பிந்துசாரரின் மகன் அசோகரின் தாயின் பெயர் தர்மா. தர்மாவின் தகப்பனார் அஜிவிக்கா குடும்பத்தில் வந்த ஜன்சானா என்பவர். அசோகர் தன் ஆட்சிக்காலத்தில் அஜ்விக்காவினருடன் நல்லுணர்வு கொண்டிருந்தார். அதுவும் அவரது பதவிக் காலத்தின் முதல் பன்னிரண்டு ஆண்டுகள் வரை இந்த நல்லுறவு நீடித்தது. ஆனால் வடபுல★ மரபில் அசோகரின் தாயாரின் பெயர் சுபத்ராங்கி. இவர் தென்புல மரபினில் தெரிவாடா (Therevada) பிரிவினராகிறார். சம்ப்ரான் பிராமண குலத்தில் உதித்தவர். திஸா வித்த சோகாவைப் பெற்றவரும் இவரே. செலியூஸிடுகளோடு வேறெந்த மண உறவும் நிகழவில்லை. ஆயினும் கிரேக்க-பாரசீக உறவுகள் நீடித்தன. அசோகரின் தகப்பன் வழி பாட்டியின் வழியே

★ வடபுல மரபினர் – இவர்களே பின்பு மஹாயான புத்த மதத்தினராகிறார்கள்.

இந்த உறவு பிறந்தது. இந்தப் பாட்டியின் சகோதரர் முதலாம் அன்டியோக்கஸ் என்பவர் மன்னனானார். இது நடந்தது பொ.ஆ.மு. 281ஆம் ஆண்டில். பொ.ஆ.மு. 261ல் இவர் மரணமடைந்தார். அவரது ஆட்சிக்காலத்தில் இந்தப் பாட்டி மிகவும் சக்திவாய்ந்த பெண்ணாக இருந்தார்.

அசோகரின் தாய் பிந்துசாரரின் மனைவிகளில் மிகவும் இளையவர். அசோகர் பொ.ஆ.மு. 302க்கு முன்பு பிறந்திருக்க மாட்டார். அவரைப் பற்றிய கதை ஒன்று. தன் அறிவாற்றலாலும், போராற்றலாலும் அசோகர் தன் தாத்தா சந்திரகுப்தரின். அன்பைப் பெற்றார். சந்திரகுப்தர் ஜைன சமயத்தில் சேர்ந்ததும் தன் இடைவாளை எறிந்து விடுகிறார். அதை எடுத்துப் பத்திரப்படுத்தியுள்ளார் அசோகர். சாணக்கியருக்கு இது பிடிக்காமல், அசோகரை அவர் கடிந்துள்ளார். ஆயினும் இக்கதை உண்மையாக இருக்கமுடியாது. சந்திரகுப்தர் காலத்தில் அசோகர் சிறு குழந்தையாகத்தான் இருந்திருக்க முடியும். பிந்துசாரர் அஜிவிக்காஸினரிடம் பரிவு கொண்டிருந்ததால், பிந்துசாரரின் குழந்தைகள் அஜிவிக்காஸ் நம்பிக்கைகளைப் பெற்றிருக்கக் கூடும்.

பிந்துசாரரின் மூத்த மைந்தன் சுஷிமா. இவரே இளவரசர்; இவரே அடுத்த மன்னர். பட்டத்திற்குரியவர். அசோகர் பதவிக்குக் காத்திருப்போர்கள் பட்டியலில் நிச்சயமாக இல்லை. மேலும் அசோகருக்கு ஏதோ ஒரு தோல்வியாதி. ‘சொறசொறப்பான. தொடுவதற்கே முடியாத உடல்கோளாறு.’ அருவருப்பினால் இவரது தந்தை பிந்துசாரர் இவரைத் தள்ளி வைத்திருந்தார். இவருக்கும் தந்தைக்கும் பாசப் பிணைப்புகள் ஏதுமில்லை. வட புல மரபிலும் அசோகரின் அவலட்சணத்தைப் பற்றி மூன்று கதைகள் உண்டு. முன்னொரு பிறவியில் அசோகர் புத்தரை ஒரு சிறுவனாகச் சந்தித்திருக்கிறார். தெரிந்தோ தெரியாமலோ புத்தருக்குத் தானமாக வெறும் மண்ணையும், தூசியையும் தருகிறார். அதன் பலனே இது. இன்னொரு கூற்றில், ‘மன்னன் அசோகரின் காப்பியம்’ என்ற நூலில் மனம் திரும்பி, புத்தத்திற்குள் வருவதற்கு முந்தியிருந்த கோபக்கார அசோகர் தன்னைத் தொட்டுத் தழுவத் தயங்கிய பெண்கள் இருந்ததால் தன் அந்தப்புரத்துப் பெண்களையெல்லாம் எரித்து அழித்தார் என்றொரு கதையுண்டு. இதே நூலில் இன்னொரு நிகழ்ச்சியும் கூறப்பட்டுள்ளது. அசோகரது அரசவையில் இருந்த மதச் சார்பாளர் ஒருவர் அசோகரின் உடல் மோசமாக இருப்பதை

மாற்றுவதற்காக, பல நல்ல உயர்வான செய்கைகளைச் செய்கிறார் என்று கூறியுள்ளார். அசோகருக்கு உடல்நலக் குறைகள் இருந்ததற்கான சான்றுகளாக சாஞ்சியின் தெற்குத் தோரண வாயிலில், போதி மரத்தின் முன்னால் அசோகர் இரு பெண்களின் கைகளில் மயங்கிச் சாயும் புடைப்புச் சிற்பம் உள்ளது. பாலிவுட்டில் சமீபத்திய சினிமா ஒன்றில் உயரமான, அழகான அசோக மன்னனாக ஷாருக்கான் நடித்திருக்கிறார். ஆனால் உண்மையான அசோகர் குட்டையாக, தொந்தி, தொப்பையுடன், வீங்கிய முகத்துடன் இருப்பார் என்று அந்தச் சிற்பி காண்பித்திருக்கிறார்.

இலங்கையின் பெரும் பரம்பரைப் பட்டியலில் அசோகர் மயங்கிவிழும் காட்சியும் சொல்லப்படுகிறது. இதனால் அசோகர் ஓர் உணர்ச்சி பூர்வமான மனிதர் என்றோ அல்லது அவர் வலிப்பு நோயினால் அவதிப்படுபவராகவோ இருக்கலாம் என்று கருதவோ இடமுண்டு. கதைகள் பல இருந்தாலும் ஒரு உண்மை நன்கு பளிச்சிடுகிறது. இளவரசன் அசோகர் உடம்பளவில் சில குறைபாடுகளோடு இருந்ததால் அவர் அரியணை ஏறக்கூடிய எந்தவித வாய்ப்புகளும் இல்லாதிருந்தார்.

வாய்ப்புகள் ஏதுமில்லாமல் இருந்தாலும் ஒரு பெரும் மன்னனின் மகனல்லவா. அதனால் குறையேதும் இன்றி முறையான கல்வி பெற்றார். அசோகரின் வாழ்க்கையைப் பார்க்கும்போது சாணக்கியரின் தாக்கம் அவரது பேரன் ராதகுப்தா மூலம் முழுவதுமாக அசோகரிடம் பார்க்கமுடியும். ‘காக்கா’ கௌடில்லியரின் பல தாக்கங்களை அவலட்சண இளவரசன் அசோகரிடம் பார்க்கலாம். சாணக்கியர் தனது நூலில் கற்றோருடன் இணைந்து செயல் புரிவதைப் பற்றி எழுதியுள்ளார். இதை முழுவதுமாக அசோகர் தன் வாழ்நாளில் நடத்திக் காண்பித்துள்ளார். இவர் ராதகுப்தாவோடு நெருங்கிய தொடர்பு கொண்டிருந்தார். ராதகுப்தாவோ அரசுப் போட்டியில் சுஷிமாவை ஓரம்கட்டி, அசோகருக்குப் பின் புலமாக இருந்தார். பிந்துசாரர் இதைப் புரிந்து கொண்டிருக்க வேண்டும். இதனால் மிக இளம் வயதில் இருந்த அசோகரை தக்சிலாவில் நடந்த புரட்சியை அடக்க அனுப்பி விடுகிறார். அந்த மிக இளம் வயதிலேயே அசோகர் மிகவும் அச்சத்திற்குரிய ஆளாகத் தன்னை நிரூபிக்கிறார். மிகுந்த போர்த் திறமையைக் காண்பித்து இளவரசர்களில் தனித்து நிற்கிறார். அந்த இளம் வயதில் அவருக்கிருந்த பட்டப்பெயர் ‘கண்டா’ என்பதாகும். இதன் பொருள் ‘புயல்’ அல்லது ‘பெருஞ்சினக்காரர்’ என்பதாகும்.

இந்தப் புதிய பட்டங்கள் அசோகர் மன்னராக ஆவதற்கு முன்பே அவருக்கு வைக்கப்பட்ட பெயர்களாக இருந்தன. அசோகரது வெறும் இருப்பு மட்டுமே தக்சிலா புரட்சியை நிறுத்துவதற்குரிய காரணமாகிப் போனது.

தக்சிலா பொ.ஆ.மு.287இல் கிரேக்க, பாரசீக, அராமிக், இந்திய பிரகிருதி மொழிகள் பேசப்படும் நாடுகளின் நடுவே ஒரு பல் நாட்டுக் கூட்டுக் கழகம் போல் இருந்தது. வெற்றியாளன் செலியூக்கோஸிற்கே தோல்வியின் முகம் காட்டி பெரும் வெற்றிபெற்ற சந்திரகுப்தரின் பேரன் என்ற பெருமையே அசோகன் என்ற இளவலுக்கு மிகுந்த மரியாதையைப் பெற்றுத் தந்தது. மலைவாழ் இனங்கள் பலரோடு அசோகருக்கு ஏற்பட்ட உறவுகளும் அவருக்கு மிக உதவியாக இருந்தன.

தக்சிலாவிற்குப் பேரரசனால் அசோகர் அனுப்பப்பட்டார். அசோகர் வெற்றி பெற்றார். இதனால் பிந்துசாரரின் ஆளுநராக அசோகர் உஜ்ஜயினிக்கு அனுப்பப்படுகிறார். உஜ்ஜயின் இன்றைய மத்தியப் பிரதேசம். அப்போது அவந்தி என்ற இடத்தின் தலைநகராக விளங்கியது. அசோகர் தலைநகரிலிருந்து பேரரசரால் தள்ளி வைக்கப்பட்டிருந்தார். இதனால் பல புத்த சமயத்தாரோடு ஒட்டி உறவாடும் வாய்ப்பு அசோகருக்குக் கிடைத்தது. இங்குதான் அசோகர் தேவி என்னும் பெண்ணைச் சந்திக்கிறார். (தேவி விதிஷாவில் உள்ள வியாபாரி ஒருவரின் மகள்.) இவர் ஒரு சாக்கியகுமாரி என்றும், சாக்கிய முனிவர் புத்தரின் குடும்பத்தைச் சேர்ந்த பெண்மணி என்றும் கூறப்படுவதெல்லாம் பக்தியில் தோன்றிய சில கற்பனைகள் தான். ஆனாலும் உண்மையில் இவர் புத்த சமய நம்பிக்கைகள் கொண்ட பெண். அசோகர் - தேவி இவர்களின் உறவு மிகச் சாதாரண அரச குடும்பத்தில் வரும் அரசியல் வசதிக்கான உறவுகள் அல்ல. மனம் நெருங்கிய உறவே. இதற்கு அத்தாட்சியாக இருப்பது பங்குரேரியாவில் காணப்படும் சீரற்ற குகைக் கல்வெட்டுகள். அசோகர் தன் முதல் இரு குழந்தைகளை தேவி மூலம் பெற்றெடுக்கிறார். அசோகரின் மகன் மகேந்திரா அல்லது மஹிந்தா பொ.ஆ.மு. 285இல் பிறந்திருக்கலாம். அடுத்தது மகள் சங்கமித்ரா. மஹிந்தாவிற்கு மூன்றாண்டுகள் கழித்து இவர் பிறந்துள்ளார்.

தேவி முயற்சித்தும் அவரால் அசோகரை புத்த சமயத்தின் பக்கம் இழுக்க முடியவில்லை. மன்னனால் பாடலிபுத்திராவிற்கு அசோகர் திருப்பி அழைக்கப்பட, மனைவி, குழந்தைகளை விதிஷாவிலேயே விட்டு விட்டு தலைநகர் திரும்புகிறார்.

மௌரிய நாட்டு இளவரசன் ஒரு வியாபாரியின் மகளை மணப்பதா என்ற கேள்வியுடன், அசோகருக்கு அரசுப் பரம்பரையில் வந்த அசந்திமித்ரா என்ற பெண்ணை மண முடிக்கிறார்கள். இவரே பின்னாளில் அசோகரின் பட்டத்து ராணியாகிறார். இப்போது டில்லிக்கு வடக்கேயுள்ள கிழக்கு ஹரியானா மாநிலத்தில் அன்றிருந்த அரசனின் மகளே அசந்திமித்ரா. இப்பகுதியில் உள்ள அசந்த் என்ற இடத்தில்தான் இந்தியாவில் உள்ள அசோகரது ஸ்தூபிகளில் மிகப் பெரிய ஸ்தூபி உள்ளது. அது 80 அடி உயரம், 250 அடி விட்டம் கொண்டது.

அடுத்து வரும் நிகழ்வுகள் அசோகருக்கு ஏற்றதுபோல் அமைந்து விடுகின்றன. பொ.ஆ.மு. 274இல் தக்ஸிலாவில் மீண்டும் போராட்டம். அதனை அடக்க இம்முறை பட்டத்து இளவரசர் சுஷிமா அனுப்பப்படுகிறார். இம்முறை போராட்டம் வலுக்கிறது. ஆகவே சுஷிமா அங்கேயே தங்கவேண்டிய சூழ்நிலை. இந்நிலையில் மன்னர் பிந்துசாரர் நோய்வாய்ப்படுகிறார். சுஷிமாவை மன்னர் திரும்ப அழைக்கிறார். சுஷிமா இடத்தை அசோகர் நிரப்பும்படி ஆணையிடுகிறார். ராதகுப்தா அசோகரின் நண்பராக அரண்மனையில் இருந்துகொண்டே, அரசனின் ஆணையை முடக்கி விடுகிறார். அசோகரும் உடல் நலமில்லாதது போல் நடித்து நாள் கடத்துகிறார். திடீரென்று தந்தையின் முன் சென்று அசோகர் தனக்கு இளவல் பட்டம் சிறிது காலத்திற்காவது கட்டும்படி அரசரை வற்புறுத்துகிறார். மன்னருக்கு இதுபெரும் அதிர்ச்சியளிக்கிறது. அதிர்ச்சி நோயை அதிகப்படுத்துகிறது. பெருஞ்சினம் கொள்கிறார் மன்னர். அதுவே அரசரின் இறுதிக்குக் காரணமாகி விடுகிறது.

சுஷிமா திரும்பி தலைநகர் வரும்போது அவரது அரைச்-சகோதரர் அசோகர் மன்னனாக இருப்பதையும், பாடலி புத்தரத்தின் கோட்டைக் கதவுகள் பெரிய கிரேக்க வீரர்களால் காக்கப்படுவதையும் காண்கிறார். இந்த கிரேக்க வீரர்கள் கூலிப்படை வீரர்கள். அவர்களது முரட்டுத்தனம் பெரும் பெயர் பெற்றது. அவர்களில் ஒரு தலைவனான சிக்கந்தர் என்ற பெயர் பத்தொன்பதாம் நூற்றாண்டு வரை கூட அழும் குழந்தைகளைப் பயமுறுத்தப் பயன்பட்டது. அப்படிப்பட்ட முரட்டு மனிதன். கிரேக்கக் கூலிப் படைகள் இன்னும் இந்தியாவில் இருந்தார்கள். இதற்குச் சாட்சியாக, கன்னிங்ஹாம் பார்கத்தில் கண்டெடுத்த சிற்பங்களில் கிரேக்க உருவங்கள் இருந்தன.

சுஷிமா பாடலிபுத்ராவின் கிழக்குக் கோட்டைவாசலில் கொல்லப்படுகிறார். அதன் பின் நான்கு வருடங்கள் தொடர்ந்து நடந்த வாரிசுப் போரின் முதல் பலி சுஷிமா. இந்த விவரங்களை புத்த வடபுல மரபினர் எழுதிவைத்துள்ளனர். பெருஞ்சினக்கார அசோகரின் அட்டூழியங்கள் மிகுந்த காலத்தை 'அசோகரின் இருண்ட காலம்' என்றழைக்கிறார்கள். அசோகரின் பெயரில் பல கொடுஞ்செயல்கள் தொகுக்கப்பட்டுக் கூறப்பட்டுள்ளன. அவர் மீதியுள்ள தொன்னூற்று ஒன்பது அரைச்-சகோதரர்களைக் கொன்று ஒழித்தது; அசோகரின் 'கொடூர நரகம்' என்றழைக்கப்பட்ட சித்திரவதைக் கூடம்; அப்பட்டியலில் இன்னும் பல உண்டு. ஒருவேளை 'அசோகக் காப்பியம்' எழுதிய ஆசிரியர்கள் அசோகரை மிக மிகக் கொடூரமான மனிதராகச் சித்தரித்துவிட்டு, அதற்குப் பின் இக்கொடுமைகளை விட்டொழித்து மனம் மாறி, மதம் மாறினார் என்ற சிறப்பாகக் காட்டுவதற்காகக் கூட இப்படி கொடுமைகளை மிகுத்தி எழுதியிருக்கலாம். ஆயினும் அத்தனையும் கற்பனையாக இருக்க முடியாது. ஏனெனில் மிகவும் நளின மொழியில் எழுதப்பட்ட பெரும் பரம்பரைக் கையேட்டில் கூட அசோகர் 'நான்காண்டுகள் வாரிசுப் போராட்டம் நடத்தி, அதன் இறுதியிலேயே தன்னை மகதநாட்டு மன்னனாக முடி சூட்டிக் கொள்ள முடிந்தது' என்று எழுதப்பட்டுள்ளது.

அசோகர் மன்னனாக முடிசூட்டிக் கொண்ட பிறகு அவரைப் போன்ற பெரும் மன்னர்கள் வழக்கமாகச் செய்யும் செயல்களில் கொடூரமாக இறங்கினார். தன்னோடு உடன்பிறந்த திஸாவைத் தவிர மற்ற ஆண் வாரிசுகளைக் கொன்றார். எல்லா விரோதிகளையும் அழித்தபின், அவர் பிராமணக் குருக்களை வைத்து, பல புனிதச் சடங்குகள் மூலம் தன்னைப் புனிதமாக்கிக் கொண்டு, கடவுளின் விருப்பத்தால் தான் மன்னன் ஆவதாக முடிசூட்டிக் கொண்டார். அப்போது அவர் 'கடவுளின் விருப்பத்திற்குரியவன்' என்ற பொருளில் 'தேவநாம பிரியா' என்ற பட்டத்தைச் சூட்டிக் கொண்டார். அவரது தாத்தா சந்திரகுப்தரும், இவருக்குப் பின்னால் இவரது பேரனான தசரதாவும் இப்பெயர் தாங்கிகளே. இப்பட்டத்தோடு தனக்கான அரசப் பெயராக 'பிரியதாசி' என்ற பெயரையும் வைத்துக் கொண்டார். இப்பெயரின் பொருள் 'பிரியத்துக்குரியவர்.' ஒருவேளை தன் உடல் குறைபாடுகளை ஈடுகட்ட அசோகர் இப்படி ஓர் அழகான பெயரைத் தேர்ந்தெடுத்திருக்கலாம். அசோகரது சகோதரன் திஸா துணை அரசராக இருந்தார். ஆனால் இப்பதவியில் இருந்து கொண்டு, தன் பதவியைத்

தவறாகப் பயன்படுத்தினார். அசோகரால் அவர் திருத்தப்பட்டு, அவரும் மனம் மாறி ஒரு புத்த சந்நியாசியாக மாறியதாகச் சொல்லப்படுகிறது. ஆனால் அனேகமாக இது இட்டுக் கட்டப்பட்ட கதையாக இருக்கலாம். அன்பான தம்பி தொல்லை கொடுத்தாலும் அவரைக் கட்டாயப்படுத்தி நாட்டை விட்டுத் துரத்தியிருக்கலாம்.

பொ.ஆ.மு.270 அல்லது சிறிது முன் பின்னாக அசோகர் 'தேவநாம பிரியா பிரியாதாசி' என்று புதிதாக இடப்பட்ட பெயரோடு தன் ஆட்சியை ஆரம்பித்தார். தன் தந்தைபோலவே அசோகரும் தன் அரசவையில் பல பிராமணர்களுக்கு இடம் அளித்திருந்தார். புத்த சமயத்திற்கோ, புத்த நம்பிக்கையாளர்களுக்கோ அவர் எந்த இடமும் கொடுக்கவில்லை. வடபுல மரபு, அசோகரும் அவரது பட்டத்து ராணியும் புத்த நம்பிக்கையற்றவர்கள் என்றும், போதி மரத்தை அழிக்க அவர்கள் முற்பட்டார்கள் என்றும், தன் படைபலத்தால் பல புத்த நினைவிடங்களை அழித்தார் என்றும் கூறுகிறது. முதல் மனைவி புத்த நம்பிக்கையாளராக இருந்தும் இப்படி ஆனதே என்ற ஆச்சர்யமுறும் வேளையில், அவரது பட்டத்து ராணி புத்த மதத்திற்கு எதிர்ப்பாக இருந்த விரோதமும் ஒரு காரணம் என்பதை நினைவில் கொள்ள வேண்டும்.

அசோகர் பட்டமேற்றதும் முதல் நான்கைந்து ஆண்டுகளில் எடுத்த சில நடவடிக்கைகள் அவரது மீதி வாழ்க்கையையும், அரசையும் உருவாக்கும் செயல்களாக இருந்தன. பட்டமேற்றதும் அவர் தன் முதல் மனைவி தேவி, குழந்தைகள் இருவர் என்று மூவரையும் விதிஷாவிலிருந்து அழைத்துத் தன்னோடு வைத்துக் கொண்டார். இம்மூவரும் இதுவரை புத்தவழியில் வாழ்ந்தவர்கள். அசோகர் மனம் மாறியதற்கு சமுத்ரா என்ற இளம் புத்த பிக்கு ஒரு காரணமாக இருக்கலாம். சமுத்ரா அசோகரது 'நரகத்தில்' சித்ரவதை பெற்றவர் என்று வடபுல மரபு வழியில் சொல்லப்பட்டது. சமுத்ரா இல்லாவிட்டால், தென் மரபின் நம்பிக்கையின் படி, அசோகரால் கொல்லப்பட்ட ஒரு அரைச் சகோதரனின் மகனும், இளம் துறவியாகவும் இருந்த நிக்ரோதா அசோகரின் மனமாற்றத்திற்குக் காரணமாக இருக்கலாம். இரு மரபுகளிலும் சொல்லப்பட்டவைகள் சில உண்மைகள் மீது கட்டப்பட்ட பக்தி கலந்த கற்பனைகளாகவும் இருக்கலாம். மன்னனது அரசவையில் குவிந்திருந்த பிராமணர்களால் அரசனின் அதிகாரம் பல சமயங்களில் கட்டுப்படுத்தப்பட்டன. இதனால் மன்னர் மெல்ல அரசவையில்

மிகச் சிறிய எண்ணிக்கையில் இருந்த புத்த சமயத்தினருக்குத் தன் ஆதரவை அளித்தார். அரசனின் ஆதரவு அவர்களை வளர்த்தது. மன்னனுக்கருகில் இருப்பதால், மன்னனின் மகிழ்ச்சி அவர்களோடு இருப்பதால் அவர்களின் தாக்கம் அதிகமாக ஆரம்பித்தது.

அசோக மன்னரின் மனைவிகளில் ஆறுபேர் மட்டுமே பெயர்களால் குறிப்பிடப்படுகிறார்கள். பல மனைவிகளும், வேறுபல காமக்கிழத்திகளும் அந்தப்புரத்தில் இருந்தாலும் ஆறு மனைவிகளே குறிப்பிடப்பட வேண்டியவர்கள். இவருக்கு பதினோரு மகன்களும், மூன்று மகள்களும் இருந்ததாகத் தெரிகிறது. 'பெரும் பரம்பரைக் கையேடு' அசோகரின் முதல் மனைவி மூலம் பிறந்த இரு குழந்தைகளின் பெயர்களைக் கூறுகிறது. மஹிந்தா, சங்கமித்ரா. ஆனால் இந்த நூலுக்கும் காலத்தால் முந்திய 'தீவுப் பட்டியல்' அல்லது 'தீபவம்சா' என்றழைக்கப்படும் நூல் பல விதங்களில் முழுமையான, சரியான தகவல்களைத் தருகின்றன. அசோகரது சிறு மலைக்கல்வெட்டுகள் - *MRE*-க்கள் - பேரரசர் பொ.ஆ.மு. 265இல் ஒரு சாதா புத்த நம்பிக்கையாளன் ஆனதாகக் கூறுகிறது. அதன்பின் வந்த இரண்டரை ஆண்டுகளில் அவர் புத்த சமயத்தின் மீது எவ்விதத் தீவிரமும் இல்லாதிருந்தார். தங்கள் தந்தை புத்த சமயத்தின் மீது ஆர்வம் கொண்ட பின் ஒன்றரை ஆண்டுகள் கழித்து மஹிந்தா, சங்கமித்ரா இருவரும் முழு புத்தபிக்கு, பிக்குணிகளாக ஆனார்கள். அப்போது மஹிந்தாவின் வயது பதினொன்று அல்லது பன்னிரண்டாக இருக்க வேண்டும். சங்கமித்ரா எட்டு அல்லது ஒன்பது வயதினள். இதில் சங்கமித்ரா பற்றிய செய்திகள் எவ்வளவு உண்மை என்று தெரியவில்லை. ஏனெனில் பின்னாளில் சங்கமித்ரா திருமணம் செய்து கொண்டதாகவும், மகன் பிறந்ததாகவும் சொல்லப்படுகிறது. மேலும் அவளின் கணவரும், மகளும் சங்கமித்ராவின் சங்கத்திற்குள் சேர்ந்தார்கள் என்றும் கூறப்படுகிறது.

பொ.ஆ.மு. 263 ஆண்டை ஒட்டிய காலத்தில் அசோகர் கலிங்காவின் மீது படையெடுத்தார். இப்பகுதி மட்டுமே பிந்துசாரர் காலத்திலிருந்து தனித்து இயங்கி வந்த நாடு, போர் நடந்து முடிந்தது. அசோகர் மாபெரும் வெற்றி கண்டார். வெற்றி கண்டு, கலிங்கத்தை அடிமைப்படுத்திய பிறகு, அசோகர் இந்திய நாட்டின் ஒரே பெரும் மன்னனாகிறார். அகன்ற பெரிய இந்தியா அனைத்திற்கும் ஒரே மன்னர் அசோகர். உண்மையிலேயே மிகப் பெரும் பேரரசர் அசோகர். தனது தந்தை பிந்துசாரரோ,

தாத்தா சந்திரகுப்தரோ, அல்லது வேறு எந்த மன்னரும்(அவர் காலத்திற்கு முன்னும், பின்னும்..) காணமுடியாத அளவிற்கு மிகப் பெரும் தேசத்தை ஆண்ட பேரரசன் அசோகர். கலிங்கப் போர் முடிந்தது. அடுத்த முப்பது ஆண்டுகளுக்குத் தொடர்ந்து அசோகரின் பேரரசு முழுவதும் முழுச் சமாதானம் நிலவியது. இதுபோன்ற ஒரு அமைதிச் சூழல் இந்தியாவின் வரலாற்றில் எப்போதும் இருந்தது இல்லை. - ஒரே ஒரு வரலாற்று நேரம் தவிர... ஒர வேளை 'பிரிட்டிஷ் ராஜ்' சமயத்தில் இதுபோன்ற அமைதி நிலவியிருக்கலாம்...!

கிர்னார், கல்சி, சபாஷ் கார்கி, மன்ஷேகரா, எர்ராகுடி போன்ற இடங்களில் இருந்த RE-13இல் கலிங்கத்துப் போர் பற்றிய விவரங்கள் பொறிக்கப்பட்டுள்ளன. அங்கே அசோகருக்குக் கிடைத்தது மாபெரும் வெற்றி. ஆனால் மிருகத்தனமான, மிகக் கொடூரமான வெற்றி. அந்தக் கடும்போர் கலிங்கத்து மக்கள் மீதும், அசோகர் மீதும் மிகப் பெரும் தாக்கங்களை ஏற்படுத்தின. அசோகர் மீது விழுந்த இந்தத் தாக்கம், அடுத்த இரண்டு மூன்று ஆண்டுகளில் அவரிடம் பெரும் மாற்றத்தை உண்டு பண்ணியது. அந்த மாற்றங்களுக்கு கலிங்கத்துப் போரே ஒரு பெரிய உந்து கருவியாக, பெரும் காரணியாக இருந்தது. ஒரு சாதாரண நம்பிக்கையாளராக இருந்தவரை பெரும் பக்தனாக்கி, அதன் பின் மிகத் தீவிர புத்த சமய நம்பிக்கையாளனாக ஆக்கிவிட்டது. ஒருவன் மதம் மாறி புத்த தர்மத்திற்குள், 'சரணாகதி அடைவது' என்று புத்த சமயத்தில் சொல்வார்களே அது அப்படியே நடந்தது. மாறிய பேரரசர் அந்த காலப்புள்ளியிலிருந்து புத்த மதம் சொல்லும் தர்மாவை மய்யப்புள்ளியாக வைத்துத் தன் அரசு நடத்தப்பட வேண்டும் என்ற முடிவுக்கு வந்தார். இந்த முடிவினால் அவரது அரசின் ஒவ்வொரு முயற்சிகளையும் இதை நோக்கியே இருந்தன. அரசும், தர்மமும் இணைகோர்த்துச் செல்ல வேண்டும் என்பதே அவர் குறிக்கோள்.

அசோகரின் புதிய முயற்சிகள் யாவும் கலிங்கத்துப் போரும், அதில் விளைந்த கொடூரங்களும் கொடுத்த பாடத்தினால் விளைந்தவையே. அந்தப் பெரும் அழிவிலிருந்து புதிய ஒளி ஒன்று பிறந்தது உண்மை. அரசனாக இருந்து பேரரசனாக மாறிய அசோகர், இப்போது முற்றிலும் மாறியிருந்தார். 'கொடுமைக்கார அசோகர்' இப்போது 'தர்ம அசோகராக' மாறிவிட்டார். இதுவரை மனித வரலாற்றில் நிகழாத ஓர் அதிசயம் இப்போது அசோகரின் வாழ்வில் நிகழ்ந்து விடுகிறது. எங்கும் நடக்காத அதிசயம்! வரலாற்றைத் துழாவினால் தனி மனிதன் ஒருவனிடம்

அசோக தர்மத்தின் வாழ்வும், தாழ்வும் | 445

இப்படி ஒரு மாற்றமா என்று எண்ணும்படியாக, முதல் முறையாக நிகழ்ந்துள்ளது. ஆனால் வரலாற்றை உடைத்து வெளிக்கிளம்பும் ஓர் அதிசயச் செயல் தோல்வியுறவும் அதிக வாய்ப்புண்டு.

கலிங்கத்துப் போருக்குப் பின் மூன்றாண்டுகள் கழித்து அசோகர் முதன் முதலாகத் தன் சாதா மலைக் கல்வெட்டுகள் மூலம் - *MREs* - தன் அறிக்கைகளை வெளியிட்டார். இது ஏறத்தாழ பொ.ஆ.மு. 260ஆம் ஆண்டின் சமீபத்தில் நடந்தது. இக்கல்வெட்டுகள் மூலம் அசோகர் இப்போது தான் புத்த சமயத்தால் ஈர்க்கப்பட்டுவிட்டதாகவும், புத்த சங்கத்திற்கு தான் வருகை புரிந்ததாகவும், தனது செயல்களால் கடவுளும், சக மனிதர்களும் தன்னோடு இணைந்து வருவதாகவும் குறிப்பிட்டுள்ளார். தனது செயல்கள் எல்லோரையும் கவர்ந்தன என்று சொல்லும் அசோகர், என்ன செயல்கள் அவை என்று ஏதும் பட்டியலிடவில்லை. ஆனால் அச்செயல்களைத் தன் குடிமக்கள் அனைவரும் செய்ய வேண்டுமென்று ஆவல் கொண்டார். இதை நிறைவேற்ற அவர் தான் பயணமாகச் செல்லும் இடங்களிளெல்லாம் இந்த வாசகங்கள் அங்குள்ள மலைகளிலும், தூண்களிலும் பொறிக்கப்பட வேண்டும் என்று ஆணையிட்டார்.

அசோகர் நாடு முழுவதும் மேற்கொண்ட பயணங்கள் ஒரு பெரும் படையே இடம்பெயர்ந்து செல்வது போலிருக்கும். பேரரசரும், குடும்பத்தாரும் தங்கள் உதவியாளர்கள், அதிகாரிகள், வீட்டு வேலைக்காரர்கள், பெண் காவலாளிகள் என்பவர்களுக்கு நடுவில் இருப்பர். படையினரும், ஆயிரக்கணக்கான உடன் பயணிகளும் வெளிச்சுற்றில் இருப்பார்கள். தங்கும் இடங்களில் அங்கங்கே கூடாரங்கள் முளைத்துக் கொள்ளும். தங்குமிடங்களில் உள்ளவைகள் அவர்களால் பயன்படுத்தப்படும். எல்லா நல்ல அரசர்கள் போலவே, அசோகரும் தன் மக்களுக்குத் தாராளமாக தரிசனம் அளிப்பார். ஆனால் அவர் பேசுவது சில குறிப்பிட்ட மக்களுடன் மட்டும்தான். ஆயினும் அசோகர் தான் சொல்வதை அனைவரும் கேட்கவேண்டும் என்று விரும்பினார். அந்த வார்த்தைகள் நிரந்தரமாக வேண்டும் என்றும் விரும்பினார். இதற்காக ஓர் எழுத்து மொழி மிகத் தேவையானதாக இருந்தது. தான் மக்களோடு பேசியது ஒரு திருத்தமான மொழியாக, எழுத்துகளாக மாறி நிரந்தரமாக மக்களிடம் சேரவேண்டும் என்ற நினைத்தார்.

அசோகரின் பேசும் மொழியாகவும், அவரது மகத நாட்டில் புழங்கி வந்த மொழியாகவும் இருந்தது ப்ரகிருதி மொழி. இதற்குப் புதிதாக சில எழுத்துகள் உருவாகி, கரோஸ்தி மொழியை விட நன்குப் பயன்படுத்தும் நிலைக்கு வந்தது. ஆயினும் மொழியின் பற்றாக்குறை முழுவதுமாக தீர்ந்து விடவில்லை. ஆகவே புதிதாகத் தோன்றிய எழுத்துகளுடன் செய்திகள் எழுதப்பட்டாலும், சில நூற்றாண்டுகள் கவனிக்கப்படாமல் போனால் முன்பு எழுதப்பட்ட சொற்களின் பொருள் தெரியாமலும் போகலாம் அல்லது சந்தேகத்திற்குரியதாகிப் போய்விடலாம். மொழியில் இறுதித் தன்மை இல்லாததால் ஏற்படும் பிரச்சனை இது. அரசர் தனக்குத் தெரிந்த ஒரு பொருளுடன் பேசுவார். அதனை எழுதி வைப்பவர்கள் அரசரைக் கேள்விகள் கேட்கவா முடியும். மன்னர் சொன்னதை அப்படியே எழுதலாம். ஆனால் அது சரியானதாக, புரியக்கூடியதாக இல்லாமல், தனிமனித இயல்புகளோடு பின் வரும் சந்ததிகளுக்குப் புரியாமலே போய்விடும் ஆபத்தும் உண்டு.

பேரரசர் முதலிலிருந்தே கற்றூண்கள், மலைக்கல்வெட்டுகள் பற்றிப் பேசுவதிலிருந்து ஆரம்பத்திலிருந்தே இந்த இரு முறைகள் மூலமாகவே தன் கருத்துகளை அவர் வெளியிட்டு வந்தார் என்பது தெரிகிறது. இந்த இரண்டு முறைகளில் மலைக்கல்வெட்டு மட்டுமே முழுமையாக இன்று நமக்குக் கிடைக்கிறது. இந்த இரண்டோடு சேர்த்து மூன்றாவது முறை மூலமும் அசோகரது கருத்துகள் பரப்பப்பட்டன. இவை 'பிரிவுக் கல்வெட்டுகள்' *(Schism Edicts)*. இக்கல்வெட்டுகளின் சரியான காலக் கணிப்பீடு தெரியவில்லை. ஆயினும் இக்கல்வெட்டுகள் மூலம் புத்த சங்கத்தின் பிக்குகள், பிக்குணிகள் எவ்வாறு நடந்து கொள்ள வேண்டும், எதை உடுக்க வேண்டும், எதை வாசிக்க வேண்டும் என்று பலவிதச் சட்டங்களைத் தருகிறார். இவைகளைப் பார்க்கும் போது அசோகர் காலத்திலேயே புத்த மதத்தில் பிளவுகள் ஆரம்பித்தது என்றும், அசோகர் புத்த சபையின் தலைவர் போல் இருந்திருக்கிறார் என்றும் புலப்படுகிறது. எட்டாம் ஹென்றி டூடர் இங்கிலாந்தில் பிரிவினைக் கிறித்துவ மதத்தின் புரவலனாக ஆனது போல், அசோகரும் புத்த மதத்தைத் தன் கட்டுக்குள் வைத்திருக்க முயன்றிருக்கிறார்.

இந்தப் பிரிவினைக் கல்வெட்டுகள் புத்த சங்கத்தில் பல வேறுபாடுகள் கிளைத்தன என்பதற்கான உறுதிச் சான்றுகளாக உள்ளன. வேறுபாடுகள் ஆரம்பித்து, பின் பதினெட்டு வகையான புத்தப் பிரிவுகளும், வடபுல மரபு, தென்புல மரபு என்று இருவகைக் கூறுகளும் தோன்றின. அசோகர் புத்த

மதத்தின் தீவிர பக்தனாக ஆனபிறகு, அவரது வாழ்வு புத்த மதத்தின் கருத்துகளைப் பரப்புவதிலும், புத்த சமயத்திற்கான பாதுகாவலராகவும் இருப்பதில் கழிய ஆரம்பித்தது. சாதா மலைக்கல்வெட்டுகளில் தன் பயணங்கள் பற்றி அசோகர் குறிப்பிடுகிறார். இரண்டு முக்கிய பயணங்களை அவர் மேற்கொண்டார். புத்த சங்கத்தைச் சேர்ந்த மூத்த புத்த குரு ஒருவரின் உதவியுடன் முக்கிய புத்தப் புனித தலங்களுக்குச் சென்றுவந்தார். இந்த மூத்த குரு யார் என்பதும் ஒரு விவாதமாக இருந்தது. பெரும் பரம்பரைக் குறிப்பேடுகளில் சொல்லப்பட்ட செய்திகளை வைத்துப் பார்க்கும்போது அசோகரை புத்த மதத்தில் வழிநடத்திச் சென்றவர் மொகாபலிபுட்டா திஸா என்பவர். இவர் ஸ்தவிரவடா என்று அப்போதும், தெரிவாடா என்ற புத்த சமயத்தின் பிரிவில் இப்போதும் உள்ளவர். இவரது அஸ்தி கன்னிங்ஹாமால் சாஞ்சியில் கண்டெடுக்கப்பட்டது. ஆயினும் பேரரசர் அசோகக் காப்பியத்தில் மிகப் பெரியவராகச் சொல்லப்படுபவர் உபகுப்தா. இவர் மதுரா என்று அப்போதும், மஹாயானா என்று இப்போது அழைக்கப்படும் எதிர்புலமான சரவஸ்திவாதாஸ் என்ற பிரிவில் உள்ளவர். புத்த மதத்தின் இந்த இரு குழப்பங்கள் பற்றாது என்பதுபோல் மூன்றாவது குழப்பம் ஒன்றும் திபெத்தியன் வரலாற்றாளர் தாரநாதாவின் மூலம் சேர்கிறது. இவர் புதியதாக இன்னொரு புத்தப் பெரியவரைத் தன் வரலாற்றுக் குறிப்பில் பேசுகிறார். அவரது பெயர் யாஷாஹ். இவர் பாடலிபுத்ராவிற்கு வெளியில் உள்ள குரு மடமான குக்குதராமா அல்லது ‘சேவல்’ குருமடத்தில் வாழ்ந்தவர். இந்தச் குரு மடம் அசோகரால் ஆரம்பிக்கப்பட்டு, அவரிடம் நிதி உதவிகள் பெற்றுக் கொண்டிருந்த குருமடம். ஆகவே இக்குருமடம் அசோகராமா என்றும் அழைக்கப்படும். இவ்வரலாற்றாசிரியர் சொல்லும் யாஷாஹ் நிச்சயமாக உபகுப்தர் இல்லை. ஏனெனில் உபகுப்தர் அசோகக் காப்பியத்தில், அசோகர் பிறப்பதற்கு முன்பே மரணமடைந்து விட்டார் என்ற செய்தியும் சொல்லப்பட்டுள்ளது. ஒரு வேளை உபகுப்தரின் பெயர் மீண்டும் இங்குக் குறிப்பிடுவதற்கு காரணம் மஹாயானப் புத்தப் பள்ளியின் சிறப்பைக் கூட்டுவதற்காக இருக்கலாம். இந்தக் குழப்பங்கள் புத்தப் பள்ளிகளுக்கு நடுவே இருந்த போராட்டங்களைத் தெளிவாகக் காண்பிக்கின்றன. ஒவ்வொரு பள்ளியும் அசோகரின் நம்பிக்கைக்குள் வருவதற்காக எடுக்கப்பட்ட முயற்சிகளாக இருக்கலாம்.

இந்த சமயக் குழப்பங்களின் ஊடே அசோகரின் கல்வெட்டுகளில் உள்ள வாசகங்களை வைத்து ஓரளவு தெளிவு

பெறமுடியும். இந்தக் கல்வெட்டுகளின் இரண்டாம் தொகுதி பொ.ஆ.மு. 259லிருந்து ஆரம்பமாகிறது. இக்கல்வெட்டுகள் கலிங்க வெற்றிக்குப் பின்பு, கலிங்க நாட்டிலிருந்தே ஆரம்பமாகி, அங்கிருந்து வடக்கு நோக்கிச் செல்கின்றன. ஆனால் இதில் ஒரு மர்மம் முடங்கி நிற்கிறது. ஏன் ஒரு மலைக் கல்வெட்டு கூட கங்கைச் சமவெளியில் இல்லை? இப்பகுதியில் அசோகர் தூண் கல்வெட்டுகள் மட்டும் நிர்மாணித்து, அவைகள் காலத்தின் ஓட்டத்தில் அழிக்கப்பட்டிருக்கலாம். அதனால் இதுவரை எந்த மலைக்கல்வெட்டுகளும் ஆய்வாளர்களின் கண்ணில் படவில்லை. இப்படி ஒரு காரணத்தைத்தான் யோசிக்க வேண்டியதுள்ளது.

சாதா மலைக் கல்வெட்டுகளுக்கும் (Minor Rock Edicts - MRE), மலைக் கல்வெட்டுகளுக்கும் (Rock Edicts- RE) இருக்கும் வேற்றுமை ஒரே ஒரு வார்த்தையில் உள்ளது. 'தர்மம்' என்பதே அந்தச்சொல். மலைக்கல்வெட்டுகளில் உள்ள முதல் சொற்றொடரில் இச்சொல் வந்துவிடும். பின் இதே சொல் அடிக்கடி திரும்பவும் வரும். அசோகரின் அரசியல் கருத்துகள் யாவும் இந்த 'தர்மத்தின்' மேல் கட்டியமைக்கப்பட்டுவிட்டன. தன் கருத்துகளைப் பரப்புவதற்காகத் தனியே சமய நிர்வாகிகளும், ஆசிரியர்களும் நிறைந்த குழு அசோகரால் அமைக்கப்பட்டது. இவர்கள் 'தர்ம மஹாமத்ராஸ்' என்ற அழைக்கப்பட்டனர். இவர்களிடம் தர்மத்தைப் பரப்பவும், மக்களின் நலன்களைப் பெருக்கவும் பெரும் பொறுப்புகள் மன்னரால் கொடுக்கப்பட்டன.

மலைக் கல்வெட்டுகளில் அசோகரின் புதிய குரல் அழகாக எதிரொலித்தது. முதல் சொற்றொடரே அசோகரின் மேலாண்மையை உறுதிப்படுத்துவதாக இருந்தது. ஆயினும் அசோகர் தன் குடிமக்கள் தன்னை முழுமையாகப் புரிந்து கொள்ளும்படியும், தனது மாற்றத்திற்கு கலிங்கத்துப் போரில் விளைந்த குற்ற உணர்வு மட்டும் காரணமல்ல என்பதையும் புரியும்படி கல்வெட்டுகளில் தன் கருத்தை வெட்டிவைத்தார். தன் வாழ்வில் முதல் முறையாக தாழ்ச்சி என்னும் பண்பின் முழுப்பொருளை உணர்ந்தவராகத் தன்னை வெளிப்படுத்துகிறார். தான் தன் நாட்டின் பொருளாதார மேன்மைக்காக எடுக்கும் முயற்சிகளை தன் குடிமக்கள் அனைவரும் அறிந்து கொள்ள பெரும் சிரத்தை எடுத்துக்கொண்டார். அசோகர் தன் குடி மக்களிடம், "எல்லோரின் நலனே உண்மையில் என் குறிக்கோள். இது அடிப்படைக் கடமைகளை விரைவாக நிறைவேற்றுதலில்

அசோக தர்மத்தின் வாழ்வும், தாழ்வும் | 449

உள்ளது. மக்களின் நலனை உயர்த்துவதை விட பெரும் கடமை வேறென்ன...?” என்று கூறுகிறார்.

அசோகர் பதவியேற்று பன்னிரண்டு, பதிமூன்று ஆண்டுகள் கழிகின்றன; வயதும் நாற்பதுகளின் நடுவில் ஆகிவிட்டது. இப்போது அசோகர் புரட்சிகரமான கொள்கைகளுடன் தன் ஆட்சியை நடத்துகிறார். அவரது சமூக, சமயப் புரட்சிக் கருத்துகள் பழைய நிலையிலிருந்து, பழைய கருத்துகளிலிருந்து பெரிதும் வித்தியாசமான சீர்திருத்தக் கருத்துகளாக இருந்தன. அவரது கொள்கைகள் மூன்றும் முக்கிய முடிவுகளின் மேல் கட்டப்பட்டுள்ளன: ‘அஹிம்சை’ எல்லாவற்றிற்கும் அடிப்படை. இதன் மூலம் தர்மத்தை நிலைநாட்ட வேண்டும். அடுத்து, ‘சமய நல்லிணக்கம்’ - தங்கள் சமய நம்பிக்கைகளைப் பற்றிப் பேச உரிமை உண்டு. அதே நேரத்தில் அடுத்தவர் சமய நம்பிக்கைகளை மதிக்க வேண்டும். மூன்றாவதாக, ‘எல்லா சமயங்களின் முக்கியக் கொள்கைகளும் உயர்த்திப் பிடிக்கப்படவேண்டும்.’ இதற்கு சிறந்த நடவடிக்கைகள், குற்றம் செய்யாத உள்ளம், சுயக்கட்டுப்பாடு, ஆழ்ந்த நம்பிக்கை, மற்றோரை மதிக்கும் மாண்பு, தாராள மனது, நல்ல பல செயல்கள், நன்றியுணர்வு, நடுநிலையுணர்வு, தீங்கில்லாத வாழ்க்கை முறை, எவ்விதத் தீங்கு செய்தோரையும் மன்னிக்கும் பெரும் மனது என்பவை தேவை.

அசோகர் சொல்லும் இந்த தர்மம் புத்தர்களுக்கும், பிராமணர் களுக்கும் புதிது. அசோகர் அளிக்கும் இந்த தர்மத்திற்கும் சாக்கிய முனிவருக்கோ, புத்த சங்கத்திற்கோ தொடர்பில்லை. இதனாலேயே மலைக்கல்வெட்டுகள் வெறும் புத்த சமயத்து மக்களுக்கு மட்டுமின்றி எல்லா மக்களுக்கும், எச்சமயத்தினருக்கும், நாட்டில் இருக்கும் அனைத்து மக்களுக்கும் பொதுவாக எழுதப்பட்டவைகள். அசோகர் ஏற்கனவே சொல்லியது போல் அனைத்து மக்களும் மன்னனின் குழந்தைகள்தான். இதனாலேயே அவரது கல்வெட்டுகள் சமயக் கொள்கைகளைப் பறைசாற்றாமல், நல்ல கருத்துகளை மட்டும் முன்வைக்கின்றன. கடவுள்களோ, அவரின் நாமங்களோ அசோகரின் கல்வெட்டுகளில் இடம் பெறவில்லை. சமயச் சார்புள்ளவைகளாக இருந்தவை அசோகரின் பட்டமேற்கும்போது சூட்டிக் கொண்ட பெயர்கள் மட்டுமே. சமயச் சடங்குகளைப் பற்றியும் தனது எதிரான கருத்தை அசோகர் தன் கல்வெட்டில் கூறியுள்ளார். RE-2இல் இதுபோன்ற சமயச் சடங்குகளை ‘மட்டமான தேவையில்லாத சடங்குகள்’

என்று கூறியுள்ளார். மேலும் அசோகர் தன் கல்வெட்டுகளில் மீண்டும் மீண்டும் பிராமண சாதியினருக்கு மிகவும் மரியாதை கொடுக்க வேண்டும் என்று சொல்வதுண்டு. இது அனேகமாக பிராமணர்கள் மத்தியில் சலசலப்பை ஏற்படுத்தியிருக்க கூடும்!

தென்புல மரபு சொல்வது போல் அசோகரால் கட்டப்பட்ட புத்த ஸ்தூபிகள் பற்றிய விவரங்கள் ஏதும் எந்தக் கல்வெட்டிலும் காணப்படவேயில்லை. மூன்று ஆண்டுகளில் இவை கட்டப்பட்டன என்று சொல்லப்படுகிறது. கல்வெட்டுகளில் இந்த விவரங்கள் இல்லாதிருப்பதற்கான காரணம் ஒருவேளை இவை பொ.ஆ.மு. 259-258இல் வெட்டப்பட்ட மலைக் கல்வெட்டுகளிற்கும், பொ.ஆ.மு. 243-242இல் கட்டி நிர்மாணிக்கப்பட கற்றூண் கல்வெட்டுகளிற்கும் நடுவில் நடந்ததாக இருக்கலாம். ஸ்தூபிகளும், குருமடங்களும் நிறைய ஆசியக் கண்டத்தின் பெரும் பகுதிகளில் கட்டப்பட்டன என்பது கேள்விக்கு அப்பாற்பட்டது. இன்னும் நூற்றுக்கணக்கான புத்த ஸ்தூபிகளும் அவைகளைச் சுற்றி எடுக்கப்பட்ட புத்தக் குருமடங்களும் இதற்கு சாட்சி. பாழடைந்த இந்தக் கட்டிடங்கள் இந்தியா முழுவதும், ஆப்கானிஸ்தான் உட்புறப் பகுதிகளிலும், இன்னும் மேற்கே ஹெராத் போன்ற இடங்களிலும் கண்டு பிடிக்கப்பட்டுள்ளன. இப்பாழடைந்த கட்டிடங்களில் பல குஷன் அல்லது குப்த காலத்து ஸ்தூபிகள் தான். ஆனால் பொதுவாக இக்கட்டிடங்கள் ஏற்கனவே கட்டப்பட்டிருந்த மௌரியன் கட்டிடங்களுக்கு மேலாகவே கட்டப்பட்டிருந்தன. புத்தசமயத்தில் ஸ்தூபி கட்டும் வழக்கம் இருந்தது என்பதும் அசோகரின் காலத்தில் இது மேலும் விரிவடைந்தது என்பதும் தெரிகிறது.

அசோகர் காலத்திற்கு முன்பு சமயத் தொடர்பானவைகள் கட்டிடங்களாகக் கட்டப்படவில்லை. அவைகள் மரம், மண் போன்றவற்றின் மூலமாகவே கட்டப்பட்டன. அசோகர் காலத்தில் இவை செங்கல், சாந்து, கல் போன்றவையால் கட்டி எழுப்பப்பெற்றன. அசோகர் எந்த எண்ணத்தில் இப்படி பெரும் கட்டிடங்களை நிர்மாணித்தாரோ தெரியாது. ஆனால் இந்தக் கட்டிடங்கள் தரும் செய்தி மறுக்க முடியாததே. உலகத்திற்கே தர்மம் பற்றி சொல்லும் மலைக் கல்வெட்டுகள் போல் இல்லாமல், இக்கட்டிடங்கள் புத்தரின் தர்மத்திற்காகக் கட்டப்பட்டவையாகும்.

அசோகர் ஸ்தூபிகளைக் கட்டும் பணியோடு, போதிமரத்தை வணங்குவதும், தர்மச் சக்கரத்தை வணங்குவதும் தொடர்ந்து

வளர்ந்தன. புத்த சமயக் கட்டிடங்களில் சிற்பங்கள் தோன்ற ஆரம்பித்த காலத்திலேயே புத்த சமயத்தோடு தொடர்புள்ள நிகழ்வுகள் சிற்பமாகத் தோன்ற ஆரம்பித்துவிட்டன. மரத்தை வணங்குவதும், குழந்தைப் பேறு தரும் சிறுதெய்வங்களை வணங்குவதும் இந்தியக் கலாச்சாரத்தில் ஏற்கனவே இருந்த பழக்கங்கள். இப்போது இவை அசோகர் தன் ஆட்சியில் இறுதி ஆண்டுகளில் போதிமரத்தின் மேல் கொண்ட மரியாதையால் இது மேலும் வளர்ந்தது. தர்மச் சக்கரம் இன்னொரு கேள்வியை எழுப்புகிறது. புத்த நம்பிக்கையில்லாதவர்கள் இதை எங்ஙனம் எடுத்துக் கொள்வது - இந்திய தர்மமான வேதங்களையா... இல்லை, சாக்கிய புத்தரின் தர்மத்தையா? இந்த இரண்டில் ஒன்றை அசோகர் உயர்த்துவதால் அடுத்த சமயத்தைக் குறைத்து விடுகிறாரா?

அசோகரின் வயது ஐம்பதை நெருங்கும்போது பல ஸ்தூபிகளைக் கட்ட ஆரம்பிக்கிறார். இதனால் அசோகர் முழுவதுமாக புத்த சங்கத்திற்கு உள்ளும், அதன் பெரும் குருக்களிடமும் ஆழ்ந்த தொடர்பு பெறுகிறார். இப்போதும் புத்த சபைக்குள் பல போட்டிப் பொறாமைகளும், குழு மனப்பான்மையும் தலை விரித்தாடிக் கொண்டிருந்தன. பொ.ஆ.மு. 254இல் அசோகர் தன் அமைச்சர் ஒருவரை புத்தர்களுக்கும், நிர்வாண ஞானியான நிர்கிரந்தாவின்(Nirgranthas) குழுவினருக்கும் இடையில் இருந்த பிரச்சனைகளைத் தீர்க்க அனுப்புகிறார். ஆனால் இது நிலைமையை மேலும் மோசமாக்கியது. ஏனெனில் தகராறுகளைத் தீர்த்துவைக்க அமைச்சர் சென்றாலும், அவரது முயற்சியின் நடுவே சில குருக்கள் கொல்லப்பட்டனர். இந்தப் பிரச்சனையில் தலையிட்ட அசோகரின் இளவலான திஸா விட்டசோகா கொல்லப்பட்டார்.

தொடர்ந்து நடந்த இந்த நிகழ்வுகளால் பேரரசர் புத்தக் குருமடங்களில் உள்ள அனைவரையும், தான் நிர்மாணித்த பாடலிபுத்ராவிற்கு அருகிலுள்ள குக்குதரமா - அசோகரமாவிற்கு அழைக்கிறார். தென்புல மரபு, இந்த மாநாட்டில் பழமைக் கொள்கைகள் மீது பிடிப்பு கொண்டிருந்த மூத்தோருக்கு எதிராகச் சென்ற சிலர் மதத்திலிருந்து விலக்கப்பட்டார்கள் என்று கூறியது. மேலும் சரியான கொள்கைகளை வகுக்கத் திட்டமிடப்பட்டது. நம்பிக்கைகளைப் பற்றிய போட்டியில் வென்றவர்களின் கொள்கைகள் முறையாக வகுக்கப்பட்டன. இந்தச் சரியான கொள்கைகள் மேலும் பரவும்படி மதமாற்ற முயற்சிகள் மேற்கொள்ளப்பட்டன. இதன் பலனாக பல சமயப்

பிரச்சாரர்கள் பல இடங்களுக்கு அனுப்பப்பட்டனர். இளவரசர் மஹிந்தா இலங்கை சென்றதும் இத்திட்டப்படிதான்.

தென்புல மரபு இந்தத் தகவல்களைக் கூறுகின்றது. ஆனால் வடபுல மரபு இப்பிரச்சனைகள் பற்றி ஏதும் பேசவில்லை. ஒருவேளை பிரச்சனைகளில் தோற்றது வடம்புலத்தவராக இருக்கலாம். மேலும் மூன்றாவது புத்த சங்கமம் பற்றிய குறிப்புகள் ஏதும் அசோகரின் கல்வெட்டுகளில் இடம் பெறவில்லை. அதனால் இச்சங்கமம் பற்றிய தகவல்கள் தென்புலத்தால் தரப்பட்ட தவறான செய்திகளாக இருக்கலாம். ஆனால் இச்சங்கம் நடந்ததற்கான ஒரு சாட்சியாக வெட்டெல், முகர்ஜி, ஸ்பூனர் ஆகியோர் பாட்னா நகரத்திற்கு வெளியே ரயில்வண்டிப் 'பாதைக்கு அருகில் அகழ்வாராய்ச்சியில் கண்டுபிடித்த மிகப் பெரிய கூடம் ஒன்று இருக்கிறது. நிச்சயமாக மிக வித்தியாசமாக இருந்த இந்தக் கட்டிடம், அதில் இருந்த படிக்கட்டுகள், ஆற்றின் ஓரத்தில் படகுத் துறையோடு கட்டப்பட்ட இந்த நீண்ட பெரிய கூடம் பெரும் எண்ணிக்கையிலான மக்களைக் கூட்டுவதற்காகக் கட்டப்பட்டது. பாடலிபுத்ராவையும் அதனைச் சுற்றியுள்ள பகுதிகளிலிருந்தும் வந்த புத்த குருமார்கள் இங்கு கூடினார்கள். அறுபதாயிரம் குருக்கள் அங்கு மூன்றாம் சங்கத்திற்காகக் கூடினார்கள். இவர்களுக்கான தங்குமிடமாக இல்லாமல் இந்தக் கூடம் கூட்டம் நடத்துவதற்காக மட்டுமே பயன்படுத்தப் பட்டது.

மேலும் ஒரு தகவல் பெரும் பரம்பரைக் கையேட்டில் உள்ளது. இதில் இலங்கைக்கும், இந்தியாவில் பல இடங்களுக்கும், இந்தியாவைத் தாண்டியும் பல மதப்பிரச்சாரர்கள் அனுப்பப்பட்ட செய்தி உண்டு. மதப்பிரச்சாரர்களின் பெயர்களும் குறிப்பிடப்பட்டுள்ளன. ஆனால் இதே பெயர்களை கன்னிங்ஹாம், மெய்ஸி போன்றோர்கள் சாஞ்சியிலும் கண்டதாகவும் தெரிகிறது. ஒருவேளை சாஞ்சி மலை, தர்மம் எங்கும் பரவியதற்கான ஒரு நினைவிடமாக இருக்கலாம். முதலில் புத்தர் சாஞ்சியை இந்தியாவில் நடக்கும் தர்மத்தின் பரப்புதலுக்கு நினைவிடமாக வைத்திருக்கலாம். பின்பு அசோகர் காலத்தில் உலகம் முழுவதும் தர்மம் பரவியதற்கான நினைவிடமாக இருந்திருக்கலாம்.

மூன்றாம் புத்த சங்கம் நடந்து முடிந்த பிறகு வடபுலச் செய்திகள் சீரானவைகளாக இல்லை. இலங்கையிலுள்ள பெரும் பரம்பரைக் கையேட்டில் உள்ள செய்திகளும் வடபுலச் செய்திகளும் ஒத்திருக்கவில்லை. வடபுலச் செய்திகள் அசோகரை

வேண்டுமென்றே குறைத்துக் காட்டுவதாக அமைந்துள்ளன. அசோகர் மதுராவில் உள்ள புத்த குருக்களுக்கு முன்னால் தாழ்ந்து நிற்பதையும், உபகுப்தாவின் முன்னால் முழுவதுமாக அசோகர் தண்டனிட்டுக் கிடப்பதையும், ஸ்தூபிகளைக் கட்டுவதற்கு உபகுப்தர் ஒத்தாசை செய்வதையும், உபகுப்தரின் தலைமையின் கீழ் அசோகர் புனித தலங்களுக்குப் பயணித்தார் என்பதையும், உபகுப்தரின் பிரிவை, பெரும் செல்வச் செழிப்புள்ள காணிக்கைகளைக் கொடுத்து அவர்களுக்கு புனித சபையில் ஆதரவளித்ததையும், வடம்புலச் செய்திகள் தருகின்றன. இச்செய்திகள் உண்மைதானென்று லும்பினியிலும், நிக்லிவா சாகரிலும், வடக்கு பீஹாரில் அரச நெடும்பாதைகளில் உள்ள கற்றூண்கல் வெட்டுகளிலும் மலைக் கல்வெட்டுகளிலும் உள்ள செய்திகள் கூறுகின்றன.

சாஞ்சியில் செதுக்கப்பட்டச் சிற்பங்களிலிருந்து அசோகர் பல புத்தப் புனிதப் பொருட்களைத் தேடிச் சேர்த்தார் என்றும், ஸ்தூபிகள் பல கட்டினாரென்றும், போதி மரத்தினை ஆராதிக்கப் பெரும் ஆர்வம் காட்டினாரென்றும் வடபுல, தென்புல மரபுகள் ஒருமித்துச் சொல்கின்றன. இதைப் போலவே அசோகர் காப்பியத்தில் கூறுவதைப் போல அசோகர் தன் இறுதிக் காலத்தில் புத்தசங்கத்தைக் காப்பதிலும், வளர்ப்பதிலும் மிகத் தீவிரமான எண்ணம் கொண்டிருந்தார். அவர் இதைத்தவிர வாழ்க்கையில் வேறெதெற்கும் இடம் அளிக்க விரும்பவில்லை.

வடபுல, தென்புல மரபுகள் இரண்டிலும் அசோகர் புத்தமதத்தின் மீது மட்டுமே மிகுந்த ஈடுபாடு கொண்டிருந்தார் என்று கூறியதற்கு மாறான சிலசெய்திகள் அசோகர் பட்டமளிப்பிற்குப் பிறகு இருப்பத்தியாறு ஆண்டுகளுக்குப் பின் நிர்மாணிக்கப்பட்ட கற்றூண் கல்வெட்டில் காணப்படுகிறது. இக்கல்வெட்டுகளில் அசோகரும், அவரது அமைச்சர் குழாமும் மிகவும் திறமையாகவும், மக்களுக்கு நன்மை தருவதாகவும் நாட்டை நிர்வகித்து வந்தனர். அசோகர் கொண்டு வந்த புதிய திட்டத்தில் இவரது ஆட்சியின் சிறப்பு புரியும். அசோகர் தன் மக்களுக்குக் கொண்டு வந்த புது ஒழுங்குகள்: - முற்றிலுமாக மிருக பலியை நிறுத்துதல், மிருகச் சண்டைகளை ஒழித்தல், வேட்டைக் கறி உண்ணுதல் (RE-1); மருத்துவ மனைகள் எழுப்புதல், பூங்காக்கள் அமைத்தல், கிணறுகள் வெட்டுதல், சாலைகளில் மரங்கள் நட்டு வளர்த்தல், மருத்துவ உதவியை அண்டை நாடுகளுக்கும் அளித்தல் (RE-2); சமய, சமுதாய அதிகாரிகள் ஐந்து ஆண்டுகளுக்கு ஒருமுறை பயணங்கள் மேற்கொண்டு

வருதல் (RE-3); ஒவ்வொரு ஆளுநரும் சட்டம் ஒழுங்கை கட்டிக்காக்க தேவையான அதிகாரங்களோடு பணிபுரிதல், மரண தண்டனைகளை ஒழிப்பது (RE-4). மலைக்கல்வெட்டுகளில் உள்ள அனைத்து நல்வழித் திருத்தங்களும் நாட்டில் பயன்பாட்டில் வந்து விட்டால், நிச்சயமாக அசோகரின் ஆட்சியே மக்கள் நலம் கருதி நடத்தப்பட்ட, வரலாற்றிலேயே முதல் நல்லாட்சி (the first welfare State) என்று சொல்லமுடியும். இவைகளின் பயன்பாடு பற்றிய தொல்பொருள் சான்றுகள் ஏதும் இதுவரை கிடைக்கவில்லை. ஆயினும் சாஞ்சிப் பகுதியில் ஒரு பெரும் அணை இருந்ததற்கான ஆதாரங்கள் கிடைத்துள்ளன. இந்த அணையும், ஏனைய நீர் பங்களிப்புகளும் மௌரியன் காலத்தவை என்று தெரிகிறது. இதுபோலவே எங்கெல்லாம் அசோகர் கற்றூண்கள் இருந்தனவோ, அவைகளுக்கருகில் கிணறுகள் இருப்பது வழக்கமாக இருந்தது.

இந்தப் புதிய திருத்தங்கள் அசோகரின் ஆட்சியில் நடைமுறைப் படுத்தப்பட்டன என்பது அசோகரின் இறுதி சாசனத்தில் தெளிவாகக் காணக்கிடைக்கிறது. இச்சாசனத்தை அசோகரின் ஏழாவது கற்றூண் கல்வெட்டில் பார்க்க முடிகிறது. ஃபெரோஸ் ஷா கைத்தடி தூணிலும் இவைகள் வெட்டப்பட்டுள்ளன. பேரரசர் அசோகர் தனது முப்பத்தி ஏழு ஆண்டுகள் நீண்ட ஆட்சியின் போது நடத்தியவைகளின் தொகுப்பாக இது உள்ளது. அசோகரும் அவரது சமய அதிகாரிகளும் தர்மத்தின் பேரிலான இந்தப் புதிய மாற்றங்களைக் கொண்டு வந்தனர். இதனால் மக்களிடையே விளைந்த நற்பயன்கள் பட்டியலிடப்படுகின்றன. இந்த மாற்றங்களை மக்களை இணங்க வைப்பதற்கு, அவர்கள் மனதில் நம்பிக்கைகளை விதைத்து, அதன் மூலமே நிறைவேற்றினர். வெறும் கட்டளைகளால் மட்டுமே மாற்றங்களை அசோகர் கட்டாயப்படுத்தவில்லை. அசோகருக்கு புத்த சமயத்தின் மீது தீவிரம் மிகுதியாக இருந்தாலும், அவர் அனைத்து மதத்தினரையும் ஒன்றாகவே, சமமாகவே நடத்திவந்தார். PE-7-இல் அசோகர் "எல்லா மதங்களையும் மதித்து, அவைகளுக்குரிய மரியாதைகளை நான் அளித்தேன்" என்று கூறுகிறார். மேலும் அக்கல்வெட்டிலேயே "என் தர்ம மஹாமத்ராக்கள் அனைத்து மத மக்களிடையேயும், அனைத்து மத ஞானிகளிடமும் தங்கள் பணியைச் செவ்வனே செய்து வந்தனர்" என்ற குறிப்பும் உள்ளது. தர்மத்தின் அடிப்படை மட்டுமே இப்பணிகளில் இருந்தன. அவை சமயச் சார்பற்ற பொதுவான நற்பணிகள். மலைக் கல்வெட்டுகளில் கூறப்பட்டுள்ளது போல், தனி மனித ஒழுக்கமும், சமூக

ஒழுக்கமும் அறிவுறுத்தப்பட்டன. நிச்சயமாக இவை சமயச் சார்புக் கொள்கைகளல்ல. PE-2 இல் அசோகர் கேள்வியும், பதிலுமாகத் தன் கருத்தைச் சொல்கிறார். "தர்மம் என்பது என்ன?" என்றொரு கேள்வி எழுப்பி, அதன் பதிலாக, "சில குறைகள், நிறைய நன்மைகள், இரக்க உணர்வு, தாராள மனது, உண்மை, தூய்மை" என்று அவர் தர்மத்தின் அடிப்படைகளை அறிவிக்கிறார். இக்கருத்தோடு சேர்த்து, RE-1-இல் "அதிகமான சுய பரிசோதனை, மிகுந்த மரியாதை, தவறுகளின் மீதுள்ள பயம், அதிகப் புத்துணர்வு" என்பவைகளையும் தொகுத்து அசோகர் சொல்கிறார். இக்கல்வெட்டுகளில் எந்த தேசத்தின் மந்திரங்களோ, கடவுளுக்கான காணிக்கைகளோ, உயிர்பலிகளோ, சமயச் சடங்குகளோ எந்தக் கடவுளின் பெயரோ, கல்வெட்டுகளில் எங்கும் காணப்படவில்லை; மிக மிக உண்மையான சமயச் சார்பின்மை!

RE-7-இல் அசோகச் சக்கரவர்த்தி தொகுத்தளித்த கருத்துகள் பல நூற்றாண்டுகளுக்குப் பிறகு இன்றும் நம் மனதை ஊடுறுவி நிற்கும் என்பது நிச்சயம். அத்தொகுப்பு:

> "இதைப்பற்றி இறைவனுக்கு விருப்பமானவனாகிய நான் சொல்வது - எங்கெங்கு தூண்களும், கற்பாறைகளும் இருக்கின்றனவோ அங்கெல்லாம் தர்மத்தின் வாசகங்கள் காலங்காலமாய் நிற்பதற்காகப் பொறிக்கப்படுகின்றன. என் மகனும், பேரனும் இதைப் பார்க்கும் படியாகவும், சூரியனும் நிலவும் இருக்கும் காலம் வரை இவை நிலைத்து நின்று, மக்கள் இவைகளை தம் வாழ்வில் கடைப்பிடிக்கவும் இவ்வாறு பொறிக்கப்படுகின்றன. இவைகளை வாழ்வில் கடைப்பிடித்தால் இந்த வாழ்வில் மட்டுமின்றி அடுத்த வாழ்விலும் இன்பம் அடையலாம். இந்தக் கல்வெட்டு என் பதவிக் காலத்தின் இருபத்தி ஏழாம் ஆண்டில் எழுதப்பட்டுள்ளன."

அசோகரின் இக்கடைசி வார்த்தைகள் பொ.ஆ.மு. 242இல் அல்லது அதை ஒட்டிய காலத்தில் பொறிக்கப்பட்டிருக்க வேண்டும். இப்போது அசோகரின் வயது அறுபது. அவர் காலத்திய நிலையில் மிகவும் வயதான பருவத்தில் இருக்கின்றார்.

அசோகரின் வாழ்வின் இறுதிப் பகுதி ஒரு இருண்ட பகுதியாக மாறியது. நிறையக் குழப்பங்கள். கிடைக்கும் சான்றுகள் அனைத்தும் அவர் தன் இறுதி நாளில் புத்த சமயத்தின் மீது

பெரும் தீவிரம் கொண்டிருந்தார். புத்த சங்கத்திற்கு தன் முழு ஆதரவை அளித்து வந்தார். அப்போது அவரிருந்த நிலையை சமயத் தீவிரம் என்று எளிதாகக் கணக்கிடலாம், அவருக்கு புத்த சமயத்தின் மீது எழுந்த இந்தத் தீவிரத்திற்கு, புத்த கயாவி லிருந்த போதி மரத்தின் மீது அவர் கொண்டிருந்த தெய்வீக பக்தியே காரணமாக இருக்கலாம். ஒருவேளை இளம் வயதில் அம்மரத்திற்கு அவர் செய்த கொடுமைகள் நினைவுக்கு வந்து, குற்ற மனப்பான்மையை வளர்ப்பதாலும் இருக்கலாம். அவரது இறுதிக்காலத்து நிகழ்வுகளில் எல்லாம் போதிமரம் பெரும் இடத்தைப் பெற்று வந்தது. அசோகக் காப்பியத்தில் "அசோகரது சமய நம்பிக்கைகள் போதி மரத்தைக் காணும்போதெல்லாம் உயர்ந்தோங்கி நின்றன" என்று குறிப்பிடப்படுகின்றன. அதே காப்பிய நூலில் அசோகர், "எப்போதெல்லாம் நான் அந்த தெய்வீக மரத்தைக் காண்கிறேனோ அப்போதெல்லாம் என் கண்முன் அந்த மரமல்ல, சாக்கியமுனி புத்தரே நிற்பது போலிருக்கிறது" என்று கூறியுள்ளார். பெரும் பரம்பரைக் கையேடு மிகவும் விளக்கமாக, எவ்வாறு அசோகர் தேர்ந்தெடுத்த ஒரு போதிமரக் கிளையை வெட்டி, அதைத் தன் புதிய நண்பரான இலங்கை மன்னன் தேவநாமபியாதிஸாவிற்காக மிகவும் பத்திரமாக அனுப்பிவைத்தார் என்று விவரிக்கிறது. இதனோடு தீய மனதோடு, அவரது பட்டத்து ராணி திஷ்யரக்ஷிதா போதிமரம் காய்ந்து, சருகாகி, வாடிப்போக வைத்தார். இலங்கையில் அசோகரால் அனுப்பப்பட்ட மரத்தின் கிளை வளர்ந்து மரமாயிருக்குமே அதுதான் உண்மையான புத்தரின் ஞானத்திற்கு வழிகோலிய போதி மரத்தின் வாழும் மரமாகும்.

அசோகரின் இறுதிக்காலத்தில் அவர் ஆரம்பித்து வைத்த பொது விழா ஒன்று முக்கிய இடம் பெறுகிறது. 'பங்கவர்சிக்கா' என்ற அந்த விழா ஐந்து ஆண்டுகளுக்கு ஒருமுறை மழைக் காலத்தில் கொண்டாடப்படும் விழாவாக இருந்தது. இவ்விழா புத்த சமயத்திற்கு முக்கிய ஒரு விழாவின் தொடர்பில்தான் உருவானது. ஆனால் இப்போது அது ஒரு புத்த சமய விழாவாக மாறி விட்டது. இவ்வாறு ஆரம்பிக்கப்பட்ட பின் எட்டு நூற்றாண்டுகள் கழித்து, சீன யுவாங் சுவாங் தனது பயணத்தில் இவ்விழாவைக் கண்டு களிக்க முடிந்தது. அப்போது மன்னனாக இருந்த ஹர்ஷா என்பவர் பிரயாக் (அலகாபாத்) என்ற இடத்தில் இவ்விழா நடத்தியதைக் கண்டிருக்கிறார். இவ்விழாவில் மன்னன் ஆயிரக்கணக்கான புத்த குருக்களுக்கும், பிக்குகளுக்கும் தங்கம், வெள்ளியென அன்பளிப்புகளை

அள்ளிக் கொடுத்தார். கடந்த ஐந்து ஆண்டுகளில் அரசிடம் குவிந்த செல்வம் இதற்காகச் செலவிடப்பட்டது. யுவான் சுவாங் தனது புத்த கண்ணோட்டத்தில் பார்த்த போதும் கூட, அவ்விழாவில் பல மதத்தினரும் இணையாகக் கலந்து கொள்ள மன்னர் அழைத்திருந்ததையும், அனைவரும் இணையாக மன்னரால் நடத்தப்பட்டதையும் காண்கிறார். ஹர்ஷா இவ்விதம் சமத்துவத்துடன் அவ்விழாவைக் கொண்டாடியிருந்தாலும், அசோகர் தனது பங்கவர்சிக்கா விழாவை புத்த மதத்தினருக்காகவே ஆரம்பித்திருக்கிறார். அவ் விழாவில் தான் விரும்பும் அனைத்தையும், தன் ஆட்சியிலிருந்து தன் மகன் குணாலாவிற்கும், புத்தசங்கத்திற்கும் அளவில்லாததைக் கொடுத்து மகிழ்ந்திருக்கிறார்.

அசோகக் காப்பியத்தின் ஆசிரியரும், வரலாறும் எழுதிய தாரநாதா என்பவரும் இந்த விழாக்களில் தன் ஆர்வத்தைக் குறிப் பிட்டுள்ளார். அசோகர் இவ்விழாவில் எல்லா சமயத்தினரையும் இணையாக, சமமாக நடத்தினார் என்று அவர் கூறியிருந்தாலும், உண்மையில் அதற்கானச் சான்றுகள் ஏதும் இல்லை. ஆகவே அசோகர் வடபுல மரபில் சொல்லப்பட்டது போல் இவ்விழாவில் புத்த சமயத்தினருக்கு மரியாதையும் அன்பளிப்பும் கொடுத்திருக்க வேண்டும். நிச்சயமாக அசோகர் அளிக்கும் புத்த மதத்திற்கான தனிச் செல்வாக்கு மற்ற மதத்தினரின் மனதினைக் கட்டாயம் உறுத்தியிருக்கும். பிராமணர்கள், ஜைனர்கள், அஜிவிகாஸ் போன்ற புத்த சமயம் சாராத ஏனையோரிடம் இவ்விழா எதிர்மறைக் கருத்துகளையே விதைத்திருக்கும். அதிலும் புத்த சமயத்திற்கு கிடைத்த செல்வாக்கு அதிகமாக பிராமணர்களையே உறுத்தியிருக்கும். ஏனெனில் பல புத்த பிக்குகள் பிராமண குலத்திலிருந்து வந்தவர்களே. சாக்கிய முனிவர் புத்தரின் முதல் சீடர்களே பிராமணர்கள்தான். ஆரம்பம் மட்டுமல்ல; அதன் பின்னும் பல பிராமணர்களே புத்த சமயத்தினுள் வந்தார்கள். இதனால் பிராமண சமுதாயத்திலிருந்து பலரும் புத்த சமயத்தினராக மாற, பிராமண சமுதாயம் மெல்ல நலிந்து போக ஆரம்பித்தது. இதனால் பிராமணப் பழமைவாதிகள் அதிர்ந்திருக்க வேண்டும்; எதிர்வினைகளும் நிச்சயமாக ஆரம்பித்திருக்க வேண்டும்.

அசோகர் முதன் முதல் நடத்திய விழாவின் இறுதியில் போதி மரத்தைச் சுற்றி மேடை ஒன்றைக் கட்டினார். இப்புனித மரத்தைச் சுற்றி குடம் குடமாக பாலும், அதில் சந்தனம், குங்குமப்பூ, கற்பூரம் கலந்து, இதனோடு இன்னும் பல

வாசனைத் திரவியங்களையும் கலந்து பவளம், வைடூரியம், தங்கம், வெள்ளிக் கலசங்களில் கொண்டுவந்து போதி மரத்தைச் சுற்றி வார்க்கப்பட்டன. இக்காட்சிகள் சாஞ்சியில் உள்ள பெரிய ஸ்தூபியில் உள்ள கிழக்குத் தோரணவாயிலின் கீழ்ப்பக்கம் உள்ள குறுக்குப் பலகையின் வெளிப்புறத்தில் அழகாகச் செதுக்கப் பட்டுள்ளன. இந்த நிகழ்ச்சி அனேகமாக பொ.ஆ.மு. 240இல் நடந்திருக்க வேண்டும்; அடுத்த விழாவும் பொ.ஆ.மு. 235இல் நடந்திருக்க வேண்டும்.

ஆனால் பொ.ஆ.மு. 239இல் அசோகரின் பட்டத்து ராணியும், குணாலா என்ற பட்டத்து இளவரசனின் தாயுமான அசந்தமித்ரா இறந்துவிடுகிறார். குணலா மிக அழகிய கண்களை உடைய இளவரசன். பட்டத்து ராணி இறந்ததும் நான்கு ஆண்டுகள் கழித்து அசோகர் அனேகமாக பொ.ஆ.மு. 235இல் திஷ்யரக்ஷிதா என்ற பெண்ணை மணக்கிறார். இவர் வடம்புல மரபு, தென்புல மரபு இரண்டினாலும் ஒரு சேர குற்றம் சாட்டப்படுகிறார். புத்த சமயத்தில் நம்பிக்கையின்றி, புத்த மதத்திற்கு எதிரான பல சதித் திட்டங்களை மேற்கொள்கிறார். போதிமரத்தை அழித்ததே அவரது முதல் திட்டம். போதிமரம் வாடிப் பட்டுப்போனது. இரண்டாவது தீச்செயல் இன்னும் கீழ்த்தரமானது. குணாலாவின் அழகிய கண்கள் வெறியேற்ற, கெட்ட எண்ணத்துடன் அவரை நெருங்குகிறார். குணலா மறுக்கவே, அவரை அழிக்கத் திட்டமிடுகிறார். வாய்ப்புக்காகக் காத்திருக்கிறார். தக்ஸிலாவில் நடந்த போராட்டத்தை அடக்க குணாலா அசோகரால் அனுப்பப்படுகிறார். அப்போது அசோகருக்கு இருந்த வயிற்று நோவை திஷ்யரக்ஷிதா குணப்படுத்துகிறார். அதையே சாக்காகவைத்து, குணாலாவின் கண்களை அழிக்க அரசரையே ஆணையிட வைக்கிறார். குணாலாவுக்குப் பார்வை பறிபோகிறது.

குணாலா தக்ஸிலாவிலிருந்து பாடலிபுத்ராவிற்குத் திரும்பிவந்து மன்னரிடம் உண்மைகளைக் கூறுகிறார். உண்மையறிந்த அசோகர் திஷ்யரக்ஷிதாவைக் கொல்ல ஆணையிடுகிறார். குணாலாவிற்குக் கண்பார்வை இல்லாததால் அரசுக் கட்டிலில் ஏறத் தகுதியில்லாமல் போகிறது. அதனால் குணாலாவின் மகன் சாம்பிராட்டி (சம்பாடின்) அடுத்த பட்டத்து இளவரசராகிறார். திஷ்யரக்ஷிதாவின் இக்கதை வெறும் கட்டுக்கதையாக இருக்கலாம். அல்லது இதில் சில உண்மைகள் பொதியப் பட்டிருக்கலாம். அனைத்தும் உண்மையில்லை. சில நடப்புகள் மேலும் அதிகமாக அரிதாரம்

பூசப்பட்டு இக்கதையாக வெளிவந்திருக்கலாம். முக்கியமான உண்மை, புதிதாக வந்த அரசி புத்த சமய நம்பிக்கை ஏதும் இல்லாத பெண்மணி. இவரும், இவரோடு சேர்ந்து அரசவையில் உள்ள புத்த மத எதிர்ப்பாளர்களும் ஒன்றுசேர்ந்து திட்டமிடுகிறார்கள். இப்போது குணாலா தக்ஸிலாவிற்கு ஆளுநராக உள்ளார். எதிர்வினைக் குழு தங்கள் திட்டத்தின் மூலம் குணாலாவின் கண்பார்வையைப் பறிக்கிறார்கள். ஆனால் இவர்களது குற்றங்கள் கண்டுபிடிக்கப்பட, ராணியும், அந்தக் குழுவும் அவர்களது திட்டங்களும் நசுக்கப்படுகின்றன. அரசியும் கொல்லப்படுகிறார். புத்த மத எதிர்ப்புக் குழு அழிக்கப்படுகிறது. இதற்குச் சான்றாக, வேறு நூல்களில் காணாத செய்தி ஒன்று யுவான் சுவாங் பயணக் குறிப்பில் காணப்படுகிறது. 'அரசியைக் கொன்றபின் அசோகர்' தவறு செய்த தன் அமைச்சர்களையும், அரசவை அதிகாரிகளையும் வெளிப்படையாகப் பழி கூறி, தண்டிக்கிறார். அவர்கள் பதவி விலக்கம் செய்யப்பட்டனர்; நாடு கடத்தப்பட்டார்கள்; பதவியிறக்கம் பெற்றனர்; கொல்லப்பட்டனர். பல அதிகாரம் மிக்கவர்கள், செல்வந்தர்கள் பாடலிபுத்ராவிற்கு வடகிழக்குப் பகுதியில் உள்ள பனிபடந்த மலைப்பகுதிகளின் பக்கத்திற்கும், பாலைவனத்திற்கும் விரட்டியடிக்கப்பட்டனர்.

இந்த நடவடிக்கைகளின் போது பாடலிபுத்ராவில் வினோதமான காரியங்கள் நடைபெற ஆரம்பித்தன. அசோகர் மூப்பின் காரணமாக தளர்ந்திருந்தும், தனது இரண்டாம் பங்கவர்சிகா பண்டிகையை கொண்டாட முயன்றார். ஆனால் அவரது முயற்சிகள் அவரது அமைச்சர்களாலேயே தடுக்கப்பட்டது. அசோகரின் காப்பியத்தில் இந்தக் குழப்பங்கள் ஒரே ஒரு பத்தியில் கூறப்பட்டுள்ளது.

> அசோகர் இதுவரை 84,000 தர்ம ராஜிக்காஸ் (ஸ்தூபிகள்) கட்டி முடித்திருந்தார். ஒவ்வொரு ஸ்தூபிக்கும் 100,000 தங்கக் கட்டிகளை பரிசளித்திருந்தார். மேலும் புத்தர் அவதரித்த இடம், போதிமரம், தர்மச்சக்கரம், புத்தரால் ஆரம்பிக்கப்பட்ட இடம், புத்தர் இறுதியாக பரிநிர்வாண நிலை அடைந்த இடம் - இந்தப் புனித இடங்கள் ஒவ்வொன்றிற்கும் 100,000 ஆயிரம் பொற்கட்டிகள் தரப்பட்டன. ஐந்தாண்டுகளுக்கு ஒரு முறை பண்டிகை ஒன்று கொண்டாடப்பட்டு வந்தது. அதில் 3 லட்சம் புத்த பிக்குகள் வரவழைக்கப்பட்டு, அவர்களுக்காக 4 லட்சம் பொற்கட்டிகள் செலவு செய்யப்பட்டது. மேலும் ஆரிய

சங்கத்திற்கு 4 லட்சம் தங்கக் காசுகள் கொடுக்கப்பட்டது. இப்படியாக புத்தரின் கொள்கைகளைப் பரப்ப அவர் மொத்தம் 96 கோடி செலவழித்தார். ஆனால் இப்போது அசோகரது உடல் நலம் மிகவும் பாதிப்புக்குள்ளானது. மரணம் தொட்டுவிடும் தொலைவில் உள்ளது என்று தெரிந்தபோது அசோகர் மிகவும் மனம் நொந்து போயிருந்தார்.

மரணம் நெருங்கி வரும் அந்நேரத்திலும் அசோகர் தான் கட்டியெழுப்பி, காத்து வந்த குக்குதரமா, அசோகரமா குருமடங்களுக்கு மேலும் தங்கம் கொடுக்க முயன்றார். அமைச்சர்களின் மறுப்பையும், வெறுப்பையும், விரோதத்தையும் சம்பாதிக்க இந்த முயற்சி கடைசிப் பீலியாக மாறியது. இனியும் மன்னர் தன் வழியில் செல்வத்தை வாரியிறைக்கக் கூடாது என்பதற்காக அமைச்சர்கள் அனைவரும் புதிதாக வந்துள்ள பட்டத்து இளவரசரிடம் முறையிட்டார்கள். அவரும் அரசரின் கஜானாவை இழுத்து மூடினார். அரசரின் ஆணைகளை நிறைவேற்ற வேண்டாமென்று ஆணைப் பிறப்பித்தார். பேரரசரின் ஆணையையே மறுக்கும் ஆணை பட்டத்து இளவரசரிடமிருந்து வந்தது. தேச துரோகமோ இது? ஆனாலும் உடல் நலமில்லா அசோகர் இந்த அரசுத் துரோகத்திற்கு எதிராக ஏதும் செய்யமுடியா நிலையில் இருந்தார். அதைவிட அவருக்கு ஆதரவாக யாரும் அவர் பக்கத்தில் இல்லை. அரசுக் கட்டிலில் அமர்ந்திருந்தாலும், அரச அதிகாரங்கள் கைவிட்டுப்போன நிலையில் இருந்தார் பேரரசர். இப்போது சாம்பிராட்டி தான் மகத நாட்டின் முழு சாம்ராஜ்யத்தின் உண்மையான பேரரசர். முதலமைச்சர் ராதகுப்தாவும் ஏனைய அமைச்சர்களும் முழுவதுமாக இளவரசரின் பக்கம். புத்த சங்கம் மட்டுமே இளவரசரை எதிர்த்து நின்றது. ஏனெனில் இளவரசரின் வருகையின் மூலம் இழப்பது இவர்கள் மட்டுமே.

இதுபோன்ற எதிர்ப்புகள், குழப்பநிலைகள் இவைகளுக்கு மத்தியில்தான் அசோகரின் இறுதி நாட்கள் பயணப்பட்டன. அசோகரின் குக்குதரமா குருமடத்திற்குத் தன் பயணத்தில் வந்த யுவான் சுவாங் இந்த நிகழ்வுகளைத் தன் பயணக்குறிப்புகளில் சொல்லியுள்ளார். "அசோகர் தன் மரணப் படுக்கையில் இருக்கும் நேரத்தில், தன் வாழ்நாட்கள் எண்ணப்பட்டு விட்டன என்ற நினைப்பில், தனது பெரும் மதிப்புள்ள நகைகள், மதிப்பற்ற கற்கள் இவைகளைத் தானமாகக் கொடுக்க எண்ணினார். ஆனால் அதிகாரங்களைக் கைப்பற்றிய அவரது

அமைச்சர்கள் இதற்கெல்லாம் தடைவிதித்தார்கள். அசோகர் விரும்பியதைச் செய்யவிடாமல் அவர்கள் தடுத்தார்கள்.” பேரரசரின் இந்நிலையைத் தொடர்ந்து இன்னொரு சோகக்கதை தொடர்கிறது. பேரரசரிடம் ஒரே ஒரு செர்ரி பழம் உள்ளது. அவரது ஆளுமை இப்பழத்தின் மீது மட்டுமே இப்போது இருந்தது. இப்பழத்தை அவர் குக்குதரமாவிற்குத் தருகிறார். அது அங்கே ரசமாக்கப்பட்டு எல்லோருக்கும் கொடுக்கப்படுகிறது. தன் இறுதி நிமிடங்களில் அசோகர் தன் நிலங்கள் அனைத்தையும் புத்த சங்கத்திற்குத் தானமாக்குகிறார். இதை வார்த்தைகளால் எழுதி, அதைத் தன் பற்களால் கடித்து முத்திரை பதிக்கிறார். அசோகரது இறுதி மூச்சும் காற்றோடு கலக்கிறது...

எல்லாவித குறிப்புகளிலும் அசோகரது மரணம், இறுதிச் சடங்குகள், எல்லாமே சில வார்த்தையில், எவ்வித சோக வண்ணமும் இன்றி குறைவாகச் சொல்லப்பட்டுள்ளன. வடம்புல மரபில் ராதகுப்தா அனைத்தையும் செயல்படுத்தினார் என்று தெளிவுபடுத்துகிறது. அசோகர் தானமாக அளித்த நிலத்தை புத்த சங்கத்திலிருந்து திரும்பிப் பெறுகிறார். அரசின் கஜானாவிலிருந்து 4 கோடி தங்கம் பெற்று அதைக் கொடுத்து, சங்கத்திடமிருந்து நிலத்தை மீட்கிறார். இதன் பிறகு அமைச்சர்கள் சாம்பிராட்டியை புதியப் பேரரசராக முடிசூட்டுகிறார்கள்.

வடபுல மரபு கொடுத்துள்ள மேற்சொன்ன நிகழ்வுகளில் பல சந்தேகப் புள்ளிகள் எழுகின்றன. அசோகர் அரியணை ஏறும்போது முதலமைச்சராக இருந்து ராதகுப்தா அசோகருக்கு உதவியதாகச் சொல்லப்பட்டது. அசோகர் நாற்பத்தியோரு ஆண்டுகள் பதவி வகித்தபின் இன்னும் அவர் தீவிரமாக அசோகருக்கு அடுத்தவரை அரியணை ஏற்ற உதவுகிறார் என்பதில் காலப்பொருத்தம் சரியில்லை. மேலும் அசோகரின் மகன் குணாலாவின் மகன் சாம்பிராட்டி - அதாவது அசோகரின் பேரன் - நிச்சயமாக அசோகரின் மரண நேரத்தில் மிக இளம் வயதினராக இருக்கவேண்டும். அசோகரின் ஆணைகளுக்கு எதிர்த்து நிற்கும் வயதினர் இல்லை அவர். இக்கதையில் நம்பக்கூடிய ஒரே விஷயம் புத்த மத எதிரிகள் புத்த மதத்தினரிடம் உள்ள உறவைச் செப்பனிடும் முயற்சி இது என்பது மட்டுமே.

இதில் ஆச்சரியப்பட வேண்டிய ஒரே விஷயம் எதுவெனில் தென்புல மரபு இந்த நிகழ்வுகள் பற்றி ஏதும் பேசவில்லை. அவர்களுக்கு மிகவும் பிரியமான பேரரசர். தர்மசக்கரத்தை

இலங்கை மன்னருக்கு அறிமுகப்படுத்திய பேரரசர். ஆனால் தீவுப்பட்டியல், பெரும்பரம்பரைக் கையேடு போன்ற நூல்கள் அசோகரின் மரணம், அடுத்த மன்னனின் பதவியேற்பு பற்றி எதுவுமே கூறவில்லை. இது ஒரு மௌனத்தின் இரைச்சல்! தங்களுக்குப் பிடித்த மன்னரின் மரணம். அதனால் இயற்கையாக எழும் பெரும் சோகம், புத்த சமயத்திற்கான பேரிழப்பு - இவைகளையெல்லாம் தாண்டி மௌனம் மட்டுமே அங்கிருந்தது.

இதோடு இன்னு'மொரு கேள்வி. புராணங்களில் அசோகருக்குப் பின் யார் அரியணை ஏற்பது என்பது பற்றியுள்ள வேறுபாடுகள் பற்றியது அது. இரு பெயர்கள் மட்டுமே இருமுறை குறிப்பிடப்படுகின்றன. தசரதா, சாம்பிராட்டி (சாம்கட்டா) என்ற இரு பெயர்களும் இதே வரிசையில் சொல்லப்பட்டுள்ளன. இந்த இரு பெயர்களில் தசரதா என்ற பெயர் நாகார்ஜுனா மலைகளில் உள்ள மூன்று அஜிவிதா குகைகளில் உள்ள கல்வெட்டுகளின் ஆசிரியர் என்பது தெரியும். மேலும் இன்னொரு முக்கிய செய்தி; 'ஜைனப் பெரியவர்களின் வாழ்க்கைகள்' என்ற நூலில் அசோகரின் பேரனான சாம்பிராட்டி என்பவரின் பெயர் வருகிறது. இவர் ஜைன மதத்திற்கு மாறிவந்தவர் என்பதுவும், பாடலிபுத்ரா, உஜ்ஜயின் என்ற இரு தலைநகரங்களைக் கொண்டு ஆட்சி புரிந்தவர் என்ற தகவல்களும் அதில் உள்ளன.

நடந்த நிகழ்வுகளை இங்ஙனம் தொகுக்க முடியும்: - பொ.ஆ.மு. 235இல் புதிய பட்'-த்து ராணியையும், அவரோடு இணைந்து நின்ற புத்த சமய எதிரிகளையும் பற்றி எதிர்ப்பு தெரிவித்த பட்டத்து இளவரசன் குணாலா தக்ஸிலாவிற்கு அனுப்பப்படுகிறார். அவரது சிறு குழந்தை சாம்பிராட்டியை ஏறத்தாழ ஒரு பணயக் கைதிபோல் தலைநகரில் விட்டுவிட்டுச் செல்கிறார். அதே ஆண்டு அசோகர் ஐந்தாண்டுக்கு ஒரு முறை நடத்தும் பண்டிகையை இரண்டாம் முறை நடத்த முயல்கிறார். இதற்கு ராணியிடமிருந்தும், அமைச்சர்களிடமிருந்தும் எதிர்ப்புகள் வலுக்கின்றன. அரசின் பொருட் செல்வமெல்லாம் புத்தர்களை உயர்த்துவதில் வெகுவாகச் செலவாகின்றது என்பதால் இந்த எதிர்ப்பு. தன் எதிர்காலத்தின் மீதுள்ள அச்சத்தால், குணாலா அரசுப் பதவிக்காக முயற்சிக்கிறார். அவரது முயற்சிகள் தோல்வியில் முடிகின்றன. இப்போராட்டத்தில் அவர் தன் கண் பார்வையை இழக்கிறார். அதுமட்டுமின்றி, அக்காரணத்தால் அவர் அரியணை ஏறும் வாய்ப்பை இழக்கிறார். அவருக்குப் பதில் அவரது இளம்

மகன் சாம்பிராட்டி அந்த வாய்ப்பைப் பெறுகிறார். இந்த நேரத்தில் பட்டத்து ராணியின் புத்த எதிர்ப்பு முறியடிக்கப்பட்டு, அவரும் கொல்லப்படுகிறார். இந்த நிகழ்வுகள் தர்மத்தின் மன்னனான அசோகரைக் களங்கப்படுத்துவது போலுள்ளவை. அதுமட்டுமின்றி அவரது மகன் குணாலாவின் புகழும் மழுங்கடிக்கப்படுகிறது. அதனாலேயே புத்த நூல்களில் அவரது பெயர் இடம்பெறவில்லை. மூன்று புராணங்களிலும் குணாலா அசோகரின் மகன் என்று மட்டுமே குறிப்பிடப்பட்டுள்ளன. அவர் பதவியில் இருந்தாரா, ஆட்சி செய்தாரா போன்ற விவரங்கள் ஏதும் கொடுக்கப்படவில்லை.

பேரரசர் அசோகர் மரணமடைகிறார். அவருக்குப் பின் யார் அரியணையேறுவது என்பதற்கு அவரது மகன்களிடையே பெரும் போட்டி நடக்கிறது. சாம்பிராட்டி இளம்வயதினர் என்பதால் இந்தப் போட்டி. இப்போட்டியில் முதலில் தசரதா, சாம்பிராட்டியின் காவலராகப் பட்டமேற்கிறார். இவர் அஜிவிக் காஸ்களை ஆதரிப்பதால் புத்தர், பிராமணர் இவர்களிடமே நற்பெயர் பெறமுடியாது போயிற்று. தசரதா எட்டு ஆண்டுகள் ஆட்சி புரிகிறார். பதவிக்கான இரண்டாவது போராட்டம் ஆரம்பிக்கிறது. அசோகரின் இளம் வயதுப் பேரனிற்கு (பட்டத்து இளவலுக்கு) புத்த சமயத்தினர் ஆதரவு தருகிறார்கள். ஆனால் சாம்பிராட்டி புத்த மதத்திலிருந்து ஜைன மதத்திற்கு மனம் மாறுகிறார். இதனால் போராட்டம் மேலும் வலுத்து, இறுதியில் சாம்பிராட்டி பாடலிபுத்ராவிலிருந்து விரட்டப்படுகிறார். அவரது ஒன்றுவிட்ட சகோதரன் அல்லது மைத்துனனான ஷலிஷூக்கா என்பவர் மன்னனாகிறார். இவர் உஜ்ஜயினியைத் தன் தலை நகராகக் கொள்கிறார்.

இச்சம்பவங்கள் பிராமணர்களின் எதிர்ப்பினால் நடந்ததா, இல்லையா என்பது உறுதியாகத் தெரியவில்லை. ஆனால் ஓர் உண்மை நிச்சயமாகத் தெரிகிறது. அசோகர் இறந்து பத்து ஆண்டுகள் கழிவதற்குள், அவரது பிரம்மாண்டமான பேரரசு நான்கைந்து துண்டுகளாக, அசோகரது மகன்களாலோ, பேரன்களாலோ ஆளப்பட்ட சிறு நாடுகளாக மாறிவிடுகின்றன. இவர்களில் ஒருவர் ஜலயுகா. இவர் காஷ்மீரை ஆள்கிறார். கிரேக்க- பாக்ட்ரியர்கள் ஏற்கெனவே வடமேற்கு இந்தியப்பகுதியில் எழுந்துள்ள குழப்பங்களைப் பயன்படுத்தி, அப்பகுதிகளைத் தங்கள் நாட்டோடு இணைக்க முயற்சிக்கிறார்கள். அவர்களது முயற்சிகளை முறியடிக்கிறார்.

மேலும் இவர் அசோகரின் வழியிலிருந்து மாறுபட்டு சைவத்திற்குள் நுழைகிறார்.

வரலாற்றுக் குறிப்புகளில் மௌரிய மன்னர்களின் பெயர்கள் மிகவும் குழப்பமாகக் காணப்படுகின்றன. ஷட்டதன்வன் என்ற பெயர் தோன்றிய பிறகே இவரைப் பற்றிய தகவல்கள் புராணங்களில் ஒன்று போல் குறிப்பிடப்படுகின்றன. இவரே மௌரிய சாம்ராஜ்யத்தின் பரம்பரையில் இறுதி மன்னருக்கு முந்திய மன்னவர். அவரது ராஜ்யம் மகதப்பகுதியைத் தாண்டிப் போகவில்லை. இவரது பெயரைப் போலவே, புராணங்கள் மற்றொரு பெயரைப் பொறுத்த வரையிலும் ஒத்துப் போகின்றன. அது மகதத்தை ஆண்ட இறுதி மௌரிய மன்னர் ப்ரிஹத்ரதா. இவர் ஷுங்கா தளபதி புஷ்யமித்ரா என்பவரின் கைகளில் இறந்து போகிறார். இது பொ.ஆ.மு. 183ம் ஆண்டு நடைபெறுகிறது. இது பேரரசர் அசோகரின் மரணத்திற்குப்பின் ஐம்பதாண்டுகள் கழித்து நடந்து முடிகிறது.

புஷ்யமித்திரா ஷுங்கா மீண்டும் அதிகாரத்திற்கு வழி கோலுகிறார். மேலும் இவர் மிக மிகத் தீவிரமான புத்த மத எதிர்ப்பாளராக அசோகர் கட்டிய பல ஸ்தூபிகளை அழிக்கிறார். சேவல் குருமடம், தியோர்கோத்தார், பார்ஹீட், சாஞ்சி போன்ற இடங்களின் அழிவிற்கு இவர் காரணமாகிறார். ஆனால் இவரோ அல்லது விதிஷாவின் ஆளுநராக இருந்த இவர் மகனான அக்னிமித்ரா பொ.ஆ.மு. 150 - 142 ஆம் ஆண்டுகளில் சைவ மதத்திற்கு மாறிய இவர்கள், மீண்டும் மனம் மாறி, புத்த சமயத்தைக் காக்கும் மன்னர்களாக மாறிவிடுகிறார்கள். இவர்கள் மட்டுமல்லாது இவர்களுக்குப் பின் வந்த வேறு பல ஷுங்கா மன்னர்களும் புத்த சமயத்தின் காவலர்களானார்கள்.

ஷுங்கா பரம்பரை உருவாவதற்கு முன்பே வேறு சில அரசப் பரம்பரைகள் தோன்ற ஆரம்பித்திருந்தன. இவர்கள் எல்லோருமே அசோகரின் மரணத்திற்குப் பின் நிகழ்ந்த போராட்டங்களைப் பயன்படுத்திக் கொண்டவர்களே. இவர்களில் மிகவும் வெற்றிகரமான மன்னர்கள் சாதவாகனர்கள். இவர்கள் இந்தியாவின் தெற்குப் பாகத்திலும், கலிங்க தேசத்தின் மேற்குப் பகுதியிலும் உள்ளவர்கள். பொ.ஆ.மு. 180இல் சாதவாகன மன்னர் சத்தகர்னி (பொ.ஆ.மு. 180 - 124) என்ற இப்பரம்பரையின் ஆறாவது மன்னர் பெரும் பேரரசு ஒன்றை உருவாக்குகிறார். ஷுங்காக்கள், கலிங்கர்கள், கிரேக்கர்கள் இவரால் வெற்றி கொள்ளப்படுகின்றனர். மத்திய இந்தியா, தென்னிந்தியப் பகுதிகள் இவர் ராஜ்யத்தில் இணைக்கப்பட்டு

பெரும் சாம்ராஜ்யமாக உருவாகிறது. சில சாதவாகன மன்னர்கள் புத்த சமயத்தினராகவோ, புத்த சமயத்தைப் பேணுவோராகவோ இருந்தார்கள்.

இன்றும் பார்ஹீட், அமராவதி, சாஞ்சியிலுள்ள சிற்பங்கள் நம் பார்வைக்குக் கிடைக்கிறது என்றால் அதற்கு சில ஷுங்கா, சாதவாகனர் மன்னர்களிடம் இருந்த சகிப்புத் தன்மையே காரணம். பார்ஹீட்டில் அசோகரது கைவண்ணங்கள் ஏதும் இல்லை. இதில் ஆச்சரியம் ஏதுமில்லை. ஏனெனில் மௌரிய பரம்பரைக்கு ஒரு கொடூரமான முடிவைக் கொடுத்தது ஷுங்கா பரம்பரைதானே. ஆயினும் பார்ஹீட் ஸ்தூபியில் உள்ள கிழக்குத் தோரணவாயிலின் முன் தூணில் யானை ஒன்றின் மீது புத்த புனிதச் சின்னம் ஒன்றை பேழையில் வைத்துத் தூக்கிச் செல்லும் அசோக மன்னனின் உருவம் அவருக்கு அளிக்கப்பட்ட சமர்ப் பணமாக இருக்கலாம்.

ஷுங்கா பரம்பரையே சாஞ்சியை அழித்தது. ஆனால் பின்பு வந்த ஷுங்கா மன்னர் அதனைப் பழுது பார்த்து விசாலப்படுத்திக் கட்டியுள்ளார். ராஜா சத்தகர்னி சதவாகனா என்ற மன்னரின் ஆதரவினால்தான் நான்கு தோரணவாயில்களும் பாதுகாப்பாக எழுப்பி நிறுத்தப்பட்டன. இந்தப் பெரும் கலைப் படைப்புகள் பொ.ஆ.மு. 150-க்கு முந்திய படைப்புகளாக இருக்காது. ஏனெனில் இதுவரை அசோகரைப் பற்றிய நினைவுகள் எதுவும் பசுமையாக இருக்காது. ஆயினும் அவரது உடல் குறைபாடுகள் நிச்சயமாக இன்னும் நினைவில் இருக்கும். அவரை ஒரு குட்டையான, தடித்த உடலுடன், ஊதிப் பெருத்த முகத்துடன் உள்ள மனிதராகவும், மன அழுத்தத்தினால் மயக்கமடையும் மனிதராகவும் நினைவில் வைத்து சிற்பங்களில் வடிக்க முடியும். ஆனால், அமராவதியில் அசோகர் ஒரு பேரரசராக, தர்மச்சக்கரம் சுழற்றும் சக்கரவர்த்தியாக, தன் உண்மையான உருவம் போலில்லாமல், சீராக வடிவமைக்கப்பட்டு உலகத்திற்கே தன் ஆசிகளை வழங்கும் பாவனையில் செதுக்கப்பட்டுள்ளார். அமராவதியில் மயக்கமடையும் மன்னனின் சிலைக்குப் பதிலாக, எதையும் வெற்றி கொள்ளும் வெற்றிப் பேரரசாக, தர்மராஜாவாக வடிவமைக்கப்படுகிறார்.

அசோகரின் ஆள்மாறாட்டம்! (இடது) சாஞ்சியில் உள்ள பேரரசர் அசோகர் குறையுள்ள ஒரு மனிதராகச் சித்தரிக்கப்பட்டுள்ளார். ஆனால் இரு நூற்றாண்டுகளுக்குப் பிறகு வந்த அமராவதி சிற்பத்தில் (வலது) அவர் மிக திடகாத்திரமான தர்மச் சக்கரம் சுழற்றும் மன்னராகவும், புத்த மதத்தின், புத்த தர்மத்தின் பெரு வடிவமாகவும் காணப்படுகிறார். (Andrew Whittome / British Museum)

அசோகரின் ஆட்சிக் காலத்தின் இறுதி நாட்களில் தோல்விகளும், குழப்பங்களும் இருந்தன. ஆனால் அவரது ஆட்சியில் தர்மங்கள் நிலை நாட்டப்பட்டதும், சிறப்பான ஆட்சி நடந்ததும் அவரது பெருமைக்கான சான்றாகும். தர்மத்தை நடுப்புள்ளியாக வைத்து அவர் நடத்திய ஆட்சி முறை இன்னும் ஆசியாவில் நீடித்து நிற்கத்தான் செய்கிறது. அவரது பெரும் வெற்றி புத்த மதத்தைப் பரப்பியதில் உள்ளது. அசோகர் புத்த மதத்தை ஏற்றது, நிதியளித்துப் புரவலரானது, குழப்பங்களிலிருந்து காத்தது, இந்திய கண்டத்தையும் தாண்டி புத்த மதத்தை வளர்த்தது, மதத்தின் உருவை மாற்றியது என்று புத்த சமயத்தின் வளர்ச்சிக்கான பெரும் துணையாக நின்றுள்ளார். அதையும் விட, ஒரு குழுவாக இருந்த சிறு மதத்தினை ஒரு உலக மதமாக மாற்றினார். இந்தியாவில் ஆறிலிருந்து ஏழு நூற்றாண்டுகளாக புத்த சமயமே இந்தியாவின் பெரும் மதமாகவும், பல மக்கள் நம்பிக்கை கொண்ட மதமாகவும் விளங்கிவந்தது. எப்போதெல்லாம் புத்தக் குருமடங்கள்

ஆள்வோரின் பாதுகாப்பிலும், வியாபாரச் செல்வந்தர்களின் ஆதரவிலும் இருந்ததோ அப்போதெல்லாம் இம்மதம் சிறந்து நின்றிருக்கிறது. ஹீனா மன்னர்கள், சிம்ஹவர்மா, திரிலோச்சனா, வங்காளத்தைச் சேர்ந்த சசாங்கா போன்ற பிராமண மன்னர்களின் கொடுமையையும், கொடூரத்தையும் தாங்கி நின்று புத்த மதம் வளர்ந்துள்ளது. புத்த மதத்தை அழிக்க எண்ணிய பிராமண மன்னர்களின் கொடுங்கோன்மை மகா ஹர்ஷா என்ற பெருமன்னரின் ஆட்சியில்தான் முடிவடைந்தது. இந்த ஹர்ஷா மன்னனே இந்திய வரலாற்றுப் பரம்பரையில் அசோகரை முன்மாதிரியாக வைத்துக் கொண்ட, தர்மச் சக்கரம் சுழற்றும், தர்ம அசோகனாக இருந்த கடைசி மன்னராக இருக்கலாம்.

புத்தகயாவில் உள்ள போதி மரம் போலவே, புத்த மதம் வளர புது 'மண்' தேவையாக இருந்தது. அது இலங்கை, நேபாள், கந்தாரா, இமயமலையின் வடக்குப் பகுதிகள் என்ற தேசங்களாக இருந்தன. இந்த நாடுகளில்தான் தர்மச் சக்கரம் சுழற்றிய மாமன்னனின் தர்மம் நிலை பெற்று நின்றது. ஆனால் இந்தியாவில் புத்தமதம் தாந்த்ரீக மதத்தின் முன்னால் மண்டியிடும் நிலைக்குப் போனது. அதுவும் ஆதிசங்கராச்சாரியார் 'வெற்றிப் பயணம்' என்ற பொருளில் நடத்திய திக் விஜயம் எட்டாவது நூற்றாண்டில் நடந்தபோது, புத்த மதம் இந்தியாவில் வலுவிழந்து போய் நின்றது. சங்கராச்சாரியார் புத்த மதத்திற்கு எதிராக ஹிம்சை வழிகள் ஏதும் கடைப்பிடிக்கவில்லை. ஏனெனில் அப்போது அதற்குத் தேவையில்லாத அளவு புத்தமதம் தேய்ந்து, ஓய்ந்து போயிருந்தது. பிராமணியம் புத்த மதத்திலிருந்து பல பாடங்களைக் கற்றுக் கொண்டுவிட்டது. அதனாலேயே அவை உருமாறி, இன்று இந்தியாவில் இந்துத்துவமாக நிற்கிறது. இது பிராமணியத்தின் பரிணாமம். பூசாரிகள் முன்னின்று நடத்திய ரத்தம் சிந்திய பலிகளும், நெருப்பு யாகங்களும் இன்று 'பக்தி'க்கு இடம் கொடுத்துவிட்டன. பக்தி என்பது தனி மனிதனின் வணக்கமாக மாறிவிட்டது. மனிதகுலத்திற்கு வெகு தூரத்தில் நின்ற பழைய ஆண் தெய்வங்களும், பெண் தெய்வங்களும் இன்று மாறிவிட்டன. அந்தக் கடவுள்கள் போய் புதிய கடவுள்கள் - மனிதரோடு நெருக்கமாக உள்ள கடவுள்கள் - வந்துவிட்டனர். பெரும்பான்மை இந்துக்களுக்குப் பிடித்த தெய்வமாக கிருஷ்ணப் பரமாத்மா வந்துவிட்டார். ஏன், புத்தர்கூட விஷ்ணு பகவானின் பத்து அவதாரங்களில் ஒரு அவதாரமாக, அதிகமாக ஒரு அன்பில்லாத அவதாரமாக மாறிவிட்டார். இந்து மதம், புத்தமதம் இரண்டுமே பழம் வேதாந்தங்களில் கூறப்படும் ஒரே நம்பிக்கையை வைத்துள்ளன. மனிதனின் வாழ்க்கைப் பயணத்தின் இறுதிப்

புள்ளியில் 'தான்' என்பதைத் தாண்டி, 'முதல் கோட்பாடான ஒன்றோடு' இணைவது என்பதாகும். இம் 'முதல் கோட்பாடு' என்பது இந்து மதத்தில் பிரம்மா; புத்தமதத்தில் 'நிர்வாணா.' இந்தியாவில் புத்த மதத்தின் கீழ் நிலை என்னவென்றால், அதன் புனிதத் தலங்கள் தனித்து நிற்காமல் போய்விட்டன. அதன் வரலாறு மறைக்கப்பட்டுவிட்டது. அம்மதத்தில் நம்பிக்கையோடு இருந்தவர்கள் 'தீண்டத்தகாதவர்கள்' என்று பெயரிடப்பட்டு ஒதுக்கப்பட்டு விட்டனர். சங்கராச்சாரியாரின் வெற்றிப் பயணத்தின் விளைவாக, அதுவும் சிறப்பாக தென்னிந்தியாவில், பிராமணர்கள் தங்களை உயர்ந்தவர்களாக நிறுத்திக் கொண்டனர். அதனோடு சாதி வேறுபாடுகள் நிலைத்துக் காலூன்றி விட்டன. இன்றும் இந்தியாவின் முன்னேற்றம் இந்தக் கோட்பாடுகளால் கீழேயே இழுத்து தள்ளப்பட்டுள்ளது.

ஆகஸ்ட் 2010இல் ஒரு வித்தியாசமான மசோதா இந்தியப் பாராளுமன்றத்தில் கொண்டு வரப்பட்டது. பீகாரில் உள்ள பழம் பெருமையுள்ள நாலந்தாவில் 'நாலந்தா பல்நாட்டு பல்கலை' ஒன்று ஆரம்பிப்பதற்கான திட்டம் அது. இந்தியா, சீனா, ஜப்பான், சிங்கப்பூர், தெற்கு, தென்கிழக்கு ஆசிய நாடுகளில் இருந்து குழுமம் ஒன்று அமைக்கப்பட்டது. நாலந்தாவில் அன்று அக்காலத்தில் இருந்தது போலவே மாணவர்கள் தங்கிப் படிக்கும் பல்கலைக்கழகம் அமைக்க ஒரு பில்லியன் அமெரிக்க டாலர்களைச் சேகரிப்பது என்பது அக்குழுவின் திட்டம். ஐந்து தனித்துறைகள் ஆரம்பிக்க வேண்டுமென்று முடிவெடுத்தார்கள். உலக நாடுகளின் உறவும், அமைதியும்; மொழியும் இலக்கியமும்; சூழலியல்; வாணிக ஆளுமையும், வளர்ச்சியும்; புத்த சமயக்கல்வி என்ற இந்த ஐந்து துறைகள் ஆரம்பிக்க முடிவு செய்யப்பட்டது. உலக நாடுகளின் ஆதரவுடன் திட்டமிடப்பட்டு 2011இல் கட்டிட வேலைகள் ஆரம்பித்து, விரைவில் வகுப்புகள் ஆரம்பிக்கும் என்று திட்டமிட்டுள்ளனர்.

அசோகரின் மிக உயர்ந்த, ஆனால் மதிக்கப்படாத கொள்கைகள் இனி வருங்காலத்தில் புதிதாகப் பிறந்து, தொடர்ந்து வாழும்; வாழ வேண்டும்...

அசோகரின் கல்வெட்டுகள்

வணக்கத்திற்குரிய ஸ்ரவஸ்தி தாமிக்காவின் 'The Edicts of King Asoka, 2009' நூலிலிருந்து எடுக்கப்பட்டவை:

இந்த நூல் அமுல்யசந்திர சென் என்பவரின் ஆங்கில மொழிபெயர்ப்பினை மிகுதியாகச் சார்ந்திருக்கிறது. சென்னின் மொழிபெயர்ப்பு மகதி, சமஸ்கிருதம், ஆங்கில மொழிபெயர்ப்புகளைக் கொண்டது. இந்நூலோடு சி.டி. சிர்கார், டி.ஆர். பந்தார்க்கர் போன்றோரின் மொழிபெயர்ப்புக்களையும் உதவிக்கு எடுத்துக் கொண்டுள்ளேன். எல்லாப் புகழும் அவர்களின் உழைப்புக்கும், மேதமைக்கும் சேர்ந்தது. சாதா மலைக் கல்வெட்டுகள், பிரிவினைக் கல்வெட்டுகள் மற்றும் ஏனைய முழுத் தகவல்களுக்கும் என்னுடைய முன்னுரைக்கும் விளக்கங்களுக்கும் எனது வலைப்பக்கத்தைக் காணலாம். வலைப்பூ முகவரி: http://www.accesstoinsight.org/lib/authors/dhammika/wheel386.html.

- வணக்கத்திற்குரிய எஸ். தாமிக்கா

பதினான்கு மலைக் கல்வெட்டுகள்

இப்பதினான்கு மலைக் கல்வெட்டுகளும் மிகச் சிறிய வித்தியாசங்களுடன் கிர்னார், கால்சி, சபாஷ்கார்கி, மன்சேகரா என்ற இடங்களிலும் கல்வெட்டின் துண்டுகள் கோபாரா, எர்ரகுடி என்ற இடங்களிலும் கிடைத்தவை. இங்குள்ள மொழியாக்கம் கிர்னார் மலைக் கல்வெட்டிற்கு உரியது. டெல்லி, ஜவ்காடா என்ற இரு இடங்களில் உள்ள கல்வெட்டுகளில் REs 11, 12, 13 என்ற மூன்றும் இல்லை (பார்க்க: கலிங்க மலைக் கல்வெட்டு)

1

கடவுள்களின் அன்பிற்குரிய மன்னன் பியாதாசி எழுதிய தர்ம அரசாணை: என் நாட்டில் எந்த உயிரினமும் கொல்லப்படவோ, பலி கொடுக்கப்படவோ கூடாது. எவ்வித பண்டிகைகளும் கொண்டாடப்படக் கூடாது. ஏனெனில் கடவுள்களின் அன்பிற்குரிய மன்னன் பியாதாசி இது போன்ற பண்டிகைகளுக்கு எதிரானவர். சில பண்டிகைகள் மட்டுமே கடவுள்களின் அன்பிற்குரிய பியாதாசியால் அனுமதிக்கப்படுகின்றன.

முன்பெல்லாம் கடவுள்களின் அன்பிற்குரிய பியாதாசின் அடுப்பங்கரையில் ஆயிரக்கணக்கான மிருகங்கள் உணவிற்காகக் கொல்லப்பட்டன. ஆனால் இந்த அரசாணை எழுதப்படும் போது மூன்றே மூன்று மிருகங்கள் – இரண்டு மயில்களும், ஒரு மானும் மட்டுமே – கொல்லப்படுகின்றன. மான் தினமும் கொல்லப்படுவதில்லை. காலப்போக்கில் இந்த மூன்று உயிர்களும் கூட கொல்லப்படாது.

2

கடவுள்களின் அன்பிற்குரிய மன்னன் பியாதாசியின் நாட்டிலும், எல்லையைத் தாண்டியுள்ள சோழர்கள், பாண்டியர்கள், சத்தியப் புத்திரர்கள், கேரளா புத்திரர்கள் போன்ற மக்களும், தாமிரபரணி பகுதியும், கிரேக்க மன்னன் அன்டியோக்கஸ் அரசாளும் மக்களும், அன்டியோக்கஸிற்கு அருகிலுள்ள மன்னர்களின் மக்களும் கடவுள்களின் அன்பிற்குரிய மன்னன் பியாதாசி தரும் இரு மருத்துவ வசதிகளைப் பயன்படுத்திக் கொள்ளலாம். மனிதர்களுக்கும் விலங்கினங்களுக்குமான மருத்துவம் தரப்படுகிறது. எங்கெங்கு மனிதர்களுக்கும் விலங்குகளுக்கும் தேவையான மருத்துவச் செடிகள் இல்லையோ அவை அங்கே தருவிக்கப்பட்டு வளர்க்கப்படும். எங்கெங்கு மருத்துவ வேர்களும், பழங்களும் கிடைக்கவில்லையோ அவைகளும் தருவிக்கப்பட்டு வளர்க்கப்படும். மனிதர்க்கும் விலங்குகளுக்கும் உதவ சாலைகள் தோறும் பல கிணறுகளை வெட்டி, மரங்கள் வைத்துள்ளோம்.

3

கடவுள்களின் அன்பிற்குரிய மன்னன் பியாதாசி இவ்வாறு சொல்கிறார்: பதவியேற்று பன்னிரண்டு ஆண்டுகள் கழித்த பின் இந்த ஆணை பிறப்பிக்கப்பட்டது. என் நாட்டின் ஒவ்வொரு இடத்திற்கும் எனது யுக்தார்கள், ராஜீக்கள், பிரதேசிகர்கள் ஐந்தாண்டுக்கு ஒரு முறை வருகை தந்து தர்மம் எவ்வாறு கடைப் பிடிக்கப்படுகிறது என்பதை மேற்பார்வை இடுவார்கள். மற்ற பணிகளையும் அவர்கள் மேற்கொள்வார்கள்.

தாய், தந்தையருக்கு மரியாதை அளிக்கப்பட வேண்டும். தாராள மனதை நண்பர்களுக்கு, தெரிந்தவர்களுக்கு, உறவினருக்கு, பிராமணர்களுக்கு,

ஞானிகளுக்கு தருவது நல்லது. உயிர்க் கொல்லாமை நல்லது. அளவோடு செலவிடுவதும், சேமிப்பதும் நல்லது. இந்தக் கொள்கைகளைக் கடைப்பிடிக்கிறார்களா என்பதை யுக்தார்கள் மேற்பார்வை இடுவதை ஆட்சிக்குழு கவனிக்கும்.

4

கடந்த காலத்தில், பல நூறு ஆண்டுகளாக, விலங்குகளைக் கொல்வதும் துன்புறுத்துவதும், உறவினர்களையும், பிராமணர்களையும், துறவிகளையும் தவறாக நடத்துவதும் மிகவும் பெருகிவிட்டன. ஆனால் இப்போது கடவுள்களின் அன்பிற்குரிய பியாதாசியின் தர்ம வழிகளால் போர் முரசுகளின் ஒலிகள் தர்மத்தின் ஒலிகளாக மாறிவிட்டன. தெய்வீக ரதங்கள், ராசியான யானைகள், புனித நெருப்புக் கோளங்கள் போன்ற தெய்வீகச் சாட்சிகள் தோன்றுவது பல நூறு ஆண்டுகளாக நின்று போய் விட்டன. ஆனால் இப்போது கடவுள்களின் அன்பிற்குரிய பியாதாசி விலங்குகளைக் கொல்வதையும், துன்புறுத்துவதையும் நிறுத்திய பிறகு, உறவினர்கள், பிராமணர்கள், துறவிகள், தாய், தந்தை, மூத்த பெரியவர்கள் அனைவருக்கும் உரிய மரியாதை தர ஆரம்பித்தபின் இந்த தெய்வீகக் காட்சிகள் தோன்றுவது பெருகிவிட்டன.

இது போன்ற தர்மச் செயல்களும் மேலும் பல தர்மச் செயல்களும் கடவுள்களின் அன்பிற்குரிய மன்னன் பியாதாசியால் முன்னிறுத்தப்பட்டன. மேலும் பல தர்ம வழிகளை அவர் வழி மொழிகிறார். இவை எல்லாவற்றையும் கடவுள்களின் அன்பிற்குரிய பியாதாசியும், அவர் மகனும், பேரனும், கொள்ளுப் பேரனும் காலத்தின் இறுதிவரைக்கும் தர்மச் செயல்களை முன்னிறுத்திச் செயல்படுவர். அவர்கள் தர்ம வழியில் வாழ்ந்து, தர்ம வழியின் மேன்மைகளை எடுத்துரைப்பார்கள். உண்மையாகவே தர்மத்தைப் போதிப்பதே மிகச் சிறந்த வேலை. ஆனால் தர்மத்தைக் கடைபிடிப்பது குணமற்றவர்களால் செய்ய முடியாதது. ஆகவே தர்மத்தை வளர்ப்பதுவும், முன்னேற்றுவதும் பெருமைக்குரிய செயல்கள்.

இந்த ஆணைகள் எழுதப்படுவதற்கான காரணம் என்னவெனில், இது என் சந்ததியரின் தர்மத்தை நிலைநாட்ட உதவும். அவர்கள் முறை தவறமாட்டார்கள். இதனை பதவியேற்ற பின் பன்னிரண்டு ஆண்டுகள் கழித்து கடவுள்களின் அன்பிற்குரிய மன்னன் பியாதாசி எழுதுகிறார்.

5

கடவுள்களின் அன்பிற்குரிய மன்னன் பியாதாசி இவ்வாறு கூறுகிறார்: நன்மைகளைச் செய்வது மிகக் கடினம். நன்மைகளை மட்டும் செய்பவர்கள் மிகவும் கஷ்டப்பட்டே அவைகளைச் செய்கிறார்கள். நான் பல நல்லவைகளைச் செய்துள்ளேன். என் மகன்களும், பேரப்பிள்ளைகளும்,

அவர்களின் சந்ததியினரும் உலகம் முடியுமளவிற்கு இது போல் நல்லவைகளைமட்டும் செய்தால், அவர்கள் மிக நல்ல செயல்கள் செய்ததாகும். ஆனால் அவர்களில் யாரும் இதைப் புறக்கணித்தால் அவர்கள் தீமை செய்தவராகிவிடுவார்கள். உண்மையிலேயே தவறுகள் செய்வது எளிது.

முன்பெல்லாம் தர்ம மஹாம்ராஸ் யாருமில்லை. ஆனால் நான் பட்டமேற்ற பின் பதிமூன்று ஆண்டுகள் கழித்து இந்த அதிகாரிகளை பணிக்கமர்த்தினேன். இப்போது அவர்கள் எல்லா சமயத்தினர் மத்தியிலும் பணி புரிந்து, தர்மத்தை நிலைநாட்டவும், அதனை முன்னேற்றவும் முனைகிறார்கள். தர்மத்தினைச் சார்ந்துள்ள அனைவரின் மகிழ்ச்சிக்காக அவர்கள் உழைக்கிறார்கள். அவர்கள் கிரேக்கர்கள், கம்போஜிகள், கந்தராஸ்கள், ரஸ்திரிகாகிகள், பித்தினிக்காஸ் மத்தியிலும், மேற்கு எல்லையில் உள்ள மக்கள் மத்தியிலும் பணிபுரிகிறார்கள். அந்த அதிகாரிகள் போர் வீரர்கள், உயரதிகாரிகள், பிராமணர்கள் வீட்டை நிர்வகிப்பவர்கள், ஏழைகள், வயதானவர்கள், இன்னும் தர்மத்திற்காகத் தன்னை ஒப்புக் கொடுத்தவர்கள் அனைவர்கள் மத்தியிலும் அவர்களின் நலனுக்கும் மகிழ்ச்சிக்கும் பாடுபடுவார்கள். இதனால் இம்மக்கள் எவ்வித தொல்லைகளுமின்றி சுதந்திரமாக வாழ்வார்கள். தர்ம மஹாமத்திரர்கள் கைதிகள் முறையாக நடத்தப்படுகிறார்களா, விலங்குகள் அவர்களுக்குத் தேவையில்லை என்பதற்காகவும் பணிபுரிகிறார்கள். தர்ம மஹாமத்திரர்கள் 'இந்தக் கைதி தாங்குவதற்காக ஒரு குடும்பம் காத்திருக்கிறது' அல்லது 'இக்கைதி தீவினைக்குள் ஆட்படுத்தப்பட்டிருக்கிறார்' அல்லது 'இக்கைதி மிக வயதானவர்' என்றோ நினைத்தால், அந்தக் கைதிகளின் விடுதலைக்காக முயற்சிப்பார்கள். மஹாமத்திரர்கள் இங்கேயும், நகரங்களிலும், பெண்களுக்கு மத்தியிலும், என் சகோதர சகோதரிகளுக்கான இடங்களிலும், என் உறவினர்களுக்கானவர்களின் மத்தியிலும் பணிபுரிவார்கள். அந்த அதிகாரிகள் எங்கும் இருப்பார்கள். இந்த தர்ம மஹாமத்திரர்கள் என் நாட்டில் தர்மத்தின் மேல் ஒப்புதல் கொண்ட மக்களுக்கு நடுவில் யாரெல்லாம் தர்மத்தின் பக்கம் உள்ளார்கள், யார் தர்மத்தை நிலைநாட்ட முனைகிறார்கள், யார் தாராள குணத்தோடு உள்ளார்கள் என்பதைத் தீர்மானிப்பார்கள்.

இந்த தர்மத்தின் ஆணை இந்தப் பாறையில் பொறிக்கப்படுகிறது. இது பலகாலம் நிலைத்து நின்று என் பரம்பரை இதனை ஒட்டி பணிபுரிவார்கள் என்பதற்காக எழுதப்படுகிறது.

6

கடவுளின் அன்பிற்குரிய மன்னன் பியாதாசி இவ்வாறு கூறுகிறார்; முன்பு அரசியல் விவகாரங்கள் பகிரப்படவில்லை. அரசனிடம் எந்த நேரத்திலும் அறிக்கைகள் கொடுக்கப்படவில்லை. ஆனால் இப்போது நான் இந்த ஆணையை அறிவிக்கிறேன். எந்த நேரமாயினும், நான் உணவு உண்டு கொண்டிருக்கும்போதோ, அந்தப்புரத்தில் இருக்கும்போதோ, படுக்கையறையில் இருக்கும்போதோ, ரதத்திலோ பல்லக்கிலோ, தோட்டத்திலோ இருக்கும்போதோ, எங்கே நான் இருந்தாலும் எந்த செய்தியும் எனக்கு உடனே தரும்படி அதிகாரிகளை நியமித்து மக்களின் நிலைமை எனக்கு உடனே வரும்படியும் செய்துள்ளதால், நான் எங்கிருந்தாலும் உடனே ஆவன செய்யவும் முடியும். எப்போது நான் கொடுக்கும் நன்கொடையோ, பொது அறிவிப்புகளோ அல்லது எப்போது எந்த அவசரவேலையும் மஹாமத்திரர்கள் மேல் சுமத்தப்படும்போது ஏதேனும் அதிருப்தியோ, வாக்குவாதமோ ஏற்பட்டால் அதை உடனே எனக்குத் தெரியப்படுத்த வேண்டும். இதற்காகவே நான் ஆணையிட்டிருக்கிறேன். எந்த வேலையையும் உடனே முடிக்கவும், என்னை முழுவதுமாக ஈடுபடுத்திக் கொள்வதிலும் எனக்கு எப்போதுமே திருப்திவராது. உண்மையிலேயே, எல்லோரின் நலனுமே எனது கடமை, இதற்காக என்னை வருத்திக் கொள்வதிலும், வேலைகளை உடனே முடிக்கவும் தவறமாட்டேன். மக்களின் நலனை மேம்படுத்துவதைத் தவிர வேறு எந்த வேலையும் பெரிதல்ல. நான் எடுக்கும் முயற்சிகள் எதுவாயினும் அவை எல்லோருக்கும் வாழக்கையில் மகிழ்ச்சியைக் கொண்டு வரவும், எல்லோரையும் சொர்க்கத்திற்கு இட்டுச் செல்வதும் என் கடமையாகத்தானிருக்கும்.

ஆகவே இந்தக் கல்வெட்டு ஆணை நிலைத்து நிற்க இங்கு எழுதப்படுகிறது. எனது மகன்களும், பேரன்களும், கொள்ளுப் பேரன்களும் இதை மக்களின் நலனுக்காக நிலை நிறுத்தவே இந்த ஆணை. ஆயினும் இவைகளை பெரும் முயற்சியோடு மட்டுமே செய்யமுடியும்.

7

கடவுள்களின் அன்பிற்குரிய மன்னன் பியாதாசி கூறுகிறார்: எல்லா சமயங்களும் எல்லா இடங்களிலும் இருக்க வேண்டும். ஏனெனில் எல்லா சமயங்களும் சுயக் கட்டுப்பாடு, தூய இதயம் இவைகளையே விரும்புகிறது. ஆனால் மக்களுக்குப் பல்வேறு ஆசைகளும், பல்வேறு ஆவல்களும் உள்ளன. அவர்கள் இவைகளை முழுவதுமோ, சிலவற்றையோ வாழ்க்கையில் கடைப்பிடிக்கலாம். ஆனால் பெரும் செல்வம் பெற்று, அதன் பின்னும் சுயக் கட்டுப்பாடு இல்லாமலும், தூய இதயம் இன்றியும், நன்றியுணர்வு இல்லாமலும், ஆழமான பக்தியும் இல்லாமல் இருந்தால் அவன் ஒரு வெகு மட்டமான மனிதன்.

8

அரசர்கள் மகிழ்ச்சிப் பயணம் மேற்கொள்வதுண்டு. அப்போது வேட்டையாடுதல் போன்ற மகிழ்ச்சியான நிகழ்வுகளும் நடக்கும். ஆனால் கடவுள்களின் அன்பிற்குரிய மன்னன் பியாதாசி தான் பட்டத்திற்கு வந்த பத்து ஆண்டுகள் கழித்து ஒரு பயணம் மேற்கொண்டு சம்போதிக்குச் சென்றார். இது ஒரு தர்மப் பயணம். இப்பயணத்தில் கீழ்க்கண்டவைகள் நடைபெற்றன. பிராமணர்களுக்கும், துறவிகளுக்கும் அன்பளிப்புகள் அளிக்கப்பட்டன, முதிர்ந்தோருக்கு தங்கம் அளிக்கப்பட்டது. கிராமப்புற மக்களை நேரில் சந்தித்து தர்மத்தைப் பற்றிய போதனைகளை அளிக்கவும், அதைப்பற்றி அவர்களோடு விவாதிப்பதும் நடந்தது. இதுபோன்ற செயல்களே கடவுள்களின் அன்பிற்குரிய பியாதாசியை மகிழ்ச்சிப்படுத்துவது, இதுவும் ஒருவகை செல்வமே.

9

கடவுள்களின் அன்பிற்குரிய மன்னன் பியாதாசி இவ்வாறு கூறுகிறார்: உடல் நலமில்லா நேரங்களிலோ, தன் மகன் அல்லது மகள் திருமண நேரத்திலோ, குழந்தைகள் பிறக்கும் நேரத்திலோ மக்கள் பலவிதமான கொண்டாட்டங்களைக் கொண்டாடுகிறார்கள். அதிலும் பெண்கள் இது போன்ற மோசமான தேவையில்லாத விழாக்களைக் கொண்டாடுகின்றார்கள். எப்படியாவது இவைகளைக் கொண்டாட மக்கள் முயல்கிறார்கள். ஆனால் இவைகளால் எந்தப் பயனும் இல்லை. உண்மையில் தர்மத்தைக் கொண்டாடுவதே பலனளிக்கும். வேலைக்காரர்களிடமும், பணியாளர்களிடமும் முறையான உறவோடு இருப்பதுவும், ஆசிரியர்களிடம் மரியாதையோடு இருப்பதும், எந்த உயிரினத்திடமும் அன்போடிருப்பதும், பிராமணர்கள், துறவிகளிடம் தாராள மனத்துடன் இருப்பதுவும் தான் உண்மையான தர்மம். தர்மத்தைக் கொண்டாடுவது இப்படித்தான். ஆகவே, ஒரு தகப்பன், ஒரு மகன், ஒரு சகோதரன், ஒரு தலைவன், ஒரு நண்பன், ஒரு துணைவன், அவ்வளவு ஏன் ஒரு அயல் வீட்டுக்காரன் யாராக இருந்தாலும் அவர்கள் “இதுவே நன்றாக இருக்கிறது, நம் நோக்கம் நிறைவேறும்வரை இதுபோன்ற கொண்டாட்டத்தைத் தான் கொண்டாடவேண்டும். நானும் இதை நிறைவேற்றுவேன்,” என்று சொல்ல வேண்டியதிருக்கும். மற்ற கொண்டாட்டங்கள் மிகவும் ஐயத்திற்குரியவை. இவைகள் ஒரு வேளை பயன்தரலாம், அல்லது பயன் தராமல் போகலாம். அப்படியே பயனிருந்தாலும் அப்பயன் இந்த உலகத்திற்கு மட்டுமே உரியது. ஆனால் தர்மத்தைக் கொண்டாடுவது காலத்தையும் தாண்டி நிற்கக் கூடியது. ஒரு வேளை வெற்றி இந்த உலகில் கிடைக்காவிட்டாலும், மறு உலகில் பெரும் வெகுமதி காத்திருக்கும். ஒருவேளை இந்த உலகத்திலேயே நல்லது

நடந்தால், தர்மத்தைக் கொண்டாடியவர் இந்த வாழ்க்கையிலும் மறு வாழ்க்கையிலும் பெரும் பேறு பெற்றவர்களாவார்கள்.

10

கடவுள்களின் அன்பிற்குரிய மன்னன் பியாதாசிக்கு பெரும் புகழோ, மகிமையோ பெரிதல்ல. ஆனால் மன்னனின் மக்கள் தர்மத்தை மரியாதையோடு கொண்டாடினால், முழுவதுமாக தர்மத்தை வாழ்க்கையில் நடைமுறைப்படுத்தினால் இப்போதும், எப்போதும் பெருமையோடிருப்பார். இதில் மட்டுமே கடவுள்களின் அன்பிற்குரிய மன்னன் பியாதாசியின் பெருமையும், மகிமையும் இருக்கும். கடவுள்களின் அன்பிற்குரிய மன்னன் பியாதாசி எடுக்கும் முயற்சிகள் அனைத்துமே மக்களின் மறுவாழ்க்கையின் நலனுக்கே. அம்முயற்சிகளில் தீமை ஏதுமில்லை. நன்மை இல்லாதது தீமைதான். சாதாரண மனிதரோ அல்லது பெரியமனிதரோ யாராயிருப்பினும் இது மிகவும் கடினமானது. மிகுந்த முயற்சியால் மட்டுமே செய்ய முடிந்தது. தங்கள் மற்ற ஆவல்களை ஒதுக்கி வைத்துக்கொண்டு இவைகளைச் செய்ய வேண்டும். இதிலும் பெரிய மனிதர்களுக்கே இது மிகக் கடினமான செயலாக இருக்கும்.

11

கடவுள்களின் அன்பிற்குரிய மன்னன் பியாதாசி இவ்வாறு கூறுகிறார்: தர்மத்தினைப் போன்ற வெகுமதி வேறெந்த வெகுமதியும் இல்லை. தர்மத்தினைப் போன்ற அறிமுகம் போல் வேறொன்றும் அறிமுகமல்ல, பகிர்வதற்கு தர்மத்தினைப் போல் வேறெதுவும் பகிர்வதற்கில்லை, உறவுகளில் தர்மத்தைப் போல் வேறொரு உறவுமில்லை. தர்மம் என்பது வேலைக்காரர்களிடமும், பணியாளர்களிடமும் முறையான உறவோடு இருப்பதுவும், தாய் தந்தை இவர்களுக்கு மரியாதை அளிப்பதும், நண்பர்கள், துணைவர்கள், உறவினர்கள், பிராமணர்கள், துறவிகள் இவர்களோடு தாராள மனத்தோடு இருப்பதும், எந்த உயிரினங்களையும் கொல்லாதிருப்பதும் என்பதுமாகும். இதனால் ஒரு தகப்பன், ஒரு மகன், ஒரு சகோதரன், ஒரு தலைவர், ஒரு நண்பர், ஒரு துணைவர் அல்லது ஒரு அயல் வீட்டுக்காரன் நிச்சயமாக ‘இது மிக நன்குள்ளது, இதைக் கட்டாயம் செய்ய வேண்டும்’ என்று சொல்லும்படி இருக்க வேண்டும். தர்மத்தின் பயனாக ஒருவர் இவ்வுலகத்திலும் அதன்பின் அடுத்த மறு உலகிலும் மிகுந்த பயன் பெறுவார்கள்.

12

கடவுள்களின் அன்பிற்குரிய மன்னன் பியாதாசி: எல்லா சமயத்தின் துறவிகளையும், மக்களையும் மரியாதையோடு நடத்துகிறார். அவர்களுக்குப் பல வெகுமதிகள், மரியாதைகள் தருகிறார். ஆனால்

கடவுள்களின் அன்பிற்குரிய மன்னர் பியாதாசி இதுபோன்ற வெகுமதிகளையும், மரியாதைகளையும் பெரிதும் மதிப்பதில்லை. இதைவிட அவர் மதிப்பது எல்லா சமயங்களின் கருத்துகளும் நன்கு வளர வேண்டும் என்பதே. கருத்துகள் வளர்வது பல வழிகளில் முடியும். ஆனால் அந்த வளர்ச்சியில் வாய் வார்த்தைகளுக்கு இடம் ஏதுமில்லை. தன் சமயத்தைத் தானே புகழ்வதும், ஏனைய சமயங்களைக் காரணமின்றி குறைகூறுவதும் தவறு. இக்குறைகளின்றி இருந்தால், அவரவர் மதம் பெருமை பெறும். ஆனால் இந்தக் குறைகள் இருந்தால் தங்கள் மதத்தை நாம் தாழ்த்தி விடுகிறோம். அடுத்தவர் சமயங்களையும் தாழ்த்தி விடுகிறோம். யாரெல்லாம் தங்கள் மதத்தின்மீது கொண்ட தீவிரமான பற்றில் அதனைப் போற்றி ஏனைய மதங்களைக் குறை சொல்கிறார்களோ அவர்கள் என் மதத்தை நான் போற்ற வேண்டும் என்ற எண்ணத்தில் உள்ளவர்கள். அவர்கள் உண்மையில் தங்கள் மதத்தை தாங்களே தாழ்த்திவிடுகிறார்கள். ஆகவே சமயங்கள் ஒன்றோடொன்று தொடர்புகொள்வது மிக நல்லது. ஒவ்வொருவரும் அடுத்த மதங்களில் சொல்லப்படும் கொள்கைகளைக் கட்டாயம் கேட்கவேண்டும். கடவுள்களின் அன்பிற்குரிய மன்னர் பியாதாசி, மக்கள் எல்லோரும் மற்ற சமயக் கோட்பாடுகளின் உள்ள நல்லவைகளைத் தெரிந்து வைத்துக் கொள்ள வேண்டும் என்று விரும்புகிறார்.

தங்கள் மதத்தின் மீது முழு திருப்தியுடையோருக்கு ஒரு வார்த்தை. கடவுள்களின் அன்பிற்குரிய மன்னர் பியாதாசி, வெகுமதிகளையும் மரியாதைகளையும் பெரிதும் மதிப்பதில்லை. அவர் மதிப்பது எல்லா சமயங்களின் கருத்துகளும் நன்கு வளரவேண்டும். இதற்காகப் பலரும் உழைக்கிறார்கள். தர்மா மஹாமத்ரர்கள், பெண்களின் நலனுக்காகப் பணியாற்றும் மஹாமத்திரர்கள், வெளியிடங்களில் பணிபுரியும் அதிகாரிகள், இன்னும் பல பணியாளர்கள் உழைக்கிறார்கள். இந்தப் பணிகளின் பயனாக ஒவ்வொரு மதமும் நன்கு வளரும், தர்மமும் ஒளிவிட்டு பிரகாசிக்கும்.

13

கடவுளின் அன்பிற்குரிய மன்னர் பியாதாசி: தான் அரியணையேறி எட்டு ஆண்டுகளுக்குப் பிறகு கலிங்க நாட்டை வென்றார். நூற்றி ஐம்பது ஆயிரம் மக்கள் இடம் பெயர்ந்தனர். நூறாயிரம் பேர் போரிலும் வேறு வழிகளிலும் மாண்டனர். கலிங்க வெற்றிக்குப் பிறகு கடவுள்களின் அன்பிற்குரிய மன்னனுக்கு தர்மத்தின் மீது பெரும் ஈர்ப்பு வந்தது. தர்மத்தின் மீது பாசமும், அதை பயிற்றுவிப்பதில் ஆர்வமும் வளர்ந்தது. இப்போது கடவுள்களின் அன்பிற்குரிய மன்னனுக்கு கலிங்கத்து வெற்றியின் மீது பெரும் வெறுப்பு மட்டுமே மிஞ்சி நிற்கிறது.

உண்மையிலேயே, கடவுளின் அன்பிற்குரியவர், கொல்லப் பட்டமைக்காக மிக வேதனையடைகிறார். தோல்வி காணாத ஒரு நாட்டை வெற்றி பெற்று அதனால் பலர் இறந்ததும், இடம் மாறியதும் வேதனையளிப்பவை. ஆனால் இதையெல்லாம் விட பிராமணர்களும், துறவிகளும், நாட்டில் வாழும் பல சமயத்தினரும், மரியாதைக்குரிய பெரியவர்களும், தாய், தந்தை, பெரும் மூத்தவர்களும், நன்னடத்தை உடையோரும், நண்பர்களோடு மிகுந்த நாணயம் கொண்டோரும், துணைவர்களும், உறவினர்களும் பணியாளர்களும், உதவியாளர்களும் கடும் காயம் பட்டதாலும், கொல்லப்பட்டதாலும், தங்கள் வாழுமிடங்களிலிருந்து தூக்கியெறியப்பட்டதாலும் கடவுள்களின் அன்பிற்குரிய மன்னர் பெரும் வேதனையடைந்தார். இவ்வாறு நேரடியாகத் துன்பம் பெறாதவர்கள் கூட தங்கள் நண்பர்கள், துணைவர்கள், உறவினர்கள் படும் துன்பங்களால் வேதனையடைவார்கள். இது போன்ற துன்பங்கள் நடந்த போரினால் விளைந்தது என்பதை அறியும்போது கடவுள்களின் அன்பிற்குரிய மன்னர் பெரும் வேதனையடைகிறார்.

கிரேக்க நாடு தவிர, பிராமணர்கள், துறவிகள் என்ற இரு குழுவினரும் இல்லாத நாடு ஏதும் இல்லை. ஏதோ ஒரு மதத்தை மட்டும் பின்பற்றாத நாடு என்று ஏதுமில்லை. இதனால் கொலைகள், மரணங்கள், இடம் பெயர்தல்களால் இறந்தவர்களில் நூற்றிலோ அல்லது அதையும் விட ஆயிரத்தில் ஒரு பகுதியினரோ, இது கடவுள்களின் அன்பிற்குரியவருக்கு வேதனையைத் தருகிறது. இப்போது கடவுள்களின் அன்பிற்குரியவர் எந்தத் தவறு செய்தவரையும் எப்போதெல்லாம் மன்னிக்க முடியுமோ அப்போதெல்லாம் மன்னிக்க வேண்டும் என்கிறார்.

கடவுள்களின் அன்பிற்குரியவரின் நாட்டிற்குள் வாழும் காட்டுவாசி மக்கள் ஒழுங்காக வாழவேண்டும் என்று பொறுமையாகவும், சரியாகவும் கேட்கப்படுகிறார்கள். தேவையானால் அவர்கள் செய்யும் தவறுகளுக்காக கடவுள்களின் அன்பிற்குரியவர் தேவைப்பட்டால் அவர்களைத் தண்டிக்க முடியும். ஆனால் அவர்கள் தங்கள் தவறுகளைப் புரிந்து வெட்கப்படவேண்டும். உண்மையில் கடவுள்களின் அன்பிற்குரியவர் யாருக்கும் தீங்கு விளைவிக்க விரும்பவில்லை. தவறு நடக்கும் இடங்களில் கூட கட்டுப்பாட்டுடன் எவ்வித பாகுபாடுமின்றி யாருக்கும் தீங்கு விளைவிப்பதில்லை.

இப்போது கடவுள்களின் அன்பிற்குரியவர். தனது வெற்றிகளிலேயே தர்மம் தன்னை ஆட்கொண்டதையே பெரும் வெற்றியாகக் கருதுகிறார். தர்மம் தன்னை வெற்றிகொண்டது தன் நாடாகிய இங்கு மட்டுமல்ல, நாட்டின் எல்லைகளைத் தாண்டி, அறுநூறு யோஜன தூரத்தையும் தாண்டி, கிரேக்க மன்னர் அன்டியோக்கஸ் ஆளும் நாடு, அந்த நாட்டையும் தாண்டி தாலமி, அன்டிகோனாஸ், மஹாஸ், அலெக்சாண்டர் என்ற

நான்கு மன்னர்கள் ஆளும் நாடுகள், மேலும் தெற்குப் பகுதியில் சோழர்கள், பாண்டியர்கள் மேலும் தாமிரபரணி நதி வரையுள்ள நாடுகள் போன்ற எல்லைகள் வரை நீண்டது. ஆகவே அரசனின் நாடும் கிரேக்கர்கள், சம்போஜகர்கள், நபக்கர்கள், நபாபம்கித்தவர்கள், போஜகர்கள், பித்நிக்கர்கள், ஆந்திரக்காரர்கள், பாளிதாக்காரர்கள் என்ற இடமெட்டும் கடவுள்களின் அன்பிற்குரியவர் போதித்த தர்மமே மக்களால் கடைப்பிடிக்கப்படுகிறது. கடவுள்களின் அன்பிற்குரியவரின் தூதர்கள் இன்னும் செல்லாத இடங்களிலுள்ள மக்களும், தர்மத்தினைப் பற்றிக் கேள்விப்பட்டு, கடவுள்களின் அன்பிற்குரியவர் கொடுத்த கட்டளைகளையும், போதனைகளையும் கேட்டு அதன்படி வாழ்ந்து கொண்டிருக்கிறார்கள், இனிமேலும் தொடர்ந்து அதே போல் வாழ்ந்து வருவார்கள். இந்த வெற்றி எங்கும் பரவிவிட்டது. இது பெரும் மகிழ்ச்சியைத் தருகிறது. இந்த மகிழ்ச்சி தர்மத்தின் வெற்றியால் மட்டுமே பெறமுடியும். ஆனால் இந்த மகிழ்ச்சி மிகச் சாதாரணமானதுதான். கடவுள்களின் அன்பிற்குரியவர் அடுத்த பிறவியில் கிடைக்கக்கூடிய பயனே மிகச் சிறந்த வெற்றிக் கனி என்று நினைக்கிறார்.

நான் இந்தக் கட்டளைகளை இங்கே பொறித்து வைத்துள்ளேன். எனது மகன்கள், பேரப்பிள்ளைகள், புதிய போர்களை நோக்கிச் செல்ல மாட்டார்கள். அல்லது தங்கள் படைகள் மூலம் அவர்கள் வெற்றி கொள்ளமுடியுமானால் அந்த வெற்றிகள் எளிய தண்டனைகள், அழிவுகள் மூலமாக நடக்க வேண்டும். அதைவிட தர்மத்தின் மூலமாக வெற்றிபெறுதலே நல்லது. ஏனெனில் அதுவே இந்த உலக வாழ்விலும், மறு வாழ்க்கையிலும் பலன்களை விளைவிக்கும்.

14

கடவுள்களின் அன்பிற்குரிய மன்னர் பியாதாசி தர்மத்தின் கொள்கைகளைச் சுருக்கமாகவோ, நீட்டித்தோ அல்லது அதிகமாக நீட்டித்தோ பொறித்துள்ளார். இக்கல்வெட்டுகள் எல்லா இடத்திலும் இல்லை, ஏனெனில் நான் ஆளும் நாடு மிகப் பெரியது. ஆயினும் நிறைய எழுதியாகிவிட்டது. நான் இன்னும் நிறைய எழுதுவேன். சில கருத்துகளை அடிக்கடி எழுதியாகிவிட்டது. ஏனெனில் அவை மிகச் சிறப்பானவை. அவைகளைப் பார்த்து அதேபோல் நன்கு வாழவேண்டும். எழுதியவைகளில் சில அரைகுறையாக இருக்கலாம். இது எழுதப்பட்ட இடத்தினாலோ எழுதப்பட்ட பொருளினாலோ, அல்லது இதை எழுதி பொறித்தவரின் தவறினாலோ இருக்கலாம்.

கலிங்க மலைக் கல்வெட்டு ஆணைகள்
அல்லது
தனி மலைக் கல்வெட்டு ஆணைகள்

இவை தௌலி, ஒடிஷாவில் உள்ள ஜவ்கடா என்ற இடங்களில் உள்ளன. இவைகளில் 11,12,13 - இவைகளுக்குப் பதில் வேறு ஆணைகள் உள்ளன. கர்னாடகாவில் உள்ள சன்னாட்டி என்ற இடங்களில் இவை அரைகுறையாக உள்ளன.

1

கடவுளின் அன்பிற்குரியவர் தோசாலி நகரில் நீதி அதிகாரிகளாக உள்ள மஹாமத்திரர்களிடம் சொல்லச் சொல்லியுள்ளது: நான் மிக முழுமையாக இருக்கவேண்டும் என்று நினைப்பதையெல்லாம் மிகச் சரியாகச் செய்து முடிக்கப்படுவதைக் காண ஆர்வமாக உள்ளேன். இதைச் சிறப்பாகச் செய்து முடிக்க உங்களுக்கான என் ஆலோசனைகளைச் சொல்கிறேன். பல ஆயிரக்கணக்கான மக்களைவிட உங்களை உயர்த்தி வைத்துள்ளேன். நீங்கள் மக்களின் அன்பைப் பெறவேண்டும்.

எல்லோரும் என் குழந்தைகளே. என் குழந்தைகளுக்கு நான் என்ன விரும்புகிறேனென்றால் அவர்களின் நலமும் மகிழ்ச்சியும் இந்த உலகத்தில் மட்டுமல்லாது மறு வாழ்விலும் வேண்டியது போல், எல்லோருக்கும் அவை கிடைக்க வேண்டுமென்று ஆசைப்படுகிறேன். எனது இந்த ஆசை எவ்வளவு பெரியதென்று உங்களுக்குத் தெரியாது, அப்படியே யாருக்கும் தெரிந்திருந்தாலும் என் ஆசையின் தீவிரமும் முழுமையும் உங்களுக்குப் புரியாது.

நீங்கள் ஒரு விஷயத்தில் சரியாக இருக்க வேண்டும். எல்லோரும் சட்டதிட்டங்களின் வழியில் நடந்தாலும், சிலர் சிறையிலடைபட்டு, கடுமையாக நடத்தப்பட்டு, இறுதியில் கொல்லவும்பட்டு பலருக்குத் துன்பம் கொடுக்கலாம். ஆகவே நீங்கள் எப்போதும் நடுநிலையோடு இருக்க வேண்டும். பொறுமை,

கோபம், கொடுமை, வெறுப்பு, விருப்பின்மை, சோம்பேறித்தனம்,களைப்பு போன்றவைகளால் நடுநிலைமை இல்லாமல் போகலாம். அதனால் உங்கள் குறிக்கோள் எப்போதுமே "இந்த தீய விஷயங்கள் என்னிடம் இல்லாமல் போகட்டும்," என்று இருக்க வேண்டும். இதற்குத் தேவையான அடிப்படை விஷயங்கள் கோபமின்மையும், பொறுமையும். நீதித் துறையில் சலிப்படைந்தவர்களுக்குப் பதவி உயர்வு கிடைக்காது. மற்றவர்கள் பதவி உயர்வுகளோடு உயர்வு பெறுவார்கள். இதைப் புரிந்து கொண்டவர்கள் தங்களோடு பணியாற்றும் மற்றவர்களிடம் "உன் கடமையை ஒழுங்காகச் செய். இவைகள் எல்லாம் கடவுள்களின் அன்பிற்குரியவரின் ஆணைகள்," என்று சொல்லுங்கள். உங்கள் கடமைகளை ஒழுங்காகச் செய்தால் அதற்குரிய பலன்கிடைக்கும். தவறினால் சொர்க்கமும் கிடைக்காது, அரசனின் மகிழ்ச்சியும் கிடைக்காது போய்விடும். உங்கள் கடமைகளை நன்கு செய்தால் உங்களுக்கு நிச்சயம் வானுலகம் கிடைக்கும். அதோடு எனக்குரிய கடமைகளைச் சீராகச் செய்தவர்கள் ஆவீர்கள்.

இந்த ஆணை திசா நாட்களிலும், திசா நாட்களுக்கு நடுவிலும், மற்ற வாய்ப்புகள் வரும் நாட்களிலும் கேட்கப்பட வேண்டும். தனிமனிதர் ஒவ்வொருவராலும் இந்த ஆணை கேட்கப்படவேண்டும். அப்படிக் கேட்பதினால் நீங்கள் உங்கள் பணிகளைச் செய்து முடிப்பீர்கள்.

இந்த ஆணை கீழ்க்கண்டவற்றிற்காகச் சொல்லப்படுகிறது:

நீதி அதிகாரிகள் தங்கள் கடமையைச் செவ்வனே செய்ய வேண்டும். இதனால் அவர்களுக்குக் கீழேயுள்ள மக்கள் தேவையில்லாத சிறைவாசமோ, கடும் தண்டனையோ பெறமாட்டார்கள். இதை முறையாகச் செய்ய, நான் மஹாமத்திரர்களை ஐந்து வருடத்திற்கு ஒருமுறை உங்களிடம் அனுப்புவேன். இந்த மஹாமத்திரர்கள் முரட்டுக்குணம் கொண்டவர்கள் இல்லை. மாறாக மிகவும் இரக்கப் பண்பாளர்கள். இவர்கள் நீதி அதிகாரிகள். அனைவரும் அரசனின் விருப்பத்தைப் புரிந்து கொண்டார்களா, என்னுடைய ஆணையின் படி எல்லோரும் நடக்கின்றார்களா என்பதைக் காண்பார்கள். இதேபோல் உஜ்ஜயினிலிருந்து இளவரசர் இதே காரணங்களுக்காக மூன்று வருடங்களுக்கு உள்ளாகவே அதிகாரிகளை அனுப்புவார். இதைப்போலவே தக்ஸிலாவில் இருந்தும் வருவார்கள். மஹாமத்திரர்கள் இதுபோன்ற மேற்பார்வையிடும் பயணங்களை ஒவ்வொரு ஆண்டும் கடமைகளில் தொய்வில்லாமல் செய்துவருவார்கள். அவர்கள், நீதியதிகாரிகள் மன்னனின் ஆணைப்படி சீராக செயல்படுகிறார்களா என்பதைக் கண்காணிப்பார்கள்.

2

கடவுள்களின் அன்பிற்குரியவர் இவ்வாறு பேசுகிறார்: சம்பாவில் உள்ள மஹாமத்திரர்களுக்கான அரச ஆணை இது. நான் மிகச் சரியான வழியில் நடக்க வேண்டும் என்று நினைப்பவைகளை அப்படியே நடக்கும்படி பார்க்க

ஆசைப்படுகிறேன். அதைச் சிறப்பாகச் செய்து முடிக்க உங்களுக்குப் போதிப்பதே சிறந்தது என்றெண்ணுகிறேன். எல்லோரும் என் குழந்தைகளே. என் குழந்தைகளுக்கு நான் என்ன விரும்புகிறேனோ அவர்களின் நலமும் மகிழ்ச்சியும் இந்த உலகத்தில் மட்டுமல்லாது மறுவாழ்விலும் வேண்டுவதுபோல் எல்லோருக்கும் அவை கிடைக்க வேண்டுமென்று ஆசைப்படுகிறேன், நம் நாட்டு எல்லைகளைத் தாண்டி நான் வெற்றி பெறாத நாடுகளில் உள்ள மக்கள் "நம்மைப்பற்றி இந்த மன்னர் என்ன நினைக்கிறார்?" என்று கேட்டுக் கொள்ளலாம். என் எண்ணமெல்லாம் அவர்கள் என் மீது எந்த அச்சமும் இல்லாமலிருக்க வேண்டும். என்னை அவர்கள் முழுமையாக நம்ப வேண்டும். நான் அவர்களுக்குத் தர நினைப்பது மகிழ்ச்சி மட்டுமே, நிச்சயமாக துக்கங்கள் இல்லை, மேலும் மன்னிக்கக்கூடிய குற்றங்கள் எல்லாவற்றையும் மன்னர் மன்னித்து விடுவார் என்று அவர்கள் புரிந்து கொள்ள வேண்டும், மன்னர் அவர்கள் தர்மத்தைக் கைக்கொண்டு வாழவேண்டும் என்று விரும்புகிறார். ஏனெனில் அதுவே இந்த உலகத்திலும் மறு வாழ்க்கையிலும் அவர்கள் இன்பப் பேறுவை அடைய உதவ முடியும். இதையெல்லாம் நான் உங்களுக்குச் சொல்வது ஏனென்றால் நீங்கள் என் கடமைகளை நான் முழுமையாக நிறைவேற்றுவேன் என்பதை அறிய வேண்டும். என் கடமைகள் என்னென்ன என்று நீங்கள் தெரிந்துகொள்ள வேண்டும். அந்தக் கடமைகளையும் என் வாக்குறுதிகளையும் நான் முறிக்காமல் செயலாற்ற வேண்டும். இதையெல்லாம் மனதில் கொண்டு நீங்கள் உங்கள் கடமைகளைச் செயலாற்ற வேண்டும். நம் நாட்டு எல்லைகளுக்கும் அப்பாற்பட்ட இடங்களில் இருக்கும் மக்களுக்கு, "மன்னர் உங்களுக்குத் தந்தை போன்றவர். தன்னைப் பற்றிய அவரது உணர்வுகளைப் போலவே, அவருக்கு நம்மீதும் அதே உணர்வுகள் உண்டு, நாமெல்லோரும் அவரது குழந்தைகளே" என்று நீங்கள் உறுதியாகச் சொல்ல வேண்டும்.

என்னுடைய வாக்குறுதிகள், தீர்மானங்கள் என்னவென்று நான் சொல்வதால் அவைகளை முழுவதுமாக நிறைவேற்ற நான் முயற்சியெடுக்க வேண்டும். நீங்கள் அம்மக்களிடம் நம்பிக்கையை ஊட்ட வேண்டும். அவர்களுக்கு இந்த உலகிலும், மறு உலகிலும் மக்களுக்கு நன்மையும், மகிழ்ச்சியும் கிடைக்க நீங்கள் பணியாற்றுவதன் மூலம் உங்களுக்கு சொர்க்கம் கிடைக்கும். அதோடு மன்னருக்கு ஆற்ற வேண்டிய பணிகளை நீங்கள் நன்கு செய்து முடித்தீர்கள் என்றிருக்கும். மஹாமத்திரர்கள், வெளிநாட்டு மக்கள் மிகுந்த நம்பிக்கையோடு தர்மத்தினைக் கைக்கொண்டு நடக்க வேண்டும் என்று அவர்களை உணர வைக்க எல்லா நேரத்திலும் முழுமையாக ஈடுபட்டுப் பணியாற்ற வேண்டும். இந்த ஆணை எழுதப்படுவதும் இதை வலியுறுத்தவே.

இந்த ஆணை திசா நாட்களிலும் திசா நாட்களுக்கு நடுவிலும் மற்ற வாய்ப்புகள் வரும் நாட்களிலும் கேட்கப்பட வேண்டும். தனி மனிதர் ஒவ்வொருவராலும் இந்த ஆணை கேட்கப்பட வேண்டும். அப்படிக் கேட்பதினால் நீங்கள் உங்கள் பணிகளைச் செய்து முடிப்பீர்கள்.

கற்றூண் கல்வெட்டுகள்

பெரோஸ் ஷா கைத்தடி (முதலாவதாக இது தோப்ராவில் இருந்தது), டில்லி ரிட்ஜ் (முதலில் மீரட்டில் இருந்தது), அலகாபாத் (முதலில் கௌசாம்பியில் இருந்தது) லௌரியா - நந்தன்கார், லௌரியா - அரராஜ் மற்றும் ராம்புர்வா என்ற இடங்களில் அசோகரின் கற்றூண்கள் உள்ளன. இவைகளில் முதல் தூணில் RE-7 கல்வெட்டு உள்ளது. அலகாபாத்தில் உள்ள ராணியின் கல் வெட்டு இதில் சேர்க்கப்படவில்லை.

1

கடவுள்களின் அன்பிற்குரிய பியாதாசி இவ்வாறு பேசுகிறார்: இந்த தர்மத்தின் ஆணைகள் என் பட்டமளிப்பிற்குப் பின் இருபத்தியாறு ஆண்டுகள் கழித்து எழுதப்பட்டது. இந்த உலகிலும் மறு உலகிலும் மகிழ்ச்சியாக இருப்பது மிகவும் கடினம். இதை அடைய தர்மத்தின் மீது மிகுந்த அன்பும், ஆழ்ந்த சுய சோதனைகளும், பெரும் மரியாதையும், தீமையின் மீது அச்சமும், நல்ல உற்சாகமும் தேவை. ஆனால் எனது போதனைகள் மூலம் தர்மத்தின் மீது மரியாதையும், அன்பும் நாளுக்கு நாள் வளர்ந்து வருவதை அறிகிறேன். மேலும் எனது மூன்று நிலை அதிகாரிகளும் – உயர்ந்த, நடுத்தர, குறைந்த அதிகாரிகள் – தர்மத்தினை ஒட்டி அதன் வழியில் நடந்து வருகிறார்கள். அந்த வழியிலேயே மற்றோரும் நடந்து செல்ல உழைக்கிறார்கள். நமது அண்டை நாட்டு எல்லைகளிலும் மஹாமத்திரர்கள் இதே பணியைச் செய்து வருகின்றனர். தர்மத்தைக் காக்கவும், தர்மப் பாதையின் வழியே மகிழ்ச்சி பெறவும், தர்ம வழியில் அனைவரையும் பாதுகாக்கவும் நான் ஆணையிட்டுள்ளேன்.

2

கடவுள்களின் அன்பிற்குரிய மன்னன் பியாதாசி இவ்வாறு பேசுகிறார்: தர்மம் மிக மிக நல்லது. ஆனால் தர்மம் என்பது என்ன? அதில் சிறிது தீமை, நிறைய நல்லவைகள், அன்பு, தாராளம், உண்மை, புனிதம் உள்ளன.

நான் பல வெகுமதிகளைப் பல வழிகளில் தந்துள்ளேன். இரண்டு கால் பிராணிகள், நான்கு கால் பிராணிகள், பறவைகள், நீர்வாழ் பிராணிகள் அனைத்துக்கும் இந்த வாழ்க்கையின் வெகுமதிகளைத் தந்துள்ளேன். மேலும் பல நல்ல செயல்களைச் செய்துள்ளேன்.

தர்மத்தின் ஆணைகள் மக்கள் தம் வாழ்நாளில் கடைப்பிடிக்க எழுதப்பட்டுள்ளது. அந்த ஆணைகள் பலகாலம் நீடித்து நிலைக்க வேண்டும். இதைப் பின்பற்றுபவர்கள் பல நற்செயல்களைச் செய்வார்கள்.

3

கடவுள்களின் அன்பிற்குரிய மன்னன் பியாதாசி இவ்வாறு பேசுகிறார்: மக்கள் தங்களது நற்செயல்களை மட்டுமே பார்க்கிறார்கள். அவ்வாறு பார்த்துவிட்டு, "நான் இந்த நற்செயலைச் செய்துள்ளேன்" என்று சொல்கிறார்கள். ஆனால் அவர்கள் தங்களது தீயசெயல்களைக் கண்டு கொள்வதில்லை. "நான் ஒரு தீமையைச் செய்துவிட்டேன்," என்றோ "இது தீமையானது" என்றோ சொல்வதில்லை. இப்படிச் சொல்லும் பண்பு மிகக் கடினமானது. "இது போன்றவைகள் தீமை, கொடுமை, கோபம், பெருமை, பொறாமை போன்றவைகளை நோக்கி நடைபோடும். இவைகள் மூலம் என்வாழ்க்கையை நான் அழித்துக் கொள்ள மாட்டேன்" என்று ஒவ்வொருவரும் சொல்ல வேண்டும். மேலும் அதிகமாக "இந்தச் செயல் இவ்வுலகிலும் மறு உலகிலும் மகிழ்ச்சியை நோக்கி அழைத்துச் செல்லும்" என்றும் சொல்ல வேண்டும்.

4

கடவுள்களின் அன்பிற்குரியவர் இவ்வாறு பேசுகிறார்: தர்மத்தின் இந்த ஆணை, நான் மகுடம் அணிந்து இருபத்தியாறு ஆண்டுகள் கழித்து எழுதப்பட்டது. எனது ரஜுக்கர்கள் ஆயிரக்கணக்கான மக்கள் நடுவே பணியாற்றிக் கொண்டிருக்கிறார்கள். மக்களிடமிருந்து மனுக்களைப் பெறுவதும், நீதியை நிலை நிறுத்துவதும் அவர்களது பணி. இதனை சட்டமின்றியும் நியாயமாகவும் நம்பிக்கையோடு செய்து வருகிறார்கள். இந்த நாட்டில் மக்கள் மகிழ்ச்சியோடும், நலத்தோடும், நன்மைகளோடும் வாழ்வதற்கு அவர்கள் பணிபுரிகிறார்கள். அவர்கள் ஒன்றை எப்போதும் மனதில் நிறுத்தி வைக்க வேண்டும் – எது வாழ்க்கையில் மகிழ்ச்சியையும் துன்பத்தையும் தருகிறது? அவர்கள் தர்மத்தின் மீது ஈடுபாடு கொண்டவர்களாக இருந்து, மக்களும் அதுபோல் மாறுவதற்கு ஊக்கமளிக்க வேண்டும். மக்கள் இந்த வாழ்விலும் மறுவாழ்விலும் இன்பத்தைக் காண இதுவே வழி என்பதைத் தெரிந்து கொள்ள வேண்டும். இந்த ரஜுக்கர்கள் என்னிடம் மிகுந்த விருப்புடன் பணி புரிகிறார்கள். என் விருப்பம் எது என்பதையறிந்த அதிகாரிகளிடம் இவர்கள் பணிந்து அந்த அதிகாரிகள் கற்றுத் தருவதை நான் மகிழும்படிக் கற்றுக் கொள்கிறார்கள்.

தன் குழந்தையை நன்கு வளர்க்க அதனை நம்பிக்கையாக ஒரு தாதியிடம் கொடுத்து குழந்தைத் திறமையாக வளர்க்கப்படும் என்ற நம்பிக்கையோடு "என் குழந்தையை தாதி நன்கு கவனித்துக் கொள்வார்கள்" என்று இருப்பதைவிடவும், என்னால் பணியில் அமர்த்தப்பட்ட ரஜுக்கர்கள் இந்த நாட்டின் மக்களின் மகிழ்ச்சிக்காகவும், நலத்திற்காகவும் பணிபுரிவார்கள்.

மக்களிடமிருந்து மனுக்களைப் பெறுவதும், அதற்கான நீதிகளை வழங்கும் பொறுப்பையும் ரஜுக்கர்களிடம் ஒப்படைக்கப்பட்டுள்ளது. அவர்கள் தங்கள் பணியை தடுமாற்றம் இன்றி அச்சமின்றி, நம்பிக்கையோடு செயலாற்றுவார்கள். நாடு முழுவதும் ஒரே மாதிரியான சட்டங்கள். ஒரே மாதிரியான தண்டனைகள் இருக்க வேண்டும் என்பது என் ஆவல். மேலும் சிறையில் வழக்கிற்குப் பின் மரண தண்டனை பெற்றவர்களுக்கு அவர்களது தண்டனைக்கு முன்பு மூன்று நாட்கள் அதைத் தள்ளி வைக்கும் அளவிற்கு உத்தரவிட்டுள்ளேன். இச்சமயத்தில் குற்றவாளியின் உறவினர்கள் அவனது தண்டனைக்கு எதிர்த்து முறையீடு செய்ய முடியும். அக்குற்றவாளிக்கு மேல் முறையீடு செய்ய யாரும் இல்லாவிட்டால், அக்குற்றவாளிக்கு வெகுமதிகள் அளித்தோ, உண்ணா நோன்பு செய்தோ மறுவாழ்க்கைக்கான புண்ணியங்களைச் செய்ய முடியும். குற்றவாளியின் நாட்கள் எண்ணப்பட்டிருந்தாலும் அவர் மறுவாழ்விற்காகத் தன்னைத் தயார் செய்து கொள்வது நல்லது என்பது என் எண்ணம். மக்களும் தர்மத்தின் வழியையும், சுயகட்டுப்பாடுகளையும், தாராளமனத்தையும் வளர்த்துக் கொள்ள வேண்டும்.

5

கடவுள்களின் அன்பிற்குரிய மன்னர் பியாதாசி இவ்வாறு பேசுகிறார்: எனது பட்டமளிப்பிற்குப் பிறகு இருபத்தி ஆறு ஆண்டுகள் கழித்த பிறகு பல விலங்குகள் பாதுகாக்கப்படவேண்டுமென்று ஆணையிடப்பட்டது. கிளி, மைனா, அருணா, சிகப்பு வாத்து, நாட்டுவாத்து, நந்திமுக்கா, ஜெலாட்டா, வவ்வால், பெண் எறும்பு, நன்னீர் ஆமை, எலும்பில்லா மீன், வேதராயக்கா கங்காபுபுதாகா, சங்கியா மீன், ஆமை, முள்ளம்பன்றி, அணில், மான், காளைமாடு, ஓகபிந்தா, காட்டுக்கழுதை, காட்டுப் புறா, மாடப்புறா, உண்ணமுடியாத, பயன்படுத்த முடியாத நான்கு கால் விலங்குகள் இவை அனைத்தும் பாதுகாக்கப்பட்ட விலங்குகள். குட்டியிட்டு பால்கொடுக்கும் ஆடுகள், பெண் பன்றிகள், அதேபோல் ஆறு மாதம் தாண்டாத குட்டிகள் பாதுகாக்கப்பட்டவை. சேவல்களின் ஆண்மை மாற்றப்படக்கூடாது. உயிரினங்களை மூடி நிற்கும் உமி எரிக்கப்படக் கூடாது. காடுகளில் மரங்கள் காரணமின்றியோ, அல்லது காட்டுப் பிராணிகளைக் கொல்லவோ, எரிக்கவோ கூடாது. மிருக இனத்தின் உணவிற்காக மாற்று உயிர் கொல்லப்படக் கூடாது. மூன்று காட்டூர்பாசிகள் சமயத்திலும் (மழைக்காலம்) மூன்று திசாக்களிலும் பதினான்காம் பதினைந்தாம் உபோசத்துகளில் மீன்கள் கொல்லப்படவோ

விற்கப்படவோ கூடாது. இதே நாட்களில் யானையும், மீன்களும் பாதுகாக்கப்பட்ட இடங்களில் அவைகள் கொல்லப்படாமல் காக்கப்பட வேண்டும். ஒவ்வொரு பதினான்கு நாட்களில் எட்டாவது நாளும், மற்றும் பதினான்காவது பதினைந்தாவது திசா, புனர்வாசு மூன்று காட்டுர்பாசிஸிக் மற்ற நல்ல நாட்களிலும், காளை மாடுகளை விதையடி செய்யக்கூடாது. அதேபோல் வழக்கமாக விதையடி செய்யப்படும் ஆடுகள், பன்றிகள் போன்ற விலங்கினங்களும் விதையடிக்கப்படக் கூடாது. திசா நாட்கள் புனர்வாசு, காட்டுர்பாசிஸிக் நாட்களில் குதிரையும் காளைகளும் குறியிடப்படக் கூடாது.

6

கடவுள்களின் அன்பிற்குரியவர் இவ்வாறு பேசுகிறார்: நான் பதவியேற்ற பிறகு பன்னிரண்டு ஆண்டுகள் கழித்து தர்மத்தின் ஆணைகளை மக்களின் நன்மைக்காகவும், மகிழ்ச்சிக்காகவும் எழுதி வைக்க ஆரம்பித்தேன். அவைகளை மீறிப் போகாது, மக்கள் தர்மத்தில் மேலும் வளர ஆரம்பித்துவிட்டார்கள். எப்படி மக்களுக்கு நன்மையும் மகிழ்ச்சியையும் பெற்றுத் தர முடியும்? என்று யோசித்து,எனது உறவினர்கள் அருகிலும் தொலைவிலும் உள்ள மக்கள் மகிழ்ச்சியாக இருக்க வேண்டுமென்பதற்காக எல்லோருக்காகவும் நான் இதைச் செய்கிறேன். எல்லா மதங்களுக்கும் உரிய மரியாதைகளையும் நான் அளித்துள்ளேன். ஆனாலும் இதையும் விட மக்களை நேரில் சந்திப்பதையே மிகச் சிறந்தது என்று எண்ணுகிறேன்.

இந்த தர்மத்தின் ஆணை என் பட்டமளிப்பிற்குப் பின் இருபத்தி ஆறு ஆண்டுகள் கழித்து எழுதப்பட்டது.

7

கடவுள்களின் அன்பிற்குரியவர் இவ்வாறு பேசுகிறார்: கடந்த காலத்தில் தர்மத்தைப் போதிப்பதன் மூலம் மக்களை உயர்த்த முடியும் என்று மன்னர்கள் நம்பினார்கள். ஆனாலும் தர்மத்தை வளர்த்தாலும் மக்கள் வளரவில்லை. கடவுள்களின் அன்பிற்குரிய மன்னர் பியாதாசி இதைப்பற்றி, "கடந்த காலத்தில் தர்மத்தைப் போதிப்பதன் மூலம் மக்களை உயர்த்த முடியும் என்று மன்னர்கள் நம்பினார்கள் என்று எனக்குத் தோன்றியது. ஆனாலும் தர்மத்தை வளர்த்தாலும் மக்கள் வளரவில்லை அப்படியானால் இப்போது எப்படி மக்களை உற்சாகப்படுத்தி தர்மத்தைக் கைக்கொள்ள வைப்பது? மக்களை தர்மத்தின் வழியாக வாழ்வதற்கு உற்சாகப்படுத்துவது எப்படி? தர்மத்தைப் போதித்து மக்களை உயர்த்துவது எப்படி?" என்று கேட்கிறார் கடவுள்களின் அன்பிற்குரிய மன்னன் பியாதாசி இதைப்பற்றி மேலும் பேசுகிறார்:

"தர்மத்தை அறிவித்து அதனைப் போதிக்க வேண்டும் என்று எனக்குத் தோன்றியது. மக்கள் இதைக் கேட்டதும் அதன் வழியில் நடக்க

ஆரம்பித்து வாழ்வில் தர்மத்தினால் உயர்ந்து விடுவார்கள்." இந்த காரணத்திற்காகவே தர்மத்தை அறிவித்து அவைகளைப் பற்றிய போதனைகளை மக்களிடையே பணியாற்றும் அதிகாரிகள் இதற்காகவே பணியாற்றி, விளக்கங்கள் அளிப்பார்கள். ஆயிரக்கணக்கான மக்களிடையே பணியாற்றும் ரஜுக்கர்களுக்கு இதேபோல் பணியாற்றவும் கட்டளையிடப்பட்டுள்ளது. அவர்கள் இதே வழியில் பணிசெய்து, தர்மத்தின் மீது மக்களுக்கு ஆர்வம் வரும்படி உற்சாக மூட்டப்பட வேண்டும் என்று பணிக்கப்பட்டுள்ளார்கள். கடவுள்களின் அன்பிற்குரியவர் மேலும் சொல்கிறார், "இந்தக் குறிக்கோள்களை மனதில் கொண்டு நான் பல தூண்களில் தர்மத்தைப் பொறித்தும் மஹாபத்திரர்களை பணியிலமர்த்தியும், தர்மத்தை அனைவருக்கும் அறிவித்துள்ளேன்.

கடவுள்களின் அன்பிற்குரிய மன்னன் பியாதாசி சொல்கிறார்; சாலைகளில் அரச மரங்களை நட்டு மக்களுக்கும்,விலங்குகளுக்கும் நிழல் கிடைக்கும்படி செய்துள்ளேன். இவைகளோடு மாமரங்களையும் நட்டு வளர்த்துள்ளேன். எட்டு குரோசாவிற்கு ஒரு முறை கிணறுகள் வெட்டி பயணிகள் தங்குமிடங்கள் கட்டி, மேலும் பல இடங்களில் மனிதர்க்கும், விலங்குகளுக்கும் நீர்த் தொட்டிகள் அமைத்துள்ளேன். ஆனால் இவையெல்லாம் மிகச் சின்ன விஷயங்கள். மக்களை மகிழ்ச்சிப்படுத்த முந்திய மன்னர்கள் பலரும் இதைச் செய்துள்ளனர். ஆனால் மக்கள் தர்மத்தைக் கடைப்பிடிக்க வேண்டும் என்பதற்காகவே நான் இச்செயல்களைச் செய்துள்ளேன்.

கடவுள்களின் அன்பிற்குரிய மன்னன் பியாதாசி இவ்வாறு கூறுகிறார்: எனது தர்ம மஹாமத்திரர்கள் பல்வேறு பணிகளை துறவிகளுக்கும், சாதாரண மக்களுக்கும் நடுவில் செய்து வருகின்றனர். அவர்கள் புத்த சங்கத்திற்கான பணிகள் யாவற்றையும் செய்து முடிக்க ஆணையிட்டுள்ளேன். மேலும் அவர்கள் பிராமணர்களுக்கும், அஜிவிக்கர்களுக்கும் பணி செய்ய வேண்டுமென்று ஆணையிட்டுள்ளேன். வேறு வேறு மஹாமத்திரர்கள் வெவ்வேறு சமயத்தோருக்கும் ஏற்ற பணிகளைச் செய்ய ஆணையிட்டுள்ளேன். இதேபோல் என் மஹாமத்திரர்கள் பல்வேறு சமயத்தாரோடு இணைந்து பணியாற்றி வருகிறார்கள்.

கடவுள்களின் அன்பிற்குரிய மன்னர் பியாதாசி இவ்வாறு சொல்கிறார்: இந்த அதிகாரிகளும் ஏனைய பிற முக்கிய அதிகாரிகளும் என்னுடைய ராணியுடைய வெகுமதிகளைப் பிரித்துக் கொடுக்கும் பணியில் இருப்பார்கள். எனது அந்தப்புரத்துப் பெண்கள் நாட்டின் பல பாகங்களில் தர்மச் செயல்கள் பலவற்றைச் செயல்படுத்துகிறார்கள். இதேபோல் எனது மகன்களும், அவர்களது மனைவிகளும் வெகுமதிகள் கொடுத்து, தர்மத்தைப் பரப்பி, மக்கள் தர்மத்தைக் கைக்கொள்ள உற்சாகம் ஊட்டவேண்டுமென்று ஆணையிட்டுள்ளேன். இரக்கம், தாராளமனது, உண்மை, புனிதம்,

நன்னடத்தை மக்களுக்குள் நல்ல உணர்வுகள் இவையாவும் தர்மத்தின் உயர்ந்த வழிமுறைகள். இது மூலமே தர்மம் வளரும்.

கடவுள்களின் அன்பிற்குரிய மன்னர் பியாதாசி இவ்வாறு சொல்கிறார்: எப்போதெல்லாம் நான் நல்ல செயல்களைச் செய்கிறேனோ அப்போது அவைகளை மக்கள் ஏற்றுக் கொள்கின்றனர். பின்பு அவர்களும் என்னைப் பின்பற்றுகிறார்கள். இதனால் அவர்கள் மிகவும் உயர்ந்து நிற்கிறார்கள். மேலும் தொடர்ந்து அவர்கள் தங்கள் தாய் தந்தையர்க்கும், பெரியோர்களுக்கும், முதியோர்களுக்கும் மரியாதை தரவும், பிராமணர்களுக்கும், துறவிகளுக்கும், ஏழை எளியவர்க்கும் அதைவிட தன் வேலையாட்களுக்கும், பணியாளர்களுக்கும் கூட மிகச் சரியான பண்போடு இருப்பார்கள்.

கடவுள்களின் அன்பிற்குரிய மன்னர் பியாதாசி இவ்வாறு கூறுகிறார்: மக்களிடம் தர்மத்தினைக் கொண்டு சென்று அவர்களை உயர்த்துவதை இருவழிகளில் செய்யலாம். அவைகள், தர்மத்தின் ஒழுங்கு முறைகள் மூலம் மற்றும் மக்களின் மனதில் தர்மங்கள் பற்றிய நம்பிக்கைகளைப் பதிய வைத்தல் மூலம் என்ற இருவழிகளில் செய்யலாம். தர்மத்தின் ஒழுங்கு முறைகள் என்பது சிறிய தாக்கத்தையே உண்டுபண்ணும். ஆனால் இரண்டாவதான தர்மத்தின் மீது நம்பிக்கையைப் பதிய வைத்தலே பெரும் பலன் தரும் சிறந்த வழி. தர்மத்தின் ஒழுங்கு முறைகளின்படி, நான் கொடுத்த ஆணையின்படி எல்லா விலங்கினங்களும் காக்கப்பட வேண்டும் என்பது – இதைப்போல் வேறு பல ஒழுங்குமுறைகளைக் கொடுத்துள்ளேன். ஆனால் இந்த ஒழுங்குகளைவிட நம்பிக்கையினால் வளரும் தர்மமே பெரும் அளவில் உள்ளது. எந்த உயிரினமும் காக்கப்படவேண்டும். உயிர்க் கொல்லாமையும், உயர்வு என்ற உணர்வுகளும் வளர்கின்றன.

இதைப்பற்றி கடவுள்களின் அன்பிற்குரியவர் கூறுகிறார்: எங்கெங்கு கற்றூண்களும், கற்பலகைகளும் உள்ளனவோ அங்கெல்லாம் தர்மத்தின் ஆணைகள் நீண்ட நெடுங்காலம் இருப்பதற்காகப் பொறிக்கப்பட வேண்டும். இவைகள் இவ்வாறு பொறிக்கப்படுவதால் நீண்ட நெடுங்காலம் என் மகன்கள், பேரன்கள் வாழும் காலம் வரை, சூரியனும் சந்திரனும் பிரகாசிக்கும் வரை மக்கள் அதில் போதிக்கப்பட்டுள்ளது போல் வாழ்க்கையை நடத்துவார்கள். அப்படி வழிநடப்பதால் அவர்கள் இந்த உலகிலும் அடுத்த உலகிலும் பேரின்பம் அடைவார்கள்.

இந்த தர்மத்தின் ஆணை என் பதவிக்காலத்தின் இருபத்தி ஏழாவது ஆண்டில் எழுதப்பட்டது.

○○○